NHÂN VẬT
PHẬT GIÁO VIỆT NAM
(PHẬT GIÁO NHÂN VẬT CHÍ)

thực hiện:
TRUNG TÂM NGHIÊN CỨU PHẬT GIÁO VIỆT NAM

chủ biên
TK THÍCH ĐỒNG BỔN

ban biên soạn:
**THÍCH ĐỒNG BỔN, THÍCH NHƯ TỊNH,
THÍCH VÂN PHONG, VU GIA, NGUYỄN ĐẠI ĐỒNG**

LỜI NÓI ĐẦU

Nhận thấy nhu cầu tìm hiểu những nhân vật, con người, đã và đang đóng góp công sức cho Phật giáo Việt Nam ngày nay, dù chỉ một thoáng để lại dấu ấn trên cuộc đời rồi đi vào quên lãng, ít ai còn nhắc tới. Chúng tôi, những người viết lại lịch sử Phật giáo cảm thấy áy náy khi chưa nêu được những danh tính nhân vật tiền nhân và đương đại, để những nhà nghiên cứu tìm biết về sự góp mặt của họ trong dòng chảy lịch sử Phật giáo, để lớp bụi thời gian đừng xóa nhòa đi tất cả.

Chính vì thế, sau khi ra mắt các quyển Danh Tăng Việt Nam 1,2,3, trong hồ sơ sưu khảo của mình còn biết bao nhiêu nhân vật, có rất nhiều vị chưa hội đủ yếu tố tiêu chuẩn là một danh tăng. Chúng tôi nghĩ chỉ còn một cách giới thiệu sơ nét tất cả nhân vật Phật giáo có tên tuổi để lại cho đời qua hình thức thứ tự để dễ dàng tra cứu, dẫu biết rằng không bao giờ làm được trọn vẹn, nhưng phải bắt tay làm trước đã, rồi những bản in lần sau sẽ cập nhật những thiếu sót mà chúng tôi chưa có tư liệu hoặc chưa biết tới.

Rất mong nhận được mọi góp ý bổ sung cho những gì mà chúng tôi chưa làm được trong tập đầu tiên này. Lịch sử Phật giáo Việt Nam đã xảy ra rất dài, có thể nói là không có điểm dừng cho những tìm tòi về quá khứ, cho nên trong sách này, chúng tôi xin được phép giới hạn phạm vi là nhân vật từ đầu thế kỷ XIX (1800) cho đến nhân vật đương đại hiện nay.

Xin phép thứ hai, là hạn chế nhân vật PG tuổi đời còn trẻ, (Sa di, Đại đức) sự nghiệp còn dài, nên sẽ cập nhật cho lần tới khi tuổi đời tuổi đạo xứng tầm (trừ những vị đã nổi danh và thánh tử đạo) đó là cách để tôn trọng những bậc thành tựu đi trước vậy.

Như thế thôi mà đã cảm thấy là quá sức mình rồi, rất mong sự tiếp nối cộng tác của chư vị thức giả quan tâm và có hiểu biết hơn những gì chúng tôi đã biết và đã viết, để bộ sách *Nhân vật Phật giáo* này mỗi lần in là mỗi lần được cập nhật bổ sung đầy đủ hơn.

Xin trân trọng sám hối những điều còn sai sót trong quyển sách này, mong chư tôn đức các thức giả niệm tình bổ chính cho, để bản in lần tới được hoàn chỉnh hơn.

Mùa Thu năm 2017 - PL 2561

Tm. Trung Tâm Nghiên Cứu Phật Giáo Việt Nam

Tỳ kheo Thích Đồng Bổn

VIỆN NGHIÊN CỨU PHẬT HỌC VIỆT NAM

NHÂN VẬT
PHẬT GIÁO VIỆT NAM

(PHẬT GIÁO NHÂN VẬT CHÍ)

1800 - 2017

THÍCH ĐỒNG BỔN

chủ biên

BẢN IN LẦN THỨ I

NHÀ XUẤT BẢN ANANDA VIET FOUNDATION

CÁC THUẬT NGỮ VIẾT TẮT

- Phật giáo   PG
- Hòa thượng   HT
- Giáo hội Phật giáo Việt Nam   GHPGVN
- Giáo hội Phật giáo Việt Nam Thống nhất   GHPGVNTN
- Hội Phật giáo Thống nhất Việt Nam   HPGTNVN
- Hội Phật giáo Bắc Kỳ   HPGBK
- Hội An Nam Phật học   ANPHH
- Hội Nghiên cứu Phật học Nam Kỳ   HNCPHNK
- Hội Lưỡng Xuyên Phật học   LXPHH
- Tiến sĩ   TS
- Nhà nghiên cứu   NNC
- Trung ương Giáo hội Phật giáo Việt Nam   TW GPGVN
- Hội đồng Chứng minh   HĐCM
- Hội đồng Trị sự   HĐTS
- Ban Trị sự   BTS
- Học viện Phật giáo Việt Nam   HVPGVN
- Thành phố Hồ Chí Minh   TP HCM
- Tôn giáo   TG
- Mặt trận Giải phóng Miền Nam   MTGPMN
- Mặt trận Dân tộc Giải phóng   MTDTGP
- Mặt trận Tổ quốc   MTTQ
- Mặt trận Tổ quốc Việt Nam   MTTQVN
- Mặt trận Việt Minh   MTVM
- Hội Đoàn kết Sư sãi Yêu nước   ĐKSSYN
- Khoa học xã hội   KHXH
- Gia Đình Phật Tử   GĐPT

- Ban Trị sự — BTS
- Ban Biên tập — BBT
- Giáo sư — GS
- Phó Giáo sư — PGS
- Phó Giáo sư Tiến sĩ — PGS.TS
- Nghiên cứu Phật học — NCPH
- Trường Trung cấp Phật học — TCPH
- Phật học đường — PHĐ
- Phật học viện — PHV
- Ban Hướng dẫn — BHD
- Sách đã dẫn — Sđd

QUI CÁCH BIÊN SOẠN

- Soạn theo thứ tự mẫu tự Alphabet chữ Cái tiếng Việt.
- Nhân vật viên tịch đứng trước nhân vật hiện hữu.- Nhân vật có năm viên tịch cao hơn đứng trước vị thấp hơn.
- Nhân vật hiện hữu có năm sinh lớn hơn đứng trước nhân vật năm sinh nhỏ hơn.
- Nhân vật đã viên tịch phải có dấu ấn để lại (công trình, tác phẩm, chức vụ...)
- Nhân vật hiện hữu, phải có phong cách ấn tượng mọi người đều công nhận.
- Không phân biệt Tăng , Ni, Cư sĩ, Tri thức hữu công hoặc tán trợ Phật giáo.
- Không phân biệt nhân vật đi trọn con đường tu học hay một phần con đường.
- Không phân biệt hệ phái, sơn môn, giáo hội, miễn nhân vật là người Việt Nam.
- Không phân biệt nhân vật là người theo chính kiến nào, trong hay ngoài nước. (bỏ)
- Không bình luận, phê phán về quan điểm nhân vật hiện diện trong sách này.
- Chấp nhận sửa chữa, bổ sung những điều ban biên soạn chưa có tư liệu.
- Mong nhận được thêm nhiều tư liệu, nhân vật mà ban biên soạn chưa có tư liệu.
- Công trình sẽ được cập nhật bổ sung nhân vật và dữ liệu hàng năm.
- Công trình xuất bản theo định kỳ, ghi nhận mọi góp ý để hoàn thiện hơn.

A

- **Thích Bảo An** (1914 2011), Hòa thượng trưởng lão, dòng Lâm Tế Chúc Thánh đời 42, thế danh Lê Bảo An, xuất gia năm 1926 với HT Như Hòa Tâm Ấn- chùa Hưng Khánh- Tuy Phước- Bình Định, pháp danh Thị Huệ, pháp tự Hạnh Giải, pháp hiệu Bảo An. Năm 1932, ngài theo bổn sư về tu học tại chùa Phổ Bảo. Năm 1938, ngài được theo học tại PHĐ chùa Long Khánh- Quy Nhơn. Năm 1940, ngài ra Huế theo học tại trường *An Nam Phật học*- chùa Trúc Lâm- Huế. Năm 1942, ngài thọ Cụ túc giới tại giới đàn chùa Hưng Khánh- Quy Nhơn do tổ Chơn Hương Chí Bảo làm Đàn đầu truyền giới. Năm 1947, ngài tham gia Đoàn Thanh niên Tăng sĩ Bình Định, làm Phó chủ tịch tổ chức này. Năm 1948, ngài kế thế trụ trì tổ đình Phổ Bảo. Năm 1949, ngài làm Hội trưởng hội PG huyện Tuy Phước và Chúng trưởng *Chúng Lục Hòa* Tuy Phước. Năm 1958, ngài cùng chư Tôn đức sáng lập *tu viện Nguyên Thiều* để đào tạo tăng tài Phật giáo, ngài được cử làm Phó ban Quản trị tu viện. Năm 1963, ngài kiêm nhiệm trụ trì hai ngôi tổ đình Phổ Bảo và Hưng Khánh. Năm 1964, chiến tranh ác liệt, ngài dẫn Tăng sinh PHV Nguyên Thiều vào Sài Gòn lánh nạn, được tín đồ cung thỉnh trụ trì ngôi *Niệm Phật Đường* ở Phú Nhuận, ngài nhận lãnh và cải hiệu thành chùa Giác Uyển. Cùng năm, ngài được mời làm Đặc ủy Nghi lễ GHPGVNTN tỉnh Bình Định. Năm 1965, ngài làm Chánh đại diện GHPGVNTN huyện Tuy Phước. Năm 1973, ngài giữ chức Đặc ủy Cư sĩ GHPGVNTN tỉnh Bình Định. Năm 1985, ngài là Thành viên BTS GHPGVN kiêm Trưởng ban

Nghi lễ và Kiểm Tăng tỉnh Nghĩa Bình. Năm 1999, ngài được cung thỉnh Trưởng môn phái Chúc Thánh 3 tỉnh Bình Định-Phú Yên-Quảng Ngãi. Ngài xả báo thân ngày 22 tháng Giêng năm Tân Mão (24-02-2011) thọ 98 năm, 70 hạ lạp, nguyên quán trú quán Bình Định - *xem thêm ở Danh Tăng Việt Nam tập 3*

- **Chơn An** (1893 -1980), Cư sĩ, Bồ tát giới, tên thật Lê Văn Định, tự Nguyên Tịnh, hiệu Vĩnh Xuyên. Năm 1944, ông là Tuần vũ tỉnh Quảng Ngãi. Năm 1930-1940, có nhiều sự việc xảy ra làm thay đổi quan niệm sống của ông, nhờ nhiều nhân duyên, ông quay đầu về Phật pháp. Năm 1945, Cư sĩ về hưu đến năm 1948, ông được mời làm Chánh hội trưởng *hội Việt Nam Phật học* ở Trung phần. Năm 1950, Cư sĩ được Giáo hội mời đứng ra tục bản báo *Viên Âm* và làm chủ nhiệm báo, đồng thời ông làm Hội trưởng *Tổng hội Phật giáo Trung phần*. Năm 1955, Cư sĩ vào Sài Gòn tham dự đại hội kỳ II của Tổng hội PGVN và được bầu làm Phó hội chủ *Tổng hội PGVN*, nguyên quán Thừa Thiên Huế, trú quán Sài Gòn - *xem thêm ở Chư tôn Thiền đức&Cư sĩ Phật giáo Thuận Hóa*

- **Thích Giác An** (1928 -2017), Hòa thượng, dòng Lâm Tế chánh tông đời thứ 43, pháp danh Tâm An, pháp tự Châu Long, xuất gia năm 12 tuổi với Hòa thượng Từ Hóa, chùa Bửu Thành- Bến Tre. Năm 22 tuổi thọ cụ túc giới và nhập chúng tu học tại Phật học đường Linh Phước- chùa Phật Đá- Mỹ Tho. Ngài là Giáo thọ sư các trường hạ PG cổ truyền. Năm 2000, ngài được suy cử làm trưởng Ban thừa kế tổ đình Thiên Thai Bà Rịa, trụ trì chùa Hưng Thạnh, Phú Nhuận. Hòa thượng xả báo an tường ngày 11 tháng 11 năm Đinh Dậu 2017 tại chùa Hưng Thạnh, bảo tháp lập tại tổ đình Thiên Thai Bà Rịa, nguyên quán Bến Tre, trú quán TP Hồ Chí Minh. (thêm)

- **Giác An**, Cư sĩ, nhạc sĩ PG, tên thật là Nguyễn Quốc Thái, sinh năm 1957, thuở nhỏ xuất gia với HT Thích Tâm Châu- chùa Từ Quang- quận 10. Sau năm 1975, về cư sĩ tại gia, sáng tác ca khúc PG và hòa âm phối khí nhạc PG. Nhạc sĩ là thành viên sáng lập

Ban văn nghệ Thành hội PG TP Hồ Chí Minh năm 1984. Nhạc sĩ đã có 55 ca khúc tự sáng tác nhạc và lời, có trên 350 ca khúc nhạc PG phổ thơ, nguyên quán Hải Phòng, trú quán TP Hồ Chí Minh. (sửa chữa bổ sung)

- **Thích Giải An** (1914 2003), Hòa thượng, dòng Lâm Tế Chúc Thánh đời 41, thế danh Nguyễn Hòa, đệ tử tổ Khánh Tín- chùa Thọ Sơn, pháp danh Như Bình, pháp tự Giải An, pháp hiệu Huyền Tịnh. Năm 1944, trụ trì Thiên Bút cổ tự, năm 1945, tham gia PG Cứu quốc liên khu 5. Năm 1950, học tăng PHĐ Báo Quốc rồi ra miền Bắc tham cứu Luật học. Năm 1953 trở về Quảng Ngãi khai sơn các chùa Linh Sơn và Phú Long. Sang năm 1954, ngài được Giáo hội gổ nhiệm trụ trì chùa Tỉnh hội PG Quảng Nam Đà Nẵng. Năm 1955-1957, ngài cùng HT Huyền Quang thành lập Giáo hội Tăng già và hội Phật học Quảng Ngãi, ngài làm Trị sự trưởng kiêm Hội trưởng hội PG Quảng Ngãi. Năm 1967, ngài khai sơn chùa Từ Quang và hành đạo tại đây đến cuối đời. Ngài viên tịch ngày 20 tháng Giêng năm Quý Mùi (20-02-2003) thọ 90 năm, 70 hạ lạp, nguyên quán trú quán Quảng Ngãi - *theo Tiểu sử Danh Tăng Việt Nam tập 3*

- **Thích Phước An**, Hòa thượng, sinh năm 1949 tại Bình Định, Ấu niên xuất gia, hiện trú xứ Phật học viện Hải Đức- Nha Trang- Khánh Hòa. Học giả nghiên cứu Phật học, viết rất nhiều bài biên khảo giá trị: : *Đường về Núi cũ Chùa xưa* ; *Từ Nguyễn Trãi đến Ngô Thì Nhậm và con đường đi lên đỉnh núi Yên Tử* ; *Thiền sư Chân Nguyên, người muốn gởi những ước mơ đến cho dân tộc Việt* ; *Ngày Xuân đọc thơ Trần Minh Tông và suy nghĩ về sự ân hận của một Hoàng đế Phật tử* ; *Toàn Nhật thiền sư người muốn đưa tinh thần Phật giáo đời nhà Trần xuống cho triều đại Tây Sơn* ; *Toàn Nhật thiền sư với những nẻo đường cát bụi của quê hương* ; *Tuệ Trung Thượng Sĩ kẻ rong chơi giữa sống và chết* ; *Lục tổ Huệ Năng và hình ảnh thi ca* ; *Núi Hồng Lĩnh nơi nuôi dưỡng lòng từ bi của thi hào Nguyễn Du - theo Thích Vân Phong biên khảo* .

- **Thích Tâm An** (1892 -1982), Hòa thượng, xuất gia năm 22 tuổi với HT Thích Khai Quyền- chùa Vân Mai- Nam Hà. Năm 1915, lúc 24 tuổi, thọ cụ túc giới tại tổ đình Tế Xuyên-Bảo Khám do tổ Phổ Tụ làm Đường đầu truyền giới. Năm 1920, ngài đến chốn tổ Vĩnh Nghiêm- Bắc Giang chép bộ *Hoa Nghiêm Sớ Kinh* để khắc ván ấn hành và cầu thụ Bồ tát giới nơi tổ Thích Thanh Hanh. Năm 1924, ngài trụ trì chùa Quốc Sư ở Phố Hiến- Hưng Yên. Năm 1958 về sau, ngài được cung thỉnh làm Phó hội trưởng *Hội Phật giáo Thống nhất Việt Nam* và trụ trì chùa Quán Sứ. Năm 1969, ngài là Phó hiệu trưởng *trường Tu học Phật pháp Trung ương*-chùa Quảng Bá- Hà Nội và Đại biểu Quốc hội các khóa 2,3,4 và 5. Năm 1974, ngài làm hiệu trưởng *trường Trung tiểu học Phật giáo*. Ngài xả báo thân ngày 13 tháng 9 năm Nhâm Tuất (29-10-1982) thọ 91 năm, 66 mùa an cư, nguyên quán Nam Định, trú quán Hà Nội - *xem thêm ở Danh Tăng Việt Nam tập 2*

- Thích Thanh An (1937-2014), Hòa thượng, thế danh Nguyễn Văn Nho. Năm 1958, xuất gia với HT Trí Hữu tại chùa Linh Ứng, pháp danh Đồng Đạt, tự Thông Đạt, hiệu Thanh An, đời 43 tông Lâm Tế, thế hệ thứ 10 pháp phái Chúc Thánh. Năm 1960, Ngài vào chùa Linh Sơn- Vạn Ninh- Khánh Hòa y chỉ Hòa thượng Thích Tịch Tràng để tu học. Năm 1963 thọ Tỳ kheo tại chùa Giác Nguyên và được ban pháp hiệu Thanh An. Ngài chuyên tu Tịnh Độ, từng chích máu chép kinh Phổ Hiền và kinh A Di Đà. Đốt ngón tay út sau khi thọ trì kinh Pháp Hoa v.v...Năm 1976 nhận trụ trì chùa Long Hòa tại Vạn Giã. Năm 1990 định cư Mỹ quốc. Ngài cùng với Thượng tọa Thích Thiện Tường là pháp đệ cũng là bào đệ, lập *An Tường Tự Viện* tại thành phố Oakland, tiểu bang California. Đồng thời, Ngài vận động tài chánh lo trùng tu ngôi chùa *Mỹ Phước* tại quê nhà. Hòa thượng được cung thỉnh làm Đàn Đầu giới đàn Quang Nghiêm năm 2005, Chứng minh đạo sư, y chỉ sư cho chư Tăng Ni miền Bắc Cali. Năm 2014, Hòa thượng về lại quê nhà và viên tịch vào ngày 20 tháng 11 năm Giáp Ngọ, thọ 78 tuổi. Sau khi trà tỳ, linh cốt được phụng thờ tại chùa Mỹ Phước. Ngài nguyên quán Đà Nẵng, trú quán Mỹ quốc - *theo Thích Như Tịnh sưu khảo*

- Hồng Từ Thiện An (? - ?), Hòa thượng, dòng Lâm Tế Gia Phổ đời 40, pháp danh Hồng Từ, pháp hiệu Thiện An, xuất gia năm 17 tuổi. Năm 1868, ngài khai sơn chùa Long Hòa- thị trấn Trà Cú- tỉnh Trà Vinh, trên mảnh đất do bà Lương Thị Xuyến hiến cúng, ngài xuất thân trong gia đình có 4 anh em, ngài là người con thứ tư. Ngài thọ 86 năm, không rõ năm sinh năm mất, nguyên quán trú quán Trà Cú- Trà Vinh - *theo tư liệu Thích Như Đạo sưu khảo*

- Thích Thiện An (? - ?), Hòa thượng, pháp sư, giảng sư, pháp danh Thiện An, pháp tự Hiển Tánh, năm 1957 là học tăng khóa Như Lai Sứ Giả tại chùa Ấn Quang, Giảng sư các trường hạ Lục Hòa các tỉnh Tây Nam Bộ, được cung thỉnh làm Đốc học trường PHV Lục Hòa-chùa Giác Lâm, khai sơn chùa Long Đức-Ba Tri, trú xứ chùa Vạn Hạnh-Phú Lâm, nguyên quán Ba Tri-Bến Tre, trú quán TP Hồ Chí Minh.

- Thích Thiện An (1918 -1998), Hòa thượng, dòng Lâm Tế Chánh Tông đời 41, thế danh Trần Văn Mạnh, xuất gia năm 15 tuổi với HT Từ Chí- chùa Bửu Phước- Tân Uyên, pháp danh Nhật Phước, pháp hiệu Thiện An. Năm 1939, ngài thọ đại giới tại trường Kỳ giới đàn chùa Long Thiền- Biên Hòa. Năm 1947, ngài làm Giám tự chùa Bửu Phước Là một nhà sư có tinh thần yêu nước, ngài cùng huynh đệ trong chùa mời lính Pháp vào chùa ăn Giỗ và làm mật hiệu cho cách mạng vào tước vũ khí của chúng. Vì thế, giặc Pháp đã kéo đến tàn phá và đốt chùa tiêu tan. HT bổn sư và ngài cùng chư Tăng phải lánh vào vùng tự do của cách mạng. Vì lo lắng, bổn sư ngài lâm trọng bệnh và viên tịch. Sau khi an táng bổn sư, ngài nhận rõ con đường cứu nước. Năm 1948, ngài xếp áo cà sa, tham gia cách mạng, làm cán bộ công an xã An Linh và làm Trưởng ban kinh tài xã Tam Lập. Sau đó, được kết nạp vào đảng Cộng sản, làm Phó chủ tịch UB Kháng chiến Hành chánh xã Sông Lô. Năm 1954, đất nước đình chiến, ngài trở về nếp sống tu hành, đứng ra vận động xây dựng lại ngôi Tam bảo Bửu Phước- xã Phước Hòa- huyện Tân Uyên. Ngài mở nhiều lớp giáo lý, thành lập hội Bảo trợ tang sự cho các gia đình PT nghèo khó. Năm 1957, trong đại giới đàn chùa Long Thiền, ngài được tấn phong Giáo thọ. Năm 1961, ngài được tấn phong Yết ma trong đại giới đàn trường Hương chùa Bửu Phong- Biên Hòa. Năm 1972, ngài được tấn phong ngôi Hòa thượng trong đại giới đàn chùa Bửu Phong và được cử làm Tăng giám quận hội PG Lục Hòa Tăng. Năm 1974, ngài được cử làm Ủy viên Hoằng pháp Trung ương Giáo hội Lục Hòa Tăng Việt Nam. Năm 1982, ngài được cung thỉnh Chứng minh đại giới đàn chùa Long Thiền. Năm 1990, ngài được mời làm Cố vấn Chứng minh Ban đại diện PG huyện Tân Uyên. Ngài đã được Nhà nước tặng thưởng 02 Huân chương kháng chiến và nhiều bằng khen, giấy khen khác... Ngài xả báo thân ngày 11 tháng 10 năm Mậu Dần (1998) thọ 80 năm, 59 giới lạp, nguyên quán trú quán Tân Uyên-Biên Hòa - *theo Thích Đồng Bổn biên khảo*

- **Thích Thới An** (1912 -1986), Hòa thượng, dòng Lâm Tế Chánh Tông đời 40, pháp danh Hồng Thọ, pháp tự Thới An, pháp hiệu Chơn Tánh, thế danh Nguyễn Văn Quang, là đệ tử HT Như Nhãn-Từ Phong-chùa Giác Hải-Chợ Lớn. Năm 1944, ngài trụ trì chùa Long An-Sa Đéc, nhân duyên gặp gỡ HT Hành Trụ trên đường hoằng hóa trú tại chùa Long An, ngài cùng 2 huynh đệ là Khánh Phước và Thiện Tường hợp duyên kết nghĩa huynh đệ với HT Hành Trụ mở lớp Gia giáo dạy Tăng ni tu học. Sau đó, 4 huynh đệ đồng tâm hiệp lực lên đất Sài Gòn mở trường Phật học Tăng Già (nay là Kim Liên) ở Xóm Chiếu, là trường Phật học đầu tiên trong phong trào chấn hưng tại đất Sài Gòn, trường do 4 huynh đệ thay nhau giảng dạy và quản lý. Năm 1945, ngài trụ trì chùa Phổ Hiền-Bà Chiểu, từ đó ngài gia công trùng tu mở rộng thành ngôi già lam tốt đẹp, HT nguyên quán Hóc Môn-Gia Định, trú quán TP Hồ Chí Minh.

- **Mai Tuyết An**, nữ sinh, 18 tuổi, ngụ tại đường Hùng Vương-Thị Nghè, ngày 12-8-1963 trong lễ cầu siêu cho cố Đại đức Thích Nguyên Hương được tổ chức tại chùa Xá Lợi-Sài Gòn, cô đã dùng dao tự chặt bàn tay trái để cúng dường mười phương chư Phật hộ trì cho các nguyện vọng của PG chóng đạt thành. Nữ sinh Mai Tuyết An cũng phản đối bà Ngô Đình Nhu đã xúc phạm đối với các vị tu hành. Tuy nhiên , tay không đứt, máu ra nhiều phải đưa vào bệnh viện - *theo Biên niên sử PG Sài Gòn Gia Định*

- **Đào Duy Anh** (1904 -1988), Nhà nghiên cứu. Bút danh: Vệ Thạch, Nhà sử học, nhà nghiên cứu, hiệu là Vệ Thạch. Quê Khúc Thủy, Tả Thanh Oai, Thanh Oai, Hà Tây (nay là huyện Thanh Oai, thành phố Hà Nội). Ông là nhà sử học, địa lý, từ điển học, ngôn ngữ học, nhà nghiên cứu văn hóa, tôn giáo, văn học dân gian nổi tiếng của Việt Nam. Ông được xem là người mở đầu cho nhiều ngành khoa học xã hội Việt Nam. Đóng góp vào nghiên cứu Phật giáo của Đào Duy Anh là một thiên khảo luận về thiền học Lý Trần. Xuất phát từ một nghịch lý là: "Thời Lý Trần, nhất là thời Trần, từ vua quan quý tộc đến nhân dân đều say mê đạo Phật, một thứ tôn giáo yếm thế và xuất thế, đến như vậy mà tổ tiên ta bấy giờ lại đánh giặc giỏi như vậy?". Hẳn đạo Phật thời ấy phải có một cái gì đấy đặc biệt. Đào Duy Anh thấy điều đặc biệt ấy là ở chỗ Thiền tông là giáo phái nhấn mạnh "Phật tức tâm" và chủ trương "đốn ngộ", một chủ trương đặt niềm tin vào con người, tin vào sức mạnh của tâm người. Cái lòng tin ấy gây cho con người một sức năng động mạnh mẽ, và sức năng động này đến lượt nó, lại tạo ra sức năng động của xã hội, của tính anh hùng của dân tộc ta thời bấy giờ. Đó chính là tính tích cực của Thiền tông Việt Nam. Tác phẩm Phật giáo, Dịch Khóa hư lục (1974) - *Theo Thích Vân Phong biên khảo*

- **Ngài Khánh Anh** (1895 -1961), Hòa thượng, pháp sư, thế danh Võ Hóa, xuất gia tại chùa Cảnh Tiên, tu học tại chùa Quang Lộc- Quảng Ngãi, pháp danh Chơn Húy, pháp hiệu Khánh Anh. Năm 1927, ngài vào Nam làm Pháp sư chùa Hiền Long- Vĩnh Long. Năm 1931, ngài trụ trì chùa Long An- Cần Thơ. Năm 1935, hợp tác với chư tôn đức Hòa thượng thành lập *hội Lưỡng Xuyên Phật học*- chùa Long Phước- Trà Vinh. Năm 1942, *trường Lưỡng Xuyên Phật học* tạm nghĩ, ngài về trụ trì chùa Phước Hậu- Trà Ôn. Năm 1945, ngài được HT Huệ Quang mời về dạy trường Gia giáo chùa Long Hòa- Tiểu Cần- Trà Vinh. Sau 1945, ngài trở về chùa Phước

Hậu- Trà Ôn- Vĩnh Long, nhập thất và biên soạn, phiên dịch kinh sách. Năm 1955, *hội Phật học Nam Việt* thỉnh ngài vào Ban Chứng minh đạo sư của hội. Năm 1957, ngài được cung thỉnh làm *Pháp chủ Giáo hội Tăng già Nam Việt*. Năm 1959, đại hội Giáo hội Tăng già Toàn quốc kỳ II đã suy tôn ngài lên ngôi *Thượng thủ Giáo hội Tăng Già toàn quốc*, tác phẩm: *Hoa Nghiêm nguyên nhân luận* ; *Nhị khóa hiệp giải* ; *25 bài thuyết pháp của Thái Hư Đại Sư* ; *Tại gia Cư sĩ luật* ; *Duy thức Triết học* ; *Qui nguyên Trực chỉ* ; *Khánh Anh văn sao (3 tập)*, nguyên quán Mộ Đức Quảng Ngãi, trú quán Trà Ôn Vĩnh Long - *xem thêm ở Danh Tăng Việt Nam tập 1*

- **Lê Thị Kim Anh** (1948 -1963), nữ Phật tử, thánh tử đạo, pháp danh Tâm Hiển. Hy sinh đêm 8-5-1963 trước đài phát thanh Huế, khi đang nghe lại buổi phát thanh lễ Phật đản của Giáo hội tổ chức ban sáng, thì bị xe thiết giáp của chế độ Ngô Đình Diệm xả súng và cán chết. Giáo hội PG Trung phần đã tấn phong Thánh tử đạo năm 1965, nguyên quán trú quán Thừa Thiên Huế - *theo Chư tôn Thiền đức&Cư sĩ hữu công Thuận Hóa*

- **Ngô Trọng Anh**, Cư sĩ, Kỹ sư, công chánh, pháp danh Tâm Tràng, quy y tại chùa Trúc Lâm-Huế. Năm 1955 ông ở Pháp về nước làm việc tại Nha Công chánh Cao nguyên, năm 1966 ông là viện trưởng viện Giám sát chính quyền Nguyễn Văn Thiệu, bên PG, ông là giáo sư Phó viện trưởng viện đại học Vạn Hạnh phụ trách phát triển kế hoạch. Ông theo Thượng tọa Thích Viên Đức nghiên cứu PG Mật tông. Sau 1975, ông định cư tại Hoa Kỳ, tham gia PG hải ngoại, là Phó đại diện GHPGVNTN miền Liễu Quán Bắc California-Hoa Kỳ, nguyên quán Thừa Thiên Huế, trú quán Hoa Kỳ.

- **Đàm Ánh** (1925 -2015) Ni trưởng, đạo hiệu Đức Huy, thuộc dòng Tào Động, thế danh Đào Thị Sàng, xuất gia năm 1941 với Sư cụ Đàm Đễ- chùa Âm Hồn- Bắc Giang. Năm 1946-1948, tản cư theo lớp học của cụ Thiều Chửu và học trong suốt thời di tản. Năm 1950, Ni trưởng về lại Hà Nội, học ở chùa Xã Đàn. Năm 1960, Ni trưởng thọ đại giới tại chùa Liên Phái- Hà Nội. Năm 1970-1975, Ni trưởng theo học lớp Phật pháp Trung ương- chùa Quán Sứ. Năm 1975, Ni trưởng về tụ trì chùa Phụng Thánh- phố Khâm Thiên, Hà Nội. Ni trưởng là vị nổi tiếng làm từ thiện xã hội. Từ năm 1995 đến 2003 Ni trưởng và Cư sĩ Trần Việt Quang (1927-2003) tổ chức sưu tập và phát tâm in ấn các tác phẩm của thầy mình là Cư sĩ Thiều Chửu-Nguyễn Hữu Kha gồm: 16 bộ kinh (*Phổ Môn, Thuỷ Sám, Dược Sư, Tứ Thập Nhị Chương, Di Giáo, Di Đà, Kim Cương, Pháp Hoa, Lục Tổ Đàn kinh...*) và các tác phẩm: *Phật học cương yếu* (dịch), *Giải thích truyện Quan Âm Thị Kính, Con đường học Phật thế kỷ thứ XX*, Ni trưởng xả báo thân ngày 22 tháng 10 năm Ất Mùi (03-12-2015) trụ thế 90 tuổi, giới lạp 70, nguyên quán Bắc Giang, trú quán Hà Nội - *theo NNC Nguyễn Đại Đồng sưu khảo*

- **Minh Đức Triều Tâm Ảnh**, nhà thơ, Hòa thượng, trí thức PG, ngài pháp hiệu Giới Đức, thế danh Nguyễn Duy Kha sinh năm 1944, hệ phái PG Nam Tông Việt Nam, trụ trì chùa Huyền Không Sơn Thượng-Huế, ngài đã tu tập sự tại chùa Từ Quang- hệ phái Bắc truyền- Huế từ năm 1970-1971. Năm 1972 ngài vào chùa Tam Bảo- Đà Nẵng cầu đạo với HT Giới Nghiêm, thuộc PG Nam Tông. Năm 1973 ngài thọ giới Sa di tại Tam Bảo thiền viện- Núi Lớn- Vũng Tàu, được HT Giới Nghiêm ban pháp danh là Giới Đức (Sīlaguna). Sau mùa an cư năm 1973, ngài theo HT bổn sư vào ở chùa Phật Bảo- Phú Thọ Hòa- Gia Định. Cuối năm 1974, ngài về ở chùa Huyền Không tại chân đèo Hải Vân- Lăng Cô- Lộc Hải- Phú Lộc, ngôi chùa do HT Viên Minh sáng lập cùng với chư huynh đệ là Sư Tịnh Pháp, Sư Trí Thâm, Sư Tấn Căn. Năm 1976, HT Viên Minh vào làm Tổng thư ký Giáo hội PG Nguyên Thủy tại chùa Kỳ Viên- Bàn Cờ- Sài Gòn, nên đề cử ngài đảm nhiệm chức vụ trụ trì chùa Huyền Không. Năm 1977, ngài thọ giới Tỳ kheo tại chùa Tam Bảo- Đà Nẵng do HT Giới Nghiêm làm Đàn đầu Hòa thượng. Tháng 11 năm 1978, chùa Huyền Không được di dời từ Hải Vân- Lăng Cô về thôn Nham Biểu- xã Hương Hồ- huyện Hương Tràtỉnh Thừa Thiên Huế. Ngài viết khá nhiều thơ đượm màu dân tộc nhưng mang tính triết học, là một cây bút nổi tiếng trong thi ca Việt Nam. Ngoài ra, ngài còn giỏi về thư pháp, thư họa, được mời làm giám khảo chấm giải các triển lãm nghệ thuật lớn ở Huế và TP Hồ Chí Minh, nguyên quán trú quán Thừa Thiên Huế - *theo Thích Vân Phong sưu khảo*

Â

- **Hải Triều Âm** (1920 -2013), Ni trưởng, mang hai dòng máu Pháp Việt và có hai tên: tên Việt là Nguyễn Thị Ni, tên Pháp là Eugénie Catallan, nhân duyên đến với Phật pháp là do đọc kinh sách do cụ Tuệ Nhuận dịch và giảng. Ni trưởng quy y với cụ Pháp chủ đương thời là HT Mật Ứng, được tổ đặt pháp danh là Hải Triều Âm. Ni trưởng còn viết báo dưới bút hiệu *Cát Tường Lan* trên tờ *Bồ Đề Tân Thanh* của cụ Tuệ Nhuận. Năm 29 tuổi, xuất gia với HT Thích Đức Nhuận- chùa Đồng Đắc và y chỉ với HT Ni Tịnh Uyển- chùa Thanh Xuân- Hà Nội. Năm 1954, Ni trưởng di cư vào Nam nhập chúng chùa Dược Sư-Gia Định. Sau khi mẹ mất, vì muốn báo hiếu, Ni trưởng phát nguyện nhập thất 5 năm tại chùa Vạn Đức- Thủ Đức, sau đó chuyển lên Đức Trọng- Lâm Đồng nhập thất ở tịnh thất Linh Quang 7 năm nữa. Ni trưởng dành cả đời hoằng pháp và khai sơn các chùa, cuối đời vãng sinh tại chùa Dược Sư- Đại Ninh- Đức Trọng- Lâm Đồng, hưởng thọ 94 tuổi, 60 hạ lạp. Ni trưởng đã thành lập 8 ngôi chùa và trụ trì: Tịnh thất Liên Hoa (TP.HCM); chùa Viên Thông (Phước Tân, Biên Hòa), Tịnh thất Ni Liên (Đức Trọng), chùa Linh Quang (Đức Trọng), chùa Hương Sen (Đức Trọng), chùa Bát Nhã (Đức Trọng), chùa Lăng

Nghiêm (Đức Trọng) - *xem thêm ở trang nhà Quảng Đức*

- **Thích Báo Ân,** Thiền sư, pháp danh Nhật Đáp (1906-1964), tục danh Nguyễn Văn Báo, nguyên quán xã Vĩnh Thanh Vân- Rạch Giá (nay tỉnh Kiên Giang). Năm 1925 (Ất Sửu), ngài theo hầu Hòa thượng bổn sư Thích Trí Thiền sang đất Thái, xứ chùa tháp để cùng chia sẻ Phật sự nước bạn, sau đó ngài ở lại Vương quốc Thái Lan góp phần tô điểm cho Phật giáo Việt tông (Annamnikaya) hay còn gọi là Phật giáo An Nam tông (một tông phái của Phật giáo Thái Lan, du nhập nước Thái từ thế kỷ 18 do di dân người Việt mang đến). Ngài viên tịch vào ngày 10-03-1964 (27tháng Giêng năm Giáp Thìn) với tư thế ngồi Kiết già và lưu Kim cương thân xá lợi (nhục thân bất hoại) tại chùa Cảnh Phước (Wat Samananamborihan), 416 Lugluang- Siyak Mahanak Dusit- Bangkok 10300- Thái Lan - *theo Thích Vân Phong biên khảo*

- **Ngài Đắc Ân** (1873 -1935), Hòa thượng, dòng Lâm Tế Liễu Quán đời 42, ngài họ Đặng, đắc pháp Hòa thượng Thanh Hy-chùa Quốc Ân, được pháp danh Như Thông, pháp hiệu Đắc Ân, trụ trì chùa Linh Mụ, giới sư nhiều giới đàn ở Huế, nguyên quán Quảng Bình, trú quán Thừa Thiên Huế - *theo Chư tôn Thiền đức&Cư sĩ hữu công PG Thuận Hóa*

- **Chương Tín Hoằng Ân** (? -1862), Hòa thượng, tổ sư, pháp danh Chương Tín, tự Tuyên Khánh, hiệu Hoằng Ân, đời thứ 38 tông Lâm Tế, thế hệ thứ 5 pháp phái Chúc Thánh. Ngài xuất gia đắc pháp với tổ Toàn Nhật Quang Đài tại chùa Viên Quang- Phú Yên. Ngài thế danh là Trần Văn Ân, sinh quán tại thôn Long Bình, tổng Xuân Đài, huyện Đồng Xuân, tỉnh Phú Yên. Năm Tân Sửu (1841), Ngài được triều đình bổ nhiệm làm trụ trì chùa Linh Ứng, đến năm Giáp Dần (1854) cải bổ trụ trì chùa Tam Thai. Ngài viên tịch ngày 19 tháng 9 năm Nhâm Tuất (1862), tháp lập bên cạnh tháp thiền sư Viên Trừng và thiền sư Phước Nghi. Đệ tử nối pháp tiêu biểu có ngài Ấn Thanh Chí Thành. Ngài nguyên quán Phú Yên trú quán Đà Nẵng - *theo Thích Như Tịnh sưu khảo*

- **Minh Khiêm-Hoằng Ân** (1850 -1914), Hòa thượng, Thiền sư,

Luật sư, ngài được Sư tổ Tiên Giác Hải Tịnh truyền pháp dòng Thiền Lâm Tế Chánh tông đời thứ 38 pháp danh Minh Khiêm hiệu Hoằng Ân, truyền pháp dòng Thiền Lâm Tế Gia Phổ đời thứ 37 pháp danh Liễu Khiêm hiệu Diệu Nghĩa, trụ trì chùa Giác Viên, khai sơn chùa Giác Hải-Chợ Lớn, ngài có công khắc ván in rất nhiều bộ kinh luận PG và giảng dạy Phật học, Giáo thọ nhiều giới đàn, chú giải nhiều bộ luật bằng chữ Nôm, trên đương vân du miền Nam, ngài cất thảo am Viên Giác bên cạnh chùa Bửu Lâm, rồi lại vân du xuống vùng núi Sam trụ trì Tây An Cổ Tự- Châu Đốc, nên mọi người gọi ngài là *"Tổ Núi Sam"*, chính am Viên Giác là nơi ngài dừng bước vân du và viên tịch tại đây - *theo trang nhà www.thuongchieu.net*

- **Thiền sư Hoằng Ân** (?). Chú tạo Hồng chung, Thiệu Trị nguyên niên (1841), quả chuông hiện còn lưu giữ tại chùa Hội Phước, Lai Vung, Đồng Tháp. Chú tạo Hồng chung ký: Cảnh Long Tự, Trụ trì Hoằng Ân tạo kim chung, đàn na thí chủ phụng cúng. Thiệu Trị nguyên niên, tứ nguyệt, sơ nhất nhật - *theo Thích Vân Phong biên khảo*

- **Thích Quảng Ân** (1891 -1974), Hòa thượng, dòng Lâm Tế Liễu Quán đời 44, thế danh Lê Văn Bảy, xuất gia năm 1903 với HT Phước Chí Tâm Ba- chùa Khánh Quới, pháp danh Nguyên Đồ, pháp hiệu Quảng Ân. Năm 1912, ngài trụ trì chùa Linh Phước-Phật Đá cũ. Năm 1917, trùng kiến chùa Phật Đá mới-Cai Lậy. Năm 1934, ngài là hội viên sáng lập *hội Lưỡng Xuyên Phật học*. Năm 1939, ngài làm Đàn đầu truyền giới trong trường Kỳ chùa sắc tứ Long Hội. Năm 1952, ngài làm Tăng trưởng *Giáo hội Lục Hòa Tăng* tỉnh Mỹ Tho. Năm 1966, ngài khai sơn chùa Linh Phước-Mỹ Tho và trụ lại đến cuối đời. Năm 1974, ngài xả báo thân ngày mồng 5 tháng 10 năm Giáp Dần, thọ 84 năm, 60 hạ lạp, tháp lập trong vườn chùa Linh Phước, nguyên quán trú quán Định Tường, Mỹ Tho - *xem thêm ở Danh Tăng Việt Nam tập 2*

- **Sư Thiện Ân** (? -1941) tu sĩ PG, thế danh Trần Văn Thâu, xuất gia ở chùa sắc tứ Tam Bảo Tự-Rạch Giá, đệ tử HT Trí Thiền. Năm

1941, Xứ ủy Nam kỳ chuẩn bị khởi nghĩa lần thứ II, một số đồng chí trong Xứ ủy mượn chùa sắc tứ Tam Bảo làm tạc đạn. Công việc bị lộ, tháng 11 năm 1941, mật thám Pháp bao vây chùa Tam Bảo, HT Trí Thiền bị bắt đày Côn Đảo, sư Thiện Ân cho nổ tạc đạn diệt một tên, do đó sư Thiện Ân bị giặc khép tội tử hình, chưa rõ thân thế, nguyên quán trú quán Rạch Giá Nhà nước Việt Nam truy nhận liệt sĩ năm 1996, Tên tuổi của Ngài đã được đặt đường Sư Thiện Ân và một cây cầu tại Rạch Giá- *theo Biên niên sử PG Sài Gòn Gia Định*

- **Thích Thiên Ân** (1925 -1980), Hòa thượng, Tiến sĩ văn chương đại học Waseda-Nhật Bản, giáo sư trường đại học Văn khoa Sài Gòn ,thế danh Đoàn Văn An, đệ tử HT Viên Quang-chùa Châu Lâm-Huế. Năm 1952, ngài là Giảng sư của Tổng hội PGVN tại Trung phần. Năm 1954 du học Nhật Bản. Năm 1966, và Vụ trưởng vụ Giáo dục kiêm Khoa trưởng phân khoa Văn học và KH Nhân văn viện Đại học Vạn Hạnh. Năm 1966, sang Mỹ làm GS thỉnh giảng viện Đại học UCLA. Năm 1973 khai sáng chùa *Phật Giáo Việt Nam* tại California-Hoa Kỳ và sáng lập trường đại học *Đông Phương* tại Anh quốc và Hoa kỳ. Năm 1973 sáng lập và làm viện chủ chùa A Di Đà. Năm 1978, là thành viên sáng lập Tổng hội PGVN tại Hoa Kỳ, tác phẩm: *Phật Pháp* (viết chung 3 tác giả) ; *Trao đổi Văn hóa Việt-Nhật* ; *Buddhism and Zen in Vietnam*, ngài xả báo thân ngày 23 tháng 11 năm Canh Thân (1980) hưởng 56 tuổi, 31 hạ lạp, nguyên quán Thừa Thiên Huế, trú quán Anh quốc-Hoa Kỳ - *theo Tiểu sử Danh Tăng Việt Nam tập II*

- **Thích Thiện Ân** (1949 -1970), Đại đức, thánh tử đạo, pháp danh Đồng Thiện, tự Thiện Ân, đời 43 tông Lâm Tế, thế hệ thứ 10 pháp phái Chúc Thánh. Ngài thế danh Lương Hữu Ba, sinh năm 1949 tại xã Nghĩa Hưng, huyện Nghĩa Hành, tỉnh Quảng Ngãi. Xuất gia năm 1958 với Hòa thượng Thích Trí Hữu tại chùa Linh Ứng, Đà Nẵng. Ngài là học tăng Phật học viện Thiên Hòa-Vĩnh Bình, sau đó là học tăng Phật học viện Huệ Nghiêm, trụ trì chùa Tân Long-

Nhà Bè, cố vấn giáo hạnh GĐPT Tân Long, ngài bị trúng đạn và hy sinh đêm ngày 5.5.1970 khi Việt Nam Quốc Tự bị chính quyền Sài Gòn tấn công chiếm đoạt, nguyên quán Quảng Ngãi, trú quán Gia Định - *theo Thích Như Tịnh sưu khảo*

- **Đỗ Trọng Ân** (1921 -1968), Cư sĩ, dịch giả, nguyên là đệ tử xuất gia của HT Tịnh Khiết-chùa Tường Vân, pháp danh Tâm Ngộ, pháp tự Chơn Thuyên, pháp hiệu Trúc Diệp. Khi còn tu học, ông là một học Tăng thông minh xuất chúng, thông thạo cả Tây học lẫn Cổ ngữ, chuyên tâm nghiên cứu triết học phương Đông và dịch thuật kinh sách, sáng tác thơ ca. Các kinh sách ông đã dịch: *Thủy Sám ; Địa Tạng ;Thiền Môn nhật tụng ; Nghi thức tang lễ ; Văn triệu thỉnh thập nhị loại Âm linh...* các tác phẩm của ông in tại nhà in Liên Hoa. Ông sáng tác thơ ca với bút hiệu Trúc Diệp đăng trên tập san *Viên Âm* và một số tạp chí khác. Tập thơ tiêu biểu là thi phẩm *Bóng Hoa Đàm* xuất bản năm 1961, cũng thời gian này ông trở lại cuộc sống tại gia và làm cố vấn Phật học cho đức Từ Cung Đoan Huy Hoàng Thái Hậu, mẹ của vua Bảo Đại. Ông mất trong biến cố tết Mậu Thân do đạn lạc, nguyên quán Quảng Trị, trú quán Thừa Thiên Huế - *theo Chư tôn Thiền đức&Cư sĩ hữu công Thuận Hóa*

- **Tuệ Ân,** Cư sĩ, tên thật là Vũ Đình Lâm, sinh năm 1971, hệ phái Phật giáo Nam Tông miền Bắc, chuyên ngữ Pali và Anh ngữ, thành viên *Trung tâm Nghiên cứu Phật giáo Việt Nam* văn phòng miền Bắc, tác phẩm: dịch thuật, san định và ấn bản *Tam tạng kinh PG Nam Truyền* bản tiếng Việt, nguyên quán Hưng Yên, trú quán Hà Nội.

- **Thích Vạn Ân** (1886 -1967), Hòa thượng, dòng Lâm Tế Liễu Quán đời 42, xuất gia với tổ Nguyên Đạt- chùa Long Tường, được pháp danh Trừng Thành. Năm 1927, ngài làm giảng sư PHĐ gia giáo chùa Giác Hoa- Bạc Liêu và PHĐ Tây Thiên- chùa Kim Sơn-Ninh Thuận, ngài còn là Pháp sư giảng Luật tại trường Hương chùa Trùng Khánh- Phan Rang. Năm 1935, ngài làm Thiền chủ trường Hạ chùa Sắc tứ Bát Nhã. Năm 1949, ngài làm Đàn đầu truyền giới tại giới đàn chùa Bảo Sơn- Tuy An. Năm 1955, ngài trở về trụ trì tổ đình Hương Tích- Phú Yên, nên ngài được tôn kính là *tổ Hương Tích*, ngài có công khai sơn, trùng tu trên 20 ngôi chùa ở địa phương. Ngài chuyên hành trì Mật tông và Tịnh độ trong sinh hoạt hằng ngày, nổi tiếng chữa trị bệnh bằng sự gia trì mật chú, nguyên quán trú quán Phú Yên - *xem thêm ở Danh Tăng Việt Nam tập 1*

- **Thích Hải Ấn**, Hòa thượng, sinh năm 1946, Bác sĩ Y khoa, Phó viện trưởng Học viện PGVN tại Huế, Ủy viên Thường trực HĐTS TW GHPGVN, Phó ban Văn hóa TW GHPGVN, Phó BTS GHPGVN Thừa Thiên Huế, trụ trì chùa Từ Đàm-Huế, sinh quán trú quán Thừa Thiên Huế.

- **Thích Huyền Ấn** (1918 -1969), Hòa thượng, pháp danh Như Thông, pháp tự Giải Hậu, pháp hiệu Huyền Ấn, đời 41 tông Lâm Tế, thế hệ thứ 8 pháp phái Chúc Thánh. Ngài thế danh Đỗ Minh Đường, sinh năm Mậu Ngọ (1918) tại làng Sung Tích, xã Tịnh Long, Sơn Tịnh, Quảng Ngãi. Xuất gia năm 1935 tại chùa Thiên Ấn làm đệ tử ngài Tăng cang Diệu Quang. Học tăng Phật học đường Báo Quốc. Trụ trì chùa Quang Lộc từ năm 1949 đến năm 1957. Năm 1952 làm Tôn chứng giới đàn chùa Thiên Bình, Bình Định. Từ năm 1957 đến khi viên tịch 1969, ngài trụ trì chùa Hội Phước, trụ sở của GHTG Quảng Ngãi. Ngài khởi xướng thành lập GĐPT Quảng Ngãi vào năm 1955 và đảm nhiệm Trưởng Ban hướng dẫn GĐPT Quảng Ngãi từ năm 1962 đến 1964. Ngài đảm nhiệm Chánh đại diện GHPGVNTN tỉnh Quảng Ngãi. Ngài viên tịch đột ngột vào ngày 13 tháng 3 năm Kỷ Dậu (1969), thọ 52 tuổi. Ngài nguyên quán trú quán Quảng Ngãi - *theo Lược sử Phật giáo và những ngôi chùa Quảng Ngãi*.

- **Thích Huyền Ấn** (1921-1988), Hòa thượng, pháp danh Như Định, tự Giải Phát, hiệu Huyền Ấn, là đệ tử HT.Chơn Giám Trí Hải chùa Bích Liên, Bình Định. Về sau, tổ Bích Liên xuất kệ đặt cho ngài pháp danh Ngọc Tùng, tự Tịnh Mãn. HT thế danh Nguyễn Đức Nhuận (Thoại) sinh ngày 19 tháng 2 năm Tân Dậu (1921) tại thôn Háo Đức, xã Nhơn An, huyện An Nhơn, Bình Định. Ngài xuất gia năm 1932 với tổ Chơn Giám Trí Hải tại chùa Bích Liên, thọ Tỳ kheo ngày 10 tháng 4 năm Nhâm Ngọ (1942) tại chùa Kim Long, Khánh Hòa do HT Ngộ Tánh Phước Huệ làm Đàn đầu. Năm 1946, Ngài đảm nhiệm trụ trì Tổ đình Linh Sơn tại huyện Phù Cát. Sau khi Bổn sư viên tịch, Ngài về kế nghiệp trụ trì chùa Bích Liên. HT là người giỏi Hán văn và y thuật. Với Y phương minh diệu dụng, HT đã cứu chữa rất nhiều người bị tai nạn hay bệnh nặng khó chữa. HT có công lớn trong việc đặt đá, trùng tu các tự viện như: Đại Giác, Đại Quang, Bảo Liên, Linh Xuân, Hương Quang v.v... Đặc biệt, Ngài đã tâm huyết đi hết các tự viện trong Thiền phái Chúc Thánh để sưu lục tiểu sử chư vị Tổ sư, danh Tăng cũng như thiết lập lại biểu đồ truyền thừa của dòng Chúc Thánh tại Bình Định. Những thập niên 80 của TK 20, HT cùng với HT Đồng Quán lần đầu tiên tìm về chốn tổ Chúc Thánh, cùng với chư tôn đức tại Quảng Nam đặt vấn đề thành lập hình thành Môn phái Chúc Thánh sau này. HT viên tịch ngày 26 tháng 10 năm Mậu Thìn (1988) tại Tổ đình Minh Tịnh, bảo tháp lập tại Tổ đình Sơn Long, Quy Nhơn. Ngài sanh và trú quán Bình Định. *theo Thích Như Tịnh biên khảo*

- **Thích Tâm Ấn** (1907 -1963), Hòa thượng, dòng Lâm Tế Chúc Thánh đời 41, thế danh Phan Như Hòa, xuất gia với tổ Chơn Hương Chí Bảo- chùa Hưng Khánh- Bình Định, được pháp danh Như Hòa, pháp hiệu Tâm Ấn. Năm 1932, ngài trụ trì tổ đình Phổ Bảo. Năm 1935, ngài khởi công trùng tu tổ đình. Năm 1948, ngài trao quyền trụ trì cho đệ tử là ngài Bảo An và về kế thế trụ trì tổ đình Phổ Bảo cho đến cuối đời. Ngài viên tịch ngày mồng 5 tháng Giêng năm Quý Mão (1963) hưởng 56 năm, nguyên quán trú quán Tuy Phước- Bình Định - *theo HT Thích Đồng Quán biên khảo*

- **Thích Tâm Ấn** (?-1980), vị danh y khoa châm cứu học, thế danh Cao Xuân Lê, quê ở Mũi Né. Sau 1955 vào Sài gòn, xuất bản bộ sách *"Châm Cứu Thực Hành"* tại Sài Gòn, rất giá trị. Dịch kinh *Bát Đại Nhân Giác* thể loại thơ. Năm 1974, ngài khai sơn chùa Tâm Ấn tọa lạc tại đường Đinh Tiên Hoàng, phường II Tp Đà Lạt. Kiến tạo tịnh thất Dược Sư- Vũng Tàu. Ngài viên tịch ngày mồng 2 tháng 2 năm Canh Thân (18-03-1980) - *theo Thích Vân Phong biên khảo*

- **Thích Thuyền Ấn** (1927 -2910), Hòa thượng, dòng Lâm Tế Chánh Tông đời 41, thế danh Hoàng Không Uẩn, xuất gia với HT Hồng Tuyên-chùa Phổ Minh, Quảng Bình, được pháp danh Nhật Liên, pháp tự Thiện Giải, pháp hiệu Thuyền Ấn, ngài là học tăng PHĐ Báo Quốc. Năm 1960, là Hội trưởng hội PG Thừa Thiên Huế, giảng dạy PHĐ Nha Trang và PHV Hải Đức, giảng sư tỉnh hội Ban Mê Thuột. Năm 1967, du học Hoa kỳ, năm 1970 dạy Phân khoa Phật học đại học Vạn Hạnh, năm 1977 Tổng vụ trưởng Tổng vụ Hoằng pháp, trú xứ chùa Ấn Quang. Năm 1990, ngài định cư Hoa kỳ, tiếp tục học lấy bằng Tiến sĩ và làm Thành viên HĐCM của PG hải ngoại, Thành viên HĐ Trưởng lão Viện Tăng thống GHPGVNTN, ngài xả báo thân ngày 31 tháng 10 năm 2010, thọ 83 năm, 63 năm hành đạo, nguyên quán Quảng Bình, trú quán Hoa kỳ - *theo Chư tôn Thiền đức&Cư sĩ hữu công Thuận Hóa*

- **Thích Tâm Ấn** (1907 -1963), Hòa thượng, pháp danh Như Hòa, thiền phái Chúc Thánh đời 41, trụ trì tổ đình Phổ Bảo và tổ đình Hưng Khánh, nguyên quán trú quán Bình Định.

- **Thích Pháp Ấn** (? -1947), Hòa thượng, là đệ tử của Tổ Minh Phương-Chơn Hương- chùa Linh Nguyên-Đức Hòa. Ngài được cung thỉnh về trụ trì chùa Phước Tường-Thủ Đức và có công trùng tu chùa vào năm 1930, chùa trở thành di tích lịch sử cấp Quốc gia, nguyên quán Long An, trú quán Thủ Đức-Gia Định - *theo "những ngôi chùa nổi tiếng ở TP HCM"*

- **Ngô Văn Ẩm** (1949 -1998), Thượng tọa, hệ phái PG Nam Tông Khmer, xuất gia năm 1968 tại chùa Sirìvansa Suriyà Rạch Sỏi, được thọ Sa di với HT Nam Huân làm Thầy tế độ. Năm 1969, ngài thọ cụ túc giới tại chùa Sirì Sua SĐây do HT Nam Huân làm Thầy tế độ. Trong cuộc biểu tình ngày 10 tháng 6 năm 1974 do chính ngài chủ súy để đòi chính quyền giao trả thi hài các nhà sư đã hy sinh trong cuộc biểu tình trước đó (bốn nhà sư Liệt sĩ), nhờ kiên trì tranh đấu, chúng đã giao trả xác các nhà sư để làm lễ hỏa táng theo đúng tập tục của người Khmer. Ngài đã giúp cho PG tỉnh nhà vượt nhiều cam go thử thách cho đến ngày hoàn toàn giải phóng năm 1975. Sau khi thống nhất đất nước, ngài được tiến cử Hội phó Hội Đoàn kết Sư sãi Yêu nước huyện Châu Thành tỉnh Kiên Giang. Năm 1976, ngài được bổ trụ trì chùa Sirìvansa Suriyà Rạch Sỏi. Năm 1979 ngài giữ chức Hội trưởng Hội ĐKSSYN huyện Châu Thành- Hội phó hội ĐKSSYN tỉnh Kiên Giang. Năm 1981, GHPGVN ra đời, ngài được bầu làm Ủy viên BTS tỉnh hội PG Kiên Giang. Năm 1987, ngài là Hội trưởng Hội ĐKSSYN thị xã Rạch Giá, Chánh đại diện PG thị xã Rạch Giá, Phó BTS tỉnh hội PG Kiên Giang. Năm 1992, ngài kiêm Trưởng ban Giáo dục Tăng, phụ trách PG Nam Tông Bộ, tỉnh Kiên Giang. Năm 1996, trên đường đi công tác, ngài bị tai nạn ở chân trái, phải điều trị một năm ở bệnh viện Rạch Giá và một năm ở chùa Chăntaransay- Quận 3- TP Hồ Chí Minh. Năm 1998, khi đang còn điều trị ở Thành phố, lại một tai nạn khác đưa đến, ngài viên tịch ngày 22 tháng 7 năm 1998, hưởng 49 năm, 37 tuổi đạo, nguyên quán trú quán Gò Quao- Rạch Giá- Kiên Giang - *theo Danh Sol cung cấp*

B

- **Nguyễn Hữu Ba** (1914 -1997), nhạc sĩ, Phật tử, ông là nhạc sĩ nhạc dân tộc, nhất là nhã nhạc cung đình và những giai điệu cổ truyền PG. Năm 1937, ông đoạt giải nhất về đàn Nhị trong một cuộc thi âm nhạc Huế. Năm 1950, ông định cư ở Huế lập Viện Tỳ Bà nhằm phục hưng Quốc nhạc Việt Nam. Năm 1954, *hội Phật học Nam Việt* đã mời ông giảng thuyết về đề tài Văn-Mỹ nghệ trong Phật giáo tại chùa Phước Hòa-Bàn Cờ. Năm 1956, thành lập *trường Quốc gia Âm nhạc và Kịch nghệ* Sài Gòn, ông được mời phụ trách Giám học. Năm 1970, ông về làm giám đốc *trường Quốc gia Âm nhạc và Kịch nghệ* Huế và giảng dạy đại học Văn khoa Huế. Về nhạc PG ông có những tác phẩm nổi tiếng: *Sám Hối* (sáng tác thập niên 40), nguyên quán Quảng Trị, trú quán TP Hồ Chí Minh - *theo trang nhà www.quangtrihouston.org*

- **Thích Quảng Ba**, Hòa thượng, học tăng PHV Hải Đức năm 1970. Năm 1980, là Phó thư ký Viện Hóa Đạo GHPGVNTN, sau năm 1981, ngài định cư ở Úc châu, là Phó hội chủ GHPGVNTN tại Úc châu và Tân Tây Lan, đồng thời là Phó chủ tịch Tổng liên hội PG Thế giới, trụ trì *tu viện Vạn Hạnh*-Canberra, tiểu bang New South Wales, Úc châu. Tác phẩm: *Ca tụng chư Tăng đạo Phật By Sao Noan Oo* (dịch), nguyên quán Bình Định, trú quán Úc châu.

- **Phước Chí Tâm Ba** (1866 -1905), ngài thế danh Từ Văn Hùng, xuất gia năm 18 tuổi với tổ Trừng Trữ Quảng Huệ- chùa Phước Lâm- Cai Lậy- Mỹ Tho, được pháp danh Tâm Ba (thường gọi là Tâm Bờ), pháp tự Phước Chí. Ngài tu học ở đây được 3 năm thì bổn sư viên tịch. Năm 1899, được tín chủ tên *Lê Quả* hiến đất lập nên ngôi chùa hiệu là *Khánh Quới*, để ngài tu tập hành đạo. Năm 1903, ngài khai sơn chùa Long Sơn- Hậu Mỹ- Cai Lậy. Năm 1904, ngài khai *Chúc thọ Giới đàn*, thỉnh tổ *Hải Lương Chánh Tâm* (là sư ông của ngài) làm Đường đầu Hòa thượng. Tại giới đàn nầy, ngài được tấn phong ngôi vị Yết Ma, nên mọi người gọi ngài là *Yết ma Khánh Quới*. Cùng năm này, một trận bão lụt kinh hoàng xảy ra (năm Thìn bão lụt), thấy nhân dân lầm than, người chết nhiều vô số, ngài quá bi mẫn, bèn tìm nơi ẩn tu để cầu siêu cho chúng sanh. Ngài đi về vùng Thất sơn- Châu Đốc, trú trong một hang đá quyết chí tu hành. Năm 1905, ngài viên tịch tại núi Lò Gò- Thất Sơn nhằm ngày 14 tháng Giêng năm Ất Mão, hưởng 40 năm. HT Hoằng Ân Minh Khiêm- trụ trì *Tây An Cổ Tự* đã làm câu liễn kính viếng ngài: *Mạc Vị Ta Bà Vô Đại Giác, Thời Vân Khô Hải Bất Đạo Sư* . Ngài nguyên quán Cai Lậy- Mỹ Tho, trú quán Thất sơn- Châu Đốc - *theo tư liệu Thích Phước Nhân cung cấp*

- **Nguyễn Phúc Bửu Bác** (1898 -1984), Cư sĩ, nhạc sĩ, pháp danh Trừng Bạc, pháp tự Dã Kiều. Năm 1934, Cư sĩ Bửu Bác là hội viên *hội An Nam Phật học,* ông thành lập *Ban Đồng ấu Phật tử* đầu tiên gồm 52 em, sinh hoạt tại chùa Phước Điền- Huế. Cư sĩ Bửu Bác đã soạn bài *"Cúng dường chư Phật- Trầm Hương Đốt"* theo điệu *Hải Triều Âm* tập cho *Ban Đồng ấu* hát trong các buổi lễ trước khi sinh hoạt. Đây là bài nhạc lễ PG đầu tiên được ký âm theo Tây nhạc. Năm 1944, *Gia đình Phật Hóa Phổ* chọn bài *Trầm Hương Đốt* làm bài ca chính thức. Đến đại hội tháng 4-1951 đổi danh xưng thành *Gia đình Phật tử*, bài *Trầm Hương Đốt* trở thành bài nhạc lễ trong nghi thức tụng niệm GĐPT Việt Nam. Ông cũng là người đầu tiên soạn nghi thức bằng tiếng Việt cho *Ban Đồng ấu*, trong đó có bài *Phát Nguyện Quy Y*, đây là bước đột phá cho việc dịch kinh nghĩa sau này. Ngoài ra, ông còn soạn nhiều bài nhạc sinh hoạt khác cho *Ban Đồng ấu*, ông là người anh cả trong nhạc lễ PG, nguyên quán Thừa Thiên Huế, trú quán TP Hồ Chí Minh - *theo Chư tôn Thiền đức&Cư sĩ hữu công Thuận Hóa*

- **Thích Thiện Bản** (1884 -1962), Hòa thượng, tục gọi tổ Cao Đà, thế danh Hoàng Ngọc Thụ, xuất gia năm 1900 tại chùa Diên Phúc- Hà Đông, thọ giới pháp với tổ Quảng Gia- chùa Bồ Đề- Gia Lâm. Năm 1920, đắc pháp với tổ Phổ Tụ- chùa Bảo Khám Tế Xuyên, được pháp danh Thông Đoan, pháp hiệu Thiện Bản. Năm 1928, ngài trụ trì chốn tổ Bảo Khám Tế Xuyên. Năm 1930, ngài trụ trì chùa Bà Hướng ở thôn Cao Đà, xã Nhân Mỹ, huyện Lý Nhân- Hà Nam và ra công trùng tu thành đạo tràng hưng thịnh một thời. Năm 1952, ngài cùng HT Tuệ Tạng đồng sáng lập *hội Bắc kỳ Phật giáo*. Năm 1958, ngài làm trưởng phái đoàn đi yết kiến Hồ chủ tịch và làm Chứng minh đạo sư *hội PG Thống nhất Việt Nam*. Năm 1959, ngài làm Trưởng sơn môn chốn tổ Tế Xuyên. Ngài viên tịch vào mồng 10 tháng 5 năm Nhâm Dần (1962), thọ 79 tuổi, 68 mùa Kiết hạ, nguyên quán Ý Yên- Nam Định, trú quán Hà Nam - *xem thêm ở Danh Tăng Việt Nam tập 2*

- **Nguyễn Phúc Ưng Bàng** (1881 -1951), Cư sĩ, pháp danh Thanh Cát, tự là Mông Phong, Hiệp Tá Đại học sĩ Tổng đốc trí sĩ, cựu Tôn nhơn lệnh, cháu Hoàng tử Thọ Xuân Vương Miên Định. Năm 1929 là Tuần phủ tỉnh Bình Thuận, năm 1930 giữ chức Tổng đốc tỉnh Bình Định. Năm 1932, ông tham gia hội An Nam Phật học, cùng các cư sĩ khác góp tiền xây dựng chùa sư nữ Diệu Đức. Năm 1936, ông về hưu làm Hội trưởng hội *Đồng Tôn Tương Tế*. Năm 1941, ông được bầu làm Trị sự trưởng Tổng trị sự hội *An Nam Phật học*, nguyên quán trú quán Thừa Thiên Huế - *theo Chư tôn Thiền đức&Cư sĩ hữu công Thuận Hóa*

- **Thích Nữ Khiết Bạch** (1839 - ?) Ni trưởng, là thị nữ trong cung từ lúc 8 tuổi. Năm 25 tuổi, bà cầu thọ ký với HT Huệ Cảnh-chùa Tường Vân, được pháp danh Hải Bình, pháp tự Khiết Bạch, nhưng mãi đến năm1885, khi vua Dực Anh Tông băng hà, bà trở về bổn tự, cầu sư huynh là HT Linh Cơ xuống tóc. Hơn 10 năm Ni trưởng không hạ sơn, chuyên trì kinh Pháp Hoa. Năm 1895, Ni trưởng thọ Tỳ kheo ni giới với HT Diệu Giác tại giới đàn Báo Quốc. Ni trưởng đức hạnh cao vời với công phu chuyên trì kinh Pháp Hoa, làm mô phạm cho Ni chúng Việt Nam, nguyên quán Tống Sơn, trú quán Thuận Hóa - *theo Chư tôn Thiền đức&Cư sĩ hữu công Thuận Hóa*

- **Thích Từ Bạch**, Hòa thượng (1926 -1993), Hòa thượng, thiền phái Lâm Tế, dòng Trí Bảng-Đột Không, đời 41, là một Nho sĩ giỏi thi phú, giỏi thiết kế, du học và hành đạo ở đất nước chùa tháp, trở về Việt Nam trụ trì chùa An Phú-quận 8, ngài rất giỏi về Mật pháp, có công trong sự nghiệp vận động thống nhất PGVN, Chứng minh Ban đại diện PG quận 8, nguyên quán Sa Đéc, trú quán TP Hồ Chí Minh.

- **Ấn Bính Phổ Bảo** (1865-1914), Hòa thượng, tổ sư, pháp danh

Ấn Bính, pháp tự Tổ Thuận, pháp hiệu Phổ Bảo, đời 39 tông Lâm Tế, thế hệ thứ 6 pháp phái Chúc Thánh. Ngài thế danh Đinh Văn Sửu, sinh ngày mồng 8 tháng 11 năm Ất Sửu (1865) tại xã Long Phước, huyện Duy Xuyên, tỉnh Quảng Nam. Ngài xuất gia với tổ Chương Quảng Mật Hạnh tại chùa Linh Ứng, Ngũ Hành Sơn, sau về cầu pháp với tổ Vĩnh Gia nên có đạo hiệu Phổ Bảo. Năm Quý Mẹo (1903), Ngài kế thừa thiền sư Chương Khoáng Chứng Đạo trụ trì tổ đình Chúc Thánh. Năm Ất Hợi (1911), Ngài khởi công trùng tu chùa Chúc Thánh, xây dựng Đông đường, Tây đường khiến cho chốn tổ ngày càng khang trang. Ngài thị tịch ngày 11 tháng 2 năm Giáp Dần (1914), trụ thế 50 tuổi. Bảo tháp lập trong khuôn viên tổ đình Chúc Thánh, Hội An. Đệ tử kế thừa có các vị tiêu biểu: Chơn Chứng Thiện Quả; Chơn Trừng Hưng Duyên; Chơn Nhật Quang Minh v.v...Ngài nguyên và trú quán Quảng Nam - *theo Thích Như Tịnh sưu khảo*

- **Thích Tôn Bảo** (1895-1974), Hòa thượng, Trưởng Lão, pháp danh Chơn Tá, pháp tự Đạo Hóa, pháp hiệu Tôn Bảo, đời 40 tông Lâm Tế, thế hệ thứ 7 pháp phái Chúc Thánh. Sinh năm Ất Mùi (1895), làm đệ tử của ngài Tăng cang Từ Trí. Thọ Tỳ kheo năm 1916 tại tổ đình Tam Thai và cầu pháp với ngài Phước Trí với đạo hiệu Tôn Bảo. Năm 1924 đảm nhận trụ trì chùa Vu Lan. Ngài từng đảm nhận: Phó tri sự chư sơn tỉnh Quảng Nam kiêm Kiểm Tăng huyện Hòa Vang (1930), Hội trưởng Hội Phật học Đà Nẵng (1945), Trị sự Sơn môn GHTG Quảng nam Đà nẵng và chứng minh đạo sư Giáo hội Đà Nẵng (1956-1957), thành viên Hội đồng Trưởng lão Viện Tăng Thống GHPGVNTN (1967). Ngài làm Đàn đầu Hòa thượng nhiều đàn giới đàn tại Phật học viện Long Tuyền, Quảng Nam. Ngài viên tịch ngày 27 tháng 10 năm Giáp Dần (1974), thọ 80 tuổi. Ngài nguyên quán Quảng Nam, trú quán Đà Nẵng - *theo Thích Như Tịnh sưu khảo*

- **Thích Thiện Bảo,** Hòa thượng, sinh năm 1953, giảng sư, nhà báo, thế danh Bùi Quang Khánh, xuất gia ở chùa Hội Thọ- Rạch

Giá, pháp danh Thiện Bảo. Sau cầu pháp với HT Thanh Từ- thiền viện Thường Chiếu, có pháp hiệu Thông Chơn. Hòa thượng là Ủy viên HĐTS kiêm Phó trưởng ban Hoằng pháp TW, Ủy viên BTS Thành hội PG TP Hồ Chí Minh kiêm Trưởng ban Thông tin Truyền thông, nguyên Trưởng ban Văn hóa THPG TP, nguyên thư ký tòa soạn báo *Giác Ngộ*, trụ trì chùa Nguyên Hương- quận 3 và chùa Bửu Thọ- Kiên Giang, nguyên quán Rạch Giá Kiên Giang, trú quán TP Hồ Chí Minh.

- **Nguyễn Văn Bân** (? -?), Cư sĩ, Tiến sĩ, nguyên Tổng đốc trí sĩ. Tháng 11 năm 1934, hội Phật giáo Bắc Kỳ thành lập, ông được bầu là Trưởng ban Đại diện Phật giáo tỉnh Sơn Tây; Hội cũng mời ông phụ trách biên tập và xuất bản tập *Kỷ yếu* của Hội, chuẩn bị cho việc ra bán nguyệt san *Đuốc Tuệ*. Tập *Kỷ yếu* ra được 4 số: số 1, số 2+3 và số 4 ghi chép những hoạt động của Hội kể từ khi ra mắt tăng ni Phật tử cho tới tháng 8 năm 1935. Nguyên quán Hà Tây cũ, trú quán: Hà Nội.

- **Lã Đăng Bật**, NNC Văn học, lịch sử, giảng dạy văn trường PTTH tỉnh, hội viên *hội Văn học nghệ thuật* Ninh Bình, tác phẩm: *chùa Địch Lộng* ; *chùa Bái Đính Ninh Bình* ; *Di tích và danh thắng Ninh Bình ; chùa Ninh Bình*, nxb Văn hóa Thông tin 2007 ; *chùa Dầu- di tích lịch sử văn hóa* (Thích Minh Đức, Lã Đăng Bật), nxb Văn hóa dân tộc 2008, nguyên quán trú quán Ninh Bình - *theo NNC Nguyễn Đại Đồng sưu khảo*

Bi

- **Thích Nữ Tịnh Bích** (1931 -2010), Ni trưởng, xuất gia năm 16 tuổi với Sư bà Đàm Hữu-chùa Quy Hồn-Nam Định, pháp danh Tế Mỹ, pháp hiệu Tịnh Bích, thế danh Vũ Thị Phương Tân. Năm

1940, vào Huế tu học tại Ni viện Diệu Đức. Năm 1957, vào Nha Trang trao dồi Phật pháp tại chùa Hải Đức. Năm 1960, Vào Sài Gòn tu học tại chùa Phước Hải. Năm 1962, được Giáo hội Tăng già Nam Việt cử về chùa Phước Hòa phụ tá Sư bà Đàm Hướng. Năm 1965, Ni trưởng du học Đức quốc về *"công tác từ thiện xã hội và nuôi dạy trẻ"*. Năm 1969, Ni trưởng về nước làm hiệu trưởng Cô nhi viện *Lâm Tỳ Ni*. Năm 1978, Ni trưởng kế thế trụ trì chùa Phước Hải. Năm 1995, Ni trưởng trùng kiến chùa Phước Hòa. Năm 2000, Ni trưởng tạo điều kiện mở lớp chuyên dịch Tam tạng kinh điển tại chùa, nguyên quán Ninh Bình, trú quán TP Hồ Chí Minh - *theo tư liệu tổ đình Vĩnh Nghiêm*

- **Thích Thanh Bích** (1913-2013), Hòa thượng, trưởng sơn môn Tế Xuyên Bảo Khám- Hà Nam, ngài thế danh Nguyễn Văn Bích, năm 13 tuổi xuất gia với tổ Thông Tiến- chùa Thiên Phúc- Hà Nội. Ngài hành đạo ở chùa Sủi 20 năm, chùa Đậu 20 năm và dài nhất tổ đình Hội Xá gần 40 năm. Ngài một đời chuyên tu cẩn mật, phong cách bình dị làm chỗ quy kính cho biết bao Tăng ni Phật tử. Năm 2012, ngài được GHPGVN cung thỉnh vào ngôi vị Phó Pháp chủ GHPGVN. Ngài xả báo thân ngày 12 tháng 2 năm Quý Tỵ (23-03-2013) tại tổ đình Hội Xá, thọ 101 tuổi, hơn 80 năm hành đạo, nguyên quán Lý Nhân- Hà Nam, trú quán Thường Tín- Hà Nội - *theo trang nhà www.vinhnghiem.vn*

- **Tổ Bồ Đề-Nguyên Biểu** (1836 -1906), Hòa thượng, xuất gia với tổ Tăng cang Thích Thông Duệ- chùa Phù Lãng- Bắc Ninh, pháp danh Nguyên Biểu, pháp hiệu Nhất Thiết, thế danh Phạm Đình Vợi. có công đào tạo nhiều danh tăng thế hệ kế thừa đất Bắc. Năm 1874, ngài khai sơn chùa *Thiên Sơn Cổ Tích Tự* trên bến Bồ Đề sông Hồng, nơi đây trở thành đạo tràng tu học danh tiếng của miền Bắc suốt 30 năm. Ngài có công lớn trong việc khắc ván in các bộ: *Nhật tụng Bồ Đề* (2 tập-1881) ; *Thụ giới Nghi phạm* (3 tập-1887) ; *Kinh Hoa Nghiêm* (17 tập-1892) ; *Tứ phần lược ký* (1901) ; nguyên quán Thanh Hóa, trú quán Hà Nội - *xem thêm ở Danh Tăng Việt*

Nam tập 1

- **Thích Hạnh Bình**, Thượng tọa, Tiến sĩ, giảng sư, dịch giả, sinh năm 1958, dòng Lâm Tế Chúc Thánh đời 42, thế danh Nguyễn Thanh Châu, sinh năm 1962 (tuổi thật Kỷ Hợi), xuất gia năm 1970 tại chùa Thiền Lâm- Phan Rang, đệ tử HT Huyền Tân, pháp danh Thị Thái, pháp tự Hạnh Bình, pháp hiệu Tuệ Chủng. Sau khi tốt nghiệp học viện PGVN khóa II, Thượng tọa du học tại Đài Loan, đến 2005 về Việt Nam, làm giám đốc Trung tâm phiên dịch Hán truyền thuộc Viện Nghiên cứu Phật học Việt Nam, nhiều phẩm biên soạn và dịch thuật, nguyên quán Bình Định, trú quán TP Hồ Chí Minh.

- **Thích Thanh Bình** (1890 -1963), Hòa thượng, trưởng lão, danh tăng miền Bắc, góp công trong phong trào chấn hưng và cách mạng giải phóng dân tộc, thống nhất đất nước, được Nhà nước trao tặng Huân chương Vì sự nghiệp Đại Đoàn kết dân tộc, nguyên quán trú quán Vụ Bản, Nam Định.

- **Cao Thăng Bình**, Cư sĩ, tác gia, Tiến sĩ, sinh năm 1965, tốt nghiệp tiến sĩ ngành Nông nghiệp tại Thái Lan, về Viện Nam làm việc tại ngân hàng *World bank* từ năm 1998, tác phẩm về PG: *Phật pháp giữa đời thường tập I* ; *Phật pháp giữa đời thường tập II*, nguyên quán Cần Thơ, trú quán TP Hồ Chí Minh.

- **Thích Thiện Bình** (1933 -2016), Hòa thượng, thế danh Võ Văn Tuấn, xuất gia với HT Giác Nhiên- chùa Thiền Tôn, pháp danh Tâm Địa, pháp tự Thiện Bình, pháp hiệu Chánh Tâm. Sau khi xuất gia, ngài được gởi vào học tại PHĐ Báo Quốc. Năm 1952, ngài thọ cụ túc giới do HT Tịnh Khiết làm đàn đầu. Năm 1954, ngài được Tổng hội PGVN cử làm giảng sư các tỉnh Trung phần. Năm 1958, ngài về Quảng Ngãi cùng chư tôn đức xây dựng trường Trung-Tiểu học Bồ Đề. Năm 1964, ngài được GHPGVNTN cử làm Chánh đại diện PG tỉnh Quảng Trị. Năm 1968, ngài làm Chánh đại diện PG tỉnh Khánh Hòa. Năm 1974, ngài làm Tổng thư ký trưởng Cao đẳng Hải Đức Nha Trang. Năm 1975, ngài làm Phó ban Thường trực BTS PG tỉnh Phú Khánh. Năm 1991, ngài làm Trưởng BTS PG tỉnh Khánh Hòa. Năm 2001, ngài được sơn môn thỉnh cử làm Trưởng sơn môn tổ đình Thiên Tôn đời thứ 12. Năm 2007, ngài giữ chức Phó thư ký HĐCM GHPGVN. Năm 2012, ngài được cung thỉnh vào ngôi Phó pháp chủ Ban Thường trực HĐCM TW GHPGVN, trú xứ chùa Long Sơn- Nha Trang, ngài xả báo thân ngày 18 tháng 10 năm Bính Thân (17-11-2016) thọ 84 năm, 64 hạ lạp. Ngài nguyên quán Tiền Giang, trú quán Khánh Hòa.

- **Đào Văn Bình**, Cư sĩ, sinh năm 1942 (Nhâm Ngọ) tại Hải Phòng (quê cha đất tổ ở Khúc Thủy, Hà Đông). 1954 theo cha mẹ di cư vào Nam. 1955 quy y với Hòa Thượng Thích Hải Tràng chùa Phổ Quang Phú Nhuận và được đặt pháp danh Thiện Quả. 1966 tốt nghiệp Cử Nhân Luật Khoa,Đại Học Luật Khoa Sài Gòn. 1968 tốt nghiệp Cao Học Hành Chánh, Học Viện Quốc Gia Hành Chánh. 1973-1975 Phó Tỉnh Trưởng các Tình Quảng Ngãi và Kiến Hòa (Bến Tre). Hiện định cư tại Tiểu Bang California, Hoa Kỳ. Đã xuất bản 08 tác phẩm bao gồm hồi ký, truyện ngắn, truyện dài, thơ, kịch và bản dịch tác phẩm "Of Mice and Men" của John Steinbeck, nhiều bài viết, thơ Phật giáo rất giá trị. Trang web cá nhân: http://daovanbinh.cattien.us/?page_id=2 - *theo Thích Vân Phong biên khảo*

- **Võ Văn Bình**, Cư sĩ, pháp danh Đồng Trực, sinh năm 1957, nghiên cứu lịch sử Phật giáo và chư tôn Thiền đức-Cư sĩ PG tỉnh Phú Yên, cộng tác với TK Thích Đồng Bổn trong biên soạn công trình tác phẩm: *Tiểu sử Danh Tăng Việt Nam tập I, tập II, tập III và Nhân vật chí PGVN,* nguyên quán trú quán TP Tuy Hòa- Phú Yên.

Bo

- **Tăng Đức Bổn** (1917 -2000), Hòa Thượng, Trưởng lão hệ phái PG Hoa Tông Việt Nam, xuất gia năm 1930 với tổ Giác Tín- chùa Tây Thiền- Phúc Kiến. Năm 1931, ngài được học tại PHV Nam Phổ Đà- Phúc Kiến. Năm 1935, ngài thọ đại giới tại chùa Tây Thiền do bổn sư truyền trao. Năm 1945, ngài đến Sài Gòn, ở tại chùa Ông Bổn- Chợ Lớn. Năm 1947, ngài về trụ trì chùa Phụng Sơn- quận Nhất. Năm 1954, ngài làm Giám viện chùa Nam Phổ Đà- Chợ Lớn. Năm 1973, ngài là Chứng minh cố vấn Giáo hội PG Hoa Tông Việt Nam. Năm 1988, ngài là Tăng trưởng PG Hoa Tông Việt Nam, đồng thời là Chánh đại diện PG quận 6. Năm 1992, ngài được suy cử làm Thành viên HĐCM GHPGVN kiêm Ủy viên HĐTS GHPGVN, ngài xả báo thân ngày 28 tháng 8 năm Canh Thìn (25-08-2000) thọ 85 năm, 66 hạ lạp, nguyên quán Phúc Châu- Phúc kiến- Trung quốc, trú quán TP Hồ Chí Minh - *xem thêm ở Danh Tăng Việt Nam tập 2*

- **Thích Đồng Bổn** (1932 -2014), Hòa thượng, thế danh Phạm Hữu Đức, xuất gia với HT Giác Quang-chùa Thất Bửu- Long Xuyên. Năm 1946, ngài lên Sài Gòn theo học tại PHĐ Giác Nguyên và cầu pháp với HT Hành Trụ, được pháp danh Đồng Bổn, pháp tự Thông Trí và phú pháp: *"Đồng thể Chân như đăng bỉ ngạn; Bổn lai diện mục thoát luân hồi"*. Năm 1952, ngài tiếp tục ra Huế học tại PHĐ Báo Quốc và kết huynh đệ với các ngài Châu Toàn, Nhất Hạnh. Năm 1967, trở vào Gia Định cùng TT Châu Toàn trụ trì chùa Trúc Lâm- Gò Vấp và cùng tu học với các pháp lữ tại đây (HT Giác Quang, phụ thân của HT Đồng Bổn khai sơn). Năm 1970, ngài sang Nhật Bản du học đến năm 1972 về nước, trở về quê nhà kế thế trụ trì chùa Thất Bửu- Long Xuyên. Sau khi Thượng tọa Thích Châu Toàn viên tịch năm 1974, ngài trở lên Sài Gòn tiếp nối trụ trì ngôi chùa Trúc Lâm. Tuy ngài sở học uyên thâm nhưng không tham gia Giáo hội, chuyên tu mật tông hóa độ quần chúng Phật tử. Hóa duyên ký tất, ngài viên tịch ngày 20 tháng 8 năm Giáp Ngọ

(13-09-2014) thọ 82 năm, 62 hạ lạp, nguyên quán Long Xuyên, trú quán TP Hồ Chí Minh.

- **Thích Đồng Bổn**, Thượng tọa, Tiến sĩ, tác gia, NNC sử học PG, sinh năm 1957, xuất gia năm 1976, đệ tử của Hòa thượng Thích Hành Trụ- chùa Đông Hưng, pháp tự Thông Trí, bút hiệu Chiêu Đề. Năm 1980, thọ đại giới tại giới đàn chùa Ấn Quang. Học tăng PHV Thiện Hòa- chùa Ấn Quang, nguyên trưởng khoa PGVN- học viện PGVN tại TP HCM, Phó viện trưởng viện Nghiên cứu Phật học Việt Nam, Giám đốc Trung tâm Nghiên cứu PGVN, trụ trì chùa Phật học Xá Lợi- Quận 3- TP HCM, tác phẩm: *Tiểu sử Danh Tăng Việt Nam, tập I, II, III*; *Tuyển tập các bài Sám văn* (6 quyển); *Phật giáo&những tản văn* ; *Giới đàn Tăng thế kỷ XX* ; *Vai trò chính trị của Tăng sĩ Phật giáo Lý Trần* ; *Tập tục dân gian Nam bộ chịu ảnh hưởng Phật giáo Đại thừa*, *Chùa Xá Lợi- văn hóa truyền thống* ; *Nghi thức lễ Phật của Đại sư Hoằng Tán* (dịch) ; *Lang thang* (tập thơ) ; *Chút tình gửi gió* (tập thơ), nguyên quán trú quán TP Hồ Chí Minh.

- **Thích Nữ Minh Bổn** (1935 -1998), Ni trưởng, đệ tử Sư bà Thể Yến-Ni viện Diệu Đức, pháp danh Nguyên Khánh, pháp tự Minh Bổn, thế danh Trương Thị Mai Hương. Ni trưởng lần lượt theo học các PHV Liễu Quán-chùa Linh Quang, Ni viện Diệu Quang-Nha Trang. Năm 1969, vâng lệnh bổn sư, Ni trưởng trở về Huế giảng dạy tại Ni viện Diệu Đức. Năm 1975, Ni trưởng tiếp nhận một cơ sở và xây dựng thành tịnh thất Hương Sơn, rồi dần dần theo thời gian cải tạo thành ngôi chùa ngày nay. Năm 1982, Ni trưởng đảm nhận chức Thủ quỹ BTS PG Bình Trị Thiên, nguyên quán Quảng Nam, trú quán Thừa Thiên Huế - *theo Chư tôn Thiền đức&Cư sĩ hữu công Thuận Hóa*

- **Nguyễn Văn Bổng** (? -?), Cư sĩ, nhà văn, hiệu là Mân Châu, là anh em cọc chèo với Tản Đà Nguyễn Khắc Hiếu. Năm 1927, trên tờ *Thực Nghiệp dân báo* và *Đông Pháp thời báo*, đăng các bài của Nguyễn Văn Bổng ủng hộ công cuộc chấn hưng Phật giáo do sư Tâm Lai trụ trì chùa Hang huyện Đồng Hỷ, tỉnh Thái Nguyên phát động. Khi Bắc Kỳ Cổ sơn môn do Hoà thượng Đinh Xuân Lạc-

Chánh duy na tổ đình Hồng Phúc-Hoè Nhai thành lập, Nguyễn Văn Bổng được mời làm biên tập viên tạp chí *Tiếng chuông sớm*-cơ quan hoằng dương Phật pháp của Sơn Môn, nguyên quán Hà Tây cũ, trú quan Hải Phòng.

- **Thích Thông Bửu** (1936 -2007), Hòa thượng, dòng Lâm Tế Chúc Thánh đời 43, thế danh Trần Thượng Hiền, xuất gia năm 1956 với Hòa thượng Quảng Đức- chùa Thiên Bửu thượng- Ninh Hòa, pháp danh Đồng Phước. Sau đó, ngài cầu pháp với HT Viên Giác- chùa Giác Hải- Vạn Giã. Năm 1960, ngài thọ đại giới tại giới đàn chùa Giác Hải. Năm 1962, ngài vào Sài Gòn gặp lại bổn sư hầu thầy tại chùa Quan Thế Âm- Phú Nhuận, được ban pháp tự là Thông Bửu. Năm 1963, PG lâm vào pháp nạn, ngài và bổn sư dấn thân vào cuộc đấu tranh, tổ đình Quan Thế Âm trở thành cơ sở hoạt động nội thành, in ấn phát tán tài liệu cách mạng, bí mật phổ biến quyển *Từ Chính trị*, gây xôn xao dư luận trong và ngoài nước. Sau khi HT Quảng Đức tự thiêu, ngài kế thế trụ trì tổ đình Quan Thế Âm. Năm 1965, ngài cung thỉnh HT Vạn Ân- tổ đình Hương Tích- Phú Yên vào chứng minh và cầu pháp với HT, được ban pháp hiệu Viên Khánh và trao truyền tâm pháp hành trì Mật tông. Từ năm 1964-1985, ngài mở đạo tràng *Diệu Pháp Liên Hoa* tại tổ đình Quan Thế Âm cùng thành lập GĐPT *Chánh Đức* cho thanh thiếu nhi sinh hoạt. Năm 1965, ngài làm chủ nhiệm kiêm chủ bút tập san *Sử liệu thức* và tạp chí *An Lạc*, thành lập *Ấn quán Phổ Đà Sơn*. Ngài đã biên soạn: *Đại thừa Diệu Pháp Liên Hoa Kinh giảng luận* (2 tập) ; *Phổ Môn giảng luận* ; *Phật pháp căn bản* ; *25 Bài giảng Phật pháp* ; *Quản trị học Phật giáo* ; *36 pháp điều thân* ; *Giảng sư- Bảy đức tính ưu việt* ; *Triết lý Phật giáo* (truyện tranh) ; *Từng giọt Ma Ni* (thi phẩm) ; *nội san tổ đình Quan Thế Âm*... Từ 1995-2005, ngài tổ chức các phái đoàn cúng dường các trường Hạ trên toàn quốc hằng năm và vận động cứu trợ dân nghèo, thiên tai bão lụt. Ngài còn khai sơn các chùa: Quảng Đức- Madagui (1986) ; Từ đường Bồ tát Quảng Đức- Tu Bông (1998). Về công tác giáo hội: Năm 1966-1975, Chánh thư ký GHPGVNTN tỉnh Gia Định.

Năm 1967-1974, Sáng lập viên-Phó Tổng đoàn Thanh niên Tăng ni Sài Gòn-Gia Định. Năm 1972-1975, Tổng thư ký Tổng vụ Cư sĩ GHPGVNTN. Năm 1975-1977, Tổng vụ trưởng Tổng vụ Cư sĩ. Năm 2003, ngài được mời vào Hội đồng tư vấn Tôn giáo và Sắc tộc TW MTTQVN. Ngài xả báo thân ngày 14 tháng Giêng năm Đinh Hợi (02-03-2007) thọ 72 năm, 47 giới lạp, nguyên quán Đồng Xuân- Phú Yên, trú quán TP Hồ Chí Minh - *xem thêm ở Danh Tăng Việt Nam tập 3*

- **Thích Quảng Bửu** (1944 -2016), Hòa thượng, giảng sư, dòng Lâm Tế Liễu Quán đời 45, thế danh Nguyễn Bá Cừu, xuất gia năm 1925 với HT Đồng Thiện tại tu viện Nguyên Thiều, pháp danh Quảng Bửu, pháp tự Trí Biện, pháp hiệu Minh Trí. Năm 1973, ngài thọ đại giới tại giới đàn Phước Huệ tổ chức tại PHV Hải Đức Nha Trang, do HT Phúc Hộ làm Đàn đầu truyền giới. từ 1992 đến 2015, ngài là Giáo thọ trường Cơ bản và Trung cấp Phật học tỉnh Bình Định. Từ 1994-2013, ngài luôn được thỉnh làm Giới sư trong các giới đàn tổ chức trong và ngoài tỉnh. Ngài là Đệ nhị trụ trì Tu viện Nguyên Thiều, tác phẩm: - *Luận Khởi Tín* ; - *Luận Đại Thừa Chỉ Quán* ; - *Luận Phật Thừa Tông Yếu* ; - *Nghi thức Truyền Giới* ; - *Nghi thức Bố tát Tỳ Kheo* ; - *Hai thời công phu*, ngài xả báo thân ngày 25 tháng 3 năm Bính Thân (01-05-2016) thọ 73 năm, 44 tuổi đạo, nguyên quán trú quán Bình Định - *theo trang nhà www.phatgiaovietnam.vn*

C

-**Hoàng Trọng Cang** (1927 -2013), Cư sĩ, huynh trưởng GĐPT cấp Dũng, sinh năm 1927. Năm 1939, ông tham gia Ban Đồng ấu Phật tử, sau đó gia nhập GĐPT *Tịnh Trang* tại Huế. Năm 1960, ông là Cố vấn BHD GĐPT tỉnh Bình Định. Năm 1964, là Phó trưởng BHD GĐPT tỉnh Tuyên Đức-Đà lạt. Năm 1973, Ủy viên Oanh vũ Nam BHD Trung ương GĐPT Việt Nam. Năm 1986, là Thành viên Hội đồng Huynh trưởng Cao niên tại Việt Nam. Năm 1993, ông định cư cùng gia đình tại Dallas- Texas- Hoa Kỳ và làm Thành viên Hội đồng Chỉ đạo và Giám sát GĐPTVN tại Hoa Kỳ. Về xã hội, ông là một công chức chính quyền Sài Gòn, đã từng kinh qua các chức vụ: tốt nghiệp đại học Quốc Gia Hành Chánh và đại học Luật Khoa Sài Gòn ; Quận trưởng một quận tại Bình Định ; Trưởng ty Kinh tế tỉnh Tuyên Đức ; Phó tỉnh trưởng Hành chánh tỉnh Tuyên Đức- Đà Lạt. Ông còn là tác giả những bài ca sinh hoạt GĐPT phổ thông như: *Dòng Anoma ; Xuất gia ; Mưa Đông rơi ; Chim Bốn phương ; Đoàn Sen non...* Ông mất ngày 19-05-2013 tại TP Richardson- Texas, nguyên quán Sông Cầu- Phú yên, trú quán Hoa Kỳ - *theo Chư tôn Thiền đức&Cư sĩ hữu công Thuận Hóa tập 3*

- **Thích Minh Cảnh** (1906 -1986), Hòa thượng, dòng Lâm Tế Liễu Quán đời 43, pháp danh Nguyên Bình, pháp hiệu Minh Cảnh, thế danh Trần Bình An, ngài xuất gia năm 1938 với HT Quảng Nhuận- chùa Linh Quang-Đà Lạt. Năm 1951, là Trị sự trưởng Giáo hội Tăng già Tuyên Đức. Năm 1972, ngài trùng tu tổ đình Linh Quang do chiến tranh đổ nát. Năm 1982, ngài được cung thỉnh làm Phó BTS GHGVN tỉnh Lâm Đồng kiêm Trưởng ban Tăng sự tỉnh, ngài xả báo thân vào ngày 19 tháng 2 năm Bính Dần (1986), thọ 80 năm, 37 hạ lạp, bảo tháp lập trong khuôn viên chùa Linh Quang, nguyên quán Thừa Thiên Huế, trú quán Đà Lạt-Lâm Đồng - *theo Chư tôn Thiền đức&Cư sĩ hữu công Thuận Hóa*

- **Thích Minh Cảnh**, Hòa thượng, dịch giả, viện chủ tu viện Huệ Quang, Phó viện trưởng Viện Nghiên cứu Phật học Việt Nam, giám đốc Trung tâm phiên dịch Hán Nôm Huệ Quang. Những dịch phẩm của ngài được ấn bản: *Đáp những câu hỏi về Thiền Tịnh ; Thiền Tông "hổ lốn" trong bụng Tô Đông Pha ; Cú lộn nhào của Tế Điên* (bút hiệu Đồ Khùng) ; *Tính trọng yếu của Phật pháp* *trong xã hội hiện nay ; Chiếc quạt rách (truyện) ; Trường Hạ ngày xưa ở Nam Bộ ; Chánh giác và giải thoát ; Phật Giáo Nguyên Thuỷ* (dịch-tác giả Thánh Nghiêm) ; *Kinh Đại thừa Vô Lượng Thọ Trang Nghiêm Thanh Tịnh Bình Đẳng Giác* (Hội tập Bồ tát giới Hạ Liên Cư); *Lời đối đáp giữa Hàn Sơn và Thập Đắc ; Chánh pháp và Giải thoát...*, nguyên quán Cao Lãnh, Đồng Tháp, trú quán quận Tân Phú, Tp. Hồ Chí Minh.

- **Tánh Hoạt Huệ Cảnh** (1798 -1869), Hòa thượng, đệ tử ngài Phổ Tịnh, được pháp danh là Tánh Hoạt, sau cầu pháp với ngài Tế Chánh-Bổn Giác được pháp danh Liễu Tánh, pháp tự Huệ Cảnh, ngài là bạn tâm đắc với Tùng Thiện Quận Vương, tọa chủ chùa Trường Phước, trụ trì quốc tự Thánh Duyên, khi hồi hưu ngài lập thảo am Tường Vân tu niệm, sau thảo am được xây dựng nên chùa Tường Vân ngày nay, nguyên quán trú quán Phú Xuân - *theo Chư tôn Thiền đức&Cư sĩ tiền bối hữu công PG Thuận Hóa*

- **Phạm Văn Cảnh** (1951 -2011), Cư sĩ, pháp danh Minh Chiếu, NNC Phật học, nhà giáo, tác gia, nhà thơ, bút danh Phạm Trường Linh, thành viên Trung tâm Nghiên cứu PGVN, giám đốc Trung tâm ngoại ngữ trường đại học HUFLIT, tác phẩm: *Một Phật quả có thể đạt được trong đời sống hiệt tại ; Sáng mãi niềm tin Quảng Đức*, nguyên quán Hải Dương, trú quán TP Hồ Chí Minh.

- **Thừa Thiên Cao**, Hoàng hậu (tại vị 1806-1814), Phật tử thuần thành, tên húy Tống Phúc Lan, Hoàng hậu đầu tiên nhà Nguyễn, Hoàng hậu của Gia Long hoàng đế của triều đại nhà Nguyễn. Nổi tiếng chung thủy với đạo phu thê, hiếu thảo với mẹ chồng. Bà công đức trùng tu *Sắc tứ Kim Chương Tự*, một trong ngũ đại tùng lâm của Phật giáo Sài Gòn-Gia Định - *theo Thích Vân Phong sưu khảo*

- **Như Hán Nguyên Cát** (? -1914), Hòa thượng, dòng Lâm Tế Chánh Tông đời 39, pháp danh Như Hán, sau y chỉ đắc pháp với ngài Hải Thiệu Cương Kỷ-chùa Từ Hiếu, có pháp danh Thanh Hy, pháp tự Nguyên Cát, dòng Lâm Tế Liễu Quán đời 41, trụ trì chùa Quốc Ân, chùa Linh Quang, chưa rõ nguyên quán, trú quán Thừa Thiên Huế - *theo Chư tôn Thiền đức&Cư sĩ tiền bối hữu công PG Thuận Hóa*

- **Bùi Thiện Căn** (1885 -1944) Cư sĩ, Tổng đốc Phú Thọ trí sĩ, nhà doanh điền nổi tiếng cuối triều Nguyễn,ông là Phó hội trưởng thứ nhất hội Phật giáo Bắc Kỳ từ 1942-1944. nguyên quán chưa rõ, trú quán Hà Nội.

- **Sư Thiện Căn** (1910 -1993), Hòa thượng, hệ phái PG Nam Tông Việt Nam, thế danh Trần Văn Tức, Năm 1940, ngài tham gia kháng chiến chống thực dân Pháp, góp phần giải phóng dân tộc. Năm 1961, ngài xuất gia làm Sa di tại chùa Pháp Quang- Bình Thạnh- Gia Định với HT Hộ Tông làm thầy tế độ. Năm 1962, ngài đến hành đạo tại chùa Fi-nôm, Đà Lạt. Năm 1963, ngài hành đạo ở chùa Tam Bố- Di Linh- Lâm Đồng. Ngài đã có thời gian dài hành hương về Tứ Động Tâm của thánh địa Phật Đà và các nước theo truyền thống PG nguyên thủy, cũng như thọ Tỳ kheo giới tại Wat Saddhamma Wabhassa với thầy tế độ là Hòa thượng Wijayanaga Maha Thera. Năm 1965, ngài cùng HT Pháp Lạc thành lập Bình Long ở Phan Thiết. Năm 1966, ngài hành đạo ở chùa Giác Quang- Quận 8- Sài Gòn. Năm 1967 ngài đảm nhiệm chức Tổng thư ký Giáo hội Tăng già Nguyên thủy Việt Nam. Năm 1969, ngài thành lập chùa Thanh Long ở Bình Dương và trụ lại đây đến cuối đời. Năm 1981 ngài được cử làm Ủy viên BTS PG tỉnh Sông Bé kiêm Chánh đại diện PG thị xã Thủ Dầu Một. Ngài xả báo thân ngày 28 tháng 2 năm Kỷ Mão (27-03-1998) thọ 88 năm, 44 hạ lạp, nguyên quán trú quán Thủ Dầu Một- Bình Dương - *theo TK Thiện Minh sưu khảo*

- **Tống Hồ Cầm**, Cư sĩ, nhà thơ, bút hiệu Tống Anh Nghị. Ông sinh năm 1918, là đệ tử của HT Giác Nguyên- tổ đình Tây Thiên, pháp danh Tâm Bửu. Năm 1946-1953, là Chánh thư ký *Hội Việt Nam Phật học* Thừa Thiên Huế tại chùa Từ Đàm. Năm 1951-1963, là Phó thổng thư ký Ban Quản trị TW Tổng hội PGVN. Từ năm 1953, ông luân phiên giữ các chức vụ trong *hội Phật học Nam Việt*: Tổng thư ký, Kiểm soát kiêm Trưởng ban tương trợ trong Ban Quản trị *hội Phật học Nam Việt*. Ông vào Nam sinh sống từ năm 1953, đến năm 1957, ông là Huynh trưởng cấp Dũng, giữ chức Phó trưởng BHD GĐPT Việt Nam. Ông là Trưởng ban Hướng dẫn GĐPT Nam Việt, dày công thành lập nhiều GĐPT tại các tỉnh miền Nam. Năm 1973, ông là Trưởng ban Chấp hành TW đoàn cựu Huynh trưởng GĐPT Việt Nam. Năm 1976, khi tờ báo Giác Ngộ xuất bản, ông là Ủy viên Biên tập rồi Phó Tổng biên tập kiêm Trị sự thường trực của tòa soạn. Năm 1980, ông là Ủy viên Kiểm soát TW GHPGVN kiêm Phó trưởng ban Hướng dẫn Nam nữ PT TW, Phó viện trưởng trường Cao cấp Phật học Việt Nam. Từ năm 1982, với danh nghĩa là Nhân sĩ yêu nước, ông được bầu làm Ủy viên UBMTTQ TP Hồ Chí Minh (1994-2003) và Ủy viên TW UBMTTQVN (1998-2003). Ông được trao tặng nhiều huy cương, bằng khen, giấy khen của các cấp nhà nước, chính quyền và GHPGVN. nguyên quán Thừa Thiên Huế, trú quán TP Hồ Chí Minh - *theo Thích Đồng Bổn biên khảo*

- **Thích Phước Cần** (1914 -1991), Hòa thượng, dòng Lâm Tế Chánh Tông đời 39, thế danh Lê Văn Dần, xuất gia năm 1935 với HT Chánh Thành- chùa Vạn An, pháp danh Phước Cần. Năm 1942, ngài thọ đại giới tại giới đàn chùa Vạn An do bổn sư làm Đàn đầu truyền giới. Năm 1946, ngài theo học ở PHĐ Phật Quang- Trà Ôn. Năm 1946, ngài lên Sài Gòn học ở PHĐ Liên Hải- Chợ Lớn. Năm 1947, ngài giảng dạy tại PHĐ Giác Nguyên- Vĩnh Hội. Năm 1952, ngài trụ trì chùa Phước Hòa- Bàn Cờ- trụ sở của Hội Phật học Nam Việt. Năm 1953-1963, Giáo hội Tăng già Nam Việt được thành lập, ngài làm Thủ quỹ và Trưởng ban Giám Luật của Giáo hội. Cùng năm này, ngài về trụ trì chùa Phật Quang- Chợ Lớn. Năm 1957, ngài tham gia giảng dạy các khóa *Như Lai Sứ Giả* do PHĐ Nam Việt tổ chức tại chùa Pháp Hội- Chợ Lớn. Ngài được cung thỉnh làm giới sư hầu hết các giới đàn ở Sài Gòn Gia Định. Ngài xả báo thân ngày mồng 6 tháng 4 năm Tân Mùi (19-05-1991) thọ 78 năm, 49 hạ lạp, nguyên quán Trà Vinh, trú quán TP Hồ Chí Minh - *xem thêm ở Danh Tăng Việt Nam tập 3*

- **Thích Phước Cẩn**, Hòa thượng, Giáo sư, sinh năm 1951, thế danh Nguyễn Văn Đẹp, xuất gia với HT Hoàn Phú- chùa Phước Hậu- Trà Ôn, pháp danh Phước Cẩn, pháp tự Thanh Lương. Ngài chuyên giảng dạy và phiên dịch kinh điển Hán tạng, nguyên là Phó ban Phiên dịch Hán tạng- Hội đồng phiên dịch Đại tạng kinh Việt Nam; Phó Giám đốc Nội vụ Trung tâm dịch thuật Hán Nôm Huệ Quang. Giảng dạy qua các trường: Cao đẳng Phật học Cần Thơ, Trung Cao đẳng Phật học Vĩnh Long, Thiền viện Thường Chiếu... tác phẩm: *Tỳ ni Nhựt dụng Thiết yếu* (dịch) ; *Kinh Bách Dụ* (dịch) ; *Cách đọc phiên thiết các Từ điển cổ Trung quốc* (biên soạn). Đặc biệt, ngài là tác giả khu vườn khắc kinh trên đá ở chùa Phước Hậu, với những bản kinh Pháp Cú, Di Đà và các kinh *Bắc truyền trích diễm*. Hòa thượng trụ trì chùa Phước Hậu- Trà Ôn, là Phó ban Tăng sự BTS GHPGVN tỉnh Vĩnh Long, nguyên quán trú quán Tam Bình- Vĩnh Long.

- **Nguyên Cẩn**, Cư sĩ, sinh năm 1956, giáo sư Anh ngữ, nhà báo, nhà thơ, thế danh Phạm Văn Nga, pháp danh Nguyên Cẩn, Giảng viên các trường: đại học Khoa học xã hội&Nhân văn TP Hồ Chí Minh; đại học Văn Lang; đại học Tài chính-Kế toán TP Hồ Chí Minh; Cao đẳng Sư Phạm Nha Trang. Ông là thành viên Trung tâm Nghiên cứu Phật giáo Việt Nam- thuộc VNCPH Việt Nam, thành viên tạp chí Từ Quang, tác phẩm: *Gửi lại đôi dòng* (2001) ; *Bụi phấn một đời* (2003) ; *Bóng nguyệt dòng sông* (2004) ; *Nhìn sâu trong mắt* (2005) ; *Gánh tình qua sông* (2006) ; *Ngồi đợi gió sang canh* (2008) ; *Sầu rụng thành hoa* (2010) ; *Cà phê không đường I - II* (2011-2012) ; *Bóng chữ trước đèn* (2013) ; *Sân không dấy* bụi (2014) ; Cung trời hội cũ (2015), nguyên quán Hải Dương, trú quán TP Hồ Chí Minh.

- **Yết ma Từ Cần** (1888 -1940), thầy Yết ma, thế danh Nguyễn Văn Thân, xuất gia ấu niên với tổ Phước Chí Tâm Ba- chùa Khánh Quới- Cai Lậy- Mỹ Tho, được pháp danh Nguyên Cần, pháp hiệu Thiện Huệ. Năm 1904, Thầy thọ đại giới tại Chúc thọ giới đàn chùa Khánh Quới do HT Thanh Ẩn- chùa Từ Ân- Chợ Lớn làm Đàn đầu truyền giới. Sau ngày thọ giới, một trận bão lụt kinh hoàng khiến mọi người trôi giạt khắp nơi, Thầy đến cầu pháp với HT Từ Văn- tổ đình Hội Khánh- Bình Dương, được ban pháp danh Chơn Cần, pháp hiệu Từ Cần và ở lại đây tu học. Năm 1926, ngài về quê nhận trụ trì chùa Khánh Sơn. Năm 1929, chùa Long Phước mở giới đàn, thầy được mời làm Yết ma A xà lê, từ đó mọi người gọi thầy là Yết ma Từ Cần, hay Yết ma Thân. Từ đây thầy tham gia cách mạng, bí mật che chở cán bộ hội họp trong chùa Khánh Sơn. Năm 1937, thầy được kết nạp vào đảng Cộng sản. Từ đây, thầy bị địch theo dõi gắt gao, trước tình hình khó khăn, thầy bình tỉnh nhập thất, tọa thiền. Thầy bị cai quận Nguyễn Văn Tâm kêu lên tra vấn để tìm thủ lĩnh phong trào cách mạng, thầy trả lời ậm ờ để được trở về chùa. Ngày 11 tháng 10 năm 1940, thầy an nhiên nhập định trên giàn hỏa đã chuẩn bị sẵn, bảo thị giả đánh 3 hồi chuông trống Bát Nhã, thầy bình thản châm lửa tự thiêu, thọ 72 năm, 36 tuổi đạo. Thầy xứng đáng là nhà sư yêu nước để bảo vệ cuộc khởi nghĩa Nam kỳ bùng nổ đúng hạn định. Thầy nguyên quán trú quán Cai Lậy- Mỹ Tho (nay là Tiền Giang) - *theo Thích Vân Phong biên khảo*

- **Hải Toàn Linh Cơ** (1823 -1896), Hòa thượng, ngài họ Nguyễn, xuất gia năm 1842 với HT Tăng cang Tánh Thiên Nhất Định- chùa Giác Hoàng- Phú Xuân, được HT đặt pháp danh Hải Toàn, pháp hiệu Linh Cơ. Năm 1843, bổn sư hồi hưu về đồi Dương Xuân lập thảo am tu hành, ký gởi ngài cho chư tôn đức Bình Định dạy dỗ. Ngài mang theo tâm thư của thầy vào Bình Định và được thọ đại giới ở giới đàn chùa Long Châu. Năm 1844, ngài trở về Huế làm Giám viện chùa Giác Hoàng. Năm 1852, ngài kế thế trụ trì chùa Từ Quang và y chỉ HT Huệ Cảnh Liễu Tánh. Năm 1866, HT Huệ Cảnh viên tịch, ngài kế thế trụ trì chùa Tường Vân. Năm 1869, ngài di dời và sáp nhập chùa Tường Vân vào khu đất chùa Từ Quang. Cùng năm, ngài được Sắc phong Tăng cang chùa Giác Hoàng. Năm 1885, ngài dâng sớ xin hồi hưu. Năm 1890, ngài mở trai đàn tại chùa Kim Quang và được triều đình ban áo cà sa bảy màu. Năm 1894, ngài phú pháp cho đệ tử là Thanh Thái Phước Chỉ và được suy tôn là Giáo Thọ trong đại giới đàn chùa Báo Quốc. Ngài thị tịch ngày 25 tháng 4 năm Bính Thân (1896) thọ 74 năm, 55 hạ lạp, nguyên quán Quảng Nam, trú quán Phú Xuân - *theo Việt Nam PG Sử Luận, Thích Mật Thể, Minh Đức xb, Sài Gòn 1960*

Ch

- **Thích Minh Chánh**, Hòa thượng, Thiền sư, thế danh Trương Đức Tài, xuất gia năm 1960. Năm 1981, ngài tham gia BTS PG tỉnh Đồng Nai. Năm 2006, ngài được bầu làm Ủy viên HĐTS kiêm Trưởng BTS PG tỉnh Đồng Nai. Ngài đã khởi xướng việc xây dựng Tuệ Tĩnh Đường- chùa Đức Quang- Biên Hòa và là người đầu tiên tổ chức trường Phật học giảng dạy Sơ cấp, Trung cấp đến Cao đẳng cho Tăng ni trong tỉnh Đồng Nai. Ngài đã có công trùng tu tái thiết tổ đình Quốc Ân Kim Cang- xã Tân Bình- huyện Vĩnh Cửu và trụ trì tại đây. Ngài được Nhà nước trao tặng: huân chương Kháng chiến chống Mỹ hạng Nhất, huy chương Vì sự nghiệp Đại đoàn kết dân tộc và nhiều bằng khen, giấy khen khác. Năm 2012, ngài được cung thỉnh làm Thành viên HĐCM GHPGVN. Năm 2017, ngài được suy cử làm Chứng minh BTS GHPGVN tỉnh Đồng Nai, tác phẩm: *Đề cương kinh Pháp Hoa*, ngài nguyên quán trú quán Biên Hòa- Đồng Nai.

- **Thích Thiện Chánh** (1950 -2004), Hòa thượng, dòng Lâm Tế Chánh Tông đời 41, thế danh Trần Văn Bình, xuất gia với HT Vĩnh Đạt- chùa Phước Hưng- Sa Đéc, pháp danh Nhựt Chơn, pháp tự Thiện Nghĩa, pháp hiệu Thiện Chánh. Năm 1977, ngài thọ đại giới tại giới đàn Quảng Đức- chùa Ấn Quang- Chợ Lớn do HT

Hành Trụ làm Đàn đầu truyền giới. Năm 1982, ngài làm Chánh thư ký BTS PG tỉnh Đồng Tháp liên tiếp 2 nhiệm kỳ. Năm 1992, ngài là Trưởng BTS PG tỉnh Đồng Tháp kiêm giảng sư trong ban Hoằng pháp của tỉnh hội. Năm 1997-2002, ngài kiêm chức Trưởng ban Tăng sự tỉnh hội và hiệu trưởng trường Trung cấp Phật học tỉnh Đồng Tháp. Năm 2002-2007, ngài kiêm chức Trưởng ban Giáo dục Tăng ni tỉnh hội PG Đồng Tháp. Từ 1983-2003, ngài luôn là giới sư và Trưởng ban tổ chức các giới đàn tại tỉnh Đồng Tháp. Năm 1987-2004, là Phó trụ trì tổ đình Phước Hưng. Năm 1987-2004, là trụ trì chùa Bửu Quang- trụ sở Tỉnh hội PG Đồng Tháp. Năm 2000-2004, là trụ trì chùa Thanh Lương- Cao Lãnh. Ngài xả báo thân ngày 11 tháng 11 năm Giáp Thân (23-12-2004) hưởng 55 năm, 36 hạ lạp, nguyên quán Giồng Trôm- Bến Tre, trú quán Sa Đéc- Đồng Tháp - *theo tư liệu BTS PG Đồng Tháp biên soạn*

- **Thích Nữ Thể Chánh** (1914 -2009), Ni trưởng. Năm 1937 xuất gia với Sư bà Diệu Hương-chùa Diệu Đức- Huế, pháp danh Tâm Nghiêm, pháp tự Thể Chánh, thế danh Vương Thị Thu Thảo. Năm 1950, Ni trưởng phụ trách hướng dẫn lớp Mẫu giáo trường Tiểu học Hàm Long-chùa Báo Quốc. Năm 1954, Ni trưởng phụ trách nuôi dưỡng cô nhi tại Cô nhi viện Tây Lộc. 1970, Ni trưởng làm Giám sự Ni viện Diệu Đức, nguyên quán Thanh Hóa, trú quán Thừa Thiên Huế - *theo Chư tôn Thiền đức&Cư sĩ hữu công Thuận Hóa*

- **Huỳnh Trung Chánh**, Cư sĩ, sinh năm 1939, pháp danh Thiện Tâm, pháp hiệu Hư Thân, nguyên quán tại Trà Vinh, trú quán Hoa Kỳ. Cử nhân Luật Khoa (1961), Cử nhân Phật Học (1967), Phân Khoa Phật Học và Triết Học Đông Phương, Viện Đại Học Vạn Hạnh, Saigon. Thường gọi Chánh Bao công. Là một công chức dưới thời Việt Nam Cộng Hoà, ông đã nổi tiếng thanh liêm, chánh trực và hết lòng dấn thân để phục vụ đại đa số dân chúng Việt Nam theo hạnh Bồ Tát của Phật giáo. Ông đã từng giữ các chức vụ sau đây: Lục sự tại Toà Án Saigon và Long An (1960-1962). Chuyên viên nghiên cứu tại Phủ Tổng Thống (1962-1964). Thanh Tra Lao Động tại Bộ Lao Động (1964-1965). Dự Thẩm tại Toà Sơ Thẩm An Giang (1965-1966). Chánh Án tại Toà Sơ Thẩm Kiên Giang (1966-1969) và Toà Án Long An (1969-1971). Dân Biểu Quốc Hội VNCH tại Thị xã Rạch Giá (1971-1975). Luật Sư tại Toà Thượng Thẩm Saigon (1971-1975). Ông định cư tại California-Hoa Kỳ từ năm 1977. Viết nhiều tập truyện ngắn, tiểu thuyết Phật giáo: : *Am Mây Ngàn* ; *Ân Oán Chập Chờn* ; *Cảm Niệm Về Mẹ* (Tập truyện) ; *Con Đường Vô Tận* ; *Con Ma Dễ Thương* ; *Cửa Thiền Dính Bụi* (Tập truyện) ; *Đợi Chờ* ; *Kính Chiếu Hậu* ; *Ma Nữ Si Tình* ; *Mẹ Quan Âm Cửu Long* ; *Mộng Hay Thực* ; *Như Thế Mà Trôi* (Tập truyện); *Phiêu Linh* ; *Vết Nhạn Lưng Trời*... - *theo Thích Vân Phong biên khảo*

- **Thích Viên Chánh** (1947 -2016), Hòa thượng, thế danh Phan Hiệp, xuất gia năm 1958 với HT Huyền Không- chùa Quốc Ân- Huế, , pháp danh Tâm Chơn, pháp hiệu Viên Chánh. Năm 1968, ngài thọ đại giới tại *PHV Hải Đức Nha Trang* do HT Tịnh Khiết làm Đàn đầu truyền giới. Năm 1969, ngài giữ chức Tri sự tổ đình Quốc Ân và theo học lớp *Cao đẳng Phật học Liễu Quán* tại chùa Linh Quang- Huế. Năm 1972, ngài vào trụ trì chùa Vĩnh Ân- thị xã Long Khánh. Năm 1992, ngài là Ủy viên BTS PG thị xã Long Khánh. Năm 2012, ngài được cung thỉnh Chứng minh BTS PG thị xã Long Khánh, ngài xả báo thân ngày 23 tháng 3 năm Bính Ngọ (30-04-2016) thọ 70 năm, 48 hạ lạp, tháp lập trong khuôn viên chùa Vĩnh Ân, nguyên quán Thừa Thiên Huế, trú quán Long Khánh- Đồng Nai - *theo Chư tôn Thiền đức&Cư sĩ hữu công Thuận Hóa tập 3*

- **Nguyễn Tăng Chắc** (1908 -1963), Cư sĩ, thánh tử đạo, pháp danh Tâm An. Năm 1960, ông là Khuôn trưởng PG chùa Tường Vân. Năm 1963, tham gia chống bạo quyền Ngô Đình Diệm đàn áp PG. Vào chiều ngày 5-6 Âm lịch, mật vụ của chính quyền đi lột băng rôn tại chùa Quảng Tế, do HT Chơn Hương trụ trì, nhưng ông quyết liệt ngăn chặn và phản đối. Tối hôm đó, chính quyền ra lệnh thiết quân luật, bắt dân chúng không ai được ra đường. Cũng trong đêm này, bọn tay sai của Diệm-Nhu đột nhập vô chùa bắt lột hết băng rôn xuống, nhưng ông cãi lệnh và trèo lên để treo lại thì bị chúng bắn chết. Giáo hội PG Trung phần đã tấn phong Thánh tử đạo vào năm 1965, nguyên quán trú quán Thừa Thiên Huế - *theo Chư tôn Thiền đức&Cư sĩ hữu công Thuận Hóa*

-**Thích Thanh Chân** (1853 -1927), Hoà thượng, ngài sinh năm Quý Sửu (1853), quê xã Thôi Ngôi, huyện Đại An, tỉnh Nam Định. Năm 12 tuổi, ngài xuất gia tại chùa Yên Vệ (Phúc Hào tự) xã Khánh Phú, huyện Yên Khánh, tỉnh Ninh Bình. Năm 1872, ngài thụ giới cụ túc tại giới đàn chùa Yên Vệ, ban pháp danh Thanh Đài, pháp tự Thích Uyên Uyên. Năm 1877, ngài được tổ Yên Vệ cử về giúp thiền sư Thanh Đạo (Tâm Trung) trụ trì chùa Phúc Long, xã Vân Bòng, tổng Yên Ninh, phủ Yên Khánh, tỉnh Ninh Bình. Năm 1901, ngài kế đăng Hoà thượng Thanh Đạo trụ trì chùa Phúc Long (Vân Bòng hay chùa Bòng). Kể từ đây, ngài mở mang chùa cảnh, đăng đàn thuyết pháp, tiếp chúng độ sinh chùa Bòng trở thành một chốn tổ lớn ở Ninh Bình, đào tạo nhiều tăng tài gánh vác phật sự tại nhiều chùa trong huyện Yên Khánh. Năm Tân Dậu (1921), ngài cùng Sơn môn gồm các Tỷ khiêu Thanh Kình, Thanh Định, Thanh Tác, Thanh Chỉnh, Thanh Nguyện, Đàm Huyên hưng công làm mới tượng Phật và Tổ gồm 9 tòa, lại mua 9 mẫu lẻ ruộng làm tự điền cho bản tự. Ngày 25 tháng giêng năm Đinh Mão (1927) ngài Thanh Chân viên tịch. Hưởng thọ 73 tuổi, hạ lạp 52 năm - *theo Nguyễn Đại Đồng sưu khảo*

- **Thích Thanh Chân** (1905 -1989), Hòa thượng, thế danh Nguyễn Thanh Chân, xuất gia với tổ Thanh Tích- chùa Hương Tích, pháp danh Thanh Chân, pháp hiệu Nhẫn Nhục. Năm 1921, ngài tìm đến tham học với tổ Bằng Sở- chùa Phúc Khánh. Năm 1925, sau khi tụ đại giới, ngài về trụ trì chùa Quỳnh Chân- Nam Hà. Năm 1934, ngài trở lại chùa Hương Tích làm Giám viện. Năm 1956, ngài chính thức trụ trì chùa Hương Tích. Trong giai đoạn kháng chiến 1945-1954, ngài là ủy viên *Mặt trận Việt Minh* các cấp và thành viên sáng lập hội PG Cứu quốc Liên khu 3, chủ bút báo *Diệu Âm*.

Năm 1958 ngài là Chứng minh đạo sư kiêm thành viên BTS Trung ương hội PG Thống nhất Việt Nam, đồng thời là Chi hội trưởng PG tỉnh Hà Sơn Bình. Năm 1975, ngài cùng phái đoàn PG vào Nam xúc tiến thống nhất PG toàn quốc. Năm 1981, GHPGVN thành lập, ngài được cử làm Phó chủ tịch HĐTS GHPGVN, ngài tịch vào ngày 12 tháng Giêng năm Kỷ Tỵ (17-02-1989), thọ 85 tuổi với 70 năm hành đạo, nguyên quán Hà Nam, trú quán Hà Tây - *xem thêm ở Danh Tăng Việt Nam tập 1*

- **Thích Huệ Chấn** (1886-1955), Hòa thượng, Tăng cang, pháp danh Như Điền, pháp tự Giải Trà, pháp hiệu Huệ Chấn, đời 41 tông Lâm Tế, thế hệ thứ 8 pháp phái Chúc Thánh. Ngài thế danh Nguyễn Trà, sinh năm Bính Tuất (1886) tại xã Ngân Hà, tổng Thanh Quýt trung, Điện Bàn, Quảng Nam. Ngài xuất gia với Hòa thượng Phước Thông tại chùa Tam Thai, thọ Tỳ kheo năm 1904 tại chùa Từ Quang, Phú Yên với tổ Pháp Tạng. Ngài khai sơn chùa Phương Thảo tại quê nhà, sau đó vào Gia Định đảm nhận trụ trì chùa Hưng Long, Quận 10. Ngài là Chứng minh đạo sư của Hội Nam Kỳ Nghiên Cứu Phật Học. Ngài viên tịch ngày mồng 1 tháng 10 năm Ất Mùi (1955), thọ 70 tuổi. Tháp lập tại chùa Khánh Lâm, Hóc Môn (chùa này giờ không còn). Ngài nguyên quán Quảng Nam, trú quán TP.Hồ Chí Minh - *theo Thích Như Tịnh sưu khảo*

- **Trần Nguyên Chấn** (? -?), Cư sĩ, ông là Commis của chính quyền thuộc Pháp tại Tòa đốc lý Sài Gòn, chánh thừa biện hạng nhất tại Dinh Đốc lý Sài Gòn. Ông có uy tín với chính quyền bảo hộ, nên việc đứng ra xin thành lập *hội Nam kỳ Nghiên cứu Phật học*, là hội đầu tiên của phong rào chấn hưng PG tại miền Nam được cấp phép hợp pháp. Hội hoạt động tại chùa Linh Sơn một thời gian, vì bất đồng quan điểm với ông Trần Nguyên Chấn, nên chư tôn đức tăng già rút khỏi hội NKNCPH, trở về miền Tây lập *hội Lưỡng Xuyên Phật học*. Ông Trần Nguyên Chấn tiếp tục giữ vững hoạt động hội NKNCPH, xuất bản tạp chí Từ Bi Âm Ban đầu HT Khánh Hòa làm chủ nhiệm, từ số 134 ông thay thế làm chủ nhiệm cho tới số cuối cùng năm 1945, tạp chí tồn tại 14 năm, xuất bản được 235 số, ông mời chư tôn đức ở miền Trung vào công tác, như các cây bút HT Liên Tôn, HT Bích Liên... và chính ông đứng ra dịch giải kinh sách đăng bài trường kỳ trong tạp chí Từ Bi Âm. Nguyên quán trú quán Sài Gòn - *theo Biên niên sử PG Sài Gòn Gia Định*

- **Thích Nữ Bảo Châu** (1937 -2003), Ni trưởng, năm 1957 xuất gia làm đệ tử Sư bà Diệu Không, pháp danh Tâm Trì, pháp tự Bảo Châu, thế danh Ngô Thị Kim Anh. Năm 1965 được thọ đại giới và được cử làm Giám đốc trường vườn trẻ Kiều Đàm kiêm giám đốc Ký nhi viện Hồng Ân. Ni trưởng còn giảng dạy các lớp sơ cấp tại Ni viện Diệu Viên và các lớp huấn luyện huynh trưởng GĐPT tại gảng đường Từ Đàm, nguyên quán Quảng Đông Trung Quốc, trú quán Thừa Thiên Huế - *theo Chư tôn Thiền đức&Cư sĩ hữu công Thuận Hóa*

- **Thích Bổn Châu** (1922 -1995), Hòa thượng, dòng Lâm Tế Chánh Tông đời 40, thế danh Trần Trung Nghĩa, xuất gia năm 1959 tại chùa Vạn Thọ- Sài Gòn với HT Thiện Tường, pháp danh Bổn Châu, pháp hiệu Từ Tiết. Sau khi xuất gia, ngài theo học khóa Như Lai Sứ Giả tại chùa Pháp Hội do Giáo hội Tăng già Nam Việt tổ chức. Năm 1962, ngài thọ đại giới tại tổ đình Ấn Quang và được Giáo hội phái ngài về Rạch Giá trụ trì chùa Tam Bảo. Tại đây, ngài ủng hộ cách mạng bằng cách tiếp tế thuốc men lương thực qua ngả Gò Quao, đưa vào chiến khu cho quân Giải phóng. Năm 1975, ngài tham gia UBMTTQ tỉnh Kiên Giang với chức Phó chủ tịch. Năm 1989, ngài được UBTW MTTQVN trao tặng Huy chương *Vì sự nghiệp Đại đoàn kết toàn dân*. Năm 1981-1993, ngài lả Ủy viên HĐTS kiêm Phó BTS GHPGVN tỉnh Kiên Giang phụ trách Bắc tông. Hoạt động không mệt mỏi của ngài cho PG tỉnh Kiên Giang được GHPGVN đánh giá là một mô hình đáng biểu dương trong PG cả nước. Ngài còn mở Tuệ Tĩnh đường chữa bệnh miễn phí cho nhân dân lao động, xây lò hỏa táng qui mô trong nghĩa trang nhân dân tỉnh Kiên Giang. Ngài xả báo thân ngày mồng 7 tháng 4 Âm lịch (1995) thọ 73 năm, 33 hạ lạp, nguyên quán Cái Bè- Tiền Giang, trú quán Rạch Giá- Kiên Giang - *theo Danh Dol cung cấp*

- Thích Nữ Diệu Châu (1943 -1992), Ni sư, đệ tử Ni trưởng Chơn Tịnh-chùa Diệu Viên, pháp danh Nguyên Anh, pháp tự Diệu Châu, thế danh Nguyễn Thị Tuyết. Ni sư học lớp Trung cấp Phật học tại Ni viện Diệu Đức. Năm 1961, chùa Diệu Viên có thành lập một bệnh xá, Ni sư được cử đi học khóa Y tá, khi học xong về làm việc tại đây với hạnh nguyện từ thiện. Năm 1982, Ni sư theo thầy về chùa Hoa Nghiêm tu tập và hầu thầy. Năm 1984, kế thế trụ trì chùa Hoa Nghiêm, nhưng thời gian không được lâu, vì một tai nạn giao thông, Ni sư đã theo hầu Thầy nơi tịnh cảnh, nguyên quán trú quán Thừa Thiên Huế - *theo Chư tôn Thiền đức&Cư sĩ hữu công Thuận Hóa*

- Hàng Châu, Cư sĩ, tác gia, tên thật Nguyễn Thị Hằng, sinh năm 1942. Năm 1968, bà thoát ly tham gia cách mạng với chức vụ Thường vụ Phân khu đoàn Phân khu 5, là tù nhân Côn Đảo được trao trả năm 1972. Sau 1975, bà làm Giám đốc Nhà Văn hóa huyện Thủ Đức, sau làm Phó phòng Kiểm duyệt Văn hóa Sở Văn hóa Thông tin TP Hồ Chí Minh. Bà chuyên viết về bút ký từ năm 1975, sau đó chuyển hướng nghiên cứu viết về PG, cộng tác thường xuyên tạp chí PG Từ Quang, tác phẩm: *Tình trăng 16 ; Nỗi nhớ mênh mông ; Hương xuân ngọt ngào ; Rừng trúc trước bão giông*, nguyên quán Hà Nội, trú quán Thủ Đức TP Hồ Chí Minh.

- Thích Kế Châu (1922 -1996). Hòa thượng, dòng Lâm Tế Chúc Thánh đời 41, xuất gia năm 1936, tại chùa Thập Tháp, đệ tử Quốc sư Phước Huệ, pháp danh Không Tín, pháp tự Giải Thâm. Năm 1942, ngài thọ đại giới tại giới đàn chùa Hưng Khánh do HT Chí Bảo làm Đàn đầu truyền giới. Năm 1950, ngài trụ trì chùa Bảo Sơn- Phù Mỹ. Năm 1958, ngài làm Giám đốc Phật học đường *Giáo hội Tăng già* tỉnh Bình Định. Năm 1965, ngài kế thế trụ trì tổ đình Thập Tháp và Chánh đại diện GHPGVNTN tỉnh Bình Định. Năm

1970, ngài thành lập Phật học viện *Phước Huệ* tại chùa Thập Tháp và ngài làm Giám viện. Năm 1982, ngài được cử làm Ủy viên HĐTS TW GHPGVN kiêm Trưởng BTS GHPGVN tỉnh Bình Định. Năm 1994, ngài được cung thỉnh làm Đường đầu truyền giới trong giới đàn Phước Huệ tại chùa Long Khánh- Qui Nhơn, tác phẩm: *Bách Thành Yên Thủy của Phật Quốc Thiền sư ; Thập Mục Ngưu Đồ Tụng ; Long Bích thi tập I,II ; Kim Cang nghĩa mạch ; Kim Cang trực sớ ; Di Đà giảng thoại*, ngài xả báo thân ngày mồng 5 tháng Chạp năm Ất Hợi (24-01-1996) thọ 75 năm, 55 hạ lạp, nguyên quán trú quán Bình Định - *xem thêm ở Danh Tăng Việt Nam tập 2*

- **Thích Huyền Châu**, Thượng tọa, Giảng sư, nguyên Ủy viên Ban Hoằng pháp GHPGVN tỉnh Bình Định, nguyên viện chủ chùa Phước Long, thị trấn Phú Phong- Tây Sơn- Bình Định. Thầy sang Hoa Kỳ thuyết giảng và làm trụ trì chùa Bồ Đề Phật Quốc- Santa Ana- California năm 2015.

- **Thích Minh Châu** (1918 -2012), Hòa thượng, Giáo sư, Tiến sĩ Phật học, thế danh Đinh Văn Nam. Năm 1936, ngài đến với phong trào học Phật do Bác sĩ Tâm Minh Lê Đình Thám chủ xướng và ngài làm Chánh thư ký của *hội An Nam Phật học*. Ngài là thành viên sáng lập *Đoàn Phật học Đức dục* và *Gia đình Phật hóa phổ* (tiền thân của GĐPT Việt Nam). Năm 1946, ngài quyết định xuất gia với HT Tịnh Khiết- chùa Tường Vân, pháp danh Tâm Trí, pháp tự Minh Châu, pháp hiệu Viên Dung. Năm 1949, ngài thọ đại giới tại giới đàn Hộ quốc do chính bổn sư làm Đàn đầu Hòa thượng. Sau khi đắc pháp, ngài đi diễn giảng khắp các chùa hội, khuôn hội và viết bài cho các tạp chí: *Viên Âm, Tư Quang, Liên Hoa...* Năm 1951, ngài là hiệu trưởng trường Trung học Bồ Đề Huế. Năm 1952, ngài du học tại Tích Lan. Năm 1955, ngài học ở đại học Nalanda- Ấn Độ và đạt học vị Tiến sĩ năm 1961. Năm 1962-1963, ngài được mời dạy tại đại học Bihar- Ấn Độ. Năm 1964-1965, ngài về nước và giữ chức Phó viện trưởng *Viện Cao đẳng Phật học Sài*

Gòn. Năm 1966, ngài là Tổng vụ trưởng Tổng vụ Giáo dục và Viện trưởng *Viện đại học Vạn Hạnh*, đồng thời là chủ bút tạp chí *Tư Tưởng Vạn Hạnh*. Năm 1976, ngài thành lập và làm viện chủ Thiền viện Vạn Hạnh ở Phú Nhuận, tập trung vào việc phiên dịch kinh tạng Pàli ra Việt ngữ. Năm 1980, ngài cùng chư tôn đức thành lập *Ban Vận động Thống nhất PG* nước nhà, ngài được cử làm Chánh thư ký. Năm 1981, GHPGVN được thành lập, ngài giữ chức Phó chủ tịch kiêm Tổng thư ký HĐTS GHPGVN liên tiếp 3 nhiệm kỳ. Năm 1989, ngài xin phép Nhà nước thành lập *Trường Cao cấp Phật học Việt Nam* cơ sở II tại TP Hồ Chí Minh và mở *Viện Nghiên cứu Phật học Việt Nam* do ngài làm Viện trưởng cả hai nơi. Năm 1991, ngài thành lập *Hội đồng Chỉ đạo phiên dịch và Ấn hành Đại tạng kinh Việt Nam* do ngài là Chủ tịch. Năm 1997, ngài được suy cử làm Thành viên Hội đồng Chứng minh GHPGVN. Năm 2007, ngài được suy tôn ngôi vị Phó Pháp chủ GHPGVN. Ngoài công trình phiên dịch Kinh tạng đồ sộ, tác phẩm tiếng nước ngoài, ngài còn các tác phẩm biên soạn tiếng Việt: *Phật Pháp* (đồng tác giả) ; *Đường về Xứ Phật* (đồng tác giả) ; *Những ngày và những lời dạy cuối cùng của Đức Phật* ; *Đại thừa và sự liên hệ với Tiểu thừa* (dịch) ; *Sách dạy Pàli* ; *Chữ Hiếu trong đạo Phật* (đồng tác giả) ; *Hành thiền* ; *Lịch sử đức Phật Thích Ca* ; *Hãy tự mình thắp đuốc lên mà đi* ; *Chánh pháp và Hạnh phúc* (2011) ; *Đạo đức Phật giáo và hạnh phúc con người* (2002) ; *Những mẩu chuyện đạo* (2004) ; *Đức Phật, nhà đại giáo dục* (2004) ; *Đức Phật của chúng ta* (2005) ; *Tâm từ mở ra, khổ đau khép lại* (2006) ; *Những gì đức Phật đã dạy* (2007) ; *Hiểu và hành Chánh pháp* (2008) ; *Chiến thắng Ác ma* (2009) ; *Tóm tắt Kinh Trung bộ* (2010) ; *Dàn ý Kinh Trung bộ và Tóm tắt Kinh Trường bộ* (2011), ngài xả báo thân ngày 16 tháng 7 năm Quý Tỵ (01-09-2012) thọ 95 năm, 63 hạ lạp, tháp lập tại Thiền viện Vạn Hạnh, nguyên quán Nghi Lộc-Nghệ An, trú quán TP Hồ Chí Minh - *xem thêm ở Danh Tăng Việt Nam tập 3*

- **Thích Phước Châu** (1944 -2006), Hòa thượng, dòng lâm Tế

Liễu Quán đời 44, xuất gia với HT Trí Thủ, pháp danh Nguyên Ý, pháp tự Phước Châu, pháp hiệu Hải Đăng, thế danh Hoàng Văn Ngọc. Năm 1968, làm Quản chúng PHV Hải Đức-Nha Trang. Năm 1988, làm ban Quản trị tổ đình Sắc tứ Tịnh Quang-Quảng Trị. Năm 1990 là Phó Ban Thường trực BTS kiêm Trưởng ban Hướng dẫn Nam nữ Phật tử tỉnh Quảng Trị, nguyên quán trú quán Quảng Trị - *theo Chư tôn Thiền đức&Cư sĩ hữu công Thuận Hóa*

- **Tế Giác-Quảng Châu** (Tiên Giác-Hải Tịnh) (1827-1869), Thiền sư, ngài cầu pháp với tổ Thiệt Thoại-Tánh Tường, nối mạng mạch dòng Thiền Lâm Tế Gia Phổ đời thứ 36, tục diệm truyền đăng pháp mạch từ Tổ sư Viên Quang-Tổ Tông, nối pháp mạch dòng Thiền Lâm Tế Chánh Tông đời thứ 37, bậc long tượng trong đạo pháp, tất nhiên có tư cách phi phàm, bỏ chốn kinh kỳ, về vùng đất còn hoang vu để giáo hóa độ sanh, thành tựu những việc lợi ích cho đời, rạng danh cho đạo. Đa số Danh Tăng miền Tây Nam đều thọ pháp mạch của ngài. Tăng cang chùa Linh Mụ-Huế, trụ trì và trùng hưng tổ đình Giác Lâm-Gia Định, nguyên quán trú quán Gia Định - *theo Thích Vân Phong biên khảo*

- **Thích Tâm Châu** (1921-2015), Hòa thượng, xuất gia năm 11 tuổi với HT Thanh Kính- chốn tổ Phượng Ban- Ninh Bình. Năm 1941, ngài thọ đại giới tại giới đàn chùa Bát Long- Ninh Bình do HT Đức Nhuận- chùa Đồng Đắc truyền trao Bồ tát giới. Sau đó ngài tham học ở chốn tổ Đồng Đắc, Phúc Chỉnh, Phù Lãng, Quán Sứ... Năm 1951, ngài là Thành viên sáng lập *Tổng hội PGVN* tại Huế và Ủy viên Nghi lễ HĐTS *Tổng hội PGVN*. Năm 1952, tham gia thành lập *Giáo hội Tăng già Toàn quốc Việt Nam*, ngài là Trị sự Phó *Giáo hội Tăng già Bắc Việt*. Năm 1955, sau khi di cư vào Nam, ngài thành lập chùa Giác Minh làm trụ sở của hội *Phật giáo Tăng già Bắc Việt* tại miền Nam và ngài làm viện chủ kiêm Chủ tịch hội. Sau đó, ngài lập chùa Từ Quang ở bên cạnh chùa Giác Minh và trụ trì nơi đây. Ngài còn lập thêm nhiều cảnh chùa từ Đà Nẵng trở vào, hầu hết đều lấy chữ Từ làm hiệu chùa như: *Từ Ấn* (Nha Trang); *Từ Hưng* (Ban Mê Thuột); *Từ Thắng* (Vũng Tàu); *Từ Khánh* (quận 4-Sài Gòn); *Từ Tân* (Tân Bình); *Từ Thọ* (Phú Thọ);

Từ Định (Tân Định); *Từ Minh* (Vườn Chuối); *Từ Long* (Thủ Đức-nay là Thiên Minh); *Từ Quang* , *Từ Thắng* (Vũng Tàu); *Quan Âm* (Phú Nhuận) và *Việt Nam Quốc Tự* (Trần Quốc Toản-Sài Gòn). Năm 1956, ngài giữ chức Phó Tổng hội chủ *Tổng hội PGVN*. Năm 1963, ngài là Chủ tịch *Ủy ban Liên phái Bảo vệ PG*, lãnh đạo phong trào đấu tranh chống đàn áp của chính quyền Ngô Đình Diệm. Năm 1964, ngài được bầu làm viện trưởng *Viện Hóa Đạo* đầu tiên của *Giáo hội PGVNTN*. Năm 1966, Sau khi GHPGVNTN tách làm hai khối Việt Nam Quốc Tự và khối Ấn Quang, ngài làm viện trưởng khối VNQT, HT Thiện Hoa làm viện trưởng khối Ấn Quang. Sau năm 1975, ngài định cư ở Canada và làm Thượng thủ *Giáo hội PGVN trên Thế giới*, tiếp tục xây dựng nhiều ngôi chùa VN ở nhiều nước, tác phẩm ngài biên soạn và dịch thuật để lại rất nhiều:

a) Dịch Thuật:
- *Kinh Bát Đại Nhân Giác (5/1956)* ; - *Kinh Di Lặc Hạ Sinh (12/1956)* ; - *Kinh Di Lặc Thượng Sinh (12/1956)* ; - *Kinh Tội Phúc Báo Ứng (02/1957)* ; - *Kinh Thập Thiện (03/1957)* ; - *Phẩm Phổ Môn (05/1957)* ; - *Kinh A Di Đà (07/1957)* ; - *Kinh Lần Tràng, tức kinh Mộc Hoạn Tử (04/1957)* ; - *Kinh Hiệu Lượng, tức kinh Sổ Châu Công Đức (04/1957)* ; - *Kim Cương Đính, tức kinh Du Già Niệm Châu (04/1957)* ; - *Kinh Trì Trai (06/1957)* ; - *Kinh Hiếu Tử , Kinh Vu Lan Bồn, Kinh Giải Hạ, Kinh Tân Tuế, Kinh Thụ Tuế (07/1957)* ; - *Kinh Quán Thế Âm Bồ Tát Thụ Ký (09/1957)* ; - *Kinh A Hàm Chính Hạnh, Kinh Duyên Sinh (11/1957)* ; - *Kinh Quy Y Tam Bảo, Kinh Phát Bồ Đề Tâm, Kinh Đại Thừa Già Da Sơn Đính (12/1957)* ; - *Kinh Đại Niết Bàn, Phật Học Ngụ Ngôn (05/1958)* ; - *Kinh Tâm Địa Quán (12/1959)* ; - *Thiền Lâm Bảo Huấn11/1972)* ; - *Nhân Duyên Tâm Luận Tụng (01/1996)* ; - *Bồ Đề Tâm Ly Tướng Luận (06/1996)* ; - *Kinh Văn Thù Thỉnh Vấn Bồ Đề (10/1996)* ; - *Kinh Nhân Quả Ba Đời (02/1997)* ; - *Du Già Sư Địa Luận Thích (01/1999)* ; - *Kinh Ngũ Bách Danh (8/2012)* .
b) Sáng Tác:
- *Gương Hỷ Xả, thơ (05/1952)* ; - *Đường Vào Cửa Phật (12/1952)* ; - *Đạo Phật Với Con Người (08/1953)* ; - *Phật Học Chính Cương (07/1955)* ; - *Bước Đầu Học Phật (12/1958)* ; - *Nét Tinh Thần, thơ*

(08/1967) ; - *Tịnh Minh Thi Cảo I, thơ chữ Hán (05/1969)* ; - *Tịnh Minh Thi Cảo II, thơ chữ Hán (11/1969)* ; - *Cánh Hoa Tâm, thơ (12/2001)* ; - *Tiếng Vọng Thời Gian, tập I (11/2002)* ; - *Tỉnh Mộng Đời, thơ (06/2004)* ; - *Hương Vị Phật Pháp (11/2007)* ; - *Tiếng Vọng Thời Gian 2 (2014)* ; - *Vang Vọng Nguồn Thương (thơ: 2014)*. Ngài viên tịch ngày 22 tháng 8 năm 2015 tại tổ đình Từ Quang- Canada, thọ 95 năm, 74 hạ lạp, nguyên quán Ninh Bình, trú quán Canada - *theo biên soạn của HT Thích Chơn Thành- Hoa Kỳ*

- **Thích Thanh Châu** (1938 -2013), Hòa thượng, thế danh Nguyễn Văn Ba, xuất gia năm 1960 với HT Từ Mẫn- chùa Phổ Đà, pháp danh Nguyên Vân, pháp hiệu Thanh Châu. Năm 1966, ngài được tham học ở PHV Liễu Quán- chùa Linh Quang- Huế. Năm 1968, ngài thọ đại giới tại giới đàn Phước Huệ- PHV Hải Đức Nha Trang. Năm 1970, ngài làm giáo thọ PHV Phổ Đà- Đà Nẵng. Năm 1973, ngài vào miền Nam trú tại chùa Phổ Hiền- Tân Bình, học lớp *Như Lai Sứ Giả* ở chùa Phật Quang- Quận 10 và làm Chánh đại diện PG khu Bảy Hiền. Năm 1976, ngài trụ trì chùa Liễu Quán- Tân Bình. Năm 1987, ngài trụ trì chùa Quảng Đức- Hóc Môn. Ngài đảm nhiệm chức Ủy viên Ban hoằng pháp THPG TP Hồ Chí Minh, Ủy viên Ban Tăng sự huyện Hóc Môn. Năm 1997, huyện Hóc Môn tách làm hai, ngài làm Chánh đại diện PG quận 12. Ngài chú trọng về diễn giảng các bộ *Duy Thức học* và *Qui Sơn Cảnh Sách*, nên được thỉnh giảng ở hầu hết các đạo tràng an cư kiết hạ của Thành phố. Ngài xả báo thân năm 2013, thọ 75 năm, 45 hạ lạp, nguyên quán Duy Xuyên- Quảng Nam, trú quán TP Hồ Chí Minh - *theo Chư tôn Thiền đức&Cư sĩ hữu công Thuận Hóa tập 3*

- **Hồ Thị Châu** (? -1966), Phật tử, thánh tử đạo, tự thiêu tại trụ sở Viện Hóa Đạo Việt Nam Quốc Tự ngày 30-5-1966, để phản đối chính quyền đàn áp Phật tử tại Huế và Đà Nẵng, chưa rõ nguyên quán trú quán - *theo Biên niên sử PG Sài Gòn Gia Định*

- **Thích Thiện Châu** (1931 -1998), Hòa thượng, Tiến sĩ, tác gia, dịch giả, dòng Lâm Tế Liễu Quán đời 43, thế danh Hồ Đắc Cư, xuất gia năm 1947 với HT Giác Nguyên- chùa Tây Thiên- Huế pháp danh Tâm Thật, pháp hiệu Thiện Châu. Năm 1952, ngài thọ đại giới tại giới đàn chùa Thiên Bửu- Bình Định. Năm 1948-1953, ngài là học Tăng PHĐ Báo Quốc và được cử làm giảng sư các tỉnh miền Trung và miền Nam. Năm 1961, ngài du học tại viện đại học Nalanda- Ấn Độ. Năm 1967 ngài được mời sang Anh quốc làm việc cho Giáo hội Tăng già Anh quốc và làm Chủ tịch hội Phật tử Việt kiều hải ngoại- chi bộ Pháp. Năm 1968, ngài xuất bản tờ báo *Gió Nội* và tờ *Tôn Phật*.Năm 1975, ngài là Chủ tịch sáng lập *Hội Phật tử Việt Nam* tại Pháp và xuất bản tờ *Hương Sen*. Năm 1980, khai sơn chùa Trúc Lâm-Paris. Năm 1981-1998, ngài là Ủy viên HĐTS kiêm Chánh đại diện GHPGVN tại hải ngoại, đồng thời được bầu làm Phó viện trưởng VNCPHVN, Phó chủ tịch HĐ phiên dịch và ấn hành Đại tạng kinh Việt Nam. Khi học viện PGVN tại Huế thành lập, ngài giữ chức Phó viện trưởng, tác phẩm: *Đường về xứ Phật (viết chung-1964)* ; *Nghi thức lễ Phật (1968)* ; *Vài lá Bồ Đề (1972)* ; *Le Traité Des Trois Lois (1971)* ; *La Littérature des Personnalistes dans la Boudhisme Ancien (1977)* ; *Kinh Pháp Cú (1980)* ; *Dictionnaire des Philosophies (đồng soạn-1988)* ; *Tìm Đạo (1996)* ; *The Literature of Personalists of larly Buddhism (1997)* ; *The Philosophy pf the Milirdapânhâ* ; *Phật tử* , và rất dịch phẩm từ Pàli sang Việt và từ Hán sang Việt, ngài xả báo thân ngày Rằm tháng 8 năm Mậu Dần (05-10-1998) tại Pháp, thọ 68 năm, 46 hạ lạp, nguyên quán Thừa Thiên Huế, trú quán Pháp quốc - *xem thêm ở Danh Tăng Việt Nam tập 2*

- **Thích Toàn Châu**, Hòa thượng, sinh năm 1941, xuất gia năm 1949 với HT Diệu Hoằng-chùa Diệu Đế Quốc tự, Năm 1967-1971, học Trung đẳng chuyên khoa tại PHV Liễu Quán-chùa Linh Quang. Năm 1971, học Cao đẳng PHV Huệ Nghiêm. Năm 1997, ngài mua một thửa đất tại suối Lồ Ồ Bình Dương, kiến tạo thành ngôi *tịnh thất Pháp Hạnh* và bắt đầu trước tác phiên dịch, tác phẩm: *Giải Thích Đề Kinh Lăng Nghiêm* ; *Quán xét nhân duyên đời sống...*, nguyên quán Quảng Trị, trú quán Bình Dương - *theo* *trang nhà www.quangduc.com*

- **Đinh Văn Chấp** (1882 -1953), Cư sĩ, pháp danh Trừng Tuệ, thân phụ ông là sĩ phu Cần Vương chiến đấu với quân Pháp ở Thanh Chương Nghệ An thì bị bắt, vua Đồng Khánh đã xử gia đình ông *"tru di tam tộc"*, may thay ông được người nhà bên ngoại che giấu đưa sang Phúc Kiến Trung Quốc. Năm 1898, ông về nước đổi tên và tiếp tục đi học. Năm 1909, ông được vào Huế học trường Quốc Tử Giám và đậu Tiến sĩ Hoàng Giáp năm 1912, nhận chức Đốc học ở Quảng Nam. Năm 1934 ông nhận chức Án sát Hà Tĩnh rồi Tuần vũ Quảng Ngãi. Đóng góp của ông cho PG là khi còn làm việc ở Huế tham gia giảng dạy chữ Hán cho quý Ôn quý thầy, khi rãnh ông tìm đến đàm đạo với các vị cao tăng. Chính nơi đây ông có dịp đọc Tam tạng kinh và nâng cao kiến thức Phật học uyên thâm. Ông có khuynh hướng về Thiền học và đảm trách dịch thơ văn Lý Trần lần lượt đăng trên tạp chí *Nam Phong*. Ông lập gia đình với nữ cư sĩ Lê Thị Đạt có 11 người con, đặc biệt là GS Đinh Văn Nam (tức HT Thích Minh Châu) và GS Đinh Văn Vinh (tức Cư sĩ Huyền Chân-Minh Chi), nguyên quán Nghệ An, trú quán Thừa Thiên Huế, Nghệ An - *theo Chư tôn Thiền đức&Cư sĩ hữu công Thuận Hóa*

- **Nguyễn Văn Chế** (1919 - 1985), Cư sĩ, giáo sư, năm 1949, ông cùng Cư sĩ Tuệ Nhuận Văn Quang Thùy, Bùi Hưng Gia thành lập *hội Phật tử Việt Nam*, ông thường xuyên tham gia các buổi diễn thuyết của hội mở ra tại chùa Chân Tiên và là quản lý tạp chí *Bồ Đề Tân Thanh*- cơ quan hoằng pháp của hội. Năm 1973, ông về hưu, dành nhiều thời gian cho các phật sự của Giáo hội PG Thống nhất Viện Nam, ông được Trung ương hội mời đến chủ trì *Ban nghiên cứu Phật học*, đã biên soạn cuốn *"Những vấn đề cơ bản trong Phật học"*, xuất bản quý II - 1976. Kể từ năm 1954, đây là cuốn sách thứ 2 được xuất bản ở miền Bắc. Năm 1977, ông làm Phó giám hiệu trường *Tu học Phật pháp Trung ương*- chùa Quán

Sứ (tiền thân trường Cao cấp Phật học) và giảng dạy môn tiếng Pháp tại trường. Năm 1981, ông là ủy viên Ban vận động thống nhất PGVN, nguyên quán trú quán Hà Nội - *theo NNC Nguyễn Đại Đồng sưu khảo*

Chi

- **Minh Chi** (1921 -2006), Cư sĩ NNC Phật học, Giáo sư, Tiến sĩ chuyên ngành: Kinh tế học, pháp danh Tâm Thông, bút danh: Minh Chi, ông tên thật là Đinh Văn Vinh, giáo sư viện Triết học- Hà Nội, Phó Viện trưởng viện Nghiên cứu Phật học Việt Nam, giảng viên học viện PGVN tại TP Hồ Chí Minh, nguyên quán Nghi Long, huyện Nghi Lộc, tỉnh Nghệ An, trú tại TP Hồ Chí Minh. Các tác phẩm liên quan đến Phật giáo: 1. *Đại cương triết học phương Đông* Minh Chi, Hà Thúc Minh (1993). Đại học Tổng hợp TP. Hồ Chí Minh xuất bản. 2. *Truyền thống văn hoá và Phật giáo Việt Nam*, Nxb Tôn giáo, 2003. 3. *Nhân Minh học Phật giáo*, Viện NCPH Việt Nam, Nxb Tôn giáo, 2005.4. *Thuyết Bốn đế*. 5. *Các vấn đề Phật học*, 6. *Tôn giáo và tôn giáo học*, (tập thể tác giả).7. *Thiền học đời Trần.*(tập thể tác giả). 8. *Thiền Nguyên Thủy và Thiền Phát triển* (tập thể tác giả). 9. *Lịch sử Phật giáo Việt Nam*, Nxb Khoa học xã hội, 1988, (tập thể tác giả) - *theo NNC Nguyễn Đại Đồng sưu khảo*

- **Thích Hoằng Chí** (1955 -2017), Thượng tọa, dịch giả, sinh năm 1955, dòng Lâm Tế Chánh Tông đời 42, thế danh Nguyễn Anh Tâm, đệ tử của HT Thích Trí Tịnh, pháp danh Lệ Tâm, pháp tự Hoằng Chí, pháp hiệu Hân Tâm. Thượng tọa theo học Luật với HT Bình Minh- chùa Hòa Bình, học Nho văn với HT Tuệ Đăng- chùa Kim Cương và cử nhân Hán Nôm đại học Sư Phạm- Sài Gòn. Năm

2013, trụ trì chùa Vạn Thành- Lấp Vò- Đồng Tháp, trú xứ và tri khách chùa Vạn Đức- Thủ Đức, tác phẩm: *Những chuyện niệm Phật cảm ứng mắt thấy tai nghe* ; *Sơ cơ Tịnh nghiệp Chỉ nam* (đồng biên soạn), nguyên quán Lấp Vò- Đồng Tháp, trú quán TP Hồ Chí Minh.

- **Lê Phước Chí** (? - ?), Hòa thượng, dòng Lâm Tế Chúc Thánh đời 42, pháp hiệu Phước Chí, ngài là bào đệ của HT Lê Phước Bình, tức HT Thích Hành Trụ. HT vào Nam hành đạo, khai sơn Chùa Thiên Thới- xã Thới An Hội- huyện Kế Sách- tỉnh Sóc Trăng, trụ trì chùa Thiên Phước- xã Xuân Hòa- huyện kế Sách- Sóc Trăng. Năm 1936, hưởng ứng phong trào CHPG, ngài thành lập hội *Phật Giáo Tương Tế*, xuất bản tạp chí *Bồ Đề Phật học*. Ngài nguyên quán Sông Cầu- Phú Yên, trú quán Sóc Trăng - *theo Biên niên sử PG Sài Gòn Gia Định*

- **Thích Ngộ Chí** (1856 -1935) Hòa thượng, pháp hiệu Phổ Trí, tục danh Nguyễn Tám Văn Nghi, sinh quán huyện Vĩnh Xương, tỉnh Khánh Hòa. Năm 1886, khai sơn Đăng Long tự (Long Sơn Tự), Nha Trang. Năm 1936, theo di nguyện của ngài, chùa được tiến cúng cho Hội An Nam Phật Học để làm trụ sở chấn hưng Phật giáo Khánh Hòa - *theo Thích Vân Phong sưu khảo*

- **Thích Thiền Chí** (1910 -1975), pháp danh Nhật Kỉnh, tục danh Nguyễn Văn Nghiêm, sinh quán tại làng Tân Bình Đông, Chợ Mới, An Giang, (Nay thuộc xã Hội An Đông, huyện Lấp Vò, tỉnh Đồng Tháp). Trụ trì đời thứ hai Phước Ân Cổ tự, rạch Cai Bường, xã Vĩnh Thạnh, huyện Lấp Vò, tỉnh Đồng Tháp. Trụ trì đời thứ ba tổ Đình Khải Phước nguyên, xã Bình Thành, Lấp Vò, Đồng Tháp. Vị Danh tăng nổi tiếng viết chữ đẹp (chữ Hán Nôm), chuyên Thư ký các Đại giới đàn, nổi tiếng xem mạch bốc thuốc Đông y, nổi tiếng bói quẻ Dịch. Đương thời, danh nhân Nguyễn Hiến Lê đến cầu học bói quẻ Dịch (tục gọi là Thủ tọa Cai Bường- Giáo thọ Cai Bường). Suốt đời ngài luôn thiểu dục tri túc, ăn, mặc, ở thật đơn giản nhưng sự uy nghiêm và từ tốn của ngài khiến giới quan chức trong vùng và bá tánh bổn đạo rất kính tin ngưỡng mộ đạo phong của ngài. Phần lớn những đệ tử được giáo dục đào tạo khi đến tuổi trưởng thành đều dấn thân vào đường cứu quốc, và bổn tự là nơi cung cấp quân lương và y tế cho đệ tử chiến sĩ Cách mạng - *theo Thích Vân Phong sưu khảo*

- **Lê Tư Chỉ**, Cư sĩ, giáo sư, sinh năm 1944, NNC Phật học, nguyên là tu sĩ pháp hiệu Thích Phước Định, trước 1975 làm hiệu trưởng trường Bồ Đề Hàm Long- Huế. Sau 1975, ông về tại gia làm giáo sư giảng dạy Triết học các trường đại học. Năm 1997, ông là thành viên Trung tâm Nghiên cứu PGVN, tác phẩm: *Tư Chỉ Lục* ; *Danh Tăng Việt Nam thế kỷ XX (đồng biên soạn),* nguyên quán Bình Định, trú quán TP Hồ Chí Minh.

- **Tổ Phúc Chỉnh** (1866 -1947), Hòa thượng sư tổ, ngài thế danh Nguyễn Thanh Thịnh, quê ở làng Đồng Quỹ, xã Nam Tiến, huyện Nam Trực, tỉnh Nam Định, năm 15 tuổi xuất gia với sư tổ Thích Thanh Hanh- chùa Vĩnh Nghiêm- Bắc Giang. Năm 1886, ngài thọ Đại giới xong, Tổ Thanh Hanh bổ ngài về tỉnh Ninh Bình hoằng pháp độ sinh. Năm 1905, ngài khai sáng chùa Phúc Chỉnh nên mọi người gọi ngài là *Tổ Phúc Chỉnh*. Theo tài liệu của người Pháp ghi chép về ngài như sau:"*... ngài từng chủ trì chùa làng Phúc Am, huyện Gia Khánh một khóa học nâng cao về Phật giáo mỗi năm quy tụ 70 nhà sư. Chùa Phúc Chỉnh trở nên nổi tiếng, vị trụ trì rất được các đệ tử tín phục và họ đã quảng bá kiến thức Phật học sâu rộng của ngài".* Năm 1922, ngài thừa mệnh bổn sư khắc ván bộ *kinh Phật Bản Hạnh*, 1 bộ 10 tập gồm 60 quyển và ấn tống cho các chùa. Năm 1930, Bộ Lễ xét trình và phong cho ngài Phúc Chỉnh chức Tăng cang. Năm 1934, hội PG Bắc kỳ được thành lập, Cư sĩ Nguyễn Năng Quốc làm Chánh hội trưởng, ngài là một trong bốn vị sư Tăng cố vấn chính thức trong Ban Chứng minh đạo sư do HT Thích Thanh Hanh làm Trưởng ban. Sư nghiệp của *Tổ Phúc Chỉnh* rất cao dầy: Trùng tu các chùa *Hưng Long*-xã Phúc Chỉnh ; *Nội Long* và *Bát Long*- xã Phúc Am ; chùa *Liêm Khê*- xã Yên Phong ; chùa *Liên Hoa*- xã Địch Lễ, huyện Mỹ Lộc, tỉnh Nam Định, nguyên quán Nam Định, trú quán Ninh Bình - *theo NNC Nguyễn Đại Đồng sưu khảo*

- **Thích Thanh Chỉnh** (1919 -2009), Hòa thượng, thế danh Nguyễn Phúc Chỉnh, xuất gia năm 1932 với Sư tổ Thích Thanh

Soạn- chùa Hoa Lâm- Thường Tín- Hà Nội, pháp danh Thanh Chỉnh. Năm 1940, ngài thọ đại giới tại giới đàn chùa Hoa Lâm do Sư tổ chùa Thiền Quy làm Đàn đầu truyền giới. Năm 1946, ngài được cử trụ trì chùa Khánh Phúc- Thanh Trì và tham học nơi chốn tổ Linh Quang- Bà Đá. Năm 1947, ngài giữ chức Phó chủ tịch kiêm Chánh thư ký *Hội PG Cứu quốc* huyện Thanh Trì. Năm 1950, ngài về trụ trì chùa Vạn Phúc- Thanh Trì. Năm 1954, ngài kế nghiệp trụ trì tổ đình Hoa Lâm đời thứ 8. Năm 1958, ngài làm Chánh đại diện PG huyện Thanh Trì. Năm 1969, ngài được dự học trường Phật học chuyên khoa do Hội PGTNVN mở tại chùa Quảng Bá. Từ năm 1971-1992, ngài là Chánh thư ký BTS Thành hội PG TP Hà Nội. Năm 1981, ngài là Ủy viên HĐTS GHPGVN và Ủy viên Ban Hoằng pháp TW. Năm 1987, ngài kiêm Phó Ban Kinh tế Tài chánh TW GHPGVN. Năm 1997, ngài giữ chức Phó trưởng BTS kiêm Trưởng ban Giáo dục Tăng ni của Thành hội. Cùng năm, ngài được suy cử Thanh viên Hội đồng Chứng minh GHPGVN. Năm 2002, ngài được bầu làm Trưởng BTS kiêm Trưởng ban Hoằng pháp Thành hội PG và hiệu trưởng trường *Trung cấp Phật học Hà Nội.* Cuối năm 2002, ngài giữ chức Phó thư ký *Hội đồng Chứng minh* GHPGVN. Tháng 12- 2008, ngài được suy tôn vào Ban Chứng minh BTS Thành hội PG Hà Nội mới (Hà Nội-Hà Tây hợp nhất). Ngài xả báo thân ngày 13 tháng 2 năm Kỷ Sửu (09-03-2009) thọ 91 năm, 70 hạ lạp, nguyên quán trú quán Thanh Trì- Hà Nội - *xem thêm ở Danh Tăng Việt Nam tập 3*

Chiêu

- **Thích Huệ Chiếu** (1898 -1965), Hòa thượng, dòng Lâm Tế đời 41, ngài họ Từ, xuất gia năm 12 tuổi với Quốc sư Phước Huệ, pháp danh Không Hoa, pháp hiệu Huệ Chiếu. Năm 15 tuổi, thấy ngài căn tánh thông minh, nên tổ Phước Huệ cho làm thị giả. Năm 1920, ngài được thọ cụ túc giới. Năm 25 tuổi, được giao làm Thủ khố và thay thế bổn sư điều hành tổ đình. Ngài đã được Tăng chúng suy cử trụ trì tổ đình Thập Tháp và được vua phong Sắc tứ để có đủ danh hiệu thay thế Quốc sư đang giảng dạy Phật pháp tại kinh đô. Năm 1945, Quốc sư viên tịch, ngài được kế vị trong thời buổi đất nước loạn ky, nhiều tu sĩ xếp áo cà sa tham gia cách mạng, ngài phải tự mình cày bừa canh tác ruộng đất để gìn giữ môn phong tổ tự. Ngài bền lòng lèo lái phong trào PG Cứu Quốc trong giai đoạn này. Năm 1952, sau khi Giáo hội Tăng già thành lập, ngài được cung thỉnh làm Đàn đầu Hòa thượng trong giới đàn chùa Thiên Bình- An Nhơn. Ngài được bầu làm Trị sự trưởng Giáo hội Tăng già Bình Định. Năm 1954, đất nước tạm đình chiến, ngài bắt tay xây dựng lại tổ đình hoang tàn sau chiến tranh. Năm 1957, trùng tu hoàn tất, ngài tổ chức lễ khánh thành thật long trọng. Năm 1963, ngài lãnh đạo PG Bình Định góp phần đấu tranh cho sự thành công chung của PG nước nhà. Ngài xả báo thân ngày 9 tháng 11 năm 1965, thọ 65 năm, 46 hạ lạp, tháp lập bên cạnh tháp bổn sư, nguyên quán trú quán Tây Sơn- Bình Định - *theo BTS PG Bình Định cung cấp*

-**Thích Huệ Chiếu** (1895 -1970), Hòa thượng, xuất gia từ thuở nhỏ với HT Trừng Tâm- chùa Vĩnh Lộc- Tây Sơn. Đến năm 1919, ngài thọ Đại giới và cầu pháp với HT Chánh Nhơn- chùa Long Khánh- Qui Nhơn, được pháp danh Tâm Tịnh, pháp tự Giải Thoát, pháp hiệu Huệ Chiếu. Năm 1922, ngài được bổn sư bổ về trụ trì chùa Hưng Long- Bình Định. Năm 1930, ngài cùng HT Trừng Khánh vào chùa Hiển Long- tỉnh Vĩnh Long mở lớp gia giáo trong 2 năm do ngài làm chủ giảng. Năm 1932, trong phong trào chấn hưng PG tỉnh nhà, ngài là thành viên sáng lập *hội An Nam Phật học* Bình Định. Năm 1937, ngài về trụ trì chùa Thiên Đức và phát động trùng tu chùa. Năm 1939, ngài trùng tu chùa Long Quang- Thừa Thiên do bổn sư ngài khai sơn. Năm 1942, ngài làn Đường đầu giới đàn chùa Thiên Đức. Năm 1945, trong kháng chiến chống

Pháp, ngài làm Chủ tịch đoàn PG Cứu quốc tỉnh Bình Định. Năm 1947, ngài làm Phó chủ tịch Mặt trận Liên Việt Liên khu 5. Ngài triệu tập chư Tăng 4 tỉnh Nam, Ngãi, Bình- Phú tổ chức thành hội PGVN Liên khu 5 và ngài là Chánh hội trưởng hội Việt Nam Phật Giáo Liên khu 5. Năm 1955, ngài lên Kon Tum khai sơn chùa Trung Khánh, cùng năm này Giáo hội Tăng già Trung Việt ra đời, thỉnh ngài vào hàng Trưởng lão cố vấn cho Giáo hội. Năm 1958, ngài trùng tu tổ đình Long Khánh và chứng minh lễ đúc kim thân Phật tổ bằng đồng cao 2 thước để thờ tại chánh điện chùa. Ngài thị tịch ngày 10 tháng 02 năm Canh Tuất (1970), thọ thế 75 tuổi, Hạ lạp 50, nguyên quán trú quán Bình Định - *xem thêm ở Danh Tăng Việt Nam tập 1*

- **Sư Nguyệt Chiếu** (1882 -1947), Thiền sư, Nhạc sư, cùng thời với Nhạc sư Cao Văn Lầu, danh sư cổ nhạc tỉnh Bạc Liêu, thế danh Lưu Hữu Phước, người nổi tiếng học giỏi chữ Hán từ năm lên 10 tuổi và trở thành huyền thoại trong giới tăng ni Phật tử cũng như trong giới văn nghệ sĩ cổ truyền đất Nam Bộ, đặc biệt là tỉnh Bạc Liêu, xuất gia năm 1902, pháp danh Đạt Bảo, pháp hiệu Nguyệt Chiếu. Bổn sư của ông vốn là người giỏi về nhạc lễ, nên đã truyền trao cho ông sở đắc về môn này, ông hấp thu trọn vẹn và trên bước đường cùng thầy đi du hóa, ông học hỏi thêm rất nhiều. Sau khi bổn sư viên tịch, Sư Nguyệt Chiếu trở về Bạc Liêu trú xứ ở chùa Vĩnh Phước An. Trụ trì chùa này là HT Minh Bảo, nguyên là chú vợ của Nhạc Khị (Sáu Lầu). Nhân duyên đó nên Sư Nguyệt Chiếu và Nhạc Khị trở thành bạn tâm giao. Hai người hợp tác thực hiện rất nhiều công trình canh tân, sáng tác và chỉnh tu cổ nhạc, mở đầu cho sự hình thành trường phái cổ nhạc Bạc Liêu, tạo dựng nhiều phong trào đờn ca tài tử; ca ra bộ; phục hưng lễ nhạc cổ truyền...Sư Nguyệt Chiếu đã ra công sưu tầm, hiệu đính các bài bản cổ nhạc. Sau đó, Nhạc Khị nhuận sắc làm tài liệu giảng dạy được in trong sách *Ca nhạc cổ điển* (1962) của soạn giả Trịnh Thiên Tư. Có thuyết cho rằng, bài *Dạ cổ hoài lang* là của Sư Nguyệt Chiếu góp phần sáng tác. Vài năm sau, Sư Nguyệt Chiếu được HT Xuân

Phong mời về chùa Vĩnh Đức mở lớp đào tạo, ông thu nhận học trò rất đông để phổ biến về nhạc lễ. Khoảng năm 1925, ông nhận lời mời của HT Huệ Bình đào tạo một đội nhạc công cho chùa Anh Thạnh Linh, học trò của ông sau này là những nhạc sư danh tiếng. Ông còn khả năng đặc biệt là tự làm nhạc cụ rất nổi tiếng. Ông có công lớn trong việc duy trì, thừa kế, phát triển nhạc lễ phương Nam. Ông xả báo thân ngày 16 tháng 8 năm Đinh Hợi (30-09-1947) thọ 65 năm, nguyên quán trú quán Bạc Liêu - *xem thêm ở Danh Tăng Việt Nam tập 3*

- **Thích Pháp Chiếu** (1935 -2014), Hòa thượng, dong Lâm Tế Chúc Thánh đời 41, thế danh Trần Mnh Ngọc, quy y Tam bảo với HT Cam Lồ tại chùa Thắng Quang, pháp danh Như Minh. Năm 1956, ngài xuất gia với HT Từ Thiện- tịnh xá An Lạc- xã Long Hải- Long Điền- Bà Rịa và tu học ở chùa Châu Viên trên núi Kỳ Vân- Bà Rịa. Năm 1957, ngài thọ Sa di phương trượng và được bổn sư ban pháp hiệu là Pháp Chiếu. Năm 1959, ngài thọ Tỳ kheo tại giới đàn chùa Vạn Thọ- Tân Định- Sài Gòn do HT Hải Tràng là Đàn đầu truyền giới. Năm 1960, ngài nhập Hạ tại chùa Phổ Quang- Phú Nhuận, nơi đây ngài có nhân duyên với HT Thiện Hoa, nghe HT khuyên nên theo Phật học và tặng cho ngài áo ca sa để chuyển từ Khất sĩ sang Bắc tông, cũng như giới thiệu ngài vào học tại PHV Phước Hòa- Trà Vinh. Năm 1965, ngài tiếp tục theo học PHV Trung đẳng chuyên khoa Huệ Nghiêm- Bình Chánh và được tín nhiệm giữ chức Quản viện. Ngài viết nhiều bài báo trên nguyệt san Phật học, bút danh Tùng Vân, Tùng Băng...Năm 1969, ngài được cử làm giáo thọ lớp Trung cấp PHV Hải Đức Nha Trang. Năm 1976, ngài nhận lời kế thừa trụ trì tổ đình Sắc tứ Giác Nguyên- Lâm Đồng. Năm 1990, ngài là Phó hiệu trưởng trường Cơ bản Phật học Lâm Đồng. Năm 2001, ngài khai sơn chùa Giác Châu- xã Ka Đơn- Đơn Dương. Năm 2010, khai sơn chùa Giác Hưng- xã P'ró- Đơn Dương. Từ năm 1986-2008, giới đức kiêm ưu, ngài luôn được thỉnh làm Giới sư tại các giới đàn của tỉnh hội Lâm Đồng khai mở. Năm 1982, ngài được cử làm Phó trưởng BTS PG tỉnh Lâm Đồng kiêm Chánh đại diện PG huyện Đơn Dương. Năm 2002, ngài được suy cử là Ủy viên HĐTS GHPGVN. Năm 2008, ngài là Trưởng BTS PG kiêm hiệu trưởng trường Trung cấp Phật học tỉnh Lâm Đồng.Ngài còn là Ủy viên UBMTTQ tỉnh Lâm Đồng nhiều khóa và được Giáo hội, Nhà nước, chính quyền các cấp tặng thưởng nhiều huy chương, bằng khen, giấy khen...Ngài xả báo thân ngày 30 tháng 8 năm Giáp Ngọ (23-09-2014) thọ 80 năm, 55 hạ lạp, nguyên quán Hoài Đức- Bình Định, trú quán Đơn Dương- Lâm Đồng - *theo tư liệu BTS PG Lâm Đồng cung cấp*

- **Sư Thiện Chiếu** (1898 -1974), thế danh Nguyễn Văn Tài, Nguyễn Văn Sáng, bút hiệu Xích Liên, xuất gia từ nhỏ ở chùa Long Phước- Gò Công, ông tinh thông văn hóa Đông Tây, theo tư tưởng cấp tiến. Năm 1926, ông trụ trì chùa Linh Sơn- Sài Gòn. Năm 1928, ông cộng tác với các HT Khánh Hòa, Từ Nhẫn, Chơn Huệ và Thiện Niệm thành lập *Thích học đường* và *Phật học thư xã* tại chùa Linh Sơn. Ngày 23-3-1937, hợp tác với HT TríThiền-chùa sắc tứ Tam Bảo- Rạch Giá lập *hội Phật giáo Kiêm Tế*, xuất bản tờ *Tiến Hóa*. Năm 1940, ông tham gia phong trào Nam kỳ khởi nghĩa ở Hóc Môn, bị bắt đày đi Côn Đảo. Tháng 8-1945, cách mạng thành công, ông trở về Gò Công làm Phó chủ tịch Ủy ban Hành chánh kháng chiến tỉnh. sau ông thoát ly kháng chiến, tập kết ra Bắc làm nhà nghiên cứu Hán văn và dịch giải một số kinh sách Phật, tác phẩm: *Phật hóa Tân thanh niên ; Phật giáo tổng yếu ; Phật học vấn đáp ; Tranh biện ; Phật giáo và Vô thần luận ; Tôn giáo ; Chân lý của Đại thừa và Tiểu thừa ;Tại sao tôi cám ơn đạo Phật ; Triết lý đạo Phật* (dịch kinh Lăng Nghiêm) *; Cái thang Phật học ; Phật pháp là Phật pháp ; Kinh Pháp Cú,* nguyên quán Gò Công, trú quán Hà Nội - *xem thêm ở Danh Tăng Việt Nam tập 1*

- **Thích Thường Chiếu** (1914 -1998), Hòa thượng, pháp danh Như Thượng, pháp hiệu Thường Chiếu, thế danh Lê Thượng. Năm 1941, ngài cùng với các ngài Tịch Chiếu, Viên Chiếu nghe danh Hòa thượng Chơn Phổ-Nhẫn Tế Minh Tịnh, đắc pháp từ Tây Tạng về Bình Dương hoằng pháp, nên lặn lội từ miền Trung vào chùa Tây Tạng-Bình Dương xin được xuất gia. Điều này tương ứng với sự thọ ký của các vị Lạt ma nên HT Chơn Phổ hoan hỷ nhận làm đệ tử. Năm 1942, được HT bổn sư giao cho trông coi ngôi chùa Lâm Huê-Gia Định, và ngài trụ lại đây cho đến cuối đời. Năm 1968, chùa Lâm Huê bị chiến tranh thiêu rụi, ngài kết thảo am bằng tranh để tu tập, mãi đến năm 1983 mới sửa sang lại. Với đạo pháp, ngài là biểu tượng cho sự tu trì, không màng thế sự động tâm, quả là một tấm gương giải thoát đáng kính, nguyên quán Thừa Thiên Huế, trú quán Gia Định - *theo Chư tôn Thiền đức&Cư sĩ hữu công Thuận Hóa*

- Thích Tuệ Chiếu (1942 -2015), Hòa thượng, dòng Lâm Tế Gia Phổ đời 40, pháp danh Hồng Liên, pháp tự Thiện Uẩn, pháp hiệu Tuệ Chiếu, thế danh Lưu Đắc Thụy, xuất gia với HT Tịnh Nghiêm-chùa Thành Hoa-Chợ Mới-Long Xuyên. giáo thọ các trường Bồ Đề An Giang, Hậu Giang, Cần Thơ, Sóc Trăng, Bạc Liêu... Giám đốc trường Bồ Đề Chợ Mới-An Giang, trước 1975, tham gia Tuyên úy PG BTL Quân đoàn 4 - Quân khu 4. Sau 1975 định cư tại Hoa Kỳ, Tổng vụ phó Tổng vụ Tăng sự GHPGVNTN Hải Ngoại tại Hoa Kỳ, trụ trì chùa Viên Giác-Richmond-Virginia, nguyên quán Hải Phòng, trú quán Hoa Kỳ - *theo trang nhà www.buddhistedu.org*

- Tế Viên Trừng Chiêu (? -1859), Hòa thượng, trụ trì chùa Kiểng Phước (Cảnh Phúc)-Phú Thọ-Gia Định, viên tịch tại chùa này, đệ tử là Liễu Tâm-Mật Đa kế thế trụ trì, chưa có thêm thông tin - *theo Biên niên sử PG Sài Gòn Gia Định*

- Viên Chiếu (1892 -1943), Hòa thượng, năm 1935, ngài xuất gia học đạo, cùng với sư đệ là Thường Chiếu lặn lội từ Huế vào Nam, có lúc sang tận Cao Miên để tầm sư học đạo. Năm 1941, ngài được Hòa thượng Chơn Phổ-Nhẫn Tế chùa Thiên Chơn thế độ, đặt pháp danh Như Cự, pháp hiệu Viên Chiếu. Sau ngài xin theo Hòa thượng Quảng Đức ra Khánh Hòa tu học, đến năm 1943 ngài viên tịch trong tư thế thiền định, nguyên quán Thừa Thiên huế, trú quán Khánh Hòa - *theo Chư tôn Thiền đức&Cư sĩ hữu công Thuận Hóa*

Cho

- **Bửu Chơn** (1911 -1979), Hòa thượng, hệ phái PG Nam Tông Việt Nam, thế danh Phạm Văn Tông, xuất gia tại Campuchia năm 1940. Năm 1951, ngài về Việt Nam truyền bá giáo pháp Nguyên thủy. Năm 1952, ngài sang Tích Lan nghiên cứu Phật học và cung thỉnh ngọc Xá Lợi Phật đem về Việt Nam. Năm 1954, ngài dẫn đầu phái đoàn Việt Nam tham dự Hội nghị Kết tập Tam tạng Pàli lần thứ 6 tại Rangoon- Miến Điện. Năm 1957, ngài được cung thỉnh làm Tăng thống *Giáo hội Tăng già Nguyên thủy Việt Nam*. Trong pháp nạn PG 1963, ngài giữ chức Phó chủ tịch *Ủy ban Liên phái Bảo vệ PG*. Sau năm 1975, ngài là Phó chủ tịch *Ban liên lạc PG Yêu nước* TP Hồ Chí Minh. Năm 1979, ngài dẫn phái đoàn PGVN sang Campuchia tổ chức lễ truyền giới Tỳ kheo cho các nhà Sư sau nạn diệt chủng Pôn-Pốt và viên tịch tại Phnom-Pênh ngày 21-9-1979, thọ 69 tuổi đời với 30 tuổi đạo. Tác phẩm ngài trước tác và phiên dịch: *Cư sĩ thực hành ; Tứ Thanh tịnh giới ; Pháp Xã ; Chuyển Pháp Luân ; Bồ tát khổ hạnh ; Hàng rào giai cấp ; Niệm thân ; Chánh giác tông ; Tội Ngũ uẩn ; Truyện Ngạ quỹ ; Quả báo Sa môn ; Nhân quả liên quan ; Kho tàng Pháp bảo ; Pháp Đầu đà ; Tà kiến Chánh kiến ; Hội nghị Quốc tế ; Văn phạm Pàli ; Định luật thiên nhiên của vũ trụ ; Tự điển Pa2li - Việt Nam.* Ngài nguyên quán Sa Đéc, trú quán TP Hồ Chí Minh - *xem thêm ở Danh Tăng Việt Nam tập 1*

- **Thích Đồng Chơn** (1914 -1990), Hòa thượng, dòng Lâm Tế Chúc Thánh đời 43, thế danh Nguyễn Văn Kỉnh, xuất gia với HT

Thị Bình-Diệu Khai-chùa Viên Thông-Huế, pháp danh Đồng Chơn, pháp tự Thông Niệm. Năm 1942, ngài vào Quảng Nam trụ trì chùa Pháp Bảo-Hội An. Tại đây, ngài cầu pháp với HT Phổ Thoại, được pháp hiệu Long Hưng. Năm 1949, ngài trụ trì chùa Bảo Thắng. Năm 1957, ngài trụ trì chùa Bát Nhã-thị xã Đà Nẵng. Trong pháp nạn 1963, ngài phát nguyện tự thiêu nhưng không được Giáo hội chấp nhận. Năm 1971-1983, ngài chuyên tâm trùng tu chùa Bát Nhã rạng rỡ ngày nay, nguyên quán Thừa Thiên Huế, trú quán Đà Nẵng - *theo Chư tôn Thiền đức&Cư sĩ hữu công Thuận Hóa*

- **Thích Đồng Chơn** (1936 -2006), Hòa thượng, giảng sư đoàn GHPGVNTN, khai sơn chùa Thiền Lâm quận 11, nguyên trưởng phòng Tuyên úy PG thuộc sư đoàn 25 bộ binh, cố vấn giáo hạnh chùa Bồ Đề bang Pennsylvania, nguyên quán Bình Định, trú quán Hoa Kỳ.

- **Thích Hiển Chơn** (1918 -1991), Hòa thượng, tác gia, Sử gia, dịch giả, dòng Thiền Lâm Tế Chánh Tông đời thứ 40, thế danh Lê Thanh Tòng, bút hiệu Vân Thanh, xuất gia tại tổ đình Tuyên Linh-Bến Tre, được HT Như Trí Khánh Hòa thu nhận làm đệ tử, pháp danh Hồng Tòng hiệu Hiển Chơn. Ngài từng trải qua các PHĐ Lưỡng Xuyên- Trà Vinh, PHĐ Báo Quốc- Huế, đồng học với chư vị HT Thiện Hòa, Thiện Hoa, Trí Tịnh, Hành Trụ, Huyền Quang, Hiển Thụy, Hiển Không, Bửu Đạt, Huệ Phương, Chánh Viên... Do tình hình chiến tranh loạn lạc, ngài cùng chư vị pháp lữ trở về Sài Gòn tiếp tục sự nghiệp hoằng pháp lợi sinh, ngài chẳng những giỏi Việt văn lại thông thạo các ngoại ngữ, Hán nôm, Anh, Pháp, Nhật. Những thập niên 1954-1960, ngài vòng quanh Âu, Mỹ và các quốc gia châu Á để nghiên cứu văn hóa lịch sử tôn giáo và tùy duyên thừa hành Phật sự. Tác phẩm dịch thuật trước tác: *Hồi ký về cuộc Du hóa các Quốc gia* ; *Biện minh về Tu chứng trong Đạo Phật* ; *Biện minh về Giải thoát trong Đạo Phật* ; *Nghi thức Trì chú Đà La ni* ; *Tọa Thiền Niệm Phật* ; *Lược khảo Sử Phật giáo và các Tông* *phái* (xuất bản năm 1974); *Niệm Phật Tam Muội* (dịch với bút danh Sa môn Hiển Chơn); *Sự Lý để Tu hành...* Suốt cuộc đời ngài chẳng màng đến chức quyền, danh lợi, chỉ chuyên tâm hoằng pháp, giáo dục, trước tác, dịch thuật... vân du cùng khắp đó đây, tùy duyên ứng cơ tiếp vật, câu nói nổi tiếng của ngài mãi vang vọng đến hàng hậu học: *"Thà thắp lên một ngọn đèn leo lét trong đêm đen, còn hơn ngồi yên để nguyền rủa bóng đêm..."*. Ta bà quả mãn, ngài an nhiên viên tịch tại Tuyền Lâm tự, ngày 28 tháng 7 năm Tân Mùi (06-09-1991), trụ thế 74 xuân, giới lạp 49 hạ, nguyên quán Mõ Cày- Bến Tre, trú quán khắp nhân gian. *theo Thích Vân Phong biên khảo*

- **Thích Khế Chơn,** Hòa thượng, Ủy viên Thường trực HĐTS GHPGVN, Phó trưởng ban Hướng Phật tử TW GHPGVN, Phó trưởng ban Thường trực BTS GHPGVN Thừa Thiên Huế kiêm Trưởng ban Hướng dẫn Phật tử Thừa Thiên Huế, trụ trì chùa Thiên Minh-Huế, nguyên quán trú quán Thừa Thiên Huế.

- **Tánh Huệ-Nhất Chơn** (? -1851), Hòa thượng, đệ tử tổ Phổ Tịnh, năm 1946, trụ trì Linh Hựu quán-Huế, Tăng cang quốc tự Diệu Đế rồi Tăng cang chùa Linh Mụ-Huế, năm 1850, ngài khai sơn chùa Từ Quang-làng Dương Hòa-Huế, nguyên quán Bình Định, trú quán Thừa Thiên Huế - *theo Chư tôn Thiền đức&Cư sĩ hữu công PG Thuận Hóa*

- **Kim Tốc Chơn** (1932 -?), Hòa thượng, xuất gia năm 1950 tại chùa Đom Boong Park- Trà Cú- Trà Vinh. Năm 1954, ngài thọ Tỳ kheo với HT Thạch Khmau- chùa Pro Khúp- Duyên Hải- Trà Vinh, pháp danh *Kanta Dhammo*. Ngài học hành uyên thâm, được cử đi dạy học Viniya (Phật học) ở các chùa Khmer trong tỉnh. Năm 1962, ngài được ông Trần Lái- cán bộ cách mạng và ông Thạch SaBute, Tỉnh ủy viên, Trưởng ban Khmer vận tỉnh Trà Vinh kết nạp vào đảng Cộng sản Việt Nam. Năm 1960, ngài tham gia ban lãnh đạo, trực tiếp điều động các sư sãi hơn 60 ngàn người biểu tình chống lại chính quyền Ngô Đình Diệm. Sau phong trào biểu tình, rất nhiều nhà sư đã thoát ly theo cách mạng. Từ năm 1964-1975, ngài đến trú xứ và hoạt động cách mạng tại chùa Bà Giam do HT Jothather Kim Chao làm trụ trì. Ngài giữ chức Phó chủ tịch *Mặt trận Dân tộc Giải phóng* kiêm Trưởng ban Sãi vận huyện Trà Cú. Thời gian sau, ngài được cử giữ chức Ủy viên Ủy ban *Mặt trận Dân tộc Giải phóng*, Trưởng ban Sãi vận kiêm Hội trưởng *Hội Đoàn kết Sư sãi Yêu nước* tỉnh Trà Vinh. Năm 1976, ngài được Đại hội PG Khmer toàn tỉnh bầu làm Trưởng ban PG Nam Tông Khmer tỉnh kiêm Phó BTS PG tỉnh Cửu Long. Năm 1981, ngài được bầu làm Ủy viên HĐTS GHPGVN kiêm Trưởng BTS GHPGVN tỉnh Trà Vinh. Thời gian cuối đời, ngài chăm lo công việc chùa chiền và văn hóa cho đồng bào Khmer ở tỉnh Trà Vinh. Không rõ ngài viên tịch năm nào trong thập niên 1980, ngài nguyên quán trú quán Trà Vinh - *theo tư liệu BTS PG tỉnh Trà Vinh cung cấp*

- **Thích Quảng Chơn**, Thượng tọa, sinh năm 1967, đệ tử cố Thượng tọa Thích Minh Phát- chùa Ấn Quang, hiện là Tri sự tổ đình Ấn Quang, Phó ban Nghi lễ Ban Trị sự Giáo hội Phật giáo Việt Nam TP Hồ Chí Minh, nguyên quán Hà Nam, trú quán TP Hồ Chí Minh.

- **Thích Pháp Chơn**, trụ trì Trung tâm Liễu Quán-San Jose, California-Hoa Kỳ, sáng lập Hội thiện nguyện ICAN (International Children Assistance Network) nhằm giúp đỡ các trẻ em nghèo bất hạnh tại Việt Nam. Đặc biệt, Trung tâm Liễu Quán có bộ kinh Pháp Cú khắc trên đá được hoàn thành vào năm 2012. Có tất cả 75 trụ đá cẩm thạch 6 mặt, mỗi trụ cao 1,93m, nặng 1.600kg. 73 trụ đá khắc bộ kinh Pháp Cú bằng 3 ngôn ngữ: Việt, Anh, Hoa. Kinh Pháp Cú thuộc tiểu bộ của Đại Tạng Pali. Kinh có 26 phẩm được kết tập và sắp xếp theo từng chủ đề gồm 423 kệ ngôn được đức Phật tuyên thuyết trong nhiều trường hợp với nhiều đối tượng khác nhau ở cả 2 giới xuất gia và tại gia. Đây chính là Giáo pháp chân thực mà đức Phật đã khai thị cho thế gian. Có 1 trụ đá khắc các bài chú Đại Bảo, chú Đại Bi, chú Chuẩn Đề, chú Vãng Sanh và 1 trụ đá khắc 3 pháp quy y, 5 giới của Phật tử … Công trình do Tỳ kheo

Thích Pháp Chơn khởi xướng và Phật tử chùa Liễu Quán cúng dường. nguyên quán Thừa Thiên Huế, trú quán Hoa Kỳ - *theo Thích Vân Phong sưu khảo*

- **Thích Thiện Chơn** (19114 1992), Hòa thượng, Đốc giáo Phật học viện Vạn An-Sa Đéc, Pháp sư Kiểu Lợi, trụ trì chùa Phước Duyên, Mỹ Tho, nguyên quán Bến Tre, trú quán Tiền Giang - *xem thêm ở Danh Tăng Việt Nam tập 1*

- **Thích Thiện Chơn** (1934 -1977), Thượng tọa, dòng Lâm Tế Gia Phổ đời 43, xuất gia với HT Thiện Phước, tức Đức Mẫu Trầu- tổ đình Linh Sơn- núi Dinh- Bà Rịa, pháp danh Thiện Chơn. Năm 1962, được gia nhập *Đoàn Du tăng Khất sĩ Non Bồng*. Năm 1961- 1964, là học Tăng PHĐ *Tây phương Bồng Đảo*. Năm 1966, nhận lệnh bổn sư cùng với Ni sư Huệ Giác về xã Bửu Hòa, quận Đức Tu, tỉnh Biên Hòa nhận phần đất cúng dường của Phật tử để xây dựng *Quan Âm tu viện*, đồng thời xây dựng thêm Trường học, Phật học đường, Cô nhi viện... Năm 1967, trong hội nghị thành lập *Giáo đoàn Du tăng Khất sĩ Non bồng* Giáo đoàn III, Sư được cử làm Tăng trưởng của Giáo đoàn. Năm 1968, Sư được cử làm Phó giám đốc Cô nhi viện *Phước Lộc Thọ* kiêm trụ trì Quan Âm tu viện, nguyên quán Nhà Bè- Gia Định, trú quán Biên Hòa- Đồng Nai - *theo trang nhà www.linhsonphatgiao.com*

- **Thích Trí Chơn** (1933 -2011), Hòa thượng, thế danh Trương Xuân Bình, xuất gia tại Chùa Linh Mụ, Huế (Thừa Thiên), đệ tử của Cố Đại Lão Hòa Thượng Thích Đôn Hậu, Tiến sĩ triết học PG tại Ấn độ, giảng sư Tổng hội Phật giáo Việt Nam tại Hoa Kỳ, tác gia, Các dịch phẩm của Ngài , đã in: *Phật Giáo Vấn Đáp (The Buddhist Catechism)* song ngữ Anh Việt, do Phật Học Viện Quốc Tế xuất bản năm 1987, tái bản năm 1990 ; *Phật Giáo, Hòa Bình Thế Giới và Chiến Tranh Nguyên Tử (Buddhism, World Peace and Nuclear War)*, Tổng vụ Văn Hóa, Giáo Hội Phật Giáo Việt Nam Thống Nhất (GHPGVNTN) tại Hoa Kỳ xuất bản năm 1990 ; *Con Đường Dẫn Đến Chân Hạnh Phúc (The Blueprint ofHappiness)* Anh Việt, Tổng Vụ Văn Hóa, GHPGVNTN tại Hoa Kỳ xuất bản năm 1991 ; *Một Vài Kiến Thức Về Phật Giáo (Some*

Knowledgeabout Buddhism) Anh Việt, Tổng Vụ Văn Hóa, GH PGVNTN tại Hoa Kỳ xuất bản năm 1991 ; *Phật Giáo Yếu Lược (Buddhism in A Nutshell)* Anh Việt, Vụ Văn Hóa, GHPGVNTN Hải Ngoại tại Hoa Kỳ ấn hành năm 1992 ; *Những Mẫu Chuyện Tiền Thân Đức Phật, tập 1 (The Stories of Buddha's Former Births), Vol.1,* Anh Việt, Vụ Văn Hóa, GHPGVNTN Hải Ngoại tại Hoa Kỳ xuất bản năm 1993 ; *Cuộc Đời Đức Phật (The Story of Buddha)* Anh Việt, Vụ Văn Hóa GHPGVNTN Hải Ngoại tại Hoa Kỳ ấn hành năm 1994 ; *Những Đóng Góp To Lớn Của Các Học Giả Anh Quốc Cho Nền Phật Giáo Âu Mỹ,* Chùa Phổ Môn, Sioux City (Iowa) xuất bản năm 1996 ; *Lòng Thương Yêu Sự Sống, tập 1 (The Love of Life) Vol.1,* Anh Việt, Chùa Lục Hòa, Dorchester (Massachusetts) ấn hành năm 2001 ; *Lòng Thương Yêu Sự Sống, tập 2 (The Love of Life), Vol.2,* Anh Việt, Chùa Tây Phương, Gainesville, (Georgia) xuất bản năm 2002, nguyên quán Phan Thiết- Bình Thuận, trú quán Hoa Kỳ.

- **Thích Trí Chơn**, thế danh Trần Quang Luận, sinh năm 1963, Thượng tọa, Giảng sư, phát ngôn viên GHPGVN, trụ trì tu viện Khánh An-quận 12 (Hóc Môn), trụ trì chùa Giác Đạo, Cộng hòa Séc, trụ trì chùa Nhân Hòa, Cộng hoà Ba Lan, trụ trì chùa Pháp Hoa, Cộng hòa Liên bang Đức, giảng dạy tại Học viện PG Tp. HCM môn Nghệ thuật Dẫn chương trình, nguyên quán Gia Lai, trú quán TP Hồ Chí Minh.

- **Thích Nữ Trí Chơn** (1917 -1967) , Ni cô, thánh tử đạo, tự thiêu ngày 8-10-1967 tại chùa Quan Âm-Sa Đéc lúc ấy 50 tuổi, để phản đối chính quyền công nhận hiến chương PG 23/67 của khối VNQT, - *theo Biên niên sử PG Sài Gòn Gia Định*

Chu

- **Lương Hoàng Chuẩn** (1919 -1976), Cư sĩ, huynh trưởng GĐPT, pháp danh Nguyên Y. Lúc còn niên thiếu sinh hoạt trong *Gia đình Phật Hóa Phổ* ở Khuôn hội Phú Hòa. Năm 1952, khi GĐPT Việt

Nam được thành lập, Cư sĩ là Đoàn trưởng Oanh Vũ GĐPT Phú Hòa. Sau đó, anh được bầu làm Trưởng ban Hướng dẫn GĐPT Thừa Thiên và Ủy viên Oanh Vũ Ban Hướng dẫn GĐPT Trung phần. Năm 1957, Cư sĩ đưa gia đình vào Đà Nẵng làm việc và được Đại hội Huynh trưởng Đà Nẵng cử làm Trưởng ban Hướng dẫn GĐPT Đà Nẵng liên tiếp từ 1957-1964. Pháp nạn 1963 và 1966, anh tích cực tham gia và bị bắt đày ra đảo Phú Quốc cùng với một số anh em GĐPT. Năm 1967 anh được trả tự do nhưng mất nhiệm sở, năm 1968 anh đưa gia đình vào Sài Gòn làm việc với BHD Trung ương giữ chức Phó trưởng BHD ngành Nam kiêm Đại diện BHD Trung ương miền Quảng Đức. Năm 1969, Cư sĩ làm Trưởng BHD TW GĐPT Việt Nam, Quyền Vụ trưởng GĐPT vụ trong Tổng vụ Thanh niên. Kế đến anh được Viện Hóa Đạo mời giữ chức Phụ tá Tổng vụ trưởng Tổng vụ Thanh niên. Với phẩm chất đạo đức và khả năng lãnh đạo nhạy bén trong mọi lĩnh vực phật sự, Cư sĩ được xếp vào hàng Huynh trưởng cấp Dũng năm 1970. Cư sĩ ra đi đột ngột vì tai biến mạch máu não ngày 25-10-1976, nguyên quán Thừa Thiên Huế, trú quán TP Hồ Chí Minh - *theo Chư tôn Thiền đức&Cư sĩ hữu công Thuận Hóa*

- **Thích Bửu Chung** (1881 -1947), Hòa thượng, thế danh Nguyễn Văn Kim, pháp danh Như Kim, lên Sài Gòn học với tổ Minh Hòa-Hoan Hỷ- chùa Long Thạnh, ngài được pháp hiệu Bửu Chung. Năm 1901, ngài trụ trì chùa Thiền Lâm- Nha Mân. Năm 1905, ngài được mời trụ trì thêm chùa Long Phước- Rạch Ông Yên- Nha Mân. Ngài là một pháp sư danh tiếng thời chấn hưng, được tổ Phi Lai- Chí Thiền mời thuyết pháp tại đạo tràng chùa Phi Lai, bài pháp được ghi lại thành sách lưu giữ ở chùa Phi Lai- Châu Đốc. Là một nhà sư yêu nước, ngài tham gia tổ chức *Thiên Địa Hội* chống Pháp, bị bắt giam một thời gian. Ngài ủng hộ tổ chức *Thanh niên Tiền Phong,* dùng tài lực nhà chùa giúp đỡ cho đến khi cách mạng năm 1945 thành công, nguyên quán Long Xuyên, trú quán Sa Đéc - *xem thêm ở Danh Tăng Việt Nam tập 1*

- **Thích Phước Chữ** (1858 -1940), Hòa thượng, có sách ghi là Thích Phước Chỉ, ngài thế danh Nguyễn Huấn, năm 1872 xuất gia với HT Diệu Giác- chùa Diệu Đế, pháp danh Thanh Thái, pháp tự Phước Chữ. Năm 1879, ngài được chỉ định làm Tri sự chùa Tường Vân. Năm 1889, ngài trùng tu chùa Tường Vân và kiêm Tri sự chùa Từ Hiếu. Năm 1912, ngài được vua sắc trụ trì chùa Thánh Duyên- núi Túy Vân. Năm 1932, ngài được phong Tăng cang chùa Thánh Duyên. Năm 1937, ngài được phong Tăng cang chùa Diệu Đế. Ngài xả báo thân ngày 17 tháng Chạp năm Kỷ Mão (1940), thọ 82 năm, 58 năm hành đạo, nguyên quán Quảng Trị, trú quán Thừa Thiên Huế - *xem thêm ở Danh Tăng Việt Nam tập 2*

- **Trần Hữu Chương** (? -?), Cư sĩ, nhà nho, thầy thuốc, trí thức yêu nước, ông là bạn tâm giao với cụ Phó bảng Nguyễn Sinh Sắc, và là người mời cụ Phó bảng đến thăm chùa Tuyên Linh cùng đàm đạo với HT Khánh Hòa tại đây. Nguyên Bí thư kỳ bộ Nam Kỳ của Tân Việt, một trong những sáng lập viên Đông Dương Cộng sản Liên đoàn?, Ông Chương vốn là đảng viên đảng Tân Việt, được HT Khánh Hòa ủng hộ đã mở lớp dạy chữ Nho và dạy thuốc tại chùa Tuyên Linh để có cơ hội tập hợp sĩ phu yêu nước. Chưa rõ thân thế nguyên quán, trú quán Mỏ Cày- Bến Tre.

- **Thích Thanh Chương** (1965 -2013),Thượng tọa, pháp danh Nhật Lành thế danh Trần Đức Lành, xã Liêu Tú, huyện Trần Đề, tỉnh Sóc Trăng. Học vị Tiến sỹ, Trụ trì chùa Quan Âm, thị trấn Đại Ngãi, huyện Long Phú, tỉnh Sóc Trăng, Trụ trì chùa Long Thiền, huyện Long Phú, Sóc Trăng, Trụ trì trùng tu Vĩnh Hưng tự, Tp. Sóc Trăng. Ủy viên Ban Giáo dục Tăng Ni Trung ương GHPGVN; Ủy viên Ban Phật giáo Quốc tế Trung ương GHPGVN; Phó Trưởng ban Trị sự GHPGVN tỉnh Sóc Trăng; Trưởng Ban Giáo dục Tăng Ni Tỉnh Sóc Trăng; Đồng Hiệu Trưởng Trường Trung Cấp Phật học tỉnh Sóc Trăng. Nguyên quán, trú quán Sóc Trăng - *theo Thích Vân Phong sưu khảo*

- **Ngô Văn Chương** (? -?), Cư sĩ, hiệu là Thái Bình, chưa rõ thân thế, năm 1928, ông là một trong hai người cư sĩ là thành viên sáng lập *hội Nam kỳ Nghiên cứu Phật học* cùng với ông Trần Nguyên Chấn, trụ sở đặt tại chùa Linh Sơn-Sài Gòn. Trước đó, chư tăng dự định thành lập hội *"Chấn hưng Phật giáo"* cử ông Thái Bình-Ngô Văn Chương và Trần Nguyên Chấn làm thủ quỹ, nhưng xin phép không được - *theo Biên niên sử PG Sài Gòn Gia Định.*

- **Sư Danh Chướp**, Hòa thượng, hệ phái PG Nam Tông Khmer, sinh năm 1944, tự là Danh Tân, xuất gia năm 19 tuổi tại chùa Sóc Ven- huyện Gò Quao- Kiên Giang. Năm 21 tuổi, thọ Tỳ kheo và được đi học kinh luật tại chùa Đường Xuồng- Giồng Riềng. Năm 1973, ngài giữ chức trụ trì chùa Láng Cát (Rantanaransì). Lúc bấy giờ, chính quyền lập ra tổ chức gọi là Mekon để tập họp Sư sãi trong tỉnh dưới quyền điều động của văn phòng đặt tại chùa Láng Cát do sư Danh Bao và Công Xa Phan điều khiển. Ngài Danh Chướp dưới danh nghĩa là phó Mekon, nhưng thực ra được cách mạng giác ngộ từ lâu, có chân trong *Hội Đoàn kết Sư sãi Yêu nước.* Năm 1972, Sư Danh Chướp đã vận động được 300 lính thuộc sư đoàn 9 và 21 bỏ ngũ, cạo đầu và mặc áo cà sa trốn về quê. Cùng năm đó, sư đoàn 21 vào chùa đặt tổng đài điện thoại. Sư Danh Chướp cầm đầu sư sãi trong chùa ra phản đối và đập phá máy móc khiến địch phải tháo dỡ dời đi nơi khác. Năm 1973, Sư Danh Chướp qua Sóc Trăng biểu tình giải thoát cho 300 sư sãi bị giam giữ trong trường Hoàng Diệu, cuộc tranh đấu thành công tháng lợi. Năm 1974, Sư dẫn đầu đoàn Sư sãi biểu tình chống bắt lính tại Rạch Giá. Cuộc biểu tình thắng lợi nhưng phải trả giá bằng sự hy sinh của bốn vị sư liệt sĩ ấp Cù Là- Châu Thành- Kiên Giang. Trong chiến dịch Hồ Chí Minh 1975, Sư tích cực vận động binh sĩ buông súng để bảo toàn sinh mạng. Ngày 30-04-1975, Sư cùng sư sãi trong chùa Láng Cát đã thu gom được hơn 300 súng cùng máy móc, quân trang, mang giao nộp cho quân Giải phóng. Sư đã trụ trì chùa Láng Cát cho đến cuối đời, nguyên quán trú quán Gò Quao- Kiên Giang - *theo báo Giác Ngộ số 110 năm 1995*

-**Thiều Chửu** (1902-1954),. Cư sĩ, NNC Phật học, nhà báo, nhà giáo, tên thật là Nguyễn Hữu Kha, hiệu Tịnh Liễu, Lạc Khổ. Năm 1934, tham gia thành lập Hội PGBK làm Trưởng ban Hộ niệm,

Quản lý nhà in Đuốc Tuệ, Trưởng BBT báo Đuốc Tuệ (từ 1943), phụ trách tài chính xây dựng chùa Quán Sứ. xây dựng chùa Tế Độ và trường vừa học vừa làm Phổ Quang-Hà Nội. giảng sư các trường Phật học của Hội. Biên dịch, biên soạn trước tác ngót 90 đầu sách. Trong đó có những sách được tái bản nhiều lần như *Giảng nghĩa kinh Kim Cương, Kinh Pháp Hoa, Khoá hư lục (biên dịch); Giải thích truyện Quan Âm Thị Kính, Con đường học Phật ở thế kỷ thứ XX* (trước tác), đặc biệt là bộ *Hán-Việt tự điển* do ông biên soạn trong 6 năm trời, xuất bản lần đầu tiên vào năm 1942 tới năm 2017 đã được tái bản gần 30 lần, được đánh giá là *"sách công cụ có giá trị vượt thời gian" - Xem Thiều Chửu Nguyễn Hữu Kha (2009) và Tiểu sử danh tăng tập 1 (1995).*

Co

- **Đoàn Trung Còn** (1908 -1988), Cư sĩ, pháp danh Hồng Tai, ông thông thạo các thư tiếng, Pali, Sankrist, Anh, Pháp và Hán văn. Năm 1932, ông sáng lập nhà sách *Phật học tòng thư* và *Trí Đức tòng thư* ở quận Quận Nhất- Sài Gòn và xuất bản trên 50 đầu sách, bắt đầu từ: *Chuyện Phật đời xưa ; Văn minh nhà Phật ; Quê Tàu ; Triết lý nhà Phật...* Công trình to lớn nhất đóng góp cho kho tàng sách PG là bộ *" Phật học từ điển"* gồm 3 cuốn rất công phu chú thích bằng nhiều ngôn ngữ trên thế giới. Năm 1955, ông sáng lập tông phái *Tịnh Độ Tông Việt Nam* và làm Hội chủ, trụ sở đặt tại chùa Liên Tông- quận Nhất, ông mất ngày 28 tháng Giêng năm Mậu Thìn, thọ 80 năm, 50 năm cống hiến đạo pháp, nguyên quán Bà Rịa, trú quán TP Hồ Chí Minh.

- **Đặng Văn Công** (1950 -1963), nam Phật tử, thánh tử đạo, pháp danh Tâm Đồng. Hy sinh đêm 8-5-1963 trước đài phát thanh Huế, khi đang nghe lại buổi phát thanh lễ Phật đản của Giáo hội tổ chức ban sáng, thì bị xe thiết giáp của chế độ Ngô Đình Diệm xả súng và cán chết. Giáo hội PG Trung phần đã tấn phong Thánh tử đạo năm 1965, nguyên quán trú quán Thừa Thiên Huế - *theo Chư tôn Thiền đức&Cư sĩ hữu công Thuận Hóa*

- **Hải Toàn Linh Cơ** (1823 -1896), Hòa thượng, đệ tử tổ Tánh Thiên Nhất Định, pháp danh Hải Toàn, pháp tự Linh Cơ, trụ trì chùa Diệu Đế và Tường Vân, Tăng cang chùa Giác Hoàng, nguyên quán Quảng Nam, trú quán Thừa Thiên Huế - *theo Chư tôn Thiền đức&Cư sĩ tiền bối hữu công PG Thuận Hóa*

- **Bùi Thiện Cơ** (1889-1954) Cư sĩ, Tổng đốc Hải Dương trí sĩ, em ruột ông Bùi Thiện Căn. Phó chủ tịch hội Việt Nam Phật giáo (hội Phật giáo Bắc Kỳ đổi tên) từ ngày 19 tháng 5 năm 1945; Hội trưởng hội Việt Nam Phật giáo từ 1949 đến 1953. Là nhà hoạt động từ thiện xã hội nổi tiếng, nguyên quá chưa rõ, trú quán Hà Nội.

- **Hoàng Thị Cúc** (1890 -1980), Nữ cư sĩ, tức *Đoan Huy Hoàng Thái Hậu* (mẹ vua Bảo Đại), quy y với HT Tâm Khoan, pháp danh Trừng Loan, pháp hiệu Thiện Trú. Năm 1917, Bà được phong *Nhị Giai Huệ Phi*, là người được vua Khải Định sủng ái nhất. Năm 1933, vua Bảo Đại tấn tôn Bà là *Đoan Huy Hoàng Thái Hậu*. Năm 1932, Nữ cư sĩ đã tác động vua Bảo Đại cho PG thành lập *hội An Nam Phật học* và chính vua Bảo Đại làm Hội trưởng danh dự của hội. Năm 1951, Nữ cư sĩ cho xây dựng chùa Khải Đoan ở Buôn Mê Thuột. Trong phong trào chấn hưng, Nữ cư sĩ đã phát tâm giúp đỡ tài lực cho các lớp học Tăng ở Tây Thiên và Báo Quốc để có điều kiện tu học. Chư tôn túc nào bị giặc Pháp bắt, Bà liền can thiệp với chính quyền để chúng thả ra. Bà đã làm rất nhiều phật sự công đức trong suốt cuộc đời. Khi cuối đời, Bà di chúc hiến tất cả tài sản mà triều Nguyễn ban tặng Bà cho chính quyền, nguyên quán trú quán Thừa Thiên Huế - *theo Chư tôn Thiền đức&Cư sĩ hữu công Thuận Hóa*

- **Hoàng Thị Kim Cúc (1913 -1989),** Phật tử, pháp danh Tâm Chánh, tự Thế Hạnh, tác gia, bút hiệu Hoàng Hoa, Hoàng Hoa thôn nữ, Huynh trưởng cấp Dũng, Phó ban Hướng dẫn TW GĐPT Việt Nam, người chị cả của anh chị em GĐPT khắp 3 miền đất nước. Thành viên ban giảng huấn trường nữ Trung học Đồng Khánh-Huế. Bà nổi tiếng vì công dung ngôn hạnh đầy đủ, một điển hình cho cô gái Huế trí thức, một Phật tử mẫu mực, dịu hiền và đạo hạnh. Với bài thơ *Đây thôn Vỹ Dạ* của nhà thơ Hàn Mặc Tử sáng tác năm 1939 để tặng cho bà, là một kỷ niệm trong trắng thanh cao cho mối tình khác tôn giáo giữa ông với bà, đã làm bao văn nhân mặc khách tốn hao giấy bút để viết và ca ngợi. Bà có 2 tác phẩm: *Những món ăn nấu lối Huế, Cách nấu chay,* nguyên quán trú quán Thừa Thiên Huế - *theo trang nhà www.gdptvn.org*

- **Tánh Thiện An Cư** (? -1862), Hòa thượng, trụ trì chùa Thiền Tôn-núi Thiên Thai sau khi Hòa thượng Đạo Tâm-Trung Hậu viên tịch, ngài trụ trì được 28 năm, từ năm 1834 đến năm 1862, ngài là trụ trì đời thứ 6 tổ đình Thiên Thai Thiền Tôn Tự, nguyên quán chưa rõ, trú quán Phú Xuân - *theo Chư Thiền đức&Cư sĩ tiền bối hữu công PG Thuận Hóa*

- **Viên Chiếu Như Cự** (1892 -1943), Hòa thượng, dòng Lâm Tế Chúc Thánh đời 41, thế danh Lê Như Cự, xuất gia năm 1941 với HT Minh Tịnh- chùa Tây Tạng- Thủ Dầu Một, Bình Dương, pháp danh Như Cự, pháp tự Viên Chiếu. Cuối năm 1941, ngài đến tổ đình Linh Sơn- Vạn Ninh gặp ngài Quảng Đức để học hỏi kinh nghiệm khi Bồ tát ẩn tu nơi Núi Đất (Địa Sơn)- Ninh Hòa. Từ đây cả hai vị cùng tu với nhau ở Hòn Lớn- vùng Suối Cát trong 2 năm. Ngài thị tịch tại đây trong tư thế thiền tọa. Dân chúng lập tháp ngài tại nơi thị tịch, nguyên quán Thừa Thiên Huế, trú quán Vạn Ninh - Khánh Hòa - *theo Chư tôn Thiền đức&Cư sĩ hữu công Thuận Hóa tập 3*

- **Võ Đình Cường** (1918 -2008), Cư sĩ, Nhà văn, Huynh trưởng cấp Dũng. Ông quy y với HT Trí Thủ- chùa Báo Quốc, pháp danh

Nguyên Hùng. Cuộc đời ông dành tất cả tâm lực cho sự nghiệp gầy dựng, phát triển và hướng dẫn giáo dục cho *Gia đình Phật tử Việt Nam* từ những năm đầu 1947 đến cuối đời. Năm 1951, đại hội *Gia đình Phật Hóa Phổ* tổ chức tại chùa Từ Đàm đã đổi danh xưng *Gia đình Phật Hóa Phổ* thành *Gia đình Phật tử Việt Nam* và ông được bầu làm Trưởng ban Hướng dẫn Trung ương *Gia đình Phật tử Việt Nam*, Năm 1941-1945, từ rất sớm ông đã là một nhà báo, cộng tác với tờ *Viên Âm*. Năm 1945-1957, ông đảm nhiệm khi thì làm Tổng thư ký tòa soạn, khi thì biên tập viên các báo *Giải Thoát, Tiến Hóa, Ngày Mai, Liên Hoa* tại Huế. Từ năm 1957-1966, Cư sĩ biên tập viên *tạp chí Phật Giáo Việt Nam*, Tổng thư ký báo *Hải Triều Âm* và Tổng thư ký *tuần báo Thiện Mỹ*. Năm 1976, ông đảm trách Tổng biên tập *báo Giác Ngộ*. Năm 1981, đại hội thống nhất PGVN, ông giữ chức Trưởng ban Văn hóa TW GHPGVN. Năm 1982, ông cho ra đời tờ *Tập Văn Phật Giáo*, đến số 55 thì đình bản đổi san *tạp chí Văn Hóa Phật Giáo*, ông vẫn phụ trách Tổng biên tập. Năm 1987-2002, Cư sĩ đảm nhận chức Phó viện trưởng *Viện Nghiên cứu Phật học Việt Nam*. Ngoài ra trong sự nghiệp sáng tác, ông là một nhà văn đã xuất bản trên 10 tác phẩm như: *Ánh Đạo Vàng* ; *Thử Hòa Điệu Sống* (1949) ; *Đây Gia Đình* (1956) ; *Đường Tam Tạng thỉnh kinh* (1960) ; *Những cặp kính màu* (1964) ; *Những ngã đường* (1965) ; *Đạo Phật qua cặp kính màu của tôi* (1967) ; *Cành hoa Mẹ tặng* (1972) ; *Vi phạm nhân quyền tại Việt Nam* (1964), ông ra đi ngày 29 tháng Giêng năm Mậu Tý (06-03-2008) thọ 91 năm, 70 năm phục vụ đạo pháp, nguyên quán Thừa Thiên Huế, trú quán TP Hồ Chí Minh - *xem thêm ở Danh Tăng Việt Nam tập 3*

- Nguyễn Mạnh Cường, sinh năm 1954, Tiến sĩ Khảo cổ học. Nguyên Trưởng phòng Đào tạo Viện Nghiên cứu Tôn giáo- Viện Hàn Lâm Khoa học xã hội Việt Nam. Tác phẩm: *Chùa Dâu - Tứ Pháp và hệ thống các chùa Tứ Pháp*, nxb Khoa học xã hội, 2000. Nguyên quán Hưng Yên, trú quán Hà Nội - *theo Nguyễn Đại Đồng sưu khảo*

- **Huỳnh Thái Cửu** (1866 -1935), Cư sĩ, nhà nho, quan Huyện, trí thức PG, năm 1925, ông mua đất xây dựng một ngọn chùa tháp cao tới 25m tại Sài Dần, bên tả thì cất chùa Cao Miên, bên hữu thì cất chùa An Nam lấy hiệu Vinh Sơn Tự để Phật giáo đồ hai quốc gia cùng chan hòa trong ánh Đạo vàng Từ bi Trí tuệ. Là người thâm hiểu giáo lý Phật đà, ông biết do Tăng đồ thất học sẽ dẫn đến lệch lạc, gieo mầm tà kiến, mê tín cho nhân gian, nên nhân kỳ mãn Hạ tại chùa Long Phước-Trà Vinh năm Bính Dần (1926), ông với chư tôn đức Hòa thượng qua nhà ông tại Trà Sất để thiết trai cúng dường rồi ông nêu thỉnh nguyện khẩn cầu chư tôn đức nên "sửa đạo". Bài văn ông đọc giọng thảm thiết, làm cho các vị đại đức mủi lòng cảm động.Từ đấy cái thuyết *Phật giáo hội* (tức chấn hưng phật giáo) mới manh nha trong lòng các vị Đại đức, và Hòa thượng Lê Khánh Hòa đã dốc sức khởi động. Kịp khi chùa Linh Sơn- Sài Gòn kiến tạo *Pháp Bảo Phường* mà không có tiền để thỉnh Đại tạng kinh, ông và các vị cư sĩ đàn na tỉnh Trà Vinh góp chung số tiền là 1300$ thỉnh một bộ Tục Tạng kinh chữ Hán 750 quyển và sắm năm cái tủ để đựng số kinh ấy tại hội quán Nam Kỳ Phật học Hội-Sài Gòn. Ngày 20-21-22 tháng 12 năm 1929, Hội Nam Kỳ Nghiên cứu Phật học tổ chức lễ khánh thành 2 ngôi *Pháp Bảo Phường* và *Thích Học Đường* tại chùa Linh Sơn-Sài Gòn, ông hết lòng cổ động trong hạt Trà Vinh và Bến Tre khuyến khích Phật giáo đồ cung thỉnh chư tôn đức Tăng già Phật giáo Nam tông Khmer đến Linh Sơn dự. Ông còn mời hai gánh nhạc thổ ở Trà Vinh lên chùa biểu diễn gây tiếng vang nơi chốn kinh thành. Sau khi chính quyền không cấp phép cho *Liên đoàn Phật giáo* mở trường dạy tăng đồ học Phật, ngày 6 tháng 2 năm Giáp Tuất (1934), Huỳnh Thái Cửu cùng các bạn đồng chí lập hội *Lưỡng Xuyên Phật học*, và lập *Thích Học Đường*. Hội đã suy cử ông làm Chánh Hội trưởng khai sáng đầu tiên. Vì tuổi già hay bệnh, nên ngày khai đại hội để cử Ban Trị sự chính thức, ông xin nhường chức Chánh Hội trưởng cho một vị Hòa thượng, nguyên quán Trà Vinh, Ông mất ngày 8 tháng 11 năm Ất Hợi (1935) thọ 64 năm, nguyên quán trú quán Trà Vinh.

D

- **Dương Dal** (1923 -2017), Hòa thượng, Sư cả hệ phái PG Nam Tông Khmer, xuất gia năm 1940 tại chùa Bai Chhau- Sóc Trăng, pháp danh Ăngtessôvănhnathê. Năm 1975, ngài trụ trì chùa Bai Chhau. Năm 1998-2001, ngài là Ủy viên HĐCM GHPGVN kiêm Chứng minh BTS GHPGVN tỉnh Sóc Trăng. Ngài còn là Cố vấn Hội đoàn kết Sư Sãi Yêu nước tỉnh Sóc Trăng.- Chứng minh BTS PG huyện Mỹ Xuyên. Ngài được trao tặng Huân chương *"Vì sự nghiệp phát triển Dân tộc và Miền núi"* của UB Dân Tộc (2001), Bằng khen của UBMTTQVN về thành tích xây dựng chùa Bai Chhau. Ngài viên tịch ngài 07-06-2017 tại chùa Bai Chhau, thọ 95 năm, 74 hạ lạp, nguyên quán trú quán Mỹ Xuyên- Sóc Trăng - *theo trang nhà www.giacngo.vn*

- **Nguyễn Như Danh** (1924 -2016), Cư sĩ, quy y với HT Thiện Siêu- chùa Từ Đàm, pháp danh Nguyên Thông, ông lớn lên ở Quảng Nam, lập nghiệp ở Huế. Từ năm 1941-1947, ông viết tập thơ *Dư Vang*, là tác phẩm thơ tình lãng mạn do biến cố vợ con chết sớm. Từ 1947-1952, ông viết tập thơ *Xuân khói lửa*, là những vần thơ kêu gọi đấu tranh chống thực dân Pháp. Năm 1951, ông bắt đầu tham gia tổ chức GĐPT và trải qua các chức vụ: huynh trưởng GĐPT Phú Hòa; Thư ký BHD GĐPT Thừa Thiên; Phó thư ký BHD GĐPT Trung phần; Đoàn trưởng Đoàn cựu huynh trưởng GĐPT Thừa Thiên Huế. Năm 1956, ông là huynh trưởng cấp Tấn. Từ năm 1952, ông làm Thư ký *trường Bồ Đề Thành Nội* cho đến ngày thống nhất 1975. Ngoài làm thơ, ông là ngòi bút viết văn sắc sảo, cùng với huynh trưởng Tâm Đại Lê Văn Dũng phụ trách cơ sở truyền thông PG *Hoa Đàm*, những bài diễn văn Phật đản hàng năm tại Huế phần lớn do ông chấp bút. Ông mất ngày 28-4-2016 tại Huế, thọ 93 năm, nguyên quán Quảng Nam, trú quán Thừa Thiên Huế - *theo Chư tôn Thiền đức&Cư sĩ hữu công Thuận Hóa tập 3*

- **Trần Dạnh** (1926 -2009), Hòa thượng, pháp danh Kesaravinayo Maha, Nguyên quán tại phum Đikrohom, xã Hàm Tân, huyện Trà Cú, tỉnh Trà Vinh. Nguyên Hiệu trưởng Trường xóa mù chữ và Pali Vinaya Trung cấp. Nguyên Hội trưởng Hội Đoàn kết Sư sãi Yêu nước tỉnh Trà Vinh suốt 5 nhiệm kỳ. Ngài đã được Đại hội suy tôn làm thành viên Hội đồng Chứng minh, suy cử làm ủy viên Hội đồng Trị sự Giáo hội Phật giáo Việt Nam cho đến ngày về cõi Phật (2009). Và đồng thời được chư Tăng, Phật tử cung thỉnh làm Prắc Mekone Phật giáo Khmer tỉnh Trà Vinh cho đến ngày nhập Niết bàn. Nhà nước trao tặng Huy chương Kháng chiến Chống Mỹ Hạng nhất, Huy chương Vì Sự nghiệp Đại đoàn kết toàn dân, Huy chương Bảo vệ An ninh Tổ quốc, Huy chương Về Sự nghiệp phát triển dân tộc miền núi, Bằng Tuyên dương Công đức của Giáo hội Phật giáo Việt Nam và nhiều bằng khen, giấy khen. Thuận thế vô thường, ngài an nhiên viên tịch vào lúc 20giờ 50 phút, ngày 05 tháng 6 năm 2009, (nhằm ngày 13 tháng 5 năm Kỷ Sửu, Phật lịch 2553). Hưởng thọ 84 xuân, Giới lạp 63 Hạ. - *theo Thích Vân Phong biên khảo*

- **Danh Dện** (1917 -1987), Hòa thượng, hệ phái PG Nam Tông Khmer, thế danh Danh Dện, pháp danh Ekapanna (Nhất trí), xuất gia năm 1943 lúc 26 tuổi và thọ cụ túc giới tại giới đàn chùa Thứ Hồ-Tà Mum do HT Tăng Óc làm Thầy tế độ. Hai năm sau, ngài đến chùa Mandà Muni- Tà Mum để học thêm kiến thức. Sau đó, ngài được cách mạng mời tham gia hội nghị tại chùa Lăng Dưa- Cà Mau. Khi ngài trở về chùa cũ của mình, thì thấy lính Pháp đã đuổi dân làng đi cả, ngài bèn về chùa *Sóc Veng Cũ* và tạm trú ở đây 6 tháng. Năm 1947, ngài đến chùa Láng Cát- Rạch Giá và chùa Khlang Oong học thêm với HT Tăng Sanh. Được sự giúp đỡ tận tình của HT Tăng Sanh, ngài đã lưu trú tại đây đến cuối đời. Năm 1955, ngài được bầu làm Phó trụ trì chùa Khlang Oong. Năm 1970, ngài Tăng Sanh viên tịch, ngài được bầu kế thừa trụ trì chùa Khlang Oong. Năm 1975, ngài được cung thỉnh làm Thầy tế độ (HT Đàn đầu) trong các giới đàn PG Nguyên thủy ở khắp miền Tây Nam bộ. Năm 1977, ngài vận động xây dựng Đại Tháp thờ 4 vị sư liệt sĩ hy sinh năm 1974. Năm 1979, ngài lại vận động xây lại chùa Thứ Hồ đã bị tàn phá bởi chiến tranh. Năm 1983, ngài vận động xây dựng lớp học cho con em Khmer xóa nạn mù chữ. Ngài xả báo thân ngày mồng 8 tháng 8 năm Đinh Mão (1987) thọ 70 năm, 44 hạ lạp, nguyên quán trú quán Rạch Giá- Kiên Giang - *theo Danh Sol cung cấp*

- **Thích Hạnh Diên** (1912 -2017), Hòa thượng, thế danh Trương Quang Phó, dòng Lâm Tế Chúc Thánh đời 42, pháp danh Hạnh Diên, pháp hiệu Vĩnh Trường. Ngài trụ trì chùa Viên Giác Thanh Sơn- Núi Thình Thình- xã Bình Tân- huyện Bình Sơn- Quảng Ngãi. Ngài xả báo thân tại chùa Viên Giác ngày 12 tháng 2 năm Đinh Dậu (09-03-2017), thọ 104 năm, 75 hạ lạp, bảo tháp lập ở khuôn viên chùa Viên Giác- núi Thình Thình. Ngài nguyên quán Tịnh Khê, trú quán Bình Sơn- Quảng Ngãi - *theo trang nhà www.giacngo.vn*

- **Thích Quang Diệp** (1915 -1968), Hòa thượng, đệ tử HT Huệ Minh-chùa Từ Hiếu, pháp danh Trừng Liên, pháp tự Quang Diệp, pháp hiệu Chơn Tánh, ngài là học tăng PHĐ Tây Thiên-Huế. Những năm 1950-1960, ngài được Giáo hội cử làm Chánh đại diện Lâm thời PG các tỉnh Cao nguyên miền Nam Việt Nam. Năm 1960, ngài được sơn môn mời về Giám tự tổ đình Từ Hiếu, sau đó trụ trì chùa Từ Phong Lan Nhã-Huế, nguyên quán trú quán Thừa Thiên Huế - *theo Chư tôn Thiền đức&Cư sĩ hữu công Thuận Hóa*

- **Thích Tiêu Diêu** (1892 -1963), Thượng tọa, Thánh tử đạo pháp nạn 1963, thế danh Đoàn Mễ. Ngài xuất gia năm 1930 với HT Tịnh Khiết- chùa Tường Vân, pháp danh Tâm Nguyện, pháp hiệu Tiêu Diêu. Năm 1952, ngài thọ đại giới và xin phép bổn sư cho đến sau vườn chùa Châu Lâm dựng am tranh nhập thất tu niệm. Năm 1963, pháp nạn PG xảy ra, ngài quyết định đến sân chùa Từ Đàm tự thiêu lúc 04 giờ sáng ngày 16 tháng 8 năm 1963 để cúng dường đạo pháp. Ngài trụ thế 71 tuổi đời với 32 tuổi đạo. Năm 1965, GHPGVNTN đã truy phong thánh tử đạo cho ngài, nguyên quán trú quán Thừa Thiên Huế - *xem thêm ở Danh Tăng Việt Nam tập 2*

- **Thích Huyền Diệu**, tục danh Lâm Trung Quốc, sinh năm 1946, tại Ba Tri, Bến Tre. Xuất gia tu học với lão Hòa thượng Thích Hoằng Nhơn ở chùa Mai Sơn, Tịnh Biên (An Giang). Nguyên chủ nhiệm tờ Nhật báo Gió Nam *(nhưng chỉ một năm sau do tố cáo tội* *ác Mỹ Sơn, Mỹ Lai trước toà án Hoa Kỳ, phiên xử 21-12-1969 ủy quyền cho luật sư Paul Martingking đại diện quyền lợi nạn nhân bị đình bản)*, Trước năm 1975, Ngài đã sang Pháp du học và hoàn thành học vị Tiến sĩ khoa thần học tại Đại học Sorbornne, Pháp. Sau đó, ngài tiếp tục sang Ấn Độ tiếp tục nghiên cứu và tu hành. Khai sơn và trụ trì Việt Nam Phật Quốc tự, Ấn Độ, Khai sơn và trụ trì Việt Nam Phật Quốc tự, Lumbini (Lâm Tỳ Ni), Nepal, Chủ tịch Liên đoàn Phật giáo quốc tế Lâm Tỳ Ni. Từng được Nepal đề cử giải Nobel Hòa bình nhưng ngài từ chối. Thích Huyền Diệu, người khởi xướng đầu tiên, kêu gọi cộng đồng Phật giáo thế giới, khôi phục các thánh tích Phật giáo tại Nepal và Ấn Độ, và xây dựng hai ngôi chùa Việt Nam tại hai thánh tích quan trọng là Lâm-tỳ-ni (Lumbini) và Bồ Đề Đạo Tràng (Bodhgaya). Thích Huyền Diệu cũng là nhà sư có công đầu trong việc thuyết phục phe du kích quân Maoist và chính phủ Nepal ngồi vào bàn đàm phán, ký kết hiệp ước hòa bình, chấm dứt cuộc nội chiến kéo dài 10 năm, làm hơn 13.000 người thiệt mạng. *theo Thích Vân phong biên khảo*

- **Thích Trí Diệu** (1916 -1982), Hòa thượng, pháp danh Không Vân, hiệu Trí Diệu, đời thứ 41 tông Lâm Tế, thế hệ thứ 20 pháp phái Vạn Phong Thời Ủy. Ngài thế danh Nguyễn Trí Diệu, sinh năm Bính Thìn (1916) tại thôn Nhạn Tháp, xã Nhơn Thành, huyện An Nhơn, Bình Định. 13 tuổi theo Quốc sư Phước Huệ xuất gia tại Tổ đình Thập Tháp. Theo học PHĐ Thập Tháp, Bình Định và PHĐ Tây Thiên, Huế. Năm 27 tuổi được cử làm Giám viện tổ đình Thập Tháp. Năm 30 tuổi làm trụ trì chùa Pháp Tràng, huyện Vĩnh Thạnh. Kế đó được cải bổ làm trụ trì chùa Huệ Quang, huyện Phù Cát, Bình Định. Sau khi HT Huệ Chiếu trùng tu chùa Phước Long tại thị trấn Phú Phong, huyện Tây Sơn thì Ngài được môn phái cử về trú trì cho đến cuối đời. Ngài từng đảm nhận Chánh đại diện PG huyện Bình Khê. HT viên tịch vào ngày 17 tháng 4 năm Nhâm Tuất (1982) hưởng thọ 66 tuổi. Ngài sinh và trú quán tại Bình Định - *theo trang nhà www.bodephatquoc.com*

- **Tâm Diệu**, Cư sĩ, NNC Phật giáo, sinh năm 1943, pháp danh Tâm Diệu, bút hiệu Hoàng Liên Tâm, thế danh Nguyễn Xuân

Quang, Cử nhân Khoa học Điện toán đại học University of Mississippi, Oxford, Hoa kỳ, ông là đệ tử của HT Đôn Hậu tại chùa Thiên Mụ-Huế năm 1967, thọ pháp với HT Duy Lực năm 1990, thọ Bồ tát giới năm 2000 tại chùa Tường Vân-Huế. Cư sĩ hiện là Chủ biên Website *Thư Viện Hoa Sen* , Chủ nhiệm nhà xuất bản *Ananda Viet Foundation* và là soạn giả các sách về dinh dưỡng & Phật Học đã được xuất bản chính thức tại Việt Nam và Hoa Kỳ: *Thực Phẩm Rau Đậu Qua Lăng Kính Khoa Học* (1997); *Quan điểm về ăn chay của Đạo Phật* (1998, 1999, 2000); *Đậu nành, nguồn dinh dưỡng tuyệt hảo.*(1999); *Dinh dưỡng ngăn ngừa bệnh tật* (2000, 2002), *Phật Pháp Trong Đời Sống, Cẩm Nang Cư Sĩ*; nguyên quán Hưng Yên, trú quán Hoa Kỳ - *theo trang nhà www.quangduc.com*

- **Thích Viên Diệu** (1954 -2015), Hòa thượng, thế danh Trần Bá Kông, xuất gia năm 1973 với HT Thiện Tấn- chùa Thiền Tôn- Huế, pháp danh Nguyên An, pháp tự Viên Diệu, pháp hiệu Huyền Đức. Năm 1976, ngài thọ đại giới tại tổ đình Ấn Quang do HT Hành Trụ làm Đàn đầu truyền giới. Năm 1985, ngài định cư ở Canada và trụ trì chùa Quan Âm ở Montreal. Năm 1990, ngài khai sơn chùa Thiền Tôn tại Montreal và trụ trì chùa Bồ Đề ở TP Quebec. Năm 1992, GHPGVNTN hải ngoại tại Canada được thành lập, ngài giữ chức Tổng vụ trưởng Tổng vụ Cư sĩ. Năm 2007, ngài mua một khu đất rộng 85 mẫu ở Ontario xây dựng tổ đình Thuyền Tôn hải ngoại. Tâm nguyện còn dỡ dang thì ngài xả báo thân ngày mồng 5 tháng 7 năm Ất Mùi (18-08-2015) thọ 62 năm, 42 giới lạp, nguyên quán Thừa Thiên Huế, trú quán Canada.

- **Danh Dinl** (1908 -1992), Hòa thượng, Sư cả hệ phái PG Nam Tông Khmer, xuất gia năm 1930 tại chùa Peang-Som-Ritch- Mỹ Tú- Sóc Trăng, pháp danh *Inda Ppannà*. Năm 1933, ngài sang tu học và hành đạo ở Campuchia đến năm 1949 trở về Việt Nam lần thứ nhất. Năm 1951, ngài trở lại Campuchia lần thứ hai để giảng dạy và tu hạnh Đầu đà. Năm 1974, ngài chính thức trở về Việt Nam hành đạo. Năm 1977, ngài được cử trụ trì chùa Siri Muri Varisà-Peang Som Ritch- Mỹ Tú, Sóc Trăng, ngài thị tịch ngày 25 tháng 7 năm Nhâm Thân (23-08-1992) thọ 84 năm, 62 tuổi đạo, nguyên quán Sóc Trăng, trú quán Cao Miên-Sóc Trăng - *xem thêm ở Danh Tăng Việt Nam tập 2*

- **Hồ Thăng Doanh** (1869-1941), Tú tài, Cư sĩ, Tú tài Hồ Thăng Doanh sinh năm Kỷ Tỵ (1869), người làng Khuê Đông, Hòa Quý, Hòa Vang, Đà Nẵng. Thân phụ là cụ ông Hồ Đăng Phái và thân mẫu là cụ bà Đặng Thị Đào. Ông thi đỗ Tú tài vào khoa thi đời vua Thành Thái. Sau khi lập gia đình với bà Trần Thị Toán, ông về sống tại quê vợ dưới chân Ngũ Hành Sơn. Từ đây, Ông để tâm nghiên cứu Phật học, thường lên chùa Tam Thai và Linh Ứng để đàm đạo với các Thiền sư. Ông quy y với Ngài Tăng cang Từ Trí nên có pháp danh Chơn Cẩn. Dưới sự chứng minh của Hòa thượng Từ Trí, vào năm 1916, Ông đã biên soạn cuốn Ngũ Hành Sơn Lục, một tác phẩm có giá trị về lịch sử của Phật giáo Ngũ Hành Sơn. Đồng thời Ông soạn lời cho văn bia Hòa thượng Phổ Bảo tại chùa Chúc Thánh cũng như văn bia Hòa thượng Từ Trí tại chùa Linh Ứng. Thông thường trong các văn bia Ông thường để là: *"Bạn Tăng Hành Sơn Tú Tài Hồ Thăng Doanh"* Nghĩa là người bạn của chư Tăng, tú tài Hồ Thăng Doanh ở núi Ngũ Hành. Ông qua đời vào ngày mồng 7 tháng 11 năm Tân Tỵ (1941), hưởng thọ 73 tuổi. Ban đầu mộ phần được an táng dưới chân Ngũ Hành Sơn, về sau được con cháu cải táng về nghĩa trang gia tộc tại Hòa Sơn. Đa phần các tác phẩm của Ông đều bị thất lạc, chỉ còn lưu tại cuốn Ngũ Hành Sơn Lục - *theo tư liệu Thích Như Tịnh sưu khảo*

- **Thích Pháp Dõng** (1915 -1982), Hòa thượng, dòng Tế Thượng Thiên Thai Thiền Giáo Tông đời 42, thế danh Trần Quang Phải, xuất gia năm 1934 với tổ Huệ Đăng- chùa Thiên Thai- Bà Rịa, pháp danh Thiện Dõng, pháp tự Trừng Lực, pháp hiệu Pháp Dõng và tu học nơi đây trong 8 năm. Năm 1941, ngài được thọ đại giới tại giới đàn chùa Long Hòa. Sau khi thọ giới ngài về quê khai sơn chùa Tường Quang ở An Phú Đông- Gia Định. Năm 1945, Hội PG Cứu quốc tỉnh Gia Định được thành lập, trụ sở đặt tại chùa Tường Quang và ngài giữ chức Phó hội trưởng của hội. Năm 1951, ngài giữ chức Chủ tịch Mặt trận Liên Việt- Việt Minh tỉnh Gia Định-Tây Ninh, lấy bí danh là Thích Quang Minh. Năm 1955, ngài trở về trùng tu chùa Tường Quang sau chiến tranh. Năm 1960-1970, ngài về chùa Thiên Trường ở quận 8 Sài Gòn, nhập thất chuyên trì lạy kinh Pháp Hoa trong 15 năm tại đây. Năm 1975-1982, ngài về lại trụ trì chùa Tường Quang và mở phòng thuốc Nam châm cứu từ thiện. Năm 1981, ngài được cung thỉnh vào Thành viên HĐCM GHPGVN, ngài xả báo thân ngày mồng 5 tháng 10 năm Nhâm Tuất (1982) thọ 68 năm, 42 tuổi đạo, nguyên quán trú quán Hóc Môn Gia Định - *xem thêm ở Danh Tăng Việt Nam tập 3*

Du

- **Võ Đình Dung** (1900 -1967), Cư sĩ, pháp danh Tâm Thuần, ông là nhà doanh nghiệp, thầu khoán kiến trúc, một Phật tử nhiệt thành với phật sự hai tỉnh Đà Lạt- Lâm Đồng và Nha Trang- Khánh Hòa. Cư sĩ và gia đình góp công cùng các cư sĩ khác mua đất xây dựng chùa Linh Sơn làm trụ sở cho tỉnh hội PG Lâm Đồng. Ngoài ra, các công trình PG ở Huế và Nha Trang được ông phụ trách xây dựng. Ông đã góp công lao xây dựng PG Trung kỳ giai đoạn 50-60 của thế kỷ XX, nguyên quán Quảng Ngãi, trú quán Đà Lạt Lâm Đồng - *theo Chư tôn Thiền đức&Cư sĩ hữu công Thuận Hóa*

- **Thích Huyền Dung** (1918 -2014), Hòa thượng, pháp húy Như Lễ, đệ tử Tổ Chơn Giám, chùa Bích Liên-Bình Định. Năm 1940, học tăng Phật học viện Báo Quốc, đồng khai sáng Phật học đường Liên Hải, chủ bút báo Từ Bi Âm, sáng lập hai Phật học viện Mai Sơn và Sùng Đức, thành viên Ban giám đốc Phật học đường Nam Việt- chùa Ấn Quang và giáo sư bậc Cao đẳng Phật học đường Nam Việt- chùa Ấn Quang. Ngài là Trị sự trưởng *Giáo hội Tăng* *già Nam Việt.* Năm 1953, ngài xuất ngoại du học và hoằng pháp tại Anh quốc, tốt nghiệp Thạc sĩ đại học Luân Đôn. Năm 1999, sang Hoa kỳ định cư và giảng dạy Phật học, ngài xả báo thân vào Rằm tháng 2 năm Giáp Ngọ (15-03-2014) thọ 96 năm, 75 hạ lạp, nguyên quán Bình Định, trú quán Anh quốc và Hoa Kỳ - *xem thêm ở www.quangduc.com*

- **Thích Viên Dung** (1903 -1972), Hòa thượng, là đệ tử HT Đắc Quang, được pháp danh Hồng Cảnh, pháp tự Viên Dung, pháp hiệu Huyền Nghĩa, học tăng PHĐ Tây Thiên và Báo Quốc, trụ trì chùa Khánh Vân của dòng tộc Lựu Bảo. Năm 1947, chùa bị giặc Pháp đốt phá, ngài qua chùa Linh Mụ tu học và được Giáo hội cử phụ trách Nghi lễ cho PG tỉnh nhà. Đến khi bình yên, ngài trở về chùa cũ xây dựng lại và hoằng pháp lợi sanh cho đạo tràng viên mãn, nguyên quán trú quán Thừa Thiên Huế - *theo Chư tôn Thiền đức&Cư sĩ hữu công Thuận Hóa*

- **Phạm Anh Dũng**, Cư sĩ, pháp danh Nhật Trí, sinh năm 1958, Phó giáo sư, Tiến sĩ, Kiến trúc sư, Cao học Khoa học lịch sử, ông xuất thân là tu sĩ chùa Thiên Quang-Thủ Đức, sau khi tốt nghiệp Kiến trúc sư, ông chuyên môn giảng dạy về kiến trúc chùa tháp PG Việt Nam, Trưởng khoa kiến trúc cổ tại đại học Kiến trúc TP Hồ Chí Minh, NNC Phật giáo, thành viên Trung tâm Nghiên cứu PGVN, nguyên quán Gò Công, trú quán TP Hồ Chí Minh.

- **Thích Giác Dũng** (1929 -2013), Hòa thượng, hệ phái PG Khất sĩ Việt Nam, thế danh Lê Mỹ, xuất gia năm 1964 với trưởng lão Giác An- tịnh xá Ngọc Long- Diêu Trì- Bình Định, pháp danh Thiện Mẫn. Năm 1965, ngài thọ giới Sa di và được pháp hiệu Giác Dũng. Năm 1969, ngài thọ đại giới tại tịnh xá Ngọc Hải- Cam Ranh do trưởng lão Giác An- Trưởng Giáo đoàn III làm Đàn đầu truyền giới. Từ đó ngài dấn thân hành đạo, lưu trú trải qua các miền tịnh xá: Ngọc Hạnh- Kon Tum, Ngọc Cát- Phan Thiết, Ngọc Sơn- Bình Định, Ngọc Phúc- Gia Lai, Ngọc Phú- Tuy Hòa... Năm 1972, ngài về Bình Tuy khai sơn tịnh xá Ngọc Minh. Năm 1975, ngài về trụ tại tịnh xá Ngọc Quang- Ban Mê Thuột- Đăk Lăk hoằng hóa độ sanh tại đây. Năm 1976, ngài được cử làm Trị sự trưởng Giáo đoàn III. Năm 2001, ngài được suy cử làm Đệ tứ Trưởng Giáo đoàn III. Năm 1997-2007, ngài làm Trưởng BTS PG tỉnh Đăk Lăk. Năm 2007, ngài được suy tôn làm Chứng minh BTS GHPGVN tỉnh Đăk Lăk, ngài thu thần tịch diệt vào ngày 25 tháng 2 năm Quý Tỵ (05-04-2013) thọ 84 năm, 44 hạ lạp, nguyên quán Bình Định, trú quán Đăk Lăk - *xem thêm ở Danh Tăng Việt Nam tập 3*

- **Thích Giác Dũng**, Thượng tọa, sinh năm 1963, thế danh Thân Văn Vần, đệ tử HT Tâm Châu-chùa Từ Quang, tốt nghiệp Học viện PGVN khóa 2 và du học Nhật Bản, là Phó trụ trì tổ đình Vĩnh Nhiêm-TP Hồ Chí Minh, kiêm trụ trì tu viện Vĩnh Nghiêm- Quận 12 (Gò Vấp), tác phẩm: *Phật giáo Việt nam, Dân tộc Việt Nam ; Lịch sử Phật giáo Nhật Bản*, nguyên quán Bắc Giang, trú quán TP Hồ Chí Minh.

- **Thích Trí Dũng** (1906-2001), Hòa thượng, sinh năm 1906 tại thôn Ứng Luật, xã Quang Thiện, huyện Kim Sơn, tỉnh Ninh Bình, Khi phụ thân của ngài bị thực dân Pháp bắt đày đi Côn Đảo và qua đời tại đó, Ngài được cụ Huỳnh Thúc Kháng đưa về nuôi dưỡng. Ngài đã xuất gia đầu Phật từ thuở ấu niên. Năm 1934, khi Hội Phật giáo Bắc kỳ thành lập, ngài được cử làm Ủy viên T.Ư Hội. Năm 1946, Hòa thượng là Ủy viên Hội Liên Việt Liên khu 3, được vinh dự yết kiến Chủ tịch Hồ Chí Minh. Năm 1947, do có công giải cứu 2.000 người yêu nước bị địch giam cầm ở Phát Diệm (Ninh Bình), Hòa thượng được Chủ tịch Hồ Chí Minh khen ngợi. Nguyên thành viên HĐCM GHPGVN; Chứng minh đạo sư môn phái Vĩnh Nghiêm – khai sơn chùa Nam Thiên Nhất Trụ- Thủ Đức, khai sơn chùa Phổ Quang của nghĩa trang hội PG Bắc Việt ở Tân Sơn Nhất. Ngài viên tịch ngày mồng 9 tháng 10 năm Tân Tỵ (23-11-2001). Do có nhiều cống hiến và đức hạnh, năm 1997, ngài vinh dự được Nhà nước tặng thưởng Huân chương Kháng chiến chống Mỹ, cứu nước hạng nhì. Nguyên quán Kim Sơn- Ninh Bình, trú quán Tp Hồ Chí Minh - *theo Thích Vân Phong sưu khảo*

- **Lê Văn Dũng** (1927 -1979), Cư sĩ, pháp danh Tâm Đại. Năm 1949, Cư sĩ tham gia *Gia đình Phật Hóa Phổ* và tổ chức nhiều trại huấn luyện Huynh trưởng các cấp. Năm 1963-1966, trong 2 cuộc pháp nạn, ông đã sát cánh cùng chư tôn đức Tăng già trong các phật sự cần đến GĐPT. Ông tham gia chương trình phát thanh PG thường kỳ trên đài phát thanh Huế trong suốt 20 năm từ 1951. Cũng trong thời kỳ này, ông thường xuyên điều khiển các chương trình lễ Phật đản và các lễ lớn khác tại Thừa Thiên Huế. Ông làm việc tại *trường Bồ Đề Thành Nội Huế* với cương vị Quản lý từ năm 1955-1970. Năm 1970, Cư sĩ thành lập *Trung tâm Hoa Đàm* là trung tâm xuất bản, phát hành băng đĩa ghi âm PG lớn nhất thời bấy giờ. Sau năm 1972, ông và gia đình chuyển vào sống ở Sài Gòn tiếp tục điều hành trung tâm *Hòa Đàm Sài Gòn*. Ông là tác giả phần lời trong 2 ca khúc nổi tiếng PG, viết chung với nhạc sĩ Văn Giảng (Nguyên Thông): *Từ Đàm quê hương tôi* ; *Có nhưng hồi chuông*, nguyên quán Thừa Thiên Huế, trú quán TP Hồ Chí Minh - *theo Chư tôn Thiền đức&Cư sĩ hữu công Thuận Hóa*

- **Lý Việt Dũng**, Cư sĩ, NNC Phật học, dịch giả, sinh năm 1939, tuổi thơ của ông cũng lắm phen lênh đênh. Ông là quý tử của nhạc sĩ Lý Khi, người có ngón đàn kìm vang danh một thời và thuộc lớp đàn anh của nhạc sĩ Cao Văn Lầu (tác giả của "Dạ cổ hoài lang"). Cố gắng vượt qua các biến động thời cuộc để theo nghiệp đèn sách, nhưng rồi chiến tranh những năm 1960 vẫn cuốn ông xa rời giấc mơ trở thành thầy giáo. Quá đam mê chữ nghĩa, ông tự học, tự mò mẫm và rồi sở hữu lượng kiến thức khổng lồ, am hiểu nhiều ngôn ngữ như Anh, Pháp, chữ Hán, chữ Nôm, trở thành dịch giả nổi tiếng trong giới chuyên môn ở TP. HCM. Ông đã biên dịch, hiệu đính và chỉnh lại những chỗ chưa hợp lý của bản dịch quyển *"Gia Định Thành thông chí"* nức tiếng, khắc phục những điểm nhằm lẫn của bản dịch cũ do dịch giả chưa thông tường chữ Nôm, để các giảng viên, sinh viên, các nhà nghiên cứu hiểu hơn về phong tục tập quán Nam Bộ thời nhà Nguyễn. Ông cũng từng khảo cứu và xác nhận các chữ bị Hoàng đế Minh Mạng cho đục bỏ trên bia mộ thân sinh Tả quân Lê Văn Duyệt. Ông cũng đồng thời là một trong số ít Cư sĩ tại gia được GHPGVN mời giảng dạy về

Thiền ngữ tại Học viện Phật giáo Việt Nam ở TP. HCM. Hiện ông là thành viên Trung tâm Nghiên cứu PGVN, ông giảng dạy Hán Nôm tại Học viện PGVN tại TP Hồ Chí Minh và làm thông dịch viên tiếng Anh cho các chuyên gia, tham gia ban dịch thuật *Linh Sơn Pháp bảo* của HT Tịnh Hạnh-Đài Loan, tác phẩm: *Tịnh Độ Thánh Hiền Lục* (trọn bộ 4 quyển) ; *Cảnh Đức Truyền Đăng Lục* ; *Cao Tăng Truyện*, nguyên quán Bạc Liêu, trú quán Đồng Nai - theo *Thích Vân Phong biên khảo*

- **Thích Hưng Dụng** (1915 -1998), Hòa thượng, dòng Lâm Tế Liễu Quán đời 42, thế danh Đào Ngọc Thố, xuất gia năm 1926, đệ tử HT Tâm Khoan- Tăng cang chùa Diệu Đế, pháp danh Trừng Hóa, pháp tự Lương Bật. Năm 1934, ngài thọ đại giới tại giới đàn chùa Sắc tứ Thạch Sơn- Quảng Ngãi do HT Hoằng Thạc làm Đàn đầu truyền giới. Năm 1946, ngài được cử trụ trì chùa Hội quán Phật học tỉnh Quảng Trị. Năm 1964, kế thế trụ trì chùa Kim Tiên-Huế. Năm 1992, ngài được cung thỉnh làm Thành viên HĐCM GHPGVN. Năm 1994, ngài được cung thỉnh làm Đàn đầu truyền giới trong giới đàn chùa Báo Quốc, ngài xả báo thân ngày mồng 7 tháng 11 năm Mậu Dần (1998) thọ 84 năm,70 hạ lạp, nguyên quán Quảng Trị, trú quán Thừa Thiên Huế - *xem thêm ở Danh Tăng Việt Nam tập 2*

- **Thích Thanh Duệ**, Hòa thượng, sinh năm 1955, Ủy viên Thư ký TW GHPGVN, Viện trưởng phân viện Nghiên cứu Phật học Việt Nam phía Bắc, Trưởng BTS GHPGVN tỉnh Yên Bái và Vĩnh Phúc, trú xứ chùa Quán Sứ-Hà Nội, nguyên quán Nam Định, trú quán TP Hà Nội.

- **Hải Thuận Lương Duyên** (1806 -1895), Hòa thượng, cũng gọi là *Diệu Giác Thiền sư*, dòng Lâm Tế Liễu Quán đời 40, ngài họ Đỗ, xuất gia năm 13 tuổi với Tăng cang Tánh Thiên Nhất Định. Năm 1830 thọ đại giới tại chùa Báo Quốc do HT Tế Chánh Bổn Giác làm Đàn đầu truyền giới, pháp danh Hải Thuận, pháp tự Lương Duyên, pháp hiệu Diệu Giác. Năm 1849, được cử trụ trì chùa Diệu Đế và sau đó được phong làm Tăng cang chùa này. Năm 1859, ngài trụ trì và trùng tu chùa Báo Quốc. Năm 1886, ngài được vua ban một y vàng *ngũ thể bá nạp*. Năm 1891, ngài khai đại giới đàn ở chùa Báo Quốc và làm Đàn đầu truyền giới, năm ấy ngài đã 89 tuổi. Ngài thế độ 40 vị và phú pháp 9 cao đồ có pháp danh chữ *Thanh* và pháp tự chữ *Tâm*, gọi là *Cửu Tâm*. Ngài thị tịch ngày 13 tháng Giêng năm Ất Mùi (1895) thọ 90 năm, 66 hạ lạp, tháp lập bên hữu chùa Báo Quốc tên là "*Diệu Quang Tháp*" - *theo Chư tôn Thiền đức &Cư sĩ hữu công Thuận Hóa tập 1*

- **Thích Thiện Duyên**, Hòa thượng, sinh năm 1926, thế danh Võ Đình Như. Năm 1941, ngài xuất gia lúc 15 tuổi với HT Quảng Đức- chùa Tịnh An. Năm 21 tuổi, ngài đến cầu pháp với HT Giác Tánh- chùa Hưng Long, được pháp danh Quảng Thành, pháp tự Thiện Duyên. Năm 1953, PHĐ Nha Trang được thành lập, ngài được bổn sư cho theo học tại đây. Năm 1957, ngài thọ đại giới tại đại giới đàn Hộ Quốc- PHV Trung phần- chùa Hải Đức, được bổn sư ban pháp tự Quán Ngôn. Sau khi tốt nghiệp, ngài được Tổng hội PG Trung phần bổ nhiệm làm giảng sư đi giảng dạy các tỉnh thuộc Trung phần, ngài có duyên hoằng hóa tại Quảng Nam. Năm 1962, tỉnh Quảng Nam tách làm 2: Quảng Tín và Quảng Nam, ngài được Tổng hội PGVN bổ nhiệm làm Hội trưởng PG tỉnh Quảng Tín- trụ sở đặt tại chùa Hòa An. Năm 1963-1965, ngài khai sơn chùa Đạo Nguyên- là trụ sở mới của tỉnh hội PG Quảng Tín. Năm 1964, GHPGVNTN ra đời, ngài làm Chánh đại diện Tỉnh hội PG Quảng Tín. Năm 1977, 3 tỉnh Quảng Nam, Quảng Tín và Đà Nẵng nhập lại làm một, ngài giữ chức Phó đại diện tỉnh Quảng Nam Đà Nẵng. Năm 1981, GHPGVN ra đời, ngài giữ chức Phó BTS Thường trực PG tỉnh QNĐN. Năm 1997, Quảng Nam Đà Nẵng lại chia tách tỉnh, ngài làm Trưởng BTS PG tỉnh Quảng Nam. Từ năm 1981, ngài là ủy viên HĐTS GHPGVN, đến năm 1996, ngài làm Trưởng BHD Nam Nữ Phật tử TW GHPGVN. Từ năm 2012, ngài được suy cử vào Hội đồng Chứng minh GHPGVN và Phó chủ tịch HĐTS GHPGVN, ngài nguyên quán Phù Cát- Bình Định, trú quán

Quảng Nam - *theo trang nhà www.phatgiaoquangnam.vn*

- **Thích Huệ Duyệt** (1863-1933), Hòa thượng, Tăng Cang, Pháp danh Chơn Cảnh, pháp tự Đạo Hoằng, pháp hiệu Huệ Duyệt, đời 40 tông Lâm Tế, thế hệ thứ 7 pháp phái Chúc Thánh. Ngài thế danh Nguyễn Cảnh, sinh ngày 13 tháng Chạp năm Quý Hợi (1863) tại làng Bảo An, Điện Bàn. Xuất gia làm đệ tử Hòa thượng Ấn Lan Từ Trí tại chùa Tam Thai. Thọ Tỷ kheo năm Đinh Dậu (1897) tại chùa Long Tiên với ngài Ấn Hướng Pháp Nhãn (Mộc Y Hòa thượng). Năm Bính Ngọ (1906) khai sơn chùa Bảo Thọ tại thôn Thọ Sơn huyện Duy Xuyên. Năm Nhâm Tuất (1922) được triều đình Sắc phong Tăng Cang và bổ làm trụ trì Ngự kiến Vĩnh An tự tại Duy Xuyên. Ngài viên tịch ngày mồng 2 tháng 3 năm Ất Hợi (1935), thọ 73 tuổi. Ngài nguyên và trú quán Quảng Nam - *theo Thích Như Tịnh sưu khảo*

Dư

- **Lê Dư** (188? -1967), Cư sĩ, nhà báo, tên thật là Lê Đăng Dư, tên hiệu là Sở Cuồng, ông làm việc ở Sở toàn quyền và trường Viễn Đông Bác cổ, là sáng lập viên Hội Phật giáo Bắc Kỳ và 10 năm từ 1935-1945 làm Quản lý và cố vấn hội PGBK, Lê Dư đã có nhiều đóng góp cho công cuộc chấn hưng Phật giáo. Ông là người thay mặt BTS sự đón tiếp các khách nước ngoài đến thăm Hội như Hòa thượng Thúy Tuệ ở Tùng lâm Hồ Bắc, Trung Quốc tháng 6 năm 1937; Hòa thượng Thái Lan pháp danh Bồng Chi trụ trì chùa Chang Say Thái Lan; Đại sư Thái Hư năm 1940. Lê Dư là đại diện Hội PGBK giao dịch với sở Đốc Lý Hà Nội thông qua bản vẽ xây dựng chùa Quán Sứ; tham gia soạn thảo Điều lệ bầu Hậu quyền tiền làm chùa. Loạt bài *Hà thành kim tích khảo* đăng trong tạp chí *Nam Phong* phần chữ Hán, số 80-81 ra tháng 2 và tháng 3 năm 1924 của ông khảo sát rất nhiều đình, đền, chùa và các di tích lịch sử ở Hà Nội (sau này được các học giả miền Nam dịch đăng trên tạp chí Vạn Hạnh năm 1967). Tác phẩm: *Phổ chiếu thiền sư thi văn tập* (Tập thơ văn của Thiền sư Phổ Chiếu,1932), không rõ ông sinh năm nào, nguyên quán Nông Sơn- Điện Bàn- Quảng Nam, trú quán Hà Nội - *theo NNC Nguyễn Đại Đồng sưu khảo*

- **Bùi Hữu Dược**, Tiến sĩ Tôn giáo học, NNC tôn giáo, sinh năm 1960. Năm 2008, ông được cử làm Vụ trưởng vụ Phật giáo- Ban Tôn giáo Chính phủ. Ông có những đóng góp nhất định cho sự ổn định và phát triển PG trên mọi phương diện. Tác phẩm liên quan: *Vua Phật* - Đoàn cải lương Trung ương I dựng năm 2014 ; *Huyền Trân Công Chúa* - Đoàn cải lương Trung ương I dựng năm 2017 , nguyên quán Nông Cống-Thanh Hóa, trú quán Hà Nội - *theo NNC Nguyễn Đại Đồng sưu khảo*

- **Thích Hoằng Dự**, sinh năm 1967, thế danh Tô Hoằng Dự, pháp tự Hân Kiến, sinh năm 1964, xuất gia năm 1969 với trưởng lão HT Thích Trí Tịnh tại chùa Vạn Đức và thọ Cụ-túc giới năm 1984, giảng sư Ban Hoằng pháp GHPGVN TP Hồ Chí Minh, Cử nhân Học viện PG khóa II, học viên cao học Tôn giáo học Học viện KHXH, khai sơn và trụ trì chùa Bửu Lâm-Trảng Bàng Tây Ninh, nguyên quán Trảng Bàng-Tây Ninh, nguyên quán trú quán Trảng Bàng Tây Ninh.

- **Nguyễn Hồng Dương**, Phó giáo sư, Tiến sĩ, sinh năm 1952, NNC Phật giáo, nguyên viện trưởng viện Nghiên cứu Tôn giáo- viện Hàn lâm KHXHVN, chủ trì các hội thảo về PG, đồng tác giả các tác phẩm lịch sử PG, tác phẩm: *Phật giáo thời Đinh và Tiền Lê trong công cuộc dựng nước và giữ nước* (2010). *Lịch sử Phật giáo tỉnh Ninh Bình* (2017), nguyên quán Yên Mô-Ninh Bình, trú quán Hà Nội.

- Huỳnh Bá Huệ Dương (1904 -2015), Cư sĩ, pháp danh Tâm Thị, nhà báo, nhà giáo, Vụ trưởng vụ Học sinh Phật tử thuộc Tổng vụ Thanh niên GHPGVNTN, ông là người phát hiện di cốt của liệt nữ Quách Thị Trang từ nơi chôn cất khuất ẩn về nơi an táng tại chùa Phổ Quang-Tân Bình, chủ nhiệm báo Đất Tổ, ông mất tại TP Hồ Chí Minh.

Đa

- Trần Văn Đại (1876 -1952), Cư sĩ, tác gia,Tuần phủ trí sĩ, Trưởng ban Đại lý Hội PG tỉnh Hải Dương, Phó hội trưởng Hội PGBK (1939-1942), Phó Hội trưởng Hội Việt Nam Phật giáo từ 1951-1953. Ông là một trong những Chánh Đại lý Phật giáo địa phương có nhiều Phật sự chấn hưng Phật giáo được ghi nhận: Xây dựng chùa Hội quán Đông Thuần ở thị xã Hải Dương; năm 1938 ông là người đi đầu bỏ tục đốt vàng mã trong ngày lễ Vu Lan 15-7. Trần Văn Đại còn là một trong những cư sĩ hăng hái trong việc tuyên truyền tinh thần Phật giáo nhân gian do Đồ Nam Tử Nguyễn Trọng Thuật khởi xướng. Ông là tác giả sách *Phật giáo nhân gian* gồm 35 bài thuyết thế gian đã nói trong kinh Phật diễn dưới dạng thơ lục bát 4 câu dễ hiểu, dễ thuộc,nguyên quán trú quán xã Quảng Xuyên, tỉnh Hải Dương - *theo NNC Nguyễn Đại Đồng sưu khảo*

- Thích Thanh Đạm (1927 -2011), pháp danh Tâm Đức, đệ tử tổ Trà Trung-Thích Phúc Đức, di cư vào Nam trú xứ chùa Kim Cương-Sài Gòn, tham gia Tuyên úy PG, sau 1975 định cư tại Hoa Kỳ, khai sơn và trụ trì chùa Giác Hoàng bang Whasington DC, nguyên quán Nam Định, trú quán Hoa Kỳ.

- Thích Minh Đàng (1874 -1939), Hòa thượng, còn gọi là Thích An Lạc, nối dòng kệ Lâm Tế Chánh Tông đời 40, thế danh Lê

Ngọc Xuyên, đệ tử HT Chánh Hậu- chùa Sắc tứ Linh Thứu- Mỹ Tho, được pháp danh Tục Thông, pháp hiệu An Lạc. Năm 1900, ngài lại được bổn sư phú pháp là Kiểu Thuận, pháp hiệu Tâm Liễu,. Ngài kế thế trụ trì và có công trùng tu chùa Vĩnh Tràng, Năm 1934, trong phong trào chấn hưng PG miền Nam, hội Lưỡng Xuyên Phật học được thành lập, ngài được thỉnh làm Hội trưởng *hội Lưỡng Xuyên Phật học*, nguyên quán trú quán Mỹ Tho Tiền Giang - *xem thêm ở Danh Tăng Việt Nam tập 1*

- **Tâm Thông Đạt Đán** (1870 -1924), Hòa thượng, dòng Lâm Tế Gia Phổ, trụ trì chùa sắc tứ Trường Thọ-Gò Vấp, viên tịch ngày 24 tháng 3 năm Giáp Tý - *theo Biên niên sử PG Sài Gòn Gia Định.*

- **Thích Chánh Đạo** (1910 -2011), Hòa thượng, thế danh Nguyễn Minh Đăng, tự Nguyễn Đến, xuất gia với HT Minh Trí- chùa Bảo Thọ- Duy Xuyên, được pháp hiệu Chánh Đạo. Sau khi xuất gia, ngài vào miền Nam cầu pháp với HT Hồng Năng Chơn Ý- chùa An Phước, được pháp danh Nhựt Đăng, dòng Lâm Tế Gia Phổ đời 41. Năm 1927, ngài sang Campuchia nghiên cứu kinh điển Nam truyền và thọ Sa di giới tại xứ chùa Tháp. Năm 1929, ngài thọ cụ túc giới tại giới đàn chùa Phước Hòa- Trà Vinh do HT Khánh Hòa làm Đàn đầu truyền giới. Năm 1934, khi nghe tin Phật học Lưỡng Xuyên mở trường, ngài xin theo học ở trường này. Năm 1940, ngài tiếp tục vân du học đạo khắp các trường gia giáo. Năm 1970, ngài về kế thế trụ trì chùa An Phước. Năm 1993, ngài là Trưởng BTS GHPGVN tỉnh An Giang. Năm 1997, là Thành viên HĐCM TW GHPGVN. Năm 2007, ngài được suy cử Chứng minh BTS GHPGVN tỉnh An Giang. Ngài còn là Hòa thượng Đàn đầu trong các giới đàn truyền giới của PG tỉnh An Giang. Ngài viên tịch tại chùa An Phước ngày 11 tháng 10 năm Tân Mão (06-11-2011) thọ 101 tuổi, 81 hạ lạp, nguyên quán Duy Xuyên Quảng Nam, trú quán An Giang.

- **Thích Chí Đạo** (1945 -2014), Hòa thượng, pháp danh Quảng Trai, tự Chí Đạo, hiệu Tịch Phương, đời 45 tông Lâm Tế, thế hệ thứ 11 pháp phái Liễu Quán. Ngài thế danh Phạm Đại, sinh năm Ất Dậu (1945) tại xã Tam Anh Nam, huyện Núi Thành, Quảng Nam. Năm 1957 xuất gia với HT Thích Minh Thể, thọ Tỳ kheo năm 1968 tại PHV Nha Trang. Tăng sinh PHV Huệ Nghiêm. Năm 1968, trụ trì chùa Bửu Minh tỉnh Phú Bổn. Từ 1970-1975, Chánh đại diện GHPGVNTN tỉnh Phú Bổn. Sau 1975, Ngài về trụ trì chùa Hòa Quang, Tam Kỳ. Từ 1989 đến 2006, ngài là Chánh đại diện PG Thị xã Tam Kỳ. Từ 2007, ngài đảm nhiệm phó Ban trị sự tỉnh Quảng Nam cho đến ngày viên tịch. Ngài được cung thỉnh làm Tôn chứng, Giáo thọ, Yết-ma cho các giới đàn tại tỉnh nhà. Ngài chuyên hành trì mật chú và ứng dụng vào việc chữa bệnh, giúp nhiều người được trở về với cuộc sống thường nhật. Năm 2011, ngài trùng tu chùa Hòa Quang. Ngài viên tịch ngày 16 tháng 10 năm Giáp Ngọ (2014), hưởng thọ 70 tuổi. Ngài sinh và trú quán Quảng Nam - *theo tư liệu Thích Như Tịnh sưu khảo*

- **Lê Mộng Đào** (1919 -2006), Cư sĩ, quy y với HT Đôn Hậu-chùa Thiên Mụ, pháp danh Tâm Hùng. Gia đình ông có 4 anh em: anh trai Lê Mộng Tùng, pháp danh Tâm Kiên; Lê Mộng Nguyên, nhạc sĩ; Lê Mộng Đào, nhà giáo; và Lê Mộng Hoàng, đạo diễn. Tất cả là những người thành đạt có địa vị trong xã hội. Học hành thành đạt, ông không chọn con đường công chức nhà nước, mà chọn con đường dấn thân phục vụ Giáo hội tỉnh nhà. Năm 1945, là thành viên sáng lập *Niệm Phật đường Phú Lâu*- Huế. Năm 1946, ông làm Phó thư ký tỉnh hội PG Thừa Thiên. Năm 1947, là sáng lập viên GĐPT Thừa Thiên.. Năm 1952, ông làm hiệu trưởng trường *Trung học Bồ Đề Thành Nội* thay HT Minh Châu sang Tích Lan du học. Trong pháp nạn 1963, ông cũng bị bắt giam cùng chư tôn đức khi đấu tranh chống đàn áp PG. Năm 1975, ông theo gia đình vào Sài Gòn sinh sống, con trai ông là Kiến trúc sư Lê Viết Hải thành lập *công ty xây dựng Hòa Bình*, và ông làm cố vấn HĐQT *công ty cổ phần xây dựng Hòa Bình*. Ngoài ra, trong phật sự, ông còn là Cố vấn Ban bảo trợ Học viện PGVN tại TP Hồ Chí Minh ; Phó ban Hộ trì chùa Hải Quang, chùa Vạn Đức và chùa Bát Nhã tại TP Hồ Chí

Minh ; Cố vấn quỹ học bổng Hiếu học ở Huế ; Ủy viên BHD GĐPT Trung ương...nguyên quán Thừa Thiên Huế, trú quán TP Hồ Chí Minh - *theo Chư tôn Thiền đức&Cư sĩ hữu công Thuận Hóa*

- **Thích Đạt Đạo** (1951 -2013), Hòa thượng, thế danh Huỳnh Văn Hà, dòng Lâm Tế Liễu Quán đời 43, xuất gia năm 1964, đệ tử HT Đức Chơn- tu viện Quảng Hương Già Lam, pháp danh Quảng Trí, pháp tự Pháp Không, pháp hiệu Đạt Đạo, ngài được chọn làm thị giả HT Thích Trí Thủ. Năm 1968-1970, là học Tăng PHV Hải Đức Nha Trang. Năm 1970-1972, là học Tăng PHV Báo Quốc Huế. Năm 1973, ngài thọ cụ túc giới tại giới đàn Phước Huệ- PHV Hải Đức do HT Phúc Hộ làm Đàn đầu truyền giới. Năm 1973-1975, ngài học đại học Khoa học và đại học Vạn Hạnh- Sài Gòn. Năm 1999, tốt nghiệp Thạc sĩ Quản lý giáo dục đại học Tennesse- Hoa Kỳ. Năm 2012, là Ủy viên Thường trực HĐTS GHPGVN kiêm Phó ban Hướng dẫn Nam nữ PT TW. Năm 2008, là Phó viện trưởng Học viện PGVN, trụ trì chùa Bát Nhã- Bình Thạnh, tác phẩm: *Kinh An Bang Thủ Ý lược giải* (2004) ; *Nghệ thuật diễn giảng và xướng ngôn lễ hội PG* (2006). Ngài xả báo thân ngày mồng 9 tháng 8 năm Quý Tỵ (13-09-2013) thọ 63 năm, 41 hạ lạp, nguyên quán trú quán TP Hồ Chí Minh.

- **Thích Chí Đạo** (1945 -2014), Hòa thượng, thế danh Phạm Đại, xuất gia năm 1957 với HT Minh Thể- trụ trì chùa Hòa An- Tam Kỳ- Quảng Nam, pháp danh Quảng Trai, pháp tự Chí Đạo, pháp hiệu Tịch Phương, dòng Lâm Tế thế hệ thứ 10 pháp phái Liễu Quán. Năm 1959, ngài theo bổn sư khai sáng chùa Hòa Quang trên vùng cát trắng khu Nam- thị xã Tam Kỳ. Cùng năm, ngài thọ Sa di giới tại chùa Hòa An. Năm 1962, ngài xin phép bổn sư đến y chỉ học mật pháp với HT Đức Thiệu- chùa Viên Giác- Cầu Đất- Lâm Đồng. Năm 1964-1967, ngài vào học tại PHV Trung đẳng chuyên khoa Huệ Nghiêm- Sài Gòn. Năm 1968, ngài thọ đại giới tại PHV Hải Đức Nha Trang do HT Phúc Hộ làm Đàn đầu truyền giới. Cuối năm 1968, ngài được thỉnh trụ trì chùa Bửu Minh- thị xã Hậu Bổn (Cheo Reo)- tỉnh Phú Bổn (nay thuộc tỉnh Gia Lai). Năm 1970-

1975, ngài làm Chánh đại diện GHPGVNTN tỉnh Phú Bổn. Sau năm 1975, ngài về Tam Kỳ kế thế trụ trì chùa Hoà Quang và được cử làm Phó đại diện PG huyện Tam Kỳ. Năm 1989-2006, ngài làm Chánh đại diện PG thị xã Tam Kỳ. Năm 1996, ngài làm Đệ tam Tôn chứng giới đàn Phước Huệ- chùa Phổ Đà- Đà Nẵng. Năm 1997, tỉnh Quảng Nam Đà Nẵng chia tách, ngài được thỉnh làm Phó trưởng BTS PG tỉnh Quảng Nam. Ngài làm Yết ma A xà lê trong hai giới đàn Minh Giác và Ân Triêm tổ chức tại chùa Đạo Nguyên- Tam Kỳ do BTS PG tỉnh Quảng Nam tổ chức vào các năm 2000 và 2004. Năm 2006, ngài được thỉnh làm Chứng minh BTS PG thị xã Tam Kỳ. Năm 2007-2012, ngài là Ủy viên HĐTS GHPGVN. Năm 2011, ngài phát nguyện trùng tu ngôi tổ đình Hòa Quang. Ngài xả bỏ huyễn thân vào ngày 16 tháng 10 năm Giáp Ngọ (07-12-2014) thọ 70 năm, 47 hạ lạp, nguyên quán Núi Thành- Quảng Nam, trú quán Tam Kỳ- Quảng Nam - *theo trang nhà PG Quảng Nam*

- **Thích Hạnh Đạo** (1932-2011), Hòa thượng, pháp danh Thị Uẩn, pháp tự Hạnh Đạo, pháp hiệu Thuần Phong, đời 42 tông Lâm Tế, thế hệ thứ 9 pháp phái Chúc Thánh. Ngài thế danh Nguyễn Đình Mân, sinh năm Nhâm Thân (1932) tại xã Bình Phục, huyện Thăng Bình, Quảng Nam. Ngài xuất gia với HT Thích Trí Minh tại chùa Pháp Bảo- Hội An, sau đó ra chùa Tam Thai tu học dưới sự hướng dẫn của HT Thích Trí Giác. Năm 1954, ngài thọ Tỳ kheo tại chùa Thuyền Lâm, Sài Gòn do HT Thích Hành Trụ làm Đàn Đầu. Trong phong trào tranh đấu Phật giáo năm 1963 tại Đà Nẵng, ngài là một nhân tố tích cực. Năm 1964, ngài đảm nhận Tổng thư ký GHPGVNTN Thị xã Đà Nẵng và sau đó là Phó Đại diện. Ngài tham gia ngành Tuyên Úy PG tại vùng I chiến thuật và sau đó là Quân khu 4 tại Cần Thơ với quân hàm Trung Tá. Ngài từng đảm nhận trụ trì chùa Báo Ân và chùa Từ Tâm (nay không còn) tại Đà Nẵng. Ngài đi học tập cải tạo từ năm 1975 đến 1985. Sau khi trở về, ngài ngụ tại chùa Hưng Long- quận 10- TP.Hồ Chí Minh. Năm 1993, ngài sang định cư tại Hoa Kỳ, ngụ tại chùa Việt Nam và làm Giảng sư cho Tổng Hội PGVN tại Hoa Kỳ. Năm 1996, ngài khai sơn chùa Phổ Đà tại thành phố Santa Ana. Ngài được cung thỉnh làm Thành viên Hội đồng Giáo phẩm Văn phòng 2 GHPGVNTN tại Hoa Kỳ. Hòa thượng viên tịch vào ngày 28 tháng 6 năm Tân

Mão (2011), thọ 80 tuổi. Ngài nguyên quán Quảng Nam, trú quán Mỹ quốc - *theo Thích Như Tịnh sưu khảo*

- **Thích Nữ Hướng Đạo** (1905 -1974), Ni trưởng, xuất gia với HT Huệ Pháp-chùa Thiên Hưng, pháp danh Trừng Thành, pháp tự Hướng Đạo, pháp hiệu Kim Sa. Năm 1924, bà Ưng Đình cùng các vị hảo tâm góp tài lực xây dựng chùa sư nữ Diệu Viên, bà được mời làm Tự trưởng. Năm 1926, chùa được vua Bảo Đại sắc phong *"Sắc tứ Diệu Viên Ni tự"*, trở thành ngôi chùa Ni đầu tiên tại Thừa Thiên được vua phong, nguyên quán trú quán Thừa Thiên Huế - *theo Chư tôn Thiền đức&Cư sĩ hữu công Thuận Hóa*

- **Thích Hoằng Đạo** (?-?), chưa rõ thân thế, là một tu sĩ trẻ ở Mỹ Tho, xuất bản quyển sách *Phật Pháp*, là quyển sách đầu tiên được xuất bản trong phong trào chấn hưng Phật giáo ở miền Nam, nguyên quán trú quán chưa rõ - *theo Biên niên sử PG Sài Gòn Gia Định*

- **Thiện Minh Kiểu Đạo,** xem Thích Hoằng Khai Sđd

- **Thích Quảng Đạo** (1924 -2003), Hòa thượng, dòng Lâm Tế Gia Phổ đời 41, sơn môn PG Cổ truyền Việt Nam, thế danh Đỗ Văn Nữa, xuất gia năm 1935 với HT Huệ Long- chùa Linh Bửu- Đức Hòa. Năm 1957, ngài thọ đại giới tại giới đàn tổ đình Linh Nguyên- Đức Hòa do HT Đạt Thanh làm Đàn đầu truyền giới. Chùa Linh Bửu còn là cơ sở cách mạng. Năm 1968, chùa là nơi hội họp thống nhất kế hoạch tấn công vào Sài Gòn. Vì lẽ đó, chùa đã 3 lần bị địch rãi bón đốt phá. Năm 1976, ngài kế thế trụ trì chùa Linh Bửu. và ngài đã vận động trùng tu lại chùa hoàn tất vào năm 1990. Với công lao đóng góp, ngài được Nhà nước tặng thưởng Huân chương Kháng chiến hạng Nhất. Năm 2002, ngài được suy cử Thành viên Hội đồng Chứng minh GHPGVN. Ngài xả báo thân ngày 17 tháng Chạp năm Nhâm Ngọ (19-01-2003) thọ 79 năm, 46 hạ lạp, nguyên quán trú quán Đức Hòa- Long An - *xem thêm ở Danh Tăng Việt Nam tập 3*

- **Hồng Hưng Thạnh Đạo** (1876 -1949), Hòa thượng, dòng Lâm Tế Chánh Tông đời 40, pháp danh Hồng Hưng, pháp tự Thạnh Đạo, thế danh Phạm Văn Tiên, là đệ tử của HT Như Phòng-Hoằng Nghĩa, trụ trì chùa Giác Hải. Ngài được tổ Minh Khiêm-Hoằng Ân bổ nhiệm trụ trì chùa Giác Lâm, lúc ấy ngài 24 tuổi, đang là tri khố chùa Giác Lâm, vào năm 1906 - 1909, ngài đã cùng bổn sư ra công trùng tu kiến tạo chùa Giác Lâm lần thứ 2 được kiên cố tráng lệ, đến năm 1922, ngài khai giới đàn tại chùa Giác Lâm và thỉnh sư chú là HT Như Phòng-Hoằng Nghĩa-chùa Giác Viên làm Đàn đầu truyền giới, HT Như Nhãn-Từ Phong-chùa Giác Hải làm Pháp sư. Năm 1933, ngài được cung thỉnh làm Hòa thượng đàn đầu truyền giới tại giới đàn chùa Giác Viên vào ngày 12 tháng 2. HT viên tịch tại chùa Giác Lâm ngày 22 - 4 năm Kỷ Sửu, thọ 73 tuổi, nguyên quán chưa rõ, trú quán Gia Định - *theo trang nhà www.phatgiao.vn , Biên niên sử PG Sài Gòn Gia Định*

- **Thích Thành Đạo** (1906 -1977), Hòa thượng trưởng lão, dòng Lâm Tế Chánh Tông đời 40, thế danh Trần Văn Đước, xuất gia với HT Chí Thiền- chùa sắc tứ Linh Thứu- Mỹ Tho, pháp danh Bổn Đức (theo dòng kệ Trí Thắng Bích Dung). Năm 1923, ngài cầu pháp HT Khánh Hòa- chùa Tuyên Linh- Mỏ Cày, được pháp danh Hồng Huệ, pháp hiệu Thành Đạo. Năm 1927, ngài được cùng bổn sư ra an cư tại chùa Long Khánh- Qui Nhơn và làm Chánh quản chúng. Năm 1930, ngài được cử về trụ trì chùa Vĩnh Phước và chùa Long Hưng ở Trà Vinh. Năm 1934, ngài được bổn sư cử trụ trì chùa sắc tứ Linh Thứu- Mỹ Tho. Năm 1947, ngài lên Sài Gòn khai sơn chùa Phật Ấn- Cầu Kho, xuất bản tạp chí *Phật học* và *Khánh Hòa tùng thư*. Năm 1954, ngài làm Hội trưởng hội Lục Hòa Phật tử- cơ quan đặt tại chùa Phật Ấn. Năm 1968, ngài giữ chức Tổng vụ trưởng Tổng vụ Hoằng pháp *Giáo hội PG Cổ Truyền Việt Nam*, ngài viên tịch ngày 16 tháng 11 năm Đinh Tỵ (26-12-1977), thọ 71 tuổi đời, 62 tuổi đạo. Bảo tháp lập trong khuôn viên chùa Giác Lâm. Ngài nguyên quán Bến Tre, trú quán Sài Gòn - *xem thêm ở Danh Tăng Việt Nam tập 1*

- Thích Thiện Đạo (1910 -1974), Hòa thượng, thế danh Bùi Văn Trung, xuất gia năm 30 tuổi với HT trụ trì chùa Vĩnh Khánh- Thốt Nốt, pháp danh Hồng Trung, pháp tự Thiện Đạo, pháp hiệu Hoằng Tín. Năm 1942, ngài thọ cụ túc giới tại giới đàn chùa Long Phước- Bạc Liêu do HT Nhật Minh làm Giáo thọ A xà lê. Năm 1944, ngài trụ trì chùa Phước Thạnh- Long Xuyên. Năm 1963, ngài về trụ trì chùa Huỳnh Kim- Gò Vấp và mở phòng thuốc Đông y trị bệnh miễn phí cho người nghèo. Năm 1965, ngài cùng chư tôn đức khai mở PHV Huệ Quang- chùa Huỳnh Kim, ngài giữ chức vụ Giám Luật của trường. Năm 1970, ngài về trụ trì chùa Sắc tứ Tam Bảo- Rạch Giá. Ngài có những tác phẩm để lại: *Tập văn cúng tế cô hồn (Văn Nôm)* ; *Vài mươi bài giảng khuyên người đời học Phật tu nhơn* ; *Hội Liên Trì khuyên người Niệm Phật vãng sanh* ; *Sách cứu khổ bệnh nhơn*, và các thơ văn đối liễn rất nhiều. Ngài xả báo thân ngày mồng 8 tháng 2 năm Giáp Dần (11-03-1974) thọ 64 năm, 25 hạ lạp, nguyên quán Long Xuyên, trú quán Rạch Giá- *xem thêm ở Danh Tăng Việt Nam tập 3*

- Thích Thiện Đạo, Hòa thượng, thế danh Nguyễn Thiện Đạo, sinh năm 1943, giảng sư, tác gia, xuất gia năm 1955 với HT Diệu Tâm- tổ đình Phi Lai- Phú Yên. Năm 1968, thọ đại giới tại giới đàn PHV Hải Đức- Nha Trang. Năm 1997, ngài vào Nam phụ giúp bổn sư điều hành chùa Phi Lai- TP Biên Hòa. Năm 2004, được bổn sư truyền trao kế vị trụ trì chùa Phi Lai. Ngài tham gia công tác giáo hội và làm Trưởng BTS GHPGVN TP Biên Hòa đến đầu năm 2017 thì xin nghỉ. Năm 2015, ngài trở về trùng tu tổ đình Phi Lai- Phú Yên và kiêm trụ trì ngôi tổ đình này. Ngài cộng tác viết bài thường xuyên nội san *Vô Ưu* và một số tạp chí khác, tác phẩm: *Đường trở về* ; *Chuyển hóa* ; nguyên quán Phú Yên, trú quán Đồng Nai, Phú Yên - *theo Thích Đồng Bổn sưu khảo*

- Thích Tín Đạo (1946 -2014), Hòa thượng, dòng Lâm Tế Liễu Quán đời 44, thế danh Nguyễn Ngọc Khiết, xuất gia năm 1965 với HT Mật Hiển- chùa Trúc Lâm- Huế, pháp danh Nguyên Quang, pháp tự Tín Đạo, bút hiệu Ngân Thanh. Năm 1967, ngài học khóa Cao đẳng chuyên khoa Phật học Liễu Quán- chùa Linh Quang- Huế. Năm 1968, ngài vào học PHV Hải Đức Nha Trang và thọ đại giới tại PHV cùng năm. Năm 1972, ngài vào tu viện Quảng Hương Già Lam tiếp tục học ở Viện đại học Vạn Hạnh và đại học Văn Khoa Sài Gòn. Năm 1975, ngài về ẩn tu tại chùa Như Pháp- Tiểu Cần- Trà Vinh. Năm 1979, trở về trú xứ Già Lam, tiếp tục học khóa chuyên khoa bồi dưỡng Phật học Cao cấp và giảng dạy môn Duy Thức cho lớp Ni sinh tại các chùa Già Lam, Từ Thuyền. Năm 1987, ngài dạy *Tư tưởng kinh điển Đại thừa* tại Ni viện Tuệ Uyển- thuộc PHV Vạn Hạnh. Năm 1990, dạy môn Sử PG tại trường Cơ bản Phật học tỉnh Hậu Giang. Năm 1991, ngài được thỉnh giảng môn lịch sử và Tư tưởng PG thuộc Khoa Sử Địa, đại học Cần Thơ. Năm 1994, giảng dạy môn Sử cho các trường Phật học Thiên Khánh và Thiên Phước tỉnh Long An. Năm 1997, dạy trường Cao đẳng và Trung cấp Phật học tại chùa Vĩnh Nghiêm. Năm 1998, dạy ở Cao đẳng chuyên khoa Phật học Cần Thơ. tác phẩm: *Diệu Huệ Đồng Nữ Kinh* (dịch, chú thích-1984) ; *Tuệ Trung Thượng Sĩ* (1993) ; *Để lại cho ai* (tập thơ-1968) ; *Nguồn suối êm đềm* (tập truyện ngắn-1970) ; *Mây ngàn* (tập thơ-1988) ; *Màu hoa tưởng niệm* (nhạc). Ngài xả báo thân ngày mồng 8 tháng 6 năm Giáp Ngọ (04-07-2014), thọ 69 năm, 46 hạ lạp, nguyên quán Thừa Thiên Huế, trú quán TP Hồ Chí Minh - *theo Chư tôn Thiền đức&Cư sĩ hữu công Thuận Hóa tập 3*

Đạt

- **Thích Bửu Đạt** (1918-1987), Hòa thượng Pháp sư, tục danh Lê Văn Hương, ấu niên xuất gia với trưởng lão HT Như Nguyên Liễu Quang, nối pháp dòng thiền Lâm Tế Chánh tông đời thứ 40, pháp húy Kiểu Minh, pháp hiệu Bửu Đạt. Ngài được HT bổn sư (quan hệ thâm giao với thân sinh Hồ Chủ tịch) trực tiếp gửi Quốc sư Phước Huệ ra học Báo Quốc, Huế, đồng học với các vị Hòa thượng, Thích Thiện Hoa, Thích Thiện Hòa, Thích Chánh Viên, Thích Huệ Phương... Chiến tranh loạn lạc, ngài về trụ trì Linh Sơn Cổ Tự, trụ trì Hòa Long Tự- Cao Lãnh, sau đó cùng chung góp sức với chư vị HT Thiện Hòa, Thiện Hòa trong sự nghiệp giáo dục đào tạo Tăng tài. Nguyên Phó Chủ tịch kiêm Thư ký PG Cứu quốc tỉnh Kiến Phong. Nguyên Phó Đại diện PGVNTN tỉnh Kiến Phong, Đại biểu Hội đồng Nhân dân tỉnh Đồng Tháp khóa 1 (1977-1981). Phó ban Thường trực kiêm Trưởng ban Hoằng pháp PG tỉnh Đồng Tháp nhiệm kỳ I. Những thập niên 1976-1977, Lãnh đạo Chính quyền tỉnh Đồng Tháp chuẩn bị dự án cấu trúc xây dựng lăng Cụ Phó bảng (Cư sĩ Nhật Sắc tự Thiện Thành), Thân sinh Hồ Chủ tịch, Ngài hỗ trợ việc mở rộng diện tích và đưa ý tưởng mô hình Lăng Cửu Long đầu (chín đầu rồng) biểu tượng Đồng bằng sông Cửu Long. Nguyên quán, trú quán Cao Lãnh- Đồng Tháp - *theo Thích Vân Phong sưu khảo*

- **Thích Huyền Đạt** (1903 -1994), Hòa thượng, dòng Lâm Tế Chúc Thánh đời 41, thế danh Trương Thế Kiên, xuất gia năm 1917 với tổ Đệ lục Chơn Trung Diệu Quang- chùa Thiên Ấn- Quảng Ngãi, pháp danh Như Lợi, pháp tự Giải Lý, pháp hiệu Huyền Đạt. Năm 1928, ngài vào Nam tu học tại chùa Viên Hoa- Bến Tre và sau đó vân du nhiều nơi học đạo. Năm 1945, ngài trở về quê hương làm tri sự tổ đình Thiên Ấn kiêm Giám tự chùa Viên Giác Thanh Sơn và tham gia phong trào kháng Pháp của PG Cứu quốc Liên khu 5. Năm 1963, ngài làm Cố vấn Ủy ban Liên phái Bảo vệ PG. Năm 1964, ngài làm Đặc ủy Tăng sự GHPGVNTN tỉnh Quảng Ngãi. Năm 1968, ngài được suy cử viện chủ tổ đình Sắc tứ Thiên Ấn- Quảng Ngãi, ngài xả báo thân ngày mồng Một tháng Chạp năm Quý Dậu (12-01-1994) thọ 91 năm, 70 hạ lạp, nguyên quán trú quán Quảng Ngãi - *xem thêm ở Danh Tăng Việt Nam tập 2*

- **Thiệt Thành Liễu Đạt** (1763 -1823), Thiền sư, dòng Lâm Tế Chánh Tông đời 35, ngài họ Nguyễn, xuất gia năm 1773 với tổ Minh Vật Nhất Tri- trụ trì chùa Kim Cang-Dinh Trấn Biên, được pháp danh Thiệt Thành, pháp hiệu Liễu Đạt. Năm 1789, ngài là Thủ tọa hai chùa Từ Ân và Khải Tường. Năm 1817, vua Gia Long sắc chỉ ngài ra kinh đô làm Tăng cang chùa Thiên Mụ, thay cho Hòa thượng Tổ Ấn-Mật Hoằng qua trụ trì chùa Quốc Ân. Năm 1821, ngài được vua Minh Mạng ban tặng danh hiệu là *Liên Hoa Hòa thượng*. Năm 1823, ngài dâng sơ xin về Nam kế thế trụ trì chùa *Sắc tứ Từ Ân*-Phú Lâm. Theo truyền thuyết, ngài tự thiêu năm 1823 tại *chùa Đại Giác*-Cù Lao Phố, vì không muốn sợi dây tình ái trói buộc với một vị Hoàng cô là chị gái vua Gia Long, pháp danh là *Tế Minh-Thiên Nhật*, là đệ tử của ngài. Ngài thọ 60 năm, 50 tuổi đạo, nguyên quán Gia Định, trú quán Biên Hòa. - *theo Biên niên sử PG Sài Gòn Gia Định*.

- **Thích Như Đạt** (1929 -2015), Hòa thượng, thế danh Lê Xuân Mai, xuất gia với HT Trí Minh- chùa Bảo Lâm- Bình Định, pháp danh Như Đạt, sau y chỉ với HT Tịnh Diệu- kế thế trụ trì chùa Bảo Lâm. Năm 1955, ngài ra Huế học PHV Báo Quốc. Năm 1956, ngài thọ đại giới tại giới đàn Hải Đức do HT Giác Nhiên làm Đàn đầu truyền giới, sau đó tiếp tục ra Huế học và dạy học ở trường *Bồ Đề Hàm Long*. Năm 1958, ngài được cử trụ trì chùa Long Quang- Hương Trà- Thừa Thiên. Ngài đã thành lập trường *Trung học Bồ Đề* ngày trong vườn chùa để tiện việc học hành của con em Phật tử. Từ năm 1965, chiến tranh ác liệt, chùa Long Quang trở thành trung tâm tỵ nạn cho đồng bào có hoàn cảnh nghèo khổ. Sau 1975, ngài chuyên tu và làm tròn bổn phận Sứ giả Như Lai. Ngài xả báo thân ngày mồng 8 tháng Giêng năm Ất Mùi (26-06-2015) thọ 87 năm, 60 hạ lạp, tháp lập tại chùa Long Quang- Hương Trà, nguyên quán Bình Định, trú quán Thừa Thiên Huế - *theo Chư tôn Thiền đức&Cư sĩ hữu công Thuận Hóa tập 3*

- **Thích Quảng Đạt** (1874 -1965), Hòa thượng, pháp hiệu Kiểu Tông, trụ trì chùa Phước Hội, tức chùa Bà Lê, huyện Chợ Mới- An Giang (Long Xuyên). Ngài là một nhà sư yêu nước, tham gia hoạt động cách mạng chống thực dân Pháp, đào tạo nhiều thế hệ danh tăng ưu tú, nguyên quán Ô Môn Cần Thơ, trú quán Chợ Mới- An Giang - *theo Thích Vân Phong biên khảo*

- **Thích Tấn Đạt,** Hòa thượng, Tiến sĩ, Giảng sư, tục danh Trần Văn Anh, sinh năm 1955 (Khai sinh năm 1959), tốt nghiệp Hệ cử nhân Phật học Khóa 1 (1984-1988), Uỷ viên TT HĐTS GHPGVN, Phó Chánh văn phòng 2 TW GHPGVN, Phó Trưởng ban TT Ban Hoằng pháp TW, Phó Trưởng ban TT Ban Tổ chức 2 lớp Đào tạo Cao Trung cấp Giảng Sư, trụ trì chùa Hòa Khánh- Bình Thạnh. Tác phẩm: *Lịch sử Cuộc đời Đức Phật Thích Ca-Thi hóa* (Nghi tụng), nguyên quán Bình Định, trú quán TP Hồ Chí Minh. - *theo Thích Vân Phong biên khảo*

- **Thích Thanh Đạt,** Thượng tọa, Tiến sĩ, sinh năm 1952, Ủy viên HĐTS TW GHPGVN, Phó ban Thường trực Ban Giáo dục Tăng ni Ni TW, viện trưởng Học viện PGVN tại Hà Nội, trụ trì chùa Đoài- Duy Tiên- Hà Nam, nguyên quán Thanh Hà- Hải Dương, trú quán Hà Nội - *theo Nguyễn Đại Đồng biên khảo*

- **Thích Tiến Đạt**, Thượng tọa, Tiến sĩ, dịch giả, sinh năm 1964, pháp hiệu Đức Nguyên, trưởng sơn môn Tào Động Xiển pháp phái Võ Lăng Việt Nam, trụ trì chùa Đại Từ Ân-huyện Đan Phượng- Hà Nội. Ủy viên Thường trực TW GHPGVN, Phó ban Thường trực Ban Pháp chế GHPGVN, Phó viện trưởng Học viện PGVN tại Hà Nội kiêm trưởng Bộ môn Luật học, tác phẩm: *Các điều cơ bản cho người xuất gia ; Luật Sa di luận giải ; Luật Tỷ khiêu ;* Dịch và biên soạn *Tịnh Độ ngũ kinh…*Các bài giảng về *Theo dấu chân Phật ; Tìm lại chính mình,* nguyên quán Thanh Oai- Hà Đông, trú quán Đan Phượng- Hà Nội.

- **Dương Văn Đạt** 1950 -1963), Cư sĩ, thánh tử đạo, pháp danh Tâm Thành, hy sinh trong đêm 8-5-1963 tại đài phát thanh Huế khi đứng nghe lại buổi phát thanh tường thuật lễ Phật đản khi sáng do Giáo hội tổ chức, thì bị xe thiết giáp của chế độ Ngô Đình Diệm xả súng và cán chết. Giáo hội PG Trung phần đã tấn phong Thánh tử đạo vào năm 1965, nguyên quán trú quán Thừa Thiên Huế - *theo Chư tôn Thiền đức&Cư sĩ hữu công Thuận Hóa*

- **Thích Vĩnh Đạt** (1911-1987), Hòa thượng họ Khổng (sau khi hoạt động Phật giáo Cứu quốc, do hoàn cảnh mới đổi thành họ Nguyễn) húy Hồng Hạnh, hiệu Vĩnh Đạt, Hòa thượng danh tăng, nổi tiếng văn hóa nghệ thuật Nhạc lễ PG, sáng tác điệu tán cửu đấu (đấu 9), biểu trưng PG Đồng bằng Sông Cửu Long kiện toàn trong mọi lĩnh vực, Ủy viên Mặt trận Việt Minh, Chủ tịch Phật giáo Cứu quốc tỉnh Bến Tre, Chánh đại diện GHPGVNTN tỉnh Sa Đéc, Trưởng ban Trị sự PG tỉnh Đồng Tháp, trụ trì các Tự viện trong tỉnh Bến Tre như: tổ đình Long Khánh (Chùa Ông Đồ), xã An Bình Tây, huyện Ba Tri. Chùa Mỹ Thành- xã Mỹ Nhơn- huyện Ba Tri. Chùa Bửu Linh (do tổ Lê Khánh Hòa sáng lập năm 1908- Cơ sở nuôi chứa chiến sĩ Cách mạng thời kháng Pháp), xã Thạnh Phú Đông, huyện Giồng Trôm *(tất cả những ngôi Tự viện này Ngài đều giao lại cho Pháp tôn Thích Hiển Pháp trụ trì)*. Tiếp đến Cách Mạng Tháng Tám thành công rồi Nam bộ kháng chiến, ngài cùng toàn dân chống giặc cứu nước. Trong thời gian này ngài tham gia công tác cho Mặt trận Việt Minh và là Ủy viên Ban Chấp hành Hội Phật giáo Cứu quốc tỉnh Bến Tre. Ngài đã được Trị sự trưởng Giáo hội Tăng già Nam Việt (HT Thích Thiện Hòa) ưu ái, tín nhiệm, và bổ nhiệm trụ trì nhiều danh lam cổ tự như chùa Long Phước tại thị xã Vĩnh Long, chùa Vạn Đức nơi đặt Phật học đường Sóc Trăng, Sắc tứ Tam Bảo Cổ Tự- Hà Tiên, (nơi đây ngài khóa an cư kiết hạ và lớp giáo lý dạy Phật pháp căn bản cho Phật tử vào thập niên 50, thế kỷ 20), Năm 1962 ,trụ trì Phước Hưng Cổ Tự cho đến cuối đời, Ngài viên tịch vào Rằm tháng 9 năm Đinh Mão (1987), trụ thế 76 năm có 56 hạ lạp. Ngài nguyên quán Ba Tri- Bến Tre, trú quán Sa Đéc- Đồng Tháp, - *xem thêm ở Danh Tăng Việt Nam tập 1*

- **Thích Bửu Đăng** (1904 -1948), Hòa thượng Yết ma, thế danh Trần Ngọc Lang, xuất gia với HT Chánh Hòa- chùa Vạn Đức- Gò Vấp, pháp danh Hồng Lang, pháp tự Bửu Đăng, dòng Lâm Tế Chánh Tông đời 40. Năm 1924, ngài thọ đại giới tại chùa Giác Viên- Chợ Lớn. Ngài làm thủ tọa thay thế bổn sư ở chùa Vạn Đức. Năm 1932, ngài khai sơn và trụ trì chùa Hải Hội- Gia Định. Năm 1941, ngài dời chùa Hải Hội lên Gò Vấp và lấy hiệu mới là Linh Sơn Hải Hội. Chính nơi đây ngài tham gia phong trào kháng pháp, nên được gọi là "*Thủ tọa Lân*". Năm 1946, ngài làm Hội trưởng *hội PG Cứu quốc* tỉnh Gia Định. Năm 1948, trên đường từ trụ sở hội PG Cứu quốc về chùa Linh Sơn Hải Hội, ngài bị thực dân Pháp bắt và xử bắn tại cầu Tham Lương, ngài ra đi khi tuổi đời 44, tuổi đạo 24, bảo tháp được xây trong khuôn viên chùa Linh Sơn Hải Hội, nguyên quán trú quán Gia Định - *xem thêm ở Danh Tăng Việt Nam tập 2*

- **Thích Giác Đăng** (1944 - 2011), Hòa thượng, hệ phái PG Khất sĩ Việt Nam, thế danh Võ Luân, xuất gia năm 1965 tại tịnh xá Ngọc Phúc- Pleiku- Gia Lai với trưởng lão Giác An, được pháp danh Giác Đăng. Năm 1970, ngài thọ Tỳ kheo giới tại giới đàn tịnh xá Ngọc Bảo- Tháp Chàm- Phan Rang do trưởng lão Giác An làm Đàn đầu truyền giới. Sau đó, ngài theo hạnh du Tăng khất sĩ hành đạo khắp miền Trung, miền Nam, đồng bằng sông Cửu Long. Năm 1975, ngài về hành đạo tại tịnh xá Ngọc Đức- đảo Lý Sơn. Năm 1978, ngài rời đảo Lý Sơn vào hành đạo vùng Thất Sơn- An Giang. Sau hơn 10 năm hành đạo ở miền Nam, ngài trở về tịnh xá Ngọc Tòng- Nha Trang. Năm 1997, ngài trụ trì tịnh xá Ngọc Pháp và được mời làm Phó BTS PG tỉnh Khánh Hòa. Năm 2005, ngài được hệ phái Khất sĩ suy cử làm Phó trưởng Giáo đoàn III. Ngài xả báo thân tại tịnh xá Ngọc Pháp vào ngày mồng 2 tháng Giêng năm Tân Mão (04-03-2011) thọ 68 năm, 41 hạ lạp, nguyên quán Quảng Ngãi, trú quán Khánh Hòa - *xem thêm ở Danh Tăng Việt Nam tập 3*

- **Thích Giác Đăng**, Thượng tọa, giảng sư, hệ phái PG Khất sĩ Việt Nam, thiền sư, nguyên quán Cần Thơ, trú quán Úc Châu.

- **Thích Nữ Hải Đăng** (? -?), Ni trưởng, thế danh Đào Thị Để (Nguyễn Thị Phụng), là thứ phi vua Tự Đức. Sau khi rời cung, xuất gia với HT Tánh Hoạt-Huệ Cảnh-chùa Tường Vân, được pháp danh là Hải Đăng. Năm Tự Đức thứ 8, bà được thọ Tỳ kheo ni và bổn sư cử bà về trùng tu chùa Sư Lỗ Thượng-thuộc sơn môn Tường Vân. Trong quá trình tu tập và hoạt động phật sự, Ni trưởng rất nghiêm túc phạm hạnh và hoàn thành phật sự trọn vẹn nên được chúng Tăng nể trọng và Phật tử kính phục, nguyên quán Điện Bàn-

Quảng Nam, trú quán Thừa Thiên Huế - *theo Chư tôn Thiền đức&Cư sĩ hữu công Thuận Hóa*

- Thanh Kế-Huệ Đăng (1873 -1953), Hòa thượng, tổ sư sáng lập pháp phái *Tế Thượng Thiên Thai Thiền Giáo Tông*, chi phái của Lâm Tế Liễu Quán. Ngài thế danh Lê Quang Hòa, tham gia phong trào Cần Vương bị Pháp đàn áp, lánh nạn vào vùng Bà Rịa. Năm 1900, ngài đến chùa Long Hòa cổ tự, xin xuất gia với tổ Hải Hội-Chánh Niệm, được pháp hiệu Thiện Thức. Năm sau, ngài được bổn sư gởi tham học với tổ Trí Hải ở chùa *Thiên Thai Sơn Thạch Tự*-Sông Cầu- Phú Yên. Tu học được 3 năm, ngài trở về thọ đại giới và được bổn sư ban pháp danh Thanh Kế, pháp hiệu Huệ Đăng và giao trụ trì chùa Kiên Linh, rồi chùa Phước Linh- Bà Rịa. Năm 1905, ngài trở về chùa Long Hòa cư tang bổn sư và khai phá thạch động ở Núi Dinh làm nơi tĩnh tu thiền định và tụng kinh Pháp Hoa, danh đức vang xa, đồ chúng đến tu học càng nhiều. Năm 1910, ngài xây dựng chùa Thiên Thai kế bên Thạch động để tiếp tăng độ chúng. Năm 1913, ngài làm Đường đầu Hòa thượng trong giới đàn chùa Phước Linh- Bà Rịa. Năm 1935, ngài thành lập *Thiên Thai Thiền Giáo Tông Liên Hữu hội*, xuất bản tạp chí *Bát Nhã Âm*. Năm 1941, ngài về quê hương lập ngôi chùa Thiên Tôn- Tây Sơn và khi cuối đời trở về đây viên tịch. Công hạnh và sự nghiệp của ngài thể hiện qua trước tác nhiều thơ văn, các kinh điển được ngài diễn Nôm theo thể Song thất lục bát được lưu truyền rộng rãi như tác phẩm: *Kinh Vu Lan Bồn nghĩa ; Kinh Báo hiếu Phụ Mẫu nghĩa ; Kinh Di Đà nghĩa ; Bát Nhã Tâm Kinh nghĩa ; Tịnh Độ Chánh Tông ; Bài sám Thảo Lư*, nguyên quán Bình Định, trú quán Bà Rịa - *xem thêm ở Danh Tăng Việt Nam tập 1*

- Thích Huệ Đăng (1943 -2009), Hòa thượng, pháp húy Không Phật, pháp hiệu Trí Minh, Pháp sư, Ủy viên Ban Hoằng pháp Trung ương hệ phái PG Cổ Truyền Việt Nam, trụ trì chùa Phước Duyên, Diên Khánh, Khánh Hòa, nguyên quán trú quán Khánh Hòa.

- **Thích Huệ Đăng**, Thượng tọa, sinh năm 1940, thế danh Nguyễn Văn Sáu, Trước năm 1975, ông là tu sĩ tại gia, pháp danh Thanh Quang. Năm 1976, ông xuất gia với HT Huệ Thành- chùa Long Thiền- Đồng Nai, được pháp hiệu Huệ Đăng. Năm 1984, ông thọ giới Tỳ kheo rồi lên núi La Bá- Đơn Dương tu tập 3 năm liền. Năm 1987, ông lập một tịnh thất nhỏ ở Đà Lạt để tu tập và làm kinh tế tự túc để sinh hoạt. Ông bắt đầu tìm tòi việc trồng hoa địa lan và bán hoa lan lấy tiền làm Phật sự. Năm 1994, ông tham dự khóa đào tạo giảng sư Thiện Hoa do Ban Hoằng pháp TW GHPGVN tổ chức tại TP Hồ Chí Minh. Năm 2001, ông học khóa Cao cấp giảng sư của TW GHPVN tổ chức. Sau khi tốt nghiệp, ông làm giảng viên Cao đẳng chuyên khoa Phật học của Ban Hoằng pháp TW GHPGVN. Hiện ông hình thành 2 cơ sở trồng hoa lan xuất khẩu và nghiên cứu thành công cấy mô cây *Sâm Ngọc Linh*. Ông được mời đi trao đổi, chuyển giao công nghệ trồng Sâm Ngọc Linh qui mô công nghiệp trên khắp các vùng núi miền Trung cao nguyên và miền Bắc Việt Nam. Ông hiện là Phó chủ tịch *hội Hoa Lan Đà Lạt*, hội viên *hội Doanh nghiệp Lâm Đồng*. Năm 2007, ông được bình chọn là 100 doanh nhân tiêu biểu của Việt Nam. Là một giảng sư Phật học, ông còn để tâm dịch thuật và ấn hành các tác phẩm của mình: *Luận Giảng Kinh Hoa Nghiêm ; Luận Giảng Kinh Thủ Lăng Nghiêm ; Luận Giảng Kinh Lăng Già ; Luận Giảng Kinh Duy Ma Cật ; Luận Giảng Kinh Đại Bửu Tích ; Thiền Ứng Dụng Vào Cuộc Sống ; Luận Giảng Pháp Bửu Đàn Kinh ; Luận Giảng Bát Nhã Tâm Kinh ; Luận Giảng Kim Cang Thừa ; Luận Giảng Kim Cang Bát Nhã ; Luận Giảng Kinh Đại Nhật ; Luận Giảng Đại Thừa Tư Tưởng Luận ; Luận Giảng Đại Trí Độ Luận (5 tập) ; Luận Giảng Diệu Pháp Liên Hoa Kinh ; Luận Giảng Kinh Viên Giác ; Luận Giảng Đại Thừa Khởi Tín ; Hành Trình Về Tâm Thức ; Luận Giảng Kinh Lăng Già (bổ sung tái bản) ; Luận Giảng Kinh Đại Bát Niết Bàn ; Luận giảng Đại Trí Độ Luận ; Tổng Luận Mật Tông*. Ông nguyên quán Sài Gòn, trú quán Đà Lạt- Lâm Đồng - *theo trang nhà www.vn.wikipedia.org*

- **Thích Nữ Tâm Đăng** (1915 -2005), Ni trưởng, xuất gia với HT Huyền Ý-chùa Liên Tôn-Bình Định, pháp danh Tâm Đăng, pháp tự Hạnh Viên, thế danh Bùi Thị Hải. Năm 1940, Ni trưởng vào học Phật pháp tại chùa Hội Sơn-Thủ Đức. Năm 1942, Ni trưởng thọ giáo với HT Tôn Thắng, được pháp hiệu Chơn Như. Năm 1948, Ni trưởng nhận trụ trì chùa Linh Sơn-Nha Trang. Năm 1951, Ni trưởng tiếp nhận và trùng kiến chùa Minh Hương-Diên Khánh và đổi tên chùa thành Minh Phước. Năm 1962, Ni trưởng kiến lập tịnh thất Linh Sơn tại khu Cầu Đá và làm Chánh thư ký Ban kiến thiết sáng lập *Ni viện Diệu Quang*. Năm 1963, trong cuộc đấu tranh cho pháp nạn, Ni trưởng phát nguyện tự thiêu, nhưng không được giáo hội đồng ý, Ni trưởng đã chặt ngón tay út để cúng dường Tam bảo và cầu nguyện cho đạo pháp trường tồn. Năm 1964, Ni trưởng phát nguyện chích tay lấy máu chép hai bộ *Bát Nhã Tâm kinh* và *Phẩm Phổ Môn*. Cũng vào năm này, Ni trưởng kiến lập chùa Tịnh Đức để làm nơi cư trú cho chúng Ni đang theo học tại các trường Trung học Bồ Đề. Năm 1966, Ni trưởng làm Ủy viên Ni bộ Bắc Tông kiêm Trưởng ban Ni bộ tỉnh Khánh Hòa. Năm 1968, Ni trưởng xây trường Trung Tiểu học Bồ Đề Linh Sơn và mở Ký nhi viện tại chùa Linh Sơn. Năm 1972, trước chiến tranh khốc liệt tại Cổ thành Quảng Trị, Ni trưởng lại phát nguyện chặt đứt ngón tay út trái để cầu nguyện cho hòa bình, nguyên quán Thừa Thiên Huế, trú quán Nha Trang Khánh Hòa - *theo Chư tôn Thiền đức&Cư sĩ hữu công Thuận Hóa*

- **Nguyễn Phúc Tráng Đăng** (1910 -1987), Cư sĩ, pháp danh Tâm Huệ. Năm 1930 ông hoạt động trong báo chí Cố đô và thành lập *Nhà xuất bản Thuận Hóa*. Cư sĩ nhiệt tình cộng tác với *nguyệt san Viên Âm, Giác Ngộ* trong nhiều vai trò: khi thì Quản lý kiêm phát hành, khi thì Thủ quỹ, phóng viên... Năm 1932-1945, ông được mời giữ *Tập Tước Tá Quốc Lang*, được chức *Tam Phẩm Tế Tửu* (tức hiệu trưởng hay giám đốc trường Quốc Tử Giám). Năm 1945-1954, nhận thấy chính quyền Ngô Đình Diệm bất bình đẳng tôn giáo, ông cùng các trí thức khác gia nhập *phong trào Hòa bình thế giới*, nên cả nhóm bị bắt giam và sau đó cấm cả gia đình không được ở Huế và trục xuất vào Sài Gòn. Từ năm 1952-1963, ông và gia đình luôn hộ trì các chùa về kinh tế hay bị khó dễ chính trị là có ông ra tay giúp đỡ. Năm 1963, đại hội thành lập GHPGVNTN tại Sài Gòn, ông được bầu vào Phó tổng thư ký Viện Hóa Đạo đặc trách ngoại vụ. Năm 1985, con trai trưởng là HT Chơn Kim đã đưa ông bà lên ở tại chùa Tường Vân- Đơn Dương đến cuối đời, nguyên quán Thanh Hóa, trú quán Lâm Đồng - *theo Chư tôn Thiền* *đức&Cư sĩ hữu công Thuận Hóa*

- **Thích Tuệ Đăng** (1927 1997), Hòa thượng, dịch giả, tác gia, sơn môn PG miền Vĩnh Nghiêm, xuất gia năm 1936 với HT Quảng Thân- chùa Phúc Sanh- Hải Dương, pháp danh Thanh Thuần, pháp hiệu Tuệ Đăng. Năm 1946, ngài thọ cụ túc tại giới đàn chùa Đông Am- Hải Dương, sau đó ngài được cử chức Giám đốc lớp *Bình dân học vụ* của *hội PG Cứu quốc* huyện Vĩnh Bảo. Năm 1950, ngài giữ chức Thư ký hội PG tỉnh Ninh Bình. Năm 1952, ngài cầu pháp HT Đức Nhuận- chùa Đồng Đắc- Ninh Bình. Năm 1953-1954, ngài giữ chức Tổng thư ký *hội PG Tăng già Bắc Việt*- chùa Quán Sứ- Hà Nội. Năm 1954, ngài di cư vào Nam làm Giám viện chùa Giác Hoa- Gia Định và Bỉnh bút *báo Đuốc Tuệ*- chùa Giác Minh. Năm 1956, ngài trụ trì chùa Văn Thánh- Thị Nghè và dạy Hoa ngữ trường Đức Trí- Chợ Lớn. Thời gian này ngài học và tốt nghiệp cử nhân Hoa ngữ-đại học Sư Phạm Sài Gòn. Năm 1964, ngài làm Giám đốc *PHV Vĩnh Nghiêm* và tiếp nhận trụ trì chùa Kim Cương- quận 3. Năm 1979-1986, ngài giảng dạy Phật học và Nho học các PHV trong TP Hồ Chí Minh. Năm 1994, ngài ra Bắc làm Giáo thọ sư giảng dạy *trường Cao cấp Phật học*- chùa Quán Sứ- Hà Nội. Tác phẩm: *Kinh Vô Lượng Thọ (dịch) ; Phật học Khóa bản (biên soạn) ; Phật giáo với Khoa học (dịch) ; Tại gia Phật học pháp yếu ; Nhận định và so sánh PG với Cơ Đốc giáo (dịch) ; Phật giáo với Văn chương Việt Nam*, ngài xả báo thân ngày 25 tháng 11 năm Bính Tý (03-01-1997) thọ 70 năm, 50 hạ lạp, nguyên quán Ninh Bình, trú quán TP Hồ Chí Minh - *xem thêm ở Danh Tăng Việt Nam tập 2*

- **Thích Mỹ Định** (1900 - 1977), Hòa thượng, xuất gia năm 1917, pháp danh Như Phòng, pháp hiệu Mỹ Định. Năm 1933, ngài được cung thỉnh vào Ban chức sự giới đàn chùa Thiên Tôn- Thủ Dầu Một. Năm 1954, ngài đứng ra tổ chức đại giới đàn tại chùa Hội Sơn. Ngài được cung thỉnh làm Tăng trưởng *Giáo hội Lục Hòa Tăng* tỉnh Bình Dương. Ngài là trụ trì đời thứ 7 chùa Hội Sơn.

Ngài xả báo thân năm 1977, thọ 78 năm, 56 hạ lạp, nguyên quán trú quán Bình Dương - *theo báo Giác Ngộ số 33 năm 2000*

- **Thích Chơn Điền**, Hòa thượng, Trưởng lão, pháp danh Chơn Điền, pháp tự Đạo Phước, đời 40 tông Lâm Tế, thế hệ thứ 7 pháp phái Chúc Thánh. Ngài thế danh Hoàng Hữu Hạnh, sinh ngày 16 tháng 10 năm Đinh Mão (1927) tại Kiến An, Hải Phòng. Ngài tham gia Vệ quốc đoàn trong phong trào kháng Pháp. Nhân duyên vào Quảng Nam, Ngài gặp HT Phổ Thoại và xuất gia tại chùa Long Tuyền vào năm 1950. Ngài là học Tăng PHĐ Nam Việt và là Giảng sư VHĐ GHPGVNTN. Thọ Đại giới năm 1957 tại chùa Pháp Hội do HT Hành Trụ làm Đàn đầu. Năm 1961, Ngài khai sơn chùa Hải Đức tại phường Cô Giang, quận Phú Nhuận. Năm 1968, tốt nghiệp Cử nhân Phật học tại viện Đại học Vạn Hạnh. Năm 1979, ngài sang hoằng pháp tại Mỹ, lập chùa Quan Âm tại thành phố Houston- tiểu bang Texas. Hiện tại ngài là thành viên Hội đồng trưởng lão VTT. GHPGVNTN hải ngoại Hoa Kỳ. Ngài có xuất bản tập thơ *Góp Nhặt Lá Vàng* với bút hiệu *Ngốc Tử*. Ngài nguyên quán Hải Phòng, trú quán tại Mỹ - *theo Thích Như Tịnh sưu khảo*

- **Thích Giác Điền** (1910 -1993), Hòa thượng, dòng Lâm Tế Liễu Quán đời 44, thế danh Bùi Văn Long, xuất gia năm 1922 với HT Tâm Hòa Chánh Khâm- chùa Linh Sơn Tiên Thạch- núi Điện Bà- Tây Ninh, pháp danh Nguyên Chất, pháp tự Giác Điền. Năm 1927, ngài thọ đại giới tại giới đàn chùa Long An- Chợ Lớn. Năm 1930, ngài được cử làm Giáo thọ A xà Lê trong trường Kỳ giới đàn chùa Linh Sơn Tiên Thạch. Năm 1934, ngài xin về làm tròn bổn phận chữ hiếu. Năm 1945, ngài tham gia cách mạng, lãnh nhiệm vụ liên lạc giữa núi Điện Bà với xóm Phan-Suối Đá. Năm 1951, ngài tái xuất gia trở lại trú xứ chùa Núi. Năm 1954, ngài làm Yết ma A xà lê tại giới đàn chùa Pháp Thành- Tây Ninh. Năm 1956, ngài làm Chủ hương trường Hương chùa Vĩnh Xuân và Đàn đầu Hòa thượng trong trường Kỳ giới đàn nơi đây. Cùng năm, ngài thành lập *Hội Núi Bà Tây Ninh* và ngài là Hội trưởng. Năm 1957, ngài trở về Gia Định, được chư tôn đức suy tôn làm Hội trưởng *Giáo hội Lục Hòa Tăng* tỉnh Gia Định. Năm 1959, ngài được cử làm Tăng giám *Giáo hội Tăng già* tỉnh Tây Ninh. Năm 1962, ngài về trụ xứ chùa Thiền Lâm và làm Tăng trưởng *Giáo hội Lục Hòa Tăng* tỉnh Tây Ninh. Năm 1974, Sư Giác Mẫn ở Thái Lan mời ngài sang hỗ trợ Phật sự hành đạo ở Thái Lan, đến năm 1981 ngài mới hồi hương. Ngài xả báo thân ngày mồng 2 tháng 8 năm Quý Dậu (1993) thọ 84 năm, 37 năm hành đạo, nguyên quán Gia Định, trú quán Tây Ninh - *xem thêm ở Danh Tăng Việt Nam tập 3*

- **Chơn Nhẫn Phước Điền** (1868-1917), Hòa thượng, pháp danh Chơn Nhẫn, pháp tự Đạo Cúc, pháp hiệu Phước Điền, đời 40 tông Lâm Tế, thế hệ thứ 7 pháp phái Chúc Thánh. Ngài thế danh Trang Văn Cúc, sinh năm Mậu Thìn (1893) tại xã Hà Nhuận, huyện Duy Xuyên, Quảng Nam. Xuất gia với tổ Ấn Thanh Chí Thành tại chùa Tam Thai và thọ Tỳ kheo năm 1893 tại chùa Chúc Thánh. Năm Quý Mão (1903) được cử làm *Tăng mục Quốc tự Tam Thai*. Đến tháng 10 cải bổ trụ trì *Ngự kiến Vĩnh An Tự* tại Duy Xuyên. Năm Canh Tuất (1910) làm đệ tứ tôn chứng giới đàn tổ đình Phước Lâm. Năm Nhâm Tý (1912) được bổ làm trụ trì chùa Sắc tứ Phước Hải tại làng Hải Châu. Ngài viên tịch ngày mồng 4 tháng Chạp năm Đinh Tỵ (1917), trụ thế 49 tuổi, tháp lập dưới núi Tam Thai. Ngài là người có nét bút tài hoa nhất trong Sơn môn Tam Thai Linh Ứng thời bấy giờ, nguyên quán trú quán Quảng Nam - *theo Thích Như Tịnh sưu khảo*

- **Thích Như Điển**, Hòa thượng, pháp danh Như Điển, tự Giải Minh, hiệu Trí Tâm, đời 41 tông Lâm Tế, thế hệ thứ 8 pháp phái Chúc Thánh. Ngài thế danh Lê Cường, sinh ngày 28 tháng 6 năm Kỷ Sửu (1949) tại xã Xuyên Mỹ, Duy Xuyên, Quảng Nam. Xuất gia năm 1964 với HT Thích Long Trí, thọ Tỳ kheo năm 1971 tại Tu viện Quảng Đức do HT Thích Trí Thủ làm Đàn Đầu. Năm 1972 du học Nhật Bản, đến năm 1977 tốt nghiệp Cao học tại đại học

Risso tại Tokyo. Đến Đức tháng 4 năm 1977, sau đó khai sơn chùa Viên Giác tại Hannover vào năm 1978. Ngài là Chi bộ trưởng GHPGVNTN Đức quốc từ năm 1978 đến 2003, Tổng Thư ký GHPGVNTN Châu Âu. Hiện tại ngài là Đệ nhị chủ tịch GHPGVNTN Châu Âu. Ngài là người say mê nghiên cứu học tập. Ngài đã biên dịch và trước tác 66 đầu sách. Ngài giới luật tinh nghiêm nên thường được cung thỉnh làm Tuyên Luật Sư tại các giới đàn ở Hải ngoại. Hiện tại, ngài là Phương trượng chùa Viên Giác- Đức quốc. Ngài nguyên quán Quảng Nam, trú quán Đức quốc - *theo Thích Như Tịnh sưu khảo*

- **Thích Thanh Điện**, Thượng tọa, Tiến sĩ, thế danh Dương Quang Điện, sinh năm 1958, Ủy viên Thường trực TW GHPGVN, Phó Tổng Thư ký HĐTS Chánh VP I T.Ư GHPGVN, Phó ban Hướng dẫn Nam nữ Phật tử TW GHPGVN, Trưởng BTS GHPVN tỉnh Lào Cai, trú xứ chùa Quán Sứ-Hà Nội, nguyên quán Ninh Bình, trú quán Hà Nội.

Đi

- **Tráng Đinh,** Cư sĩ, năm 1947 đặc san tập văn Phật giáo được xuất bản do ông và đến năm 1949 ông cũng là người vận động xin phép xuất bản tạp chí Giác Ngộ do cư sĩ Võ đình Cường làm chủ bút và ông làm chủ nhiệm kiêm quản lý (không rõ năm sinh và nguyên quán, trú quán) - *theo Thích Vân Phong sưu khảo*

- **Thích Kiên Định**, Thượng tọa, Tiến sĩ, sinh năm 1962, đệ tử HT Thiện Siêu- chùa Từ Đàm, trú xứ chùa Hồng Đức- Huế, Giám viện Học viện PGVN tại Huế, tác phẩm: *Từ điển tiếng Pali-Sankrist* ; *Lược sử chùa Thiền Tôn&Tổ Liễu Quán truyền thừa*, nguyên quán Liên Chiểu- Đà Nẵng, trú quán Thừa Thiên Huế.

- **Cao Hữu Đỉnh** (1917 -1991), Cư sĩ, pháp danh Tâm Nguyện. Năm 1930, ông cùng các cư sĩ tham gia phong trào chấn hưng PG được khởi xướng bởi Bác sĩ Tâm Minh Lê Đình Thám. Ông say mê học Phật, trường xuyên trao đổi thư tín với phong trào học Phật tại Paris qua tạp chí *"La Pensée Buddique"*. Từ năm 1940-1952, ông cộng tác và gửi bài đều đặn cho tạp chí *Viên Âm* và *Giác Ngộ* tại Huế. Năm 1949, ông được bầu vào Tổng thư ký *hội Phật học Trung phần*. Năm 1956, thời gian lưu trú tại Sài Gòn, ông tham gia hình thành xây dụng *Viện Trung đẳng Phật học* tại chùa Ấn Quang. Từ đó, ông trở thành giảng sư của Phật học viện cho tới năm 1958.. Năm 1959-1963, ông định cư tại Nha Trang và tham gia Ban giảng huấn PHV Hải Đức, đồng thời là hiệu trưởng trường Bồ Đề Nha Trang. Năm 1964, Viện Cao đẳng Phật học chuyển thành Viện Đại học Vạn Hạnh, ông trở thành giảng viên phân khoa Phật học cho đến năm 1975. Thời gian sau 1975, ông dành thời gian nghiên cứu và giảng dạy tại nhà, tác phẩm: *Phật và thánh chúng (1968)* ; *Kinh Na Tiên Tỳ Kheo (1971)* ; *Văn học sử Phật Giáo (1971)* ; *Đại thừa Khởi tín luận (1994)* ; *Lược sử thành lập Tam tạng* ; *Kinh Tam Bảo (dịch và giải)* ; *Tâm kinh Bác Nhã (dịch và giải)* ; *Duy Thức Tam Thập Tụng (dịch và giải)* ; *Phật pháp tinh yếu* ; *Kinh Kim Cang giảng nghĩa* ; *Sử Phật giáo Ấn Độ* ; *Sử Phật giáo Trung Hoa* ; *Sử Phật giáo Việt Nam* ; *Tư tưởng sử Phật giáo* ; *Bộ phái Phật giáo Tiểu thừa*. Ông còn viết nhiều bài đăng trên tạp chí *Từ Quang*....nguyên quán Thừa Thiên Huế, trú quán TP Hồ Chí Minh và Nha Trang - *theo Chư tôn Thiền đức&Cư sĩ hữu công Thuận Hóa*

- **Sư Chánh Định**, Thượng tọa, sinh năm 1971, giảng sư, hệ phái PG Nam Tông Việt Nam, pháp danh Sammà sàmadhi, đệ tử Hòa thượng Tịnh Sự, Ủy viên BTS GHPGVN tỉnh Đồng Nai, phó ban PG Quốc tế GHPGVN tỉnh Đồng Nai, trụ trì chùa Tam Phước-Đồng Nai, nguyên quán Hà Nam, trú quán Đồng Nai.

- **Thích Nữ Diệu Định** (1940 -1966), Sư cô, thánh tử đạo. Năm

1956 xuất gia với Ni trưởng Bảo Quang-chùa Hồng Ân-Huế, pháp danh Nguyên Huệ, thế danh Đỗ Thị Cửu. Sau đó theo bổn sư vào tu học tại chùa Sư nữ Bảo Quang Đà Nẵng. Ngày 3-6 năm 1966 sư cô phát nguyện tự thiêu hy sinh thân xác để cảnh tỉnh chính quyền kỳ thị tôn giáo, nguyên quán trú quán Hội An-Quảng Nam - *theo Chư tôn Thiền đức&Cư sĩ hữu công Thuận Hóa*

- **Tánh Thiên Nhất Định** (1784 -1847), dòng Lâm Tế Liễu Quán đời 39, ngài họ Nguyễn, xuất gia năm 1802 với ngài Phổ Tịnh-chùa Thiền Tôn- núi Thiên Thai- Phú Xuân, được ban pháp danh Nhất Định, pháp tự Nhất Định. Thời gian sau ngài thọ đại giới tại giới đàn chùa Quốc Ân do HT Tổ Ấn Mật Hoằng làm Đàn đầu truyền giới. Năm 1808, ngài kế thế trụ trì tổ đình Thiên Thai Thiền Tôn Tự. Năm 1816, ngài kế nhiệm trụ trì chùa Báo Quốc. Năm 1833, ngài là Tăng cang và trụ trì chùa Linh Hựu. Năm 1839, ngài được phong Tăng cang chùa Giác Hoàng. Năm 1843, sau khi hồi hưu, ngài Nhất Định cùng hai đệ tử và mẹ già 80 tuổi về vùng núi Dương Xuân lập am tu hành, ngôi thảo am nửa trước thờ Phật Di Đà, nửa sau để ngài và mẹ ngài ở, đức hiếu thảo của ngài động lòng vua quan, các vị Thái giám xin được làm chùa cho ngài nhưng ngài không chịu, ngài thị tịch ngày mồng 7 tháng 10 năm Đinh Mùi (1847) hưởng 53 năm, ngôi thảo am của ngài sau được xây dựng thành chùa Từ Hiếu, nguyên quán Quảng Trị, trú quán Phú Xuân Huế - *theo Chư tôn Thiền đức&Cư sĩ tiền bối hữu công tập 1*

- **Thích Trường Định** (1950 -2002), Thượng tọa, thế danh Võ Thế Tâm, đệ tử HT Giác Nhiên-chùa Thuyền Tôn-Huế, pháp danh Tâm Ý, pháp tự Trường Định. Năm 1977, thọ đại giới tại giới đàn chùa Ấn Quang. Năm 1993 về trụ trì chùa Phú Hậu-Huế. Thượng tọa cốt cách nhẹ nhàng, thuyết giảng lôi cuốn quần chúng, nhưng bệnh hiểm nghèo đã rời bỏ ngôi chùa năm 55 tuổi, nguyên quán Quảng Nam, trú quán Thừa Thiên Huế - *theo Chư tôn Thiền đức&Cư sĩ hữu công Thuận Hóa*

- **Nhàn Vân Đình** (1906-1979), Cư sĩ, tên thật là Trần Duy Vôn, sinh năm 1906.Tháng 11 năm 1934, Hội Phật giáo Bắc Kỳ thành lập đẩy mạnh phong trào chấn hưng Phật giáo ở xứ Bắc. Nhiều Chi hội Phật giáo địa phương được thành lập. Ông được suy cử làm Phó trưởng ban bên tại gia CHPG xã Quần Phương Thượng, huyện Hải Hậu, tỉnh Nam Định và là cộng tác viên tích cực của tuần báo Đuốc Tuệ - cơ quan hoằng dương Phật pháp của Hội Phật giáo Bắc Kỳ. Ngoài các bài chính luận về Phật giáo, tục đốt vàng mã, *"Nhàn Vân Đình tham thiền thi thảo"* gồm 25 bài thơ, đăng liên tục trên báo Đuốc Tuệ từ số 28 đến số 36 năm 1936. Đầu năm 1972, Nhàn Vân Đình được mời về làm cộng tác viên thường trú ở Ban Hán Nôm thuộc Ủy ban Khoa học Xã hội Việt Nam. Tại đây ông đã phát huy tất cả sở học của mình vào việc soạn thảo, biên dịch, khảo cứu, đặc biệt là việc hướng dẫn bảo ban thế hệ trẻ. Nguyên quán làng Quần Phương Thượng, huyện Hải Hậu, tỉnh Nam Định Nhàn Vân Đình mất tại quê nhà năm 1979.

- **Thích Viên Định**, Hòa thượng, pháp danh Như Trụ, pháp tự Viên Định, pháp hiệu Hải Tạng, đời 42 tông Lâm Tế. Ngài họ Nhữ, sinh năm Tân Mão (1951) tại làng Chánh Trạch, xã Mỹ Thọ, huyện Phù Mỹ, Bình Định. Xuất gia từ nhỏ với HT Kế Châu tại chùa Bảo Châu quê nhà. Năm 1965 theo bổn sư về tu học tại tổ đình Thập Tháp và thọ Tỳ kheo năm 1973 tại giới đàn Phước Huệ- PHV Hải Đức- Nha Trang do HT Phúc Hộ làm Đàn đầu truyền giới. Sau khi thọ giới, ngài vào Sài Gòn tu học, y chỉ HT Quảng Thạc và ngụ tại chùa Giác Hoa- Bình Thạnh. Ngài trụ trì chùa Giác Hoa từ năm 1975. Năm 1994, ngài được bổn sư giao chức Phó trụ trì tổ đình Thập Tháp tại Bình Định. Ngài ra sức trùng tu tổ đình khang trang. Đồng thời đảm nhiệm chức vụ Viện trưởng VHĐ GHPGVNTN. Hiện tại, HT đã giao phó việc điều hành chùa Giác Hoa cho Thượng tọa Thích Viên Kiên, còn ngài chính thức về điều hành phật sự tại tổ đình Thập Tháp, Bình Định. Ngài sinh và trú quán tại Bình Định - *theo chùa Thập Tháp Di Đà do Thích Viên Kiên biên soạn*

Đo

- **Thích Đàm Đoan** (1918 -2007), Ni trưởng, thế danh Trần Thị Viên, xuất gia năm 1945 với Sư cụ chùa Đa Cốc- Kiến Xương- Thái Bình, được pháp danh Đàm Đoan, pháp hiệu Từ Chính. Năm 1946, Người thọ đại giới tại khóa Hạ tổ đình Đa Cốc, do sư tổ Thích Tâm Tịnh làm chủ đàn và chư Ni giới đức truyền trao giới pháp. Cũng trong năm này, Người được cử về trụ trì chùa Tam Bảo- xã Nam Hồng- huyện Tiền Hải- tỉnh Thái Bình. Từ năm 1945-1954, Người tham gia *Hội PG Cứu Quốc* tỉnh *Nam-Ninh-Thanh-Thái* và là Thủ quỹ của Hội. Năm 1958-1981, Hội PGTNVN ra đời, Người là Ủy viên BTS tỉnh hội kiêm Thủ quỹ. Năm 1981, GHPGVN thành lập, Người được cử giữ chức Ủy viên BTS tỉnh hội kiêm Ủy viên Giáo dục Tăng Ni tỉnh Thái Bình. Từ 1981, Người luôn được cung thỉnh làm Đàn đầu truyền giới tại các giới đàn Ni trong tỉnh. Người xả báo thân ngày mồng 3 tháng 5 năm Đinh Hợi (18-06-2007), thọ 89 năm, 60 hạ lạp, nguyên quán trú quán Tiền Hải- Thái Bình - *theo tư liệu trên trang nhà PGVN www.phatgiaovietnam.vn*

- **Thích Lưu Đoan** (1943 -2010), Hòa thượng, thế danh Phạm Xuân, đệ tử HT Mật Hiển-chùa Trúc Lâm-Huế, pháp danh Nguyên Chơn, pháp tự Lưu Đoan. Năm 1972, được phân bổ của Giáo hội về tỉnh Vĩnh Bình làm nhiệm vụ Như Lai Sứ Giả, Đặc ủy Hoằng pháp kiêm Giám học và Giáo thọ sư tại PHV Khánh Hòa-chùa Phước Hòa, sau đó là Chánh đại diện PG thị xã Trà Vinh kiêm Phó trụ trì chùa Long Khánh. Năm 1974, khai sơn chùa Như Pháp huyện Tiểu Cần tỉnh Vĩnh Bình (Trà Vinh) và trụ trì ở đây. Năm 1993, HT bổn sư viên tịch, ngài được sơn môn cử trụ trì tổ đình Trúc Lâm-Huế. Năm 2007, là Ủy viên HĐTS TW GHPGVN, nguyên quán Quảng Ngãi, trú quán Trà Vinh - *theo Chư tôn Thiền đức&Cư sĩ hữu công Thuận Hóa*

- **Trần Kiêm Đoàn**, Cư sĩ, Tiến sĩ, nhà thơ, nhà văn PG, sinh năm 1946, tốt nghiệp Đại học Sư phạm Viện Hán-Huế 1970, Cao học Xã hội đại học California State 1988, Tiến sĩ Tâm lý học đại học Southern California, cựu giáo sư trường Trung học Nguyễn Hoàng-Quảng Trị, định cư ở Hoa Kỳ năm 1982, tác phẩm: *Hương Từ Bi* (Huế, 1966); *Chuyện Khảo Về Huế* (Cali.US, 1997. Trẻ, VN, 1980. Lang, US, 2003); *The Vietnam War and Its Psychological Aftermath* (LA., 1999); *Con Yêu Bánh Nậm* (Lang Magazine, Cali, US, 2003. Thuận Hóa, VN, 2004); *Tu Bụi* (Thuận Hóa - Huế 2005); nguyên quán Quảng Trị, trú quán Hoa Kỳ - *theo trang nhà www.como.vn*

- **Thích Quảng Độ**, Hòa thượng, dịch giả, tác gia, thế danh Đặng Phúc Tuệ, sinh ngày 27-11-1928, năm 1965 là Tổng thư ký GHPGVNTN, năm 1999 là Viện trưởng Viện Hóa đạo GHPGVNTN. Năm 1982, ngài bị trục xuất về nguyên quán ở xã Vũ Đoài- huyện Vũ Thư- tỉnh Thái Bình. Mười năm sau, ngài trở vào Nam trú tại chùa Thanh Minh- Phú Nhuận. Năm 1995, ông lại bị phạt tù 5 năm, nhưng đến Quốc khánh 2-9-1998, ngài được chính phủ đặc xá về lại Thanh Minh Thiền Viện. Năm 2011, ngài được suy tôn là đệ Ngũ Tăng thống GHPGVNTN, ngài là viện chủ chùa Thanh Minh-Phú Nhuận, tác phẩm: *Kinh Mục Liên Sám Pháp; Kinh Đại Phương tiện Phật Báo Ân; Thoát vòng tục lụy*, Sài Gòn 1962; (truyện dịch từ Hán văn của Tinh Vân); *Dưới mái chùa hoang*, Sài Gòn 1962; (truyện); *Truyện cổ Phật giáo*, Sài Gòn 1964; *Đại thừa Phật giáo tư tưởng luận; Tiểu thừa Phật giáo tư tưởng luận; Nguyên thủy Phật giáo tư tưởng luận; Từ điển Phật học Hán Việt* (2 tập); *Phật Quang Đại Từ điển* (9 tập); *Chiến tranh và bất bạo động*, nguyên quán Thái Bình, trú quán TP Hồ Chí Minh - *theo trang nhà www.vi.wikiperdia.org*

- **Thiền sư Tịnh Độ** (? – 1822), Phục dựng ngôi Cổ tự phế tích (Đức Long tự) vào thế kỷ 18, xã Tân Dương- Lai Vung- Đồng Tháp. Ngài là một trong những vị Sứ giả Như Lai theo đoàn người mở cõi, mang ánh sáng Từ bi Trí tuệ vào vùng đất mới, cấy mầm tuệ giác Đồng bằng sông Cửu Long đầy phù sa, sau này ổn định và phát triển, sông nước hữu tình, cây lành trái ngọt nặng trĩu đơm bông kết trái. Không rõ nguyên quán và năm sinh của ngài - *theo Thích Vân Phong biên khảo*

- **Thích Trí Độ** (1894 - 1979), Hòa thượng, NNC Phật học, nhà giáo, thế danh Nguyễn Kim Hoa, quy y với HT Trí Hải tại chùa Bích Liên nên có pháp danh Như Đăng, tự Giải Chiếu, cầu pháp cư sĩ với HT Phước Huệ chùa Thập Tháp có hiệu là Trí Độ. Đến năm 1942 thọ Tỳ kheo tại chùa Quốc Ân, Huế được HT Đắc Quang ban cho pháp danh Hồng Chân. Năm 1935, ngài làm Đốc giáo và giảng dạy *trường An Nam Phật học* tại chùa Báo Quốc- Huế. Năm 1940, ngài vào Bình Định xuất gia và thọ học với Quốc sư Phước Huệ- chùa Thập Tháp. Năm 1945, ngài tham gia phong trào PG Cứu quốc. Năm 1946, ngài được *hội Bắc kỳ Phật giáo* mời ra mở trường đào tạo Tăng tài tại chùa Quán Sứ-Hà Nội. Năm 1950, ngài được bầu làm Ủy viên *Ủy ban Liên Việt* tại Thanh Hóa và năm 1953 là Ủy viên *Ủy ban Việt Nam Bảo vệ Hòa bình Thế giới*. Năm 1954, hòa bình lập lại, ngài về chùa Quán Sứ vận động Tăng ni miền Bắc thành lập *hội Phật giáo Thống nhất Việt Nam* vào tháng 3-1958 và ngài được bầu làm Hội trưởng cho đến cuối đời. Năm 1963-1968, ngài tổ chức khóa "*Tu học Phật pháp*", mỗi khóa một năm để đào tạo đội ngũ kế thừa PG. Đến năm 1970, khóa tu học nâng lên thành *trường Tu học Phật pháp Trung ương* (tiền thân trường Cao cấp Phật học). Năm 1976, ngài với tư cách Ủy viên Thường vụ Quốc hội nước VNDCCH, tham gia đoàn Nhà nước vào Sài Gòn dự hội nghị Hiệp thương Thống nhất đất nước. Về trước tác: *Luận về Sóng Thức* (Duy Thức) ; *Pháp lạy Hồng Danh Sám* (Giáo lý) ; *Bách pháp Minh Môn luận* ; *Nhân Minh nhập chính lý luận* ; *Phật pháp khái luận* ; *Toát yếu lịch sử PGVN* ; *Bát Nhã Tâm Kinh* ; *Nhân minh khái yếu* ; *Nhân Minh học giải thích.* Ngài thọ 85 tuổi, tịch ngày mồng 4 tháng Giêng năm Kỷ Mùi (24-10-1979), bảo tháp lập tại chùa Quảng Bá- Hà Nội, hiệu là "*Đại Nhạn Bảo Tháp*", nguyên quán Bình Định, trú quán Hà Nội - *xem thêm ở Danh Tăng Việt Nam tập 1*

- **Hoàng Hữu Đôn** (? - ?), Cư sĩ, Tuần phủ trí sĩ, ông được mời làm Phó hội trưởng *hội An Nam Phật học*-Huế, năm 1938, ông đã viết tâm thư thỉnh cầu các hội PG ở 3 miền nên thống nhất lại, lấy tên là "*Đông Dương Phật giáo Đại hội*", lời thỉnh cầu này có hội tán đồng, nhưng cũng có hội không chú ý, chưa rõ thân thế, nguyên quán trú quán Thừa Thiên Huế - *theo Biên niên sử PG Sài Gòn Gia Định*

- **Thích Bửu Đồng** (1913 -1985), Hòa thượng , dòng Lâm Tế Chánh Tông đời 40, thế danh Ngô Văn Chẩm, xuất gia năm 1923 với HT Quảng Đạt- chùa Phước Hội- Long Xuyên, pháp danh Nhựt Cẩm, pháp hiệu Bửu Đồng. Năm 1935, ngài thọ đại giới tại trường Kỳ giới đàn chùa Phước Hậu- Long Xuyên do HT Pháp Cự làm Đàn đầu truyền giới. Năm 1940, ngài ngài kế thế trụ trì chùa Phước Hội và nhận chức Giáo thọ. Năm 1945, ngài tham gia PG Cứu quốc tỉnh Long Xuyên. Năm 1947, ngài được kết nạp vào Đảng Cộng Sản Việt Nam. Năm 1958, ngài được cung thỉnh làm Đàn đầu Hòa thượng tại giới đàn chùa Bửu Linh- Bạc Liêu. Năm 1969, ngài bị chính quyền bắt giam 14 tháng vì tình nghi hoạt động cánh mạng. Năm 1976-1984, ngài được bầu làm Ủy viên Hội đồng Nhân dân tỉnh An Giang, ngài xả báo thân ngày 24 tháng 4 năm Ất Sửu (12-06-1985) thọ 73 năm, 53 hạ lạp, nguyên quán trú quán Long Xuyên - *xem thêm ở Danh Tăng Việt Nam tập 3*

- **Nguyễn Đại Đồng**, sinh năm 1946, Cư sĩ, Tiến sĩ, tác gia, NNC sử học PG, trưởng Văn phòng miền Bắc Trung tâm Nghiên cứu Phật giáo Việt Nam, thành viên Viện Nghiên cứu Phật học Việt Nam, hậu duệ Cư sĩ Thiều Chửu, nguyên quán trú quán tại xóm trại Cam Đường, nay là tổ 26, phường Kim Liên, quận Đống Đa, Hà Nội. Các trước tác: *Chùa Quán Sứ* (2007), *Biên niên sử Phật giáo miền Bắc 1920-1953* (2008); *Những người con gái tiêu biểu của đức Phật* (2011), tái bản 2013; *Thiều Chửu Nguyễn Hữu Kha* (2008) tái bản 2009; *Lược khảo báo chí Phật giáo Việt Nam 1929-2008,* (2009);*Phong trào Chấn hưng Phật giáo (tư liệu báo chí*

Việt Nam từ 1927-1938) (cùng PhD. Nguyễn Thị Minh, 2008); *Phong trào Chấn hưng Phật giáo (tư liệu báo chí Phật giáo từ 1929-1945)* (cùng TS Nguyễn Thị Minh, 2010); *Phật giáo Hưng Yên xưa và nay* (2011); *Phật giáo Việt Nam từ khởi nguyên đến năm 1981* (2012); *Giáo hội Phật giáo Việt Nam từ Đại hội đến Đại hội* (2012); Chủ biên: *Phật giáo Hải Dương – Những chặng đường* (2015). Đồng chủ biên các sách: *ĐLHT Thích Trí Hải* (2007) tái bản 2008. *Kỷ yếu tưởng niệm ĐLHT Tố Liên* (2009); *Tuyển tập Sa môn Thích Trí Hải tập* 1 (2008), tái bản 2009; *Tuyển tập Sa môn Thích Trí Hải, tập 2,* (2009); *Lịch sử Phật giáo tỉnh Ninh Bình* (2017)

- **Thích Đạt Đồng** (1923 -2015), Hòa thượng, đời thứ 22 Tông Thiên Thai Giáo Quán, thế danh Nguyễn Văn Hay, xuất gia năm 1943 với tổ Liễu Thiền- chùa Tôn Thạnh- ấp Thanh Ba- xã Mỹ Lộc- huyện Cần Giuộc- tỉnh Long An, pháp danh Tánh Đại, pháp hiệu Đạt Đồng. Ngài thọ giới T2 kheo năm 1952 tại giới đàn chùa Tôn Thạnh do tổ Liễu Thiền làm Hòa thượng đàn đầu. Năm 1957, ngài tham dự khóa huấn luyện trụ trì *"Như Lai Sứ Giả"* do Giáo hội Tăng già Nam Việt tổ chức tại chùa Pháp Hội- Chợ Lớn. Sau khi tốt nghiệp, ngài nhận nhiệm vụ ở Phân hội Phật học Sóc Trăng. Năm sau, 1958, ngài được Giáo Hội Tăng Già Nam Việt bổ nhiệm trụ trì chùa Tôn Thạnh. Ngoài cương vị trụ trì chùa Tôn Thạnh, ngài còn được cung thỉnh trụ trì hoặc chứng minh nhiều ngôi tự viện trong tông phái, như: -Năm 1969, trụ trì chùa Pháp Tịnh, xã Trường Bình, huyện Cần Giuộc, tỉnh Long An. -Năm 1972, trụ trì chùa Bồ Đề- Cần Giuộc- Long An. -Năm 1986, Trưởng ban cố vấn trụ trì chùa Linh Phong- Tân Hiệp- Châu Thành- Tiền Giang. - Năm 1992, Cố vấn chùa Thiên Mụ- Cần Đước- Long An. -Năm 2000, Cố vấn chùa Thiên Mụ- Cần Giuộc- Long An. Từ năm 1995-2015, ngài làm Thiền chủ trường hạ tổ đình Kim Cang. Năm 1997, ngài được cung thỉnh làm Phó BTS kiêm Trưởng ban Tăng sự Tỉnh hội PG Long An. Năm 2002, ngài được suy cử làm Thành viên HĐCM GHPGVN. Năm 2012, ngài giữ chức Ủy viên Thường trực Hội đồng Chứng minh GHPGVN. Với đạo phong ngời sáng, ngài được cung thỉnh vào làm Giới sư tại nhiều Đàn giới trong và ngoài tỉnh như: Tôn chứng sư Đại giới đàn chùa Linh Sơn- quận 1- Sài

Gòn (1970). Tôn chứng sư Đại giới đàn chùa Pháp Giới- quận Tân Bình- Gia Định (1975). Tôn chứng sư Đại giới đàn chùa Thiên Khánh- Tân An- Long An (1989). Giáo thọ A-xà-lê Đại giới đàn tổ đình Tôn Thạnh- Cần Giuộc- Long An (1991). Giáo thọ A-xà-lê Đại giới đàn chùa Thiên Khánh- Tân An- Long An (1994). Giáo thọ A-xà-lê Đại giới đàn Minh Tánh, chùa Thiên Khánh- Tân An- Long An (1996). Hòa thượng Đàn đầu Đại giới đàn Liễu Thiền- tổ đình Tôn Thạnh- Cần Giuộc- Long An (1999). Hòa thượng Đàn đầu Đại giới đàn Khánh Phước- chùa Thiên Khánh- Tân An- Long An (2002). Hòa thượng Đàn đầu Đại giới đàn Chánh Tâm- tổ đình Kim Cang- Thủ Thừa- Long An (2005). Hòa thượng Đàn đầu Đại giới đàn Pháp Lưu, chùa Thiên Khánh- Tân An- Long An (2007). Hòa thượng Đàn đầu Đại giới đàn Viên Ngộ- tổ đình Kim Cang- Thủ Thừa- Long An (2010). Hòa thượng Đàn đầu Đại giới đàn Huệ Viên- chùa Long Phước- Bạc Liêu (2011). Hòa thượng Đàn đầu Đại giới đàn Thiện Nhu- chùa Thiên Châu- Long An (2013). Hòa thượng Đàn đầu Đại giới đàn Hiển Kỳ- chùa Phước Bảo- Bến Lức- Long An (2015). Ngài viên tịch vào ngày 11 tháng 9 năm Ất Mùi (23-10-2015) trụ thế 93 năm, hưởng 63 hạ lạp, nguyên quán Bến Lức- Chợ Lớn, trú quán Cần Giuộc- Long An - *theo BTS PG Long An cung cấp*

Đu

- **Tăng Đuch** (1909 -1984), Hòa thượng, Sư cả hệ phái PG Nam Tông Khmer, xuất gia năm 1927 với HT Lý Ănh- chùa Bay-Chhau, được pháp danh Suvanna Pannà. Năm 1932, ngài sang Cao Miên học thiền, năm 1933 về Việt Nam hành đạo. Năm 1934, ngài đến học tại chùa Th-Kâu ở Cầu Ngang- Trà Vinh. Ngài chuyên dịch làu thông Tam tạng kinh điển Pàli ngữ sang Khmer ngữ. Năm 1946, ngài trụ trì và dốc sức trùng hưng chùa Sà Lôon- Mỹ Xuyên- Sóc Trăng. Ngài viên tịch ngày 22 tháng 8 năm Ất Sửu (22-6-1985) thọ 77 năm, 58 tuổi Hạ, nguyên quán trú quán Sóc Trăng -

xem thêm ở Danh Tăng Việt Nam tập 2

- **Thích Bửu Đức** (1880 -1974), Hòa thượng, thế danh Phạm Văn Vị, Năm 1920 ngài bước đầu theo giáo phái *Bửu Sơn Kỳ Hương*, chuyên tu Tịnh độ, đến năm 1923, lập một am tranh hiệu là Bửu Quang- Núi Dài- Châu Đốc để tu trì và lập hạnh cứu nhân độ thế. Năm 1940, thảo am bị giặc Pháp đốt phá, ngài về thị xã Rạch Giá làm việc từ thiện và bốc thuốc Nam trị bệnh cứu đời. Năm 1954, ngài nhận một đệ tử xuất gia là Thiện Phước, đến năm 1956 ngài Thiện Phước đi về miền Đông hoằng hóa khai sáng môn phái *Tịnh Độ Non Bồng*. Ngài được cầu thỉnh làm *Chứng minh đạo sư* cho môn phái *Tịnh Độ Non Bồng*. Năm 1960, *am Bửu Quang* lại bị bom đạn đốt cháy, ngài và các đệ tử về núi Trà Sư ẩn dật tại *am Đại Quang Minh* và thường lui tới miền Đông sách tấn đồ chúng của môn phái *Tịnh Độ Non Bồng* tu học. Năm 1970, ngài gọi đồ chúng tập họp về Núi Sập- Long Xuyên khai sơn ngôi Tam bảo *Thành An Tự* và trụ lại đây đến ngày viên tịch, nguyên quán trú quán Long Xuyên - *theo trang nhà www.tinhdononbong.com*

- **Thích Châu Đức** (1932 -1970), Hòa thượng, pháp danh Nguyên Tín, pháp tự Châu Đức, thế danh Hồ Đăng Phục, đệ tử HT Quảng Huệ-chùa Thiên Minh-Huế, học tăng PHĐ Báo Quốc, dạy học tại trường Bồ Đề Phan Thiết. Năm 1969, ngài được sơn môn mời về làm trụ trì chùa Thiên Minh và giảng dạy trường Bồ Đề thành nội-Huế, nguyên quán trú quán Thừa Thiên Huế - *theo Chư tôn Thiền đức&Cư sĩ hữu công Thuận Hóa*

- **Thích Đạt Đức,** Thượng tọa, sinh năm 1962, dòng Lâm Tế Liễu Quán đời 44, đệ tử HT Nhật Lệ-chùa Hải Quang, pháp danh Nguyên Tuấn, pháp hiệu Đạt Đức, trụ trì chùa Hải Quang, quận Tân Bình, Ủy viên HĐTS TW GHPGVN, Phó ban Văn hóa TW, Phó thư ký kiêm Chánh văn phòng Ban Pháp Chế TW, Ủy viên Ban Hướng dẫn Phật tử TW, Trưởng BTS GHPGVN quận Tân Bình, nguyên quán Quảng Trị, trú quán TP Hồ Chí Minh.

- **Thích Hạnh Đức** (1948 1967), Sa di, thánh tử đạo, thế danh Trần Văn Minh, xuất gia năm 1959 với HT Huyền Đạt- chùa Viên Giác Thanh Sơn- Sơn Tịnh Quảng Ngãi, pháp danh Hạnh Đức. Năm 1965, thầy được bổn sư gởi lên chùa Tỉnh hội để học nơi trường Bồ Đề tỉnh. Năm 1966, thọ Sa di tại giới đàn chùa Hội Phước- Quảng Ngãi. Năm 1967, thầy phát nguyện tự thiêu ngày 31-10-1967 lúc 20 tuổi trước sân chùa Tỉnh hội PG Quảng Ngãi, để bảo vệ hiến chương PG, nguyên quán trú quán Quảng Ngãi - *xem thêm ở Danh Tăng Việt Nam tập 2*

- **Nguyễn Hiền Đức**, Cư sĩ, NNC lịch sử PG, tác gia, hội viên hội KHLS Bà Rịa Vũng Tàu, ông chuyên nghiên cứu lịch sử PG, ông có công trình nổi tiếng là khám phá vết tích tháp tổ Nguyên Thiều ở miền Nam, đã đặt ra cuộc tranh luận trong giới lịch sử rằng có thể tổ Nguyên Thiều đã mất tại miền Nam chứ không phải ở Huế, tác phẩm: *Lịch sử Phật giáo Đàng Trong* ; *Lịch sử Phật giáo Đàng ngoài* ; *Sơ lược lịch sử Phật giáo Việt Nam*, nguyên quán trú quán Bà Rịa Vũng Tàu.

- **Thông Ân Hữu Đức** (1812 -1887), Hòa thượng, tổ sư, ngài họ Trần, xuất gia tại chùa Phước Hưng- làng Phước Môn- Phan Thiết với đại sư Trí Chất, được ban pháp danh là Thông Ân. Sau khi xuất gia, ngài chọn pháp môn *Chuẩn Đề Đà La Ni* để hành trì. Năm 1839, ngài rời chùa Phước Hưng đến làng Kim Thạnh- Bàu Trâm chọn hang đá để nghiêm trì Mật pháp. Ngài đem công năng Mật pháp chữa bệnh bốc thuốc cho mọi người quanh vùng, được nhân dân kính mộ, dựng ngôi chùa Kim Quang thỉnh ngài trụ trì. Lúc này, tổ Hải Bình Bảo Tạng du hóa đến xứ này, ngài thỉnh tổ lập đàn truyền giới cụ túc cho ngài và được ban đạo hiệu Hữu Đức. Sau khi thọ giới, ngài tìm lên đỉnh núi Tà Cú chọn hang đá ẩn mình tu hành. Với công năng Từ bi, ngài cảm hóa được một Bạch Hổ (cọp trắng). Năm 1880, Đức Từ Cung, mẹ của vua Bảo Đại bị bệnh nặng. Vua hạ chiếu triệu ngài vào cung, ngài từ chối xuống núi, chỉ đưa cho thần chú Chuẩn Đề và cách thức trị bệnh. Thái hậu lành bệnh, vua ban Sắc tứ cho nơi ngài tu hành là *"Linh Sơn Trường Thọ"* để đặt tên chùa tạ ân ngài và ban y áo, phong đạo phẩm Hòa thượng cho ngài (Sau này là danh lam thắng cảnh của tỉnh Bình Thuận). Ngài xả báo thân ngày mồng 5 tháng 10 năm Đinh Hợi (1887) thọ 76 năm, 53 tăng lạp, tháp được lập bên cạnh chùa, nguyên quán Tuy An- Phú Yên, trú quán Bình Thuận - *theo BTS PG Bình Thuận cung cấp*

- **Thích Hoằng Đức** (1888 -1992), Hòa thượng, viện chủ tổ đình Hội Long, Tân An-Long An, có công kiến tạo trùng tu rất nhiều tự viện, Cố vấn Chứng minh BTS GHPGVN tỉnh Long An, nguyên quán trú quán Long An - *xem thêm ở Danh Tăng Việt Nam tập 1*

- **Thích Hoằng Đức** (1942 -2012), Hòa thượng, thế danh Hồ Minh Tuấn, xuất gia năm 1960 với HT Viên Thiện- chùa Phổ Tế- Huế. Năm 1964, ngài vào Nam đến chùa Vạn Đức- Thủ Đức cầu pháp với HT Trí Tịnh, được pháp danh Lệ Tuấn, pháp tự Hoằng Đức, pháp hiệu Hân Độ, sau đó ngài được theo học tại PHV Huệ Nghiêm. Năm 1967, ngài thọ đại giới tại giới đàn chùa Việt Nam Quốc Tự do HT Hải Tràng làm Đàn đầu truyền giới. Năm 1974, ngài khai kiến chùa Pháp Hoa- Bình Thạnh làm nơi tu học và hành đạo. Năm 1975, ngài giữ chức Đặc ủy Tăng sự PG quận Bình Thạnh. Năm 2003, ngài là Ủy viên Ban Nghi lễ TW GHPGVN. Năm 2007, ngài được tấn phong giáo phẩm Hòa thượng, ngài xả báo thân ngày Rằm tháng 2 năm Quý Tỵ (2012) thọ 72 năm, 46 hạ lạp, nguyên quán Thừa Thiên Huế, trú quán TP Hồ Chí Minh - *theo Chư tôn Thiền đức&Cư sĩ hữu công Thuận Hóa tập 3*

- **Tổ Thông Ân-Hữu Đức** (1812 -1887), Hòa thượng tổ sư, thiền phái Lâm Tế Liễu Quán, khai sơn chùa Linh Sơn Trường Thọ ở núi Trà Cú, Phan Thiết, nguyên quán Phú Yên, trú quán Bình Thuận - *xem thêm ở Danh Tăng Việt Nam tập 2*

- **Thích Lưu Đức** (1935 -1990), Hòa thượng, dòng Lâm Tế pháp phái Trúc Lâm đời 38, pháp danh Như Tuyết, pháp tự Lưu Đức, thế danh Nguyễn Đình Khuê. Năm 1960, xuất gia với HT Mật Hiển-chùa Trúc Lâm. Năm 1969, Giám tự chùa Thánh Duyên Quốc tự, Chánh đại diện PG Vinh Lộc-Thừa Thiên. Ngài có hoài bão tự túc kinh tế xây dựng Đại Tòng Lâm, nên mở cơ sở sản xuất nước tương Vị Tâm và phát triển thành công. Ngài chuyên trì tụng tâm đắc hai bộ kinh Kim Cang và Pháp Bảo Đàn, nguyên quán trú quán Thừa Thiên Huế - *theo Chư tôn Thiền đức&Cư sĩ hữu công Thuận Hóa*

- **Thích Minh Đức** (1902 -1971), Hòa thượng, sơn môn Thiên Thai Thiền Giáo Tông, thế danh Lê Minh Chánh. Thuở trẻ hành nghề Đông y gia truyền. Năm 1934, ngài tìm đến chùa Thiên Thai-Núi Dinh- Bà Rịa thọ giáo với HT Huệ Đăng, được pháp danh Thiện Mẫn, pháp hiệu Minh Đức. Năm 1939, ngài trụ trì chùa Hoa Nghiêm- Cần Giuộc, nơi đây ngài cất một thảo am để nhập thất an cư. Năm 1943, ngài được cung thỉnh trụ trì chùa Giác Hoàng- Bà Điểm. Chính nơi đây ngài hoạt động hỗ trợ cách mạng và nuôi giấu cán bộ, chùa Giác Hoàng trở thành hậu cứ quan trọng của cách mạng. Năm 1947, ngài xuống vùng Chợ Lớn dựng thảo am để vận động quần chúng ủng hộ kháng chiến, ngài chọn Bến Hàm Tử dựng ngôi chùa nhỏ đặt tên Tăng Phường, hiệu Giác Hoàng và chuyên tu pháp "*Chuẩn Đề Ngũ Hối Sám Nghi*". Năm 1951, ngài làm Đường đầu truyền giới tại trương hương của Long An- Quận 5. Năm 1952, ngài xây dựng lại chùa Tăng Phường sau hỏa hoạn và đổi hiệu chùa là Thiên Tôn. Năm 1956, ngài làm Thiền chủ Giáo hội Lục Hòa Tăng. Năm 1969, ngài làm Viện trưởng viện Hoằng Đạo *Giáo hội Phật giáo Cổ truyền Việt Nam*, ngài thị tịch ngày 8 tháng 7 năm 1971, thọ 70 tuổi và 28 tuổi đạo. Ngài nguyên quán Tiền Giang, trú quán Chợ Lớn - *xem thêm ở Danh Tăng Việt Nam tập 1*

- **Thích Minh Đức** (1946 -2005), Thượng tọa, nhà thơ, thế danh Lê Văn Thưởng, đệ tử HT Trí Thủ-chùa Báo Quốc, pháp danh Nguyên Minh. Năm 1962 vào giảng dạy trường Bồ Đề Quảng

Ngãi. Năm 1970, hiệu trưởng trường Trung học Bồ Đề Mộ Đức, Đặc ủy Hoằng pháp và Phó ban đại diện PG Quảng Ngãi. Năm 1985, Thượng tọa vào tu học tại Quảng Hương Già Lam-Gò Vấp và tập trung vào sáng tác, năm 1996 lập tịnh thất Đạo Nguyên ở An Phú Đông và định cư ở đây, tác phẩm:Lãng du bình thoại ; Trầm tư lục ; Đá nát vàng phai (thơ) ; Rời một phương (thơ), nguyên quán Thừa Thiên Huế, trú quán TP Hồ Chí Minh - *theo Chư tôn Thiền đức&Cư sĩ hữu công Thuận Hóa*

- **Thích Quảng Đức** (1897 -1963), Hòa thượng, Thánh tử đạo, ngài thế danh Lâm Văn Tuất. Năm 1932, *hội An Nam Phật học* ra đời, ngài được mời làm Chứng minh đạo sư cho chi hội Phật học Ninh Hòa. Ngài đã khai sơn, trùng tu, xây dựng 31 ngôi chùa. Riêng tại Khánh Hòa, Hòa thượng đã xây dựng và trùng tu 14 ngôi chùa trong đó có chùa Đức Hòa được xây dựng năm 1942, ngôi chùa cuối cùng là Quan Thế Âm- Phú Nhuận. Năm 1953, ngài được thỉnh cử làm Phó Trị sự và Trưởng ban Nghi lễ *Giáo hội Tăng già Nam Việt*, đồng thời trụ trì chùa Phước Hòa, trụ sở đầu tiên của *hội Phật học Nam Việt*. Trong phong trào đấu tranh của PG năm 1963, ngài phát nguyện thiêu thân để cúng dường và bảo vệ đạo pháp, để lại bức thư gọi là "*Lời nguyện tâm huyết*". Nhục thân ngài được thiêu lại dưới ngọn lửa 4000 độ - xương thịt cháy tiêu hết, duy chỉ có trái tim của ngài vẫn còn nguyên. Trái tim của ngài là biểu tượng đấu tranh của Phật giáo đồ đưa đến thành công. Năm 1965, Giáo hội PGVNTN đã tôn phong ngài lên hàng Bồ tát thánh tử đạo, nguyên quán Khánh Hòa, trú quán Sài Gòn - *xem thêm ở Danh Tăng Việt Nam tập 1*

- **Thích Tâm Đức**, Thượng tọa, sinh năm 1953, thế danh Nguyễn Xuân Kính, đệ tử trưởng lão HT Thích Minh Châu. Phó viện trưởng Thường trực Viện Nghiên cứu Phật học Việt Nam, Viện phó Học viện Phật giáo Việt Nam, Ủy viên thường trực Hội đồng Trị sự TW GHPGVN, nguyên quán Quảng Bình, trú quán TP Hồ Chí Minh.

- **Giáo thọ Thiện Đức** (1927 -2010), Cư sĩ, thế danh Võ Tấn Vượng. Năm 1945, ông xuất gia tại chùa Đặng Lộc- Lệ Thủy- Quảng Bình, là đệ tử HT Định Tuệ, đặt pháp danh Lệ Thật. Năm 1947, bổn sư dẫn ông vào Huế học tại PHĐ Báo Quốc. Ông thọ cụ túc giới năm 1949 tại giới đàn chùa Báo Quốc do HT Tịnh Khiết làm Đàn đầu truyền giới. Sau khi thọ giới, bổn sư ban pháp hiệu là Thiện Đức. Năm 1956, PHV Trung Phần thành lập ở chùa Hải Đức Nha Trang. Ông được cử vào đây giảng dạy kinh luật cho chúng Sa di. Năm 1957, ông thọ Bồ tát giới tại giới đàn PHV Trung Phần. Từ năm 1958-1960, ông được cử làm giảng sư đi giảng dạy các tỉnh Trung phần. Năm 1961, ông được bổ nhiệm làm Chánh đại diện PG tỉnh Pleiku. Năm 1964, ông đi vào sâu các vùng Cao nguyên xây dựng khuôn hội, lập chùa chiền cho đồng bào di cư vào đây lập nghiệp. Trong phong trào đấu tranh của PG năm 1963, ông bị bắt ngồi tù ở trại giam Kon Tum. Năm 1964, ông hoàn tục làm Cư sĩ tại gia, được giao làm giám đốc Phòng phát hành kinh sách và nhà in Hoa Sen tại TP Nha Trang. Đây là cơ sở kinh tài của PHV Ttrung Phần, cùng với Hãng vị trai *Lá Bồ Đề*, để nuôi Tăng sinh PHV ăn học. Năm 1990, trường Trung cấp Phật học tỉnh Khánh Hòa được thành lập, ông được mời giảng dạy kinh luận cho Tăng ni sinh. Năm 2002, ông tham gia Ban phiên dịch Pháp tạng PG do HT Đổng Minh làm trưởng ban, đã góp phần dịch nhiều Kinh Luật Luận phổ biến rộng rãi trong và ngoài nước. Ông xả báo thân ngày mồng 7 tháng 9 năm Nhâm Thìn (14-10-2010) thọ 84 tuổi, nguyên quán Quảng Bình, trú quán Nha Trang- Khánh Hòa - *theo NNC Lê Tư Chỉ cung cấp*

- **Tâm Thiện Đức**, Cư sĩ, Doanh nhân, Phật tử thuần thành, Tiến sĩ, Chủ tịch Hội đồng Quản trị kiêm Tổng giám đốc Công ty sách Thái Hà, Ủy viên BCH Trung ương hội Xuất bản Việt Nam, Ủy viên BCH TW hội Bảo vệ quyền trẻ em Việt Nam, Ủy viên Ban Thông tin Truyền thông- GHPGVN, sinh năm 1965, Cư sĩ đã sống, làm việc và có mặt gần 16 năm ở nước ngoài, đã đi qua 41 quốc gia, nên được biết đến như một người ham học và khám phá. Cư sĩ biết đến 4 ngoại ngữ và rất ham đọc, mê truyền bá văn hóa đọc đến

93 triệu dân Việt Nam, thông qua hàng trăm buổi nói chuyện hay giảng về văn hóa đọc và kỹ năng đọc sách siêu tốc nên được mệnh danh là "tiến sỹ văn hóa đọc". Trong các dòng sách do Cư sĩ và Công ty sách Thái Hà xuất bản, có một dòng sách Phật giáo với những cuốn sách rất có giá trị của các bậc cao tăng thạc đức nổi tiếng. Cư sĩ muốn thật nhiều người con đất Việt được đọc kinh sách, được ứng dụng những lời Phật dạy vào công việc và cuộc sống. xuất hiện trên hầu hết các kênh truyền hình lớn trên cả nước. Đặc biệt là *"Chào ngày mới"*, *"Gõ cửa ngày mới"*, *"Mỗi tuần 1 chuyện- Đối thoại với Lê Hoàng"*, *"Đường đến thành công"*, *"Sự kiện và bình luận"*… Ông cũng là tác giả và chủ biên của 10 đầu sách *"Bài học từ người quét rác"*, *"Tâm từ tâm"*, *"Hạnh phúc thật giản đơn"*, *"Trồng hoa không cho mọc rễ"*, *"Happy Book - Hạnh phúc mỗi ngày"*, *"Happy Book - Hanh phúc mỗi phút giây"*, *"Tướng lĩnh Việt Nam thế kỷ XX qua lời kể của người thân"*, *"Tôi tự hào là người Việt Nam"* và *"Nhà máy sản xuất niềm vui"*. Cư sĩ viết rất nhiều bài báo cho hầu hết các tờ báo lớn như VnExpress. Vietnamnet, Dân Trí, Doanh nhân Sài Gòn, Tuổi trẻ, Thanh Niên… đặc biệt là cho mảng Phật giáo như *"Văn hóa Phật giáo"*, *"Giác ngộ"*, *"Phatgiao.org.vn"*, *"thuvienhoasen.com*…. Trong mỗi lĩnh vực, mọi người lại biết đến ông trong một góc khác nhau. Ông cũng là diễn giả nổi tiếng đã từng thuyết trình tại các diễn đàn lớn trên thế giới tại Frankfurt, Đức, Bắc Kinh, Trung Quốc, Tokyo, Nhật Bản, Kuala Lumpur, Malaysia…Cư sĩ đã thực hành thiền đều đặn trên 10 năm nay. Cư sĩ hướng dẫn rất nhiều khóa thiền cho các doanh nhân, lãnh đạo và các bạn trẻ - nguyên quán Thái Bình, trú quán Hà Nội - *theo Thích Vân Phong biên khảo*

- **Thích Thiện Đức**, Hòa thượng, nguyên trụ trì chùa Khánh Sơn, thành phố Sóc Trăng, tỉnh Sóc Trăng. Vào thập niên 1940 –1950, ngài đã nuôi chứa các chiến sĩ yêu nước chống thực dân Pháp. Làm cơ sở hoạt động, tiếp chuyển tiếp tế, tuyên truyền tư tưởng yêu nước đến tầng lớp nhân dân và đồng bào Phật tử một cách nhanh chóng. Trong thời gian này, chùa Khánh Sơn xuất gia hợp pháp trên 100 tu sĩ, là những người bất mãn chế độ thực dân phong kiến và một số đồng chí cách mạng yêu nước, lưu ngụ bám trụ làm cơ sở đã cảm hoá chư Tăng và đồng bào Phật tử phát triển thành lực lượng quần chúng vững mạnh. Không rõ nguyên quán - *theo Thích Vân Phong biên khảo*

- **Thích Thiện Đức** (1939 -1995), Hòa thượng, Ủy viên kiêm Thủ quỹ BTS Thành hội PG TP Hồ Chí Minh, Chánh đại diện PG Quận 3, chủ nhiệm Tổ SX sơn mài PG Hương Vân quận 3, trụ trì chùa Pháp Vân- quận 3, nguyên quán Châu Đốc, trú quán TP Hồ Chí Minh.

- **Thích Thuận Đức** (1918 -2000), Hòa thượng, thế danh Nguyễn Thanh Đễ, xuất gia năm 1931 với tổ Quảng Lãm- chùa Bằng Lăng- Nam Định, pháp danh Thuận Đức. Năm 1938, ngài thụ đại giới tại chốn tổ Lãng Lăng (Kim Sa tự)- Xuân Trường- Nam Định. Năm 1950, ngài làm Bí thư *hội PG Cứu quốc* tỉnh Nam Định. Năm 1958, ngài được bầu vào BTS Trung ương *hội PGTNVN* kiêm Chánh thư ký PG tỉnh Nam Định. Năm 1985, ngài trụ trì chùa Cổ Lễ- Nam Định và được bầu vào Ban Thường trực HĐTS GHPGVN. Năm 1991, ngài kiêm trụ trì chùa Đại Bi- Nam Định. Năm 1997, ngài được cung thỉnh vào Hội đồng Chứng minh TW kiêm Phó chủ tịch HĐTS và Trưởng ban Nghi lễ TW GHPGVN. Năm 2000, ngài giữ chức Trưởng BTS GHPGVN tỉnh Nam Định, ngài xả báo thân ngày 19 tháng 10 năm Canh Thìn (14-11-2000) thọ 82 năm, 59 hạ lạp, nguyên quán trú quán Nam Định - *xem thêm ở Danh Tăng Việt Nam tập 2*

- **Thích Trí Đức** (1909 -1999), Hòa thượng, dòng Lâm Tế Gia Phổ đời 40, thế danh Nguyễn Văn Hai, xuất gia năm 1920 với tổ Như Bằng- chùa Huê Nghiêm- Thủ Đức, pháp danh Hồng Phước. Năm 1934, ngài thọ đại giới tại giới đàn chùa Bảo An- Biên Hòa. Năm 1945, ngài là Chủ tịch PG Cứu quốc huyện Long Thành. Năm 1946, ngài trụ trì chùa Bửu Thiền- Núi Thị Vải. Năm 1953, ngài trụ trì chùa Long Nhiễu- Thủ Đức. Năm 1957, ngài kế thế trụ trì chùa Huê Nghiêm- Thủ Đức. Năm 1987, ngài được suy tôn Thành viên Hội đồng Chứng minh GHPGVN, ngài là bổn sư của HT Thích Trí Quảng, ngài xả báo thân vào ngày 21 tháng Giêng năm Kỷ Mão (08-03-1999) thọ 91 năm, 65 hạ lạp, nguyên quán trú quán Gia Định - *xem thêm ở Danh Tăng Việt Nam tập 2*

- Thích Trí Đức (1915 -1999), Hòa thượng, dòng Lâm Tế Gia Phổ đời 40, thế danh Nguyễn Thuần Nam, xuất gia năm 1925 với HT Tâm Viên Ngộ Chỉ- chùa Vĩnh Hòa- Bạc Liêu, pháp danh Hồng Phương, pháp hiệu Huệ Phước, tiếp nối dòng thiền Lâm Tế Chánh tông đời thứ 40. Năm 1935, ngài thọ đại giới tại giới đàn chùa Giác Lâm do HT Hoằng Nghĩa làm Đàn đầu truyền giới. Năm 1938, ngài được bổn sư truyền pháp ấn và ban pháp húy Chơn Bảo, hiệu Trí Đức, tục diệm truyền đăng, nối pháp dòng thiền Lâm tế Gia Phổ đời thứ 40. Năm 1939, ngài trùng tu và trụ trì chùa Long Phước- Lấp Vò- Đồng Tháp. Năm 1945-1954, ngài làm Chủ tịch Mặt trận Liên Việt và PG Cứu quốc huyện Lấp Vò. Năm 1961, ngài kế thế trụ trì chùa Vĩnh Hòa- Bạc Liêu. Năm 1962, ngài làm Trị sự trưởng *Giáo hội Tăng già* quận Vĩnh Lợi-Sóc Trăng. Năm 1968, ngài sáng lập trường Bồ Đề-Sóc Trăng. Năm 1971, ngài làm Đường đầu Hòa thượng trong giới đàn chùa Quan Âm- Cà Mau. Năm 1973, ngài là Thành viên Hội đồng Trưởng lão Viện Tăng thống GHPGVNTN. Năm 1990, là Chánh đại diện thị xã Bạc Liêu. Năm 1997, ngài được suy tôn Thành viên HĐCM GHPGVN, ngài xả báo thân ngày 26 tháng 5 năm Kỷ Mão (09-06-1999) thọ 84 năm, 64 hạ lạp, nguyên quán trú quán Bạc Liêu - *xem thêm ở Danh Tăng Việt Nam tập 2*

- Thích Vạn Đức, Thượng tọa, sinh năm 1959, thế danh Nguyễn Văn Hùng, dòng Lâm Tế Liễu Quán đời 44, xuất gia năm 1970 với HT Quảng Xã- chùa Huệ Chiếu- Kon Tum. Năm 1980 thọ đại giới và theo học tại PHV Thiện Hòa chùa Ấn Quang và lớp nghiên cứu chùa Già Lam. Năm 1989, trụ trì chùa Bửu Tháp,- Phước Tân- Biên Hòa. Năm 1994-2000, là Đại diện PG xã Phước Tân, huyện Long Thành, Đồng Nai. Năm 2012, làm Ủy viên BTS PG TP Biên Hòa kiêm Trưởng ban Hoằng pháp TP Biên Hòa, Trưởng ban Pháp chế PG TP Biên Hòa, nguyên quán Núi Thành Quảng Nam, trú quán Biên Hòa Đồng Nai.

- Thích Vân Đức (1952 -2012), Thượng tọa, thế danh Nguyễn

Bân, xuất gia năm 1968 với HT Tịnh Từ- chùa Từ Hiếu- Huế, pháp danh Tâm Phước, pháp tự Vân Đức. Năm 1977, Thầy thọ đại giới tại giới đàn chùa Báo Quốc do HT Trí Thủ làm Đàn đầu truyền giới. Năm 1992, Thượng tọa trụ trì chùa *Từ Phong Lan Nhã*- Huế. Năm 2002, Thầy trùng kiến chùa và xây thêm các hạng mục khiến chùa cảnh khang trang. Thượng tọa làm Dẫn thỉnh và Tôn chứng sư trong các giới đàn ở Từ Hiếu, Quốc Ân vào năm 1994, 2005, 2008. Bệnh duyên tái phát, Thượng tọa xả báo thân năm 2012, thọ 60 năm, 35 tuổi đạo, tháp lập ở khuôn viên chùa *Từ Phong Lan Nhã - theo Chư tôn Thiền đức&Cư sĩ hữu công Thuận Hóa tập 3*

- **Thích Viên Đức** (1932 -1980), Thượng tọa, dịch giả, dòng Lâm Tế Chúc Thánh đời 43, thế danh Phạm Văn Nghi, xuất gia năm 1950 với HT Phước Trí- chùa Phước Sơn- Đồng Tròn- Phú Yên, pháp danh Đồng Viên, pháp tự Thông Lợi, pháp hiệu Viên Đức. Năm 1954, ngài học PHV Hải Đức- Nha Trang. Năm 1957, ngài thọ đại giới tại giới đàn PHV Hải Đức do HT Giác Nhiên- chùa Thiền Tôn làm Đàn đầu truyền giới. Năm 1960-1962 ngài làm Chánh hội trưởng PG Đăk Lăk và trụ trì chùa Sắc tứ Khải Đoan. Năm 1963, ngài xây Đại bảo tháp thờ kinh Pháp Hoa và tịnh thất tu trì Mật Tông ở Tu Bông- Khánh Hòa, cùng năm ngài làm Chánh hội trưởng PG tỉnh Quảng Đức. Năm 1964, ngài khai sơn chùa Dược Sư- Ban Mê Thuột và được GHPGVNTN cử làm Chánh đại diện PG tỉnh Biên Hòa. Năm 1967, ngài về nhập thất hành trì Mật Tông tại chùa Dược Sư- Ban Mê Thuột. Cùng năm, ngài được HT Vạn Ân, bậc chuyên tu bí mật hạnh chùa Hương Tích- Phú Yên trao kinh truyền ấn Mật giáo. Đến ngày Rằm tháng 5 năm Đinh Mùi (1967), ngài lại được HT Từ Thạnh chùa Thiền Sơn- Phú Yên trao ấn khế để hoằng dương Chơn Ngôn tông. Năm 1974, ngài về trụ trì chùa Thiền Tịnh- Thủ Đức, và thành lập các đạo tràng Mật giáo tại đây. Suốt cuộc đời tu trì, ngài đã dịch thuật, biên soạn trên 100 đầu sách kinh luận Mật giáo để lưu hành, điển hình như: *Hiển Mật viên thông thành Phật tâm yếu ; Kinh Chuẩn Đề Đà La Ni hội thích ; Kinh Đại thừa Trang nghiêm Bảo vương ; Thất Cu Chi*

Phật Mẫu Tâm Đại Chuẩn Đề Đà La Ni Kinh...ngài xả báo thân trên đường hành hương về thánh địa Chơn Ngôn Tông ngày 12 tháng 7 năm Canh Thân (1980) hưởng 49 năm, 23 hạ lạp, tháp lập tại chùa Thiền Tịnh, nguyên quán Phú Yên, trú quán TP Hồ Chí Minh - *xem thêm ở Danh Tăng Việt Nam tập 3*

- **Thích Phước Đường** (1932 -2017), Hòa thượng, viện chủ thiền viện Trúc lâm- Paris, Là bào đệ của HT Thích Thiện Châu- Đệ nhất trụ trì thiền viện Trúc Lâm- Paris. Ngài là Thành viên Hội đồng Chứng minh GHPGVN, Chứng minh Hội Phật tử Việt Nam tại Pháp, ngài viên tịch ngày 20 tháng 6 năm Đinh Dậu (12-07-2017) tại Pháp, thọ 85 tuổi, 49 hạ lạp, nguyên quán Thừa Thiên Huế, trú quán Paris- Pháp quốc.

E

- **Lâm Em** (1898 -1979), Hòa thượng, Tăng trưởng hệ phái Phật giáo Therevada. Năm 1916, ngài xuất gia tại chùa Bố Thảo- Mỹ Tú- Sóc Trăng. Năm 1938, ngài tham học thiền định và Phật pháp ở Canpuchia. Năm 1940, ngài thực hành hạnh Đầu đà trong rừng suốt 8 năm. Năm 1948, ngài từ Campuchia trở về Việt Nam khai sơn chùa Chăntaransây (Candaransi)- quận 3- Sài Gòn. Trong pháp nạn PG 1963, ngài làm Cố vấn *Ủy ban Liên phái Bảo vệ PG*, là một nhà sư Khmer hoạt động tích cực trong phong trào. Năm 1965, ngài được bầu vào chức vụ Tăng trưởng Giáo hội Tăng già Khmer Theravada. Năm 1970, ngài là Thành viên Hội đồng Viện Tăng thống GHPGVNTN. Năm 1975, ngài được mời vào *Ban Liên lạc PG Yêu nước* TP Hồ Chí Minh. Năm 1979, ngài viên tịch ngày 8 tháng 10 (Kattika) năm Kỷ Mùi (28-10-1979), ngài nguyên quán Mỹ Tú Sóc Trăng, trú quán Sài Gòn - *xem thêm ở Danh Tăng Việt*

Nam tập 1

G

- **Phan Văn Gái** (1928 -2014), Cư sĩ, cả gia đình quy y với HT Trí Quảng- chùa Từ Ân- Huế, được pháp danh Hồng Mậu. Khi tham gia sinh hoạt GĐPT tại Huế, ông cùng các huynh trưởng quy y với HT Thiện Siêu- chùa Từ Đàm, được pháp danh Nguyên Ngộ. Ông được bầu làm Trưởng BHD GĐPT Thừa Thiên Huế. Khi chuyển vào Đà Nẵng sinh hoạt, ông là Phó trưởng BHD GĐPT Đà Nẵng và là Ủy viên Nghiêm huấn- BHD Trung ương GĐPT Việt Nam. Từ năm 1963-1966, ông tham gia phong trào bảo vệ PG và bị bắt giam ở Sài Gòn, sau đó xin ông nghỉ việc chính quyền năm 1965. Năm 1994, ông định cư ở Hoa Kỳ và sinh hoạt trong GĐPT tại chùa Kim Quang- Sacramento- California. Năm 2009, ông hồi cư về Việt Nam sống cùng gia đình và mất ngày mồng 6 tháng 6 năm Giáp Ngọ (12-07-2014), thọ 87 năm, nguyên quán Thừa Thiên Huế, trú quán Hoa Kỳ và TP Hồ Chí Minh - *theo Chư tôn Thiền đức&Cư sĩ hữu công Thuận Hóa tập 3*

- **Bùi Hưng Gia** (? -?), Cư sĩ, ông từ một người "tay không lập nghiệp" với nghề bạc mỹ nghệ, ông Bùi Hưng Gia trở thành nhà tư sản dân tộc. Giữa lúc công việc kinh doanh đang "thuận buồm xuôi gió" thì ông chuyển sang nghiên cứu Phật giáo (có lẽ cũng vì lý do này mà cửa hiệu Sư Tử Bạc (Au Lion D'argent) được đổi tên thành Di Đà). Ông là người làm nhiều việc thiện ở quê nhà, nạn đói năm Ất Dậu (1945) ông tổ chức phát cơm, phát cháo cứu đói. Cuối năm 1945, hưởng ứng lời kêu gọi của Hồ chủ tịch, trong Tuần lễ Vàng ông đóng góp gần 1.000 lạng vàng. Kháng chiến bùng nổ năm 1947, ông nhận nhiệm vụ ở lại thành phố làm cơ sở cách mạng. Bàn thờ Phật trong tư gia ở số nhà 54 - 56 phố Hàng Trống của ông trở thành nơi cất giữ tài liệu cách mạng. Ông thường ngồi ở đó đọc sách, bên cạnh là quả mìn để khi cần sẽ sẵn sàng nổ, quyết

không để lại dấu vết gì cho kẻ thù có thể lần theo. Ông từng bị bắt, bị tra tấn nhưng không hề hé răng khai bất cứ điều gì. Tháng 9 năm 1949, ông cùng các cư sĩ Nguyễn Văn Chế, Lê Văn Lâm, Lê Văn Giáp họp nhau thành lập Hội PTVN tại chùa Chân Tiên, Hà Nội. Năm 1950 Bùi Hưng Gia là người đã phát tâm công đức cho Thượng toạ Thích Trí Hải thỉnh bộ *Đại Chính tân tu Đại Tạng Kinh* toàn bộ đóng thành 100 tập, cộng tất cả hai vạn quyển. Phí tổn từ Nhật về tới chùa Quán Sứ hết hơn hai vạn đồng Đông Dương, ông có tặng cho vị danh ni *"Biệt Động Sài Gòn"* Thích nữ Huyền Trang một quyển Tỳ Kheo Ni (bản Hán Nôm được in tại miền Bắc, Ni trưởng Huyền Trang còn giữ kỷ vật này nguyên vẹn). Ông nguyên quán xã Văn Yên, quận Hà Đông; trú quán tại Hà Nội
- *theo Thích Vân Phong biên khảo*

- **Ấn Bổn Vĩnh Gia** (1840-1918), Hòa thượng, Tổ sư, pháp danh Ấn Bổn, pháp tự Tổ Nguyên, pháp hiệu Vĩnh Gia, đời thứ 39 tông Lâm Tế, thế hệ thứ 6 pháp phái Chúc Thánh. Ngài thế danh Đoàn Văn Hiệu, sinh năm Canh Tý (1840) xuất gia với tổ Quán Thông tại Phước Lâm. Sau đó tổ Quán Thông cho làm đệ tử thiền sư Chương Tư Huệ Quang. Thọ đại giới năm Kỷ Tỵ (1869) tại tổ đình Phước Lâm. Năm Quý Mùi (1883) được cử làm trụ trì chùa Linh Ứng, Ngũ Hành Sơn. Năm Đinh Hợi (1887), xin khất hồi về trụ trì chùa Phước Lâm sau khi thiền sư Chương Nhẫn Quảng Hóa viên tịch. Ngài được Hoàng triều mời ra thuyết giảng tại cung nội dưới triều Thành Thái. Là vị Luật sư danh đức, ngài thường được cung thỉnh làm Tôn chứng, Giáo Thọ, Yết-ma tại các giới đàn tại miền Trung. Năm Canh Tuất (1910), ngài khai mở và làm Đàn đầu Hòa thượng tại giới đàn chùa Phước Lâm, Hội An. Giới tử đắc giới với ngài về sau trở thành những bậc lương đống trong phong trào chấn hưng Phật giáo như cố Hòa thượng Thích Tịnh Khiết, cố Hòa thượng Thích Giác Nhiên, Thích Giác Nguyên, Thích Giác Viên v.v.... Ngài thường dạy rằng: *" Giới luật là thọ mạng của Phật pháp, nếu phá giới phải hoàn lại y bát, ra khỏi Già lam, để cho trong đục rõ ràng, tà chánh phân chia. Có vậy nước Thiền định mới khai thông, đèn Tri giác thêm sáng tỏ."* Ngài viên tịch ngày 20 tháng 3 năm Mậu Ngọ (1918), thọ 79 tuổi, tháp lập tại chùa Phước

Lâm, Hội An. Đệ tử nối pháp có các vị tiêu biểu như: Chơn Kiết Phổ Hóa; Chơn Thể Phổ Minh; Chơn Sâm Phổ Truyền; Chơn Nhật Phổ Trí; Chơn Phước Hoằng Thọ v.v... Ngài nguyên và trú quán tại Quảng Nam - *theo Thích Như Tịnh sưu khảo*

- **Vu Gia**, Nhà báo, Nhà văn, NNC Phật học, tên thật là Phạm Ngọc Phúc, sinh năm 1952, chuyên gia nghiên cứu về *Tư lực Văn đoàn*, thành viên Trung tâm Nghiên cứu Phật giáo Việt Nam, thành viên Ban biên tập tạp chí Từ Quang, sinh quán Quảng Nam, trú quán TP Hồ Chí Minh.

- **Tế Chánh Bổn Giác** (? -1851), Hòa thượng, nguyên trụ trì chùa Từ Ân-Gia Định, đệ tử của tổ Thiệt Thành-Liễu Đạt, được triệu về cung làm Tăng cang chùa Thiên Mụ, có công trùng tu chùa Quốc Ân và trú xứ tại chùa này đến khi viên tịch, nguyên quán Gia Định, trú quán Phú Xuân - *theo Chư tôn Thiền đức &Cư sĩ tiền bối hữu công*

- **Liễu Thông Chơn Giác** (1753 -1840), Hòa thượng, ngài nối pháp dòng Thiền Lâm Tế Gia Phổ đời thứ 37, khai sơn chùa Phụng Sơn (chùa Gò)- Gia Định, ngài viên tịch ngày mùng 9 tháng 8 năm Canh Tý 1840, đồ chúng lập tháp thờ ở vườn chùa Phùng Sơn và chùa Sùng Đức- Cây Gõ-Gia Định, chưa có thêm thông tin - *theo Biên niên sử PG Sài Gòn Gia Định*

- **Hải Huệ Chân Giác** (HT tổ Mẹ Nội) (1824- 1893), Thiền sư, Luận sư, tục danh Huỳnh Văn Nhẫn, sinh quán làng Minh Lễ, Quảng Trị, đệ tử của trưởng lão Tăng cang Linh Mụ Tánh Thông-Nhất Trí, Phương trượng Trụ trì Phước Lâm Cổ Tự, Sa Đéc, với biện tài vô ngại, đạo phong của ngài ngược gió khắp tung bay, quan chức và dân làng Tân Dương sắm khai lễ, cùng vân tập về Phước Lâm Cổ Tự, thành tâm cung thỉnh ngài về trụ trì Đức Long Cổ tự vào năm Tân Dậu (1861). Năm Đinh Mão (1867), ngài phát hiện hai ngôi mộ của các vị lão tiền bối HT dòng Lâm Tế Chánh tông đời thứ 36, và làm lễ quy lăng cải táng, xây tháp tôn trí ngọc cốt, phần tự điền, ngài đã thọ nhận thí chủ (không rõ danh tính) 06 mẫu ruộng để hương hỏa cho chùa, Phương trượng trụ trì Đức Long Cổ tự, làng Tân Dương, nay thuộc huyện Lai Vung- Đồng Tháp. Ngài thuộc dòng Lâm Tế Gia phổ đời thứ 39, húy Hải Huệ hiệu Chân Giác, được Triều đình Sắc tứ Cấp đao Độ điệp, tôn xưng Huỳnh Đạo nhân (Nhân gian thường gọi *Hòa thượng tổ Mẹ Nội*). Ngài được ca tụng "Đệ nhất Hùng biện" vào giữa và cuối thế kỷ 19. Đương thời, các vị Cha Cố đạo Thiên Chúa giáo và giới Quan chức Đồng bằng sông Cửu Long nể phục tài ứng đối nhanh như điện chớp. Một đời thị hiện trong chốn quan trường, vị Tăng sĩ xuất chúng, biện tài vô ngại, nhiếp phục những bọn tay sai cho thực dân đế quốc, theo ngoại đạo, âm mưu chống phá Phật giáo. Tự biết chiếc thân tứ đại không thể trụ Ta bà bao lâu nữa, để kiện toàn cho Phật sự tương lại bổn tự, ngài làm tờ chúc ngôn vào ngày 20 tháng 5 năm Quý Tỵ (03-07-1893), lập Trưởng tử Huỳnh Minh Đức kế thế trụ trì. Hóa duyên ký tất, ngài an nhiên viên tịch vào ngày mồng 6 tháng 6 năm Quý Tỵ (18-07-1893). Tang lễ của ngài được nhị vị Tổ sư Minh Thông Hải Huệ, Trưởng ban tổ chức, Minh Khiêm Hoằng Ân, Chứng minh Pháp sự. Khâm liệm, hoàn tại tổ đình Phước Lâm Cổ Tự 7 ngày, sau đó di kim quan về tổ đình Đức Long Cổ Tự hoàn thêm ba ngày, Lễ di quan bằng thuyền, từ đoạn đường từ Sa Đéc về Tổ đình Đức Long Cổ Tự, loài thủy tộc cứ nổi lên chạy theo thuyền tang, như một sự đau buồn thảm thiết, bởi một vị cao Tăng thạc đức mãi xa trần thế. Bảo tháp của ngài xây tại tổ đình Đức Long Cổ Tự, Trưởng tử Huỳnh Minh Đức lập thạch, nguyên quán Quảng Trị, trú quán Sa Đéc - *theo Thích Vân Phong biên khảo*

--Hải Thuận Diệu Giác (1806 -1895), Hòa thượng, dòng Lâm Tế Liễu Quán đời 40, ngài họ Đỗ, xuất gia năm 1818 với HT Tánh Thiên Nhất Định- chùa Báo Quốc, được pháp danh Hải Thuận, pháp tự Lương Duyên, pháp hiệu Diệu Giác, nên còn gọi là Diệu Giác đại sư. Năm 1824, lúc 20 tuổi, ngài được thọ giới Sa di. Năm 1830, ngài thọ Tỳ kheo giới tại giới đàn chùa Quốc Ân do HT Tăng cang Bổn Giác làm Đàn đầu truyền giới. Năm 1835, ngài trụ trì chùa Linh Hựu, ngài được bổ nhiệm trụ trì và Tăng cang quốc tự Diệu Giác, trụ trì và đại trùng tu chùa Báo Quốc,. Năm 1894, ngài khai đại giới đàn tại chùa Báo Quốc do ngài làm Đàn đầu truyền giới. Trong giới đàn này, ngài đã phú pháp cho 9 đệ tử cao đồ nổi tiếng là " Cửu Tâm". Ngài xả báo thân ngày 18 tháng Giêng năm Ất Mùi (1895) thọ 90 năm, 77 hạ lạp, tháp lập bên hữu chùa Từ Hiếu, nguyên quán Quảng Trị, trú quán Thừa Thiên Huế - *theo Nguyễn Lang trong VHPGSL, Văn Hóa xb, 1993*

- **Thích Hiển Giác** (1925 -1992), Hòa thượng, thế danh Nguyễn Văn Đẳng, xuất gia với HT Khánh Thông- chùa Bửu Sơn- Ba tri, pháp danh Quảng Bình, pháp hiệu Hiển Giác. Năm 1945, ngài thọ Tam đàn cụ túc tại giới đàn chùa Bửu Sơn do HT Khánh Thông làm Đàn đầu truyền giới. Năm 1959, ngài lên Sai Gòn học khóa *Như Lai Sứ Giả* tại chùa Pháp Hội- Chợ Lớn. Năm 1960-1962, ngài được *Giáo hội Tăng già Nam Việt* cử làm giảng sư các tỉnh miền Tây Nam bộ, ngài dừng chân ở Bạc Liêu trụ trì chùa Phật học. Từ năm 1962-1964, ngài làm Phó trị sự *Giáo hội Tăng già* tỉnh Bạc Liêu. Từ năm 1965-1975, Phó Ban Đại diện GHPCVNTN tỉnh Bạc Liêu. Từ năm 1966-1968, ngài trụ trì chùa Long Phước- Bạc Liêu. Từ năm 1968-1975, trụ trì chùa Vĩnh Đức. Năm 1975, kiêm nhiệm trụ trì chùa Quan Âm- Cà Mau. Năm 1881, ngài làm Phó BTS GHPGVN tỉnh Minh Hải. Năm 1984, ngài là Ủy viên HĐTS và Trưởng BTS PG tỉnh Minh Hải. Những ngày cuối tháng 4 năm 1975 chùa Vĩnh Đức là trụ sở tạm thời của Mặt trận Dân tộc Giải phóng tỉnh Bạc Liêu. Nơi đây tổ chức những cuộc đàm phán với Tỉnh trưởng Bạc Liêu cũ, và HT Hiển Giác là thành viên trong đoàn Mặt trận Dân tộc Giải phóng giành chính quyền về tay nhân dân, giải phóng Bạc Liêu ngày 30 tháng 4 năm 1975 không đổ máu. Ngài từng giữ những nhiệm vụ quan trọng như Phó Chủ tịch UBMTTQVN tỉnh Minh Hải (Bạc Liêu và Cà Mau ghép chung). Tác phẩm: Tập thơ Hoài niệm; sách Đông y dược... Ngài xả báo thân ngày 24 tháng Giêng năm Nhân Thân (14-03-1992) thọ 66 năm, 35 năm hành đạo, tháp lập tại chùa Vĩnh Đức- thị xã Bạc Liêu, nguyên quán Bến Tre, trú quán Bạc Liêu - *xem thêm ở Danh Tăng Việt Nam tập 3*

- Thích Hộ Giác (1928 - 2012), Hòa thượng, pháp sư, hệ phái PG Nam Tông Việt Nam, thế danh Ngô Bửu Đạt, xuất gia thọ Sa di năm 1940 tại chùa Sri Sagor- Campuchia, pháp danh là Hộ Giác (Buddha Pala). Năm 1978, ngài thọ Tỳ kheo tại trường Cao đẳng Pali- Phnom Penh. Sau đó, ngài đi tu nghiệp ở Sri-Lanka, Myanmar để hoàn thành sở học. Năm 1957, *Giáo hội Tăng già Nguyên thủy Việt Nam* được thành lập, ngài được cử làm Tổng thư ký. Năm 1958, ngài kiến tạo ngôi chùa Pháp Quang- Bình Thạnh- Gia Định, làm PHV đầu tiên của PG Nguyên thủy. Năm 1963, ngài tham gia *Ủy ban Liên phái Bảo vệ PG* cùng chư Tôn đức đấu tranh chống đàn áp của chính quyền nhà Ngô. Năm 1964, GHPGVNTN ra đời, ngài đảm nhiệm qua các chức vụ: -Tổng vụ trưởng Tổng vụ Xã hội, -Tổng vụ trưởng *Tổng vụ Cư sĩ Phật tử*, -Tổng vụ trưởng *Tổng vụ Hoằng pháp*. Ngài là một giảng sư nổi danh, có giọng nói lôi cuốn quần chúng tất cả hệ phái PG. Năm 1967, Nha Tuyên úy PG được thành lập, ngài làm Phó giám đốc. Năm 1981, ngài sang Hoa Kỳ định cư và thành lập chùa Pháp Luân- Texas. Năm 1984, ngài là Chủ tịch Điều hành Tổng hội PGVN tại Hoa Kỳ. Năm 1997, ngài được suy tôn Tăng thống Giáo hội Tăng già Nguyên Thủy Việt Nam. Ngài là một trong những vị Pháp sư lỗi lạc của Phật giáo Việt Nam với 27 tác phẩm đã sáng tác, dịch thuật. Trong đó có 5 tác phẩm lớn chưa ấn hành: *Tình Mẹ* ; *Trúc Lâm Dậy sóng* ; *Tình đời Ý đạo* ; *Tình bạn* ; *Thanh Văn sử* ; *Cuộc đời và sự nghiệp của A Dục Vương*... Ngài xả báo thân ngày 22 tháng 10 năm Nhâm Thìn (05-12-2012) thọ 85 năm, 65 hạ lạp, nguyên quán Đồng Tháp, trú quán Hoa Kỳ - *xem thêm ở Danh Tăng Việt Nam tập 3*

- Thích Nữ Huệ Giác, Ni trưởng, sinh năm 1937, xuất gia năm 1957 với HT Thiện Phước (tức Mẫu Trầu)- tổ đình Linh Sơn- Bà Rịa, sơn môn Liên Tông Tịnh Độ Non Bồng, pháp danh Lê Cưng, pháp hiệu Huệ Giác, thế danh Nguyễn Thị Cưng, dòng Lâm Tế Gia Phổ đời 42, viện chủ kiêm trụ trì Quan Âm tu viện- Biên Hòa, thành lập Cô nhi viện *Phước Lộc Thọ* ở tổ đình Linh Sơn- Bà Rịa năm 1968, Ủy viên dự khuyết HĐTS GHPGVN, Phó BTS kiêm Trưởng ban Từ thiện xã hội PG tỉnh Đồng Nai, Phó phân ban Thường trực Ni giới Trung ương, Huân chương Kháng chiến chống Mỹ hạng III, Huân chương lao động hạng III, tác phẩm:

Suối nhạc rừng thơ ; *Thập Thiện diễn giảng* ; *Di Đà yếu giải* ; *38 pháp hạnh phúc* ; *Tây phương du ký* ; *Quan Thế Âm tín luận* ; *Tôn chỉ pháp môn niệm Phật...* nguyên quán chưa rõ, trú quán Biên Hòa Đồng Nai - *theo trang nhà www.phatgiao.vnn.net*

- **Thích Huyền Giác** (1940 -1989), Hòa thượng, thế danh Lê Văn Ưa, xuất gia với HT Thanh Trí-chùa Báo Quốc và được cúng cho HT Trí Thủ làm bổn sư, pháp danh Nguyên Minh, pháp tự Huyền Giác. Năm 1966, ngài vâng lệnh bổn sư vào Sài Gòn trụ trì tu viện Quảng Hương Già Lam, phụ tá cho HT Trí Thủ là Giám viện. Sau năm 1975, vì bệnh duyên ngài thôi giữ chức trụ trì để lo dưỡng bệnh, nguyên quán Thừa Thiên Huế, trú quán TP Hồ Chí Minh - *theo Chư tôn Thiền đức&Cư sĩ hữu công Thuận Hóa*

- **Thích Mãn Giác** (1929 -2006), Hòa thượng, thi sĩ. xuất gia với HT Quảng Huệ-chùa Thiên Minh, pháp danh Nguyên Cao, pháp tự Mãn Giác, pháp hiệu Huyền Không, học Tăng PHĐ Báo Quốc. Năm 1950, ngài được sơn môn cử trụ trì chùa Thiên Minh. Năm 1954, sơn môn Huế và hội Phật học Trung phần cử ngài làm giảng sư tại Đà Lạt kiêm Hội trưởng hội PG Đà Lạt. Năm 1960, ngài du học Nhật Bản đến năm 1965 tốt nghiệp tiến sĩ, được Bộ Giáo dục Chính phủ mời về giảng dạy tại đại học Văn khoa Sài Gòn và Huế. Ngài đã cộng tác với HT Minh Châu làm Trưởng phân Phật học và khoa Triết học Đông phương, rồi giữ chức Phó hiệu trưởng Điều hành Viện đại học Vạn Hạnh. Về công tác giáo hội, ngài là Tổng vụ trưởng Tổng vụ Văn hóa GHPGVNTN. Năm 1977, ngài định cư tại Hoa kỳ, làm viện chủ chùa Việt Nam tại Los Angles và Hội chủ Tổng hội PGVN tại Hoa kỳ. Ngài là một nhà thơ với đạo hiệu Huyền Không, để lại cho đời 5 tập thơ: *Không bến hạn* ; *Hương trần gian* ; *Không gian thành chiếc áo* ; *Kẻ lữ hành cô độc* ; *Mây trắng thong dong...* và trên 20 công trình biên soạn dịch thuật giá trị. Câu thơ nổi tiếng của ngài mãi truyền lưu hậu thế: *"Mái chùa che chở hồn dân tộc; Nếp sống muôn đời của tổ tông"*. Ngài xả báo thân ngày 22 tháng 8 năm Bính Tuất (13-10-2006) thọ 78 năm,

65 hạ lạp, nguyên quán Quảng Trị, trú quán Hoa Kỳ - *xem thêm ở Danh Tăng Việt Nam tập 3*

- **Pháp Kiêm Minh Giác** (1747-1830), Hòa thượng, tổ sư, pháp danh Pháp Kiêm, pháp tự Luật Oai, pháp hiệu Minh Giác, đời thứ 36 tông Lâm Tế, thế hệ thứ 3 pháp phái Chúc Thánh. Ngài thế danh Võ Đức Nghiêm, sinh ngày 15 tháng 1 năm Đinh Mão (1747) tại thôn Ngọc Trì, huyện Tư Nghĩa (nay thuộc xã Trà Bồng, huyện Bình Sơn) tỉnh Quảng Ngãi. 12 tuổi xuất gia với tổ Thiệt Dinh Ân Triêm tại chùa Phước Lâm, Hội An. Sau 10 năm tu học, ngài về quê tòng quân dẹp giặc Đá Vách, lập nhiều chiến công được phong chức chỉ huy. Sau đó, ngài rời quân ngũ trở lại Phố Hội phát nguyện quét chợ trong suốt 20 năm. Năm Mậu Ngọ (1798), ngài được cung thỉnh làm trụ trì chùa Chiên Đàn. Sau khi Gia Long lên ngôi, ngài cùng với tổ Pháp Ấn Quảng Độ trùng tu lại chùa Phước Lâm và chính thức trụ trì đời thứ 3 tổ đình Phước Lâm, Hội An. Ngài chứng minh đúc quả chuông chùa Vạn Đức vào năm 1822 và chuông chùa Hải Tạng vào năm 1830. Ngài viên tịch vào ngày mồng 10 tháng 11 năm Canh Dần (1830), thọ 84 tuổi. Hậu thế tôn xưng ngài là tổ *Bình Man Tảo Thị* với câu đối:

- *Bình man, tảo thị, lưỡng độ gian lao, xuất gia kỳ, phát nguyện vưu kỳ, bát dật sanh thiên thành chánh giác.*

- *Tạo tự, chú chung, nhị thung công đức, cách cựu hảo, đảnh tân cố hảo, thiên thu giác thế vĩnh truyền đăng*

(Dẹp giặc, quét chợ, mấy độ gian lao, xuất gia lạ, phát nguyện càng thêm lạ, tám mươi vãng sanh thành chánh giác.

Làm chùa, đúc chuông, biết bao công đức, sữa cũ đẹp, làm mới lại càng đẹp, ngàn năm sáng mãi ngọn đèn thiền.)

Ngài nguyên quán Quảng Ngãi, trú quán Quảng Nam - *theo Thích Như Tịnh sưu khảo*

- **Hải Châu-Minh Giác** (1794 -1884), Hòa thượng, Tăng cang sắc tứ chùa Kim Chương, do chiến tranh, HT cho dời về Cái Bè-Mỹ Tho, lập chùa Hội Thọ chính là tiền thân chùa Kim Chương ở thành Ô Ma-Gia Định, bị Pháp đốt phá nên dời về đây lập chùa mới tên mới, HT là người cùng thời với HT Tiên Giác-Hải Tịnh-chùa Giác Lâm, hai vị đều cho đệ tử đi lập chùa am ở vùng mới khai phá, chưa rõ nguyên quán, trú quán Cai Lậy-Mỹ Tho - *theo Biên niên sử PG Sài Gòn Gia Định*

- **Thích Minh Giác** (1920 -2002), Hòa thượng, thế danh Lê Văn Tốt, xuất gia năm 1936 với thiền sư Giới Minh- chùa Long Vân, được pháp danh Minh Giác. Năm 1937, ngài tham gia biểu tình, bị thực dân Pháp bắt giam trên 3 tháng. Khi thả ra ngài tiếp tục đấu tranh cho đến khi Cách mạng tháng Tám năm 1945 thành công. Năm 1946, Hội *PG Cứu quốc* tỉnh Gia Định thành lập, ngài làm Phó thư ký của Hội. Năm 1949, *PG Cứu quốc* đổi thành *Mặt trận Liên Việt* tỉnh Gia Định, ngài làm Phó thư ký tổ chức này. Năm 1953, ngài thọ cụ túc giới tại giới đà chùa Long Vân- Bình Thạnh. Sau khi thọ giới, ngài chăm lo công việc phật sự môn phong, thường xuyên đi lại 3 ngôi chùa Long Vân- Bình Thạnh, Long Tuyền- Đồng Nai và Hưng Long- Phú Quốc, cũng để hoạt động ngầm cho cách mạng. Năm 1960, cơ sở bị lộ, ngài bị bắt xử án 5 năm tù tại khám Chí Hòa, đến khi chế độ Ngô Đình Diệm sụp đổ năm 1963, ngài mới được tha về. Sau khi ra tù, ngài lại hoạt động trong phong trào yêu nước, đưa đón cán bộ ra vào nội thành...Năm 1974, theo yêu cầu của bổn sư, ngài về trụ trì chùa Hưng Long- huyện đảo Phú Quốc. Năm 1977, ngài trở về TP Hồ Chí Minh làm Thư ký, sau đó là Trưởng *ban Liên lạc PG Yêu nước* huyện Hóc Môn. Năm 1982, BTS Thành hội PG TP HCM được thành lập, ngài được cử làm Chánh đại diện PG quận Bình Thạnh và trụ trì chùa Hòa Khánh- Bình Thạnh. Ngài xả báo thân ngày mồng 7 tháng 6 năm Nhâm Ngọ (16-07-2002) thọ 83 năm, 49 hạ lạp, nguyên quán Cần Giuộc- Chợ Lớn, trú quán Bình Thạnh- TP Hồ Chí Minh - *theo trang nhà www.phattuvietnam.net*

- **Thích Nguyên Giác**, Hòa thượng, NNC Phật học, Trưởng bộ môn cổ ngữ Sankris Học viện PGVN, trụ trì tu viện Quảng Hương Già Lam- Gò Vấp, nguyên quán Thừa Thiên Huế, trú quán TP Hồ Chí Minh.

- **Nguyên Giác**, Cư sĩ, xem Phan Tấn Hải, Sđd

- **Thích Tâm Giác** (1917 -1973), Hòa thượng, tiến sĩ, thế danh Trần Văn Mỹ, xuất gia với tổ Trí Hải- chùa Mai Xá- Phù Lý- Hà Nam. Năm 1937, ngài tốt nghiệp lớp Trung đẳng Phật học tại trường Bồ Đề- Gia Lâm và được bổn sư cho thọ đại giới. Năm 1945, ngài tốt nghiệp lớp Đại học PG tại chùa Quán Sứ. Năm 1949, ngài giữ chức Phó giám đốc nhà in *Đuốc Tuệ*, phụ bút nguyệt san *Phương Tiện*, hợp sức cùng *hội Việt Nam Phật giáo* trông nom cô nhi ở trại *Tế Sinh*. Năm 1953, ngài được Giáo hội cử đi du học tại Nhật Bản cùng HT Thích Thanh Kiểm. Ngoài học Phật pháp, ngài còn hàng ngày tập luyện võ thuật tại trung tâm Nhu đạo KoDoKan. Sau 9 năm du học, ngài đạt học vị Tiến sĩ Xã hội học, Tiến sĩ Triết học Đông phương và Đệ tam đẳng huyền đai võ thuật Nhu đạo. Năm 1962 trở về nước đấu tranh trong pháp nạn 1963. Năm 1964, GHPGVNTN thành lập, ngài làm Tổng vụ trưởng Tổng vụ Tài chính và thành lập viện Nhu đạo Quang Trung đào tạo võ thuật, đồng thời thành lập và làm giám đốc Nha Tuyên úy Phật giáo. Ngoài ra, ngài xây dựng một tòng lâm PG là Việt Nam Quốc tự thành trung tâm văn hóa và du lịch, với ngôi bảo tháp 9 tầng ; một ngôi chùa mang biểu tượng lớn và đẹp nhất Việt Nam là chùa Vĩnh Nghiêm và trụ trì chùa này. Ngài còn trước tác, dịch thuật các tác phẩm: *Duy thức học tập I và II* ; *Hộ thân thuật* ; *Nage - Nokata* ; *Nhu đạo* ; *Biến thể Nhu đạo* ; *Nhật ngữ tự học* ; *Phương pháp ngồi thiền* ; *Zen và Judo*, nguyên quán Nam Định, trú quán Sài Gòn - *xem thêm ở Danh Tăng Việt Nam tập 1*

- **Thích Thanh Giác,** Thượng tọa, sinh năm 1954, Thượng toạ, học Tăng Trường Cao cấp Phật học Việt Nam khóa I tại chùa Quán Sứ- Hà Nội. Thượng tọa hiện là Phó trưởng BTS GHPGVN TP

Hải Phòng, Phó trưởng ban Hoằng pháp TW GHPGVN, trụ trì chùa Phổ Chiếu- TP Hải Phòng, có năng khiếu chuyên môn về nghệ thuật kiến trúc chùa truyền thống, Thượng tọa đã xây dựng, trùng kiến hàng trăm ngôi chùa tại khắp các tỉnh thành miền Bắc, nguyên quán Thanh Hà, tỉnh Hải Dương, trú quán TP Hải Phòng.

- **Thích Tịnh Giác** (1942-2005), Hòa thượng, pháp danh Đồng Giác, pháp hiệu Tịnh Giác, đời 43 tông Lâm Tế, thế hệ thứ 10 pháp phái Chúc Thánh. Ngài thế danh Nguyễn Tấn Sinh, sinh ngày 10 tháng 4 năm Nhâm Ngọ (1942) tại thôn An Ninh Thượng, xã Kim Long, huyện Hương Trà, Huế. Năm 1952 xuất gia với HT Thích Trí Hữu tại chùa Thủy Biểu, Thừa Thiên-Huế. Tăng sinh PHV Phổ Đà 1960, thọ Tỳ kheo năm 1964 tại Việt Nam Quốc Tự. Năm 1965 trụ trì chùa Quang Minh- Liên Chiểu và khai sơn chùa Tịnh Quang năm 1967. Năm 1968, Chánh đại diện GHPGVNTN tỉnh Quảng Ngãi. Năm 1970 Chánh đại diện GHPGTNTN huyện Diên Khánh, Khánh Hòa. Sau năm 1975, ngài vào Nam hành đạo, khai sơn chùa Tịnh Quang tại ấp Ngô Quyền, xã Bàu Hàm 2, huyện Thống Nhất, tỉnh Đồng Nai năm 1990. Ngài viên tịch ngày 12 tháng 10 năm Ất Dậu (2005, thọ 63 tuổi. Ngài sanh quán Thừa Thiên, trú quán Đồng Nai - *theo Thích Như Tịnh sưu khảo*

- **Thích Trí Giác** (1915-2005), Hòa thượng, Trưởng lão, pháp danh Như Nhàn, pháp tự Giải Lạc, pháp hiệu Trí Giác, đời thứ 41 tông Lâm Tế, thế hệ thứ 8 pháp phái Chúc Thánh. Ngài thế danh Dương Đức Thanh, sinh năm Ất Mão (1915) tại làng Cẩm Văn, huyện Điện Bàn, tỉnh Quảng Nam. Xuất gia với Tăng cang Thiện Quả tại chùa Chúc Thánh, Hội An. Năm 1950, ngài đảm nhiệm trụ trì chùa Tỉnh hội và thành lập tổ chức *Sơn môn Tăng già Quảng Nam*. Năm 1954, ngài đảm nhiệm trụ trì tổ đình Phước Lâm và đảm nhiệm Hội trưởng *hội Phật học Quảng Nam* vào năm 1956. Đến năm 1958, ngài được mời làm Trị sự trưởng *Giáo hội Tăng già Quảng Nam*. Năm 1960, ngài được Sơn môn cử làm trụ trì Quốc tự Tam Thai tại Ngũ Hành Sơn. Trong mùa pháp nạn năm

1963, Ngài là lãnh đạo tối cao của phong trào đấu tranh Phật giáo tại Quảng Nam. Từ năm 1964 đến năm 1975, ngài đảm nhận chức vụ Chánh đại diện GHPGVNTN tỉnh Quảng Nam. Năm 1980, ngài trở về kiêm nhiệm trụ trì tổ đình Phước Lâm sau khi Cố Hòa thượng Thích Như Vạn viên tịch. Năm 1992, ngài được cung thỉnh làm Trưởng môn phái Lâm Tế Chúc Thánh cho đến ngày viên tịch. Ngoài việc trùng tu tổ đình Phước Lâm và Quốc tự Tam Thai, ngài còn đứng ra trùng tu và chủ trương xây dựng các chùa như: chùa Nghĩa Trung- Điện Bàn; chùa Quan Thế Âm- Ngũ Hành Sơn; chùa Bảo Quang- Đà Nẵng... Ngài viên tịch vào ngày 26 tháng 8 năm Ất Dậu (2005), hưởng thọ 91 tuổi. Bảo tháp được kiến lập bên phải tổ đình Tam Thai. Đệ tử có các vị như: Thị Đàm Hạnh Mãn; Thị Quang Hạnh Trí...Ngài nguyên quán Quảng Nam, trú quán Đà Nẵng - *theo Thích Như Tịnh sưu khảo*

- **Thanh Chân Viên Giác** (1834 -1900), Hòa thượng, dòng Lâm Tế Liễu Quán đời 42, gia tộc Nguyễn Khoa, thế danh Nguyễn Khoa Luận, làm quan Bố chính tại Quảng Ngãi, năm 1885 treo ấn từ quan đến chùa Thiên Ấn gặp Mộc Y Đại sư xin xuất gia đầu Phật, Đại sư khuyên ngài trở về Huế, xin làm đệ tử ngài Cương Kỷ, được pháp danh Thanh Chân, pháp hiệu Viên Giác, khai sơn và trụ trì chùa Ba La Mật-Huế, nguyên quán trú quán Thừa Thiên Huế - *theo Chư tôn Thiền đức&Cư sĩ tiền bối hữu công PG Thuận Hóa*

- **Thích Viên Giác** (1912 -1976), Hòa thượng, tác gia, dịch giả, pháp sư, dòng Lâm Tế Liễu Quán đời 43, thế danh Trần Đại Quảng, đệ tử tổ Bích Không, pháp danh Tâm Trí, pháp tự Viên Giác, pháp hiệu Chiếu Nhiên, học tăng Phật học đường Báo Quốc. Năm 1954 là Giám đốc PHĐ Khánh Hòa và trụ trì chùa Hải Đức-Nha Trang, ngài thành lập và điều hành trường Bồ Đề Tuệ Quang-Đà Lạt. Năm 1956 khai sơn chùa Giác Hải-Vạn Ninh-Khánh Hòa và trụ trì tại đây đến cuối đời, tác phẩm: *Từ Bi Đạo Tràng Sám Pháp (dịch)* ; *Đại thừa Kim Cang Kinh Luận* ; *Quan hệ Tư Tưởng* ;

Tìm hiểu Quan Thế Âm Bồ Tát ; Lịch sử phong cảnh chùa Giác hải ; Khuyên Niệm Phật (thơ), nguyên quán Quảng Trị, trú quán Khánh Hòa - *xem thêm ở Danh Tăng Việt Nam tập 1*

- **Thích Viên Giác**, Hòa thượng, Giáo thọ sư, thế danh Huỳnh Văn Chà, sinh năm Đinh Mão (1927) tại xã Tân Dương- huyện Lai Vung- tỉnh Sa Đéc (nay là xã Tân Dương, huyện Lai Vung, tỉnh Đồng Tháp), ngài ấu niên xuất gia với lão HT Thục Chơn-Giác Quang, nối pháp mạch dòng Lâm Tế Chánh Tông đời thứ 41, pháp húy Bổn Trí-Viên Giác, trong chúng đệ tử Thất Bửu tự, ngài là Trưởng tử HT Giác Quang. Thành viên HĐCM TW GHPGVN, Chứng minh BTS GHPGVN TP Hồ Chí Minh. Năm 1971, ngài khai sơn trụ trì chùa Giác Huệ- Quận 7, trụ trì chùa Long Hoa, thành lập trại trẻ mồ côi Long Hoa năm 1995, ngài nổi tiếng giảng dạy những bộ kinh, luật Hán Nôm: *Tứ thập nhị chương ; Thập thiện ; Bát Đại Nhân Giác ; Tỳ Ni-Sa Di yếu lược...*Ngài còn thông thạo cả ngoại ngữ Pháp, Anh văn, trú quán TP Hồ Chí Minh, nguyên quán Sa Đéc - *theo Thích Vân Phong biên khảo*

- **Trần Văn Giác** (? - ?) Cư sĩ, NNC Phật học, ông là thành viên sáng lập hội Lưỡng Xuyên Phật học do các Hoà thượng Lê Khánh Hoà, Nguyễn Huệ Quang, cư sĩ Huỳnh Thái Cửu khởi xướng. Tháng 4 năm 1934, ông chuyển ra làm việc tại Sở Thương chính Hà Nội. Ông cùng các cư sĩ Lê Toại, Thiều Chửu-Nguyễn Hữu Kha và các tăng sĩ Thái Hoà-Đỗ Trân Bảo, Hải Châu-Vũ Đình Ứng, Trí Hải... thành lập nhóm *Phật học Tùng thư* tiến tới thành lập hội Phật giáo Bắc Kỳ tháng 11 năm 1934. Năm 1935, ông trở về Nam hoạt động tích cực và có nhiều đóng góp cho hội Lưỡng Xuyên Phật học với cương vị: Phó thủ bổn, Thủ bổn. Ông viết nhiều bài trên tạp chí Duy Tâm Phật học, nguyên quán trú quán ở Trà Vinh,

- **Thích Thiện Giải** (1930 -1985), Hòa thượng, dòng Lâm Tế Liễu Quán đời 43, đệ tử HT Giác Nhiên-chùa Thuyền Tôn-Huế, pháp danh Tâm Tuệ, pháp tự Thiện Giải, thế danh Võ Trọng Song, học tăng PHV Hải Đức Nha Trang, đã kinh qua các chức vụ: Giảng sư, Chánh đại diện PG Thừa Thiên, Phan Rang, Kon Tum, Quảng

Ngãi, và cuối cùng là Bảo Lộc, là thành viên nhiệt huyết trong GHPGVNTN và GHPGVN, nguyên quán Thừa Thiên Huế, trú quán Bảo Lộc Lâm Đồng - *theo Chư tôn Thiền đức&Cư sĩ hữu công Thuận Hóa*

- **Thích Nữ Tịnh Giải** (1921 -1990), Ni sư, xuất gia với Ni trưởng Diệu Không-chùa Hồng Ân Huế, pháp danh Tâm Huệ, pháp hiệu Tịnh Giải, thế danh Trương Thị Bích Vân. Năm 1972, sau khi thọ đại giới, Ni sư được bổn sư cử làm thư ký trường Mẫu giáo Kiều Đàm và dạy trường Bồ Đề Hàm Long. Ni sư còn tham gia *Ban Cứu Tế Xã Hội* của Giáo hội để giúp đồng bào nạn nhân chiến cuộc, nguyên quán trú quán Thừa Thiên Huế - *theo Chư tôn Thiền đức&Cư sĩ hữu công Thuận Hóa*

- **Thích Trí Giải** (? -1942), Hòa thượng, pháp danh Tâm Thọ, pháp tự Đạo Thể, pháp hiệu Trí Giải, là sư huynh của HT Tâm Như-Trí Thủ. Năm 1930 ngài trụ trì chùa Diệu Hỷ do Hoằng Hóa Quận vương lập ra, ngài viên tịch tại chùa Tra Am năm 1942, nguyên quán trú quán Thừa Thiên Huế - *theo Chư tôn Thiền đức&Cư sĩ hữu công Thuận Hóa*

- **Liễu Thông Huệ Giám** (? -1844), là đệ tử ngài Tế Lịch-Chánh Văn, dòng Lâm Tế Liễu Quán đời 37, kế tục ngài Tổ Ấn-Mật Hoằng trụ trì chùa Quốc Ân-Huế năm 1825, cùng với ngài Tế Chánh Bổn Giác trùng tu chùa Quốc Ân đến năm 1843 mới hoàn thành, nguyên quán trú quán Phú Xuân-Huế - *theo Chư tôn Thiền đức&Cư sĩ tiền bối hữu công tập 1*

- **Bùi Giáng** (1926 -1998), nhà thơ, NNC triết học, dịch giả, tác gia, phần lớn tác phẩm của ông mang nặng tư tưởng PG, ông sống và làm việc ở các chùa và các viện Phật học, dù tính cách của ông kỳ quái, nhưng giảng giải kinh điển thấm nhuần tư tưởng Bát Nhã nhà Phật, nguyên quán Quảng Nam, trú quán TP Hồ Chí Minh.

- **Văn Giảng** (1924 -2013), Cư sĩ, nhạc sĩ. Ông tên thật là Ngô Văn

Giảng, là nhạc sĩ chuyên môn nhạc cụ dân tộc và có nhiều năng khiếu âm nhạc khác. Ông du học tại trường âm nhạc lớn của Hoa Kỳ ở Hawaii và Bloomington. Sau khi về nước ông làm Giám đốc *trường Quốc gia Âm nhạc Huế.* Về lĩnh vực sáng tác, ông lấy nghệ danh là *Văn Giảng,* nhưng mọi người biết đến nhiều hơn là *Thông Đạt* với tác phẩm "*Ai về sông Tương*", sáng tác năm 1949. Đối với Tăng ni Phật tử, đều biết đến ông qua qua nghệ danh cũng là pháp danh *Nguyên Thông* với các tác phẩm bất hủ "*Từ Đàm quê hương tôi*" ; *Mừng ngày Đản sanh* ; *Ca Tỳ La Vệ* ; *Vô thường* ; *Hoa cài áo Lam...* Năm 1969, ông vào Sài Gòn làm việc, ông giữ chức Trưởng phòng Học vụ Nha Mỹ Thuật- Bộ Văn Hóa. Năm 1970, ông được giải thưởng huy chương vàng Văn học Nghệ thuật với tác phẩm *Tấu Ngũ Khúc.* Cùng năm, ông làm Giám đốc Nghệ thuật điều hành *Đoàn Văn Nghệ Việt Nam* 100 người tham dự hội chợ Quốc tế Osaka- Nhật Bản. Năm 1982, ông định cư tại Melboune- Úc Châu. Ông mất ngày 30 tháng 3 năm Quý Tỵ (12-05-2013) thọ 89 năm, được đông đảo chư tôn đức PG hộ niệm đưa tiễn, nguyên quán Thừa Thiên Huế, trú quán Melboune- Úc Châu - *theo Chư tôn Thiền đức&Cư sĩ hữu công Thuận Hóa*

- **Thanh Nguyên Tiên Giảng** (1852 - ?), Hòa thượng, đệ tử ngài Pháp Lữ-chùa Báo Quốc, sau cầu pháp với Hòa thượng Hải Toàn- Linh Cơ, ngài thế danh Phạm Tiên Giảng, tri sự rồi trụ trì chùa Từ Ân-Huế, chưa có thêm thông tin, nguyên quán Quảng Trị, trú quán Thừa Thiên Huế - *theo Chư tôn Thiền đức&Cư sĩ tiền bối hữu công PG Thuận Hóa*

- **Trần Văn Giáp** (1898 -1973), Cư sĩ, NNC Phật học, nhà Nho, tác gia, ông tự là Thúc Ngọc, bút danh là Thanh Sơn, Từ Vân, Hải Am..., Sáng lập viên hội PGBK.Tháng 11-1934 Trần Văn Giáp cùng các ông Cung Đình Bính, Lê Văn Phúc, Trần Văn Giác được cử làm Giám thị Ban Quản trị Trung ương Hội. Ông là người đề xuất thành lập Thư viện chùa Quán Sứ. Từ 12-5-1940 đến 19-5-1945 ông giữ chức Chánh thư ký hội Phật giáo Bắc Kỳ; tại Đại hội đồng ngày 19-5-1945, ông được bầu làm cố vấn Ban Trị sự hội Việt Nam Phật giáo, ông có các tác phẩm: *Le Bouddhisme en Annam. Des origines au XIII*, 1932; *Việt Nam Phật điển tùng san*, Hội Phật giáo Bắc Kỳ và Viễn Đông Bác Cổ, 1943 (Thiều Chửu và Trần Văn Giáp sưu tầm và tổ chức khắc ván in). Thúc Ngọc-Trần Văn Giáp là người viết lời Tựa cuốn *Việt Nam Phật giáo sử lược* của Thượng tọa Thích Mật Thể - giáo sư trường Sơn môn Phật học Huế năm 1942 và lời giới thiệu cuốn *Đạo đức phổ thông* của Thiều Chửu do Đuốc Tuệ ấn hành năm 1943, và nhiều bài báo trên tạp chí Đuốc Tuệ, nguyên quán xã Tân Trào, huyện Thanh Miện, tỉnh Hải Dương, trú quán Hà Nội.

- **Trừng Văn Y Giáo** (1890 -1972), Hòa thượng, dòng Lâm Tế Liễu Quán đời 42, thế danh Hoàng Trọng Giáo (Nguyễn Văn Lập), xuất gia năm 12 tuổi với HT Thanh Thái Phước Chỉ- chùa Tường Vân- Huế, pháp danh Trừng Văn, pháp tự Y Giáo. Năm 1913, ngài thọ đại giới tại giới đàn tỉnh Bình Định do HT Phước Huệ- chùa Thập Tháp làm Đàn đầu truyền giới. Sau đó ngài trú xứ tu học và giữ chức Tri tạng tại chùa Tường Vân- Huế. Năm 1951, ngài trụ trì chùa Viên Thiện- núi Ngự Bình. Năm 1954, ngài trụ trì chùa Bảo Quang- Huế và đại trùng tu đến năm 1964 mới làm lễ khánh thành. Ngài xả báo thân này 24 tháng 8 năm Nhâm Tý (1972) thọ 82 năm, 59 hạ lạp, nguyên quán trú quán Thừa Thiên Huế - *theo Chư tôn Thiền đức&Cư sĩ hữu công Thuận Hóa tập 3*

Ha

- **Thích Huệ Hà** (1936 -2009), Hòa thượng, dòng Lâm Tế Gia Phổ đời 42, thế danh Nguyễn Giang Hà, xuất gia năm 1943 với HT trụ trì chùa Long Phước- Bạc Liêu. Năm 1951, ngài thọ Sa di tại trường Kỳ giới đàn chùa Lăng Ca- Sóc Trăng. Năm 1953, ngài được theo học ở PHV Trung đẳng Phước Hòa- Trà Vinh. Năm 1957, ngài tiếp tục học Cao đẳng tại PHV Huệ Nghiêm- Bình Chánh- Chợ Lớn. Năm 1961, ngài thọ đại giới tại Đại giới đàn chùa Ấn Quang do HT Thiện Hòa làm Đàn đầu truyền giới. Năm 1963, ngài cùng PG đồ tham gia chống chế độ độc tài, và bị bắt cùng chư tôn đức, giam tại trại giam Rạch Cát. Năm 1966, ngài được Giáo hội cử làm Chánh đại diện PG Quận 5- Chợ Lớn. Năm 1969, ngài về lại Bạc Liêu kế thế trụ trì chùa Long Phước và làm Phó đại diện GHPGVNTN thị xã Bạc Liêu. Năm 1981, sau khi GHPGVN thành lập, ngài giữ chức Phó trưởng BTS PG tỉnh Minh Hải và Chánh đại diện PG thị xã Bạc Liêu. Năm 2007, ngài là Ủy viên HĐTS GHPGVN kiêm Trưởng BTS PG tỉnh Bạc Liêu và hiệu trưởng trường Trung cấp Phật học Bạc Liêu, Trưởng ban Quản trị Quan Âm Phật đài Bạc Liêu. Ngài xả báo thân ngày mồng 5 tháng 4 năm Kỷ Sửu (29-04-2009) thọ 74 năm, 43 năm hành đạo, nguyên quán trú quán Bạc Liêu - *theo trang nhà www.phatgiaobaclieu.com*

- **Thích Quảng Hà**, Thượng tọa, thế danh Nguyễn Văn Lộc sinh năm 1963, trụ trì hai chùa gồm chùa Cẩm, xã Yên Dương (Ý Yên) và chùa Phúc Trọng, xã Mỹ Xá (TP. Nam Định)… Ủy viên HĐTS TƯ Giáo hội Phật giáo Việt Nam, Phó Ban thường trực Ban Trị sự Hội Phật giáo tỉnh Nam Định; Ủy viên UB MTTQ tỉnh, đại biểu HĐND tỉnh Nam Định. Nguyên quán Yên Khánh, Ninh Bình, trú quán Nam Định.

- **Trần Đức Hạ**, Cư sĩ, NNC Phật học, sinh năm 1952, pháp danh Trí Thượng, ông nguyên là giám đốc ngân hàng VP TP Hồ Chí Minh và thành viên Ban Kiểm soát ngân hàng Hàng Hải, thành viên Trung tâm Nghiên cứu PGVN, thành viên sáng lập Ban Phật học-chùa Phật học Xá Lợi, tác phẩm: *Cốt lõi Phật pháp* ; nguyên quán Nam Định, trú quán TP Hồ Chí Minh.

- **Nguyễn Văn Hàm**, Cư sĩ, NNC Phật học, giáo sư triết học, nhà văn bút hiệu *Ngũ Hà Miên*, chính khách. Ông sinh năm 1940, Ông tham gia cánh mạng từ năm 1955, về Qui Nhơn chuẩn bị tập kết ra Bắc, nhưng rồi ông lại thôi, ở lại miền Nam. Năm 1960, ông tốt nghiệp đại học Huế. Sau đó, chuyển vào Sài Gòn dạy triết học ở trường *Chu Văn An* và *đại học Vạn Hạnh*. Năm 1971, ông tham gia tranh cử Dân biểu đối lập Hạ viện và trúng cử giữ chức Phó chủ tịch Hạ viện đến ngày giải phóng. Năm 1974, ông cùng với HT Thích Hiển Pháp, Linh mục Phan Khắc Từ lập ra *Mặt trận Nhân dân Cứu đói*. Ngày 1-10-1974, cùng hàng vạn người xuống đường kêu gọi chấm dứt chiến tranh, ông ký tên là "*Ký giả ăn mày*". Ngày 11-11-1974, trong lúc tổ chức cuộc biểu tình cho giới văn nghệ sĩ, ông bị chính quyền Thiệu theo dõi và tông xe ám sát, nhưng rất may ông chỉ bị thương. Sau năm 1975, Ông là Phó chủ tịch UBND Cách mạng TP Hồ Chí Minh. Năm 1977, ông làm Phó chủ tịch HĐND TP Hồ Chí Minh. Năm 1985, ông làm Phó *Ban Tôn Giáo* TP Hồ Chí Minh kiêm Chủ bút *báo Giác Ngộ* của PG TP Hồ Chí Minh đến năm 1990 thì về hưu. Ông là một người mang 3 phong cách: *chiến sĩ, thi sĩ và đạo sĩ*. Tác phẩm: *Bão* (truyện dài, nxb Lao động, TP HCM 2013), nguyên quán Quảng Ngãi, trú quán TP Hồ Chí Minh - *theo trang nhà www,tinku.vn*

- **Hoàng Xuân Hãn** (1908 -2003), Cư sĩ, Giáo sư, tác gia. Năm 1930-1936, du học tại Pháp. Năm 1936-1939, ông giảng dạy tại trường Bưởi- Hà Nội. Năm 1939-1944, Trường Bưởi dời vào Thanh Hóa, ông vào theo để tiếp tục giảng dạy, tại đây ông tìm thấy tư liệu về Lý Thường Kiệt để biên soạn tác phẩm sử học nổi tiếng (ra mắt năm 1949). Năm 1945, làm Bộ trưởng Bộ Giáo dục trong chính phủ Trần Trọng Kim, ông là người soạn chương trình Việt ngữ cho các cấp học toàn quốc. Cùng năm này, ông bắt đầu nghiên cứu về *Truyện Kiều*. Năm 1950, ông sang Pháp làm việc và sống tại đây. Tác phẩm: *Danh từ Khoa học* ; *Đạo Phật Đời Lý* ; *Lý Thường Kiệt với Đạo Phật* ; *Một vài ký vãng về hội nghị Đà Lạt* ; *Thi văn Việt Nam* (1947) ; *Đại Nam Quốc sử diễn ca* (1949) ; *Mai Đình Mộng Ký* (1951) ; *Chinh Phụ Ngâm bị khảo* (1953) ; *Bích Câu Kỳ Ngộ* (1964) ; *Truyện Song Trinh* (1987) ; *Văn Tế Thập loại Chúng sinh* (1995) ; *Thiên tình sử Hồ Xuân Hương* (1995) *La Sơn Phu Tử* (1952) ; *Lý Thường Kiệt* (1949) ; *Nghiên cứu về Kiều...* Ông mất ngày 10 tháng 3 năm 1996 tại Paris, thọ 88 năm, 45 năm xa quê hương, nguyên quán Hà Tĩnh, trú quán Pháp quốc - *xem* *thêm ở Danh Tăng Việt Nam tập 3*

- Tôn Thất Hàng (1902- 2003), Cư sĩ, pháp danh Tâm Đạo. Năm 1947, ông làm công chức ở Bưu điện đã rũ một số thân hữu thành lập *Khuôn hội PG An Lạc* và ông được cử làm Khuôn trưởng. Ông có một người con trai là Tôn Thất Chiểu, một Bác sĩ, một huynh trưởng GĐPT nổi tiếng cùng bị bắt trong pháp nạn 1963 và được thả vào ngày 3-11-1963. Cuộc đời của ông từ khi tìm hiểu đạo Phật, theo Phật, phụng sự đạo Phật đến cuối đời chỉ cầu vãng sinh Cực Lạc là bước đi không hề sai lệch. Ông vừa làm Khuôn trưởng, vừa đi giảng đạo cho các Khuôn hội, viết sách, in sách và làm báo, thủ quỹ kiêm phát hành báo *Viên Âm* tục bản. Tác phẩm: *Phật học thường thức I và II* ; *Kinh Di Đà yếu lược*, nguyên quán trú quán Thừa Thiên Huế - *theo Chư tôn Thiền đức&Cư sĩ hữu công Thuận Hóa*

- Thích Thanh Hanh (1840 -1936), tức tổ Vĩnh Nghiêm, Hòa thượng thế danh Nguyễn Thanh Đàm, pháp hiệu Thích Thanh Hanh. Năm 1858, ngài tu học học tại chùa Vĩnh Nghiêm- Bắc Giang dưới sự chỉ dẫn của HT Tâm Viên. Năm 1870, ngài được nghiệp sư cử vào Ninh Bình giảng giải Phật pháp tại chùa Phượng Ban và các chốn tổ trong tỉnh. Năm 1900, ngài trở về chốn tổ Vĩnh Nghiêm kế thế trụ trì. Từ đây ngài chú trọng việc hoằng dương chánh pháp, đào tạo Tăng tài, bồi dưỡng lớp kế thừa, nhất là công lao sao chép, khắc ván, ấn bản kinh điển từ trường Viễn Đông Bác Cổ. Ngày 23.12.1934, ngài được suy tôn làm *Thiền gia Pháp chủ* Hội Bắc kỳ Phật giáo, nguyên quán Hà Đông, trú quán Bắc Giang - *xem thêm ở Danh Tăng Việt Nam tập 1*

- Thích Nữ Diệu Hạnh (1928 -2014), Ni trưởng, pháp danh Thị Liễu, tự Diệu Hạnh, hiệu Giác Ngộ, đời 42 tông Lâm Tế, thế hệ thứ 9 pháp phái Chúc Thánh. Ni trưởng thế danh Trần Thị Nữ, sinh năm Mậu Thìn (1928) tại làng Minh Hương, Hội An, Quảng Nam. Ni trưởng xuất gia năm Đinh Hợi (1947) với Hòa thượng Tịch Chiếu tại tổ đình Phước Lâm, Hội An. Sau đó, ra Huế y chỉ Hòa thượng Đôn Hậu và tham học tại Ni trường Diệu Đức, thọ Tỳ kheo ni năm 1953 tại chùa Báo Quốc. Năm 1962 được cử làm phó trụ trì chùa Bảo Thắng, Hội An. Từ đây, Ni trưởng cùng Ni trưởng Như Hường chăm lo xây dựng chùa Bảo Thắng, nhiếp hóa đồ chúng cũng như tham gia các công tác Giáo hội, nhất là mảng từ thiện xã hội. Ni trưởng đảm nhận chức cụ Thủ quỹ Giáo hội trải qua các thời kỳ. Ni trưởng được cung thỉnh làm Tôn chứng, Giáo thọ, Yết-ma tại các đàn giới trong tỉnh Quảng Nam và Đà Nẵng. Năm 2000, Ni trưởng được cử làm trụ trì chùa Bảo Thắng sau khi Ni trưởng Như Hường viên tịch. Ni trưởng được cung thỉnh làm Chứng minh Phân ban Ni giới TW nhiệm kỳ (2012-2017). Ni trưởng viên tịch ngày 11 tháng 9 năm Giáp Ngọ (2014), hưởng thọ 87 tuổi, nhục thân nhập tháp tại chùa. Ni trưởng sinh và trú quán tại Quảng Nam - *theo tư liệu Thích Như Tịnh sưu khảo*

- **Thích Đức Hạnh** (1833 -1923), Hòa thượng, Thiền sư, họ Nguyễn, sinh năm Quý Tỵ (1833) tại miền Trung Việt, nối pháp mạch dòng Thiền Lâm Tế Chánh Tông đời thứ 38, pháp húy Minh Nguyên.Tục diệm truyền đăng pháp mạch dòng thiền Lâm Tế Gia phổ đời thứ 40 pháp danh Thanh Tịnh hiệu Đức Hạnh. Tương truyền, ngài là một vị quan nhà Nguyễn, một khi đã trải nghiệm chốn quan trường, biết bao sự thăng trầm của bể khổ cồn dâu, ngài chợt thức tỉnh: Trăm năm kiếp sống, một phút hơi tàn, Công danh sự nghiệp áng mây tan, Phú quý vinh hoa cơn gió thoảng... Giác ngộ lý vô thường, trần gian ảo mộng phù du, ngài rủ áo từ quan, xuất gia học Phật, đó đây hành cước khắp chốn Thiền môn. Khi đủ duyên hành hóa độ tha thì ngài tìm nơi dừng trụ hoằng pháp độ sinh. Du hành hóa tha đến vùng đất của làng An Thái Đông thì được đại thí chủ là Ông Bà Cai họ Huỳnh phụng hiến thêm 5 mẫu vườn, để cho ngài khuếch trương cơ sở vật chất, tiếp Tăng độ chúng, thừa hành Phật sự và 2 mẫu ruộng để làm hương hỏa thờ phụng ngôi Tam Bảo Liên Trì Tự. Giai thoại nhân gian truyền tụng rằng : *"Lãnh binh Nguyễn Văn Cẩn, một trong Tứ Kiệt đất Định Tường thường lui tới đàm đạo với Thiền sư Đức Hạnh tại Liên Trì Tự, và sau đó xuất gia với pháp danh Minh Mai hiệu Phương Danh (người khai sơn chùa Gò Tháp thờ những anh hùng Phật tử, nhằm duy trì và phát triển tinh thần giáo dục truyền thống yêu* *nước mãi mãi cho con cháu mai sau)*". Hóa duyên ký tất, ngài an nhiên viên tịch vào giờ Tý ngày mồng 10 tháng 11 năm Quý Hợi (17-12-1923), hưởng thượng thọ 92 Xuân. Tang lễ được tổ chức tại bổn tự và Kim quan đưa vào Bảo tháp phía bên phải trước chùa hiện nay, nguyên quán không rõ, trú quán Cái Bè, Tiền Giang - *theo Thích Vân Phong biên khảo*

- **Thích Giác Hạnh** (1880 -1981), Hòa thượng, thế danh Nguyễn Đức Cử, dòng Lâm Tế Liễu Quán đời 43. Năm 1897 xuất gia với Thiền sư Trừng Chiêm Huệ Nhật- tri sự chùa Từ Hiếu, pháp danh Tâm Cảnh, pháp tự Thiện Quyên. Năm 1910, thọ Tỳ kheo tại giới đàn chùa Phước Lâm- Hội An, cầu pháp với tổ Thanh Ninh Tâm Tịnh nên có pháp hiệu Giác Hạnh. Năm 1915, ngài trụ trì am Phổ Phúc khai sơn tổ đình Vạn Phước-Huế. Năm 1932, ngài là Chứng minh đạo sư *Hội An Nam Phật học*. Năm 1967, vào Nam khai sơn chùa Vạn Phước Sài Gòn. Năm 1973, được cung thỉnh vào Hội đồng Trưởng lão Viện Tăng thống GHPGVNTN, ngài tịch năm Tân Dậu ngày 10 tháng 7 (9-8-1981), thọ 102 tuổi, 72 hạ lạp, lập tháp tại chùa Vạn Phước- Huế, nguyên quán Quảng Trị, trú quán Thừa Thiên Huế - *xem thêm ở Danh Tăng Việt Nam tập 1*

- **Thích Giác Hạnh**, Hòa thượng , giảng sư, thế danh Nguyễn Văn Não, sinh năm 1937, Ủy viên HĐTS TW GHPGVN, giảng viên Ban Hoằng pháp TW GHPGVN, Phó BTS GHPGVN tỉnh Bà Rịa Vũng Tàu, viện chủ chùa Hội Phước- Bà Rịa, chùa Phước Lâm- Vũng Tàu, chùa Phước Duyên- Xuyên Mộc, chùa Tân Phước- Bình Đại- Bến Tre, ngài là giảng sư nổi tiếng khắp trong và ngoài nước, nguyên quán Long An, trú quán Bà Rịa Vũng Tàu - *theo www.phatphapungdung.com*

- **Chương Quảng Mật Hạnh** (1822 -1884), Hòa thượng, tổ sư, pháp danh Chương Quảng, pháp tự Tuyên Châu, pháp hiệu Mật Hạnh, đới thứ 38 tông Lâm Tế, thế hệ thứ 5 pháp phái Chúc Thánh. Ngài thế danh Hồ Viết Châu, sinh năm Nhâm Ngọ (1822) tại châu Hà Mật, huyện Diên Phước (nay thuộc xã Điện Trung, huyện Điện Bàn) tỉnh Quảng Nam. Ngài là đệ tử tổ Toàn Nhâm

Quán Thông tại chùa Phước Lâm. Năm Nhâm Tuất (1862) ngài được triều đình bổ nhiệm trụ trì chùa Linh Ứng, năm Quý Dậu (1873) tiếp tục được cải bổ trụ trì chùa Tam Thai. Ngài chuyên tu mật hạnh, tạo tượng đúc chuông, chỉnh trang thiền môn quy mô tráng lệ. Ngài viên tịch vào ngày mồng 4 tháng 4 năm Giáp Thân (1884), thọ 63 tuổi. Đệ tử nối pháp có các vị tiêu biểu như: Ấn Lan Từ Trí, Ấn Diệu Từ Nhẫn, Ấn Bính Phổ Bảo... Ngài nguyên quán tại Quảng Nam, trú quán tại Đà Nẵng - *theo Thích Như Tịnh sưu khảo*

- **Minh Vi Mật Hạnh** (1828 -1898) Hòa thượng, không rõ quê quán, thiền phái Lâm Tế Gia Phổ đời 38, đệ tử HT Tiên Giác-Hải Tịnh, trụ trì chùa Giác Viên, chuyên phật sự ứng phú cho chùa Giác Lâm, khi về già ngài trao quyền trụ trì cho HT Hoằng Ân rồi chuyên tu thiền định, quy tịch tại chùa Giác Lâm, thọ 71 tuổi.

- **Thích Mật Hạnh** (1919 -2015), Hòa thượng, pháp danh Không Ấn, pháp tự Thiện Nhơn, pháp hiệu Mật Hạnh, đời 41 kệ phái Vạn Phong Thời Ủy. Ngài thế danh Bùi Mật Hạnh, sinh năm Kỷ Mùi (1919) tại thôn Bả Canh, xã Đập Đá, huyện An Nhơn, Bình Định. Xuất gia năm 11 tuổi tại tổ đình Thập Tháp, đệ tử của Quốc sư Phước Huệ. Năm 1942 thọ Tỳ kheo tại giới đàn chùa Hưng Khánh do HT Chí Bảo làm Đàn đầu Hòa thượng. Năm 1946 làm Thư ký Hội PGCQ tỉnh Bình Định. Năm 1952 đảm nhiệm trụ trì chùa Tân An- thôn Vạn Thiện- xã Nhơn Thành- huyện An Nhơn. Năm 1956, Chánh thư ký GHTG tỉnh Bình Định. Ngài trùng tu chùa Tân An vào các năm 1959, 1990..., đồng thời xây dựng Đông đường, Tây đường khiến chùa thêm khang trang. Ngài được cung thỉnh vào thành viên HĐCM GHPGVN, Trưởng môn phái tổ đình Thập Tháp, và viện chủ chùa Tân An- phường Nho Thị- thị xã An Nhơn- tỉnh Bình Định. Hòa thượng viên tịch vào lúc 18g30 ngày mồng 7 tháng 10 năm Ất Mùi (18-11-2015) thọ 96 tuổi, 73 hạ lạp. Ngài nguyên và trú quán Bình Định. *theo Những ngôi chùa tiêu biểu của tỉnh Bình Định, Đặng Quý Địch biên soạn.*

- **Thích Nhất Hạnh**, sinh năm 1926, Hòa thượng, Thiền sư, tác gia, dòng thiền Lâm Tế Liễu Quán đời 42, thế danh Nguyễn Xuân Bảo, xuất gia năm 1949 với HT Thanh Quý-Châu Thật- chùa Từ

Hiếu, thế danh Nguyễn Xuân Bảo, tốt nghiệp PHV Báo Quốc. Năm 1956, ông là Tổng biên tập tờ Phật Giáo Việt Nam của Tổng hội PGVN. Vào thập niên 1960, ông thành lập trường Thanh niên phụng sự xã hội tại Cầu Tre-Tân Bình, sáng lập nhà xuất bản Lá Bối. Năm 1966, ông sáng lập dòng tu Tiếp Hiện, là nhà lãnh đạo PG có ảnh hưởng thế giới đứng thứ hai sau đức Đạt Lai Lạt Ma, thiền sư đã viết trên 100 tác phẩm được ấn hành nhiều thứ tiếng, lập ra tu viện Làng Mai, Pháp quốc, tác phẩm: *Tiếng địch chiều thu*, Long Giang, Sài Gòn, 1949 ; *Ánh xuân vàng* (bút danh: Hoàng Hoa), Long Giang, Sài Gòn, 1950 ; *Thơ ngụ ngôn* (bút danh: Hoàng Hoa), Đuốc Tuệ, Hà Nội, 1950 ; *Chắp tay nguyện cầu cho bồ câu trắng hiện*, Lá Bối, Sài Gòn, 1965. ; *Tiếng đập cánh loài chim lớn*, Lá Bối, Sài Gòn, 1967 ; *Vietnam Poems*, Unicorn Press, Santa Barbara (Hoa Kỳ), 1967 ; *The Cry of Vietnam*, Unicorn Press, Santa Barbara (Hoa Kỳ), 1968 ; *De Schreeuwvan Vietnam*, Uitgeverij Ten Have, Baarn, Hollande, 1970 ; *Zen Poems*, Unicorn Press, Greensboro (Hoa Kỳ), 1976 ; *Tình người* (tập truyện; bút danh: Tâm Quán), 1951; Lá Bối 1973 ; *Nẻo về của ý* (bút ký), Lá Bối 1967; An Tiêm 1972 ; *Am mây ngủ* (truyện ngoại sử), Lá Bối ; *Bưởi (*tập truyện ngắn), Lá Bối ; *Tố* (tập truyện), Lá Bối ; *Văn Lang dị sử* (truyện cổ tích, bút danh Nguyễn Lang), Lá Bối; An Tiêm 1975 ; *Đường xưa mây trắng,* Lá Bối; NXB Văn hóa Sài Gòn, 2007 ; *Truyện Kiều dịch ra văn xuôi*, NXB Văn hóa Sài Gòn ; *Đông phương luận lý học*, Hương Quê 1950 ; *Vấn đề nhận thức trong Duy Thức học*, Lá Bối 1969 ; *Tương lai văn hóa Việt Nam*, Lá Bối ; *Tương lai Thiền học Việt Nam*, Lá Bối ; *Việt Nam Phật giáo sử luận* (bút danh Nguyễn Lang), 3 tập, tập 1: Lá Bối 1974, 2 tập sau xb ở nước ngoài sau 1975 ; *Thả một bè lau*, Nxb Văn Hóa Sài Gòn 2008 ; *Gia đình tin Phật*, Đuốc Tuệ 1952 ; *Bông hồng cài áo*, viết vào mùa Vu lan 1962; Lá Bối xuất bản lần 2, 1965 ; *Đạo Phật đi vào cuộc đời*, Lá Bối 1964 ; *Đạo Phật ngày nay*, Lá Bối 1965 ; *Nói với tuổi hai mươi*, Lá Bối 1966, 1972 ; *Phật giáo Việt nam và hướng đi nhân bản đích thực* (bút danh Trần Thạc Đức), Lá Bối 1967 ; *Đạo Phật hiện đại hóa*, Lá Bối 1965, 1968 ; *Đạo Phật ngày mai*, Lá Bối 1970 ; *Nẻo vào thiền học*, Lá Bối 1971 ; *Đạo Phật áp dụng vào đời sống hàng ngày*, Viện Hóa Đạo xuất bản 1973 ; *Tuổi trẻ tình yêu lý tưởng*, Lá Bối ; *Kiều và văn nghệ đứt ruột*, Lá Bối, USA, 1994 ; *Phép lạ của sự tỉnh thức,*

Nxb Tôn giáo ; *Đi như một dòng sông* ; *An lạc từng bước chân* ; *Trái tim của Bụt*, Nxb Thành phố Hồ Chí Minh, 2006 ; *Hạnh phúc: mộng và thực* Nxb Văn Hóa Sài Gòn, 2009 ; *Kim Cương: Gươm báu cắt đứt phiền não*, Nxb Văn Hóa Sài Gòn, 2009 ; *Giận* , nxb Thanh niên, 2009 , nguyên quán Thừa Thiên Huế, trú quán Pháp quốc - *theo trang nhà www.chuaadida.com*

- **Ngộ Hạnh**, Cư sĩ, thế danh Huỳnh Văn Chấn, sinh năm 1941 (giấy tờ 1948), nguyên là tu sĩ Thích Ngộ Hạnh, xuất gia năm 1960 với HT Như Từ Tâm Đạt- chùa Thiên Bình- Bình Định, pháp danh Thị Giải, pháp tự Ngộ Hạnh, dòng Lâm Tế Chúc Thánh đời 42. Sau khi thọ giới Sadi, Thầy được gởi vào Nam tu học tại PHV Huệ Nghiêm. Năm 1965, thọ đại giới tại giới đàn PHV Huệ Nghiêm do HT Thanh Thạnh làm Đàn đầu truyền giới. Bấy giờ, Thầy Ngộ Hạnh là chúng trưởng chúng Huyền Trang. Năm 1970, thầy Ngộ Hạnh và các thầy Trí Phước, Minh Quả, Thị Trị, Thị Bửu, Thiện Trí... thành lập *Lưu học xá Huyền Trang* để vừa tu học vừa dạy học tại các trường Trung Tiểu học Bồ Đề của GHPGVNTN tổ chức. Sau năm 1975, Thầy Ngộ Hạnh trở về làm Cư sĩ tại gia và tiếp tục giảng dạy ở trường Trần Khai Nguyên- Quận 5 cho đến khi hưu trí. Cư sĩ tham gia nghiên cứu Phật học ở các chùa và truyền trao kiến thức Phật học uyên thâm của mình cho lớp Tu sĩ và Cư sĩ kế thừa, nguyên quán Bình Định, trú quán TP Hồ Chí Minh.

- **Thích Nguyên Hạnh**, Hòa thượng, giáo sư, thế danh Lê Hậu, xuất gia với HT Mãn Giác- chùa *Phật Giáo Việt Nam*- Los Angeles, viện chủ chùa *Phật giáo Việt Nam*-Houston-Texas, nguyên quán Quảng Trị, trú quán Hoa Kỳ

- **Thích Nguyên Hạnh**, Thượng tọa, Tiến sĩ, pháp hiệu cũ Thích Đức Trường, xuất gia với HT Huệ Xướng- chùa Giác Lâm, cầu pháp với HT Trí Quảng - chùa Huê Nghiêm 2, giảng sư Ban Hoằng pháp GHPGVN TP Hồ Chí Minh, Chánh văn phòng viện Nghiên cứu Phật học Việt Nam, tri sư chùa *Bát Bửu Phật Đài* và Học viện PGVN cơ sở Lê Minh Xuân, nguyên quán Đồng Tháp, trú quán TP Hồ Chí Minh.

- **Thích Tịnh Hạnh** (1889 -1933), Hòa thượng, pháp danh Trừng Hương, pháp tự Thiền Duyệt, là bào huynh Hòa thượng đệ nhất Tăng thống Thích Tịnh Khiết, Chứng minh đạo sư hội An Nam

Phật học, tọa chủ chùa Tường Vân-Huế, nguyên quán trú quán Thừa Thiên Huế - *theo Chư tôn Thiền đức&Cư sĩ tiền bối hữu công PG Thuận Hóa*

- **Thích Tịnh Hạnh** (1934 -2015), Hòa thượng, Tiến sĩ văn học và triết học Đài Loan, dòng Lâm Tế Chúc Thánh đời thứ 42, xuất gia năm 1950 tại chùa Thiên Hưng- Ninh Thuận, pháp danh Thị Viên, pháp tự Hạnh Bị, sau đó tu học tại PHĐ Ninh Thuận. Năm 1952, ngài vào Sài Gòn học tại PHĐ Nam Việt- chùa Ấn Quang. Năm 1963, ngài trụ trì chùa Giác Tâm- Phú Nhuận làm chủ tịch *Ủy ban Liên Phái Bảo vệ PG* tỉnh Gia Định. Năm 1966, ngài tốt nghiệp cử nhân đại học Vạn Hạnh và làm giáo sư dạy các trường Bồ Đề. Năm 1969, ngài được học bổng du học tại đại học Quốc lập Sư Phạm- Đài Loan. Năm 1979, ngài khai sơn *Linh Sơn Giảng đường*- Đài Bắc và sáng lập nguyệt san *Hiện Đại Phật Giáo*. Năm 1981, ngài tốt nghiệp Tiến sĩ. Năm 1983, ngài thuyết giảng hằng tuần về PG trên truyền hình Đài Bắc. Năm 1985, ngài sáng lập và làm viện trưởng học viện *Phật Giáo Trung Quốc*. Năm 1988, ngài khai sơn *Thiền Lâm Linh Sơn* trên 18 mẫu đất tại Thạch Định- Đài Bắc. Năm 1990, ngài giảng dạy tại trường Quốc lập Sư phạm- Đài Bắc. Năm 1992, ngài được phong chức Giáo sư trường đại học Trung Hưng và Phùng Giáp. Năm 1994, ngài về Việt Nam chủ xướng phiên dịch Đại Tạng Kinh Việt Tạng, đã hoàn thành 203 tập bằng Việt ngữ, Năm 2001, ngài được bầu làm Đệ nhị Tăng thống *Giáo hội Linh Sơn Thế giới*. Năm 2008, ngài kế tục sự nghiệp HT Huyền Vi, đứng ra xây dựng đại học *Đông Phương Linh Sơn Thế giới*. Ngài xả báo thân ngày 22 tháng 2 năm Ất Mùi (10-04-2015) tại Đài Bắc, thọ 81 năm, 65 hạ lạp, nguyên quán Ninh Thuận, trú quán Đài Loan.

- **Thích Tịnh Hạnh**, Hòa thượng, viện chủ tổ đình Phật Bửu Tự, quận 3, quản lý điều hành trên 20 ngôi chùa trong tông phái từ miền Trung đến miền Nam, Phó ban Thường trực BTS GHPGVN TP Hồ Chí Minh, nguyên Chánh đại diện PG quận 3, nguyên quán Bến Tre, trú quán TP Hồ Chí Minh.

- **Thích Từ Hạnh** (1927 -1988), Hòa thượng, dòng Lâm Tế Liễu Quán đời 45, đệ tử của HT Thích Phước Thành-chùa Thiên Phước, pháp danh Quảng Y, pháp hiệu Từ Hạnh. Năm 1970, ngài tốt nghiệp đại học Văn khoa Sài Gòn và trú xứ chùa Giác Tâm-Phú Nhuận, Chánh đại diện GHPGVNTN tỉnh Gia Định. Từ 1970 - 1975, ngài làm hiệu trưởng trường Trung học Bồ Đề Qui Nhơn. Năm 1975, ngài làm Tổng thư ký Ban Liên lạc PG TP Hồ Chí Minh. Năm 1981, GHPGVN được thành lập, ngài được cử làm Phó Tổng thư ký kiêm Chánh VP II TW GHPGVN, Phó hiệu trưởng trường Cao cấp Phật học TP Hồ Chí Minh, trụ trì chùa Quan Thế Âm-Phú Nhuận, ngài xả báo thân ngày 22 tháng 11 năm 1988, thọ 62 năm, nguyên quán Bình Định, trú quán TP Hồ Chí Minh.

- **Thích Nữ Từ Hạnh** (1920 -2013), Ni trưởng, pháp danh Tâm Tánh, tự Từ Hạnh, hiệu Diệu Hữu, đời 43 tông Lâm Tế, thế hệ thứ 9 pháp phái Liễu Quán. Ni trưởng thế danh Hà Thị Tùy, sinh năm Canh Thân (1920) tại làng Phong Ngũ, xã Điện Thắng, huyện Điện Bàn, tỉnh Quảng Nam. Năm 1934 xuất gia tại chùa Phổ Đà với Hòa thượng Thích Tôn Thắng, sau đó được Bổn sư gởi ra học với pháp sư Giải Ngạn tại chùa Hưng Ký, Hà Nội. 4 năm sau trở về Huế tham học tại Ni trường Diệu Đức, thọ Tỳ kheo ni năm 1949 tại chùa Báo Quốc, Huế. Năm 1960, Ni trưởng về quê nhà lập chùa Châu Phong trên nền chùa cũ để tu tập và báo hiếu song thân. Từ đó, Ni trưởng tiếp độ chúng Ni cũng như tham gia các công tác Phật sự, góp phần xây dựng Ni bộ Quảng Nam Đà Nẵng ngày một vững mạnh. Ni trưởng được cung thỉnh làm Tôn chứng, Giáo thọ, Yết-ma cũng như Đàn đầu truyền giới tại các giới đàn Phước Huệ năm 1996 tại Bảo Quang, Đà Nẵng; giới đàn Minh Giác năm 2000 và giới đàn Ân Triêm năm 2004 tại chùa Diệu Quang, Tam Kỳ. Ni trưởng được cung thỉnh CM Phân ban Ni giới TW nhiệm kỳ (2012-2017). Ni trưởng viên tịch ngày mồng 4 tháng 10 năm Quý Tỵ (2013) thọ 94 tuổi, nhập tháp trong khuôn viên chùa Châu Phong. Đệ tử Ni trưởng có các vị như: Cố Ni trưởng Thích Nữ Hạnh Nguyện, Ni sư Thích Nữ Hạnh Từ, Ni sư Thích Nữ Hạnh Châu v.v... Ni trưởng sinh và trú quán Quảng Nam - *theo tư liệu*

Thích Như Tịnh sưu khảo

Hai

- **Hồng Dương Nguyễn Văn Hai**, Cư sĩ, giáo sư, Tiến sĩ toán học đại học Sorbone-Pháp, NNC Phật học, tác gia, dịch giả, pháp danh Hồng Dương, Hiệu trưởng trường Quốc học-Huế, Phó viện trưởng kiêm Khoa trưởng Đại học Khoa Học-Viện đại học Huế. Phó giám đốc Trung tâm *Liễu Quán*. Giáo sư tại Đại học Kentucky, Hoa Kỳ, cộng tác với các báo và websites Phật giáo như *Thư Viện Hoa Sen, Quảng Đức, Buddhasasana, Phật Việt, Đạo Phật Ngày Nay*, v.v... tác phẩm đã xuất bản: - *Phân biệt ngôn ngữ và tu chứng* ; - *Lưới tương giao* ; - *Tổ giáo và Giáo tín* ; - *Đồng thời và Dị thời* ; - *Chân như và Duyên khởi* ; - *Tìm hiểu Trung Quán: Nhận thức và Không tánh* ; - *Luận giải Trung Quán: Tánh khởi và Duyên khởi* ; - *Đi tìm ngã* ; - *Hữu thể và Thời gian* ; - *Nhận thức luận Phật giáo* ; - *Luận giải Trung Luận và Tánh Luận duyên khởi* (2003) ; *Nhân Quả đồng thời* ; *Tánh không phủ định cái gì?*; *Tiếng Việt vô Ngã* ; *Tư tưởng Triết học trong tác phẩm của Gilles Deleuze* ; *Nhận thức và Không tánh* , ông nguyên quán Thừa Thiên Huế, trú quán Hoa kỳ - *theo trang nhà www.quangduc.com*

- **Thích Doãn Hài** (1874 -1958), tức Tổ Tế Xuyên, thế danh Dương Văn Hiển. Năm 1889,xuất gia với tổ Bảo Khám- làng Tế Xuyên, pháp danh Tông Hiển, pháp hiệu Doãn Hài. Năm 1893, ngài được gửi đến chùa Bồ Đề tu học vời sư tổ Thích Nguyên Biểu. Năm 1906 tổ Bồ Đề viên tịch, ngài đến chùa Vĩnh Nghiêm-Bắc Giang theo học với HT Thích Thanh Hanh. Sau khi học lực đầy đủ, ngài trở về quê hương trụ trì chùa Tế Cát và làm đương gia chốn tổ Tế Xuyên. Năm 1936, trong phong trào chấn hưng, ngài làm chủ bút báo *Đuốc Tuệ* và trụ trì chùa Quán Sứ- Hà Nội. Năm 1951, Tổng hội PGVN được thành lập, ngài được cung thỉnh làm Chứng minh đạo sư, nguyên quán Nam Hà, trú quán Hà Nội - *xem thêm ở Danh Tăng Việt Nam tập 1*

- **Thích Giác Hải** (? -1940), Hòa thượng, đệ tử tổ Tâm Tịnh-chùa Tây Thiên, pháp danh Trừng Nhã, pháp tự Chí Thanh, pháp hiệu Giác Hải. Năm 1904 ngài đến làng An Cựu Tây lập thảo am lấy tên là Duy Tôn, sau đó dần trùng tu thành ngôi chùa. Đến năm 1929, chùa được đại trùng tu và đổi tên hiệu là Giác Lâm. Ngài được mời làm Đệ lục Tôn chứng giới đàn chùa Từ Vân-Quảng Nam năm 1928. Đệ tử ngài là HT Khả Tấn tiếp nối trụ trì chùa Giác Lâm, nguyên quán Quảng Trị, trú quán Thừa Thiên Huế - *theo Chư tôn Thiền đức&Cư sĩ hữu công Thuận Hóa*

- **Thích Giác Hải** (1927 -2009), Hòa thượng, dòng Tào Động Việt Nam đời 13, pháp tự Thanh Thuần, pháp hiệu Tâm Quán, thế danh Phạm Văn Kiểm, Trưởng môn phái tổ đình Vĩnh Nghiêm miền Nam, Thành viên Hội đồng Chứng minh TW GHPGVN, trụ trì các chùa Giác Tâm, chùa Giác Hải và chùa Trấn Quốc TP Hồ Chí Minh, năm 1957 khai sơn chùa Giác Hải và lập nghĩa trang Giác Tâm ở huyện Bình Chánh. Năm 2000, chư tôn tổ đình Vĩnh Nghiêm cử ngài làm Trưởng sơn môn. Ngài xả báo thân ngày 17 tháng 2 năm Kỷ Sửu (13-03-2009), thọ 83 năm, 62 hạ lạp, nguyên quán Thường Tín-Hà Đông, trú quán TP Hồ Chí Minh - *theo trang nhà www.phattuvietnam.net*

- **Thích Hạnh Hải** (1948-2015), Hòa thượng, pháp danh Thị Nguyên, pháp tự Hạnh Hải, pháp hiệu Phước Huệ, đời 42 tông Lâm Tế, thế hệ thứ 9 pháp phái Chúc Thánh. Hòa thượng thế danh Lê Đình Đào, sinh năm Mậu Tý (1948) tại xã Quế Phong, huyện Quế Sơn, tỉnh Quảng Nam. Năm 1965, xuất gia với HT.Thích Trí Minh tại chùa Pháp Bảo, Hội An. Sau đó, ngài vào Nam tu học. Ngài khai sơn chùa Viên Thông tại quận 11- Chợ Lớn. Ngài chuyên hành trì mật tông và có những điều linh nghiệm. Đặc biệt, trong ngài tình quê hương rất là sâu nặng. Không có một Phật sự nào tại quê hương Quảng Nam mời mà ngài từ chối. Đối với tổ chức GĐPT, ngài thường quan tâm sách tấn và đảm nhận cố vấn Giáo hạnh GĐPT TW. Hòa thượng viên tịch vào ngày 17 tháng 7 năm Ất Mùi (2015), hưởng thọ 68 tuổi. Nhục thân được đưa về nhập tháp tại Từ đường Lê Tộc ở quê nhà. Ngài nguyên quán Quảng Nam, trú quán TP Hồ Chí Minh - *theo Thích Như Tịnh sưu khảo*

- **Thích Hạnh Hải** (1916 -1998) Hòa thượng, dòng Lâm Tế Liễu Quán đời 43, xuất gia năm 1933 với HT Trừng Nghệ Sơn Nhơn- chùa Thiền Sơn Lỗ Mây- Ninh Hòa, pháp danh Tâm Phước, pháp tự Như Thông, pháp hiệu Hạnh Hải. Năm 1939, ngài thọ cụ túc tại giới đàn chùa Thiên Quang do HT Huệ Đạo làm Đàn đầu truyền giới. Năm 1943, ngài trụ trì chùa Hải Tràng- Ninh Hòa. Năm 1948, ngài trụ trì chùa Phước Long và giữ chức Trị sự trưởng Giáo hội Tăng già huyện Ninh Hòa. Năm 1954, ngài trụ trì tổ đình Thiên Bửu- Ninh Hòa và giữ chức Trị sự trưởng Giáo hội Tăng già tỉnh Khánh Hòa. Năm 1964, ngài làm Phó đại diện kiêm Đặc ủy Tăng sự GHPGVNTN tỉnh Khánh Hòa, đồng thời là Chánh đại diện PG huyện Ninh Hòa. Năm 1982, ngài lui về trùng tu tổ đình Sắc tứ Thiên Bửu và hoằng pháp độ sanh, ngài xả báo thân ngày 16 tháng 9 năm Mậu Dần (04-11-1998) thọ 83 năm, 59 hạ lạp, tháp lập trong khuôn viên chùa Thiên Bửu, nguyên quán trú quán Ninh Hòa- Khánh Hòa - *xem thêm ở Danh Tăng Việt Nam tập 3*

- **Thích Huệ Hải** (1918 -2008), Hòa thượng, thế danh Nguyễn Trung Tín, quy y Tam bảo với tổ Phi Lai- Chí Thiền, pháp danh Hồng Trung, hiệu Thiện Tín. Năm 1929, ngài xuất gia với tổ Phi Lai- núi Voi- Châu Đốc. Năm 1933, tổ Phi Lai viên tịch, ngài y chỉ học đạo với HT Như Tâm- chùa Định Long- Châu Đốc và thọ Sa di giới tại đây. Năm 1939, ngài thọ đại giới tại giới đàn chùa Phước Trường- Chợ Gạo- Mỹ Tho. Năm 1948, ngài cầu pháp với HT Như Mật Bửu Thọ- chùa Tây An- Châu Đốc, được ban pháp tự là Huệ Hải. Năm 1955, ngài trụ trì chùa Long Hoa- Nhà Bè- Gia Định. Năm 1956, trụ trì chùa Bửu Lâm- núi Thị Vãi- Phước Tuy. Năm 1958, ngài tham dự khóa huấn luyện trụ trì *"Như Lai Sứ Giả"* tại chùa Pháp Hội- Chợ Lớn. Năm 1960, ngài làm Giám viện PHĐ Lưỡng Xuyên- Trà Vinh. Năm 1962-1966, ngài khởi công xây dựng và khai sơn trụ trì chùa Từ Quang- Thủ Đức Từ năm 1967-1974, mỗi năm ngài đều mở khóa an cư và khai giới đàn truyền trao giới pháp cho giới tử. Năm 1990, ngài được cung thỉnh làm Chứng minh BTS Thành hội PG TP Hồ Chí Minh. Năm 1997, ngài được cung thỉnh làm Thành viên Hội đồng Chứng minh GHPGVN. Giới đức vẹn toàn, ngài luôn được cung thỉnh làm Giới sư trong các giới đàn ở miền Đông, miền Tây và TP Hồ Chí Minh. Ngài đã cùng HT Minh Lượng, HT Minh Chánh hợp sức trùng kiến tháp tổ Nguyên Thiều ở Vĩnh Cửu- Đồng Nai, được tìm thấy sau hơn nửa thế kỷ bị lãng quên. Ngài xả báo thân ngày 16 tháng 8 năm Mậu Tý (15-09-2008) thọ 90 năm, 70 hạ lạp, nguyên quán Bình Đức Mỹ Tho, trú quán Thủ Đức, TP Hồ Chí Minh - *theo trang nhà www.chuavinhnghiem.vn.com*

- **Thích Huệ Hải** (1935 -2008), Hòa thượng, dòng Lâm Tế Liễu Quán đời 44, thế danh Nguyễn Duy, xuất gia năm 1954 với HT Mỹ Thành- tổ đình Long Khánh- Tuy Hòa, pháp danh Nguyên Chi, pháp tự Trí Giác, pháp hiệu Huệ Hải. Năm 1957, ngài cầu pháp với HT Bích Lâm- tổ đình Nghĩa Phương- Nha Trang và thọ cụ túc giới tại giới đàn chùa Nghĩa Phương do Hòa thượng Tăng Cang Thích Huệ Pháp- chùa Sắc tứ Minh Tịnh- Quy Nhơn làm Đàn đầu truyền giới. Cùng năm, ngài vào học tại Tăng học viện PG Cổ truyền Trung phần, do HT Bích Lâm làm giám đốc. Năm 1961, HT Bích Lâm đã khai sơn chùa Nghĩa Phú- Tuy Hòa- Phú Yên và cử ngài làm trụ trì. Năm 1968, chùa Phật Ấn- Sài Gòn mở giới đàn, ngài được thỉnh làm Đệ nhị tôn chứng. Năm 1969, ngài khai đại giới đàn tại chùa Nghĩa Phú, cung thỉnh HT Mỹ Thành- bổn sư của ngài làm Đàn đầu truyền giới. Năm 1972, HT Bích Lâm viên tịch, ngài được cử làm Trưởng môn phong tổ đình Nghĩa Phương. Năm

1973, tại giới đàn chùa Thiền Lâm- Phú Lâm Chợ Lớn, ngài được tấn phong Yết ma A xà lê. Các chức vụ ngài đã trải qua: Từ năm 1961-1963, Phó Tăng giám *Giáo hội Phật giáo Tịnh độ Tông* tỉnh Phú Yên. Từ 1963-1969: Phó Tăng Trưởng tỉnh hội *Phật Giáo Cổ Truyền* Phú Yên. Từ 1969-1975: Tăng trưởng tỉnh hội *Phật giáo Cổ Truyền* tỉnh Phú Yên. Sau năm 1975, ngài lui về ẩn tu và giảng dạy đồ chúng. Ngài viên tịch ngày 12 tháng 4 năm Mậu Tý (16-05-2008) thọ 74 năm, 52 hạ lạp, nguyên quán trú quán Tuy Hòa- Phú Yên - *theo TK Thích Trí Bửu sưu khảo*

- **Thích Long Hải** (1919-2002), Hòa thượng, Pháp danh Chơn Giác, pháp tự Đạo Hoa, pháp hiệu Long Hải, đời 40 tông Lâm Tế, thế hệ thứ 7 pháp phái Chúc Thánh. Ngài thế danh Ôn Nguyện, sinh ngày mồng 6 tháng 7 năm Kỷ Mùi (1919) tại làng Thi Nhơn, xã Điện Phong, huyện Điện Bàn. Xuất gia với Hòa thượng Phổ Thoại tại chùa Long Tuyền. Năm 1954 đảm nhận trụ trì chùa Nghĩa Trung, Điện Bàn. Chánh đại diện GHPGVNTN Điện Bàn (1974). Ngài giỏi về khoa nghi ứng phú. Một đời đạm bạc thanh tu và nhẹ nhàng bỏ báo thân vào ngày 24 tháng 11 năm Tân Tỵ (2002), thọ 83 tuổi. Ngài nguyên quán trú quán tại Quảng Nam - *theo Thích Như Tịnh sưu khảo*

- **Thích Như Hải** (1946 -1966), Đại đức, thánh tử đạo, thế danh Văn Ngọc Tụy, xuất gia năm 1964 với HT Hưng Dụng- chùa Tỉnh hội PG Quảng Trị, pháp danh Tâm Ân, pháp tự Như Hải, trong đấu tranh pháp nạn PG 1966 để bảo vệ hiến chương PG, Đại đức đã phát nguyện tự thiêu lúc 03 giờ sáng ngày 04-06-1966 tại chùa Tỉnh hội, để lại bức thư phản đối chính quyền đàn áp PG miền Trung, thầy ra đi lúc 21 tuổi, nguyên quán trú quán Hải Lăng- Quảng Trị - *theo Chư tôn Thiền đức&Cư sĩ hữu công Thuận Hóa tập 3*

- **Thích Pháp Hải** (1895 -1961), Hòa thượng, thế danh Nguyễn Văn An. Năm 1912, xuất gia với HT trụ trì chùa Tây Hưng- Sa Đéc, sau cầu pháp với Sư tổ chùa Long Phước- Vĩnh Long. Năm

28 tuổi, ngài trụ trì chùa Phước Sơn- Trà Cú- Trà Vinh. Năm 1934 ngài cùng với các Hòa thượng khởi xướng phong trào chấn hưng PG thành lập *Liên đoàn Phật học xã.* Sau đó là thành lập *hội Lưỡng Xuyên Phật học-* chùa Long Hòa- Trà Vinh, ngài được mời làm trụ trì kiêm giáo sư giảng dạy tại *Phật học đường Lưỡng Xuyên.* Năm 1944, ngài về kế thế trụ trì chùa Long Phước-Vĩnh Long. Năm 1951, *Giáo hội Tăng già Nam Việt* được thành lập, ngài được mời làm *Trị sự trưởng Giáo hội Tăng già* tỉnh Vĩnh Long. Khi *hội Phật học Nam Việt* lập chi hội ở Vĩnh Long, đã thỉnh ngài làm Chứng minh kiêm Hội trưởng *chi hội Phật học Nam Việt* tỉnh Vĩnh Long. Đương thời, ngài nổi tiếng trong nghệ thuật trụ trì Tự viện PG, nguyên quán Lấp Vò Sa Đéc, trú quán Vĩnh Long - *xem thêm ở Danh Tăng Việt Nam tập 1*

- **Phan Tấn Hải**, cư sĩ, tác gia, dịch giả, pháp danh Nguyên Giác, sinh năm 1952, cư ngụ tại California- Hoa Kỳ, là một Cư sĩ học đạo với các HT: Thích Tịch Chiếu- chùa Tây Tạng- Bình Dương ; Thích Thiền Tâm- Đại Ninh- Lâm Đồng ; Thích Tài Quang- chùa Quang Minh- Phú Nhuận. Ông cộng tác với nhiều báo như: *tập san Nghiên cứu Triết học* (đại học Văn Khoa Sài Gòn) ; *Tự Thức ; Văn ; Văn Học ; Hợp Lưu ; Tạp chí Thơ ; Việt báo ; Giao Điểm ; Giác Ngộ* và nhiều báo khác. Tác phẩm: *Chú giải về Thiền Đốn Ngộ (1990) ; Thiền tập ; Ba Thiền sư (dịch) ; Chú giải về Phowa (dịch) ; Lời dạy tâm yếu về Đại thủ ấn ; Cậu bé và hoa Mai ; Ở một nời gọi là Việt Nam ; Teachings from Ancient Vietnammese Zen Master ; Teachings and Poetry of Vietnammese Zen Master Tue Trung Thuong Si (1230-1291) ; Tran Nhan Tong (1258-1308): The King who founded A Zen School ; The Zen Teachings of Master Duy Luc...*nguyên quán Sài Gòn Việt Nam, trú quán California- Hoa Kỳ - *theo trang nhà wwwquangduc.com*

- **Thích Trí Hải** (1906 -1979), Hòa thượng, thế danh Đoàn Thanh Tảo, xuất gia năm 17 tuổi với tổ Thông Dũng- chùa Mai Xá- Hà Nam. Năm 1924, ngài cùng một số tu sĩ trẻ thành lập đoàn Thanh niên Tăng lấy tên *Lục Hòa Tịnh Lữ*. Năm 1930, ngài trụ trì chùa Phú Đa- Bình Lục- Nam Hà. Năm 1932, ngài và một số vị thành lập *Ban Phật học Tùng thư* để phiên dịch và ấn hành kinh sách phổ biến cho Phật tử. Năm 1934, hưởng ứng phong trào chấn hưng, ngài cùng một số Tăng ni Phật tử có uy tín đứng ra thành lập *hội Bắc kỳ Phật giáo*, đặt trụ sở trung ương tại chùa Quán Sứ- Hà Nội. Năm 1935, ngài cùng Hội xuất bản tuần báo *Đuốc Tuệ* và lập nhà in. Năm 1943, ngài phác thảo chương trình kiến thiết một *Đại Tùng Lâm* rộng 20 mẫu tại Thường Tín- Hà Đông, làm cơ sơ văn hóa, giáo dục, tín ngưỡng PG, ngài cũng có kế hoạch trùng tu di tích Trúc Lâm Yên Tử. Năm 1951, *Tổng hội PG Việt Nam* được thành lập, ngài được bầu làm Trị sự trưởng *Giáo hội Tăng già toàn quốc*, ngài trụ trì qua các chùa Bồ Đề, Quán Sứ - Hà Nội, chùa Nam Hải- Hải Phòng, tác phẩm ngài để lại tất nhiều: *Nhập Phật nghi tắc* ; *Nghi thức tụng niệm* ; *Khôn sống* ; *Gia đình giáo dục* ; *Truyện Phật Thích Ca* ; *Phật học ngụ ngôn* ; *Lời vàng* ; *Kinh Thập Thiện* ; *Kinh Kiến Chính* ; *Phật học phổ thông* ; *Phật học vấn đáp* ; *Đồng nữ La Hán* ; *Cái hại vàng mả* ; *Phật hóa tiểu thuyết* ; *Kinh Lục Độ Tập* ; *Tâm chúng sinh* ; *Thanh gươm trí tuệ* ; *Luận quán tâm* ; *Phẩm quán tâm* ; *Khóa Hư Lục* ; *Trúc Lâm Tôn Chỉ Nguyên Thanh* ; *Nhân gian Phật giáo đại cương* ; *Nghi thức thụ Tam quy* ; *Duy Ma Cật và Viên Giác* ; *Các văn Sớ* ; *Nghĩa khoa cúng Chúc thực* ; *Phật giáo Triết học* ; *Hồi ký thành lập hội PGVN* ; *Sa di Luật dịch 2 tập* ; *Phật giáo Việt Nam.* ngài viên tịch ngày mồng 7 tháng 6 năm Kỷ Mùi (30-6-1979) tại chùa Nam Hải- Hải Phòng nguyên quán Hải Hậu Nam Định, trú quán Hải Phòng - *xem thêm ở Danh Tăng Việt Nam tập 1*

- **Thích Nữ Trí Hải** (1936 -2003), Ni trưởng, pháp danh Tâm Hỷ, pháp hiệu Trí Hải, thế danh Công Tằng Tôn Nữ Phùng Khánh. Trước khi xuất gia, Ni trưởng tốt nghiệp đại học Sư phạm và giảng dạy tại trường Phan Chu Trinh-Đà Nẵng. Năm 1960, Ni trưởng sang Mỹ du học và tốt nghiệp Cao học ngành thư viện. Năm 1963 về nước, cùng em là Tôn Nữ Phùng Thăng làm phụ tá Ni trưởng

Phước Hải quán xuyến cư xá Nữ sinh viên và làm việc tại chùa Pháp Hội. Năm 1964, xuất gia với Ni trưởng Diệu Không-chùa Hồng Ân. Năm 1968, được bổ nhiệm làm Thư viện trưởng Viện đại học Vạn Hạnh và giám đốc Trung tâm An sinh xã hội của viện. Năm 1996-1999, làm Giáo thọ *luật Tứ phần Tỳ kheo ni* tại trường Trung cấp Phật học tỉnh Long An-Ni viện Thiên Phước. Năm 2003, là Phó viện trưởng VNCPHVN và Trưởng ban Vận động tài chánh. Trên đường đi công tác tại Phan Thiết, Ni trưởng và 3 thị giả lâm nạn xã huyễn thân, nguyên quán Thanh Hóa, trú quán TP Hồ Chí Minh - *theo Chư tôn Thiền đức&Cư sĩ hữu công Thuận Hóa*

- **Thích Tuệ Hải** (1916 -1982), Hòa thượng, dòng Lâm Tế Cổ Loan đời thứ 4, thế danh Vũ Văn Chất, xuất gia năm 1926 tại chùa Cổ Loan- Ninh Bình với HT Thích Đức Tuệ, pháp danh Tuệ Hải, pháp hiệu Thông Tạng. Sau 20 năm cần cầu giới pháp, hầu thầy phụng đạo. Năm 1954, ngài theo gót bổn sư vào Nam. Thuở đầu, trú tại chùa Giác Minh, trụ sở của *Giáo hội Tăng già Bắc Việt* tại miền Nam. Ngài được bầu làm Phó Ban Trị sự *Giáo hội Tăng già Bắc Việt* tại miền Nam và chủ bút *báo Đuốc Tuệ* tại miền Nam. Năm 1965, ngài xây dựng chùa Pháp Hoa ở bên cầu Trương Minh Giảng và thành lập trường *Tiểu học Đức Tuệ*. Năm 1972, chùa được khánh thành và ngài trụ trì tại đây đến cuối đời. Ngoài chùa Pháp Hoa, ngài còn thành lập thêm 2 ngôi chùa: chùa Giác Thạnh- cư xá Nguyễn Chí Thanh, Quận 5 và chùa Giác Trí- Nguyễn Thị Nhỏ, Quận Tân Bình. Ngoài ra, ngài còn để tâm đến việc phiên dịch kinh điển và ấn tống lưu hành: *Kinh Pháp Hoa ; Kinh Kim Cương ; Kinh Địa Tạng ; Kinh Phổ Môn ; Kinh Thuỷ Sám ;Thiền Uyển kế Đăng lục ;* Và sáng tác 2 tập thơ: *Tiếng Vọng Không Gian ; Bách Hoa Vịnh* (Thơ vịnh 100 loài hoa). Ngài viên tịch ngày 29 tháng 10 năm Nhâm Tuất (1982) thọ 67 tuổi, hạ lạp 47 năm, tháp hiệu: *Nam mô Đức Minh tháp Lâm tế môn nhân ma ha Tỷ khiêu Bồ tát giới pháp huý Thích Tuệ Hải đạo hiệu Thông Tạng giác linh.*Tháp lập tại chùa Sùng Đức- Quận Thủ Đức, nguyên quán thôn Phúc Trì- xã Ninh Tiến- huyện Hoa Lư, tỉnh Ninh Bình, trú quán Sài Gòn - *theo NNC Nguyễn Đại Đồng sưu khảo*

- **Thích Tuệ Hải** (1927 -2011), Hòa thượng, học tăng Phật học viện Trung phần Hải Đức Nha Trang, giảng sư, Chánh đại diện GHPGVNTN tỉnh Quảng Trị, tỉnh Lâm Đồng, khai sơn chùa Kim Liên Bửu Tự, nguyên quán Bình Định, trú quán Khánh Hòa.

- **Thích Tuệ Hải**, Thượng tọa, tác gia, dịch giả, sinh năm 1967, thế danh Đinh Kim Nga, sinh năm 1968, xuất gia năm 1986 tại thiền viện Thường Chiếu, giảng sư Ban Hoằng pháp TW GHPGVN, chuyên gia trị liệu phương pháp Oshawa gạo lức muối mè, trụ trì chùa Long Hương-Nhơn Trạch, Đồng Nai, nguyên quán Bến Tre, trú quán Đồng Nai.

- **Vô Hại** (1931 -2004), Hòa thượng, trưởng lão hệ phái Nam Tông Việt Nam, thế danh Nguyễn Văn Thận, bước đầu xuất gia theo PG Bắc truyền dưới sự dìu dắt của HT trụ trì chùa Châu Lâm- Huế. Năm 1953, ngài cầu pháp PG Nam truyền với HT Giới Nghiêm tại chùa Tam Bảo- Đà Nẵng, được pháp danh Vô Hại (Ahimsako Mahathero). Năm 1958, ngài thọ Tỳ kheo giới tại chùa Pháp Quang- Bình Thạnh- Gia Định do HT Hộ Tông làm Thầy tế độ. Từ đây, ngài thực hành hạnh du Tăng qua rất nhiều trụ xứ, cuối cùng ngài trụ lại chùa Quảng Nghiêm- Phước Tân- Đồng Nai. Năm 2002, ngài được mời vào Ủy viên HĐTS GHPGVN. Ngài xả báo thân ngày tháng 11 năm 2004 tại chùa Quảng Nghiêm, thọ 74 năm, 46 hạ lạp, nguyên quán Thừa Thiên Huế, trú quán Đồng Nai - *xem thêm ở Danh Tăng Việt Nam tập 3*

- **Mai Xuân Hải** (1944 -2011), Cư sĩ, dịch giả, NNC Phật học, cán bộ giảng dạy trường Đại học Sư phạm Việt Bắc từ 1967-1975, Trưởng phòng Nghiên cứu Ứng dụng - viện Nghiên cứu Hán Nôm - Viện Hàn lâm Khoa học Xã hội Việt Nam từ 1976-2004. Tham gia giảng dạy môn tiếng Trung tại Học viện Phật giáo Việt Nam tại Hà Nội. các tác phẩm của ông: *Tây du ký,* đồng dịch giả, Nxb Văn hoá Thông tin, 1994 ; *Lịch sử Phật giáo Thế giới*, Nxb Đại học, 1992, đồng dịch giả ; *Truyện ngụ ngôn nhà Phật*. Nxb Phụ nữ, 1992, dịch giả ; *Từ điển Phật học Hán Việt*, Phân viện Phật học, xb, 1994, đồng dịch giả ; *Kinh Viên Giác luận giải* ,Nxb Tôn giáo, 1999, đồng dịch giả ; *Nho- Phật-Đạo bách khoa từ điển*, Nxb Văn học, 2001, đồng dịch giả ; Bài viết: *"Vị Trạng nguyên Phật học hiếm hoi trong lịch sử Khoa cử Việt Nam – Lê Ích Mộc" (1458-1538)*. Tạp chí Hán Nôm. Ông nguyên quán trú quán làng Phương Liệt, quận Thanh Xuân, Hà Nội - *theo NNC Nguyễn Đại Đồng sưu khảo*

Hao

- **Thích Thiện Hào** (1914- 2007), Hòa thượng, dòng Tế Thượng Thiên Thai Thiền Giáo Tông đời 42, thế danh Trương Minh Đạt, xuất gia năm 1927 với tổ Huệ Đăng- chùa Thiên Thai- Bà Rịa, pháp danh Trừng Thanh, pháp tự Pháp Quang, pháp hiệu Thiện Hào. Năm 1930, ngài được đặc cách thọ Tam đàn cụ túc tại giới đàn chùa Giác Hoằng- Bà Điểm. Năm 1940, ngài khai sơn chùa Tường Quang- An Phú Đông. Năm 1945, ngài tham gia Hội PG Cứu quốc Sài Gòn Gia Định. Năm 1947, ngài là học Tăng PHĐ Giác Nguyên- Khánh Hội. Năm 1950, ngài trụ trì chùa Phước Nguyên- Bến Tre và chùa Bửu An- Mỹ Tho. Năm 1951, ngài là Trị sự trưởng *Giáo hội Tăng già* tỉnh Mỹ Tho. Năm 1955, ngài trở về Sài Gòn trú xú chùa Giác Ngạn- Phú Nhuận. Năm 1959, ngài làm Hội trưởng hội *Lục hòa Tăng và Lục hòa Phật tử*. Năm 1960, ngài vào chiến khu và làm Ủy viên Đoàn chủ tịch *Ủy ban Mặt trận Dân tộc Giải phóng miền Nam*. Năm 1968, ngài làm Ủy viên Hội đồng Cố vấn *Chính phủ Cách mạng Lâm thời Cộng hòa miền Nam Việt Nam*. Năm 1976, ngài đắc cử đại biểu Quốc hội khóa VI. Năm

1981, ngài được bầu làm Thành viên HĐCM và Phó chủ tịch HĐTS GHPGVN kiêmTrưởng BTS Thành hội Phật giáo TPHCM. Năm 1982, ngài là viện chủ chùa Phật học Xá Lợi. Năm 1985, ngài là chủ nhiệm *báo Giác Ngộ* và Trưởng ban Thừa kế tổ đình Thiên Thai- Bà Rịa, ngài xả báo thân ngày 16 tháng 6 năm Đinh Sửu thọ 86 năm, 66 tuổi đạo, nguyên quán Hóc Môn, trú quán TP Hồ Chí Minh. - *xem thêm ở Danh Tăng Việt Nam tập 2*

- **Thích Đạt Hảo** (1916 -1996), Hòa thượng, dòng Thiên Thai Giáo Quán đời 22, thế danh Nguyễn Văn Bân, xuất gia năm 1921 với HT Liễu Lạc- chùa Pháp Minh, pháp danh Tánh Tướng, pháp tự Đạt Hảo. Năm 1935, ngài thọ cụ túc giới tại giới đàn chùa Tôn Thạnh- Cần Giuộc do HT Liễu Thoàn làm Đàn đầu truyền giới. Năm 1938, ngài khai sơn và trụ trì chùa Pháp Vân- Bến Lức. Năm 1940, khai sơn chùa Pháp Bảo- Đức Hòa. Năm 1942, khai sơn chùa Pháp Quang- quận 8. Năm 1957, ngài tham dự khóa đào tạo trụ trì *"Như Lai Sứ Giả"* do Giáo hội Tăng già Nam Việt tổ chức tại chùa Pháp Hội. Năm 1968, ngài làm Chánh đại diện GHPGVNTN quận 8. Năm 1970, ngài mở PHV Pháp Giới- Cầu Tre và làm Giám viện, giảng dạy theo chương trình của Hội đồng trị sự *Thiên Thai Giáo Quán Tông*. Năm 1973, ngài được bầu làm Trị sự trưởng *Giáo hội Thiên Thai Giáo Quán Tông*. Năm 1981, ngài được cung thỉnh làm Thành viên HĐCM GHPGVN, ngài xả báo thân ngày mồng 9 tháng 8 năm Bính Tý (1996) thọ 80 năm, 60 hạ lạp, nguyên quán Long An, trú quán TP Hồ Chí Minh - *xem thêm ở Danh Tăng Việt Nam tập 2*

- **Thích Phước Hảo**, Hòa thượng, Thiền sư, tục danh Huỳnh Phước Hảo (1930-2014) sinh tại Vĩnh Bình (hiện nay thuộc huyện Trà Ôn, tỉnh Vĩnh Long), xuất gia với tổ Khánh Anh tại Tổ đình Phước Hậu thuộc huyện Trà Ôn, y chỉ với HT Thích Thiện Hoa, học thiền với Thiền sư Thích Thanh Từ, nhà dịch thuật kinh điển Phật giáo, tổng Giám thị tại Phật học viện Huệ Nghiêm, nguyên Trụ trì và tái thiết Thiền viện Chơn Không, Vũng Tàu. Dịch các bộ kinh luận; Lăng nghiêm Trực chỉ, Ngũ Đăng Hội nguyên Tiết dẫn,

Phật Tâm luận, Vô Tướng tụng giảng thoại, biên soạn quyển Nhặt lá Bồ đề. . . đã xuất bản - *theo Thích Vân Phong biên khảo*

- **Thích Tâm Hảo** (1902 -1953), Hòa thượng, thế danh Nguyễn Văn Hiến, xuất gia năm 1918 với HT Giác Hạnh- chùa Vạn Phước - Huế, pháp danh Nguyên Quang, pháp tự Tâm Hảo. Năm 1904, ngài thọ đại giới tại giới đàn chùa Từ Hiếu do HT Tâm Tịnh làm Đàn đầu truyền giới. Sau khi thọ giới, ngài học lớp Cao đẳng Phật học tại chùa Thiên Hưng- Huế do HT Huệ Pháp và HT Phước Huệ- ở Bình Định ra giảng dạy. Năm 1933, khi hội An Nam Phật học thành lập, ngài cùng ngài Mật Khế kết hợp chư pháp hữu mở trường *An Nam Phật học đường* tại chùa Vạn Phước, do ngài Mật Khế làm hiệu trưởng. Năm 1940, *hội An Nam Phật học* chuyển về chùa Báo Quốc, thì ngài nhận trách nhiệm kế thế trụ trì chùa Vạn Phước. Năm 1942, ngài được HT bổn sư trao kệ đắc pháp và ban pháp hiệu là Huyền Khánh. Ngài xả báo thân ngày mồng 7 tháng 11 năm Quý Ty (1953) hưởng 51 năm, 30 tuổi đạo, tháp lập trong khuôn viên chùa Vạn Phước, nguyên quán trú quán Thừa Thiên Huế - *theo Chư tôn Thiền đức&Cư sĩ hữu công Thuận Hóa tập 3*

- **Thích Viên Hảo** (1932 -2005), Hòa thượng, thế danh Tô Văn Đời, ngài là cháu ruột của Ni trưởng Thích Nữ Diệu Tịnh (mẫu thân của Thích Nữ Huyền Trang), do hoạt động Cách mạng đổi danh tính Tô Thế Bình, khi bị lộ thì HT bổn sư của ngài cho đổi tên họ Phạm Hữu Trí. Dòng họ Tô của ngài bị giặc Pháp truy nã bởi dính líu đếm vụ cuộc đấu tranh chính trị này: "*Ngày 13-05-1930 nhân dân nổi dậy kéo tàu tên tỉnh tỉnh trưởng người Pháp Esquivillon đòi quyền dân sinh, dân chủ năm 1930 (kéo tàu Ông Chánh), Cụ Tô Công Bộ (thân sinh của ngài bị bọn giặc tra tấn dã man*". Ngài xuất gia năm 11 tuổi với HT Thích Giác Quang, được ban pháp danh Viên Hảo, và tham học tại PHĐ Nam Việt- chùa Ấn Quang và trú xứ tại chùa Tam Bảo (số 82B đường Trần Quốc Toản, nay là đường 3-2, phường 12, quận 11, Tp.HCM). Sau đó, ngài dấn thân vào con đường cứu quốc, trở thành Chiến sĩ cách mạng thuộc phân khu 6, do ông Nguyễn Văn Tăng (Tư Tăng) làm Chỉ huy trưởng và ông Nguyễn Đức Hùng (Tư Chu) làm Chỉ huy phó. Chùa Tam Bảo do Thích Nữ Huyền Trang là là một chiến sĩ

Biệt động thành, cũng là Cô của ngài trụ trì, đã trở thành nơi đi về, hội họp bí mật của đội *Biệt động thành* trong một thời gian dài. Sau đó đã giao lại chùa cho ngài trụ trì. Cuối năm 1967, chuẩn bị vào chiến dịch Tổng tấn công và nổi dậy Tết Mậu Thân, ngài đã bị sa vào tay địch. Bọn địch cho xe ủi tung chùa Tam Bảo để tìm vũ khí, đạn dược, nhưng chỉ thấy căn hầm bí mật chứ không tìm thấy được gì. Chùa Tam Bảo đã bị xóa tên từ đó. Ngài bị đày đến nhà tù Phú Quốc, dù cực hình tra tấn tại cũng không thể lung lay ý chí và tinh thần cách mạng của nhà sư - chiến sĩ Biệt động thành Sài Gòn. Năm 1973, ngài được trao trả tù binh theo Hiệp định Paris cùng với hàng trăm chiến sĩ cộng sản từ Côn Đảo, Phú Quốc. Sau đó, ngài tập kết ra miền Bắc. Ngày 30-04-1975, nước nhà thống nhất. Ngài là thành viên Ban Liên lạc PG Yêu nước TP Hồ Chí Minh, trụ trì chùa chùa Thiện Hạnh- Đa Kao. Năm 1982, ngài giữ chức Ủy viên Thường trực kiêm Thủ quỹ BTS Thành hội PG TP Hồ Chí Minh nhiều nhiệm kỳ. Hóa duyên ký tất, ngài viên tịch vào ngày 15-07-2005, thọ 83 năm, nguyên quán Sa Đéc, trú quán Tp Hồ Chí Minh - *Thích Vân Phong biên khảo*

- **Vĩnh Hảo**, Cư sĩ, nhà văn, sinh năm 1958, pháp danh Tâm Quang, tên thật là Nguyễn Phước Vĩnh Hảo, đệ tử HT Thích Như Ý, viện chủ chùa Linh Sơn Pháp Bảo (Nha Trang), thân phụ là nhà văn *Bửu Đáo-Ái Mỹ* (1917-1987), khởi viết từ năm 18 tuổi với tác phẩm đầu tay *Núi xanh mây Hồng* (1982), định cư tại Hoa Kỳ năm 1988, chủ trương tạp chí *Chân trời cao rộng* (2006), chủ bút báo *Chánh pháp* (2009), tác phẩm: *Sống Thiền. Dâu trăm họ.|Những ván cờ. Đứng trên tất cả. Đường lên núi Linh (truyện ngắn). Thiên thần quét lá (tập truyện). Hoa đốm mùa xuân. Thầy dẫn đạo cho con. Cư Sĩ mọi thời. Chùa nhỏ ven rừng. Núi Xanh Mây Hồng (truyện dài). Mẹ, Quê Hương và Nước Mắt (tập truyện). Biển Đời Muôn Thuở (tập truyện). Thiên Thần Quét Lá (tập truyện). Sân Trước Cành Mai (tạp bút). Phương Trời Cao Rộng (truyện dài). Bụi Đường (truyện dài). Ngõ Thoát (truyện dài). Cởi Trói tập I & II (truyện dài). Con Đường Ngược Dòng (tâm bút). Chạnh Lòng Tiếng Thơ Rơi (tập thơ). Giấc Mơ và Huyền Thoại (tập truyện)*, nguyên quán Thừa Thiên Huế, trú quán Hoa Kỳ - *theo trang nhà www.quangduc.com*

Hâ

- **Võ Tá Hân**, Cư sĩ, nhạc sĩ, tiến sĩ, chuyên gia kinh tế, pháp danh Minh Hoan, ông học Trường Quốc Gia Âm nhạc từ năm 1962-1967 với nhạc sĩ Dương Thiệu Tước. Năm 1968, ông sang Hoa Kỳ du học. Ông sáng tác nhạc từ năm 1974 với bản nhạc đầu tay là bài *Nhớ Mẹ*, phổ thơ của nhà thơ Minh Đức Hoài Trinh. Ông đã sáng tác trên 500 ca khúc PG và thu âm khoảng 30 CD phổ nhạc PG từ các bài Kệ, Niệm Phật, Thiền ca, Gia đình Phật tử, ca khúc về Mẹ cho mùa Vu Lan...Về Kinh thì có: *Trường ca kinh Pháp Cú, Trường ca kinh Phổ Môn, Trường ca kinh A Di Đà, Trường ca kinh Vu Lan...* Ông còn phổ nhạc những bài chú PG bằng tiếng Phạn như: *Chú Đại Bi, Chú Tiêu Tai Cát Tường, và kinh Đại Thế Chí niệm Phật Viên Thông...* ông nguyên quán Thừa Thiên Huế, trú quán Singapore - *theo trang nhà www.daophatngaynay.com*

- **Sư Danh Hâu** (1910 -1974), Hòa thượng, hệ phái PG Nam Tông Khmer, thế danh Danh Hâu, pháp danh Suhannat Thera, xuất gia thọ Sa di năm 14 tuổi tại chùa Khoeng Tà Tưng- Châu Thành- Rạch Giá. Năm 1934, ngài thọ Tỳ kheo tại giới đàn chùa Klang Oong do HT Tăng Phêng trụ trì chùa làm Thầy tế độ. Sau khi thọ giới, ngài tu tập trải qua 5 mùa an cư kiết hạ tại chùa Khoeng Tà Tưng. Từ năm 1950-1970, ngài tập trung vào việc kiến thiết, mở mang chùa cảnh tạo thuận lợi cho chúng mới xuất gia có nơi tu học, tổ chức thuyết giảng giáo lý cho đồng bào Phật tử tham dự học tập. Ngoài ra, ngài còn thường xuyên tổ chức giới đàn để tiếp độ Tăng chúng do ngài làm Thầy tế độ. Ngài xả báo thân ngày mồng Một tháng 2 năm Giáp Dần (1974) thọ 64 năm, 40 hạ lạp, nguyên quán trú quán Châu Thành-Rạch Giá - *theo Danh Sol cung cấp*

- **Thích Chánh Hậu** (1852 -1923), Hòa thượng, dòng kệ Lâm Tế

Hoa Tông, thế danh Trà Xuân Tồn, người gốc Minh Hương. Năm 1874, cha mẹ qua đời, ngài cất một cái am tên là *Thiền Lâm Tiểu Viện* tự tu hành để báo hiếu. Năm 1876, ngài đến tổ đình Bửu Lâm- Mỹ Tho đảnh lễ HT Minh Phước-Tư Trung xin xuất gia, được pháp danh là Quảng Ân, pháp hiệu Chánh Hậu. Năm 1890, ngài được cung thỉnh trụ trì chùa Vĩnh Tràng đang bị bỏ phế vì binh lửa. Ngài có công trùng tu kiến tạo chùa Vĩnh Tràng thành một danh thắng ngày nay. Thời của ngài là lúc phong trào chấn hưng PG lan tỏa khắp nơi, ngài hưởng ứng bằng việc mở trường gia giáo tại Vĩnh Tràng, thỉnh chư tôn đức HT giảng sư về đây giảng dạy, nguyên quán Minh Hương, trú quán Mỹ Tho - *xem thêm ở Danh Tăng Việt Nam tập 1*

- **Thích Đôn Hậu** (1905 -1992), Hòa thượng, đệ tử tổ Tâm Tịnh-chùa Tây Thiên, pháp danh Trừng Nguyên, pháp tự Giác Thanh, pháp hiệu Đôn Hậu, thế danh Diệp Trương Thuần. Năm 1945, ngài trụ trì chùa Linh Mụ. Năm 1948, Chánh hội trưởng Tổng trị sự hội Phật học Trung phần. Năm 1952 là Giám luật Giáo hội Tăng già Trung Việt. Năm 1964 là Chánh đại diện PG miền Vạn Hạnh. Năm 1968 làm Ủy viên Hội đồng Cố vấn Chính phủ Cộng hòa Miền Nam Việt Nam. Năm 1976 đắc cử Đại biểu Quốc hội khóa VI. Năm 1981 là Phó pháp chủ HĐCM GHPGVN. Với GHPGVNTN, ngài được suy tôn làm Đệ tam Tăng thống, nguyên quán Triệu Phong-Quảng Trị, trú quán Thừa Thiên Huế - *xem thêm ở Danh Tăng Việt Nam tập 1*

- **Nguyễn Hùng Hậu**, sinh năm 1952, Giáo sư Tiến sĩ Triết học. Giảng viên *Học viện Chính trị quốc gia Hồ Chí Minh.* Bí danh: Minh Không, Nguyễn Hoàng. Sách về Phật giáo: *Góp phần tìm hiểu tư tưởng Phật giáo Trần Thái Tông.* Nxb. KHXH, Hà Nội, 1996 ; *Lược khảo tư tưởng Thiền Trúc Lâm Việt Nam.* Nxb. KHXH, 1997 ; *Đại cương triết học Phật giáo Việt Nam.* T1, Nxb. KHXH, Hà Nội, 2002. Ông nguyên quán huyện Thuận Thành, tỉnh Bắc Ninh; trú quán tại Hà Nội - *theo NNC Nguyễn Đại Đồng sưu khảo*

- **Thích Phước Hậu** (1862 -1949), Hòa thượng, thế danh Lê Văn Gia, dòng Lâm Tế Liễu Quán đời 42, đệ tử HT Tâm Truyền- chùa Diệu Đế, pháp danh Trừng Thịnh, pháp tự Như Trung, pháp hiệu Phước Hậu. Năm 1895, ngài được cử trụ trì chùa Trường Xuân và chùa Linh Quang (1919). Năm 1938, ngài được phong Tăng cang kiêm trụ trì chùa Báo Quốc- Huế. Năm 1949, ngài thị tịch nhằm 30 tháng 2 năm Kỷ Sửu, thọ 87 tuổi đời, 55 hạ lạp, bảo tháp lập ở vườn chùa Linh Quang, ngài nguyên quán Đồng Quan- Thái Bình, trú quán Thừa Thiên Huế - *xem thêm ở Danh Tăng Việt Nam tập 2*

- **Đạo Tâm Trung Hậu** (? -1834), Hòa thượng, pháp tự Trung Hậu, thụy Viên Giác, dòng Lâm Tế Liễu Quán đời 38, đệ tử ngài Chiếu Nhiên Hòa thượng, kế tục trụ trì chùa Thiền Tôn-Huế, ngài đứng ra xin vua cấp lại hơn 70 mẫu ruộng đất cho Tam bảo bị trưng thu trong chiến tranh với Tây Sơn, có công trùng kiến chùa tổ, xin lại pháp khí, ruộng vườn để tăng chúng tự túc lương thực, ngài trụ trì 32 năm, tháp được tôn trí trong khuôn viên tháp tổ Liễu Quán, không rõ nguyên quán - *theo Chư tôn Thiền đức&Cư sĩ tiền bối hữu công*

- **Tổ Trung Hậu** (1861 1940), tức Hòa thượng Thích Trừng Thanh, thế danh Nguyễn Ất, xuất gia với HT đệ nhị tổ Trung Hậu, pháp hiệu Thanh Ất. Năm 1901, ngài kế thế trụ trì chùa Trung Hậu. Ngài là một vị có công đức lớn trong phong trào chấn hưng Phật giáo Bắc kỳ, ngài cho đệ tử vào *trường Viễn Đông Bác Cổ* sao chép bộ *Tứ Phần Tiêu Thích* đem về khắc bản ấn hành. Đích thân ngài đi khắp nơi kêu gọi Tăng già đoàn kết thống nhất, chấn chỉnh lại gia phong Phật tự. Năm 1930, ngài lập ra một chốn tòng lâm ở ngoại vi Hà Nội đón chư Tăng ni vào đây tu học an cư. Năm 1934, khi phong trào dâng cao, ngài cùng chư tôn đức và cư sĩ thành lập *hội Bắc kỳ Phật giáo* và cung thỉnh tổ Vĩnh Nghiêm làm *Thiền Gia Pháp Chủ*. Trong buổi sơ khai, hội *Bắc kỳ Phật giáo* đặt tại chùa Quán Sứ, ngài đã góp phần xây dựng và kiến tạo tòng lâm chùa Quán Sứ thành trung tâm sinh hoạt tín ngưỡng và văn hóa của

PG Bắc kỳ, nguyên quán Vĩnh Yên, trú quán Hà Nội - *xem thêm ở Danh Tăng Việt Nam tập 1*

- **Thích Trung Hậu**, Hòa thượng, tác gia, sinh năm 1945, pháp danh Lệ Như, đệ tử Hòa thượng Trí Quang, Ủy viên Thường trực HĐTS TW GHPGVN, Trưởng ban Văn hóa TW GHPGVN, trụ trì thiền viện Vạn Hạnh-TP HCM, tác phẩm: *Ca dao tục ngữ, thành ngữ Phật giáo ; Chư tôn Thiền đức&Cư sĩ hữu công Thuận Hóa* (đồng tác giả), nguyên quán Quảng Bình, trú quán TP HCM.

Hi

-**Nguyễn Duy Hinh** (1930 -2008), sinh ngày 10 tháng 8 năm 1930 PGS Viện Nghiên cứu Tôn giáo. ông được biết tới trong giới nghiên cứu về các tôn giáo, đặc biệt là Phật giáo, như một nhân vật "không giống ai", tức là cả cách tư duy lẫn cách hành xử luôn khác thường, dễ khiến những người xung quanh nổi máu "phản biện". Trò chuyện với ông không phải lúc nào cũng dễ chịu, nhưng luôn thú vị vì ông thắng thắn, chân thành và... độc đáo.

Các tác phẩm liên quan Phật giáo: *1. Tháp cổ Việt Nam,* 1992. *2. Tuệ Trung: Thượng sĩ - Nhân sĩ - thi sĩ,* Nxb Khoa học xã hội, 1998. *3. Tư tưởng Phật giáo Việt Nam,* Nxb Khoa học xã hội, 1999. *4. Triết học Phật giáo Việt Nam,* Nxb Văn hoá thông tin và Viện Văn hoá, 2006. *5. Tâm linh Việt Nam.* Nxb Từ điển Bách Khoa, 2007. *6. Lịch sử đạo Phật ở Việt Nam,* Nxb Từ điển Bách Khoa, *2008. 7. Người Chăm xưa và nay, 2009.*

Ông mất tháng 8 năm 2008 tại Hà Nội. nguyên quán tại thôn Đại Bình, xã Nhơn Mỹ, huyện An Nhơn, tỉnh Bình Định, trú quán tại quận Hai Bà Trưng, Hà Nội.

- **Đinh Thế Hinh**, xuất thân là tu sĩ PG, pháp danh là Pháp Lữ, NNC Phật học, sinh năm 1926, Đại tá cựu chiến binh, 13 tuổi ông xuất gia tu tại chùa Một (Liêu Thượng). Sau đó, theo học đạo Phật tại các chùa: Quán Sứ (Hà Nội), chùa Bút Tháp (Thuận Thành, Bắc Ninh), chùa Côn Sơn (Hải Dương), sau đó về chùa Cổ Lễ (Trực Ninh). Ông là một trong 27 tăng ni của chùa Cổ Lễ-Trực Ninh khởi nguyện xung kích vào đội quân *"Nghĩa sĩ Phật tử"* ngày 27-2-1947. Sau đó ông tham gia quân đội, chiến đấu tại chiến trường miền Nam.Về nghỉ hưu ông trở thành cộng tác viên tích cực của tạp chí NCPH. Tác phẩm liên quan đến Phật giáo: *Thiền tăng truyện ký*, Nxb Tôn giáo 2010 (viết chung với Thích Thanh Ninh, Nguyễn Thế Vinh) ; *Chùa Cổ Lễ văn hoá cách mạng*, Nxb Tôn giáo, 2000 (viết chung với Tống Trung Tín) ; *Chăm việc đạo, lo việc đời,* 2010. Ông nguyên quán làng Liêu Thượng, xã Xuân Thành -Xuân Trường, trú quán tại khu tập thể Thanh Xuân Bắc, Hà Nội - *theo NNC Nguyễn Đại Đồng sưu khảo*

- **Thích Chơn Hiền** (1939 -2000), Hòa thượng, dòng Lâm Tế Liễu Quán đời 40, xuất gia vời HT Tịnh Khiết-chùa Tường Vân, pháp danh Tâm Thanh, pháp hiệu Chơn Hiền, thế danh Dương Viết Trừng. Sau khi bổn sư viên tịch, ngài được cử làm Tri sự tổ đình Tường Vân và hướng dẫn Tăng chúng Phật tử tu học tại tổ đình, nguyên quán trú quán Thừa Thiên Huế - *theo Chư tôn Thiền đức&Cư sĩ hữu công Thuận Hóa*

- **Thích Minh Hiền**, Hòa thượng, sinh năm 1945, thế danh Nguyễn Văn Tông, Uỷ viên Ban Hoằng pháp Trung ương, Ủy viên BTS GHPGVN TP Hồ Chí Minh, Trưởng ban Trị sự GHPGVN quận 3, viện chủ chùa Phật Đà, quận 3, trưởng sơn môn thiền phái Tổ sư thiền Việt Nam, nguyên quán Bến Tre, trú quán TP Hồ Chí Minh.

- **Thích Minh Hiền**, Hòa thượng, Ủy viên BTS GHPGVN TP Hồ Chí Minh, Trưởng ban Trị sự GHPGVN quận Nhất, trụ trì chùa Linh Sơn quận Nhất, nguyên quán Cà Mau, trú quán TP Hồ Chí Minh.

- **Thích Minh Hiền**, Thượng tọa, sinh năm 1960, nhiếp ảnh gia, điêu khắc gia, nhà sưu tầm cổ vật PG, nhà thư pháp Hán Việt, đệ tử HT Viên Thành- chùa Hương Tích- Hà Tây, kế thế trụ trì chốn tổ Hương Tích, Ủy viên HĐTS kiêm Phó ban Văn hóa TW GHPGVN, Phó Tổng biên tập tạp chí *Văn Hóa PG*, Trưởng ban Văn hóa BTS PG Hà Nội, Trưởng BTS PG huyện Mỹ Đức- Hà Nội, Giảng viên Học viện PGVN tại Hà Nội, chủ bút tạp chí *Chùa Hương*, tác phẩm: *Hương Sơn Quan Âm xưng tán ; Sách ảnh chùa Việt ;* và nhiều bộ sưu tập về điêu khắc, nhiếp ảnh, cổ vật khác... nguyên quán Hà Nội, trú quán Mỹ Đức- Hà Nội.

- Thích Minh Hiển (1938 -2016), Hòa thượng, dòng Tế Thượng Chánh Tông đời 46, thế danh Võ Văn Hiển, xuất gia năm 1951 với HT Thiện Huê- chùa Niệm Phật- Bình Dương, được pháp danh Nhuận Hiển. Năm 1954, ngài về tu học và trông coi xây dựng tịnh xá Liên Trì- Phú Mỹ- Bà Rịa. Năm 1955, ngài thọ Sa di tại giới đàn chùa Đại Giác- Phú Nhuận. Năm 1960, ngài thọ đại giới tại giới đàn chùa Bửu Liên- Cần Thơ do HT Minh Tâm làm Đàn đầu truyền giới. Năm 1966, tịnh xá Liên trì bị bom đạn phá hủy, ngài và bổn sư về chùa Đại Giác- Phú Nhuận tu học. Năm 1967, ngài cùng sư huynh là HT Thiện Phụng được bổn sư giao về xây dựng tịnh xá Niết bàn- Vũng Tàu. Năm 1968, ngài được giao trông coi xây dựng *Lạc Cảnh Tăng Xá* (chùa Tánh Hải)- Di Linh. Sau năm 1975, ngài về làng Vạn Hạnh- núi Thị Vãi, khai khẩn đất hoang, xây dựng *tu viện Bát Nhã* để tu học và hoằng hóa. Từ 1994-2005, ngài là Đại biểu HĐND huyện Tân Thành. Năm 2002, ngài là Ủy viên Ban đại diện PG huyện Tân Thành. Năm 2007, ngài là Chứng minh Ban đại diện PG huyện Tân Thành. Năm 2012, ngài được cung thỉnh làm Chứng minh BTS GHPGVN tỉnh BRVT. Giới đức kiêm ưu, ngài luôn được thỉnh làm Giới sư trong các giới đàn được BTS PG tổ chức trong tỉnh, riêng ngài đã thế độ trên 100 đệ tử xuất gia. Ngài mãn báo thân ngày 25 tháng 10 năm Bính Thân (24-11-2016) thọ 79 năm, 57 hạ lạp, nguyên quán Long Thành- Đồng Nai, trú quán Tân Thành- Bà Rịa Vũng Tàu - *theo tư liệu Môn đồ pháp quyến soạn*

- **Thích Nguyên Hiền**, Thượng tọa, giảng sư, pháp danh Nguyên Hiền, tự Đạo Thắng, hiệu Quang Huy, đời 44 tông Lâm Tế, thế hệ thứ 10 pháp phái Liễu Quán. Thượng tọa thế danh Trần Phước Sỹ, sinh năm 1967, tại khu Bảy Hiền, Sài Gòn, nguyên quán Mã Châu, Duy Xuyên, Quảng Nam. Xuất gia với Hòa thượng Thích Tâm Thanh tại Vĩnh Minh Tự Viện, Đức Trọng, Lâm Đồng. Thượng tọa trong Ban biên tập Tự Điển Phật Học Huệ Quang cũng như chủ bút Đặc san Suối Nguồn. Hiện tại Thượng tọa là trụ trì Vĩnh Minh Tự Viện, là một vị giảng sư chuyên sâu về pháp môn Tịnh Độ, giáo thọ tại Trung tâm Hán Nôm Huệ Quang và trường Cao Trung Phật học tỉnh Lâm Đồng. Ngoài ra Thượng tọa còn là một nhà thơ tài hoa với bút hiệu Nhất Thanh, Du Trốc Tử ... - *theo tư tiệu Thích Như Tịnh sưu khảo*

- **Thích Quảng Hiền**, Thượng tọa, sinh năm 1957, môn phái tổ đình Vĩnh Nghiêm miền Nam, xuất gia với HT Thiện Tường- chùa Việt Nam Quốc Tự- Sài Gòn và Y chỉ tu học với HT Tâm Châu- chùa Từ Quang- quận 10. Năm 1984, cầu pháp với HT Hành Trụ- chùa Đông Hưng. Hiện trụ trì chùa Lâm Tế- quận Nhất- TP Hồ Chí Minh, sinh quán trú quán TP Hồ Chí Minh.

- **Thích Thanh Hiền** (1918 -2001), Hòa thượng, trưởng sơn môn Trà Lũ Trung, thế danh Phạm Thanh Huyên, xuất gia năm 1934 với Sư tổ Thích Quảng Quyết- tổ đình Trà Lũ Trung- Xuân Trường- Nam Định, được pháp danh Thanh Hiền, pháp hiệu Minh Tâm. Năm 1938, ngài thọ đại giới tại tổ đình Trà Lũ Trung do Sư tổ Thích Nguyên Thái làm Đàn đầu truyền giới. Sau đó, ngài đi tham học ở các chốn tổ Quảng Bá- Hà Nội; chốn tổ Lãng Lăng; chốn tổ Cồn ở Nam Định, chốn tổ Trung Hậu ở Vĩnh Phúc... Năm 1945, ngài trụ trì chùa Nguyệt Lữ- huyện Tiền Hải- tỉnh Thái Bình. Năm 1960, ngài làm Thư ký hội PG Cứu quốc tỉnh Thái Bình. Năm 1965, ngài kế vị trụ trì chốn tổ Trà Lũ Trung. Năm 1977, ngài là Hội trưởng Chi hội PG Thống nhất tỉnh Thái Bình.

Năm 1981, GHPGVN thành lập, ngài là Ủy viên HĐTS kiêm Trưởng ban Hướng dẫn Nam nữ Phật tử TW. Năm 1982, ngài đảm trách Trưởng BTS GHPGVN tỉnh Thái Bình. Năm 1988, ngài là Ủy viên HĐTS kiêm Ủy viên Ban Kiểm Soát TW. Ngài còn là bậc giới sư mô phạm trong các đàn truyền giới tại tỉnh Thái Bình. Ngài xả báo thân ngày 16 tháng 3 năm Tân Ty (09-04-2001) thọ 83 năm, 62 hạ lạp, nguyên quán trú quán Thái Bình - *xem thêm ở Danh Tăng Việt Nam tập 3*

- **Thích Trí Hiền** (1937 -2007), Hòa thượng, thế danh Đàm Trọng Phúc, xuất gia năm 1945 tại chùa Quảng Bá và học ở PHĐ chùa Quán Sứ. Năm 1954, di cư vào Nam trú xứ chùa Giác Minh- trụ sở của Giáo hội PG Bắc Việt tại miền Nam. Sau đó, ngài lên Biên Hòa xây chùa Viên Giác. Sau pháp nạn PG năm 1963, ngài lên đường du học tại Nhật Bản, cư trú tại *Đông Hải Thiền Tự* (Tokai Ji). Năm 1968, ngài hành đạo ở *Lâm Tế Tăng Đường* (Rinzai Ji) là một thiền đường nổi tiếng ở Nhật, ngài trở thành một trong những nghị viên ngoại quốc của *Tăng đường Lâm Tế*. Năm 1978, ngài đến Washington DC- Hoa Kỳ cùng Pháp sư Giác Đức thành lập Trung tâm *Buddhist Social Service* hướng dẫn thế hệ trẻ PG tương lai. Năm 1980, ngài thành lập chùa Pháp Quang ở Texas và bảo trợ cho các đại hội GĐPT hàng năm tại Hoa Kỳ. Năm 2004, ngài làm Cố vấn điều hợp GĐPT Trung ương hải ngoại. Năm 2007, ngài đột ngột ra đi trong sự luyến tiếc của GĐPTVN hải ngoại, nguyên quán Hà Đông- Bắc Việt, trú quán Nhật Bản- Hoa Kỳ - *theo trang nhà GĐPT Việt Nam hải ngoại.*

- **Thích Mật Hiển** (1907 -1992), Hòa thượng, dòng Lâm Tế Liễu Quán đời 43, xuất gia với HT Giác Tiên-chùa Trúc Lâm, pháp danh Tâm Hương, pháp tự Mật Hiển, thế danh Nguyễn Duy Quảng. Năm 1932, ngài học PHĐ Tây Thiên. Năm 1953, Trị sự trưởng Giáo hội Tăng già Trung Việt, năm 1964 thành viên Hội đồng Trưởng lão Viện Tăng thống GHPGVNTN, năm 1984, ủy viên TW MTTQ Việt Nam, Phó Pháp chủ HĐCM TW GHPGVN, trụ trì tổ đình Trúc Lâm-Huế, nguyên quán trú quán Thừa Thiên Huế - *xem thêm ở Danh Tăng Việt Nam tập 1*

- **Tâm Đăng Trí Hiển** (? -1940), Hòa thượng, là đệ tử Viên Thành thượng nhân. Năm 1923 khi HT Viên Thành lên chùa Tra Am, cử ngài trú xứ chùa Ba La Mật, khi HT Viên Thành viên tịch, ngài theo di chúc lên trụ trì chùa Tra Am, đến năm 1940 thì viên tịch, tháp tọa lạc phía sau chùa, nguyên quán Sông Cầu-Phú Yên, trú quán Thừa Thiên Huế - *theo Chư tôn Thiền đức&Cư sĩ hữu công Thuận Hóa*

- **Thích Vạn Hiển** (?), Hòa thượng, Giáo thọ sư, pháp danh Kiểu Ấn, pháp hiệu Tâm Pháp, xuất gia đệ tử HT Như Diệu Quảng Đức-đệ nhị trụ trì Phước Hưng Cổ Tự, nối pháp mạch dòng Thiền Lâm Tế Chánh tông đời thứ 40, ngài trụ trì đời thứ ba Phước Hưng Cổ Tự- Sa Đéc từ những năm 1890-1936. Năm Kỷ Mùi (1919), ngài tổ chức Đại giới đàn Minh Phước I tại tổ đình Phước Hưng, Đàn giới này cung thỉnh tam vị HT Thích Từ Vân làm Đường đầu Hòa thượng, HT Thích Bửu Phước, làm Tuyên Luật sư Yết ma A xà lê, HT Thích Vạn Hiển, Giáo thọ A xà lê. Năm Đinh Mão (1927), ngài tổ chức Đại giới đàn Minh Phước II tại tổ đình Phước Hưng-Sa Đéc. Năm Canh Ngọ (1930) niên hiệu Bảo Đại năm thứ 6, Đại giới đàn Nguyên Hòa tổ chức tại tổ đình Tân Long- Cao Lãnh, ngài được cung thỉnh làm Giáo thọ A xà lê. Ngài rất bình dị, chân tu thật học, nghiêm trì giới luật, ngài kết duyên pháp lữ với các vị HT Thích Từ Vân, HT Thích Bửu Phước... tạo tiền đề cho cuộc chấn hưng Phật giáo Nam bộ vào đầu thế kỷ XX. Năm Ất Mão (1915) niên hiệu Duy Tân năm thứ 9, HT Thích Từ Vân bắt đầu mở trường Gia giáo dạy học và chuẩn bị khắc Mộc bản được trích một trong những Kinh, Luật, Luận và các tác phẩm của ngài trước tác biên soạn diễn Nôm... Tất cả Phật sự này ngài đều chung lo phật sự, giảng dạy, đóng góp tịnh tài rất lớn. Đặc biệt nhất là những bản gỗ khắc chữ để in những Kinh, Luật. Ngài đã cho xuất bản các Kinh, Luật như : *Kim Cang, Pháp Hoa (phẩm Phổ Môn)*,

Địa Tạng trọn bộ, A Di Đà, Tỳ Ni Nhật Dụng Yếu Lược, Sa Di Luật Giải... Hiện nay ở Phước Hưng còn bảo quản một bản *kinh Kim Cang*. Gần một thế kỷ mà nét vẫn đẹp, sắc rõ, giấy vẫn khá trắng và bền. Các bản gỗ còn nguyên vẹn do làm bằng loại gỗ tốt. Không rõ năm sinh, quê quán - *theo Thích Vân Phong biên khảo*

- **Thiệt Thanh Nguyệt Hiện** (1759 -1816), Hòa thượng thiền sư, thế danh Nguyễn Phước Chánh, thuộc dòng dõi Hoàng tộc, có công giúp đỡ chúa Nguyễn Ánh khi còn bôn ba, sau khi lên ngôi, vua Gia Long phong chức Tăng cang chùa Long Nguyên và Sắc tứ đổi tên chùa thành Long Tuyền tự. Sau khi viên tịch, được phong tên thụy là Mẫn Huệ Hòa thượng, tương truyền khi ngài đúc quả chuông chùa Long Nguyên, về sau có nhiều huyền thoại xung quanh quả chuông này - *theo Biên niên sử PG Sài Gòn Gia Định.*

- **Thích Giác Hiệp**, thế danh Lê Văn Điểu, Thượng tọa, Tiến sĩ, giảng sư, giáo thọ sư, sinh năm 1968, dòng Lâm Tế Chúc Thánh đời 44, đệ tử HT Đồng Chơn-chùa Bình An, Bình Định, pháp danh Giác Hiệp, pháp tự Vạn Hiếu, pháp hiệu Trí Đức. Y chỉ lão Hòa thượng Thích Thanh Kiểm, Tổ đình Vĩnh Nghiêm, Ủy viên HĐTS TW GHPGVN, Tổng thư ký Ban Pháp chế TW, giảng viên Học viện PGVN tại Hà Nội và TP Hồ Chí Minh, Phó trụ trì tổ đình VĩnhNghiêm-quận Ba, trụ trì chùa chủa Bửu Sơn-quận Năm, nguyên quán Bình Định, trú quán TP Hồ Chí Minh.

- **Thích Từ Hiệp** (1920 -2913), Hòa thượng, dòng Lâm Tế Tế Thượng đời 45, thế danh Trần Văn Tạ. Năm 1943, ngài theo tổ Trực An di cư vào Sài Gòn, tạm trú chùa Phổ Quang trong nghĩa trang Bắc Việt- Tân Sơn Nhất. Năm 1945, theo tiếng gọi toàn quốc kháng chiến, ngài tham gia bộ đội thuộc Sư đoàn 309 tại Bến Cỏ- Thủ Dầu Một- Bình Dương. Năm 1949, ngài bị giặc Pháp bắt, sau đó được thả về trú ngụ tại Cầu Dừa- Quận 4. Từ đây ngài có dịp đến chùa học đạo và xuất gia năm 1954 với HT Phổ Ứng- chùa Linh Quang- Quận 4, được pháp danh Từ Hiệp. Sau đó ngài đến tu học và cầu pháp với HT Thiện Tường- chùa Vạn Thọ, được HT cho thọ giới Tỳ kheo tại đây và ban pháp hiệu là Minh Hiện. Năm 1958, ngài theo học khóa *Như Lại Sứ Giả* tại chùa Pháp Hội. Năm 1960, ngài khai sơn chùa Phước Duyên- Quận 4. Năm 1964, ngài về miền Tây hoằng hóa và trùng tu chùa Linh Quang tại Trà Ôn. Năm 1966, ngài khai sơn chùa Phước Quang- Tam Bình- Vĩnh Long. Năm 1967, ngài được Giáo hội bổ nhiệm trụ trì chùa Phước Minh- Trà Vinh. Năm 1969, ngài về trụ trì chùa Long Phước- Vĩnh Long. Năm 1970, ngài khai sơn chùa Bửu An- Cầu Mới- Vĩnh Long. Năm 1971, ngài về Sài Gòn nhận chùa Long Bửu do Phật tử hiến cúng. Năm 1972, ngài khai sơn chùa Hưng Long và Niệm Phật đường Đại Hải- Quận 4. Năm 1972-1975, ngài là Phó đại diện GHPGVNTN Quận 4. Năm 1976-1982, ngài là Phó Ban Liên lạc PG Yêu nước Quận 4. Năm 1982, ngài là Chánh đại diện PG Quận 4. Năm 2012, ngài được suy cử làm Thành viên Hội đồng Chứng minh GHPGVN. Ngài xả báo thân ngày mồng 9 tháng 4 năm Quý Tỵ (2013), thọ 94 năm, 70 hạ lạp, nguyên quán Nam Ninh- Nam Định, trú quán TP Hồ Chí Minh - *theo Thích Vân Phong sưu khảo*

- **Liễu Chơn Từ Hiếu** (1813 -1890), Hòa thượng, dòng Lâm Tế đời 41, chùa Thiên Mụ (1877), chùa Long Quang, trụ trì chùa Quốc Ân (1882) , Tăng cang chùa Giác Hoàng và Thiên Mụ (1883), ngài thị tịch ngày mồng 9 tháng 5 năm Canh Dần (25-06-1890) thọ 77 năm, tháp lập phía Đông vườn chùa Thiên Mụ, chưa rõ nguyên quán, trú quán Thừa Thiên Huế - *theo Chư tôn Thiền đức&Cư sĩ tiền bối hữu công PG Thuận Hóa tập 1*

- **Nguyễn Văn Hiếu** (1896 -1979), Cư sĩ, trí thức PG. Năm 1919, ông sang làm việc tại Campuchia. Năm 1925, làm Giám đốc sở Hỏa xa miền Nam. Thuở trẻ, ông quy y theo phái Cao Đài Tiên Thiên. Sau đó ông chuyển hướng nghiên cứu Tin Lành và Gia Tô giáo. Năm 1930 ông nghiên cứu đạo Phật và tập họp một số cư sĩ trí thức sang Cao Miên học đạo. Năm 1938, ông và người bạn đã xuất gia theo hệ phái Nam tông ở Campuchia về nước đồng khai sáng *hệ phái PG Nam Tông Việt Nam*. Năm 1938, ông khởi công xây dựng chùa Kỳ Viên- Bàn Cờ. ông đứng ra vận động xây cất hầu hết các ngôi chùa PG Nam tông tại Việt Nam. Năm 1957, ông là thành viên sáng lập *Tổng hội Phật giáo Nguyên thủy* danh cho Cư sĩ hoạt động, tác phẩm: *Tại sao theo phái Tiểu thừa ; Chọn đường tu Phật ; Trên đường hoằng pháp của đức Phật ; Con* *đường giải thoát ; Pháp vô ngã ; Thiền định ; Luân ký và xã hội Phật giáo ; Niệm tâm Từ ; Thành kiến ngã chấp.* Ông về cõi Phật ngày mồng 7 tháng 4 năm Kỷ Mùi (02-05-1979) thọ 83 tuổi với hơn 40 năm là Cư sĩ hộ pháp, nguyên quán Cần Thơ, trú quán Sài Gòn - *xem thêm ở Danh Tăng Việt nam tập 1*

Ho

- **Lý Kim Hoa** (1934 -2016), Cư sĩ, giáo sư, xem Nguyên Hồng, Sđd.

- **Thích Nữ Như Hoa** (1909-1989), Trưởng lão ni, thế danh Chế Thị Ngàn, pháp danh Chơn Ngạn, nối pháp mạch dòng thiền Lâm Tế Gia phổ thời thứ 40, thuở nhỏ học Quốc ngữ Hán nôm với Đại lão HT Thích Bửu Phước, chùa Phước Ân- Lấp Vò. Ni trưởng xuất gia với HT Chánh Quả- chùa Kim Huê Sa Đéc. Năm 1932, Ni trưởng ra Huế tham học tại Ni trường Diệu Đức. Năm 1936, trở về quê học gia giáo với chư tôn đức HT Chánh Thành, Bửu Chung, Phước Ân, Long An... Năm 1941, HT Kim Huê lãnh ngôi chùa Phước Huệ đưa Ni chúng trên 30 vị về đây tu học, giao Ni trưởng đảm trách. Năm 1946, Ni trưởng chính thức trụ trì chùa Phước Huệ. Từ đây, Ni trưởng mở trường tập chúng tu học tại Phước Huệ. Ni trưởng chủ trương tự tiêu tự sản, vừa tu học, vừa canh tác để tự nuôi sống nêu cao khẩu hiệu "Nhất nhật bất tác, nhất nhật bất thực", Ni trưởng cho sản xuất tương chao tự túc kinh tế nhà chùa, chư ni vừa học kinh vừa lao động sản xuất. Nhờ khéo tổ chức, tương chao Phước Huệ nổi tiếng khắp Nam Kỳ Lục Tỉnh. Nhờ thế nhà chùa có đủ kinh phí duy trì lớp học, cho đến khi các trường ni do Giáo hội Tăng già Nam Việt thành lập và điều hành từ 1950. Với tinh thần yêu nước, Ni trưởng đã âm thầm nuôi dấu chiến sĩ cách mạng hoạt động chống Pháp và lo quân lương cũng như y tế cho các chiến sĩ yên tâm lo chống giặc ngoại xâm, hướng dẫn các cháu trong gia tộc họ Lê dấn thân vào đường cứu quốc. Năm 1947, do phong trào tiêu thổ kháng chiến chống Pháp, chùa Phước Huệ bị đốt, Ni trường tạm ngưng. Năm 1958-1960, Ni trưởng làm Giám viện Ni trường Dược Sư- Gia Định. Sau năm 1975, Ni trưởng làm Giám viện Ni trường Từ Nghiêm. Năm 1982, GHPGVN thành lập, Ni trưởng làm Ủy viên HĐTS GHPGVN và thành viên BTS Thành hội PG TP HCM, cuối đời Ni trưởng về lại chùa Phước Huệ và cố gắng góp phần cho kế hoạch mở trường Cơ bản Phật học Đồng Tháp, ngày chuẩn bị ngày khai giảng cũng là ngày Trưởng lão ni Như Hoa an nhiên viên tịch vào ngày 28 tháng 9 năm Kỷ Tỵ (28-10-1989) thọ 81 năm, nguyên quán Sa Đéc, trú quán TP Hồ Chí Minh, Sa Đéc - *theo Thích Vân Phong biên khảo* (*Ni trưởng là Cô họ của Vân Phong*)

- **Thích Nữ Tâm Hoa**, sinh năm 1919, Ni trưởng, xuất gia với HT Đạt Quang-Huệ Định- chùa Phước Long- Cái Tàu Hạ- Sa Đéc. Năm 1933, Ni trưởng ra Huế theo học tại chùa Từ Đàm, được một năm thì vào Sài Gòn học tại chùa Quan Âm ở ngả năm Bình Hòa. Năm 1935, Ni trưởng lại ra Huế theo học ở Ni viện Diệu Đức và thọ Sa di giới với HT Tịnh Khiết, được trao pháp danh Tâm Hoa, pháp tự Diệu Liên, nối pháp dòng Lâm Tế Liễu Quán đời 43. Năm 1937, Ni trưởng cùng chư ni miền Nam đồng học trở về Cái Tàu Hạ mở Ni viện tại Sắc tứ Tân Hòa Tự (*chùa Bà Ba Xoàn*) để tiếp tục tu học và hành đạo. Năm 1940, tham học ở chùa Vạn An- Sa Đéc. Năm 1942, ra Nha trang học ở chùa Hải Đức do quí HT Giác Phong, Bích Nguyên giảng dạy. Năm 1943-1954, học ở chùa Phước Tường- Thủ Đức do HT Bửu Ngọc giảng dạy. Năm 1956, Ni trưởng khai sơn chùa Tâm Ấn- Bình Định. Năm 1962, Ni bộ Bắc tông được thành lập ở chùa Từ Nghiêm, Ni trưởng được cử làm Ủy viên đặc trách Ni bộ tỉnh Bình Định và là thành viên Giáo hội tỉnh Bình Định. Năm 1967, Ni trưởng nhận ngôi *chùa Bà Cửu Tám* ở Gia Lai, trùng tu cải tạo và đổi tên thành *chùa An Thạnh.* Năm 1989 và 1994, Ni trưởng làm Hòa thượng Đường đầu truyền giới Ni, nguyên quán Cái Tàu Hạ- Sa Đéc, trú quán Bình Định - *theo trang nhà www.phatgiaoaluoi.com*

- **Thích Thiện Hoa** (1918 -1973), Hòa thượng, đệ tử tổ Chí Thiềnchùa Phi Lai-Châu Đốc, pháp danh Hồng Phước, pháp tự Thiện Hoa, theo học với tổ Khánh Anh, được pháp danh Chơn Quả, pháp hiệu Hoàn Tuyên, thế danh Trần Thiện Hoa, học tăng PHĐ Lưỡng Xuyên- Trà Vinh và Tây Thiên-Huế. Năm 1953 Giáo hội Tăng già Nam Việt cử ngài giữ chức Trưởng ban Hoằng pháp kiêm Giám đốc PHĐ Nam Việt-chùa Ấn Quang. Năm 1957, ngài chủ xướng mở các khóa huấn luyện trụ trì lấn tên là *Như Lai Sứ Giả*. Năm 1963, trong cuộc đấu tranh chống đàn áp tôn giáo, ngài làm Phó chủ tịch Ủy ban Liên phái Bảo vệ PG. Năm 1966, ngài giữ chức Viện trưởng Viện Hóa Đạo GHPGVNTN, tác phẩm ngài để lại tổng cộng 80 quyển, lược ghi những danh mục lớn như: *Phật học Phổ thông* (12 quyển) ; *Bản đồ tu Phật* (10 quyển) ; *Duy Thức học* (6 quyển) ; *50 năm Chấn hưng Phật giáo* ; *Phật học giáo khoa các trường Bồ Đề* ; *Giáo lý dạy GĐPT* ; *Nghi thức tụng niệm* ; *Bài học ngàn vàng* (8 quyển) ; *Đại cương kinh Lăng Nghiêm* ; *Kinh Viên Giác lược giải* ; *Kinh Kim Cang* ; *Tâm kinh* ; *Luận Đại thừa khởi tín* ; *Luận Nhơn Minh...* Ngài viên tịch ngày 20 tháng Chạp năm Nhâm Tý 1973, thọ 55 tuổi đời và 26 tuổi Hạ. Ngài nguyên quán Trà Ôn-Vĩnh Long, trú quán tổ đình Ấn Quang, quận 10, Chợ Lớn - *xem thêm ở Danh Tăng Việt Nam tập 1*

- **Huyền Tôn Nữ Tuyết Hoa** (1951 -1963), nữ Phật tử, thánh tử đạo, pháp danh Tâm Hồng, là con của Phật tử Bửu Bằng, Phật tử đã hy sinh trong đêm tấn công 8-5-1963 bằng xe thiết giáp vào đài phát thanh Huế của chính quyền. Cô được Giáo hội PG Trung phần tấn phong Thánh tử đạo vào năm 1965, nguyên quán trú quán Thừa Thiên Huế - *theo Chư tôn Thiền đức&Cư sĩ hữu công Thuận Hóa*

- **Thích Viên Hoa** (1962 -2009), Thượng tọa, pháp danh Như Vinh, pháp tự Viên Hoa, pháp hiệu Hải Trí, đời 42 kệ phái Vạn Phong Thời Ủy. TT thế danh Nguyễn Đình Tư, sinh năm Nhâm Dần (1962) tại thôn Nhạn Tháp, xã Nhơn Hậu, huyện An Nhơn. Năm 1970 xuất gia tại tổ đình Thập Tháp với HT Kế Châu. Thọ Tỳ kheo năm 1980 tại chùa Ấn Quang do HT Hành Trụ làm Đàn đầu truyền giới. Năm 1990 được bổn sư trạch cử làm trụ trì chùa Phước Long- thị trấn Phú Phong- Tây Sơn. Năm 1998 hưng công trùng tu nhà tổ, phương trượng, Tăng phòng cũng như các cơ sở phụ. Dự kiến trùng tu Chánh điện thì TT viên tịch vào năm 2009, hưởng dương 48 tuổi, 29 Hạ lạp. TT nguyên quán trú quán Bình Định - *theo Những ngôi chùa tiêu biểu tỉnh Bình Định, Đặng Quý Địch biên soạn.*

- Danh Hoi (1951 -1974), Đại đức, liệt sĩ, hệ phái PG Nam Tông Khmer, sinh năm 1951, tại Ấp Xà Liêm, xã Bình An, huyện Châu Thành, tỉnh Kiên Giang. Năm lên 14 tuổi, ngài được song thân đưa đến chùa Xà Xiêm Mới xuất gia và học tiếng Khmer. Năm 1970, tiếp tục học tiếng phổ thông tại bổn tự Xà Xiêm Mới. Năm 1971, ngài được HT bổn sư cho thọ Tỳ kheo giới với HT Danh Dên, giới đàn tổ chức tại chùa Khlang Ông và sau đó ngài cư trú tại chùa này để tu học. Ngài chính thức gia nhập vào *Hội Đoàn Kết Sư Sải Yêu Nước* vào ngày 20 tháng 4 năm 1974, đơn vị huyện Châu Thành, do HT Danh Mây chùa Xà Xiêm Mới làm Hội trưởng. Những năm 1973-1974, Chế độ Cộng Hòa, đôn quân bắt lính dữ dội đối với thanh niên Tăng Khmer, ý định xóa sổ dân tộc không cho học chữ Khmer, không cho sử dụng tiếng Khmer trong giao tiếp, không cho tu học Phật pháp, làm lễ theo phong tục tập quán... Những sự việc như thế khiến ngài quyết tâm dấn thân vào đường đấu tranh. Ngài đã nhận nhiệm vụ của *Hội Đoàn Kết Sư Sải Yêu Nước*, phát động trong hàng ngũ thanh niên Tăng và thanh niên Phật tử, xuống đường biểu tình đấu tranh với bọn tay sai cầm quyền. Ngày 10-06-1974, ngài cùng đoàn Sư sãi xuống đường biểu tình, đến quận Kiên Thành thì bị binh lính xả súng vào đoàn biểu tình, trong đó có Đại đức Danh Hoi, người dẫn đoàn trúng đạn. Mặc dụ bị trọng thương, ngài gắng sức vượt qua rào kẽm gai và hô to khẩu hiệu: *"Chư tăng hãy tiến lên ! Hiên ngang trước bạo quyền, thà hy sinh chứ không để dân tộc bị hủy diệt !"*. Ngài tiếp tục bị trúng thêm 7 phát súng vào mình, lòng kiên định dâng trào trong chánh niệm cho đến khi trút hơi thở vào lúc 10 giờ 35 phút ngày mồng 10 tháng 6 năm

1974 - *theo tư liệu Danh tăng PG Nam Tông Khmer*

- **Danh Hom** (1950 -1974), Đại đức, liệt sĩ, sinh năm 1950, tại Ấp Thạnh Lợi, nay là Xà Xiêm, xã Minh Hòa, huyện Châu Thành, tỉnh Kiên Giang. Năm 1967, vào ngày 25 tháng 4, ngài được xuất gia thọ Sadi giới tại chùa Khlang Mương- huyện Châu Thành, tỉnh Kiên Giang. Năm 1970, HT bổn sư cho ngài thọ giới Tỳ kheo, giới đàn tổ chức ngày 16 tháng 5, do HT Danh Vĩnh làm thầy tế độ, HT Danh Con và HT Danh Kê làm Yết ma A xà lê. Năm 1974, ngài được suy cử chức Phó trụ trì chùa, ngài đã chính thức gia nhập vào *Hội Đoàn Kết Sư Sãi Yêu Nước* đơn vị huyện Châu Thành vào ngày 16 tháng 3 năm 1974. Nhân dịp lễ Trà tỳ nhục thân cố Hòa thượng Danh Con tại chùa Khlang Mương vào ngày 8 tháng 6 năm 1974, ngài được *Hội Đoàn Kết Sư Sãi Yêu Nước* phân công hướng dẫn đoàn Sư sãi biểu tình đấu tranh chống bọn tay sai ngụy quyền bắn phá chùa chiền, dùng chính sách ngu dân đối với đồng bào dân tộc, đàn áp tôn giáo và kỳ thị sắc tộc của Sư sãi Khmer trong toàn tỉnh Kiên Giang. Vào sáng sớm tinh sương, 5 giờ 30 phút ngày 10 tháng 6 năm 1974, thanh niên Tăng cùng nhau xuống đường biểu tình đấu tranh với ngụy quyền. Đoàn biểu tình đến trước quận Kiên Thành (Rạch Sỏi), bọn tay sai ngụy quyền nổ súng bắn xối xả nhắm vào đoàn chư Tăng biểu tình. Ngài bị trọng thương nơi chân, ngã quỵ xuống, không thể gượng đứng lên được, nhưng tinh thần dũng cảm không lùi bước cho đến khi trút hơi thở cuối cùng vào lúc 10 giờ 35 phút cùng ngày. Sự ra đi của ngài trong niềm kính phục và tiếc thương vô hạn của cộng đồng Phật giáo. Đại đức trụ thế 24 xuân. Pháp lạp 8 hạ - *theo tư liệu Danh tăng PG Nam Tông Khmer*

- **Hồng Từ Huệ Hòa** (1915 -1980), Hòa thượng, thế danh Huỳnh Văn Nhành, xuất gia năm 1929 với HT Huệ Tiên- chùa Hưng Long, pháp danh Niệm Hòa. Năm 1934, ngài thọ cụ túc giới và cầu pháp với HT Như Vịnh Diệu Liên (Đạt Thới Chánh Thành)- chùa Vạn An, được pháp húy Hồng Từ, pháp hiệu Huệ Hòa. Năm 1944, ngài trụ trì chùa Hưng Lâm- Bến Tre, sang năm 1945, ngài trụ trì chùa Vạn Phước- Phú Nhơn- Bến Tre. Từ năm 1947-1955, ngài làm Chánh thư ký Giáo hội Tăng già tỉnh Mỹ Tho. Năm 1966-1971, ngài làm Tăng trưởng Giáo hội Lục Hòa Tăng tỉnh Mỹ Tho. Ngài xả báo thân ngày 11 tháng 11 năm Canh Thân (17-12-1980) thọ 65 năm, 32 hạ lạp, nguyên quán Cai Lậy-Mỹ Tho, trú quán Bến Tre - *xem thêm ở Danh Tăng Việt Nam tập 2*

- **Tổ Khánh Hòa** (1877 -1947), Hòa thượng, thế danh Lê Khánh Hòa, năm 1895 xuất gia tại chùa Long Phước- Ba Tri, pháp danh Như Trí. Sau đến tham học với tổ Hải Lương-Chánh Tâm- chùa Kim Cang- Long An. Năm 1904, ngài giảng bộ *Kim Cang Chư Gia* trong trường hạ chùa Long Hoa- Gò Vấp. Năm 1916, ngài ở chùa Tuyên Linh- Bến Tre khởi xướng phong trào chấn hưng PGVN. Năm 1920, ngài cùng quý Hòa thượng họp lại thành lập *hội Lục Hòa,* nhằm tạo sự đoàn kết tiến tới đào tạo tăng tài. Năm 1927, ngài cử sư Thiện Chiếu ra Bắc vận động chấn hưng PG nhưng không thành công. Năm 1928, ngài cùng chư tôn lập *Thích học đường* và *Phật học thư xã* tại chùa Linh Sơn- Cầu Muối. Cùng năm này, trường Hạ chùa Long Khánh- Quy Nhơn thỉnh ngài làm Chủ giảng trong khóa an cư 3 tháng tại đây. Năm 1929, ngài quyết định đi cổ động chấn hưng PG với 3 phương châm: *1/ Chỉnh đốn Tăng già* ; *2/ Kiến lập Phật học đường* ; *3/ Diễn dịch và xuất bản kinh sách Việt ngữ.* Ngài cho xuất bản tập san Phật học bằng chữ quốc ngữ tên là *Pháp Âm* (1929), sau đó là tập san *Phật hóa Tân thanh niên* (1930). Năm 1931, thành lập *hội Nam kỳ Nghiên cứu Phật học* tại chùa Linh Sơn. Năm 1932 xuất bản tạp chí *Từ Bi Âm.* Năm 1933, thành lập *Liên đoàn Phật học xã.* Năm 1934, thành lập *hội Lương Xuyên Phật học* và xuất bản tạp chí *Duy Tâm.* Năm 1945, chiến tranh xảy ra, ngài trở về trụ trì chùa Tuyên Linh- Mõ Cày, Bến Tre, nguyên quán Giồng Trôm, trú quán Mõ Cày- Bến Tre - *xem thêm ở Danh Tăng Việt Nam tập 1*

- **Thích Tâm Hòa** (1923 -2006), Hòa thượng, dòng Lâm Tế Liễu

Quán đời 43, xuất gia với HT Giác Bổn-chừa Từ Quang-Huế, pháp danh Tâm Hòa, pháp tự Thiên Thái. Năm 1947, ngài vào Nam học y học vời HT Tâm Ấn, học khoa Mỹ thuật trường Mỹ thuật Quốc gia và đồng khai sáng chùa Bửu Sơn-Đà Lạt, chùa An Lộc-Đồng Nai. Năm 1950-1960, kế thừa trụ trì chùa Thiên Minh-Huế. Năm 1968 là Trưởng ban Quản trị trường Trung tiểu học Bồ Đề-Đà Nẵng. Sau năm 1975, ngài giữ chức Trưởng khoa Y học dân tộc bệnh viện Long Khánh-Đồng Nai. Năm 1999, ngài về lại chùa Từ Quang Huế và Bồ Đề thiền viện-Đà Nẵng để tịnh dưỡng, nguyên quán Quảng Trị, trú quán Thừa Thiên Huế - *theo Chư tôn Thiền đức&Cư sĩ hữu công Thuận Hóa*

- **Thích Tâm Hòa**, Thượng tọa, tịch giả, nhà thơ, nhà văn, Pháp sư, sinh năm 1960 tại huyện Đồng Xuân, tỉnh Phú Yên, Việt Nam. Năm 1970, xuất gia với Hòa Thượng Thích Như Ý, Giám viện PHV Linh Sơn- Nha Trang- Khánh Hòa và học các trường Phật học trước năm 1975. Thọ Tam đàn Cụ túc giới tại chùa Phước Hưng- Sa Đéc năm 1982, Tăng sinh Phật học viện Già Lam- Sài gòn. Sau đó, thầy sang Phillippines năm 1988 và trụ trì chùa Vạn Đức, đại diện Liên đoàn PG, hướng dẫn đồng bào Phật tử vùng biển Palawan Palawan (1988-1990). Định cư tại Canada năm 1990. Sáng lập chùa Pháp Vân và Trung tâm Văn hóa Phật giáo Pháp Vân tại Toronto- Canada. Tổng vụ trưởng Tổng vụ Hoằng Pháp GHPGVNTN hải ngoại tại Canada. Chủ trương và chủ biên trang nhà Pháp Vân: *www.phapvan.ca* . Những hoạt động phúc lợi Từ thiện Xã hội đã mang đến với thầy rất nhiều vinh dự và giải thưởng cao quý: - giải Cá nhân Xuất sắc (CMC) trong cộng đồng Việt Nam tại vùng thủ phủ Toronto. Do Hiệp hội Đa văn hóa Canada trao cho 13 cộng đồng sắc tộc gốc Á. - Huy chương Kim khánh bội tinh Kim Cương (Diamond Jubilee Medal) của Nữ hoàng Elizabeth II được Thủ tướng Chính phủ Canada công nhận tại lễ kỷ niệm Tết của cộng đồng Việt Nam tháng Giêng năm 2013, thầy nguyên quán Phú Yên, trú quán Canada - *theo Thích Vân Phong biên khảo*

- **Thích Thái Hòa** (1901 -1969) Hòa thượng, thế danh Đỗ Trân Bảo, xuất gia năm 1910 với tổ Thông Dũng- chùa làng Mai Xá, pháp danh Thái Hòa. Sau khi thọ giới , ngài theo học tại tổ đình Tế

Xuyên Bảo Khám- Hà Nam. Năm 1931, ngài về trụ trì chùa Tú Uyên- Hà Nam, hợp tác với HT Trí Hải tổ chức đoàn Thanh niên Tăng *Lục Hòa Tịnh Lữ*. Năm 1932 ngài cùng HT Trí Hải vận động thành lập *hội Bắc kỳ Phật giáo*, đến năm 1934, hội được phép thành lập, ngài được giao soạn thảo các văn bản chữ Hán và tham gia Ban biên tập *báo Đuốc Tuệ*. Năm 1940, ngài được Hội đề cử trụ trì Tùng Lâm Hương Hải- Hải Dương. Sau đó ngài về trụ trì chùa Lôi Động- Thủy Nguyên- Hải Phòng. Năm 1945, ngài làm Trưởng ban Chấp hành *Hội PG Cứu quốc* huyện Thủy Nguyên. Năm 1946, ngài là Chủ tịch *Hội Tăng già Cứu quốc* tỉnh Hải Dương. Năm 1958, Hội PG Thống nhất Việt Nam được thành lập, ngài làm Tổng thư ký của Hội. Năm 1969, ngài xả báo thân ngày 27-01-1969, trụ thế 69 năm, hoằng đạo 50 năm, nguyên quán trú quán Hải Dương - *xem thêm ở Danh Tăng Việt Nam tập 3*

- **Thích Thái Hòa**, thế danh Nguyễn Trí, sinh năm 1952, Hòa thượng, Pháp sư, tác gia, dịch thuật, nhà thơ, Tăng sinh Phật học viện Già Lam- Sài gòn, ngài vị Pháp sư danh tiếng có đến mấy trăm đề tài trong những buổi Pháp thoại trong nước và khắp nơi trên thế giới, đã được đăng tải video trên mạng xã hội, Trụ trì Phước Duyên Tự- Huế, khoảng 40 cuốn sách đã xuất bản và mấy mươi quyển chưa xuất bản. Nguyên quán, trú quán Huế - *theo Thích Vân Phong biên khảo*

- **Thích Thiện Hòa** (1907 -1978), Hòa thượng, thế danh Hứa Khắc Lợi, quy y ở chùa Long Triều-Chợ Đệm với tổ Bửu Sơn, được pháp danh Tâm Lợi, pháp hiệu Thiện Hòa. Năm 28 tuổi, tổ Bửu Sơn giới thiệu ngài đến thế phát với tổ Khánh Hòa tại PHĐ Lưỡng Xuyên-Trà Vinh. Năm 1936, ngài được chọn ra Huế học tại PHĐ Tây Thiên. Năm 1945, ngài ra miền Bắc quyết tâm học luật với tổ Tuệ Tạng tại Nam Định. Năm 1950 ngài trở về Nam được cử làm Trị sự trưởng *Giáo hội Tăng già toàn quốc* và giám đốc *Phật học đường Nam Việt*. Năm 1973, được suy tôn Phó Tăng thống GHPGVNTN, viện chủ tổ đình Ấn Quang, quận 10, Tp. Hồ Chí Minh, tác phẩm: *Tài liệu trụ trì* ; *Giới Đàn Tăng* ; *Tỳ kheo giới kinh* ; *Nghi thức Hằng thuận Quy Y* ; *Ý nghĩa về nghi thức tụng* *niệm* ; *Nhân duyên Phật kiết giới*, ngài xả báo thân ngày mồng Một tháng Giêng năm Mậu Ngọ (07-02-1978), nguyên quán Chợ Đệm Bình Chánh, trú quán TP Hồ Chí Minh - *xem thêm ở Danh Tăng Việt Nam tập 1*

- **Thích Nữ Tịnh Hòa** (1941 -2017), Ni trưởng, dòng Lâm Tế Chúc Thánh đời 43, năm 16 tuổi xuất gia tại chùa Thiên Ân- Vĩnh Kim- Mỹ Tho. Năm 18 tuổi, Người đến PHĐ Tăng Già (chùa Kim Liên) cầu pháp với HT Hành Trụ, được pháp danh Đồng Mẫn, pháp tự Thông Ngộ, pháp hiệu Tịnh Hòa, và nhập chúng tu học tại đây. Năm 24 tuổi, Người thọ đại giới tại giới đàn chùa Từ Nghiêm. Ni trưởng là một trong đoàn Ni chúng mang danh "*Dòng họ Tịnh*" nổi tiếng trong Ni giới Việt Nam. Năm 1989, sau khi tách quận từ Thủ Đức, Ni trưởng được cử về trụ trì chùa Liên Hải- quận 9 và phát huy sở học hoằng pháp độ sanh tại đây. Ni trưởng xả báo thân ngày mồng 7 tháng Giêng năm Đinh Dậu (03-02-2017), thọ 77 năm, 53 pháp lạp, nguyên quán Tiền Giang, trú quán TP Hồ Chí Minh - *theo trang nhà www.giacngo.vn*

- **Lễ Trai Đặng Văn Hòa** (1791 -1856), Cư sĩ, tên thụy là Văn Nghị, ông thị đậu Hương Cống (cử nhân) triều Nguyễn năm 1813, năm 1830 với hàm Tham tri Bộ Hộ (Thứ trưởng Bộ Tài chánh), đảm nhiệm công tác tài chánh ở Bắc phần. Từ năm 1835 đến 1839, ông là Thượng thư Bộ Binh kiêm Tổng đốc Hà Nội-Ninh Bình. Năm 1938, ông cho trùng tu chùa Một Cột ở Hà Nội và Khuê Văn Các. Năm 1846 ông làm Thượng thư Bộ Lễ và đích thân phụ trách việc đúc chuông chùa Diệu Đế. Với tấm lòng của người Phật tử, ông đặc biệt lưu tâm đến truyền thống đạo đức xã hội, bài trừ mê tín dị đoan, bảo tồn văn hóa lịch sử, đích thân hành lễ cầu phước cho bá tánh trong nhưng ngày lễ Phật đản và viết những câu đối tặng cho các chùa mà ông đến viếng thăm lễ bái. Ông là một "*Nguyên lão tứ triều*" nguyên quán trú quán Phú Xuân - *theo "Tản mạn Phú Xuân" của Trần Đình Sơn-Hoàng Anh, nxb Trẻ 2001*

- **Chơn Kiết Phổ Hóa** (? -1918), Hòa thượng, Pháp danh Chơn Kiết, pháp tự Đạo Tường, pháp hiệu Phổ Hóa, đời thứ 40 tông Lâm Tế, thế hệ thứ 7 pháp phái Chúc Thánh. Ngài thế danh Thái Công

Mẹo, sinh quán làng Phú Bình, nay thuộc xã Hòa Quý, huyện Hòa Vang, Đà Nẵng. Ngài xuất gia với tổ Ấn Bổn Vĩnh Gia và được trạch cử làm trưởng pháp tử. Ngài được phú pháp ngày mồng 3 tháng 3 năm Quý Tỵ (1893). Sau đó, ngài ra Huế trụ tại chùa Phước Huệ, thôn Vỹ Dạ. Sau khi thiền sư Pháp Thân viên tịch, ngài kế nghiệp trụ trì chùa Phước Huệ. Đồng thời ngài được bổn sư trạch cử làm Phó trụ trì chùa Phước Lâm, sau này kế thừa Tổ xiển dương Phật pháp tại chốn tổ. Tuy nhiên, ngài thất lộc vào ngày 20 tháng Giêng năm Mậu Ngọ (1918) trước khi tổ Vĩnh Gia viên tịch 2 tháng. Nhục thân của ngài được đưa từ Huế về nhập tháp tại tổ đình Phước Lâm. Ngài cùng với ngài Pháp Thân biên soạn lại cuốn *Tam Bảo Biện Hoặc Luận* rất có giá trị trong kho tàng văn học Phật giáo Việt Nam - *theo Thích Như Tịnh sưu khảo*

- **Thích Từ Hóa** (1909 -1966), Hòa thượng, thế danh Nguyễn Văn Nhu, xuất gia năm 1924 với HT Khánh Hòa, pháp danh Bổn Từ, pháp tự Chơn Minh, pháp hiệu Từ Hóa. Năm 1930, ngài thọ đại giới tại giới đàn chùa Viên Giác- Bến Tre. Năm 1931, Hội Nam kỳ Nghiên cứu Phật học thành lập, ngài theo học tại đây 8 năm. Năm 1939, ngài về Mỹ Tho học tại trường gia giáo chùa Vĩnh Tràng. Năm 1941, ngài trụ trì chùa Bửu Thành- Châu Thành- Bến Tre. Ngài là pháp sư nổi tiếng về biện tài thuyết giảng, được mọi người xưng tụng với mỹ từ *"Pháp sư Thành Triệu"*. Năm 1950, ngài làm Trưởng ban Hoằng pháp Giáo hội Tăng già tỉnh Bến Tre. Năm 1951, ngài khai trường Kỳ giới đàn và làm Đàn đầu Hòa thượng tại chùa Bửu Thành. Năm 1952, ngài là Trị sự trưởng *Giáo hội Tăng già* tỉnh Bến Tre. Năm 1958, ngài về trùng kiến chùa Tân Long- Tân Thạch- Bến Tre, và xả báo thân tại đây ngày 26 tháng 9 năm Bính Ngọ (09-11-1866) hưởng 58 năm, 38 hạ lạp, nguyên quán trú quán Bến Tre - *xem thêm ở Danh Tăng Việt Nam tập 3*

- **Lê Khắc Thanh Hoài**, Phật tử, nhạc sĩ, NNC Phật giáo, sinh năm 1950, bà là con gái của Bác sĩ Lê Khắc Huyến, một chính trị gia nổi tiếng trong thời đệ nhất cộng hòa. Năm 1971 bà lập gia đình với triết gia Phạm Công Thiện khi du học tại Brussell-Bỉ và sau đó định cư tại Pháp, bà phục vụ tại chùa Trúc Lâm-Paris, ngoài việc dạy nhạc, bà sáng tác trên 300 nhạc phẩm, trong đó có nhiều nhạc phẩm PG, từ năm 1986, đã có nhiều album nhạc phẩm PG của bà được thực hiện trong nước. Bà nguyên quán Thừa Thiên Huế, trú quán Paris-Pháp

- **Thích Thắng Hoan**, Hòa thượng, dòng Lâm Tế Bích Phong đời 24, sinh năm 1928, thế danh Nguyễn Văn Đồng, xuất gia tại chùa Hội Thắng-Cầu Kè-Trà Vinh với HT Đắc Ngộ, y chỉ với HT Thiện Hoa, học tăng PHĐ Nam Việt-chùa Ấn Quang, cử nhân Văn khoa đại học Vạn Hạnh 1970, Giảng sư Viện Hóa Đạo GHPGVNTN, Chánh đại diện GHPGVNTN quận 5 và quận 10, định cư hải ngoại năm 1982, Phó hội chủ kiêm Tổng vụ trưởng tổng vụ Hoằng pháp Tổng hội PGVN tại Hoa Kỳ, Hội đồng chứng minh GHPGVNTN Canada, xây dựng và giảng dạy học phái Duy thức, HT đã viết rất nhiều tác phẩm như: *Bát Nhã Tâm Kinh Qua Cái Nhìn Của Duy Thức; Bát Thức Quy Củ Tụng; Khảo Nghiệm Duy Thức Học; Yếu Chỉ Kinh Pháp Hoa; Yếu Điểm Duy Thức; Những Đặc Điểm Của Văn Hoá Phật Giáo Trong Văn Hoá Việt Nam, Tư Tưởng Phật Giáo Trong Thi Văn Khuông Việt , Pháp Thuận và Vạn; Con Người Sanh Ra Từ Đâu*...nguyên quán Cần Thơ, trú quán Hoa Kỳ.

- **Thích Tâm Hoàn** (1924 -1981), Hòa thượng, thế danh Nguyễn Hướng, dòng Lâm Tế Chúc Thánh đời 41, xuất gia với HT Chánh Nhơn- chùa Long Khánh, pháp danh Tâm Hoàn pháp tự Giải Quy, pháp hiệu Huệ Long. Năm 1945 là Bí thư *Phật giáo Cứu quốc* tỉnh Bình Định và Phó hội trưởng *hội Phật học Trung phần*. Năm 1964 là Phó đại diện GHPGVNTN tỉnh Bình Định, trụ trì tổ đình Long Khánh- Quy Nhơn, ngài thị tịch ngày mồn 7 tháng 3 năm Tân Dậu (1981) tại tổ đình Long Khánh, thọ 58 tuổi, 38 tuổi đạo, nguyên quán trú quán Bình Định - *xem thêm ở Danh Tăng Việt Nam tập 1*

- **Tăng Bá Hoành**, NNC lịch sử, sinh năm 1941, nguyên trưởng ban Thông sử Tỉnh ủy Hải Hưng,nguyên Giám đốc Bảo tàng Hải

Hưng (nay là Bảo tàng Hải Dương), nguyên Chủ tịch Hội Khoa học lịch sử tỉnh Hải Dương, ông rất quan tâm đến lịch sử PG tỉnh Hưng Yên và Hải Dương (Hải Hưng), từ trưng bày đến sưu tầm, dịch văn bia các chùa, hỗ trợ phục dựng văn bia, liễn đối các đền chùa di tích lịch sử trong tỉnh. Ông đã có nhiều công trình nghiên cứu khoa học lịch sử có giá trị, được đồng nghiệp ở Trung ương và địa phương đánh giá cao. Nhiều công trình của ông đã được in thành sách, lưu giữ tại các thư viện, như bộ sách ba tập về các ngành nghề truyền thống của tỉnh Hải Dương, các cuốn sách địa chí, lịch sử địa phương, các bài viết chuyên đề đi sâu các lĩnh vực lịch sử, văn hóa, nghệ thuật dân gian... Riêng bộ sách ngành nghề truyền thống đã ghi lại rất cụ thể, chi tiết từ nguồn gốc nghề, các bộ đồ nghề được mô tả bằng hình vẽ, đến các thao tác ngành nghề truyền thống...Tác phẩm: *Hải Dương danh thắng và di tích tập 1*, Sở VHTT tỉnh Hài Dương 1999; *Hải Dương danh thắng và di tích tập 2*, Sơ VHTT tỉnh Hải Dương 2005, nguyên quán trú quán Hải Dương - *theo NNC Nguyễn Đại Đồng sưu khảo*

- **Thích Giác Hoàng**, Hòa thượng, Tiến sĩ đại học Sorbon Paris, trụ trì chùa Linh Sơn Paris, Phó hội chủ hội PG Linh Sơn thế giới, nguyên quán Long Xuyên, trú quán Pháp quốc.

- **Thích Giác Hoàng**, Thượng tọa, hệ phái PG Khất sĩ Việt Nam, sinh năm 1972,Tiến sĩ Phật học Ấn Độ, Phó tổng thư ký Học viện PGVN tại TP HCM, Phó tổng thư ký viện Nghiên cứu Phật học Việt Nam, trú xứ tịnh xá Trung Tâm-Bình Thạnh, nguyên quán Bình Định, trú quán TP Hồ Chí Minh.

- **Thích Diệu Hoằng** (1914 -1983), Hòa thượng, thế danh Nguyễn Lộc, dòng Lâm Tế chánh tông đời 43, xuất gia với HT Giác Viên-chùa Hồng Khê, được pháp danh Tâm Lượng, pháp tự Diệu Hoằng. Năm 1940, ngài trụ trì chùa Linh Sơn Đà Lạt, năm 1948 về lại Huế làm Thư ký PHĐ Báo Quốc và trụ trì chùa Diệu Đế. Năm 1981, ngài trụ trì tổ đình Kim Quang, nguyên quán Quảng Trị, trú quán Thừa Thiên Huế - *theo Chư tôn Thiền đức&Cư sĩ hữu công Thuận Hóa*

- **Tổ Ấn Mật Hoằng** (1754 -1835), Thiền sư, ngài thế danh

Nguyễn Vân, nối pháp mạch dòng Lâm Tế Chánh Tông đời 36 của tổ sư Nguyên Thiều, là đệ tử của Sư tổ Linh Nhạc Phật Ý, pháp danh Tổ Ấn, pháp hiệu Mật Hoằng. Ngài trụ trì chùa Đại Giác- Cù Lao Phố- Biên Hòa, Năm 1814, được vua Gia Long triệu ra kinh đô Thuận Hóa phong chức Tăng cang chùa Thiên Mụ. Cùng năm, ngài mở giới đàn tại chùa Thiên Mụ. Năm 1817, thêm chức trụ trì chùa Quốc Ân, ngài thị tịch ngày mồng Một tháng 10 năm Ất Dậu (1825) thọ 73 năm, bảo tháp lập sau chùa Quốc Ân, nguyên quán Bình Định, trú quán Thuận Hóa - *theo Biên niên sử PG Sài Gòn Gia Định.*

- **Phan Đình Hòe** (1876 -1954), Cư sĩ, còn có tên là Phan Đình Tự. Năm 1900, ông thi Hương tại trường Nam (Nam Định) và đậu thủ khoa lúc 25 tuổi. Ông được bổ làm quan ở nhiều nơi: Hà Nam, Vĩnh Phúc, Hải Dương, Lạng Sơn, Bắc Kạn…Thời kỳ làm Tuần phủ Ninh Bình (1930) ông rất quan tâm tới sự phát triển kinh tế của tỉnh nói chung và Phật giáo tỉnh nói riêng. Ông hưu trí năm 1933 thăng chức Tổng Đốc, gia hàm Thượng thư, phẩm cấp Hiệp tá đại học sĩ, tòng nhất phẩm. Năm 1935 Chi hội Phật giáo tỉnh Nam Định thành lập, ông là *Chánh Đại lý CHPG Nam Định*, là cộng tác viên tích cực của tuần báo *Đuốc Tuệ* với nhiều bài viết sâu sắc về Phật giáo như: *Đạo Phật có quan thiết với sự sống của đời người*, nguyên quán Nam Định, trú quán Ninh Bình - *theo NNC Nguyễn Đại Đồng sưu khảo*

- *Danh Hom* (1950 -1974), Đại đức, liệt sĩ, xuất gia năm 1967 với HT Danh Koong- chùa Đom Lay Thoông Khlang Mương. Sau khi thọ Sa di, Sư Danh Hom tinh tấn học kinh luật. Năm 1971, Sư được thọ cụ túc giới tại giới đàn chùa Khlang Mương do HT Danh Koong làm Thầy tế độ. Tháng 3 năm 1974, được sự giới thiệu và dẫn dắt của sư Danh Mây, sư Danh Hom được mời làm Ủy viên *Hội Đoàn kết Sư sãi Yêu nước* huyện Châu Thành. Từ những năm 1970, chính quyền Thiệu áp dụng chính sách ngu dân, cưỡng bắt lính sư sãi Khmer và không cho học tiếng Khmer cũng như liên lạc giữa các chùa Khmer với nhau. Ngày 8 tháng 6 năm 1974 Sư Danh Hom tham gia ban tổ chức biểu tình, cùng với các chùa biểu tình nhưng bị ngăn chặn. Ngày 9 tháng 6 năm 1974, đoàn biểu tình trên 2000 người xuất phát từ chùa Khlang Oong qua cầu sắt Minh Lương, kéo thẳng đến quận Kiên Thành, vượt qua các chướng ngại vật, Sư Danh Hom dẫu đầu vượt lên phía trước, bị trúng đạn hy sinh. Sư là một trong bốn vị sư đã hy sinh trong cuộc biểu tình này. Hội Đoàn kết Sư sãi Yêu nước và nhân dân đã hỏa táng, phụng thờ các sư trong *Tháp bốn vị Sư liệt sĩ* tại ngả ba đường Cù Là Cũ. Đại đức Danh Hom hy sinh lúc 24 tuổi, được phong Liệt sĩ trong sự nghiệp bảo vệ quyền lợi dân tộc và PG Nam Tông Khmer - *theo Danh Sol cung cấp*

- **Thích Bảo Hộ** (1896 -1946), Pháp sư, thông nội điển lẫn ngoại khoa, phương tiện tiếp cận quần chúng qua Ứng phú Đạo tràng, giảng kinh thuyết pháp, Đông y Nam dược cổ truyền, bùa Lỗ ban, bói quẻ Dịch, xem phong thủy địa lý...truyền bá tư tưởng yêu nước. Ngài thuộc dòng Lâm Tế Chánh Tông đời thứ 40, pháp danh Hồng Pháp, pháp hiệu Bảo Hộ, pháp tự Thiện Chánh, tục danh Nguyễn Ngọc Thanh. Ngài là đệ tử Thiền sư Như Khả-Chân Truyền, sư đệ của HT Thích Bửu Phước, ấu niên xuất gia tu học tại Tổ đình Khải Phước Nguyên- Lấp Vò và được HT bổn sư gửi nhập chúng tu học với tổ Minh Hòa Hoan Hỷ, tổ đình Long Thạnh- Sài Gòn. Khai sơn trụ trì thiền viện Pháp Hoa (nay Thanh Hoa tự- xã Long Hưng- Lấp Vò- Đồng Tháp), trụ trì Vạn Linh tự- xã Long Hưng- Lấp Vò- Đồng Tháp. Vị Pháp sư danh tiếng, lãnh đạo phong trào Phật giáo Cứu Quốc tỉnh Sa Đéc, bị bọn lính Tây phát hiện và bắn chết tại Cầu Simona, làng Long Hưng ngày mồng 9 tháng Giêng năm Bính Tuất (10-02-1946), bọn lính Tây dự định trói tay ngài để bắn, ngài thể hiện "Dân tộc tính" nói tôi là thầy tu, Chủ tịch du kích Thiền Lâm, không run sợ trước quân thù cướp nước, ngài ngồi tư thế kiết già thiền tọa và vang vọng khí phách hiên ngang trước họng súng rằng: *"Khi nào hết Thầy tu mới hết người thù Tây"*. Bọn lính Tây nã súng ngay đầu ngài, máu chảy lênh láng, nhưng ngài vẫn tư thế Kiết già an nhiên thiền tọa, bọn lính Tây kinh hãi bèn khiêng nhục thân ngài liệng xuống sông, nhục thân vẫn ở tư thế Kiết già thiền tọa, thong dong tự tại theo dòng kênh Cái Tắc ra kênh Xáng, đoạn chảy qua chợ Vàm Đinh đến chùa Vạn Linh, xã Long Hưng B thì tấp vào bờ, các vị bô lão Phật tử và Mặt trận Việt Minh rước nhục thân ngài khâm liệm và làm lễ truy điệu, sau đó ang táng tại chùa này. Sau ngày miền Nam giải phóng, thống nhất đất nước, Chính quyền và nhân dân địa phương cải táng đem về thiền viện Pháp Hoa (nay Thanh Hoa tự, xã Long Hưng, nơi ngài khai sơn. Nhà nước phong tặng *Anh hùng Liệt sĩ* trong cuộc kháng chiến chống Pháp vào ngày 09-12-1992. Là danh tăng PG dân tộc, nguyên quán, trú quán Sa Đéc- Đồng Tháp - *theo Thích Vân Phong biên khảo*

- **Thích Phúc Hộ** (1904 -1985), Hòa thượng, dòng Lâm Tế Chúc Thánh đời 42, thế danh Huỳnh Văn Nghĩa, xuất gia với tổ Thiền Phương- chùa Phước Sơn-Đồng Tròn, Phú Yên, pháp danh Thị Chí, pháp tự Phúc Hộ, pháp hiệu Hành Thiện. Năm 1932, ngài ra Huế học với HT Giác Viên-chùa Hồng Khê. Năm 1933, ngài trụ trì chùaTừ Quang (Đá Trắng) Phú Yên. Năm 1938, mở PHĐ chùa Bửu Lâm-Tuy Hòa. Năm 1949-1954, Chánh hội trưởng hội Phật học tỉnh Phú Yên. Năm 1963 ngài là Trị sự trưởng *Giáo hội Tăng già* kiêm Hội trưởng hội PG tỉnh Phú Yên. Năm 1964, ngài là Chánh đại diện GHPGVNTN tỉnh Phú Yên. Năm 1971, ngài được cung thỉnh vào Hội đồng Trưởng lão Viện Tăng thống GHPGVNTN kiêm Giám Luật viện Tăng thống. Ngài luôn được cung thỉnh làm Đàn đầu Hòa thượng trong các đại giới đàn ở toàn miền Trung. Năm 1981, Ngài lại được cung thỉnh vào Hội đồng Chứng minh TW GHPGVN. Ngài viên tịch tại chùa Bảo Tịnh ngày 11 tháng Giêng năm Ất Sửu (31-01-1985), nguyên quán trú quán Phú Yên - *xem thêm ở Danh Tăng Việt Nam tập 1*

- **Thích Khế Hội** (1921 -1999), Hòa thượng, dòng Lâm Tế Liễu Quán đời 42, xuất gia năm 1931 với HT Từ Nhãn-chùa Long Sơn Bát Nhã, pháp danh Nguyên Chơn, pháp tự Thiện Minh, pháp hiệu Trí Thành. Năm 1932, ngài ra Huế học tại PHĐ Bảo Quốc. Năm 1947, ngài thọ Tam đàn cụ túc tại giới đàn chùa Bảo Sơn do HT Vạn Ân làm Đàn đầu truyền giới. Cùng năm, ngài là Phó Chủ tịch hội PG Cứu quốc tỉnh Phú Yên. Năm 1964, ngài làm Chánh đại diện GHPGVNTN tỉnh Phú Yên. Năm 1982, ngài là Thành viên HĐTS GHPGVN kiêm Trưởng BTS GHPGVN tỉnh Phú Yên, ngài xả báo thân ngày mồng Một tháng 5 năm Kỷ Mão (14-06-1999) thọ 78 năm, 52 hạ lạp, nguyên quán trú quán Phú Yên - *xem thêm ở Danh Tăng Việt Nam tập 2*

- **Vũ Nguyên Hồng** (1930 -1980), Cư sĩ, sinh năm 1910, nguyên là tu sĩ pháp danh Thanh Đặc, bí danh Đại Nguyên. Ông từng dạy học tại Tùng Lâm Văn Miếu - Hưng Yên và bí mật tham gia Việt Minh. Tháng 8 năm 1945, tại trụ sở hội Trí Tri Hà Nội, Hội Phật giáo Cứu quốc thành lập, Hoà thượng Đỗ Văn Hỷ là Hội trưởng, Thượng toạ Thanh Đặc (Vũ Đại Nguyên) được bầu làm Phó Hội trưởng kiêm Tổng Thư ký. Hoà bình lập lại, ông chuyên làm công tác Phật giáo trong Ban Tôn giáo phủ Thủ tướng rồi ban Tôn giáo Chính phủ. Ông nguyên quán tỉnh Hà Nam, trú quán Hà Nội

- **Nghiêm Xuân Hồng (1920 - 2002)**, Cư sĩ, pháp hiệu Tịnh Liên, tác gia, nhà thơ, NNC Phật học. Năm 1953, ông hành nghề Luật sư. Năm 1954, di cư vào Nam làm Luật sư Tòa Thượng thẩm Sài Gòn. Năm 1965, ông làm Bộ trưởng Phủ Thủ tướng trong Nội các Nguyễn Khánh. Ông là sáng lập viên nhóm *Quan Điểm* Sài Gòn, ông viết nhiều sách về triết học, văn học và chính trị. Sau 1975, ông sang Hoa kỳ định cư, bắt đầu nghiên cứu về PG và tỏ ngộ, chuyển hướng sáng tác chuyên về PG. Ông giảng kinh và thuyết pháp hàng tuần tại chùa Liên Hoa- Orange Country- Hoa kỳ cho đến cuối đời. Ngoài những tác phẩm về Triết học và văn chương, ông còn có các tác phẩm về PG: *Biện chứng giải thoát trong tư tưởng Ấn Độ* (1966) ; *Biện chứng giải thoát trong giáo lý Trung Hoa* (1967) ; *Nguyên tử hiện sinh và hư vô* (1969) ; *Lăng kính Đại thừa* (1982) ; *Tánh Không và kinh Kim Cang* (1983) ; *Lăng Nghiêm ảnh hiện* (1983) ; *Nguồn Thiền như huyễn* (1984) ; *Mật tông và kinh Đại thừa* (1986) ; *Trang Tôn kinh huyền hoặc I, II, II, IV* (1986-1992) ; *Ma tâm và Ma sự của người tu* (2001), ông mất ngày mồng 4 tháng 4 năm Canh Thìn (07-05-2000) tại Hoa Kỳ, thọ

82 năm, nguyên quán Hà Đông, trú quán Hoa Kỳ - *xem thêm ở Danh Tăng Việt Nam tập 3*

- **Nguyên Hồng** (1934 - 2016) Cư sĩ, tiến sĩ, giáo sư, dịch giả, NNC Hán Nôm, NNC Phật học, ông tên thật là Lý Kim Hoa, sinh năm 1934, nguyên là tu sĩ PG xuất gia với HT Tâm Tịnh Huệ Chiếu- chùa Thiên Đức- Bình Định, pháp danh Nguyên Hồng. Ông. Năm 1946, ông được gởi ra Huế học tại PHĐ Báo Quốc. Năm 1952, thọ cụ túc ở giới đàn chùa Thiên Bình- Bình Định. Năm 1955-1957, ông vào học tại PHV Trung phần Hải Đức- Nha Trang. Năm 1959-1962, ông học đại học Sư phạm Sài Gòn. Năm 1965-1971, ông du học ở Nhật Bản tốt nghiệp tiến sĩ đại học Tokyo. Về Phật sự, ông có những hoạt động: Từ 1962-1965, làm hiệu trưởng trường Trung học *Bồ Đề Hữu Ngạn*- Huế. Năm 1972-1975 làm Khoa trưởng Phân khoa Giáo dục và giảng dạy tại *Viện đại học Vạn Hạnh*. Năm 1975 ông về tại gia, giảng dạy tại Học viện PGVN tại Huế khóa II, tại TP Hồ Chí Minh khóa V và dạy tiếng Nhật trong các trường phổ thông, các trường Phật học. Ông biên soạn tác phẩm: *Giáo dục Phật giáo trong thời hiện đại (đồng tác giả-2001) ; Giáo dục học Phật giáo (2004) ; Để hiểu văn hóa Nhật Bản (2006) ; Châu bản triều Nguyễn (2003) ; Lược khảo PG Ấn Độ (1960) ; Di Đà Sớ Sao ; Pháp Bảo Đàn Kinh ; Kinh Pháp Hoa ; Lịch sử PGVN (đồng biên soạn) ; Nhật ngữ Kinh Thương (2002) ; Một nét đặc sắc của Văn hóa Nhật Bản (2000) ; Dàn Bầu, nhạc khí dân tộc của Việt Nam (2000) ; Thành Thật Luận (2012) ; Từ điển Phật học Tuệ Quang (đồng biên soạn-2016)...* ông mất ngày 27 tháng Chạp năm Ất Mùi (05-12-2016) thọ 82 năm, nguyên quán Tuy Phước- Bình Định, trú quán Củ Chi- TP Hồ Chí Minh - *theo Chư tôn Thiền đức&Cư sĩ hữu công Thuận Hóa tập 3*

Hu

- **Sư Nam Huân** (1899 -1982), Hòa thượng, hệ phái PG Nam Tông Khmer, xuất gia năm 15 tuổi với HT Trần Sóc- trụ trì chùa Tổng Quản- Gò Quao- Rạch Giá, pháp danh Indathera Nam Huân. Năm 21 tuổi, ngài thọ Tỳ kheo tại giới đàn Suvanna Ransì Khlang Oong do HT Tăng Pheêng làm Thầy tế độ. Trải qua 10 hạ, đến năm 1930, ngài được chư tăng và Phật tử cử làm Phó trụ trì chùa Serì- Sua-S-Đây Tổng Quản. Năm 1944, HT Trần Sóc viên tịch, ngài kế thừa trụ trì tiếp nối sứ mạng hoằng dương Phật pháp. Năm 1960, ngài được cung thỉnh làm Thầy tế độ (HT Đàn đầu) trong giới đàn tại chùa Tổng Quản cho nhiều đệ tử xuất gia. Ngài xả báo thân ngày 15 tháng 8 năm 1982, thọ 83 năm,62 tuổi đạo, nguyên quán trú quán Rạch Giá- Kiên Giang - *theo Danh Sol cung cấp*

- **Thích Thanh Huân**, Thượng tọa, thế danh Phan Nhật Huân, sinh năm 1967, Phó VP I TW GHPGVN, trụ trì chùa Pháp vân- Hà Nội, nguyên quán Thanh Hà- Hải Dương, trú quán Hà Nội.

- **Bùi Tường Huân**, Cư sĩ, giáo sư, chính trị gia. Tiến sĩ Luật khoa. Du học tại Pháp về nước làm Luật sư và giảng dạy ở khoa Luật ở đại học Huế. Trong pháp nạn 1963, ông đấu tranh tích cực và sát cánh với Tăng ni Phật tử chống lại chính phủ Ngô Đình Diệm, ông bị bắt đến khi cuộc cách mạng 1-11-1963 thành công, ông cùng mọi người mới được thả ra. Năm 1964-1966, ông làm Viện trưởng *Viện đại học Huế,* đồng thời làm *Tổng trưởng Bộ Giáo Dục* trong chính phủ Nguyễn Khánh. Ông là thành viên PG khối Ấn Quang do HT Thích Trí Quang làm lãnh tụ. Vào những ngày cuối cùng của chế độ Sài Gòn, ông được tiến cử tham chính trong nội các *Vũ Văn Mẫu* làm Phó Thủ tướng kiêm Tổng trưởng Quốc phòng. Sau ngày giải phóng, ông đi cải tạo đến năm 1979 được trở về nhà, sống ở TP Hồ Chí Minh cho đến cuối đời, nguyên quán Thừa Thiên Huế, trú quán TP Hồ Chí Minh.

- **Nguyễn Thị Huê** (1949 -1966), tự Nguyễn Thi, sinh ngày 24-9-

1949 tại Sài Gòn. Từ nhỏ cô thường hay mua cá phóng sinh nhờ học hỏi giáo lý Phật Đà và áp dụng vào cuộc sống. Năm 1963, PG lâm vào pháp nạn, ngoài thời giờ đi chùa nghe thuyết giảng và thọ Bát Quan Trai, cô đã tham gia tuyệt thực, biểu tình, bãi khóa cùng các anh chị em học sinh khác, lên án chế độ Ngô Đình Diệm kỳ thị tôn giáo. Năm 1964, Quốc trưởng VNCH ký sắc lệnh cho phép Giáo hội quyên tiền xây dựng ngôi Việt Nam Quốc Tự, cô đã sớm có mặt trong đội tình nguyện quyên góp, đem sổ vàng đi khắp nơi, góp phần công đức nhỏ nhoi của mình cho sự nghiệp phát triển PG có một trung tâm PG Việt Nam thống nhất đầu tiên. Ngày 26-4-1964 là ngày đặt viên đá đầu tiên xây dựng, nhưng sang năm 1965 đã manh nha báo hiệu sự chia rẽ sâu sắc, bởi âm mưu cướp đoạt mảnh đất trong tay Giáo hội từ chính quyền, làm trụ sở của bà Ngô Đình Nhu cho phong trào *Phụ nữ Liên Đới* của bà. Ngày 29-8-1966, cô đến *Viện đại học Vạn Hạnh* đóng học phí vào *trường Thanh niên Phụng sự xã hội*. Sau đó, về chùa Ấn Quang lễ Phật và dò xem thông báo của Viện Hóa Đạo, rồi lên thăm Thượng tọa Trí Quang đang tuyệt thực, thấy ngài thoi thóp đến não lòng. Gần chiều, cô về *Cô nhi viện Quách Thị Trang*- phía sau lưng Việt Nam Quốc Tự thăm các em cô nhi và quyết định đêm đó ở lại với các em. Đến 02 giờ sáng ngày 30-8-1966 (đúng Rằm tháng Bảy năm Binh Thìn), cô lặng lẽ đi qua vườn chùa, vào khuôn viên Việt Nam Quốc Tự , tự mình châm ngọn lửa thiêu thân, nói lên tiếng nói bảo vệ Hiến chương và phản đối âm mưu chiếm mảnh đất thiêng liêng này. Năm đó cô vừa tròn 17 tuổi. Sáng ra, chính quyền đã nhanh chân cướp xác cô biệt tích, cô nguyên quán trú quán Sài Gòn. Năm 1967, GHPGVNTN đã tấn phong cô là Thánh tử đạo - *theo Dương Kinh Thành sưu khảo*

- **Thích Bảo Huệ** (1935 -1985), Hòa thượng, pháp danh Đồng Trí, pháp tự Thanh Minh, pháp hiệu Bảo Huệ, đời 43 tông Lâm Tế, thế hệ thứ 10 pháp phái Chúc Thánh. Ngài thế danh Nguyễn Đình Khả, sinh năm Ất Hợi (1935) tại xã Bình Đào, huyện Thăng Bình, Quảng Nam. Xuất gia năm 1958 với HT Thích Trí Hữu tại chùa

Linh Ứng, thọ Tỳ kheo năm 1962. Năm 1963, ngài là một trong những nhà lãnh đạo Phật giáo tranh đấu tại tỉnh Bình Tuy. Năm 1964 khai sơn chùa Quang Minh tại xã Võ Xu, quận Hoài Đức, Bình Tuy. Năm 1966 tranh đấu chống Thiệu Kỳ và bị đày Côn Đảo 3 năm. Năm 1969 trụ trì chùa Long Thọ và giữ chức vụ Chánh đại diện GHPGVNTN huyện Long Khánh. Năm 1975, ngài bị bắt giam tại trại K3 Long Khánh và mất tại đây vào ngày 17 tháng 7 năm Ất Sửu (1985), trụ thế 51 tuổi. Ngài nguyên quán Quảng Nam, trú quán Đồng Nai - *theo Thích Như Tịnh sưu khảo*

- **Thích Bửu Huệ** (1914 -1991), Hòa thượng, thế danh Nguyễn Văn Ba, năm 1938 xuất gia với HT Pháp Long- chùa Thiên Phước- Tân Hương, pháp danh Tâm Ba, pháp tự Nhựt Quang, pháp hiệu Bửu Huệ, nối pháp dòng Thiên Thai Thiền Giáo Tông đời 43. Năm 1950, ngài theo học PHĐ Nam Việt- chùa Ấn Quang. Năm 1954, ngài học xong Cao đẳng Phật học và xin quy ẩn tịnh tu trong 10 năm. Năm 1964, GHPGVNTN thành lập, ngài làm Giám viện PHV Trung đẳng Huệ Nghiêm. Năm 1970, ngài làm Phó viện trưởng PHV Cao đẳng Huệ Nghiêm. Năm 1974, ngài kiêm Phó Đổng lý Hội đồng Quản trị tổ đình Ấn Quang và Trưởng ban Quản trị cơ sở Huệ Nghiêm. Ngài viên tịch tại chùa Huệ Nghiêm ngày 27 tháng 10 năm Tân Mùi (02-12-1991), thọ 78 năm và 42 hạ lạp, ngài nguyên quán Bến Tranh- Tiền Giang, trú quán TP Hồ Chí Minh - *xem thêm ở Danh Tăng Việt Nam tập 1*

- **Thích Nữ Diệu Huệ** (1895 -1965), Ni trưởng, là chị ruột với Ni trưởng Diệu Không, là mẹ của giáo sư Nguyễn Phúc Bửu Hội, Ni trưởng Diệu Huệ và Diệu Không tích cực chống đối chính sách chính sách kỳ thị tôn giáo và ngược đãi Phật giáo của chính quyền Ngô Đình Diệm. Ngày 23-71963, Ni sư ở chùa Xá Lợi, phát nguyện tự thiêu để phản đối chính quyền. Ngày 20-8-1963, trong cuộc tổng tấn công vào chùa Xá Lợi, Ni sư cũng bị bắt chung với HT Thích Tịnh Khiết đưa vào quản thúc tại bệnh viện Cộng Hòa. Giáo sư Bửu Hội con bà đã đề nghị Liên Hiệp Quốc cử phái đoàn sang Việt Nam xem xét vấn đề Phật Giáo, Ni trưởng nguyên quán trú quán Thừa Thiên Huế - *theo Biên niên sử PG Sài Gòn Gia Định*

- **Định Huệ**, Cư sĩ, NNC Phật học, giáo sư, dịch giả, tác gia, nguyên là tu sĩ PG pháp hiệu Thích Định Huệ, sinh năm 1945, sau về tại gia làm việc tại Ngân hàng Thương mại Á Châu và là NNC Phật học, tham gia giảng dạy, là Giám đốc giáo vụ- Trung tâm Nghiên cứu dịch thuật Huệ Quang- Viện Nghiên cứu Phật học Việt Nam, tác phẩm: *Tư tưởng và phong cách thiền tông* ; *Quá trình hình thành Đại tạng kinh chữ Hán* ; *Luận Hoa Nghiêm Niệm Phật Tam muội* (2008) ; *Ngự chế Vạn Thiện Đồng Quy tập* ; *Vận dụng Phật pháp nghiên cứu Phật pháp* ; *Kho Báu Nhà Thiền* (1997) ; *Ba Pháp Ấn* , nguyên quán Mỹ Tho, trú quán TP Hồ Chí Minh.

- **Thích Nữ Giác Huệ** (1889 -1968), Ni trưởng, thế danh Trương Thị Như Tịnh, con gái của Hiền Lương Hầu Trương Như Cương. Năm 1904, kết hôn với Hoàng tử Bửu Đảo con vua Đồng Khánh. Năm 1913, lên chùa Tây Thiên xin xuất gia, được pháp danh Thanh Y, pháp tự Giác Huệ, pháp hiệu Như Đạm. Năm 1916 lập thảo am hiệu là *Hoa Nghiêm Các* và tu học tại đây. Năm 1962, vì đã lớn tuổi nên Ni trưởng lên tu học với Ni chúng chùa Sư nữ Diệu Viên cho công viên quả mãn, nguyên quán trú quán Thừa Thiên Huế - *theo Chư tôn Thiền đức&Cư sĩ hữu công Thuận Hóa*

- **Thích Nữ Giải Huệ** (1917 -1987), Ni trưởng, xuất gia với HT Chơn Tích-Huệ Hải chùa Quang Lộc, pháp danh Như Huyền, pháp tự Giải Huệ, thế danh Nguyễn Thị Bích. Năm 1945-1954, Ni trưởng tham gia tích cực trong PG Cứu quốc liên khu 5 và trụ trì chùa Long Sơn do Khuôn hội Tịnh Độ hiến cúng. Năm 1945, Ni trưởng ra Huế tham học tại Ni viện Diệu Đức trong 6 năm. Năm 1960, Ni trưởng về lại tỉnh nhà xây dựng chùa Tịnh Nghiêm, đây là ngôi chùa Sư nữ đầu tiên của PG Quảng Ngãi. Năm 1963, Ni trưởng làm Đặc ủy xã hội kiêm Thủ quỹ Ban đại diện PG tỉnh Quảng Ngãi. Năm 1964, là Giám đốc Trung tâm Bảo trợ thiếu nhi

PG tỉnh. Năm 1970, lập chùa Tịnh Nghiêm 2 tại huyện Tư Nghĩa, nguyên quán trú quán Tư Nghĩa Quảng Ngãi - *theo Chư tôn Thiền đức&Cư sĩ hữu công Thuận Hóa*

- Minh Thông Hải Huệ (1813 -1903), Hòa thượng, tổ sư, không rõ nguyên quán, theo truyền khẩu, ngài gốc miền Trung, một vị quan triều đình nhà Nguyễn hoạt động chống Pháp, bị phát hiện và trốn vào Nam xuất gia với thiền sư Tiên Bổn Tịnh Căn, sau đó y chỉ với thiền sư Tiên Giác Hải Tịnh. Trụ trì Kim Cang Tự- Bình Thảo- Biên Hòa. Khai sơn Linh Thứu Tự, khai sơn Linh Sơn Tự, khai sơn Tân Phước Tự, khai sơn trụ trì Thiên Phước Cổ Tự- Lấp Vò- Đồng Tháp, trụ trì Bửu Lâm Cổ Tự- Cao Lãnh- Đồng Tháp, trụ trì Sắc tứ Tam Bảo Tự- Rạch Giá, trụ trì Sắc tứ Tam Bảo Tự- Hà Tiên- Kiên Giang, Linh Quang ở Long Hòa, Phước An tự ở Thới An Đông (Cần Thơ)... Ngài có công lớn trong việc xây dựng cơ sở tự viện Phật giáo, giáo dục đào tạo Tăng tài...Tất cả những nơi dừng chân của ngài trụ trì, đều là nơi truyền bá tư tưởng yêu nước, truyền dạy võ nghệ, giúp binh lương cho các chí sĩ yêu nước chống Pháp, liên quan đến những vị anh hùng Phật tử Nguyễn Trung Trực, Trần Văn Thành, Quản cơ Thiên Hộ Dương, Đốc binh Nguyễn Tấn Kiều, Lãnh binh Cẩn (Thiền sư Minh Mai Phương Danh- sư đệ của ngài)...Ngài được cung thỉnh làm Đàn đầu Hòa thượng giới đàn *Tiên Giác Hải Tịnh* năm Kỷ Hợi ngày mồng 07 tháng 02 (18-03-1899) tại Tổ đình Thiên Phước- xã Tân Bình- tổng An Phú- huyện Long Xuyên- tỉnh An Giang (nay thuộc xã Hội An Đông, huyện Lấp Vò, tỉnh Đồng Tháp. Năm 1893, ngài đứng ra tổ chức tang lễ cho thiền sư Hải Huệ hiệu Chân Giác đạo nhân (Hòa thượng tổ Mẹ Nội) tại tổ đình Phước Lâm Cổ Tự- Sa Đéc và Đức Long Cổ Tự- làng Tân Dương- Lai Vung. Ta bà quả mãn, hóa duyên ký tất, ngài an nhiên viên tịch vào ngày mồng 4 tháng 8 năm Quý Mão (24-09-1903). Theo truyền tụng rằng sau khi ngài viên tịch, báo thân được tiến hành hỏa thiêu theo nghi thức Phật giáo Nam tông, một hiện tượng lạ xuất hiện khi có một ngón tay trỏ của thiền sư không bị cháy, dù sau đó được thiêu thêm nhiều lần nữa. Sự kì diệu này đã dẫn đến một cuộc tranh giành giữa các chư tăng của các chùa do thiền sư lập, về việc muốn được chôn cất báo thân của Ngài. Tại chùa Thiên Phước chỉ lưu giữ một ngón tay trỏ được thờ phía trước chùa, chùa Bửu Lâm, Cao Lãnh và chùa Linh Thứu,

Lấp Vò đều có xây tháp vọng để thờ ngài - *theo Thích Vân Phong biên khảo*

- **Thích Nữ Huyền Huệ** (1924 -2015), Ni trưởng, dòng Lâm Tế Gia Phổ đời 41, thế danh Huỳnh Thị Chín, xuất gia năm 15 tuổi với Sư cụ Diệu Tịnh- chùa Bình Quang- Phan Thiết, pháp danh Nhựt Định, pháp tự Huyền Huệ. Năm 1942, Người vào học tại Phật học Ni viện chùa Kim Sơn- Phú Nhuận. Năm 1944, Người được thọ đại giới tại giới đàn chùa Bình Quang, sau đó vào an cư tại chùa Hội Sơn- Thủ Đức học Luật Tứ Phần Tỳ kheo ni với Ni trưởng Diệu Thanh giảng dạy. Năm 1945, Người trở về chùa Bình Quang tu học, nhưng phải di tản vì chiến tranh, đến khi trở về thì chùa đã bị đốt cháy do đạn bom. Người và các huynh đệ chung tay xây dựng lại ngôi Tam bảo Bình Quang Ni tự. Năm 1947, HT Hành Trụ khai mở Ni trường chùa Tăng Già- Quận 4, Người vào tu học nơi đây 3 năm. Năm 1952, Ni trường Dược Sư được thành lập, Người lại vào đây tu học và làm Giám thị. Năm 1956, đại hội thành lập Ni Bộ Nam Việt tại chùa Huê Lâm, Người được tín nhiệm giữ chức Tổng thư ký Ban Quản trị Ni Bộ Nam Việt. Năm 1963, Người được mời về trụ trì Hải Ấn Ni tự- Phan Thiết. Năm 1970, Người được chỉ định chấp bút soạn thảo điều lệ nội qui của Ni Bộ Bắc Tông Việt Nam. Năm 2009, Người là giáo phẩm cao cấp Chứng minh trong Phân ban Ni giới Việt Nam- thuộc Ban Tăng sự TW GHPGVN. Ni trưởng dịch thuật các tác phẩm: *Kinh Bách Dụ ; Duy Thức Chương (1990) ; Bát Thức Quy Củ Tụng Trang Chú (1992) ; Luật Tứ Phần (1996) ; San Bổ Thọ Chư Giới Đàn Ni Tập (2000) ; Tỳ Kheo Ni Giới Bổn ; Duy Thức Tam Thập Tụng ; Thành Duy Thức Luận ; Kinh Nhật Tụng ; Nghi Thức An Cư- Tự Tứ.* Ni trưởng xả báo thân ngày Rằm tháng 7 năm Ất Mùi (28-08-2015) thọ 92 năm, 71 hạ lạp, tháp lập tại khuôn viên tổ đình Hải Ấn, nguyên quán trú quán Phan Thiết- Bình Thuận - *theo tư liệu tổ đình Hải Ấn soạn*

- **Thích Như Huệ** (1934 -2016), Hòa thượng, Trưởng lão, pháp danh Như Huệ, pháp tự Giải Trí, pháp hiệu Trí Thông, đời 41 tông

Lâm Tế, thế hệ thứ 8 pháp phái Chúc Thánh. Ngài thế danh Phạm Huệ, sinh năm 1934 tại làng Cẩm Phô, Hội An. Xuất gia với Hòa thượng Thiện Quả tại chùa Chúc Thánh, học tăng PHĐ Nam Việt, Giảng sư tỉnh hội Quảng Nam (1960). Là một trong Tứ trụ của phong trào tranh đấu Phật giáo năm 1963 tại Quảng Nam. Phó Đại diện ngoại vụ GHPGVNTN tỉnh Quảng Nam, Giám đốc trường Bồ Đề Quảng Nam, trụ trì chùa Pháp Bảo- Hội An. Hòa thượng sang định cư tại Úc năm 1982 và khai sơn chùa Pháp Hoa- Nam Úc. Hòa thượng là Hội chủ GHPGVNTN Úc Đại Lợi và Tân Tây Lan qua nhiều nhiệm kỳ. Năm 2015, Hòa thượng được cung thỉnh Chứng Minh đạo sư của Giáo hội. Hòa thượng viên tịch ngày 19 tháng 5 năm Bính Thân (2016), thọ 83 tuổi. Đệ tử của ngài có các vị như: HT Thích Hạnh Đức, HT Thích Hạnh Niệm... Ngài nguyên quán Quảng Nam, trú quán Úc Đại Lợi - *theo Thích Như Tịnh sưu khảo*

- **Thích Phát Huệ** (1917 -2008), Hòa thượng, dòng Lâm Tế Gia Phổ đời 40, thế danh Nguyễn Văn Tượng, xuất gia năm 13 tuổi với HT Thiện Hòa- chùa Phược Long- Cái Tàu Hạ- Sa Đéc, được pháp danh Chơn Phát, pháp hiệu Phát Huệ. Năm 1930, ngài học tại PHĐ Gia giáo chùa Vạn An do HT Chánh Thành giảng dạy. Năm 1937, ngài thọ đại giới tại giới đàn chùa Long Thạnh- Vĩnh Long. Năm 1949, ngài kế thế trụ trì chùa Long Hòa- Vĩnh Long và cầu pháp với HT Chánh Quả- chùa Kim Huê- Sa Đéc. Năm 1959, ngài làm Thư ký *Liên đoàn Phật giáo Tăng già Nam Việt*- huyện Châu Thành- Vĩnh Long và tham dự khóa Như Lai Sứ Giả- chùa Pháp Hội Sài Gòn. Năm 1965, ngài làm Chánh đại diện GHPGVNTN tỉnh Vĩnh Long. Năm 1985, ngài làm Trưởng BTS GHPGVN tỉnh Vĩnh Long. Năm 1998, ngài được cung thỉnh làm Thành viên Hội đồng Chứng minh GHPGVN và Chứng minh tỉnh hội PG Vĩnh Long. Ngài xả báo thân ngày 23 tháng 7 năm Mậu Tý (23-08-2008) thọ 91 xuân, 70 hạ lạp, nguyên quán trú quán Vĩnh Long - *xem thêm ở Danh Tăng Việt Nam tập 3*

- **Thích Phổ Huệ** (1870 -1931), Hòa thượng, ngài họ Trần, xuất gia năm 1882 với HT Từ Mẫn- chùa Tịnh Lâm- Phù Cát- Bình Định, pháp hiệu Phổ Huệ. Ngài kế thế trụ trì chùa Tịnh Lâm. Năm 1908, ngài được thỉnh vào hoàng cung thuyết pháp, nên được gọi là Pháp sư Phổ Huệ. Năm 1901-1926, ngài kết tâm giao với HT Tra Am-Viên Thành qua tài thơ văn trao đổi giữa hai ngài. Năm 1927, ngài đến chùa Phi Lai ở Châu Đốc và làm thơ khen tặng chí khí của HT Chí Thiền. Ngài là một bậc danh Tăng thời kỳ tiền chấn hưng với những bài thơ tài hoa để lại đời. Ngài xả báo thân tại chùa Tịnh Lâm năm 1931, thọ 61 năm với 40 hạ lạp, bảo tháp lập nơi chùa Bảo Phong mà ngài đã sáng lập, nguyên quán trú quán Bình Định - *xem thêm ở Danh Tăng Việt Nam tập 2*

- **Thích Phước Huệ** (1875 -1963), Hòa thượng, pháp danh Ngộ Tánh, pháp tự Hưng Long, pháp hiệu Phước Huệ, đệ tử HT Viên Giác- chùa Hải Đức- Nha Trang. Năm 1899, ngài lập một thảo am để tu trì và phụng thờ song thân, hiệu là Hải Đức Am. Năm 1904, ngài trụ trì chùa Kim Quang- An Cựu. Năm 1914, ngài trở lại Nha Trang trùng tu chùa Hải Đức trở thành danh thắng. Năm 1924, ngài làm Đường đầu Hòa thượng tại giới đàn Nha Trang. Năm 1934, ngài về Quảng Trị kêu gọi trùng tu tổ đình sắc tứ Tịnh Quang. Năm 1941-1945 ngài làm Trị sự trưởng Giáo hội Tăng già tỉnh Thừa Thiên nên ngài được tôn kính là Ôn Hải Đức, nguyên quán Quảng Trị, trú quán Nha Trang, Thừa Thiên - *xem thêm ở Danh Tăng Việt Nam tập 1*

- **Thích Phước Huệ** (1922 -2012), Hòa thượng, pháp hiệu cũ Thích Tắc Phước, sơn môn Thiên Thai Giáo Quán Tông Việt Nam đời 23, thế danh Trần Văn Cảnh, xuất gia năm 13 tuổi với HT Đạt Đức- chùa Thiền Tôn- Thủ Đức, pháp danh Lãng Điền, pháp tự Tắc Phước, pháp hiệu Phước Huệ. Năm 1945, ngài thọ đại giới tại giới đàn chùa Tôn Thạnh do HT Liễu Thoàn làm Đàn đầu truyền giới. Năm 1946, ngài học tại PHĐ Liên Hải- Chợ Lớn. Năm 1951, ngài học tại PHĐ Nam Việt- chùa Ấn Quang. Năm 1956, ngài làm

Đốc giáo kiêm giáo sư PHĐ Nam Việt. Năm 1963, ngài làm Tổng thư ký phái đoàn *Giáo hội Tăng già Nam Việt* tham dự đại hội thành lập GHPGVNTN. Năm 1964, ngài là Chánh đại diện PG miền Huệ Quang kiêm Ủy viên Nghi lễ thuộc Tổng vụ Pháp sự GHPGVNTN. Năm 1973, ngài làm Tổng vụ trưởng Tổng vụ Tăng sự GHPGVNTN. Ngài đã kiến lập những ngôi chùa như: Chùa Thiên Tôn 2- Giồng Ông Tố- Thủ Đức ; Chùa Phước Huệ- Trảng Bom- Biên Hòa ; Chùa Phước Thạnh- Rạch Ròi- Long Xuyên ; Chùa Quảng Đức- Long Xuyên ; Chùa Bửu Long- Mỹ Luông- An Giang ; Niệm Phật Đường Phước Huệ- Australia ; Chùa Phước Huệ- Australia... Năm 1980, ngài sang định cư tại Úc Châu và khai sơn nhiều ngôi chùa khác trên đất Úc. Ngài xả báo thân ngày mồng 6 tháng Giêng năm Nhâm Thìn (28-01-2012) thọ 91 năm, 70 hạ lạp, nguyên quán Thủ Đức- Gia Định, trú quán Úc châu - *xem thêm ở Danh Tăng Việt Nam tập 3*

- **Quốc sư Phước Huệ** (1869 -1965)), Hòa Thượng, hiệu Chơn Luận-Phước Huệ, Tăng cang chùa Thập Tháp, thế danh Nguyễn Tấn Giao, xuất gia năm 1881 tại chùa Thập Tháp với HT Minh Lý-Chí Tịnh, được ban pháp hiệu Phước Huệ. Năm 1894, ngài trụ trì Phổ Quang- Tuy Phước. Năm 1901, ngài được triều đình ban giới đao độ điệp làm Tăng cang chùa Thập Tháp. Năm 1908, ngài được mời vào triều đình thuyết pháp, nhân đó ngài mở khóa giảng kinh tại chùa Trúc Lâm. Các đời vua kế tục cũng đều mời ngài vào cung thuyết pháp, nên được tôn xưng là Quốc sư. Năm 1929, HT Giác Tiên mở Phật học đường chùa Trúc Lâm, đã vào tận chùa Thập Tháp cung thỉnh ngài ra làm chủ giảng. Năm 1932, trong phong trào chấn hưng PG, ngài và các bậc tôn túc đất Thần kinh thành lập hội *An Nam Phật học*. Năm 1937, ngài về trụ trì chùa Thập Tháp và làm Đốc giáo cho Phật học đường chùa Long Khánh- Quy Nhơn. Ngài còn khai sơn chùa Phước Long-Tây Sơn, nguyên quán trú quán Bình Định, - *xem thêm ở Danh Tăng Việt Nam tập 1*

- **Trừng Trữ Quảng Huệ** (1829 -1887) Hòa thượng, dòng Lâm Tế

Chánh Tông đời 42, thế danh Tô Ngọc Trữ, xuất gia ấu niên với HT Thanh Lợi Minh Đức- chùa Phước Lâm- Cai Lậy- Mỹ Tho, pháp danh Trừng Trữ, pháp hiệu Quảng Huệ. Khi tổ Tiên Giác Hải Tịnh về trụ trì chùa Tây An- Châu Đốc, ngài đến cầu pháp với tổ, được ban pháp danh là Minh Trữ. Sau thời gian tu học ở chùa Phước Lâm, ngài về quê nhà trụ trì chùa Hoàng Long- Giồng Tre- Cai Lậy. Từ năm 1859-1867, chiến tranh loạn lạc, dịch bệnh xảy ra, dân chúng chết rất nhiều, ngài dùng nước lạnh và lá Bồ đề chú nguyện rồi cho uống, nhờ vậy mọi người thoát chết rất nhiều, dân chúng quanh vùng rất kính phục ngài. Tổng đốc Trần Bá Lộc (1839-1899) nghe tiếng ngài tìm cách mua chuộc, ngài không muốn hợp tác, lặng lẽ rút vào rừng sâu ở Ngọn Chà Là- xã Mỹ Phú, lập Am Phước Hội để ẩn tu. Khi biết hóa duyên sắp mãn, ngài trở về chùa Phước Lâm đảnh lễ tổ sư và giáo huấn đệ tử. Ngài viên tịch ngày 17 tháng 9 năm Đinh Hợi (1887) thọ 59 năm. Môn đồ lập tháp ở khuôn viên chùa Phước Lâm, nguyên quán trú quán làng Bình Phú-Cai Lậy- Mỹ Tho - *theo Cư sĩ Minh Thông biên khảo*

- **Thích Thiện Huệ** (1948 -1966), Sa di, Thánh tử đạo, thế danh Nguyễn Lang, xuất gia năm 1964 với HT Từ Viên- chùa Từ Ân- Tuy An, pháp danh Quảng Trí, pháp tự Thiện Huệ. Năm 1965 vào trú xứ tu học ở chùa Tu Bông-Nha Trang. Năm 1966, thọ Sa di giới với HT Thiên Sơn- chùa Tu Bông. Trong pháp nạn PG 1966, thầy đã tự thiêu tại Gò Giếng Nước Nóng, ấp Tân Phước, xã Vạn Phước, quận Vạn Ninh, tỉnh Khánh Hòa vào buổi trưa ngày 13-04-1966, để lại 3 bức thư nói lên nguyện vọng của thầy, nguyên quán Tuy An-Phú Yên, trú quán Ninh Hòa-Khánh Hòa - *xem thêm ở Danh Tăng Việt Nam tập 2*

- **Thích Thiện Huệ**, Hòa thượng, ấu niên xuất gia, thế danh Huỳnh Văn Tấn, sinh năm Tân Tỵ (1942), trụ trì đời thứ sáu tổ đình Phước Hưng Cổ Tự, từng thí giới cho các Đại giới đàn với ngôi vị Tôn chứng A xà lê, Giáo thọ A xà lê, Yết Ma A xà lê, Đàn đầu Hòa thượng, nguyên Trưởng BTS Phật giáo Đồng Tháp, hiệu trưởng trường Trung cấp Phật học Đồng Tháp, Ủy viên HĐTS Trung ương GHPGVN, Chứng minh BTS PG Đồng Tháp. Ngài chuyên thọ trì Kinh Diệu Pháp Liên Hoa, là vị danh tăng nổi tiếng trì giới, hiếu thảo song thân, nguyên quán, trú quán Sa Đéc- Đồng Tháp - *theo Thích Vân Phong sưu khảo*

- **Thích Từ Huệ** (1910 -1997), Hòa thượng, Trưởng lão hệ phái Khất sĩ Việt Nam, thế danh Tạ Văn Phụng, xuất gia năm 1947 với tổ Minh Đăng Quang- chùa Linh Bửu- Mỹ Tho, pháp danh Từ Huệ. Năm 1950, ngài khai sơn tịnh xá Mỹ Đức, và có công thành lập rất nhiều ngôi tịnh xá khắp miền Nam. Năm 1951, ngài tham gia *Giáo hội Tăng già Nam Việt* và là Thành viên Giáo hội Tăng già Toàn quốc, đại diện cho hệ phái Khất sĩ hòa nhập vào PGVN. Năm 1964, ngài là Thành viên GHPGVNTN tỉnh Định Tường. Đặc biệt, ngài thành lập nghĩa trang miễn phí cho người nghèo và một lò thiêu tại khuôn viên chùa Pháp Bảo- Mỹ Tho. Năm 1992, ngài được cung thỉnh làm Thành viên HĐCM GHPGVN, tác phẩm: *Thuốc Nam gia truyền (3 tập)*, ngài xả báo thân ngày 27 tháng 6 năm Đinh Sửu (31-07-1997) thọ 88 năm, 50 tuổi đạo, nguyên quán trú quán Mỹ Tho-Tiền Giang - *xem thêm ở Danh Tăng Việt Nam tập 2*

- **Phan Văn Hùm** (1902 -1946), học giả, nhà văn, triết gia, bút danh Phù Giao, ông đỗ Cao học Triết tại đại học Sorbon-Paris và giảng dạy tại Toulouse-Pháp, ông về Sài Gòn năm 1933, hợp tác với các đồng chí ra tờ *La Lutte* (Tranh đấu), chủ bút tờ *Đồng Nai* và viết khá nhiều tác phẩm. Ông bị Pháp bắt đày đi Côn Đảo, trở về ông bị an trí ở Tân Uyên, nơi đây ông viết tác phẩm PG ra mắt ngày 27-5-1942: "*Phật giáo Triết học*", ấn hành tại Đông Dương ấn quán - Hà Nội. Ông bị địch giết hại năm 1946, nguyên quán trú quán Lái Thiêu-Bình Dương - *theo trang nhà www.Wikipedia*

- **Lâm Hùng** (1947 -1974), Đại đức, liệt sĩ, sinh năm 1947, tại ấp Vĩnh Đằng, xã Vĩnh Hòa Hiệp, huyện Châu Thành, tỉnh Kiên Giang. Năm 1964, song thân cho phép ngài đến chùa Cù Là Cũ, ấp Vĩnh Niên, xã Vĩnh Hòa Hiệp để tu học theo truyền thống Khmer.

Năm 1967, ngài thọ Tỳ kheo giới với HT Danh Tấp, đàn giới tổ chức tại bổn tự Cù Là Cũ. Ngài được giao trọng trách Phó trụ trì Cù Là Cũ vào ngày 16 tháng 3 năm 1972. Sau đó, được tập thể Sư sãi bầu làm Ủy viên *Hội Đoàn Kết Sư sãi Yêu nước* huyện Châu Thành, do sư Danh Mây là Hội trưởng và trực tiếp lãnh đạo các Sư sãi bốn Tự viện : chùa Cù Là Cũ, chùa Cù Là Mới- Rạch Sỏi, chùa Chung, chùa Giục Tượng. Nhờ có học và biết nghiệp vụ Y tá chuyên môn, ngài chăm sóc, trị liệu cho bà con Khmer và các bạn đồng liêu của mình. Ngài nhớ lại một việc hãi hùng đó là vào lúc 16 giờ 16 tháng 10 năm 1965 : *"Bọn giặc Mỹ Ngụy dùng máy bay ném bom xuống chùa Đường Xuồng, xã Định Hòa, huyện Gò Quao làm trên 300 vị Sư sãi, đồng bào Khmer chết và bị thương, trong đó có Hòa thượng Danh Kim trụ trì Chùa Thanh Gia"*. Từ đó, nhiều cuộc biểu tình đấu tranh đòi địch phải đền bồi sinh mạng, tài sản của nhân dân và Sư sãi. Ngài tham gia Cách mạng và làm thành viên Ủy ban Mặt trận Tổ quốc huyện Châu Thành. Ngày 05 tháng 6 năm 1974, bọn cảnh sát ngụy bắt 10 vị Sư sãi đi dự lễ Hỏa táng nhục thân HT Danh Con tại chùa Klang Mương. Hôm sau, ngài cùng một số vị Sư sãi tập họp tại chùa Cà Lang để đấu tranh đòi bọn chúng trả tự do cho 10 vị Sư, nhưng bọn chúng đã giải các vị Sư về quận Kiên Thành. Một cuộc họp đặc biệt tại phòng của Đại đức Danh Kê vào lúc 20 giờ ngày 08/6/1974, ngài triệu tập Sư sãi đại diện các chùa để lãnh đạo cuộc đấu tranh tranh trực diện với đối phương. Hội nghị đã quyết định lực lượng các Sư sãi trong toàn tỉnh gồm 71 chùa cùng nhau tiến hành cuộc đấu tranh ngày 10-6-1974, Ngài chịu trách nhiệm bốn chùa: Cù Là Cũ, Cù Là Mới, Rạch Sỏi, chùa Chung tham gia lực lượng biểu tình. Đúng 06 giờ 45 phút bắt đầu xuất phát cuộc xuống đường do ngài dẫn đoàn biểu tình hơn 2 nghìn Sư sãi, hơn 600 đồng bào Việt, Khmer, đoàn biểu tình đi dọc lộ 12 từ Minh Lương theo hướng Rạch Sỏi đến dinh quận Kiên Thành. Bọn lính kéo ba dãi hàng rào thép gai chặn đường, đặt mìn ngăn đoàn biểu tình. nhưng Ngài cùng đoàn vẫn thản nhiên tiến bước. Nơi hàng rào thép gai, bọn chúng treo biển:

"Vượt rào có quyền nổ súng", nhưng đoàn vẫn không lùi bước. Khoảng 30 vị Sư vượt khỏi hàng rào thứ ba thì nhiều loạt súng trường và súng máy nổ dữ dội. Ngài quỵ ngã sấp phía trước, nhưng vẫn gắng gượng dậy, dùng tay phải vẫy gọi đoàn biểu tình và dùng khí lực hô to khẩu lệnh : "Hỡi chư vị Sư sãi yêu nước, cùng đoàn kết tiến lên đối phó với bọn cảnh sát quân cảnh". Ngài trút hơi thở vào lúc 10 giờ 45 phút ngày 10 tháng 6 năm 1974. Trụ thế 24 Xuân, 7 Hạ an cư - *theo tư liệu Danh tăng PG Nam Tông Khmer*

- **Thích Ninh Hùng** (1926 -2011), Hòa thượng, thiền phái Lâm Tế Hoa Tông đời 45, Tăng trưởng hệ phái PG Hoa Tông Việt Nam, thế danh Tăng Ninh Hùng, xuất gia năm 1933 với HT Thanh Thuyền- chùa Đại Bi- Phúc Kiến- Trung Quốc, pháp danh Thường An, pháp tự Ninh Hùng, pháp hiệu Tịnh Trần. Năm 1935, ngài được biệt xuất thọ đại giới tại giới đàn chùa Trùng Khánh- Phúc Châu do HT Phổ Liên làm Đàn đầu truyền giới. Sau đó, ngài được vào học tại PHV Cổ Sơn Pháp Giới- Phúc Kiến. Năm 1946, ngài sang Việt Nam làm Phó Tự chùa Ông Bổn- Quận 5- Chợ Lớn. Năm 1954, ngài khai sơn chùa Linh Quang- Chợ Lớn. Năm 1961, ngài cùng HT Phước Quang lập *Tịnh Quang Liên Xã*, gây quỹ xây cất bệnh viện Quảng Đông. Năm 1963, ngài làm Giám viện chùa *Nam Phổ Đà* và thủ tọa *Tây Thiền Tự*- Phúc Kiến. Năm 1968, ngài mở trường *Tường Quang* và Chẩn Y viện PG Hoa Tông, châm cứu bốc thuốc miễn phí, mua đất xây trường *Chánh Giác* cho con em người Hoa theo học. Năm 1973, ngài khai sơn chùa *Bảo Quang*- Đà Lạt. Năm 1975, ngài tham gia *Ban Liên lạc PG Yêu nước* TP Hồ Chí Minh. Năm 2007, ngài được cung thỉnh làm Thành viên Hội đồng Chứng minh GHPGVN, Chứng minh BTS Thành hội Phật giáo TP Hồ Chí Minh, Chứng Minh Ban Đại diện PG Quận 6, viện chủ chùa Nam Phổ Đà- Quận 6, ngài xả báo thân ngày 12 tháng Giêng năm Tân Mão (14-02-2011) thọ 86 năm, 76 mùa an cư, nguyên quán Phúc Kiến- Trung Quốc, trú quán TP Hồ Chí Minh - *xem thêm ở Danh Tăng Việt Nam tập 3*

- **Thích Khánh Huy** (1883 -1932), Hòa thượng, dòng Lâm Tế Đạo Mẫn đời 39, thuở nhỏ học đạo ở chùa Phước Lâm- Cai Lậy, xuất gia năm 1899 với tổ Hải Lương Chánh Tâm- chùa Kim Cang- Tân An, pháp danh Như Huy, pháp hiệu Khánh Huy. Năm 1904, ngài thọ đại giới tại giới đàn chùa Khánh Quới do HT Hải Lương Chánh Tâm làm Đường đầu truyền giới. Năm 1914, ngài trùng tu chùa Phước Lâm- Cai Lậy và lập giới đàn Báo ân. Ngài danh nhiều ngân khoản để khắc ván in kinh lưu hành các bộ: *Kinh Pháp Hoa ; Kinh Tam Bảo ; Thiền Môn Nhựt Tụng*... Năm 1924, ngài lập thảo am kế bên chùa Phước Lâm, lấy tên là "*Trực Chỉ Tông*" để chuyên tu, đến năm 1930, ngài nguyện nhập thất vĩnh viễn. Ngài xả báo thân ngày 12 tháng 10 năm Canh Tuất (1934) hưởng 52 năm, 32 tuổi đạo, nguyên quán trú quán Cai Lậy- Tiền Giang - *xem thêm ở Danh Tăng Việt Nam tập 3*

- **Thích Đồng Huy** (1919 -2010), Hòa thượng, dòng Lâm Tế Chúc Thánh đời 43, thế danh Phan Văn Đa, xuất gia năm 1938 với HT Hưng Từ- chùa Long Đoàn- Trà Cú- Bình Thuận, pháp danh Thị Lạc, pháp tự Hành Thiện. Năm 1943, ngài theo học ở PHĐ Lưỡng Xuyên- Trà Vinh. Năm 1945, ngài tham gia kháng chiến chống Pháp, đến năm 1955, trở về tu học tại chùa Phú Thạnh- Phú Nhuận, cầu pháp với HT Thiện Hòa và nhập học ở PHĐ Nam Việt- chùa Ấn Quang. Năm 1956, ngài thọ Tam đàn cụ túc tại chùa Pháp Hội do HT Hành Trụ làm Đàn đầu truyền giới và được ban pháp danh Đồng Huy, pháp tự Thanh Tùng, pháp hiệu Trí Thắng. Năm 1960-1963, ngài được cử trụ trì Đại Tòng Lâm- Bà Rịa. Năm 1964, ngài theo học tại PHV Huệ Nghiêm. Năm 1970, ngài khai sơn tu viện Vạn Hạnh và khai khẩn 300 mẫu đất cấp phát cho Tăng ni có nơi tu hành. Năm 1972, ngài là Phó Ban đại diện GHPGVNTN tỉnh Phước Tuy kiêm Chánh đại diện PG quận Long Lễ và Chánh đại diện Khu tự trị PG *Làng Vạn Hạnh*. Năm 1986, ngài là Phó BTS PG tỉnh Đồng Nai kiêm Chánh đại diện PG huyện Châu Thành. Năm 1990, ngài là Phó giám đốc Đại Tòng Lâm kiêm Giám luật và sáng lập các chùa: Vạn Thiện, Vạn Phước, Vạn An, đồng thời khai khẩn thêm 20 mẫu trên sườn núi Thị Vải- Bà Rịa. Năm 1992, ngài làm Ủy viên HĐTS kiêm Trưởng BTS PG tỉnh Bà Rịa Vũng Tàu. Năm 1997, ngài được tấn phong Thành viên Hội đồng Chứng minh GHPGVN và Trưởng ban Quản trị Đại Tòng Lâm. Ngài được cung thỉnh làm Đàn đầu Hòa thượng trong đại giới đàn Thiện Hòa V (2006) và Thiện Hòa VI (2009) tổ chức tại Đại Tòng Lâm. Các bộ sách ngài đã phiên dịch là: *Tứ Phần Luật*

Tạng 60 quyển; Luật Học 01 quyển; Tỳ Kheo Ni Sao 03 quyển; Luật Học Cương Yếu 01 quyển; Tỳ Kheo Giới Bổn Sở Nghĩa 01 quyển; Phạm Võng Lược Sớ 10 quyển; Tỳ Kheo Tăng Sao. 03 quyển; Luật Tứ Phần như thích; Yết Ma Đại Cương 01 quyển; Phật Học Diễn Giảng; Tỳ Kheo Giới Bổn Lược Giải 01 tập; Tỳ Kheo Ni Giới Bổn Lược Giải 01 tập... Ngài xả báo thân ngày 19 tháng 11 năm Kỷ Sửu (03-01-2010) thọ 90 năm, 55 giới lạp, nguyên quán Quảng Nam, trú quán Bà Rịa Vũng Tàu - *xem thêm ở Danh Tăng Việt Nam tập 3*

- **Thích Quang Huy** (1932 - 1993), Hòa thượng, dòng Lâm Tế Liễu Quán đời 43, thế danh Đinh Văn Hương, xuất gia năm 1945 với HT Giác Hải- chùa Kim Sơn- Nha Trang, pháp danh Tâm Trung, pháp tự Hưng Quang, pháp hiệu Quang Huy. Năm 1958, ngài thọ đại giới tại giới đàn chùa Thiên Bửu do HT Phước Huệ- chùa Hải Đức làm Đàn đầu truyền giới. Năm 1960, ngài kế thế trụ trì chùa Kim Sơn- Nha Trang. Năm 1963, ngài trụ trì chùa Sắc tứ Khải Đoan, Năm 1985, ngài làm Trưởng BTS GHPGVN tỉnh Đăk Lăk, ngài xả báo thân ngày mồng 3 tháng 10 năm Qý Dậu (16-11-1993) thọ 61 năm, 40 tuổi đạo, nguyên quán Khánh Hòa, trú quán Dak Lak - *xem thêm ở Danh Tăng Việt Nam tập 3*

- **Trần Huỳnh** (? - ?), Cư sĩ, nhà báo, ông là một cây bút tiến bộ. Năm 1935, tạp chí *Duy Tâm* được Thống đốc Nam kỳ ký lệnh số 604S cho phép *hội Lưỡng Xuyên Phật học* xuất bản, ông được mời làm quản lý rồi chủ bút tạp chí *Duy Tâm*. Ngoài ra, ông có biên soạn và xuất bản bộ *Phật học giáo khoa* (2 quyển). Năm 1937, ông chuyển sang làm chủ bút tờ *Pháp Âm* của *hội Tịnh độ Cư sĩ*, nguyên quán Sa Đéc, trú quán Sóc Trăng.

- **Trừng Tĩnh Tịnh Huyền** (1875 -?), Hòa thượng, dòng Lâm Tế Liễu Quán đời 42, thế danh Công Tôn Ưng Phục, xuất gia năm 1897 với ngài Thanh Thái Phước Chỉ- chùa Tường Vân- Huế, pháp danh Trừng Tĩnh, pháp tự Nhất Tâm, đắc pháp năm 1920 được pháp hiệu Tịnh Huyền. Ngài tìm đến vùng núi Tuần, lập thất ẩn tu, sau trùng tu thành chùa hiệu là *Cấp Cô*. Ngài còn khai sơn Niệm Phật Đường *Bằng Cư* ở xã Lại Bằng. Ngài thị tịch tại đây, chỉ còn long vị, không rõ năm mất, tháp lập ở khuôn viên chùa Cấp Cô-

Nam Hòa, Ngài nguyên quán trú quán Thừa Thiên Huế - *theo Chư tôn Thiền đức&Cư sĩ hữu công Thuận Hóa tập 3*

Hưng

- **Thích Huệ Hưng** (1917 -1990), Hòa thượng, Thiền sư, Luật sư, thế danh Nguyễn Thanh Chẩm, xuất gia với HT Chánh Thành- chùa Vạn An- Sa Đéc, pháp danh Ngộ Trí, pháp tự Huệ Hưng. Năm 1945, ngài vào PHĐ Lưỡng Xuyên được 6 tháng thì trường đóng cửa, ngài về học với HT Hành Trụ ở chùa Long An- Sa Đéc. Năm 1947, ngài học ở PHĐ Liên Hải- Sài Gòn. Năm 1951, ngài giảng dạy tại PHĐ Giác Nguyên và dịch thuật kinh điển. Năm 1954, ngài dạy tại PHĐ Nam Việt- chùa Ấn Quang. Năm 1956, ngài trụ trì chùa Kim Huê- Sa Đéc và dạy PHĐ Phước Hòa- Trà Vinh. Năm 1962, ngài khai sơn thiền viện Tập Thành- Bà Chiểu. Năm 1966-1969, ngài làm Giáo thọ sư Cao đẳng Phật học viện Huệ Nghiêm. Năm 1970 khai sơn tu viện Huệ Quang. Năm 1974, ngài là Tổng lý Hội đồng Quản trị tổ đình Ấn Quang. Năm 1982, là Phó BTS THPG TP Hồ Chí Minh. Năm 1984 là Trưởng ban Chuyên môn Viện NCPH Việt Nam kiêm Hiệu phó trường Cao cấp Phật học Việt Nam cơ sở 2. Ngài là thiền sư thiền phái Đốn ngộ Việt Nam (hợp tác với thiền sư Duy Lực khôi phục Tổ sư thiền Việt Nam), tác phẩm: *Kinh Duy Ma Cật* (dịch) ; *Kim Cang Giảng lục ; Lược sử đức Lục Tổ ; Pháp môn tu chứng Lăng Nghiêm đại định ; Kinh Phật thuyết Đương lai biến ; Kinh Phật thuyết diệt tận ; Tập Tri kiến Giải thoát ; Kinh Phạm Võng hiệp chú.* Cuối đời ước nguyện lớn của ngài là làm sao để tiếp tục thực hiện những điều mà ngài đã hứa với Hòa thượng Phó Tăng thống Thích Thiện Hòa trong việc gìn giữ và phát triển Đại Tòng Lâm cho xứng tầm với công cuộc hòa nhập cộng đồng, phát triển của đạo pháp và dân tộc. Thế nhưng lực bất tòng tâm bởi tuổi cao sức yếu, và dự án Viện Chuyên tu tại Đại Tòng Lâm bất thành. Ngài viên tịch ngày 28 tháng Giêng năm Canh Ngọ, thọ 74 tuổi, 46 hạ lạp, nguyên quán Đồng Tháp, trú quán TP Hồ Chí Minh - *xem thêm ở Danh Tăng Việt Nam tập 1*

- **Khái Hưng** (1896 -1947), nhà văn, cây bút chính của *Tự Lực văn đoàn*, ông tên thật là Trần Khánh Giư, bút danh Khái Hưng, sinh năm 1896, đỗ Tú Tài và dạy ở trường tư thục Thăng Long- Hà Nội. Tác phẩm của ông đề cao tính nhân văn, bối cảnh làng quê chùa chiền Việt Nam nên được mọi giới hâm mộ. Trong những năm 1935-1945, ông là cây bút được giới trẻ thành thị ưa chuộng. Những tác phẩm của *Tự Lực văn đoàn* nói chung và Khái hưng nói riêng, có sức lan tỏa trong giới PG sâu rộng và sống mãi với thời gian. Tác phẩm liên quan PG: *Hồn Bướm Mơ Tiên (1933) ; Tiêu Sơn Tráng Sĩ (1937)*. Ông mất năm 1947, nguyên quán Hải Phòng, trú quán Hà Nội.

- **Trang Quảng Hưng** (1893 -1946), Hòa thượng, pháp danh Như Tiến, pháp tự Giải Hinh, pháp hiệu Quảng Hưng, đời 41 tông Lâm Tế, thế hệ thứ 8 pháp phái Chúc Thánh. Ngài thế danh Trang Văn Trí, sinh năm Quý Tỵ (1893) tại làng Cẩm Phô, Hội An, Quảng Nam. Xuất gia với Hòa thượng Phước Trí tại chùa Tam Thai, thọ Tỳ kheo với tổ Vĩnh Gia tại chùa Phước Lâm năm 1910, đắc pháp với HT Phước Điền với hiệu là Quảng Hưng. Năm 1924, ngài mua đất lập chùa Từ Vân tại Đà Nẵng. Năm 1928 mở giới đàn tại đây và HT.Thích Trí Thủ là thủ Sa di giới đàn này. Năm 1930, ngài vào Phan Thiết lập chùa Pháp Bảo tại phường Lạc Đạo, tham gia nhiều trường Hương, trường Kỳ và các giới đàn tại Phan Thiết và miền Nam. Ngài chủ trương chấn hưng Phật giáo phải như sau: "*CHPG phải vừa có lý thuyết vừa có thực hành*". Ngoài việc lập trường Phật học nên chú ý đến cứu khổ chúng sanh như lập Nhà Dục Anh nuôi trẻ mồ côi, lập bệnh viện từ thiện... Ngài tịch ngày 17 tháng 12 năm Bính Tuất (1946) tại Phan Thiết. Ngài nguyên quán Quảng Nam, trú quán Phan Thiết - *theo Thích Như Tịnh sưu* *khảo*

- **Thích Trí Hưng** (1908 -1986), Hòa thượng, thế danh Nguyễn Tăng, năm 1930, ngài lập thảo am hiệu Thạch Liêm để tu học. Năm 1933, ngài xuất gia thọ pháp với HT Hoằng Thạc- chùa sắc tứ Thạch Sơn, pháp danh Chơn Miên, pháp tự Đạo Long, pháp hiệu Trí Hưng, được bổn sư giao chức Giám viện chùa Sắc tứ Thạch Sơn. Năm 1938, ngài giữ chức Kiểm Tăng tỉnh Quảng Ngãi. Năm 1939, ngài trụ trì chùa Sắc tứ Thạch Sơn và Kiểm Tăng Sơn môn. Năm 1938, hội An Nam Phật học tỉnh Quảng Ngãi thành lập, ngài được cung thỉnh làm Chứng minh đạo sư của Hội. Năm 1939, ngài được triều đình phong Tăng cang chùa Từ Lâm. Năm 1947, ngài làm Tổng thư ký Hội đồng Trị sự Sơn môn tỉnh Thừa Thiên. Năm 1955, ngài trùng tu tổ đình Thiên Ấn- Quảng Ngãi và thành lập GHPG tỉnh Quảng Ngãi. Năm 1958 ngài làm Tăng trưởng PG Cổ Sơn môn tỉnh Quảng Ngãi. Năm 1963, ngài là Phó tăng thống Giáo hội PG Cổ Sơn Môn. Năm 1965, ngài trụ trì chùa Thiền Lâm-Chợ Lớn, ngài tịch tại chùa Thiền Lâm ngày 14 tháng 9 năm Bính Dần (17-10-1986), thọ 79 tuổi, 57 tuổi đạo, nguyên quán Quảng Ngãi, trú quán TP Hồ Chí Minh - *xem thêm ở Danh Tăng Việt Nam tập 1*

Hương

- **Thoại Lâm Chơn Hương** (1800 -1855), Hòa thượng, từng ra kinh đô tụng kinh cầu thọ cho vua Minh Mạng, được vua phong là Gia Lợi Đại sư, chưa có thêm thông tin - *theo Biên niên sử PG Sài Gòn Gia Định*

- **Minh Phương Chơn Hương** (-1877) Hòa thượng tổ sư, trụ trì tổ đình Linh Nguyên_Đức Hòa, Long An, danh tăng thế kỷ 19, đào tạo nhiều bậc tăng tài thế hệ kế thừa, nguyên quán trú quán Long

An.

- **Thích Nữ Diệu Hương** (1884 -1971), Ni trưởng, thế danh Nguyễn Thị Kiều, khi 16 tuổi được nhập cung và được phong làm Mỹ Tân. Sau khi vua Thành Thái bị đày, bà xin phép được xuất gia với HT Thanh Thái-Phước Chỉ-chùa Tường Vân, được pháp danh Trừng Ninh, pháp hiệu Diệu Hương. Năm 1924, Ni trưởng thọ giới Tỳ kheo ni tại giới đàn Từ Hiếu. Cùng năm ấy, bà cùng với Ni trưởng Diệu Không, bà Ưng Đình...cùng nhau sáng lập chùa Diệu Viên ở Hương Thủy và bà làm tọa chủ. Năm 1932, HT Giác Tiên và HT Tịnh Khiết ủy thác cho Ni trưởng mượn chùa Từ Đàm để lập một cơ sở cho Ni chúng về học. Khi Ni trưởng Diệu Không lập chùa Diệu Đức, đã mời bà về làm tọa chủ, HT Phước Huệ đã đặt cho tên là "*Diệu Đức Ni trưởng*", nguyên quán trú quán Thừa Thiên Huế - *theo Chư tôn Thiền đức&Cư sĩ hữu công Thuận Hóa*

- **Thích Đạt Hương** (1900 -1987), Hòa thượng, dòng Thiên Thai Giáo Quán Tông đời 22, thế danh Lưu Văn Ngưu, xuất gia năm 1931 với HT Liễu Thiền- chùa Tôn Thạnh- Long An, pháp danh Đạt Hương, pháp hiệu Tánh Đàn. Năm 1957, ngài tham dự khóa *Như Lai Sứ Giả* do *Giáo hội Tăng già Nam Việt* mở tại chùa Pháp Hội. Năm 1958, ngài trụ trì chùa Phước Lâm- Đồng Nai. Năm 1963, ngài trụ trì chùa Linh Phong- Tiền Giang. Năm 1964, ngài được cung thỉnh làm Thành viên Hội đồng Trưởng lão GHPGVNTN. Năm 1970, ngài đứng tên xin phép thành lập *Giáo hội Thiên Thai Giáo Quán Tông* do ngài làm Tông trưởng. Năm 1981, ngài được mời làm Thành viên HĐCM GHPGVN, ngài xả báo thân vào ngày 28 tháng 7 năm Đinh Mão (1987) thọ 87 năm, 49 hạ lạp, nguyên quán Long An, trú quán Tiền Giang - *xem thêm ở Danh Tăng Việt Nam tập 2*

- **Thích Giới Hương** (1937 -2002), Hòa thượng, xuất gia với HT Đôn Hậu-chùa Thiên Mụ. Năm 1963, ngài tham gia chống kỳ thị tôn giáo của chế độ độc tài gia đình trị Ngô Đình Diệm. Năm 1972, trụ trì Quốc tự Diệu Đế và giảng dạy trường Bồ Đề Thành Nội.

Năm 1997, Phó trưởng BTS Giáo hội PG Thừa Thiên Huế, nguyên quán Quảng Trị, trú quán Thừa Thiên Huế - *theo Chư tôn Thiền đức&Cư sĩ hữu công Thuận Hóa*

- **Ấn Như Huệ Hương** (? -?), Hòa thượng, dòng Lâm Tế Chúc Thánh đời 39, đắc pháp với tổ Chương Tánh Quảng Nhuận- chùa Triều Tôn- Tuy An- Phú Yên, pháp danh Ấn Như, pháp tự Tổ Nguyện, pháp hiệu Huệ Hương. Sau khi tổ Chương Tánh viên tịch, ngài kế thế trụ trì chùa Triều Tôn và cầu pháp với tổ Chương Niệm Quảng Giác ở tổ đình Từ Quang (Đá Trắng). Từ khi trụ trì, ngài đứng ra trùng tu ngôi Tam bảo. Sau khi hoàn mãn, ngài chuyên tâm vào tu tập, đặc biệt là ngài gia tâm chuyên trì mật chú, và có nhiều kết quả linh ứng nhiệm mầu. Bằng phương tiện dùng linh chú và mật phù, ngài chữa lành bệnh và cảm hóa được nhiều người kết duyên Phật đạo. Quý trọng hơn là ngài tuyệt đối không nhận bất cứ tặng vật gì về cho bản thân, mà khuyên họ làm việc phước thiện và tạo công đức cho Tam bảo. Ngài viên tịch ngày 29 tháng 9 Âm lịch, tháp lập ở khuôn viên chùa Triều Tôn, nguyên quán trú quán Tuy An- Phú Yên - *theo Thích Thanh Minh sưu khảo*

- **Thích Lệ Hương** (1902 -!985), Hòa thượng, thế danh Trần Đình Phúc, xuất gia với HT Nhật Tường- chùa Hải Quang- Bố Trạch- Quảng Bình, pháp danh Lệ Hương, pháp tự Quảng Thọ. Năm 1952, ngài thọ đại giới năm 40 tuổi tại giới đàn chùa Phổ Minh- trụ sở *hội Phật học Quảng Bình*, do HT Hồng Tuyên Chánh Giáo làm Đàn đầu truyền giới. Năm 1957-1958, ngài khai sơn ngôi chùa ở quê nhà, hiệu là *Đức Quang Tự*. Năm 1969, ngài được bổn sư thọ ký, trao pháp hiệu là Vĩnh Hưng. Ngài viên tịch năm 1985, thọ 83 năm, 43 tuổi đạo, tháp mộ trong nghĩa trang họ Trần ở thôn Nam Đức- xã Đức Trạch- Bố Trạch. Năm 1986-1987, vì không có người thừa tự, nên chính quyền sáp nhập 3 chùa lại một (Đức Quang, Vĩnh Thanh, Quan Âm) lấy tên chung là *Đức Linh*. Trong số các pháp khí còn lại, có một bản *"Kinh Thủy Sám"* chép tay và hình vẽ minh họa của ngài còn để lại rất đẹp, nguyên quán trú quán Bố

Trạch- Quảng Bình - *theo Chư tôn Thiền đức&Cư sĩ hữu công Thuận Hóa tập 3*

- **Thích Nguyên Hương** (1940 -1963), Đại đức, Thánh tử đạo pháp nạn 1963, thế danh Huỳnh Văn Lễ, xuất gia năm 1946 với HT Quang Chí- chùa Linh Bửu, pháp danh Nguyên Hương, pháp hiệu Đức Phong. Năm 1960, thọ đại giới tại giới đàn chùa Bửu Tích và trụ trì chùa Bửu Tạng-Phan Thiết. Trong pháp nạn PG 1963, ngài tự thiêu tại đài Chiến sĩ trước Tòa tỉnh trưởng Bình Thuận vào 12 giờ trưa ngày Rằm tháng 6 năm Quý Mão (04-08-1963), hưởng 23 tuổi đời, 02 tuổi đạo, nguyên quán trú quán Bình Thuận - *xem thêm ở Danh Tăng Việt Nam tập 2*

- **Thích Như Hương** (1894 -1975), xem Thích Giải Tâm, Sđd.

- **Thích Quảng Hương** (1926 -1963), Đại đức, Thánh tử đạo pháp nạn 1963, thế danh Nguyễn Ngọc Kỳ, dòng Lâm Tế Liễu Quán đời 44, xuất gia năm 1943 với HT Minh Lý- chùa Quang Sơn- Tuy An, pháp danh Nguyên Diệu, pháp tự Quảng Hương, pháp hiệu Bảo Châu. Năm 1949, thọ cụ túc giới và cầu pháp với HT Liên Tôn- kế vị trụ trì chùa Quang Sơn và làm Thư ký hội Phật học xã An Hiệp. Năm 1950, ngài vào học PHV Hải Đức Nha Trang. Năm 1959, là giảng sư chuyên trách tỉnh hội PG Tuyên Đức- Đà Lạt. Năm 1961, trụ trì chùa Khải Đoan kiêm giảng sư tỉnh hội PG Ban Mê Thuột. Trong pháp nạn PG 1963, tự thiêu trước chợ Bến Thành ngày 5-10-1963, hưởng 37 tuổi đời, 14 hạ lạp, nguyên quán Phú Yên, trú quán Đà Lạt - *xem thêm ở Danh Tăng Việt Nam tập 2*

- **Thích Thanh Hương** (1932 -2005), Hòa thượng, thế danh Tạ Văn Giảng, xuất gia năm 1942 với HT Hưng Phước- chùa Từ Hóa-Huế, pháp danh Thanh Hương. Năm 1949-1950, tu học tại chùa Báo Quốc. Năm 1951-1953, tu học tại chùa Ba La Mật. Năm 1954, ngài thọ Tỳ kheo tại giới đàn chùa Báo Quốc. Năm 1954-1956 làm Tri sự chùa Khải Đoan- Ban Mê Thuột. Năm 1957-1960, tu học tại PHV Hải Đức- Nha Trang. Năm 1960-1964, làm việc ở hãng *Vị* *trai Lá Bồ Đề*- Nha Trang. Năm 1968, trụ trì chùa Phước Long-Cam Ranh. Năm 1983, phụ trách nghi lễ chùa Long Sơn Nha Trang, ngài xả báo thân ngày mồng 7 tháng Chạp năm Giáp Thân (2005) thọ 74 năm, 51 hạ lạp, tháp lập ở vườn chùa Long Sơn, nguyên quán Gio Linh- Quảng Trị, trú quán Nha Trang- Khánh Hòa - *theo Chư tôn Thiền đức&Cư sĩ hữu công Thuận Hóa tập 3*

-**Thích Thiện Hương** (1903 -1971), Hòa thượng, dòng Lâm Tế Chúc Thánh đời 42, thế danh Lê Văn Bạch, xuất gia năm 1915 với HT Quảng Long- chùa Long Minh, pháp danh Nhuận Huê, pháp tự Thiện Hương. Năm 1922, ngài thọ đại giới tại giới đàn chùa Giác Lâm- Gia Định do HT Như Phòng Hoằng Nghĩa làm Đàn đầu truyền giới. Sau khi thọ giới, ngài cầu pháp với HT Từ Văn- chùa Hội Khánh, được pháp húy Chơn Duyên, pháp hiệu Từ Giác và được cử làm thủ tọa chùa Hội Khánh. Năm 1932, HT Từ Văn viên tịch, ngài được cử phó trưởng tử và nhận thế độ theo truyền thừa là Thị Huê. Năm 1941, ngài được cử làm trụ trì tổ đình Hội Khánh và mở trường gia giáo do ngài làm pháp sư đào tạo. Năm 1945, ngài làm Phó chủ tịch *hội PG Cứu quốc* tỉnh Thủ Dầu Một. Năm 1953, ngài làm Tăng trưởng *Giáo hội PG Lục Hòa Tăng* tỉnh Bình Dương. Năm 1960, ngài được cung cử Đệ nhất Phó Tăng thống *Giáo hội Lục Hòa Tăng Việt Nam,* ngài vãng sinh ngày 10 tháng 5 nhuần năm Tân Hợi (02-07-1971) thọ 68 năm, 48 giới lạp, lập tháp thờ trong khuôn viên chùa Hội Khánh, nguyên quán trú quán Bình Dương - *xem thêm ở Danh Tăng Việt Nam tập 2*

- **Thích Nữ Từ Hương** (1917 -2006), Ni trưởng, đệ tử HT Tôn Thắng-chùa Phổ Thiên, pháp danh Tâm Hồng, pháp tự Từ Hương, pháp hiệu Diệu Hòa, thế danh Hoàng Thị Phù Dung. Năm 1943, Ni trưởng tốt nghiệp Trung đẳng chuyên khoa tại Ni trường Diệu Đức Huế. Năm 1947, Ni trưởng nhận lãnh thảo am của HT Bích Nguyên giao lại, xây dựng thành chùa Linh Phong làm cơ sở cho Ni chúng tu học. Ni trưởng đã để trọn cuộc đời xây dựng và hoằng pháp độ sanh, biến ngôi chùa Linh Phong thành thắng cảnh thiền môn của Đà Lạt, nguyên quán Quảng Nam, trú quán Đà Lạt Lâm Đồng - *theo Chư tôn Thiền đức&Cư sĩ hữu công Thuận Hóa*

- **Thích Chơn Hướng** (1954 -2008), Thượng tọa, đệ tử HT Tịnh Khiết-chùa Tường Vân, pháp danh Tâm Thiền, pháp tự Chơn Hướng. Năm 1973, vào Đơn Dương y chỉ sư huynh là HT Chơn Kim tu học, năm 1980 thọ đại giới tại giời đàn chùa Ấn Quang. Năm 1995, khai sơn chùa Phật Quốc Tự ở đèo Đ ' Rang- Lâm Đồng. Năm 2005, Thượng tọa giữ chức Phó trưởng ban Tăng sự PG tỉnh Lâm Đồng. Năm 2008, Chánh đại diện PG huyện Đơn Dương, trên đường đi công tác, bị tai nạn và mất, nguyên quán Thừa Thiên Huế, trú quán Đơn Dương Lâm Đồng - *theo Chư tôn Thiền đức&Cư sĩ hữu công Thuận Hóa*

- **Thích Tâm Hướng** (1923 -1997), Hòa thượng, dòng Lâm Tế Liễu Quán đời 44, đệ tử HT Giác Hạnh, pháp danh Nguyên Nguyện, pháp hiệu Huyền Luận, thế danh Dương Xuân Đệ, trụ trì chùa Vạn Phước-Huế, trùng kiến chùa Tuệ Quang-Gài Gòn và đổi tên thành chùa Vạn Đức rồi đổi tên lần nữa thành chùa Vạn Phước, Phó ban Nghi lễ TW GHPGVN, Chánh đại diện PG quận 11 TP Hồ Chí Minh, nguyên quán Thừa Thiên Huế, trú quán TP Hồ Chí Minh.

- **Thích Nữ Như Hường** (1921 -2000), Ni trưởng, pháp danh Như Hường, tự Giải Liên, hiệu Thọ Minh, đời 41 tông Lâm Tế, thế hệ thứ 8 pháp phái Chúc Thánh. Ni trưởng thế danh Lê Thị Trang, sinh năm Tân Dậu (1921) tại thôn Xuân An, xã Nghĩa Hà, huyện Tư Nghĩa, tỉnh Quảng Ngãi. Năm 1934, Ni trưởng xuất gia với HT Thích Khánh Tín tại chùa Thọ Sơn, Quảng Ngãi, sau đó được Bổn sư gởi ra tham học tại Ni trường Diệu Đức, Huế. Năm 1949 thọ Tỷ kheo ni tại giới đàn Báo Quốc. Năm 1956 được cử làm phó trụ trì và đến năm 1962 chính thức trụ trì chùa Bảo Thắng, Hội An. Ni trưởng trùng tu chùa Bảo Thắng năm 1970. Bên cạnh đó xây dựng Ký Nhi viện Diệu Nhân để cưu mang các cháu mồ côi do chiến tranh gây ra. Ni trưởng được cung thỉnh làm Tôn chứng, Giáo thọ trong các đàn giới tại tỉnh Quảng Nam. Ni trưởng viên tịch vào ngày 23 tháng 2 năm Canh Thìn (2000) thọ 80 tuổi, nhục thân nhập tháp tại chùa. Đệ tử Ni trưởng có các vị như: Ni trưởng Thích Nữ Hạnh Chơn, Ni trưởng Thích Nữ Hạnh Ngọc, Ni trưởng Thích Nữ Hạnh Hòa, Ni trưởng Thích Nữ Hạnh Thuận, Ni trưởng Thích Nữ Giải Thiện v.v...Ni trưởng sinh quán Quảng Ngãi, trú quán Quảng Nam - *theo tư liệu Thích Như Tịnh sưu khảo*

- **Thích Trí Hữu** (1912 -1975), Hòa thượng, Trưởng Lão, Pháp danh Thị Năng, pháp tự Trí Hữu, pháp hiệu Hương Sơn, đời 42 tông Lâm Tế, thế hệ thứ 9 pháp phái Chúc Thánh. Ngài thế danh Lê Thùy, sinh năm Quý Sửu (1912) tại làng Quá Giáng, huyện Điện Bàn, tỉnh Quảng Nam. Năm 17 tuổi, ngài xuất gia với thiền sư Như Thông Tôn Nguyên tại chùa Linh Ứng. Ngài theo học Phật học đường Phổ Thiên- Đà Nẵng năm 1935, sau đó ra tham học tại Phật học đường Báo Quốc. Năm 1948, ngài vào miền Nam khai sơn chùa Ứng Quang (nay là chùa Ấn Quang) và tham gia giảng dạy tại Phật học đường Nam Việt. Năm 1957, ngài trở về lại Đà Nẵng kế nghiệp trụ trì tổ đình Linh Ứng. Năm 1961, ngài giữ chức vụ Trị sự trưởng *Giáo hội Tăng già* Quảng Nam Đà Nẵng. Năm 1962, ngài được *Giáo hội Tăng già* cử làm trụ trì chùa Tỉnh hội Đà Nẵng. Đồng thời, ngài được cung thỉnh làm Giám viện Phật học viện Phổ Đà. Mùa pháp nạn năm 1963, ngài là vị lãnh đạo tối cao của Phật giáo Đà Nẵng trong việc đòi hỏi quyền tự do tôn giáo. Ngài có công trùng tu tổ đình Linh Ứng vào năm 1972 cũng như khai sơn các chùa như: chùa Từ Quang- Điện Bàn, chùa Hòa Phước- Hòa Vang, chùa Bảo Minh- quận Cẩm Lệ... Ngài thường được cung thỉnh vào hàng thập sư tại các đại giới đàn Hải Đức năm 1957 tại Nha Trang, giới đàn Vĩnh Gia năm 1970 tại Đà Nẵng, giới đàn Quảng Đức năm 1971 tại Thủ Đức cũng như làm Yết-ma, Giáo thọ tại các tiểu giới đàn tại Phật học viện Long Tuyền- Quảng Nam. Ngài viên tịch vào ngày 28 tháng 11 năm Ất Mão (1975) tại chùa Ấn Quang, Sài Gòn, hưởng thọ 64 tuổi. Sau lễ trà tỳ, môn đồ cung thỉnh xá lợi ngài về nhập bảo tháp tại tổ đình

Linh Ứng, Đà Nẵng. Đệ tử kế thừa có các vị: Đồng Đạt Thanh An; Đồng An Bảo Lạc; Đồng Thanh Thanh Thế; Đồng Ân Hoằng Khai; Đồng Nguyện Thiện Nguyện... Ngài nguyên và trú quán tại Đà Nẵng - *theo Thích Như Tịnh sưu khảo*

- **Cao Chánh Hựu** (1930 -2009), Cư sĩ, pháp danh Tâm Huệ, Huynh trưởng cấp Dũng, Phó ban Hướng dẫn Trung ương GĐPTVN trên thế giới, nguyên Đại tá Chánh thẩm tòa án quân sự quân khu I chính quyền Sài Gòn. Định cư Hoa kỳ năm 1982, nguyên quán Thùa Thiên Huế, trú quán Hoa Kỳ - *theo trang nhà www.gdptvn.org*

Hy

- **Văn Đình Hy** (1924 -1989), Cư sĩ, pháp danh Tâm Huyền. Năm 1948, ông cùng Nữ cư sĩ Tịnh Nhơn phụ trách Gia đình Phật Hóa Phổ Gia Thiện ở Huế. Năm 1952, tốt nghiệp Cao đẳng Sư phạm Hà Nội, ông về Huế dạy học trước Quốc học Huế. Năm 1964, đổi về Bộ Giáo dục Sài Gòn và được cử sang Mỹ quan sát giáo dục, khi về ông được cử đến Viện đại học Vạn Hạnh làm giám đốc Nha học vụ kiêm phụ tá Trưởng khoa phân khoa giáo dục. Năm 1972, ông trở về Bộ Giáo dục đảm trách trưởng đoàn kế hoạch giáo dục đến 1975. Cư sĩ có nhiều công trình biên khảo như: Văn học PG đời Lý ; *Văn học PG đời Trần ; Triết học Việt Nho của Nguyễn Trãi ; Tìm hiểu Nguyễn Hữu Thỉnh ; Tư liệu về Nguyễn Bỉnh Khiêm ; và một số biên khảo về Chăm Thuận Hải ; Chăm Châu Đốc ; Chăm Nam bộ ; Biên sơ khảo về tự vựng chữ Nôm*...nguyên quán Thừa Thiên Huế, trú quán TP Hồ Chí Minh - *theo Chư tôn Thiền đức&Cư sĩ hữu công Thuận Hóa*

- **Thích Chơn Hỷ** (1918 -1988), Hòa thượng, dòng Lâm Tế Gia Phổ đời 40, thế danh Quách Phước Thiện, xuất gia năm 1957 với Sư tổ Hồng Đệ Bửu Thành- chùa Bồng Lai- Tri Tôn- An Giang, pháp danh Chơn Hỷ, pháp hiệu Nhật Quang. Năm 1960, ngài thọ Tam đàn cụ túc tại giới đàn phương trượng chùa Phi Lai và hợp thức tại đại giới đàn Khánh Anh- An Giang. Năm 1970, chiến tranh ác liệt, chùa Bồng Lai bị tàn phá nặng nề, tổ Hồng Đệ phải di tản xuống chân núi, ngài cũng phải di dời ngôi chùa của gia tộc là Đông Thành Tự về phường Vĩnh Lạc- thị xã Rạch Giá xây dựng và đổi tên là Quan Thành Tự, ngài cất am tranh bên cạnh để tu hành. Năm 1975, hòa bình lập lại, Sư tổ Hồng Dệ về dựng lại chốn tổ Bồng Lai, ngài được bổn sư gọi về giao làm phó trụ trì chùa Nam An. Năm 1977, ngài được tổ Hồng Thanh Thiện Tài truyền vị trụ trì chùa Bửu Lâm- Cái Bèo- Cao Lãnh- Đồng Tháp. Năm 1987, ngài mở Hạ tại chùa Bửu Lâm và làm Phó chủ Hương kiêm Hóa Chủ. Từ năm 1978 về sau, ngài luôn được cung thỉnh làm giới sư tại các giới đàn trong và ngoài tỉnh. Ngài xả báo thân ngày 11 tháng Giêng năm Mậu Thìn (1988) thọ 71 năm, 31 giới lạp, nguyên quán An Biên- Kiên Giang, trú quán Cao Lãnh- Đồng Tháp - *theo Thích Vân Phong biên khảo*

- **Minh Hòa Hoan Hỷ** (1846 -1916), Hòa thướng, thiền phái Lâm Tế Chánh Tông đời 38, thế danh Nguyễn Thiên Hỷ, xuất gia với tổ Tiên Cần Từ Nhượng- chùa Long Thạnh- Bà Hom. Sau khi bổn sư viên tịch, ngài trụ trì chùa Long Thạnh, đã hoằng hóa tổ đình thành trung tâm Phật học và hoằng pháp danh tiếng toàn Lục tỉnh Nam kỳ. Năm 1882 ngài tham gia hội kín, kháng chiến vùng Hóc Môn Bà Điểm, cùng nghĩa quân nổi dậy giết chết Đốc phủ sứ Trần Tử Ca (1823-1885), ngài hiện thân với tấm gương nhập thế tích cực *"sát nhứt miêu, cứu vạn thử"*, nguyên quán trú quán Chợ Lớn, Gia Định - *xem thêm ở Danh Tăng Việt Nam tập 1*

- **Thích Nhựt Hỷ**, Thượng tọa, pháp hiệu mới là Thích Nguyên Tâm, sinh năm 1956, giảng sư ban Hoằng pháp GHPGVN TP Hồ

Chí Minh, nguyên quán Trà Ôn- Vĩnh Long, trú quán TP Hồ Chí Minh.

- Chơn Tín Pháp Hỷ (? - ?), Hòa thượng, dòng Lâm Tế Chúc Thánh đời 40, xuất gia với tổ Huệ Minh- chùa Bảo Sơn- Tuy An, pháp danh Chơn Tín, pháp tự Pháp Hỷ. Năm 1883, ngài là trụ trì đời thứ 6 chùa Từ Quang (Đá Trắng). Ngài cũng là người trụ trì chùa Linh Sơn- Hòn Chồng- Tuy An. Ngài là một bậc Pháp sư uyên thâm nổi tiếng, năm 1898, Quốc sư Phước Huệ nghe danh đã vào học bộ *Kinh Lăng Nghiêm* với ngài trong 3 năm. Ngài được mời ra kinh đô Huế giảng kinh cho chư Tăng thời bấy giờ. Theo *"Tra Am và Sư Viên Thành"*, năm 1901, tại Phú Yên mở một giới đàn truyền giới cho giới tử toàn quốc tại chùa Linh Sơn- Hòn Chồng. HT Viên Thành đã ở đây tham học trong 6 năm để thọ giới, ngài thân thế và năm sinh năm mất không rõ - *theo Chư tôn Thiền đức&Cư sĩ hữu công Thuận Hóa tập 3*

- Thích Thiện Hỷ (1919 -1968), Hòa thượng, là bào huynh của HT Mật Nguyện, xuất gia với HT Giác Nguyên-chùa Tây Thiên, pháp danh Tâm Thọ, pháp tự Thiện Hỷ, Chánh đại diện Sơn môn Tây Thiên, trùng tu chùa Kim Đài ở Châu Chữ-Huế, thành lập Tịnh nghiệp đạo tràng chùa Tây Thiên, Chánh đại diện Quận hội Nam Hòa, trụ trì chùa Tây Thiên, nguyên quán trú quán Thừa Thiên Huế - *theo Chư tôn Thiền đức&Cư sĩ hữu công Thuận Hóa*

- Lê Tự Hỷ, Cư sĩ, pháp danh Nguyên Tấn-Chánh Lập, sinh năm 1944, giáo sư toán học, giáo sư cổ ngữ Sankrist, tác gia, dịch giả, tác phẩm: *Thần chú trong Phật giáo* ; *Asoka đại đế* ; *Tự học tiếng Phạn I,II,III*, ông còn là giáo sư thỉnh giảng chương trình đào tạo Fullbridge-Hoa Kỳ năm 1995-1996, nguyên quán Điện Bàn-Quảng Nam, trú quán Hoa kỳ- TP Hồ Chí Minh.

K

- **Thiều Chửu-Nguyễn Hữu Kha** (1902 1954), Cư sĩ, Nhà nho, giáo sư, dịch giả Hán văn, tác gia, trí thức hội Phật giáo Bắc kỳ, hoạt động tích cực phong trào chấn hưng, nguyên quán trú quán Hà Nội - *xem thêm ở Danh Tăng Việt Nam tập 1*

- **Thích Diệu Khai** (1908 -1981), Hòa thượng, dòng Lâm Tế Chúc Thánh đời 42, xuất gia tu học với HT Pháp Lâm tại chùa Viên Thông-Huế, pháp danh Thị Bình, pháp tự Diệu Khai, thế danh Bùi Xuân Thái. Năm 1924, kế thế trụ trì chùa Viên Thông. Năm 1940-1943, soạn tác phẩm "*Lược sử chùa Viên Thông*". Từ 1960-1986 ngài và các đệ tử lần lượt trùng tu ngôi chùa trở nên thắng cảnh tráng lệ. Ngài là vị tôn đức chuyên nghiên cứu về nghi lễ, nơi nào có lễ hội cũng thỉnh ngài làm Sám chủ, nguyên quán trú quán Thừa Thiên Huế - *theo Chư tôn Thiền đức&Cư sĩ hữu công Thuận Hóa*

- **Thích Hoằng Khai** (1883 -1945), Hòa thượng, thế danh Phạm Văn Tiểng, Năm 1897, vốn giỏi võ, ngài từ Quảng Trị vào Sài Gòn mở Võ đường sinh nhai. Năm 1902, ngài đến chùa Bảo An- Bà Chiểu xuất gia với HT Thiện An, được pháp danh Hồng Khê, pháp tự Thiện Minh, dòng Lâm Tế Gia Phổ đời 40. Về sau ngài cầu pháp với tổ Huê Đăng- chùa Thiên Thai, được pháp húy Kiểu Đạo, pháp hiệu Hoằng Khai. Năm 1914, ngài về trụ trì chùa Hội Phước-Tân Thạch- Bến Tre. Năm 1926, ngài khai trường Hương ở chùa Hội Phước và đăng đàn giảng kinh Pháp Hoa. Năm 1939, ngài được cung thỉnh trụ trì thêm chùa Thiên Phước ở Tân Hương-Long An. Năm 1940, ngài khai trường Hương ở chùa Thiên Phước, năm sau ngài trở về chùa Hội Phước. Năm 1945, ngài nhập thất ở Bình Đại và thị tịch vào ngày 11 tháng 11 năm Ất Dậu (1945) thọ 63 tuổi và 41 mùa Hạ, ngài nguyên quán Quảng Trị, trú quán Bến Tre - *xem thêm ở Danh Tăng Việt Nam tập 2*

- **Thích Huệ Khai**, thế danh Nguyễn Tiến Dũng, Thượng tọa, sinh năm 1967, xuất gia năm 1970 với HT Quảng Ngọc- Huệ Ân, chùa Vĩnh Phước, Rạch Giá, Kiên Giang, được ban pháp danh Nhuận Đạo hiệu Thiện Thành. Sau đó, là đệ tử y chỉ Trưởng lão HT Thích Huệ Thành- chùa Long Thiền, pháp danh Huệ Khai, pháp tự Chơn Hiển. Năm 2005, tốt nghiệp tiến sĩ tại Ấn Độ, về nước giảng dạy học viện PGVN tại TP Hồ Chí Minh và các trường Trung cấp, Cao đẳng các tỉnh thành, Ủy viên HĐTS, Trưởng BTS GHPGVN TP Biên Hòa, Phó BTS Thường trực GHPGVN tỉnh Đồng Nai, kế thế trụ trì tổ đình Long Thiền- Biên Hòa, nguyên quán Kiên Giang, trú quán Đồng Nai.

- **Thích Quang Khải** (1927 -2010), Hòa thượng, thi sĩ, sơn môn Hương Tích- Hà Đông, thế danh Nguễn Văn Khiết, sau đổi là Nguyễn Văn Khải, xuất gia năm 1939 với HT Tố Liên- chùa Quán Sứ- Hà Nội, pháp danh Quang Khải, pháp hiệu Vô Trụ. Năm 1957, ngài thọ đại giới tại chùa Quán Sứ rồi vào Huế học PHĐ Báo Quốc. Năm 1954 di cư vào Nam, trú xứ chùa Phổ Quang- thuộc Hội tương tế Bắc Việt- Sài Gòn. Một thời gian sau, ngài đến chùa Viên Giác- Biên Hòa để tĩnh tu. Năm 1962, ngài về chùa Giác Hoa- Bình Thạnh- Gia Định làm phật sự. Năm 1974, ngài về độc cư ở một tịnh thất vùng Nhà Bè. Sau 1975, ngài về trú xứ tại chùa Giác Minh- quận 10, ngài được chư tôn đức sơn môn miền Bắc cung thỉnh vào ngôi Chứng minh đạo sư tổ đình Vĩnh Nghiêm miền Nam, trụ trì chùa An Lạc- quận Nhất, ngài có nhiều tác phẩm về thơ văn để lại: *Chùa Hương ; Trường ca Từ Phụ ; Hạnh nguyện đức Dược Sư*... Ngài xả báo thân ngày mồng 10 tháng 8 năm Canh Dần (17-09-2010) thọ 84 năm, 43 hạ lạp, nguyên quán Hoài Đức- Hà Nội, trú quán TP Hồ Chí Minh.

- **Nguyễn Quang Khải**, NNC Phật giáo, nguyên Phó giám đốc Sở Nội vụ kiêm Trưởng ban Tôn giáo tỉnh Bắc Giang. Tác phẩm: Chùa Việt Nam tiêu biểu (đồng tác giả), nxb Tôn Giáo 2011, nguyên quán trú quán Bắc Giang - *theo NNC Nguyễn Đại Đồng sưu khảo*

- **Thông Kham** (1920 -?), Pháp sư, hệ phái PG Nam Tông Việt Nam, thế danh Lê Phùng Xuân, thuở nhỏ theo mẹ sang Lào, xuất gia thọ giới Sa di năm 1930, pháp danh Maha Thong Kham Medivongs, tốt nghiệp Trung đẳng Phật học hạng thủ khoa và được vua Lào nhận làm con nuôi. Năm 1940, ngài được giáo hội Lào gởi sang Campuchia để tiếp tục học Cao đẳng Pali - đây là ngôi trường cao nhất của PG Hoàng gia Campuchia vào thời đó. Cũng thời điểm này ngài thọ giới Tỳ kheo tại Campuchia. Vị sư Việt Nam thời đó cùng học với ngài trong trường Cao đẳng Pali là Sư Hộ Giác. Từ năm 1945-1950, ngài chu du hoằng pháp ở Campuchia và Lào. Thời điểm này, ngài biên soạn và viết hơn 5 đầu sách tiếng Lào và Campuchia. Năm 1950, Pháp sư nhận lời mời của HT Huệ Nghiêm về Việt Nam hoằng pháp ở tổ đình Bửu Quang- Thủ Đức và chùa Kỳ Viên- Sài Gòn. Ngài trú xứ tại chùa Kỳ Viên và thường xuyên thuyết giảng tại đây trong 8 năm, các tác phẩm của ngài lần lượt dịch ra tiếng Việt và ấn hành. Thời gian sau ngài trở về Lào sinh hoạt, nguyên quán chưa rõ, trú quán Lào - *theo tư liệu của Tỳ kheo Thiện Minh sưu khảo*

- **Thích Nhật Khánh** (1952 -2015), Hòa thượng, thế danh Nguyễn Mãng, xuất gia thuở nhỏ với HT Huyền Không- chùa Quốc Ân- Huế, pháp danh Nhật Khánh, pháp tự Diệu Quả, pháp hiệu Viên Tâm. Năm 1970, ngài được bổn sư cho vào Nam tu học. Năm 1972, ngài thọ đại giới tại giới đàn chùa Long Thiền do HT Huệ Thành làm Đàn đầu truyền giới. Sau khi thọ giới, ngài bắt đầu hoằng hóa vùng đất miền Đông Nam bộ, ngài lần lượt khai sơn chùa Phổ Minh ở thị xã Long Khánh, rồi Phổ Minh II ở Bầu Trâm và tịnh viện Phổ Minh III ở Xuân Lộc. Năm 1982, ngài là Ủy viên BTS PG huyện Xuân Lộc, sau đó là Chánh đại diện PG thị xã Long Khánh. Năm 2012, ngài là Phó ban Thường trực kiêm Trưởng ban Pháp chế thị xã Long Khánh. Ngài xả báo thân sau một cơn đột quỵ vào ngày mồng 7 tháng 10 năm Ất Hợi (18-11-2015) thọ 64 năm, 43 hạ lạp, nguyên quán Thừa Thiên Huế, trú quán Long Khánh- Đồng Nai - *theo Chư tôn Thiền đức&Cư sĩ hữu* *công Thuận Hóa tập 3*

- **Thích Thanh Khánh** (1921 -2013), Hòa thượng, Trưởng sơn môn Hồng Phúc Hoè Nhai, đạo hiệu Nguyên Cát, thế danh Bùi Quang Khánh, ngài nguyên Ủy viên BTS Thành hội PG Hà Nội, nguyên Trưởng BTS GHPGVN quận Ba Đình, nguyên Ủy viên HĐND - UBMTTQ quận Ba Đình, viện chủ tổ đình Hồng Phúc Hoè Nhai- Hà Nội. Cuộc đời ngài có công đào tạo 4 đệ tử nối truyền chánh pháp: Thích Chính Tín- trụ trì chùa Ngũ Xã, TK Thích Tâm Hoan- trụ trì chùa Hòe Nhai, TK Thích Tiến Đức- trụ trì chùa Linh Quang, TK Thích Minh Đức- trụ trì chùa Hải Ngạn. Hòa thượng xả báo an tường vào ngày 23-06-2013, thọ 93 năm với 73 năm hành đạo, nguyên quán Kim Sơn- Ninh Bình, trú quán Hà Nội - *theo trang nhà www.phatuvietnam.net*

- **Nguyễn Xuân Khánh**, nhà văn quân đội, sinh năm 1933, ông từng là cán bộ quân đội công tác tại tạp chí *Văn nghệ Quân đội*, đã nghĩ hưu. Ông là tác giả 3 bộ tiểu thuyết nổi tiếng: *Hồ Quý Ly* ; *Mẫu Thượng ngàn* ; *Đội gạo lên chùa*. Tác phẩm liên quan đến PG: *Đội gạo lên chùa,* dày 860 trang sách, tiểu thuyết được cho là mang đậm tính triết lý, đặc biệt là miêu tả sống động vai trò của Phật giáo trong lịch sử dân tộc Việt Nam thế kỷ XX. Câu chuyện lấy bối cảnh một ngôi chùa Bắc bộ, chứng kiến giai đoạn kháng Pháp, hòa bình lập lại bước sang Cải cách ruộng đất, rồi sau đó là gần 20 năm chiến tranh trước khi Việt Nam thống nhất, nguyên quán trú quán Hà Nội - *theo NNC Nguyễn Đại Đồng sưu khảo*

- **Tổ Chánh Khâm** (?-1937), Hòa thượng, trụ trì chùa Linh Sơn- núi Điện Bà, Tây Ninh, viên tịch ngày 8 tháng Giêng năm Đinh Sửu. Chưa có thêm thông tin

- **Thích Quảng Khâm** (1904 -1983), Hòa thượng, thế danh là Đoàn Thanh Khâm, xuất gia với HT Thích Nguyên Thặng- chùa Yên Vệ- Ninh Bình năm 1919, pháp danh Quảng Khâm, pháp tự Minh Kinh, pháp hiệu Tự Tại. Sau đó, bổn sư gửi ngài sang học tại chùa Linh Quang, huyện Ý Yên, tỉnh Nam Định thuộc dòng thiền Lâm Tế. Ngài có công xây dựng trùng kiến chùa Quảng Nạp, huyện Nghĩa Hưng có được cảnh giới huy hoàng. Tháng 9-1964, Đại hội PG toàn quốc lần II, ngài được bầu làm Ủy viên BTS Trung ương hội PG Thống nhất Việt Nam. Từ năm 1964-1976 ngài là Chi hội trưởng Chi hội Phật giáo Ninh Bình. Khi Ninh Bình sáp nhập với Nam Hà thành tỉnh Hà Nam Ninh thì ngài là Chi hội trưởng Hội Phật giáo Thống nhất Việt Nam tỉnh Hà Nam Ninh. Tháng 11 năm 1981 tại Hội nghị Đại biểu thống nhất Phật giáo toàn quốc, thành lập Giáo hội Phật giáo Việt Nam, Hoà thượng được suy cử vào Hội đồng Chứng minh Trung ương. Hoà thượng thọ 80 tuổi 59 hạ lạp. Tháp hiệu *Từ Quán Tháp* tại chùa Yên Vệ (Phúc Hào tự), nguyên quán trú quán Ninh Bình - *theo NNC Nguyễn Đại Đồng sưu khảo*

- **Thích Mật Khế** (1904 -1935), Hòa thượng, năm 1923, xuất gia làm đệ tử HT Giác Tiên- chùa Trúc Lâm, pháp danh Tâm Địa, pháp hiệu Mật Khế. Năm 1926, ngài được bổn sư gởi vào Bình Định thọ giáo với Quốc sư Phước Huệ. Năm 1929, HT Giác Tiên mở PHĐ chùa Trúc Lâm, ngài trở về chùa hỗ trợ bổn sư quản lý PHĐ. Năm 1933, ngài được giao mở trường Tiểu học Phật học tại chùa Vạn Phước. Năm 1934, ngài lại cùng bổn sư mở *trường An Nam Phật học* tại chùa Trúc Lâm và ngài làm Tổng thư ký ở trường này. Năm 1935, một đại lễ Phật đản long trọng là sự kiện mà ngài Mật Khế dốc hết tâm sức cổ động mọi giới tham gia với tư cách Tổng thư ký của Sơn môn Thừa Thiên. Ngài đã kiệt sức và viên tịch vào ngày Phật đản năm đó, nguyên quán trú quán Thừa Thiên Huế - *xem thêm ở Danh Tăng Việt Nam tập 1*

- **Trần Văn Khê** (1921 -2015), NNC văn hóa, giáo sư nhạc sĩ âm nhạc cổ truyền, ông tên thật là Trần Quang Khê, có truyền thống nhạc lễ từ gia đình, biết tụng kinh, sử dụng nhạc khí Phật giáo và học nhạc tài tử từ bé, năm 1949 ông du học ở đại học Sorbon-Pháp, đậu Tiến sĩ âm nhạc học. Nhờ sử dụng thuần thục tất cả các loại nhạc cụ trong và ngoài nước, ông đã đem nhạc cụ dân tộc giới thiệu ra thế giới. Năm 1963, ông giảng dạy ở Viện nhạc học-Paris, trong Trung tâm nghiên cứu nhạc Đông phương. Ông là Viện sĩ thông tấn *viện Hàn Lâm Châu Âu,* thành viên *Hội đồng âm nhạc quốc tế, Unesco,* Chủ tịch hội đồng khoa học-*viện Khoa học quốc tế Nghiên cứu Âm nhạc-Đức.* Đến khi về hưu, năm 2006 ông hồi hương và đi giảng thuyết âm nhạc nhiều nơi, trong đó có Học viện PGVN tại TP HCM và các chùa, nguyên quán Mỹ Tho, trú quán Pháp quốc-TP Hồ Chí Minh.

- **Hoằng Ân Minh Khiêm** (1850 -1914), Hòa thượng, thiền phái Lâm Tế Gia Phổ, đệ tử tổ Tiên Giác Hải Tịnh- chùa Giác Lâm- Gia Định, nối dòng thiền phái Lâm Tế Chánh tông đời thứ 38 pháp húy Minh Khiêm Hoằng Ân, tục diệm truyền đăng pháp mạch dòng thiền Lâm Tế Gia Phổ đời thứ 27, pháp húy Liễu Khiêm Diệu Nghĩa, thế danh Nguyễn Văn Khiêm. Năm 1870, trụ trì chùa Giác Viên. Năm 1876, ngài được cử làm giáo thọ kiêm trụ trì hai chùa Giác Lâm-Giác Viên. Việc sao chép kinh sách là công đức nổi bật trong việc hoằng đạo của ngài như là: biên tập, diễn Nôm, khắc ván in. Hiện chỉ còn lưu bộ *Kinh Pháp Hoa* được chép vào năm Bính Tuất (1886). Năm 1880, tác phẩm "*Hứa Sử Văn Truyện*" được ngài cho khắc gỗ in lại. Năm 1894, bộ sách "*Thiền Môn Trường Hàng Luật*" được ngài chỉnh biên tóm lược lại bằng chữ Nôm và đặt tên là "*Tỳ Ni Nhựt Dụng Thiết Yếu*" cùng cho khắc bản in để phổ biến rộng rãi. Năm 1898, ngài diễn Nôm bộ "*Tống Đàn Tăng*" và chứng minh khắc bản một số bộ như: *Nhơn Quả Thực Lục Toàn Bản* ; *Lăng Nghiêm Kinh Tán* ; *Thí Thực Khoa Nghi* dưới hiệu Diệu Nghĩa. Về xây dựng, ngài chứng minh và vẽ kiểu xây dựng chùa Vĩnh Tràng, Mỹ Tho (1895), trụ trì chùa Tây An cổ tự Châu Đốc(1900), nguyên quán Gia Định, trú quán Châu Đốc, Tiền Giang - *xem thêm ở Danh Tăng Việt Nam tập 1*

- **Thích Chơn Khiết** (? -1918), Hòa thượng, dòng Lâm Tế Chúc Thánh đời 38, đệ tử tổ Vĩnh Gia-chùa Phước Lâm-Hội An,, pháp danh Chơn Khiết, pháp tự Đạo Tường, pháp hiệu Phổ Hóa, trụ trì chùa Phước Huệ-thôn Vỹ Dạ, phó trụ trì chùa Phước Lâm, nguyên quán Quảng Nam, trú quán Thừa Thiên Huế - *theo Chư tôn Thiền đức&Cư sĩ tiền bối hữu công PG Thuận Hóa*

- **Thích Thanh Khiết** (1859 -1933), Hòa thượng, ngài mới 6 tuổi mồ côi cha mẹ, phải gửi đến nương nhờ cửa Phật làm đệ tử tổ Thông Trạch- chùa Phượng Ban, xã Khánh Thịnh, huyện Yên Mô, tỉnh Ninh Bình. Sau khi tham học ở các tổ đình Bồ Đề, Vĩnh Nghiêm, ngài trở về chùa Phượng Ban đăng đàn thụ Cụ Túc giới. Ngài cùng với Tỷ khiêu Thích Thanh Nhu, trở thành cánh tay đắc lực giúp tổ Thông Trạch hoằng truyền tông Lâm Tế tại Ninh Bình. Sau ngày tổ Thông Trạch viên tịch (1884), thiền sư Thanh Khiết và thiền sư Thanh Nhu kế đăng trụ trì chùa Phượng Ban, huyện Yên Mô; ngài Thanh Khiết kiêm trụ trì chùa Già Lê (Phúc Nhạc) huyện Yên Khánh. Năm Quý Dậu (1933), niên hiệu Bảo Đại thứ 8, thiền sư Thanh Khiết viên tịch, hưởng thế thọ 74 tuổi, tăng lạp hơn 50 hạ. Năm Đinh Sửu (1937), niên hiệu Bảo Đại 12. Môn đồ chùa Già Lê và pháp phái Phượng Ban hoàn tất việc dựng tháp đồng thời dâng tôn hiệu cho thiền sư Thanh Khiết là: *Nam mô Liêm Khê tháp, truyền Lâm Tế Phượng Ban chính phái Ma ha Sa môn pháp huý tự Thanh Khiết Thích Trạm Trạm Thiền sư Nhục thân Bồ tát.* Ngài nguyên quán Hà Nam, trú quán Đan Phượng- Ninh Bình - *theo NNC Nguyễn Đại Đồng sưu khảo*

- **Thích Tịnh Khiết** (1890 -1973), Hòa thượng, ngài thế danh Nguyễn Văn Kỉnh. Năm 1905, xuất gia với HT Thanh Thái-Phước Chỉ- chùa Tường Vân, nối pháp dòng Lâm Tế Liễu Quán đời 42, pháp danh Trừng Thông, pháp tự Chân Thường, pháp hiệu Tịnh Khiết. Năm 1910, ngài được đặc cách thọ đại giới tại giới đàn Vĩnh Gia do tổ Vĩnh Gia làm Đường đầu truyền giới. Năm 1916, ngài được cử trụ trì chùa Phước Huệ- thôn Vỹ Dạ. Năm 1922, ngài theo học lớp Cao đẳng Phật học chùa Thiên Hưng. Năm 1934, ngài kế thế trụ trì chùa Tường Vân, năm sau ngài mở lớp Trung đẳng Phật học tại chùa để góp phần trong phong trào chấn hưng. Năm 1940, ngài làm Giám đốc đạo hạnh lớp Cao đẳng Phật học, mở tại chùa Tường Vân và Báo Quốc. Năm 1947, ngài được suy tôn Tòng lâm Pháp chủ *Giáo hội Tăng già Trung Việt*. Năm 1951, đại hội thành lập Tổng hội PGVN, ngài được suy tôn Hội chủ. Năm 1963, ngài lãnh đạo cuộc đấu tranh bảo vệ tín ngưỡng chống đàn áp PG của chính quyền Ngô Đình Diệm. Năm 1964, Đại hội thành lập GHPGVNTN, ngài được suy tôn ngôi vị Đệ nhất Tăng thống, ngài viên tịch ngày 23 tháng Giêng năm Quý Sửu (25-2-1973), trụ thế 83 năm, 64 hạ lạp, tháp lập tại tổ đình Tường Vân, hiệu Thanh Trai tháp. Ngài nguyên quán trú quán Thừa Thiên Huế - *xem thêm ở Danh Tăng Việt Nam tập 1*

Kho

- **Thích Tâm Khoan** (1874 -1937), Hòa thượng, dòng Lâm Tế Liễu Quán đời 41, pháp danh Thanh Đức, pháp tự Tâm Khoan, năm 1911 ngài được sơn môn công cử làm trụ trì chùa Báo Quốc, sau đó kiêm nhiệm trụ trì chùa Thiền Tôn, nguyên quán Quảng Trị, trú quán Thừa Thiên Huế - *theo Chư tôn Thiền đức&Cư sĩ hữu công Thuận Hóa*

- **Nguyễn Văn Khỏe** (   ), Cư sĩ, Bác sĩ, Cựu lương y Đông Pháp hồi hưu, nguyên Phó hội trưởng hội Phật học Lưỡng Xuyên- Trà Vinh. Năm 1935, ông làm chủ bút báo *Duy Tâm*- cơ quan hoằng pháp của hội Phật học Lưỡng Xuyên. Năm 1950, ông cùng các trí thức PG đứng ra thành lập *hội Phật học Nam Việt*, trụ sở đặt tại chùa Khánh Hưng- Hòa Hưng, sau dời về chùa Phước Hòa rồi chùa Xá Lợi năm 1957. Ông được cử làm Hội trưởng hội PHNV khóa đầu tiên, nguyên quán Trà Vinh, trú quán Sài Gòn, chưa rõ năm sinh năm mất.

Không

- **Thích Nữ Chân Không,** Ni trưởng, một nhà hoạt động vì hòa bình, thế danh Cao Ngọc Phượng, sinh năm 1938, đệ tử Thiền sư Thích Nhất Hạnh, một trong những người cộng tác đắc lực với Thiền sư Thích Nhất Hạnh trong việc sáng lập Trường Thanh niên Phụng sự Xã hội (School of Youth for Social Services - SYSS). Ni trưởng là nhân tố trung tâm trong nhiều hoạt động của chương trình SYSS, tổ chức các cơ sở y tế, giáo dục và nông nghiệp ở nông thôn Việt Nam trong chiến tranh. Có lúc, SYSS đã có hơn 10.000 tình nguyện viên hòa bình trẻ tuổi đi xây dựng lại nhiều ngôi làng bị tàn phá bởi chiến tranh. Khi Thiền sư Nhất Hạnh sang Hoa Kỳ, Ni trưởng vận hành các hoạt động hằng ngày. Ni trưởng là một trong sáu thành viên đầu tiên được thọ giới của *Dòng tu Tiếp Hiện*, được gọi là "*Sáu cây Đại thụ*". Từ năm 1969 đến năm 1972, Ni trưởng cộng tác với Thiền sư Thính Nhất Hạnh tại Paris, tổ chức phái đoàn *Hòa bình Phật giáo* để vận động hòa bình cho Việt Nam. Từ đó Ni trưởng cùng với Thiền sư Nhất Hạnh, thành lập cộng đồng Khoai Lang (Sweet Potato community) gần Paris, sau đó là Tăng đoàn Làng Mai năm 1982. Ni trưởng cùng đi và trợ giúp Thiền sư Nhất Hạnh trong các chuyến đi. Ngoài ra, Ni trưởng còn liên tục tổ chức các hoạt động cứu trợ cho những người cần giúp ở Việt Nam, hợp tác trong các gói cứu trợ cho trẻ em nghèo, thuốc men cho bệnh nhân và giúp tổ chức các sinh hoạt tại Làng Mai. Vào năm 2014, lần đầu tiên trong lịch sử, các nhà lãnh đạo Kitô giáo, Anh giáo, và Chính thống giáo, cũng như các nhà lãnh đạo Do Thái giáo, Hồi giáo, Ấn giáo, và Phật giáo (bao gồm Ni sư Chân Không, đại diện cho Thiền sư Nhất Hạnh) gặp nhau để ký một cam kết chung chống lại hình thức tân nô lệ hóa; tuyên bố họ ký kết kêu gọi xoá bỏ chế độ nô lệ và nạn buôn người vào năm

2020. Nguyên quán Bến Tre- Việt Nam, trú quán Pháp quốc - *theo Thích Vân Phong biên khảo*

- **Ni trưởng Diệu Không** (1905 -1997), Ni trưởng, dịch giả, tác gia, thi sĩ, dòng Lâm Tế Liễu Quán đời 42, pháp danh Trừng Hảo, pháp tự Diệu Không, pháp hiệu Nhất Điểm Thanh, xuất gia với HT Giác Tiên khi 27 tuổi, xây dựng Ni viện đầu tiên cho Ni giới là Ni viện Diệu Đức-Huế và sáng lập các chùa ni khác: Diệu Viên, Khải Ân, Hồng Ân-Huế, Bảo Thắng-Hội An, Bảo Quang-Đà Nẵng, Tịnh Nghiêm-Quảng Nam, Diệu Quang-Nha Trang, Ni trường-Sa Đéc, Từ Nghiêm-Sài Gòn, Diệu Giác-Thủ Đức..., thành lập nhà in Liên Hoa in kinh sách, nguyệt san Liên Hoa năm 1952. Trong pháp nạn 1963, Ni trưởng cùng chị là Diệu Huệ tích cực trong phong trào đấu tranh chống kỳ thị tôn giáo, Ni trưởng viết đơn cho Ủy ban Liên phái Bảo vệ PG xin được tự thiêu để cúng dường Tam bảo và thức tỉnh lương tri cường quyền, nhưng không được chư tôn đức chấp thuận. Sau khi GHPGVN ra đời, Ni trưởng là Ủy viên Thường trực BTS GHPGVN Thừa Thiên Huế và đại biểu MTTQVN Thừa Thiên Huế, nguyên quán trú quán Thừa Thiên Huế - *theo trang nhà www.gdptductam.org*

- **Thích Hoàn Không** (1900 -1997), Hòa thượng, thế danh Phạm Tùng Minh, xuất gia năm 1919 với Giáo thọ Thiện Huệ- chùa Sắc tứ Linh Thứu- Mỹ Tho. Năm 1930, chùa Sắc tứ Xoài Hột là cơ sở cách mạng và trụ sở *báo Dân Cày* bị lộ, ngài trốn sang Bến Tre, tu học tại *hội Lưỡng Xuyên Phật học*. Năm 1937, ngài được cử trụ trì chùa Long Hội- Càng Long. Tại đây ngài tiếp tục giúp đỡ cách mạng lại bị địch phát hiện, ngài thoát ly kháng chiến và được bầu làm Chủ tịch liên xã Tân An-Huyền Hội, huyện Càng Long. Năm 1945, sau khi hòa bình lập lại, ngài về trụ trì chùa Phật Bửu- Càng Long. Năm 1967, ngài được mời về điều hành PHV Phước Hòa- Trà Vinh. Năm 1972, ngài về trụ trì chùa Phước Thanh- Cầu Ngang. Năm 1975, ngài trụ trì chùa Long Khánh- Trà Vinh cho đến cuối đời. Năm 1981, ngài được cung thỉnh làm Thành viên

HĐCM GHPGVN, ngài xả báo thân ngày mồng 6 tháng 2 năm Đinh Sửu (14-03-1997) thọ 98 năm, 50 năm hành đạo, bảo tháp lập tại chùa Phước Thanh, nguyên quán Mỹ Tho, trú quán Trà Vinh - *xem thêm ở Danh Tăng Việt Nam tập 2*

- **Thích Huyền Không** (1906 -1983), Hòa thượng, năm 1920 xuất gia với HT Đắc Quang-tổ đình Quốc Ân, pháp danh Hồng Nam, pháp tự Hương Mãn, pháp hiệu Huyền Không, thế danh Trần Đức Triêm. Năm 1947, kế thế trụ trì chùa Quốc Ân và là Thư ký chùa Linh Mụ. Ngài được sơn môn và Giáo hội cung thỉnh làm Tôn chứng nhiều giới đàn. Ngài có công đào tạo nhiều đệ tử phục vụ khắp 3 miền đất nước, nguyên quán trú quán Thừa Thiên Huế - *theo Chư tôn Thiền đức&Cư sĩ hữu công Thuận Hóa*

- **Thích Liễu Không** (1930 -1999), Hòa thượng, dòng Lâm Tế Chúc Thánh đời 42, thế danh Nguyễn Xuân Đệ, xuấn gia năm 1940 với HT Tâm Đạt- chùa Thiên Bình, pháp danh Thị Duật, pháp tự Hạnh Pháp, pháp hiệu Liễu Không. Năm 1950, ngài thọ Tam đàn cụ túc tại giới đàn chùa Thiên Bình, do HT Huệ Chiếu-chùa Thập Tháp làm Đàn đầu truyền giới. Cùng năm, ngài giữ chức Bí thư *PG Cứu quốc* xã Nhơn Phong và công tác phật sự tại *PG Cứu quốc* huyện An Nhơn- Liên khu 5. Năm 1953, ngài làm Thư ký *Hội Phật Giáo Việt Nam* huyện An Nhơn và đoàn Thanh tra Hội PGVN tỉnh Bình Định. Năm 1954, ngài vào học tại PHV Trung phần Nha Trang. Năm 1958, ngài là thành viên sáng lập tu viện Nguyên Thiều cùng với chư tôn đức tỉnh Bình Định. Năm 1952, ngài kế thế trụ trì tổ đình Thiên Bình. Năm 1963, trong pháp nạn PG, ngài đấu tranh và bị bắt giam ở nhà lao Quy Nhơn một thời gian. Năm 1964, GHPGVNTN được thành lập, ngài là Chánh đại diện PG huyện An Nhơn. Từ năm 1973-1977, ngài tái thiết ngôi tổ đình Thiên Bình bị chiến tranh tàn phá năng nề. Năm 1982, ngài là Phó trưởng BTS Thường trực GHPGVN tỉnh Bình Định. Ngài có công khai sơn chùa Hưng Quang, chùa Kim Long, chùa Giác Hải ở huyện nhà. Ngài xả báo thân ngày 17 tháng 6 năm Kỷ mão (29-09-1999) thọ 70 năm, 50 hạ lạp, nguyên quán trú quán Bình Định - *xem thêm ở Danh Tăng Việt Nam tập 3*

- Thích Quán Không (1954 -1996), Thượng tọa, thế danh Nguyễn Thy, xuất gia năm 15 tuổi với HT Không Tâm Trí Quảng- chùa Từ Ân và Quy Thiện- Huế, pháp danh Như Trí, pháp hiệu Quán Không. Năm 1976, thọ đại giới tại giới đàn Quảng Đức chùa Ấn Quang do HT Hành Trụ làm Đàn đầu truyền giới. Thầy chuyên nghiên cứu về hành trì Mật khoa làm phương tiện hóa độ chúng sanh. Năm 1974, thầy được cử làm Giám tự chùa Quy Thiện. Năm 1985, Thầy xuất ngoại sang Na Uy, năm sau vận động xây dựng chùa Khuông Việt. Năm 1988, Thầy làm lễ khánh thành và trụ trì chùa Khuông Việt. Ngoài ra, Thượng tọa còn thành lập nhiều đạo tràng tu học chánh pháp và liên tục diễn giảng khắp nơi ở Châu Âu. Do lâm bệnh nặng, Thượng tọa xả báo thân năm 1996 tại chùa Khuông Việt- Na Uy. Kim quan đưa về nhập tháp tại chùa Quy Thiện- Huế, hưởng 42 tuổi, 20 năm hành đạo, nguyên quán Thừa Thiên Huế, trú quán Na Uy - *theo Chư tôn Thiền đức&Cư sĩ hữu công Thuận Hóa tập 3*

- Thích Thái Không (1902 -1983), Hòa thượng, thế danh Hoàng Long Phi, xuất gia với tổ Khánh Hòa- chùa Tuyên Linh- Bến Tre năm 1917. Trong phong trào chấn hưng, ngài đã trợ giúp bổn sư nhiều phật sự, khi hội NKNCPH ra đời, ngài đã viết nhiều bài báo ký tên Thái Không đăng trong *tạp chí Từ Bi Âm*. Khi *hội Phật học Lưỡng Xuyên* ra đời, ngài là một cây bút đắc lực của *tạp chí Duy Tâm*. Năm 1945, ngài làm Trưởng ban chấp hành *hội Phật giáo Cứu quốc* tỉnh Bến Tre. Năm 1960, Bến Tre phát động cách mạng Đồng Khởi, ngài giữ chức Ủy viên Mặt trận Dân tộc GPMNVN tỉnh Bến Tre và chủ tịch MTDTGP huyện Thạnh Phú. Năm 1969, ngài được GHPGVNTN cử làm trụ trì chùa Lưỡng Xuyên. Năm 1975, ngài được bầu vào Ủy ban MTTQ tỉnh Cửu Long và Ủy viên HĐND thị xã Trà Vinh. Năm 1981, GHPGVN thành lập, ngài được suy cử vào Thành viên HĐCM TW GHPGVN. Ngài xả báo thân ngày 24 tháng Giêng năm Quí Hợi (8-3-1983), thọ 81 tuổi, 60 năm đạo nghiệp. Ngài nguyên quán Bến Tre, trú quán Trà Vinh - *xem thêm ở Danh Tăng Việt Nam tập 1*

- **Trí Không**, Cư sĩ, giáo sư, NNC Phật học, tên thật Nguyễn Văn Tài, sinh năm 1937, xuất gia năm 1949 với HT Huyền Dung- chùa Sùng Đức, pháp danh Trí Không. Năm 1954, ông vào học tại PHĐ Nam Việt- chùa Ấn Quang. Năm 1963, ông tham gia đấu tranh tích cực trong phong trào bảo vệ PG. Sau khi GHPGVNTN thành lập, ông chuyển sang học đại học *Sư Phạm Sài Gòn* năm 1964-1968, tốt nghiệp hạng Ưu. Sau khi tốt nghiệp, ông được Giáo hội bổ nhiệm làm hiệu trưởng trường *Trung học Bồ Đề Bảo Lộc* (1968-1970), hiệu trưởng trường *Trung học Bồ Đề Long Xuyên* (1970-1972). Năm 1973, ông về tại gia và giảng dạy tại trường *đại học Cần Thơ* năm 1973, đến 1985 thì hưu trí. Năm 1990, ông được BTS PG tỉnh Bà Rịa-Vũng Tàu mời giảng dạy trường *Trung cấp Phật học Đại Tòng Lâm*. Từ đây, ông để tâm biên soạn các bộ sách giáo khoa Phật học và sử học PG. Năm 2000, ông lại được BTS PG tỉnh Vĩnh Long mời giảng dạy tại *trường Trung cấp Phật học tỉnh Vĩnh Long*. Ông biên soạn trên 20 tác phẩm như: *Phật học Toàn thư* (từ Sơ cấp đền Trung cấp) , *Phật giáo Vĩnh Long...*, ông nguyên quán Biên Hòa, trú quán Bà Rịa Vũng Tàu và TP Hồ Chí Minh.

Khu

- **Thích Minh Khuê** (1912 -1978), Thượng tọa, xuất gia năm 1957 tại Đại Tòng Lâm, đệ tử HT Thích Thiện Hòa, Chánh đại diện PG tỉnh Phước Tuy, khai sơn 7 ngôi chùa, biên soạn gần 20 tập sách Phật học, nguyên quán trú quán Bà Rịa. - *Thích Vân Phong biên* *khảo*

- **Hoàng hậu Hiếu Khương** (1738 -1811) tục danh Nguyễn Thị Hoàn (thân mẫu của vua Gia Long), Bà đề nghị triều đình ban Sắc Tứ Từ Ân Tự, một ngôi Cổ tự của đất Sài Gòn-Gia Định. Bà Hưng Tổ Hiếu Khương Hoàng hậu, vợ thứ hai của Nguyễn Phúc Côn (Luân); Bà được tuy tặng là Hiếu Khương Hoàng Hậu.Theo tài liệu của Nguyễn Phước tộc thì Hiếu Khương Hoàng hậu với danh hiệu Ý Tĩnh Khang hoàng hậu Nguyễn Thị Hoàn, người ở làng Minh Linh, phủ Thừa Thiên, con gái Diễn quốc công Nguyễn Phúc Trung, mẹ là Phùng phu nhân - *theo Thích Vân Phong biên khảo*

- **Thích Như Khương** (1930 -1982), Hòa thượng, pháp danh Như Khương, pháp tự Giải Hương, pháp hiệu Thanh Quang, đời 41 tông Lâm Tế, thế hệ thứ 8 pháp phái Chúc Thánh. Hòa thượng thế danh Phạm Văn Dư, sinh năm Canh Ngọ (1930) tại thôn Hà Nha, xã Đại Đồng, huyện Đại Lộc, Quảng Nam. Năm 1957, ngài xuất gia với HT Đồng Phước tại chùa Cổ Lâm, sau đó ra nhập chúng tu học tại chùa Tam Thái dưới sự hướng dẫn của HT Trí Giác. Năm 1964 thọ Tỳ kheo tại chùa Phổ Quang- Sài Gòn. Ngài từng trụ trì các chùa như: chùa Hải Hội- Mân Quang (1966-1968), chùa Tỉnh hội Đà Nẵng (1974-1975), sau năm 1975 ngài về trụ trì chùa Phổ Quang- quận Thanh Khê- Đà Nẵng. Ngài đảm nhiệm Chánh thư ký GHPGVNTN thị xã Đà Nẵng, sau đó là Đặc ủy Tăng sự khu I, GHPGVNTN tỉnh QNĐN. Hòa thượng viên tịch ngày mồng 6 tháng 8 năm Nhâm Tuất (1982), thọ 63 tuổi. Ngài nguyên quán Quảng Nam, trú quán Đà Nẵng - *theo Thích Như Tịnh sưu khảo*

- **Thích Vĩnh Khương** (1914 -2004), Hòa thượng, tục danh Ngũ Bá Khương, tên thật Trà Văn Xiêu, sinh ngày 11-03-Giáp Dần (1914), năm Dân Quốc thứ ba, tại làng Thành Xương, huyện Đài Sơn, tỉnh Quảng Đông, Trung Quốc, nối pháp Hiền Thủ Hoa Nghiêm tông đời thứ 33. Năm 1954, ngài được lão HT Thích Từ Quản, trụ trì chùa Ngọc Hoàng cạo tóc xuất gia. Sau khi trở thành trang Thích tử, ngài tinh tấn tu học, công quả, nghiêm trì giới luật. Năm 1958, được sự tín nhiệm của HT bổn sư và cộng đồng Phật tử Hoa tông, ngài được tiến cử trụ trì. Ngài nhận thấy Ngọc Hoàng Cổ Tự là nơi tín ngưỡng của cộng đồng người Hoa tại Sài Gòn, rất thuận lợi cho việc hoạt động Cách mạng, ngài đã bí mật biến nơi tín ngưỡng Hoa tông này trở thành Cơ sở tối mật cho các chiến sĩ Biệt động Sài Gòn và hỗ trợ từ tinh thần đến vật chất. Năm 1963, ngài đã mật báo các chiến sĩ Cách mạng trừng trị những tên Quốc Dân đảng Đài Loan. Năm 1967, ngài được sự kính trọng của Phật tử bổn tự, họ đã cúng dường tịnh tài để ngài đứng tên mua nhà ở Phú Thọ Hòa để làm nơi cất dấu vũ khí, chất nổ, chuẩn bị cho cuộc tổng tấn công mùa xuân năm Mậu Thân (1968), cảm thấy có nguy cơ bị phát hiện, ngài đã linh động giúp các chiến sĩ Biệt động Sài Gòn trong đợt tổng tấn công Tết Mậu Thân, hỗ trợ kinh phí, nhu yếu phẩm cá nhân, phương tiện và nhân lực để di chuyển rút lui an toàn. Năm 1970, Cơ sở hoạt động Cách mạng bị địch phát hiện và đã gây phiền hà đến việc sinh hoạt tín ngưỡng nhân gian tại bổn tự, được Phật tử phát tâm cúng dường kinh phí để ngài mua đất cất chùa tại vùng ngoại ô quận Bình Thạnh, cách ĐaKao 6 km, ngôi chùa mới được hoàn thiện đặt tên chùa Ân Phước và tổ chức lễ lạc thành năm 1973. Năm 1982, HT đến tiếp quản điện Ngọc Hoàng đường Mai Thị Lựu- Dakao- quận Nhất. Năm 1984, Hòa thượng đổi thành chùa thờ Phật hiệu là Phước Hải, từ đó chùa mỗi ngày sung túc hơn, dân chúng đi lễ Phật không chỉ người Hoa mà người Việt rất đông, Hòa thượng nguyên quán Quảng Châu, trú quán TP Hồ Chí Minh.

Ki

- **Thích Thanh Kiểm** (1920 -2000), Hòa thượng, Tiến sĩ, dịch giả, môn phái tổ đình Vĩnh Nghiêm miền Nam, xuất gia năm 1935 với tổ Thanh Khoát- chốn tổ Trung Hậu- Phúc Yên. Năm 1942, ngài thọ cụ túc giới tại giới đàn chùa Linh Ứng do HT Trừng Thanh làm Đàn đầu truyền giới. Năm 1942-1945, ngài học ở PHĐ chùa Quán Sứ và Bồ Đề- Hà Nội. Năm 1952, ngài làm Thư ký *Giáo hội Tăng già Bắc Việt*. Năm 1954, ngài du học Nhật Bản tại *đại học đường Rissho* và tốt nghiệp Tiến sĩ Phật học năm 1961. Năm 1962, ngài trở về nước ở miền Nam hành đạo. Năm 1964, ngài làm Vụ trưởng vụ Phiên dịch và giáo sư *Viện đại học Vạn Hạnh*. Năm 1971, ngài và chư tôn đức miền Vĩnh Nghiêm khai sơn chùa Vĩnh Nghiêm ở quận Ba và ngài được cử làm trụ trì. Năm 1990, ngài làm Trưởng ban chuyên môn viện NCPHVN và Phó BTS Thành hội PG TP Hồ Chí Minh. Năm 1992, ngài làm Trưởng ban Kinh tế tài chính TW GHPGVN. Năm 1997, ngài làm Phó viện trưởng HVPGVN tại Hà Nội kiêm Trưởng ban PG Quốc tế BTS THPG TP Hồ Chí Minh. Tác phẩm : *Diễn thuyết tập, Hà Nội, 1951 ; Phật pháp sơ học, Hà Nội, 1952 ; Nghiên cứu về tư tưởng bản giác của PG, Nhật Bản ; Lược sử PG Trung quốc, Sài Gòn, 1967 ; Lược sử PG Ấn Độ, Sài Gòn, 1969 ; Thiền Lâm Bảo Huấn, Sài Gòn, 1972 ; Sách dạy cắm hoa, Sài Gòn, 1973 ; Đại cương Luật học, TP HCM, 1990 ; Lược giảng kinh Pháp Hoa, TP HCM, 1992 ; Kinh Viên Giác, TP HCM, 1994 ; Luận A Tỳ Đàm-Câu Xá, TP HCM, 1995 ; Khóa Hư Lục, TP HCM, 1996*. Ngài xả báo thân ngày mồng 5 tháng Chạp năm Canh Thìn (30-12-2000) thọ 80 năm, 58 hạ lạp, nguyên quán Nam Định, trú quán TP Hồ Chí Minh - *xem thêm ở Danh Tăng Việt Nam tập 2*

- **Thích Nữ Chí Kiên** (1913 -2007), Ni trưởng, pháp danh Hồng Chí, pháp tự Tâm Ý, pháp hiệu Chí Kiên, thế danh Đặng Thị Mười. Thuở đầu, Ni trưởng cải nam trang ra đi tầm đạo, Người gặp được HT Huệ Mạng-chùa Từ Ân ra tay tế độ và gởi đến Sư cụ Diệu Tịnh-chùa Từ Hóa để làm Y chỉ sư cho Ni trưởng. Lần lượt Ni trưởng tham học ở các đạo tràng như: Linh Thứu, Vĩnh Tràng, Bảo Tạng, Từ Hóa, Bình Quang và sau cùng ra Huế tham học tại Ni trường Ni bộ Bắc tông đầu tiên là chùa Từ Đàm, rồi chùa Diệu Đức. Năm 1940, Ni trưởng về Nam giảng dạy lớp Sơ đẳng tại chùa Giác Linh ở Cái Tàu Hạ- Sa Đéc (Sắc tứ Tân Hòa Tự- chùa Bà Soàn), sau đó lớp học dời về chùa Vạn An. Chính nơi đây, Ni trưởng đã chính thức cầu pháp với HT Chánh Thành chùa Vạn An được pháp danh Hồng Chí và pháp tự Chí Kiên. Năm 1942, Ni trưởng về trụ trì chùa Tập Thành ở Sa Đéc và mở trường giảng dạy

Ni chúng trên 80 vị. Từ năm 1940-1950, Ni trưởng là vị Ni đầu tiên được thỉnh thuyết pháp hầu hết các tỉnh miền Tây thời bấy giờ. Cũng năm này Phật tử đã hiến cúng đất để Ni trưởng khai sơn chùa Từ Quang-Sa Đéc. Năm 1953, Ni trưởng chính thức khai giảng Phật học ni trường Từ Quang. Năm 1956, chư Ni chính thức thành lập Ni bộ Bắc tông miền Nam tại chùa Huê Lâm. Ni trưởng được cử là *Phó trưởng ban Quản trị Ni bộ Bắc tông miền Nam*. Năm 1957, Ni trưởng làm trụ trì chùa Huỳnh Long-Cai Lậy. Năm 1962, được Giáo hội cử làm *Trưởng ban Hoằng pháp Ni bộ* kiêm *Trưởng ban Giáo dục*. Năm 1964, Ni trưởng về trụ trì chùa Thiền Quang-quận 6 đến cuối đời. Năm 1967, Ni trưởng làm Giám học Ni trường Từ Nghiêm. Năm 1975, làm Vụ trưởng Ni bộ Bắc tông. Tác phẩm: *Thành Duy Thức Luận thuật ký* ; *Tâm chúng sanh* ; *Về thăm xứ Phật* ; *Từ Quang thi tập I và II,* nguyên quán Tân An Mỹ Tho, trú quán TP Hồ Chí Minh - *theo tư liệu Thích Nữ Nhật Khương*

- **Phan Trung Kiên**, Cư sĩ, pháp danh Quảng Hải, sinh năm 1962, sinh hoạt trong tổ chức GĐPT từ lúc 8 tuổi, quy y với HT Quang Thể- chùa Tân Thái- Đà Nẵng. Ông định cư tại Hoa Kỳ năm 1982, sinh hoạt với GĐPT Hướng Thiện tại San Diago. Năm 1995, là thành viên sáng lập GĐPT Hoa Nghiêm tại chùa Phật Đà- San Diago. Cư sĩ Quảng Hải đã thành lập *Liên Phật Hội* từ tháng 7 năm 2014 và được chính thức cấp phép hoạt động phi lợi nhuận (non-profit) vào tháng 5 năm 2015. Ông làm chủ nhiệm và quản trị *trang nhà Liên Phật Hội,* truyền bá Phật pháp trên toàn cầu bằng phương tiệt Internet, nguyên quán Quảng Nam Đà Nẵng, trú quán Hoa Kỳ - theo trang nhà Liên Phật Hội www.lienphathoi.org

- **Thích Chánh Kiến** (1909 -1972), Hòa thượng, đệ tử HT Huệ Minh-chùa Từ Hiếu, pháp danh Tâm Lễ, pháp tự Chánh Kiến, pháp hiệu Nghĩa Hội, ngài được quan đầu triều vua Bảo Đại là Tôn Thất Hưng mời về trụ trì chùa Phổ Quang ở xã Thủy An-Huế, nguyên quán trú quán Thừa Thiên Huế - *theo Chư tôn Thiền đức&Cư sĩ hữu công Thuận Hóa*

- **Thích Chơn Kiến** (1948 -2006), Thượng tọa, thế danh Ngô Đình Thung, pháp danh Trừng Lộc, pháp tự Chơn Kiến. Năm 1969, ngài thọ Tỳ kheo tại giới đàn Hoa Nghiêm- Sài Gòn, sau đó, ngài đến cầu pháp với HT Hưng Từ- chùa Pháp Hội- Ninh Thuận, được pháp hiệu Ấn Minh. Năm 1972, ngài trụ trì chùa Thiên Phú- Khánh Hòa. Năm 1993, ngài thành lập *đạo tràng Pháp Hoa* và biên soạn quyển *Nghi Thức Tụng Niệm*. Năm 1994, ngài thành lập *Tuệ Tĩnh Đường* trong khuôn viên chùa Thiên Phú. Năm 1995, thành lập *GĐPT Thiên Phú* để hướng dẫn các em nhỏ Phật tử. Năm 2000, ngài thành lập *tu viện Phước Sơn* - Vĩnh Thạnh- Nha Trang. Năm 2001-2006, ngài là Ủy viên Tăng sự- BTS PG tỉnh Khánh Hòa. Năm 2003, ngài cùng chư tôn HT Thích Thiện Nhơn, Thích Phước Thành sang Úc-đại-lợi dự lễ khánh thành *tu viện Quảng Đức* ở TP Melbourne. Ngài từng theo học tại *PHV Hải Đức Nha Trang* và khoa *Du Già Chẩn Tế* với HT Chánh Kỷ- chùa Thái Bình- Diên Khánh. Ngài xả báo thân năm 2006, hưởng 58 năm, 27 hạ lạp, nguyên quán trú quán Khánh Hòa - *theo trang nhà www.vn.wikiperdia.org*

- **Thích Minh Kiến** (1937 -2014), Hòa thượng, giáo sư, thế danh Trần Hồng Công, pháp hiệu Tuệ Tạng, sinh năm Đinh Sửu (1937), trước 1975 ngài là hiệu trưởng trường Trung tiểu học Bồ Đề Chợ Lớn, sau năm 1975, ngài thay mặt tổ đình Ấn Quang, đứng đơn xin lại cơ sở Đại Tòng Lâm hàng trăm mẫu đất của tổ đình, để làm kinh tế tự túc cho tăng ni tu học và canh tác. Năm 1977, ngài là Phó tổng thư ký kiêm Chánh văn phòng Viện Hóa Đạo GHPVNTN cho đến năm 1981 khi thành lập Giáo hội PGVN. Lúc còn làm việc, ngài trú xứ tại chùa Ấn Quang, sau đó do bệnh duyên, ngài về dưỡng bệnh tại chùa Phật Quang, Châu Thành- Đồng Tháp, sau đó Long Thành-Đồng Nai và viên tịch tại đây, hưởng thọ 77 tuổi, nguyên quán làng Hỏa kiểng Tân Quy Đông, Sa Đéc- Đồng Tháp, trú quán Đồng Nai - *theo trang nhà www.phatgiao.org.vn*

- **Thích Chơn Kim** (1930 -2017), Hòa thượng, pháp danh Tâm Phú, pháp tự Chơn Kim, pháp hiệu Viên Chiếu, đời pháp 43 tông Lâm Tế thuộc pháp phái Liễu Quán. Ngài thế danh Nguyễn Phúc

Liên Phú, là hậu duệ tôn thất nhà Nguyễn. Xuất gia năm 1963 với HT Tịnh Khiết tại chùa Tường Vân- Huế. Thọ Tỳ kheo năm 1968 tại PHV Hải Đức- Nha Trang do HT Phúc Hộ làm đàn đầu truyền giới. Trước khi xuất gia, ngài là huynh trưởng GĐPT, tham gia nhiệt huyết trong phong trào tranh đấu chống chế độ độc tài Ngô Đình Diệm. Năm 1966, ngài một lần nữa bị bắt trong phong trào Phật giáo miền Trung tranh đấu chống hiến chương Vũng Tàu của Thiệu Kỳ. Trước năm 1975, ngài lên Đơn Dương lập chùa Tường Vân để ẩn tu và phụng dưỡng song thân. Ngài được GH cung thỉnh Chứng minh BTS GHPGVN huyện Đơn Dương. Ngài tánh tình hào hiệp khảng khái, đồng thời cũng là một nhà thơ có nhiều bài chuyển thể kinh Pháp Hoa, thể hiện được sự thể nhập kinh tạng của một hành giả Pháp Hoa tông. Ngài viên tịch ngày 25 tháng Giêng năm Đinh Dậu (2017), thọ 88 tuổi, nhập tháp tại chùa Phật Quốc, huyện Đơn Dương. Ngài nguyên quán Thừa Thiên Huế, trú quán Đơn Dương- Lâm Đồng - *theo trang nhà www. phatgiaoaluoi.com*

- **Cư sĩ Diệu Kim**, thế danh Trần Thị Hoàng Anh, pháp danh Diệu Kim, bút danh Hoàng Kim. Sinh năm Nhâm Dần (1962) tại Sài Gòn. Định cư tại Tp. HCM, nhà báo, nhà thơ, tiểu luận, truyện ngắn. Đã xuất bản 5 đầu sách PG. Cộng tác báo Giác ngộ, viết gần 200 bài, mục sống đạo, diễn đàn, bình luận. Đố vui Phật pháp (giáo trình Phật pháp căn bản, được nhiều nơi ưa chuộng) tái bản 21 lần, mỗi lần một ngàn quyển. Từ năm 2000, mở lớp Hoằng pháp tại thành phố HCM và các tỉnh Đồng bằng sông Cửu Long. Đồng thời, hướng dẫn thanh thiếu niên Phật tử về kỹ năng sống. Mở tủ sách thiếu nhi đặc biệt cho vùng nông thôn. Cô đã góp phần khai tâm mở trí cho thế hệ thanh thiếu niên, mang ánh sáng Từ bi trí tuệ Phật pháp tỏa chiếu nơi xa xôi hẻo lánh cho nên Cư sĩ Diệu Kim được bà con yêu mến gọi là *"Pháp sư Vườn". theo Thích Vân Phong biên khảo*

- **Trần Trọng Kim** (1883 -1953), Học giả, Nhà nho, Cư sĩ Phật giáo, tác gia, chính trị gia, ông tự là Lệ Thần, trước khi đến với đạo Phật, ông đã là một học giả uyên bác về sử học và văn học. Sáng lập viên Hội PGBK, là Trưởng ban khảo cứu và diễn giảng của

Hội, trưởng Ban Biên tập báo Đuốc Tuệ. Năm 1943, Trần Trọng Kim về hưu. Sau đó ông và Dương Bá Trạc được quân đội Nhật Bản đưa sang Singapore. Sau ngày Nhật đảo chính Pháp (9-3-1945) ông làm Thủ tướng chính phủ thân Nhật. Tác phẩm: *Phật giáo đối với cuộc nhân sinh. Thập nhị nhân duyên, Phật Lục,* nguyên quán quê làng Kiều Lĩnh, xã Xuân Phổ, huyện Nghi Xuân, tỉnh Hà Tĩnh, trú quán Hà Nội-Đà Lạt.

- **Thạch Kôong** (1879 -1969), Hòa thượng, danh Tăng hệ phái PG Nam Tông Khmer, thế danh Thạch Kôong, xuất gia năm 1896 với HT Huôi- chùa Ông Mẹc (Som Prôong Êck) pháp danh Brahma Sara. Năm 1901, thọ cụ túc giới tại chùa Som Prôong Êck. Năm 1907, học thiền ở huyện Cầu Ngang- Trà Vinh. Năm 1911, ngài sang Campuchia học kinh ở tỉnh Bat Đom Boong và học thiền ở Siêm Rệp. Sau 8 năm tu học, ngài trở thành Thiền sư trưởng đoàn hạnh Đầu Đà tại Campuchia. Năm 1932, ngài về nước hành đạo ở Giá Rai- Sóc Trăng, trụ trì chùa Som Rôong Êck- Cầu Ngang, Trà Vinh. Ngài có công lãnh đạo, xây dựng và giảng dạy Phật pháp khắp các tỉnh Tây Nam bộ. Ngài nhập diệt ngày 20 tháng 11 năm Kỷ Dậu (29-12-1969), thọ 91 tuổi, 71 tuổi đạo, nguyên quán trú quán Trà Vinh - *xem thêm ở Danh Tăng Việt Nam tập 2*

- **Thích Hiển Kỳ** (1863 -1936), Hòa thượng, tổ sư Tông phái Thiên Thai Giáo Quán Tông đời 19, thế danh Trần Quốc Lượng, tự Trần Quốc Ngỗi, Trần Cát Tường(lúc ở Trung Quốc), xuất gia năm 1922 với tổ Đế Nhàn- đời 48 tông Thiên Thai, pháp danh Nhiên Công, pháp hiệu Hiển Kỳ. Năm 1928, ngài làm Đàn đầu Hòa thượng tại giới đàn ở Hương Cảng, trong các giới tử có hai vị Tăng là Liễu Học, Liễu Đàn và một vị Ni là Liễu Tướng người Việt Nam. Năm 1933, ngài làm Đàn đầu Hòa thượng tại giới đàn chùa Thanh Sơn Hương Cảng, có ba vị người Việt Nam sang thọ giới là các ngài Liễu Thiền, Liễu Lạc và Liễu Chứng. Năm 1935, ngài làm Yết ma A xà lê trong giới đàn chùa Bửu Lâm- Núi Phụng Hoàng, có một giới tử người Việt Nam là Liễu Tức thọ giới. Tất cả 7 vị mang chữ Liễu đã trở về Việt Nam hoằng pháp và truyền bá Tông Thiên Thai Giáo Quán tại Việt Nam, do ngài Hiển Kỳ truyền giới ấn chứng. Ngài là người Việt Nam hành đạo, trụ trì tại Trung Quốc, ngài xả báo thân ngày mồng 4 tháng 3 năm Bính Tý (26-03-1936) tại Thanh Sơn Thiền Viện, thọ 74 năm, nguyên quán Long An, trú quán Trung Quốc - *xem thêm ở Danh Tăng Việt Nam tập 3*

- Cư sĩ Hưng Ký (? -1946), Cư sĩ , Thương nhân, tên thật Trần Văn Thành, không rõ năm sinh. Năm1921, ông Trần Văn Thành đã mua lại của người Pháp xưởng gạch ngói từ hãng *Briqueteries et Tuileries du Tonkin*. Khi ấy, cơ sở sản xuất còn khá khiêm tốn, ông đặt tên là *Hưng Ký*.Tất cả các sản phẩm gạch ngói được "làm thương hiệu" bằng cách được dập tên *Hưng Ký*. Một điều độc đáo là chỉ có gạch, ngói *Hưng Ký* của thương gia Việt Nam mới đủ sức cạnh tranh với gạch *Satic* của Pháp. Sản phẩm gạch, ngói *Hưng Ký* đã in dấu trong nhiều công trình kiến trúc của Hà Nội, Bắc Kỳ, Lào, Campuchia, Singapore. Năm 1930, khi tham gia hội chợ Marseille (Pháp), ông Hưng Ký đã được nhận huân chương cho các sản phẩm sáng tạo của mình, với số tiền hơn 4.000 đồng Đông Dương. Ông dùng tiền đó để mua đất, dựng chùa trên địa phận thôn Đoài, làng Hoàng Mai, cách chùa Nga My không xa. Và, để phân biệt với ngôi cổ tự, người làng đã gọi ngôi chùa mới này là chùa *Hưng Ký*, hoặc *chùa Tầu*, lấy theo tên hiệu của người khởi dựng. Đây là một ngôi chùa độc đáo của Hà Nội cũng như ở Việt Nam. Chùa Hưng Ký còn có tên là *Vũ Hưng Tự* và mang hiệu là *Võ Hưng Truyền Am*. Chùa được làm từ gốm sứ độc nhất vô nhị. Chùa *Hưng Ký* là công trình kiến trúc nghệ thuật độc đáo cuối triều Nguyễn, được Bộ Văn hóa-Thông tin xếp hạng bảo tồn năm 1992. Câu chuyện về ông trong nạn đói đầu xuân 1945, Ông Hưng Ký đã mở hết kho để phát chẩn cứu đói. Mỗi ngày nấu 10 nồi cháo lớn. Mỗi nồi đủ cho cả trăm người. Ông nói: *"Trăm năm nay quốc dân mới có nạn này. Mình giàu có hơn người cũng là do thiên phúc. Nay thấy người chết mà không cứu thì chẳng phải là người"*. Chuyện một nhà doanh ngiệp mở hết kho phát chẩn ở Hà Nội lúc ấy chấn động cả Bắc kỳ. Trong nhiều điện tín của một loạt doanh nhân người Pháp gửi về mẫu quốc làm ăn với nhà tư sản dân tộc Hưng Ký đều chỉ ghi: *"Không thể giao thương. Bận phát chẩn"*. Cuối thu 1945, tài sản của ông dần khánh kiệt, việc giao thương ông cũng không màng đến, nạn đói năm Ất Dậu đã làm ông trắng tay. Ông sau năm 1945 ít nhất một năm vào ngày Rằm tháng10 âm lịch (1946). Từ năm 1959, nhà máy gạch Hưng Ký chuyển thành *Xí nghiệp gạch ngói Cầu Đuống* nhưng thương hiệu sản phẩm ngói, gạch vẫn để là Hưng Ký mấy năm sau đó. Năm 1995, UBND thành phố Hà Nội đổi tên thành xí nghiệp gạch ngói Cầu Đuống. Từ ngày 26 tháng 6 năm 2006 Công ty chuyển từ Doanh nghiệp Nhà nước thành Công ty cổ phần Cầu Đuống. Hiện mộ ông Trần Văn Thành (Hưng Ký) được đặt ở Khu nghĩa trang Ao Đường, phường Hoàng Văn Thụ, Quận Hoàng Mai. Tại CTCP gạch ngói Cầu Đuống, có lập bàn thờ để tưởng nhớ công ơn của ông, nguyên quán Việt gốc Hoa, trú quán Hà Nội - *theo Thích Vân Phong sưu khảo*

- **Ưu Thiên Bùi Kỷ** (1887-1960), Cư sĩ, trí thức PG, Sáng lập viên hội PGBK. Là một Phó bảng Hán học lại có Tây học nên Bùi Kỷ tiếp xúc giáo lý đạo Phật khá nhanh và trở thành một nhà nghiên cứu Phật học. Bùi Kỷ tham gia Ban Biên tập báo *Đuốc Tuệ* tới cuối năm 1944. Tháng 2 năm 1945 tại Đại hội đồng thường niên hội Phật giáo Bắc Kỳ, ông được bầu vào Ban Cố vấn. *Vì lẽ gì mà chúng ta nên tin theo đạo Phật* là bài Bùi Kỷ diễn thuyết tại chùa Quán Sứ nhân ngày Phật Đản (16/5/1937) được in 10.000 bản tặng cho chư tôn tháng 8 năm 1937. Ông nguyên quán trú quán làng Châu Cầu, huyện Thanh Liêm, tỉnh Hà Nam.

- **Hải Thiệu Cương Kỷ** (1810 -1899), Hòa thượng, dòng Lâm Tế Liễu Quán đời 40, thế danh Lê Đạo, xuất gia năm 1828 với ngài Tánh Thiên Nhất Định- chùa Báo Quốc, được pháp danh Hải Thiệu, pháp tự Cương Kỷ. Năm 1835, ngài thọ đại giới tại giới đàn chùa Từ Đàm do HT Đạo Trung Trọng Nghĩa làm Đàn đầu truyền giới. Năm 1848, ngài trùng kiến thảo am An Dưỡng của bổn sư thành chùa Từ Hiếu và trụ trì tại đây, ngài có dị tướng là lông mi rất dài che cả mắt, khi nhìn ai hoặc đọc kinh sách, phải vén lên mới thấy, xong thả lông mi xuống, ngài không thấy gì cả. Năm 1897, ngài tổ chức in kinh Vô Lượng Thọ với lời đề bạt của HT Toàn

Nhật Quang Đài. Năm 1898, ngài lại tổ chức in khắc bộ kinh Báo Ân và Nhật tụng tiểu bản. Ngài thị tịch ngày mồng Một tháng 3 nhuần năm Kỷ Dậu (1899) thọ 94 năm, 63 hạ lạp, nguyên quán Quảng Trị, trú quán Thừa Thiên Huế - *theo Chư tôn Thiền đức&Cư sĩ tiền bối hữu công PG Thuận Hóa*

- **Thích Giác Kỷ** (1920 -2017), Hòa thượng, Trưởng lão hệ phái PG Khất sĩ Việt Nam, thế danh Nguyễn Duy Khương, xuất gia với trưởng lão Giác An năm 1957, được pháp danh Giác Kỷ. Năm 1966, ngài được trao giới Tỳ kheo tại tịnh xá Ngọc Cát- Phan Thiết. Ngài theo đức Thầy Giác An hành đạo khắp miền Trung và Cao nguyên, góp phần trong sự nghiệp hoằng pháp của Giáo đoàn III. Năm 2016, ngài trở về tịnh xá Ngọc Hải- Cam Ranh bên người pháp huynh là HT Giác Y để tịnh dưỡng tuổi già. Ngài xả báo thân ngày 14 tháng 2 năm Đinh Dậu, thọ 98 năm, 51 năm hành đạo, nguyên quán Phù Mỹ-Bình Định, trú quán Cam Ranh- Khánh Hòa.

L

- **Mạn Đà La**, Ni sư, sinh quán tại Hà Nội, thế danh Hoàng Thị Bích, là Phật tử thuần thành. Năm 1954, theo gia đình di cư vào Nam. Khi đang là sinh viên, Bà xuất gia với HT Thích Trí Thủ tại chùa Ba La Mật- Huế, được HT cho pháp hiệu là Mạn Đà La, sau đó du học tại Nhật Bản, được kết nối với cách mạng. Năm 1965, Bà sang Anh quốc tu nghiệp, được gặp HT Thiện Châu đang học ở đây. Năm 1967, Ni sư cùng HT Thiện Châu sang Pháp du học và ở lại đây hoạt động trong hội Việt kiều Hải ngoại- chi bộ Pháp. Hai vị đã lập nên phong trào trí thức hải ngoại chống chiến tranh Việt Nam. Ni sư là người có công giúp Đoàn đàm phán Chính phủ nước Việt Nam Dân chủ Cộng hòa và Chính phủ lâm thời Cộng hòa miền Nam Việt Nam trong việc đàm phán với phía Hoa Kỳ và Việt Nam Cộng hòa ký Hiệp định Paris năm 1973. Đất nước độc lập, Ni sư trở về quê hương miền Bắc thăm viếng và tuyển thợ, đưa vật liệu sang xây dựng nên thiền viện Trúc Lâm, một ngôi chùa truyền thống Việt Nam trên đất Pháp do HT Thiện Châu trụ trì. Năm 1998, HT Thiện Châu viên tịch, Ni sư xin hồi hương về Việt Nam, tu trì ở một tịnh thất tại khu phố 4, phường Xuân An, thị xã Long Khánh, tỉnh Đồng Nai - *theo Thích Đồng Bổn sưu khảo*

- Thái Kim Lan, Nữ cư sĩ, giáo sư, tiến sĩ, bà giảng dạy triết học Đông phương và triết học Phật giáo tại Đức. Bà là nữ giáo sư tiến sĩ duy nhất người Việt giảng dạy ở xứ sở là "*cái nôi của triết học*" nước Đức. Sinh ra và lớn lên ở Huế, Bà là người sinh viên tham gia đấu tranh cho PG trong pháp nạn 1963, tận mắt chứng kiến những biến cố lớn của PG trong những năm tháng khó khăn ấy. Bà sang Đức du học năm 1965, tốt nghiệp tiến sĩ rồi trở thành giảng viên triết học đại học Tổng hợp Ludwig- Munich- Đức. Đặc biệt, Bà luôn giữ truyền thống khi mặc áo dài Huế trên giảng đường ở nước ngoài hay các sự kiện tại Việt Nam. Bà là người sáng lập và làm Chủ tịch *hội Giao lưu Đức-Việt*. Bà được tặng giải thưởng *Đào Tấn* về bảo tồn bản sắc văn hóa Việt Nam trong việc giới thiệu Tuồng ra nước ngoài. Bà cũng là dịch giả đưa văn hóa Đức vào Việt Nam qua tác phẩm *Tuyển tập Văn học Đức Việt về Brecht và Hermann Hess*. Đặc biệt tại Đức, bà lập một bộ sưu tầm về tượng Phật trong khu vườn nơi bà cư ngụ rộng hơn 400 mét vuông. Bà nguyên quán Thừa Thiên Huế, trú quán Đức quốc - *theo trang nhà www.tienphong.vn*

- Thích Bảo Lạc, Hòa thượng, pháp danh Đồng An, pháp tự Thanh Nghiệp, pháp hiệu Bảo Lạc, đời 43 tông Lâm Tế, thế hệ thứ 10 pháp phái Chúc Thánh. Ngài thế danh Lê Bảo Lạc, sinh năm Nhâm Ngọ (1942) tại Xuyên Mỹ, huyện Duy Xuyên, Quảng Nam. Ngài chính là bào huynh của HT Thích Như Điển, phương trượng chùa Viên Giác, Đức quốc. Xuất gia năm 1957 với HT.Thích Trí

Hữu tại chùa Linh Ứng, thọ Tỳ kheo năm 1964 tại Việt Nam Quốc Tự. Năm 1974 du học Nhật Bản và tốt nghiệp Cử nhân Tôn giáo xã hội học năm 1980. Năm 1981 sang định cư tại Úc và khai sơn chùa Pháp Bảo tại Sydney. Ngài từng giữ các chức vụ như: Tổng vụ trưởng Tổng vụ Hoằng pháp, Phó hội chủ và nay là Hội chủ GHPGVNTN Úc Đại Lợi và Tân Tây Lan. Hòa thượng được cung thỉnh vào các ngôi vị: Tôn chứng, Giáo thọ, Yết Ma...nhiều giới đàn của PGVN trên thế giới. Ngài trước tác và dịch thuật trên 30 tác phẩm, góp phần xây dựng nền văn hóa Phật giáo tại Hải ngoại. Ngài nguyên quán Quảng Nam, trú quán Úc Châu - *theo Thích Như Tịnh sưu khảo*

- **Thích Chánh Lạc** (1950 -2000), Thượng tọa, pháp danh Nguyên Ân, pháp hiệu Chánh Lạc, học tăng Phật học viện Trung Phần Hải Đức Nha Trang, dịch giả bộ kinh Địa Tạng của ngài Tuyên Hóa, chủ nhiệm Hợp tác xã Bồ Đề-Nha Trang, thầy có năng khiếu dịch thuật, nhưng do bệnh duyên, đã sớm về cõi Phật, nguyên quán Quảng Nam, trú quán Khánh Hòa.

- **Thích Chơn Lạc** (1938 -2015), Hòa thượng, dòng Lâm Tế Chánh Tông đời 41, thế danh Nguyễn Văn Thiện, xuất gia năm 1946 với HT Thiện Thọ- chùa Long Tế- Cao Lãnh, pháp danh Nhựt Thiện, pháp tự Liên Độ, pháp hiệu Chơn Lạc. Năm 1960-1962, ngài học tại PHV Phước Hòa- Trà Vinh. Năm 1952-1964, học tại PHĐ chùa Ấn Quang. Năm 1964-1975, ngài theo học ở PHV Huệ Nghiêm- Bình Chánh. Năm 1966, ngài thọ cụ túc giới tại giới đàn PHV Huệ Nghiêm. Từ 1965-1975, ngài làm Giáo thọ sư giảng dạy các Ni viện Từ Nghiêm, Dược Sư, Thiền tôn, Huỳnh Kim, Huê Lâm... Năm 1980, ngài là Tri sự trong Ban Quản trị chùa Huệ Nghiêm. Năm 1991, ngài chính thức trụ trì chùa Huệ Nghiêm.Từ đây, ngài luôn được cung thỉnh làm Giới sư trong các giới đàn ở các tỉnh thành miền Nam và TP Hồ Chí Minh. Ngài xả báo thân ngày 29 tháng 11 năm Giáp Ngọ (19-01-2015) thọ 77 năm, 48 hạ lạp, nguyên quán Cao Lãnh-Đồng Tháp, trú quán Bình

Tân- TP Hồ Chí Minh - *theo Ban Quản trị PHV Huệ Nghiêm biên soạn*

- **Thích Nữ Huệ Lạc** (1950 -1967), Ni cô, thánh tử đạo, tự thiêu trước chùa Giác Viên-Gia Định lúc 17 tuổi, để lại thư gởi đức Giáo hoàng, Tổng thống Johnson, Tổng thống Thiệu, đòi thu hồi hiến chương 23/67 của khối VNQT, chưa rõ thân thế - *theo Biên niên sử PG Sài Gòn Gia Định*

- **Thích Liễu Lạc** (1878 -1937), Hòa thượng, Trưởng lão tông phái Thiên Thai Giáo Quán Tông đời 49, thế danh Trương Văn Trình. Năm 1933 ngài sang Trung Quốc thọ đại giới với tổ Hiển Kỳ-Hương Cảng, được pháp danh là Tu Tịnh, pháp hiệu Liễu Lạc. Sau khi về Việt Nam, ngài khai sơn chùa Pháp Minh để hoằng dương đạo pháp. Nơi đây đã sản sinh ra nhiều bậc danh tăng thạc đức như HT Đạt Hảo; NT Đạt Tâm...Ngài xả báo thân ngày mồng 2 tháng Chạp năm Bính Tý (14-01-1937) hưởng 59 năm, tháp lập trong khuôn viên chùa Pháp Minh, nguyên quán trú quán Long An - *xem thêm ở Danh Tăng Việt Nam tập 3*

- **Pháp Lạc** (1903 -2001) Hòa thượng, trưởng lão hệ phái PG Nam Tông Việt Nam, thế danh Trần Công Khuê, xuất gia năm 1959 tại chùa Giác Quang- Bình Đông- Chợ Lớn. Năm 1961, ngài thọ Tỳ kheo với HT Thiện Luật tại chùa Giác Quang, được pháp danh Pháp Lạc (Sukha Dhamma Thera). Năm 1964, ngài về quê hương truyển bá giáo lý Nguyên thủy và thành lập chùa Thái Bình, chùa Bất Nhị ở Quảng Nam. Năm 1965, ngài vào Phan Thiết thành lập chùa Bình Long. Năm 1966, ngài về Mỹ Tho thành lập chùa Pháp Bảo và trụ lại đây đến cuối đời. Từ năm 1964-1975, ngài là Kiểm soát viên Ban Chưởng quản Giáo hội Tăng già Nguyên thủy Việt Nam. Năm 1976, ngài được bầu làm Phó Tăng thống GHTGNTVN. Năm 1985, ngài làm Chứng minh BTS PG tỉnh Tiền Giang. Năm 1997, ngài được suy cử Thành viên Hội đồng Chứng minh GHPGVN. Năm 1998, ngài được bầu làm Tăng trưởng hệ phái PG Nam Tông Việt Nam. Ngài xả báo thân ngày 12 tháng 5 năm 2001, thọ 98 năm, 40 hạ lạp, nguyên quán Quảng Nam, trú quán Tiền Giang - *xem thêm ở Danh Tăng Việt Nam tập 3*

- **Thích Thọ Lạc**, Thượng tọa, Tiến sĩ danh dự, sinh năm 1963, xuất gia với HT Thích Đức Nhuận- chùa Đồng Đắc, là Ủy viên Thường trực HĐTS TW GHPGVN, Phó trưởng ban Thường trực BanVăn hóa TW, Trưởng BTS GHPGVN tỉnh Ninh Bình, Phó trưởng ban Thường trực BTS GHPGVN tỉnh Nghệ An, trụ trì các chùa Đồng Đắc, Cao Sơn, Đại Bi - Ninh Bình, chùa Đại Tuệ và chùa Diệc- Nghệ An, chùa Yên Phú- Thanh Trì Hà Nội, chùa Bàng Long- Viên Chăn Lào, chùa Pháp Hoa- TP Hồ Chí Minh. Tác phẩm: *Phật giáo thời Đinh và Tiền Lê* (chủ biên, đồng tác giả PGS. TS Nguyễn Hồng Dương, nxb Tôn Giáo, Hà Nội 2010) ; *Chùa Yên Phú lịch sử và hiện tại* (đồng chủ biên TS Nguyễn Quốc Tuấn, nxb Hồng Đức 2011), nguyên quán Kim Sơn Ninh Bình, trú quán Hà Nội, Nghệ An - *theo NNC Nguyễn Đại Đồng sưu khảo*

- **Thích Thông Lạc** (1928 -2013), Trưởng lão, Thiền sư, thế danh Lê Ngọc An, xuất gia năm 1936, với HT Huệ Tánh- chùa Phước Lưu- Trảng Bàng- Tây Ninh, pháp danh Thông Lạc. Năm 1965, ngài vào học tại PHV Trung đẳng Huệ Nghiêm và ghi danh học Viện đại học Vạn Hạnh. Năm 1968, ngài vừa học, vừa đi dạy thêm ở các trường Trung học Bồ Đề Sài Gòn Chợ Lớn. Năm 1970, ngài về chăm sóc cha đến khi cha mất, ngài cảm nhận thế gian chẳng có gì hằng hữu, nên buông tất cả, theo Thiền sư Thanh Từ tu tập Thiền tông. Sau thời gian tu tập ở thiền viện Chơn Không, ngài bắt đầu vân du hành cước khắp nơi, lên núi rừng, xuống vùng sông biển để nhận diện bản thân và tìm chân lý. Năm 1980, ngài trở về quê nhà ở Trảng Bàng, lập nên thảo am tu hành. Ngài nhân đọc kinh Nikaya của HT Minh Châu dịch, bỗng ngộ được chân lý, bèn chấn chỉnh việc tu hành, xây dựng thảo am thành *tu viện Chơn Như* để phát huy đường lối tu tập và hoằng pháp độ sanh. Tác phẩm mà ngài đã biên soạn: *Đường về xứ Phật ; Những lời gốc Phật dạy ; Đạo đức làm người ; Trở về đạo Phật ; Những lời Tâm* *huyết ; Phật giáo có đường lối riêng ; Pháp tu của Phật làm chủ Sanh Già Bệnh Chết ; Mười hai cửa vào đạo ; Ba mươi bảy phẩm trợ đạo ; Sống một mình như con Tê Ngưu ; Những chặng đường tu học của người Cư sĩ ; Nghi thức thọ Bát Quan Trai ; Hành Thập thiện và Tứ vô lượng tâm ; Lịch sử chùa Am ; Thanh qui tu viện Chơn Như ; Phật tử cần biết I, II ; Linh hồn không có ; Tạo duyên giáo hóa chúng sanh ; Thiền căn bản ; Văn hóa PG truyền thống I, II ; Lòng yêu thương...*ngài xả báo thân ngày 21 tháng 11 năm Nhâm Thìn (02-01-2013) thọ 85 năm, 44 năm hành đạo, nguyên quán trú quán Trảng Bàng Tây Ninh - *theo trang nhà www.tuvienchonnhu.net*

- **Tuệ Lạc**, Cư sĩ, giáo sư, nhà báo, tác gia, thế danh Nguyễn Điều, nguyên là tu sĩ Phật giáo Nam Tông, pháp danh Tuệ Lạc, ông du học ở Tích Lan, rồi sang Pháp về tại gia làm phóng viên báo *Le Figaro*- Paris. Ông nguyên Chủ tịch hội Sinh viên Phật tử tại Pháp, tác phẩm: *Khoa học và sự tái sinh* (nxb Hồng Đức 2017), nguyên quán Bình Định, trú quán Paris- Pháp quốc

- **Thích Bửu Lai** (1901 -1990) Hòa thượng, thế danh Lê Văn Tồn, ông nguyên là Cư sĩ Hội trưởng hội Phật học Sa Đéc (1924-1929). Năm 1955, xuất gia tại chùa Ấn Quang lúc 55 tuổi, pháp danh Bửu Lai. Năm 1957, ngài được dự khóa huấn luyện trụ trì "*Như Lai Sứ Giả*" tại chùa Pháp Hội, sau đó Giáo hội bổ nhiệm về trụ trì PHV Phước Hòa- Trà Vinh. Năm 1959, ngài giữ chức Tổng thư ký *Giáo hội Tăng già Nam Việt*. Năm 1966, ngài làm Chánh đại diện GHPGVNTN miền Huệ Quang. Năm 1978-1984, là Phó chủ tịch MTTQ TP Cần Thơ. Năm 1989, là Hiệu trưởng *trường Cơ bản Phật học* tỉnh Hậu Giang, tác phẩm: *Khuyến phát Bồ đề tâm văn* (dịch) ; *Các bài văn Giác thế ; Thiền môn Trường hàng Luật ; Ý nghĩa Nghi thức tụng niệm ;Sưu tập giảng luận giáo lý*. Ngài viên tịch ngày 24 tháng 10 năm Canh Ngọ (10-12-1990) với 90 năm trụ thế và 34 hạ lạp, nguyên quán Đồng Tháp, trú quán Cần Thơ - *xem thêm ở Danh Tăng Việt Nam tập 1*

- **Thích Đạt Lai** (1896 -1966), Hòa thượng, dòng Thiên Thai Giáo Quán Tông đời 22, trụ trì chùa Pháp Môn-xã Tân Kim-Cần Giuộc-Long An, HT là bổn sư của ngài Tắc Thành, danh tăng PGVN đầu thế kỷ 21, nguyên quán trú quán Long An.

- **Thích Tâm Lai** (1882 -1937), Tỳ khưu, bán thế xuất gia tại chùa Phương Lăng-Thuỷ Nguyên-Hải Phòng, sau lên trụ trì chùa Hang (Kim Sơn tự, Tiên Lữ động tự) ở làng An Thái, đồn điền Đồng Bẩm, huyện Đồng Hỷ, tỉnh Thái Nguyên. Ông là người khởi xướng chấn hưng Phật giáo xứ Bắc bằng bài báo chấn hưng Phật giáo trên tờ *Khai Hóa Nhật báo*, ra ngày 16-1-1927, đề nghị thành lập Việt Nam Phật giáo Hội cho cả 3 miền và đưa ra chương trình chấn hưng gồm 3 điểm:

1) Lập giảng đàn trong các chùa để giảng kinh, sách Phật cho các nhà thiện tín, nhờ người dịch kinh sách Phật chữ Hán và chữ Pháp ra quốc ngữ;

2) Mở các trường Sơ học yếu lược, Sơ đẳng tiểu học bên cạnh các chùa, đón thầy bên ngoài vào dạy theo chương trình nhà nước, chỉ thêm mỗi buổi học mười phút giảng kinh Phật;

3) Lập ra ở bên cạnh mỗi chùa một nhà nuôi kẻ khó, người tàn tật vào nuôi, dạy nghề sinh nhai; làm nhà bảo cô thu trẻ em mồ côi vào nuôi cho ăn học.

Tháng 5 năm 1927, Sư Thiện Chiếu được HT Khánh Hoà cử ra Bắc gặp ông tại chùa Hang bàn chuyện chấn hưng Phật giáo nhưng không thành. Sau ông bị vu cáo hoạt động chính trị, nản lòng về làm đương gia chùa Phương Lăng nguyên quán trú quán Hải Phòng.

- **Thích Thiện Lai** (1896 -1970), Sa di, Thánh tử đạo, thế danh Bùi Đình Tần, xuất gia năm 1955 lúc 59 tuổi với HT Hải Tràng chùa Phổ Quang- Phú Nhuận, pháp danh Thiện Lai. Ngài nổ lực tu học tại đây mà không nhận đại giới. Sự kiện *"Việt Nam Quốc Tự"* là một vết đau trong lòng Tăng tín đồ miền Nam, ngài cũng quyết tâm chống lại hiến chương 23/67 để bảo vệ hiến chương năm 1964 của PG, nên phát nguyện tự thiêu dưới gốc cây Bồ đề chùa Phổ Quang vào lúc 4 giờ 15 phút sáng ngày mồng 8 tháng 5 năm Canh Tuất (11-06-1970) thọ 74 năm, 15 tuổi đạo, nguyên quán Nam Định, trú quán Gia Định - *xem thêm ở Danh Tăng Việt Nam tập 2*

- **Út Bạch Lan** (1935 -2016), nghệ sĩ ưu tú, Phật tử pháp danh Giác Hạnh, tên thật là Đặng Thị Hai. Bà khởi nghiệp cầm ca thập niên 50 dưới sự dìu dắt của nhạc sĩ Văn Vĩ và trở thanh danh ca vọng cổ. Bà có giọng hát nổi tiếng là "*Sầu nữ Út Bạch Lan*". Khi lớn tuổi, bà chọn cửa thiền môn để sinh hoạt biểu diễn và tu niệm. Bằng giọng ca truyền cảm, bà có nhiều bài hát cổ nhạc PG để đời. Bà được mời làm Cố vấn Ban văn nghệ Thành hội PG TP Hồ Chí Minh, bài ca Vọng cổ *Quốc sư Vạn Hạnh*, tiếng hát của bà mãi vang xa. Bà làm trưởng đoàn từ thiện Út Bạch Lan. Bà vãng sinh ngày 04-11-2006, thọ 81 tuổi, nguyên quán Long An, trú quan TP Hồ Chí Minh.

- **Nguyễn Thị Ngọc Lan** (1951 -1963), nữ Phật tử, thánh tử đạo, pháp danh Tâm Chánh. Năm 1963, thời kỳ pháp nạn của PG đồ Việt Nam trước nạn kỳ thị tôn giáo của chế độ độc tài Ngô Đình Diệm. Phật giáo đồ tại Huế đã bị xúc phạm, thà chết chứ không chịu khuất phục bạo quyền. Trong buổi mít tinh tại chùa Từ Đàm sáng ngày 8-5-1963, đến tối Phật tử kéo đến đài phát thanh Huế chờ đợi sự giải thích của chính quyền không giữ lời hứa phát thanh lại buổi mít tinh, thì bất ngờ đoàn xe thiết giáp của Thiếu tá Đặng Sỹ nổ súng và đâm thẳng vào đám đông, một số bị bắn chết, một số bị xe thiết giáp cán chết, trong đó có Phật tử Tâm Chánh. Giáo hội PG Trung phần đã tấn phong Thánh tử đạo năm 1965, nguyên quán trú quán Thừa Thiên Huế - *theo Chư tôn Thiền đức&Cư sĩ hữu công Thuận Hóa*

- **Thích Pháp Lan** (1913 -1994), Hòa thượng, pháp sư, dòng Tế Thượng Thiên Thai Thiền Giáo Tông đời 42, thế danh Lê Hồng

Phước, xuất gia năm 1926 với tổ Huệ Đăng- chùa Thiên Thai- Bà Rịa, pháp danh Trừng Tâm, pháp tự Thiện Hảo, pháp hiệu Pháp Lan. Năm 1947, ngài được cung thỉnh trụ trì chùa Khánh Hưng- Hòa Hưng- Sài Gòn. Năm 1951-1956, ngài thành lập Trường gia giáo *Lục Hòa Tăng* tại chùa Khánh Hưng, trong thời gian này, ngài phụ trách an ninh khu 4- Mỹ Tho và là Chủ tịch Lực lượng PG cách mạng Sài Gòn-Gia Định. Năm 1953, ngài làm Tổng thư ký Tăng đoàn Liên Tông Việt Nam. Năm 1963, ngài là Thành viên Ủy ban Liên phái Bảo vệ PG. Năm 1964, ngài là Thành viên Hội đồng Giáo phẩm Viện Hóa Đạo GHPGVNTN kiêm Chủ tịch Tổng đoàn Thanh niên Tăng ni Việt Nam. Năm 1981, GHPGVN thành lập, ngài được mời làm Ủy viên HĐTS GHPGVN kiêm Phó BTS Thành hội PG TP Hồ Chí Minh, ngài xả báo thân ngày 20 tháng Giêng năm Giáp Tuất (01-03-1994), thọ 81 năm, 59 hạ lạp, nguyên quán Bình Định, trú quán TP Hồ Chí Minh - *xem thêm ở Danh Tăng Việt Nam tập 2*

- **Thích Tắc Lãnh**, Hòa thượng, sinh năm 1946, sơn môn Thiên Thai Giáo Quán Tông đời 23, đệ tử HT Đạt Hảo- chùa Pháp Quang, pháp danh Tắc Lãnh, pháp tự Lãng Tấn, chuyên điển lễ dẫn thỉnh các giới đàn, Chứng minh BTS GHPGVN huyện Thủ Đức, trụ trì chùa Châu Hưng-Tam Phú, Thủ Đức, nguyên quán trú quán TP Hồ Chí Minh.

- **Nguyễn Bá Lăng** (1920 -2005), Kiến trúc sư, ông đã khảo sát điền dã, nghiên cứu, ghi chép rất công phu hầu hết những ngôi đình, ngôi chùa, nổi tiếng như đình Đình Bảng, chùa Bút Tháp, chùa Dâu ở Bắc Ninh; đình Tây Đằng, Chu Quyến, chùa Tây Phương ở Sơn Tây; chùa Keo ở Nam Định, Thái Bình; chùa Láng, chùa Kim Liên ở Hà Nội... Đặc biệt ông đã tìm hiểu rất kỹ ngôi chùa Vĩnh Nghiêm có từ đời Trần. Bộ sưu tập về kiến trúc dân gian của ông là một vốn quý ít ai có được. Ông đóng góp nhiều kiến trúc Phật giáo nổi tiếng như:

1. Lập họa đồ và trùng tu chùa Một Cột Hà Nội năm 1955, sau khi

Liên Hoa Đài bị phá sập năm 1954; 2. Kiến trúc: Chùa Xá Lợi năm 1958; 3. Chùa Vĩnh Nghiêm 1966-1974; 4. Chùa An Quốc trong cư xá sĩ quan Chí Hòa, Sài Gòn năm 1972-1975; 5. Chùa Quan Âm tại Paris; 6. Chùa Tịnh Tâm tại Sèvres, ngoại ô Paris; 7. Liên Hoa đài tại Làng Mai, Pháp; 9. Việt Nam Phật quốc tự, Bồ Đề Đạo Tràng, Lâm Tỳ Ni, Ấn Độ. Tác phẩm nghiên cứu: *Chùa xưa tích cũ. Kiến trúc Phật giáo Việt Nam*, Tập I và II. Ông nguyên quán huyện Mỹ Hào, tỉnh Hưng Yên, trú quán TP Hồ Chí Minh - *theo NNC Nguyễn Đại Đồng sưu khảo*

- **Ẩn Lâm** (1898 -1982), Hòa thượng trưởng lão hệ phái Nam Tông Việt Nam, thế danh Lê Văn Tâm, xuất gia năm 18 tuổi tại chùa Khánh Quới Bắc tông. Năm 1920, ngài sang Campuchia nghiên cứu Tam tạng Pàli. Năm 1940, ngài gặp ngài Thiện Luật và xuất gia lại theo hệ phái Nam Tông ở Preyveng- Campuchia, sau đó ngài thực hiện hạnh Đầu đà độc cư trong rừng.. Năm 1954, ngài về Việt Nam hoằng đạo. Năm 1957, ngài được Giáo hội bổ về trụ trì các chùa: Tăng Quang-Huế, chùa Tam Bảo-Đà Nẵng (1959), Thanh Vân-Tây Ninh (1961), Phước Hải-Tiền Giang (1962) và Kỳ Viên-Bàn Cờ (1975). Năm 1965, ngài được suy cử Phó Tăng thống *Giáo hội Tăng già Nguyên thủy Việt Nam*. Năm 1976, ngài là Tăng thống GHTGNTVN. Năm 1981, ngài là Phó Pháp chủ *Hội Đồng Chứng Minh* GHPGVN, ngài tịch vào ngày mồng 6 tháng 11 năm Nhâm Tuất (20-12-1982), nguyên quán Tiền Giang, trú quán TP Hồ Chí Minh - *xem thêm ở Danh Tăng Việt Nam tập 1*

- **Thích Bích Lâm** (1924 -1971), Hòa thượng, thế danh Trần Văn Vinh, xuất gia với HT Phước Huệ- chùa Hải Đức- Nha Trang, pháp danh Chơn Phú, pháp tự Chánh Hữu, pháp hiệu Bích Lâm. Năm 1946, ngài trụ trì tổ đình Nghĩa Phương- Nha Trang. Ngài được cung thỉnh làm Đường đầu Hòa thượng tại giới đàn chùa Phước Huệ- Nha Trang (1959) và chùa Phước Duyên-Diên Khánh (1970). Năm 1950-1954, là Tổng thư ký *Giáo hội Tăng già Cổ truyền* tỉnh Khánh Hòa. Năm 1955-1959, là Tăng giám Trung Việt

Giáo hội Tịnh Độ tông Việt Nam. Năm 1960-1968, đảm nhiệm chức Chánh Đại diện *PG Cổ truyền Trung phần* kiêm Giám đốc PHV PG Cổ truyền. Năm 1969-1971, Phó viện trưởng Viện Hoằng Đạo *GHPG Cổ truyền Việt Nam.* Ngài viên tịch ngày 24 tháng 11 năm Tân Hợi 1971, trụ thế 48 năm, 26 hạ lạp, nguyên quán trú quán Khánh Hòa - *theo Danh Tăng Việt Nam tập 1*

- **Thích Giác Lâm** (1929 -2012), Hòa thượng, thế danh Phạm Công Thành, xuất gia năm 1940 với HT Tâm Tịnh Huệ Chiếu-chùa Thiên Đức, dòng Lâm Tế Liễu Quán đời 44, pháp danh Nguyên Trạch, pháp tự Chí Công, pháp hiệu Giác Lâm. Năm 1952, ngài thọ Tỳ kheo tại giới đàn chùa Thiên Bình- An Nhơn. Năm 1954, ngài được vào học tại PHV Trung Phần Nha Trang. Năm 1957, ngài tốt nghiệp trở về Bình Định trú xứ tại chùa Long Khánh- Qui Nhơn và giảng dạy tại PHV Nguyên Thiều (1960-1970) và PHV Phước Huệ-Thập Tháp (1970-1975). Năm 2007, ngài cùng đoàn chư Tăng Bình Định sang dự lễ Phật đản Liên Hiệp Quốc tại Thái Lan và Sám chủ trai đàn Chẩn tế, trình bày bằng âm điệu nghi lễ truyền thống PGVN để cầu nguyện Hòa bình thế giới. Ngài chuyên môn về bộ môn nghi lễ, đã viết các tác phẩm: *Hành lễ Nghi thức Phật giáo* (1973-1999) ; *Sử Ba Mươi Ba vị Tổ Ấn Hoa* (2002) ; *Luận giải Nghi lễ PGVN* (11 tập-2005) ; *Nghi pháp Khai đạo giới tử Đại giới đàn Cổ Pháp* (Làng Mai-Pháp quốc-2006) ; *Phật giáo Nghi lễ giáo khoa Trung cấp* (2007) ; *Tịnh độ pháp yếu* (2010) ; *Phật giáo Nghi lễ Sơ cấp* (2012). Ngài xả báo thân ngày mồng 8 tháng 5 năm Nhâm Thìn (26-06-2012) tại tổ đình Long Khánh, thọ 84 năm, 62 hạ lạp, nguyên quán trú quán Bình Định.

- **Thiền sư Huệ Lâm** (1877 -1945), Hòa thượng, thế danh Bùi Văn Tươi, xuất gia từ nhỏ với HT Khánh Lâm- chùa núi Châu Thới-Bình Dương. Khoảng năm 1920, sau một thời gian dài tu học, Sư Huệ Lâm được thầy cho xuống núi hóa đạo chúng sinh, ngài đi về phía hóc rừng nọ lập chùa. Thoạt đầu, ngài che một cái chòi nhỏ, có lẽ vì thế mà người ta gọi là *"hóc có ông che chòi"* nên gọi tên chùa *Hóc Ông Che* đến ngày nay. Sư Huệ Lâm lặng lặng giữa rừng, ngày ngày bốc thuốc chữa bệnh cho dân nghèo. Tiếng lành đồn xa về vị sư ở chốn rừng thiêng, nước độc mà lại có tài chữa bách bệnh. Người dân vùng Hóa An xưa còn gọi Thiền sư Huệ Lâm là ông thầy Hai. Một ngày nọ, thầy Hai bất ngờ tiếp một vị khách là người Pháp tự xưng là hiệu trưởng một trường Tây nổi tiếng ở Sài Gòn. Người này đi cùng một người con gái ruột và cầu xin thầy Hai chữa chứng bệnh "kỳ lạ" đang mắc phải, đã trị hết bao bác sĩ ta rồi bác sĩ Tây cũng không hết được. Thiền sư Huệ Lâm nhận nữ bệnh nhận "đặc biệt" này ở lại chùa và nhiệt tình chữa bệnh bằng cây lá rừng quanh chùa và những bài chú của Phật giáo. Thật lạ, người con gái này ở chùa thì hết bệnh nhưng về nhà lại tái phát bệnh như cũ. Thấy con gái mình có căn tu lại thông minh nên gia đình đồng ý cho quy y tại chùa Hiển Lâm Sơn với pháp danh là Thiện Niệm, chính thức thành đệ tử của sư Huệ Lâm. Năm 1945, Sư Huệ Lâm viên tịch, đệ tử là Yết ma Thiện Niệm lên kế vị trụ trì trì đời thứ hai chùa Hiển Lâm Sơn, không rõ nguyên quán, trú quán Hóa An- Đồng Nai - *theo tư liệu sưu khảo của Trí Bùi, Thích Vân Phong sưu tầm*

- Chơn Kim Pháp Lâm (1861 -1898), Hòa thượng, dòng Lâm Tế Chúc Thánh đời 40, xuất gia với tổ Ấn Chánh Tổ Tông, hiệu Huệ Minh- chùa Bảo Sơn- Tuy An, Phú Yên, pháp danh Chơn Kim, pháp tự Pháp Lâm. Năm 1887, ngài khai sơn chùa Châu Lâm- Đồng Xuân- Phú Yên. Năm 1889, ngài ra kinh đô Huế trụ trì chùa Viên Thông- núi Ngự Bình. Năm 1895, ngài vận động trùng khắc mộc bản bộ *"Đại học Chỉ thư Yếu tập"* do tổ Pháp Chuyên Diệu Nghiêm biên soạn. Năm 1897, ngài cho khắc *Chánh pháp nhãn tạng*, truyền thừa từ tổ Minh Hải xuống đến ngài. Năm 1898, ngài về thăm chùa Châu Lâm tại Phú Yên và viên tịch vào ngày 14 tháng 2 năm Mậu Tuất, hưởng 38 năm, bảo tháp lập ở chùa Châu Lâm- Tuy An, nguyên quán Tuy An- Phú Yên, trú quán Thừa Thiên Huế, Phú Yên - *theo Chư tôn đức&Cư sĩ tiền bối hữu công PG Thuận Hóa*

- Tiên Thiện-Từ Lâm (1780 -1859), Hòa thượng tổ sư, danh tăng miền Nam, trụ trì Sắc tứ Linh Thứu tự, có công khai sơn chùa Bửu Lâm- Mỹ Tho và sắc tứ Linh Thứu, khai sơn chùa Bửu Hưng-Sa

Đéc - *theo Biên niên sử PG Sài Gòn Gia Định*

- **Trương Hoàng Lâu** (?), Cư sĩ, đại thí chủ. Năm 1945, lúc Nhật đảo chánh Pháp, ngài Trí Tịnh và Thiện Hoa được giao nhiệm vụ hướng dẫn tăng sinh Phật học đường Báo Quốc vào Nam. Đoàn đến Sài Gòn, xuống Mỹ Tho rồi về Cần Thơ. Nhờ thí chủ Trương Hoàng Lâu giúp đỡ, ngài Thiện Hoa mở Phật học đường Phật Quang-Trà Ôn, ông đã vận động hỗ trợ tài lực cho Phật học đường này hoạt động suốt 8 năm, chưa rõ thân thế, ông nguyên quán trú quán Trà Ôn-Vĩnh Long - *theo Biên niên sử PG Sài Gòn Gia Định*

- **Thích Đảnh Lễ** (1918 -1968), Hòa thượng, pháp danh Tâm Ưng, thế danh Võ Đức Phú, xuất gia với HT Huệ Minh-chùa Từ Hiếu, học tăng PHĐ Sơn môn Tây Thiên và Báo Quốc. Năm 1946, ngài làm Giám tự chùa Linh Mụ. Năm 1948, khai sơn chùa Phước Duyên-Huế. Năm 1965 khai sơn chùa Phước Hải-Hương Trà, Thừa Thiên, nguyên quán trú quán Thừa Thiên Huế - *theo Chư tôn Thiền đức&Cư sĩ hữu công Thuận Hóa*

- **Thích Như Lễ**, hiệu Huệ Long (1888-1967), thế danh Nguyễn Văn Phụng, bí danh Trung Nghĩa (bào đệ của Hòa thượng Pháp sư Bửu Chung). Ngài trùng tu Trụ trì Long Liên Tự (Thiên Phước Tự), rạch Xẻo Tre- Nha Mân- Châu Thành- Đồng Tháp. Ấu niên xuất gia với tổ Minh Thông Hải Huệ, được thiền sư Như Khả Chân Truyền cưu mang lo việc học hành, y chỉ học Phật với tổ Minh Hòa Hoan Hỷ tại tổ đình Long Thạnh. HT Thích Như Lễ, vị Pháp sư danh tiếng, ngài tham gia hoạt động Cách mạng thời Phan Bội Châu, ngài cùng với Phan Xích Long vận động khởi nghĩa Thiên Địa Hội 1913 tại miền Tây Nam bộ và Chợ Lớn. Ngài từng bị kết án tử hình rồi giảm xuống chung thân và bị đày ra Côn đảo. Ngài đóng góp nhiều thành tích trong hai thời kháng Pháp, chống Mỹ cứu nước. Duyên Ta bà quả mãn, ngài viên tịch vào ngày Rằm tháng 5 năm Đinh Mùi (22-06-1967) tại chùa Trung Bửu, Thuận An, Bình Dương - *theo Thích Vân Phong biên khảo*

- **Thích Nhật Lệ** (1927 -1987), Hòa thượng, xuất gia với HT Từ Nhơn-chùa Linh Quang-Quảng Trị, pháp danh Tâm Hòa, pháp tự Thanh Quang, pháp hiệu Nhật Lệ, thế danh Nguyễn Cảnh. Năm

1951, tu học ở chùa Báo Quốc và trụ trì chùa Đồng Tri-Quảng Trị. Năm 1954-1958, Thư ký Giáo hội Tăng già tỉnh Quảng Trị. Năm 1959, học tăng PHV Hải Đức-Nha Trang. Năm 1962, vào Sài Gòn trụ trì chùa Hải Quang. Năm 1982, ngài làm Phó trưởng ban Nghi lễ TW GHPGVN kiêm Trưởng ban Nghi lễ BTS Thành hội PG TP Hồ Chí Minh, nguyên qán uảng Trị, trú quán TP Hồ Chí Minh - *theo Chư tôn Thiền đức&Cư sĩ hữu công Thuận Hóa*

Li

- **Thích Chánh Liêm** (1938 -2008), Hòa thượng, dòng Lâm Tế Chánh Tông đời 40, thế danh Nguyễn Văn Trú (Triết), xuất gia năm 1958 với HT Phước Huệ- chùa Hải Đức- Huế, pháp danh Chơn An, pháp tự Chánh Liêm. Sau khi xuất gia, ngài được bổn sư gởi vào PHV Báo Quốc tu học. Năm 1965, ngài thọ đại giới tại giới đàn Vạn Hạnh- chùa Từ Hiếu do HT Giác Nhiên làm Đàn đầu truyền giới. Năm 1967, ngài làm Đặc ủy Thanh niên kiêm giảng dạy trường Bồ Đề thị xã Quảng Trị. Năm 1969, ngài trụ trì chùa Tỉnh hội Phật học Quảng Trị. Năm 1975, ngài trụ trì chùa Châu Quang- thị xã Đông Hà. Năm 1996, ngài làm Trưởng BTS GHPGVN tỉnh Quảng Trị. Trong cuộc đời hành đạo, ngài đã khai sơn: *Hải Đức Sơn Tự*- Đông Hà (1988), xây dựng *Vạn Phật Tháp* 7 tầng- Tây Nam thị xã Đông Hà (2004), chùa *Đại An*- Đông Hà (1990-2007), ngài xả báo thân ngày 11 tháng 11 năm Mậu Tý (07-12-2008) thọ 71 năm, 44 hạ lạp, nguyên quán trú quán Quảng Trị - *xem thêm ở Danh Tăng Việt Nam tập 3*

- **Thích Bích Liên** (1876 -1950), Hòa thượng, nhà Nho, tác gia, dịch giả, ngài pháp hiệu Thích Trí Hải, Bích Liên vốn là hiệu chùa của ngài, thế danh Nguyễn Trọng Khải, bút hiệu Mai Đình (Thận

Thần Thị). Năm 1919, xuất gia với HT Hoằng Thạc- chùa Thạch Sơn- Quảng Ngãi, được pháp danh Chơn Giám, pháp tự Đạo Quang, pháp hiệu Trí Hải. Năm 1928, HT Khánh Hòa ở miền Nam ra làm Pháp sư trường Hạ chùa Long Khánh- Quy Nhơn, cảm mến tài trí của ngài, đã mời ngài vào miền Nam hoạt động cho phong trào chấn hưng PG, ngài góp công lớn cho hội Nam Kỳ Nghiên cứu Phật học và tạp chí Từ Bi Âm. Năm 1934, ngài về quê khai sơn chùa Bích Liên, từ đó có hiệu là HT Bích Liên. Năm 1937, ngài làm chủ bút tạp chí Tam Bảo của hội Đà Thành Phật học- Đà Nẵng. Năm 1919, ngài giảng dạy ở PHĐ Long Khánh, tác phẩm: *Liên Tông Thập Niệm Yếu Lãm ; Tịnh Độ Huyền Cảnh ; Tây Song Ký ; Tích Lạc Văn ,* tác phẩm diễn Nôm: *Qui Sơn Cảnh Sách ; Mông Sơn Thí Thực Khoa Nghi,* nguyên quán trú quán Bình Định - *xem thêm ở Danh Tăng Việt Nam tập 1*

- **Thích Hồng Liên** (1915 -1999), Hòa thượng, dòng Lâm Tế Gia Phổ đời 40, thế danh Nguyễn Văn Ánh, xuất gia năm 1927 với tổ Chánh Thành- chùa Vạn An- Sa Đéc, pháp danh Thiện Lạc, pháp hiệu Hồng Liên. Năm 1934, PHĐ Lưỡng Xuyên khai mở, ngài được bổn sư cho theo học tại đây. Năm 1935, ngài thọ đại giới tại giới đàn chùa Long Hòa- Tiểu Cần- Trà Vinh do HT Khánh Hòa làm Đàn đầu truyền giới. Năm 1938-1945, ngài cùng đoàn Tăng sinh miền Nam được gởi ra học tại PHĐ Báo Quốc- Huế. Năm 1945, toàn quốc kháng chiến, ngài trở về chùa Vạn An tu học và tham gia cách mạng, với nhiệm vụ giao liên vận chuyển công văn từ Trà Vinh qua lại Sa Đéc. Năm 1951, ngài được nghỉ công tác, về chùa Phước Thiện- Bến Tre để dưỡng bệnh. Năm 1952, ngài về trụ trì chùa An Phước- Giồng Trôm- Bến Tre. Từ năm 1955-1958, ngài mở lớp Gia giáo dạy Ni chúng các chùa trong tỉnh Bến Tre. Năm 1987, ngài làm trưởng đoàn Đại biểu dự Đại hội PG nhiệm kỳ II tại Hà Nội. Năm 1990-1993, ngài là Giám Luật trường Hạ Viên Giác và Viên Minh của PG Bến Tre tổ chức. Ngài được cung thỉnh làm Đàn đầu Hòa thượng trong các giới đàn của PG tỉnh hội tổ chức vào năm 1989,1991,1993. Năm 1992, ngài được cung thỉnh làm Chứng minh BTS PG tỉnh Bến Tre. Ngài xả báo thân ngày mồng 5 tháng 6 năm Kỷ Mão (17-07-1999), thọ 84 năm, 64 hạ lạp, nguyên quán Trà Vinh, trú quán Bến Tre - *xem thêm ở Danh Tăng Việt Nam tập 3*

- **Trần Hồng Liên**, Phó giáo sư, Tiến sĩ, Cư sĩ, pháp danh Diệu Thành, NNC sử học PG, sinh năm 1953, nguyên Phó giám đốc Trung tâm Tôn giáo và Dân tộc- Viện KHXH vùng Nam bộ, Phó giám đốc Trung tâm Nghiên cứu PGVN- Viện NCPHVN, tác phẩm: *Những ngôi chùa ở TP Hồ Chí Minh* (viết chung-1993) ; *Những ngôi chùa ở Nam bộ* (viết chung- 1994) ; *Chùa Giác Lâm, di tích lịch sử-văn hóa* (1999) ; *Văn hóa người Hoa ở Nam bộ* (2005) ; *Văn hóa người Hoa ở Nam bộ- Tín ngưỡng tôn giáo* (2005) ; *Đạo Phật trong cộng đồng người Việt ở Nam bộ Việt Nam từ thế kỷ XVII đến 1975* (2000) ; *Phật giáo Nam bộ* (1996) ; *Vấn đề Dân tộc và Tôn giáo ở Sóc Trăng* (2002) ; *Cộng đồng Ngư dân Việt ở Nam bộ* (2004) ; *Góp phần tìm hiểu Phật giáo Nam bộ* (2004) ; *Nam bộ- dân tộc và tôn giáo* (chủ biên-2005) ; *Phật giáo ở thành phố Hồ Chí Minh* (2000) ; *Văn hóa người Hoa ở TP Hồ Chí Minh* (chủ biên-2007), *Tìm hiểu chức năng xã hội của Phật giáo Việt Nam* (2010) ; *Phật giáo ở Bình Dương, hiện trạng và lịch sử* (chủ biên-2016), nguyên quán Lai Vung- Đồng Tháp, trú quán TP Hồ Chí Minh.

- **Thích Nữ Huỳnh Liên** (1923 -1987), Ni trưởng, nhân vật nổi tiếng trong phong trào đấu tranh PG năm 1963 - 1966, nhân sĩ cách mạng, Ủy viên TW MTTQ Việt Nam. Năm 1958, Ni trưởng khai sơn và trụ trì Tịnh xá Ngọc Phương-Gò Vấp, làm trụ sở của Ni giới Khất sĩ Việt Nam, Ni trưởng để lại cho đời 2000 bài thơ nội dung Phật chất, nguyên quán Tiền Giang, trú quán TP Hồ Chí Minh - *xem thêm "những ngôi chùa nổi tiếng ở TP Hồ Chí Minh"*

- **Thích Nhật Liên** (1923 -2010), Hòa thượng, thế danh Diệp Quang Tiền. xuất gia năm 1935 đệ tử HT Giác Nguyên- chùa Tây Thiên, pháp danh Tâm Khai, pháp tự Thiện Giác, pháp hiệu Trí Ân

Nhật Liên, Năm 1940, học tăng PHĐ Tây Thiên. Năm 1944, giảng dạy *Thích học đường Lưỡng Xuyên*-Trà Vinh. Năm 1946, trú xứ chùa Long An-Triệu Phong- Quảng Trị và thành lập *Phật học đường Quảng Trị* đặt tại chùa Long An. Năm 1951, đại hội thành lập *Giáo hội Tăng Già Việt Nam* tổ chức tại chùa Hưng Long-Chợ Lớn, ngài được cử làm Tổng thư ký và làm cố vấn *Hội Phật học Nam Việt* kiêm chủ biên *tạp chí Từ Quang*. Năm 1954 ngài sang hành đạo ở nước Cao Miên và Lào. Năm 1969, ngài trở về nước và trụ trì chùa Văn Thánh-Thị Nghè. Năm 1975, về Long Khánh trụ trì chùa Long Thọ- cơ sở Tỉnh giáo hội, ngài có biệt tài sáng tác câu đối, thơ văn, ngài xả báo thân ngày 24 tháng 11 năm Kỷ Sửu (08-01-2010) thọ 87 năm, 59 hạ lạp, nguyên quán Quảng Trị, trú quán Đồng Nai - *xem thêm ở Danh Tăng Việt Nam tập 3*

- **Thích Quảng Liên** (1926 -2009), Hòa thượng, Tiến sĩ, dòng Lâm Tế Liễu Quán đời 43, thế danh Nguyễn Văn Chính, xuất gia năm 1942 với HT Vĩnh Thọ- chùa Vĩnh Long- Phú Yên, pháp danh Quảng Liên, pháp tự Bi Hoa, pháp hiệu Trí Hải. Sau khi xuất gia, ngài vào tham học tại PHĐ Lưỡng Xuyên- Trà Vinh. Năm 1947, ngài ra Huế học tại PHV Báo Quốc. Năm 1949, ngài thọ đại giới tại giới đàn PHĐ Liên Hải do HT Liễu Thoàn làm Đàn đầu truyền giới. Năm 1950, ngài cùng chư tôn đức thành lập *PHĐ Nam Việt*- chùa Ấn Quang và làm Trưởng ban Hoằng pháp của *Hội Phật học Nam Việt*. Năm 1951, ngài du học ở Tích Lan, năm 1956 ngài tiếp tục sang Hoa Kỳ du học và tốt nghiệp tiến sĩ năm 1960. Trong giai đoạn 1960-1975, ngài về nước làm việc và giữ chức Cố vấn *Ủy ban Văn hóa Châu Á*, giáo sư *đại học Văn khoa Sài Gòn*. Năm 1963, ngài tham gia *Ủy ban Liên phái Bảo vệ PG*, giữ vai trò Ủy viên Dân sự và bị bắt cùng chư tôn đức trong cuộc bố ráp ngày 20-08-1963. Năm 1964, GHPGVNTN ra đời, ngài giữ chức Tổng vụ trưởng *Tổng vụ Pháp sự* (Văn hóa-Giáo dục-Xã hội), ngài sáng lập và xây dựng hệ thống trường Bồ Đề trên khắp miền Nam, ngài giữ chức hiệu trưởng trường Trung học Bồ Đề Sài Gòn. Năm 1967, ngài khai sơn và trụ trì tu viện Quảng Đức- Thủ Đức, tác phẩm: *Kinh Dược Sư; Kinh Viên Giác; Kinh Nhật Tụng (Nghĩa); Kinh Vu Lan - Báo Hiếu; Tu bát quan trai giới; Đại Thừa Khởi Tín Luận;Phật Giáo hiện đại;Tư tưởng Phật giáo; Bổn phận người*

Phật tử; Hai bài thuyết pháp Phật giáo Anh Việt; Phật Giáo và triết học Tây Phương; Sử cương triết học Ấn Độ; Duy thức học; Trung Quán Luận... Ngài xả báo thân ngày mồng 5 tháng 5 năm Kỷ Sửu (28-05-2009) thọ 84 năm, 60 hạ lạp, nguyên quán Phú Yên, trú quán Thủ Đức- TP Hồ Chí Minh - *xem thêm ở Danh Tăng Việt Nam tập 3*

- **Hòa thượng Tố Liên** (1903 -1977), Hòa thượng, thế danh Nguyễn Thanh Lai, xuất gia với tổ Thanh Tích- chùa Hương Tích. Năm 1935, ngài được *hội Bắc kỳ Phật giáo* mời ra chùa Quán Sứ để chung lo Phật sự. Ngài nổi tiếng qua các bài viết ký tên *Tỷ khiêu Thích Thanh Lai*, ngày 26-5-1950, đại hội PG thế giới lần thứ nhất tại Colombo-Tích Lan gồm 26 nước, HT Tố Liên làm trưởng đoàn PG Việt Nam tham dự, ngài là người đem lá cờ ngũ sắc PGTG đầu tiên về Việt Nam. Năm 1952, *Giáo hội Tăng già Toàn quốc* được thành lập, ngài được cử làm Tổng thư ký và sau đó đi dự đại hội PG thế giới tại Nhật Bản. Là chủ nhiệm và chủ bút nguyệt san *Phương Tiện*, viết bài thường kỳ trên báo *Đuốc Tuệ*. Về giáo dục, ngài có công thành lập trường tiểu học Khuông Việt- chùa Quán Sứ, trường Trung học Vạn Hạnh- Hàm Long- Hà Nội và tuyển chọn Tăng sĩ đi du học nước ngoài. Đối với PGVN, ngài là hội viên sáng lập và lập chi bộ hội PGTG tại chùa Quán Sứ-Hà Nội, ngài là Phó hội trưởng *hội PG Tăng già Bắc Việt*. Sự nghiệp trước tác: *Tấm Gương Quy Y* ; *Sự Lý lễ tụng* ; *Ký sự phái đoàn PGVN đi Ấn Độ và Tích Lan,* ngài viên tịch chiều ngày 13 tháng 2 năm Đinh Tỵ (01-04-1977) tại chùa Quán Sứ, thọ 75 năm, hoằng pháp 45 năm. Bảo tháp xây ở chùa Huỳnh Cung- Tam Hiệp- Thanh Trì- Hà Tây, ngài nguyên quán Hà Đông, trú quán Hà Nội - *xem thêm ở Danh Tăng Việt Nam tập 1*

- **Chánh Niệm Tiên Liễu** (1762 -1822), Hòa thượng tổ sư, danh tăng miền Nam, có công lao trùng kiến chùa Hưng Long-Chợ Lớn, chưa rõ nguyên quán trú quán - *theo Biên niên sử PG Sài Gòn Gia Định*

Lo

- Chơn Quyên Hưng Long (? -1924), Hòa thượng, pháp danh Chơn Quyên, pháp tự Đạo Kiết, pháp hiệu Hưng Long, đời 40 tông Lâm Tế, thế hệ thứ 7 pháp phái Chúc Thánh. Ngài thế danh Phạm Văn Cẩn, sinh quán tại Đập Đá, Bình Định. Xuất gia với tổ Từ Trí tại chùa Tam Thai. Năm Quý Mẹo (1903), triều đình cử ngài làm Tăng mục Tam Thai. Năm Ất Tỵ (1905), chư Hòa thượng Từ Trí, Từ Nhẫn, Phước Trí đặt đá làm chùa Vu Lan tại làng Hòa Thuận, huyện Hòa Vang (nay thuộc quận Hải Châu, Đà Nẵng). Ngài được cử làm trụ trì đầu tiên của chùa Vu Lan. Năm Khải Định thứ 10, Giáp Tý (1924), ngài mất tích trên một chuyến tàu trong lần về thăm quê hương Bình Định. Ngài sinh quán Bình Định, trú quán Đà Nẵng - *theo Thích Như Tịnh sưu khảo*

- Thích Nhựt Long (1917 -2004), Hòa thượng, pháp sư, dịch giả, dòng Lâm Tế Gia Phổ đời 42, thế danh Phạm Văn Phu, thọ Tam quy với HT Hồng Quang- chùa Long Hòa được pháp danh Nhựt Long. Năm 1959, ngài xuất gia lúc 42 tuổi với HT Thiện Tường- chùa Vạn Thọ- Sài Gòn. Năm 1961, ngài thọ cụ túc giới tại giới đàn chùa Phổ Quang- Phú Nhuận do HT Hải Tràng làm Đàn đầu truyền giới. Cùng năm, ngài được theo học khóa *"Như Lai Sứ Giả"* tại chùa Pháp Hội do HT Thiện Hoa chủ trì. Ngày 17-07-1963, ngài tham gia cuộc biểu tình từ chùa Xá Lợi ra chợ Bến Thành, đã bị bắt giam tại An Dưỡng Địa- Phú Lâm. Bốn ngày sau mới thả về chùa Xá Lợi. Ngày 28-08-1963, trong cuộc tổng tấn công các chùa chiền, ngài lại bị bắt giam ở Bốt Nguyễn Phú- Phú Lâm giam giữ một tháng. Năm 1966, ngài được Viện Hóa Đạo cử làm Trưởng đoàn giảng sư phụ trách các tỉnh miền Tây. Sau năm 1975, ngài lui về Cồn Rồng- Tiền Giang lập am nhỏ tu hành và báo hiếu mẫu thân. Từ năm 1990-2002, ngài được cung thỉnh làm Tuyên Luật sư,

Giáo thọ sư, Đàn đầu Hòa thượng các đàn giới trong tỉnh Tiền Giang. Ngài đã biên soạn và dịch thuật các tác phẩm: *Bảo Đàn Kinh* (dịch) ; *Quang Hiệp Luận* (soạn) ; *Nghiên cứu kinh văn Sám Pháp Hoa* ; *Bát Nhã tâm yếu* ; *Sự thật Huyền Trang* ; *Nhơn thừa Phật giáo* ; *Bồ tát giới và Tứ phần luật* ; *Vài nét đại cương giáo lý Phật giáo* ; *Pháp môn tu đặc biệt* ; *Cõi vô hình* ; *Thiền cơ* ; *Chữ Nhẫn* ; *Chánh tín Tam hiền Thập thánh* ; *Tình cảm đạo đức* ; *Hiếu hạnh tề gia* ; *Chuyển họa thành phúc* ; *Suối thiền* (thơ) ; *Sám ông Đồ* ; *Thiên thủ thiên nhãn* ; *Luật xử thế* ; *Thơ đời* ; *Tạp bút*. Ngài xả báo thân ngày 17 tháng 11 năm Giáp Thân (28-12-2004) thọ 87 năm, 45 tuổi đạo, nguyên quán trú quán Tiền Giang - *xem thêm ở Danh Tăng Việt Nam tập 3*

- **Thích Pháp Long** (1901 -1971), Hòa thượng, dòng Tế Thượng Thiên Thai Thiền Giáo Tông đời 42, thế danh Tràn Minh Châu, xuất gia năm 1914 tại tổ đình Khánh Quới- Cai Lậy- Mỹ Tho, pháp danh Quảng Hương. Năm 1923, ngài học đạo với tổ Phi Lai, được pháp húy Hồng Hinh, pháp tự Từ Hội. Năm 1924, ngài đến núi Thiên Thai- Bà Rịa cầu pháp với tổ Huệ Đăng, được pháp danh Trừng Hinh, pháp tự Pháp Long. Từ năm 1928-1945, ngài hóa độ rất nhiều đồ chúng và chúng minh xây dựng nhiều chùa. Năm 1945-1954, ngài tham gia phong trào PG Cứu quốc Nam bộ. Năm 1955, ngài lui về tổ đình trụ trì chùa Khánh Quới- Cai Lậy. Năm 1957, ngài làm Đàn đầu truyền giới giới đàn chùa Thiên Thai- Bà Rịa. Năm 1967, ngài an cư tại chùa Thiên Minh- Hóc Môn và trụ lại đây đến cuối đời. Ngài xả báo thân ngày 13 tháng 9 năm Tân Hợi (31-10-1971) thọ 70 năm, 47 tuổi đạo, nguyên quán Mỹ Tho, trú quán Gia Định - *xem thêm ở Danh Tăng Việt Nam tập 2*

- **Thích Quảng Long** (?), Hòa thượng, sơn môn tổ đình Vĩnh Nghiêm miền Nam, Trung Tá Quyền Giám Đốc Nha Tuyên Úy Phật Giáo của QLVNCH, năm 1962 ngài khai sơn chùa Giác Ngạn-Lộc Ninh-Bình Phước. Sau khi HT Thích Thanh Long viên tịch, ngài đã về chùa Giác Ngạn-Phú nhuận trụ trì chùa này.

- **Thích Thanh Long** (?- 1994), Hòa thượng, sơn môn tổ đình

Vĩnh nghiêm miền Nam, năm 1973 ngài trùng tu và trụ trì chùa Giác Ngạn- Phú Nhuận. Trước 1975 là giám đốc Nha tuyên úy PG cấp bậc Trung tá. Năm 1987, sau khi cải tạo, ngài trở về tu trì tại chùa Giác Ngạn thuộc tổ đình Vĩnh Nghiêm và viên tịch tại đây, nguyên quán Ninh Bình, trú quán TP Hồ Chí Minh.

- **Thích Thế Long** (1909 -1985), Hòa thượng, thế danh Phạm Thế Long, năm 1915 xuất gia với tổ Quang Tuyên- chùa Thủy Nhai- Nam Định, nối dòng Tào Động Phú Ninh đời 46, pháp danh Thế Long. Năm 1934, ngài trụ trì chùa Cổ Lễ- Nam Định. Năm 1945, ngài làm Phó chủ tịch Tỉnh bộ Việt Minh tỉnh Nam Định. Năm 1947, là Phó chủ tịch hội PG Cứu quốc Nam Định. Năm 1951, là Phó chủ tịch *Mặt trận Liên Việt* tỉnh Nam Định và là Ủy viên *Mặt trận Liên Việt* toàn quốc. Năm 1958-1981, ngài là Phó hội trưởng *hội PG Thống nhất Việt Nam*, Hội trưởng hội PG tỉnh Nam Hà. Năm 1981, ngài được bầu vào Hội đồng Chứng minh kiêm Phó chủ tịch Thường trực HĐTS GHPGVN, ngài còn là Phó chủ tịch Quốc hội nước CHXHCNVN khóa VII, ngài viên tịch tại chùa Cổ Lễ ngày 23-3-1985, thọ 76 tuổi, bảo tháp hiệu An Lạc tháp ở khuôn viên chùa Cổ Lễ. Ngài nguyên quán trú quán Nam Định - *xem thêm ở Danh Tăng Việt Nam tập 1*

- **Thích Thiện Long**, sinh năm 1952, tục danh Tô Hạp, Hòa thượng, nguyên Trụ trì Chùa Khánh Hưng, Lai Vung, Đồng Tháp, nguyên trụ trì chùa chùa Huệ Quang, quận 10, Tp. Hồ Chí Minh, hiện trụ trì chùa Phật Tổ, Hoa Kỳ, nguyên quán Đồng Tháp, trú quán Hoa Kỳ.

- **Phổ Nghi Từ Long**, Không rõ năm sinh năm mất, xuất gia thuở niên thiếu với HT Chiếu Thường-Thích Tại Tại- chùa Phúc Lâm- huyện Vụ Bản- tỉnh Nam Định. Sau khi đắc pháp với tổ Từ Hoà (tức HT Chiếu Thường) thuộc chốn tổ Đồng Đội ở huyện Vụ Bản, năm Minh Mạng thứ 2 (1821) ngài Phổ Nghi hiệu Từ Chiêu- Thích Hồng Hồng thiền sư (tức tổ Từ Long) về xã Khánh Phú, huyện Yên Khánh hoằng dương Phật pháp. Tại đây, ngài khai sáng chùa Yên Vệ (Phúc Hào tự) thành cảnh chùa trang nghiêm rồi đăng đàn thuyết pháp giảng giải giáo lý tông Lâm Tế. Tăng chúng xa gần kéo về học rất đông. Ngài Từ Long đã truyền độ tăng chúng và khai hoá các chùa nhằm mở rộng Phật pháp trong nhân gian. Yên Vệ trở thành chốn tổ lớn ở Đông Bắc tỉnh Ninh Bình, đào tạo được nhiều vị tài đức trong Phật môn. Tháp mộ tại chùa Yên Vệ ghi *Từ Long tháp*. Nguyên quán Hải Hậu- Nam Định, trú quán Ninh Bình - *theo NNC Nguyễn Đại Đồng sưu khảo*

- **Dương Đình Lộc**, Cư sĩ, pháp danh Minh Phúc, Thạc sĩ Văn hóa học, sinh năm 1982, giảng viên trường KHXN và nhân văn, thư ký Trung tâm Nghiên cứu Phật giáo Việt Nam, nguyên quán Bến Tre, trú quán TP Hồ Chí Minh

- **Lâm Hoàng Lộc**, Cư sĩ, NNC Phật học, sinh năm 1951, pháp danh Minh Huệ, nguyên Chủ tịch HĐQT ngân hàng VP bank, nguyên Tổng giám đốc ngân hàng ACB Bank, thành viên sáng lập Ban Phật học- chùa Phật học Xá Lợi, nguyên Phó ban Tài chính TW GHPGVN, nguyên Phó ban Văn hóa TW GHPGVN, sáng lập Quỹ từ thiện Trí Tuệ, nguyên quán Trà Vinh, trú quán TP Hồ Chí Minh.

- **Thích Thiện Lộc** (1930 -1985), Hòa thượng, xuất gia với HT Giác Nguyên-chùa Tây Thiên, pháp danh Tâm Phổ, pháp tự Thiện Lộc, thế danh Võ Trọng Thoan. Năm 1955, học tăng PHĐ Báo Quốc, rồi trú xứ ở chùa Từ Đàm chức vụ Tri sự rồi Giám tự gần 40 năm, nguyên quán trú quán Thừa Thiên Huế - *theo Chư tôn Thiền đức&Cư sĩ hữu công Thuận Hóa*

- **Ngô Đăng Lợi,** ông sinh ngày 06.8.1932. Với 17 năm công tác trong ngành giáo dục, trên 30 năm gắn bó với khoa học lịch sử, nhà sử học Ngô Đăng Lợi đã tham gia gần 30 công trình, tác phẩm có giá trị, được giới sử học và bạn đọc đánh giá cao: *"Từ điển bách khoa địa danh Hải Phòng"* được thư viện Đại học Becnây (Mỹ) chọn là 1 trong 5 tác phẩm giới thiệu năm 2008; Nhà sử học Ngô Đăng Lợi còn dịch gần 100 thần phả làm căn cứ đề nghị công nhận di tích lịch sử, văn hóa; dịch trên 50 gia phả cho các dòng họ; viết hàng trăm bài báo và tham luận khoa học…Trong đó có hơn 50 bài viết về chùa và Phật giáo Hải Phòng. Ông cho rằng Nê Lê Đồ Sơn là nơi đầu tiên đạo Phật du nhập vào Việt Nam.

Có lần một vị giáo sư danh tiếng do dịch và hiểu nhầm tấm bia đã cho rằng Đền Nghè xưa kia là chùa thờ Phật. Bằng những tư liệu chính xác, ông đã viết bài phản bác. Ngay sau đó vị giáo sư này đã đính chính và gửi lời xin lỗi. Ngô Đăng Lợi được coi là kho tư liệu về lịch sử, văn hóa. Những nhà nghiên cứu khi viết các công trình, nhà văn khi sáng tác tiểu thuyết lịch sử, nhà giáo khi soạn giáo trình, sinh viên khi làm luận án…thường tìm đến ông nhờ chỉ dẫn hoặc mượn tài liệu quý hiếm mà ngay cả các thư viện lớn cũng khó có thể có được. nguyên quán Đắc Lộc, Đoàn Xá, Kiến Thụy, Hải Phòng; trú quán số 28 Hoàng Văn Thụ, TP Hải Phòng.

- **Thích Nguyên Lợi** (1920 -2010) , Hòa thượng, dòng Lâm Tế Liễu Quán đời 44, thế danh Bùi Tấn Nghĩa, xuất gia năm 1938 với HT Diệu Quang- tổ đình Khánh Long- Tuy Hòa- Phú Yên, được pháp danh Nguyên Lợi, pháp tự Thiện Lạc, pháp hiệu Huệ Chơn. Năm 1941, ngài xếp áo ca sa tham gia lực lượng vũ trang địa phương chống ngoại xâm. Năm 1945, hòa bình lập lại, ngài trở về nếp sống tu hành. Năm 1961, ngài vào Nam thọ Sa di ở chùa Ấn Quang và tu học ở PHĐ Giác Nguyên và Vạn Thọ. Năm 1962, ngài về trụ trì chùa Cảnh Thái- Phú Yên. Năm 1964, ngài thọ đại giới tại giới đàn Việt Nam Quốc Tự- Sài Gòn do HT Thiện Tường làm Đàn đầu truyền giới. Năm 1982, ngài làm Chánh đại diện PG huyện Tuy Hòa Bắc- Phú Khánh. Năm 1989, Phú Yên được tách tỉnh, ngài là Ủy viên BTS PG tỉnh kiêm Chánh đại diện PG huyện Tuy Hòa. Khi huyện Tuy Hòa chia tách, ngài giữ chức Chánh đại diện huyện Đông Hòa cho đến cuối đời. Ngài được cung thỉnh ngôi Đệ nhất Tôn chứng sư trong các giới đàn Liễu Quán năm 1998, 2001, 2003. Ngài còn khai sơn các chùa: Hồng An- xã Hòa Thành, Phước Thời- xã Hòa Bình I, và trùng tu nhiều chùa trong tỉnh… Ngài xả báo thân ngày mồng 6 tháng 9 năm Canh Dần (13-10-

2010) thọ 91 năm, 47 hạ lạp, nguyên quán trú quán Phú Yên - *xem thêm ở Danh Tăng Việt Nam tập 3*

Lu

- **Thích Minh Luân** (1903 -2003), Hòa thượng, thế danh Nguyễn Quang Cơ, xuất gia năm 1923 với Sư tổ Thích Thông Tường- chốn tổ Gia Xuyên- Hải Dương, được pháp danh Minh Luân, pháp hiệu Thiện Hòa. Năm 1929, ngài thọ đại giới tại tổ đình Gia Xuyên (chùa Dừa) do bổn sư làm Đàn đầu truyền giới. Năm 1931, ngài được bổ nhiệm về trụ trì chùa Đại Tỉnh- huyện Tứ Kỳ. Năm 1944-1945, ngài tham gia cách mạng, làm tổ trưởng tổ Việt Minh xã Hoàng Diệu- huyện Tứ Kỳ. Năm 1946, ngài kế thừa trụ trì chốn tổ Gia Xuyên. Năm 1947, ngài làm Chủ tịch PG Cứu quốc huyện Gia Lộc. Năm 1954, hòa bình lập lại, ngài về chùa Đại Tỉnh tiếp tục tu hành. Năm 1957, ngài được thỉnh về trụ trì chùa Đống Cao- huyện Gia Lộc. Năm 1964-1972, chùa Đống Cao là trụ sở của UB MTTQ tỉnh làm việc, là nơi tránh bom đạn của giặc Mỹ. Năm 1968 ngài là Phó hội trưởng chi hội PG Thống nhất tỉnh Hải Hưng và Ủy viên MTTQ tỉnh. Năm 1970, ngài tham dự lớp Tu học Phật pháp Trung ương tại tổ đình Quảng Bá- Hà Nội. Năm 1981-1987, ngài được suy cử làm Thành viên Hội đồng Chứng minh GHPGVN. Năm 1987, ngài làm Trưởng BTS PG tỉnh Hải Hưng. Năm 1988, ngài vận động thành lập trường Cơ bản Phật học và ngài làm hiệu trưởng. Năm 1997-2002, ngài làm Trưởng BTS PG tỉnh Hải Dương. Trong các giới đàn của tỉnh hội PG, ngài luôn được thỉnh làm Đàn đầu truyền giới hoặc Giáo thọ, A xà lê Sư. Ngài được tặng thưởng nhiều huân chương-huy chương cao quý của Nhà nước và địa phương. Ngài mãn báo thân ngày 17 tháng 4 năm Quý Mùi (17-05-2003) thọ 100 năm, 75 tuổi đạo, nguyên quán trú quán

Tứ Kỳ, Hải Dương - *xem thêm ở Danh Tăng Việt Nam tập 3*

- **Thanh Trí-Hải Luận** (1858 -1939), Hòa thượng, dòng Lâm Tế Liễu Quán đời 41, pháp hiệu Tuệ Giác, thế danh Trương Văn Luận, đệ tử ngài Hải Thiệu Cương Kỷ-chùa Từ Hiếu. Năm 1898 được sắc phong trụ trì chùa Thiên Mụ, đồng thời nhận cung thỉnh trụ trì chùa Quảng Tế. Năm 1913, ngài được phong làm Tăng cang chùa Thiên Mụ, đến năm 1934 ngài trở về chùa Quảng Tế, nguyên quán Quảng Ngãi, trú quán Thừa Thiên Huế - *theo Chư tôn Thiền đức&Cư sĩ hữu công Thuận Hóa*

- **Thích Như Luận** (1940 -2012), Hòa thượng, pháp danh Như Luận, pháp tự Giải Nghị, pháp hiệu Trí Thức, đời 41 tông Lâm Tế, thế hệ thứ 8 pháp phái Chúc Thánh. Ngài thế danh Đoàn Kỳ Thắng, sinh năm Canh Thìn (1940) tại xã Đại Thạnh, huyện Đại Lộc, tỉnh Quảng Nam. Xuất gia với HT.Chơn Phát tại chùa Long Tuyền. Thọ Tỳ kheo năm 1964 tại Việt Nam Quốc Tự, sau đó về đảm nhiệm Giám thị trường Bồ Đề Hội An. Sau 1975 về trụ trì chùa Vĩnh Gia kiêm Chánh đại diện huyện Điện Bàn. Ngài đảm nhận Phó Ban trị sự tỉnh hội Phật giáo QNĐN. Ngài là một trong những nhân tố tích cực của Phật giáo Quảng Nam sau thế hệ "Tứ Trụ", là niềm kỳ vọng gởi gắm của chư tôn đức. Tuy nhiên ngài lâm trọng bệnh vào năm 1992 và viên tịch vào ngày 19 tháng 2 năm Nhâm Thìn (2012), hưởng thọ 73 tuổi. Ngài nguyên và trú quán tại Quảng Nam - *theo Thích Như Tịnh sưu khảo*

- **Thích Thiện Luật** (1898 1969), Hòa thượng, danh tăng PG Nam Tông Việt Nam, thế danh Ngô Bảo Hộ, xuất gia năm 1934 tại chùa Prek-Reng- Campuchia. Năm 1937, lúc 39 tuổi, ngài thọ đại giới và nhập chúng tu học tại chùa Sri Sagor, chuyên nghiên cứu Luật tạng. Năm 1940, ngài trở về Việt Nam hành đạo và xây dựng ngôi chùa Bửu Quang-Gò Dưa- Thủ Đức là ngôi chùa PG Nam Tông đầu tiên ở Việt Nam. Năm 1956, ngài được cử giữ chức Phó Tăng thống Giáo hội PG Nam Tông Việt Nam. Năm 1958, cùng Sư Hộ Giác khai sáng chùa Pháp Quang-Gia Định. Năm 1964, ngài là Phó

Tăng thống GHPGVNTN. Năm 1966, ngài là Chủ tịch Ủy ban Bảo vệ Hiến chương PG. Ngài xả báo thân ngày mồng 9 tháng 7 năm Kỷ Dậu (21-08-1969) thọ 71 năm, 32 tuổi Hạ, nguyên quán Sa Đéc, trú quán Sài Gòn - *xem thêm ở Danh Tăng Việt Nam tập 2*

- **Sư Danh Lung**, Hòa thượng, hệ phái PG Nam Tông Khmer, pháp danh Ekasuvanna, trụ trì chùa Cantaransi- Quận 3- TP Hồ Chí Minh, Ủy viên HĐTS GHPGVN, Phó văn phòng II TW GHPGVN, Ủy viên TW MTTQ Việt Nam, Phó ban Văn hóa TW, Chánh văn phòng học viện Nam Tông Khmer- Cần Thơ, tác phẩm: *Giáo dục Phật giáo- Nền Giáo dục hoàn thiện nhân loại*, nguyên quán Kiên Giang, trú quán TP Hồ Chí Minh.

- **Hải Trường Pháp Lữ** (1806 -1873), Hòa thượng, xuất gia với HT Nhất Định- chùa Báo Quốc- Huế, pháp danh Hải Trường, pháp tự Pháp Lữ. Ngài thích học hỏi và nghe nhiều, đã biên tập quyển sách *"Cổ văn từ điển quát lục"*. Ngài được cử Phó trụ trì chùa Diệu Đế, trụ trì chùa Thanh Duyên. Năm 1866, ngài trụ trì chùa Linh Hựu. Năm 1873, ngày 26 tháng Giêng năm Quý Dậu, ngài thị tịch, thọ 68 năm, tháp lập ở khuôn viên chùa Báo Quốc, nguyên quán Quảng Trị, trú quán Thuận Hóa - *theo Chư tôn Thiền đức&Cư sĩ hữu công Thuận Hóa tập 3*

- **Thích Duy Lực** (1923-2000), Hòa thượng, thiền sư, luận sư biện tài vô ngại, dịch giả, tác gia, hệ phái PG Hoa Tông Việt Nam. Ngài thế danh La Dũ, sinh tại Cần Thơ, Phụ thân gốc Hoa, mẫu thân gốc Việt, học thiền Công án Thoại đầu với Thiền sư Diệu Duyên (khai sơn Thảo Đường tự, Sài Gòn, Quan Âm các, Vũng Tàu), xuất gia năm 1973 với HT Hoằng Tu- chùa Từ Ân. Năm 1974, ngài thọ Tam đàn cụ túc tại giới đàn chùa Cực Lạc ở Maylaysia. Năm 1977, ngài chính thức hoằng dương pháp môn Tổ sư thiền Việt Nam. Năm 1989, ngài sáng lập Từ Ân Thiền Đường tại California-Mỹ Quốc. Năm 1996, ngài về nước xây dựng kinh tế tự túc cho các thiền đường và thuyết giảng thiền học khắp các tỉnh thành. Năm 1998, ngài được mời làm Ủy viên Ban Hoằng pháp TW GHPGVN. Tác phẩm và dịch phẩm của ngài rất nhiều: *Đường lối Thực hành*

Tổ Sư thiền; Kinh Lăng Nghiêm lược giải; Kinh Lăng Già lược giải; Kinh Pháp Bảo Đàn lược giải; Kinh Viên Giác lược giải; Kinh Duy Ma Cật lược giải; Phật pháp với Thiền tông; Đại Huệ ngữ lục; Tham thiền cảnh ngữ; Thiền thất khai thị lục; Góp nhặt lời Phật tổ thánh hiền; Công án của Phật Thích Ca&Tổ Đạt Ma; Bá Trượng Quảng lục và Ngữ lục; Truyền tâm pháp yếu; Cội nguồn truyền thừa và phương pháp tu hành thiền tông; Danh từ thiền học; Chư kinh tập yếu; Tín Tâm Minh tịch nghĩa giải; Vũ trụ quan thế kỷ 21; Yếu chỉ Trung Quán luận; Yếu chỉ Phật pháp; Yếu chỉ Kinh Hoa nghiêm; Yếu chỉ Kinh Pháp hoa; Phật pháp với Khoa học và Tâm linh; Phật Pháp Với Khoa Học; ngài xả báo thân ngày mồng Một tháng Chạp năm Kỷ Mão (07-01-2000) thọ 77 năm, 25 năm hành đạo, nguyên quán Triều Châu- Trung quốc, trú quán TP Hồ Chí Minh- Mỹ quốc - *xem thêm ở Danh Tăng Việt Nam tập 2*

- Đinh Viết Lực, sinh năm 1944, Tiến sĩ Tôn giáo học. Bút danh: Đinh Lực. Tác phẩm liên quan đến Phật giáo: 1. Sách " *Từ Đạo Hạnh Trần Nhân Tông (Những trái chiều lịch sử)* ", Nxb VHTT và Viện Văn hóa, 2011 (Đinh Viết Lực, Nguyễn Mạnh Cường, Nguyễn Đức Dũng). 2. Sách "*Pháp tu Tịnh Độ và tượng Phật A Di Đà trong các ngôi chùa Việt ở vùng đồng bằng Bắc Bộ*", Nxb VHTT và Viện Văn hóa, 2014. Ông có 18 bài viết về tượng Phật, Bồ tát, pháp tu Tịnh độ, mỹ thuật Phật giáo thời Trần…đăng trên các tạp chí *Mỹ thuật, Nghiên cứu tôn giáo, Tản Viên Sơn…* nguyên quán và trú quán Phường Tứ Liên, Quận Tây Hồ, Tp Hà Nội

- Thích Bình Lương (1882 -1966), Hòa thượng, thế danh Phan Ngọc Đạt, sinh năm 1882 tại xã Sơn Bằng, huyện Hương Sơn- tỉnh Hà Tĩnh. Ngài trụ trì chùa *Việt Tông Từ Tế* Thái Lan, là người đã cưu mang Bác Hồ trong suốt thời gian từ tháng 07 đến tháng 11 năm 1929. HT Bình Lương còn được cộng đồng người Việt ở Thái gọi là *Cụ Sư Ba.* Tháng 3-1964, HT Bình Lương bị bệnh nặng. Thể theo nguyện vọng của ngài muốn về cố hương để sống những ngày cuối cùng và gặp lại Chủ tịch Hồ Chí Minh. Từ nguyện vọng này, lãnh đạo Chính phủ Việt Nam Dân chủ Cộng hòa đã có sự thoả thuận với Hội Chữ thập đỏ Thái Lan, phía Việt Nam đã tổ chức một chuyến bay đặc biệt đưa ngài từ Bangkok(Thái Lan) qua

Viên-Chăn (Lào) và về Hà Nội. Bệnh viện Việt-Xô lúc ấy cũng đã cử 2 Bác sỹ sang tận nơi đón ngài này về nước. Và cũng từ đó, Bác Hồ nhiều lần vào viếng thăm HT Ân sư trong bệnh viện Việt-Xô. Hiện Bảo tàng Hồ Chí Minh vẫn còn lưu giữ bức thư mà HT Bình Lương gửi cho Bác Hồ lúc ngài đang nằm viện. Trong bức thư này, ngài đã tường thuật lại câu chuyện Bác vào thăm ngài. Một lần, Bác vào thăm HT Ân sư nhưng Ngài đang hôn mê. Bác hỏi: "HT Ân sư còn nhớ tôi không?" Khi đó, vì ngài đang sốt và hôn mê nên đã lắc đầu. Khi tỉnh dậy, ngài được các Bác sỹ kể lại. Ngài lấy làm tiếc và đã viết thư cho Bác Hồ bày tỏ điều đó. Duyên Sa Bà quả mãn, ngài an nhiên viên tịch vào năm 1966 tại thủ đô Hà Nội, được an táng tại chùa Long Ân (Quảng Bá, quận Tây Hồ, TP Hà Nội). Trong chùa Long Ân hiện vẫn còn bảng ghi công của Hoà thượng Thích Bình Lương, trong đó ghi rõ cả quá trình ngài tu tại chùa Từ Tế - ngôi chùa có công che giấu nhiều thế hệ người Việt Nam làm cách mạng. Chư tôn đức Tăng già chùa Quán Sứ đúc pho tượng ngài hiện đang được thờ ở gian nhà tổ - *theo Nguyễn Đại Đồng sưu khảo*

- Hoàng Ngọc Lương (1920 -2008), NNC Phật học, sinh năm 1920, xuất gia từ năm 12 tuổi, từng làm thị giả cho Hoà thượng Tế Cát-Thích Doãn Hài (Dương Văn Hiển). Năm 1940 ông tham gia Việt Minh hoạt động bí mật vùng Thuỷ Nguyên Hải Phòng.Cách mạng thành công, ông là Chủ tịch Ủy ban cách mạng huyện Thuỷ Nguyên rồi tham gia kháng chiến chống Pháp. Về hưu năm 1980, ông hoạt động Phật giáo, vận động nhân dân đúc tượng Tuệ Trung Thượng Sĩ và dựng tại Thuỷ Nguyên, Hải Phòng. nguyên quán tỉnh Hà Nam, trú quán Hải Phòng.

- Thích Nữ Thanh Lương (1876 -1928), Ni trưởng, dòng dõi tôn thất, con gái của Thượng thư Tôn Thất Phan, là đệ tử xuất gia của HT Cương Kỷ-chùa Tường Vân, pháp danh Thanh Lương, pháp hiệu Hoàng Tịnh. Năm 1924, bà thọ Tỷ kheo ni giới tại giới đàn chùa Từ Hiếu. Ni trưởng đã có công vận động tài chính trong dòng họ để xây dựng nên chùa Thiên Hưng, nguyên quán trú quán Thừa Thiên Huế - *theo Chư tôn Thiền đức&Cư sĩ hữu công Thuận Hóa*

-Minh Đức Thanh Lương (1915 -1997), Cư sĩ, thế danh Vũ Phan, xuất thân là nhà giáo, và làm "*thầy ký lục*" trong thời Pháp thuộc. Năm 1945, toàn quốc kháng chiến, ông tham gia Ủy ban Hành chánh kháng chiến tỉnh Bắc Ninh. Năm 1946, ông nhậm chức Thẩm phán tòa án sơ cấp, phụ trách 3 huyện: Quế Dương, Gia Bình, Lang Tài. Năm 1948, ông đưa gia đình lên Hà Nội và học thêm tại Viện đại học Luật khoa- Hà Nội. Năm 1954, ông vào Nam và an cư tại đất Sài Gòn. Năm 1963, tận mắt nhìn thấy cuộc pháp nạn PG, là nhân duyên đưa ông đến với ngôi chùa Xá Lợi, trở thành một thành viên tích cực trong phong trào đấu tranh chống lại cường quyền nhà Ngô. Năm 1964, ông quy y Tam bảo tại chùa Xá Lợi, pháp danh Minh Duyên. Vì trùng lặp pháp danh, và muốn nêu bật tinh thần kinh Hoa Nghiêm mà ông đang tham cứu, nên ông xin đổi pháp danh là Minh Đức, hiệu là Thanh Lương (Quốc sư Thanh Lương- khai sáng tông Hoa Nghiêm). Năm 1966, khi Viện đại học Vạn Hạnh ra đời, ông học khóa đầu tiên, và mau chóng thâm nhập kinh điển Phật học. Ông tham gia Thành viên Ban Quản trị hội *Phật học Nam Việt*. Ông đã sáng tác rất nhiều áng thơ đạo, đăng trên tạp chí Từ Quang và viết nhiều bài văn nghi luận đầy chất đạo vị, dịch thuật nhiều tư liệu PG hay để giới thiệu trên Từ Quang nhiều kỳ. Ông còn để tâm biên soạn 2 tác phẩm: *Bồ tát đạo hay con đường lý tưởng* ; *Tịnh Độ Luận*, và biên tập quyển *Kỷ yếu hội Phật học Nam Việt* rất có giá trị lịch sử về hoạt động của hội. Cuối đời, ông chuyên tu Tịnh độ, ăn chay trường, hằng ngày chuyên sâu niệm Phật cầu sanh Tịnh độ. Cư sĩ mãn báo thân năm Đinh Sửu (1997) thọ 82 năm. Ông tự đề sẵn câu đối cho mình trước khi về cõi Phật: "*Gió đưa cánh hạc, ngàn thông biếc ; Trăng dãi lòng quyên, chín suối vàng*", nguyên quán Bắc Ninh, trú quán TP Hồ Chí Minh - *theo Thích Đồng Bổn sưu khảo*

- **Thích Minh Lượng** (1927 -2000), Hòa thượng, dòng Lâm Tế Liễu Quán đời 44, xuất gia với HT Minh Tịnh (Osall Lama) chùa Tây Tạng- Bình Dương, pháp danh Thiện Niệm. Năm 1945, toàn quốc kháng chiến, ngài trở về núi Gò Mọi lập am cốc để tu hành. Năm 1948, ngài theo sư huynh Thiện Giải về rừng chiến khu D dựng am tiếp tục tu hành. Năm 1955, ngài về y chỉ HT Thiện Hòa-chùa Ấn Quang- Sài Gòn, được ban pháp danh là Nguyên Niệm, pháp hiệu Minh Lượng và trú xứ tại chùa Huê Lâm- Bình Thạnh. Năm 1956, ngài đến chùa Xá Lợi góp phần xây dựng hoàn mãn cho đến khánh thành (1957). Cùng năm, ngài đăng đàn thọ đại giới tại giới đàn chùa Pháp Liên- Bình Thạnh, sau đó về núi Thị Vãi, trú tại chùa Bửu Lâm tịnh tu. Năm 1960, ngài về ẩn tu cùng HT Huệ Hải ở chùa Từ Quang- Thủ Đức. Năm 1970, ngài về trụ trì Kim Long Cổ Tự (hậu thân tổ đình Kim Cang)- huyện Vĩnh Cửu- Biên Hòa. Năm 1988, đại thiện duyên, ngài phát hiện tìm ra ngôi bảo tháp của tổ sư Nguyên Thiều đã bị lãng quên sau hơn nửa thế kỷ, ngài tiến hành trùng tu là làm lễ lạc thành ngày 19-10-1989. Ngài xả báo thân ngày mồng Một tháng 5 năm Canh Thìn (2000) thọ 74 năm, 44 hạ lạp, nguyên quán Thừa Thiên Huế, trú quán Vĩnh Cửu- Đồng Nai- *theo tư liệu báo Giác Ngộ số 123, năm 2002*

- **Cư sĩ Văn Lượng**, Đạo diễn, nghệ sĩ ưu tú Việt Nam, Kỷ lục gia thế giới, sinh 1957, Ngày 21-09-2013, Đại học Kỷ lục Thế giới lần đầu tiên trao tặng Bằng Tiến sĩ Danh dự cho 6 nhà nghiên cứu, nhà khoa học, nghệ sĩ Việt Nam, trong đó có Nghệ sĩ ưu tú - đạo diễn Nguyễn Văn Lượng. Dự án phim "Phật Hoàng Trần Nhân Tông", Sáng lập Việt Nam Tinh Hoa - Công ty sản xuất phim. Bộ phim này dự kiến 52 tập, đã hoàn thành giai đoạn đầu về kịch bản. Dự án Trường Quay phim cổ trang Việt Nam rộng 14,6 ha đặt dưới chân núi Yên Tử, xã Thượng Yên Công, được lãnh đạo tỉnh Quảng Ninh và TP Uông Bí triệt để ủng hộ. Ý tưởng chính của trường quay là tái tạo không gian văn hóa của người Việt xưa với những cảnh quan mô phỏng đời sống sinh hoạt và văn hóa bản địa, khu hoàng thành, nhà ở quan lại, khu phố thị, làng xã... Theo ý tưởng của những người làm phim, sau khi hoàn thành bộ phim Phật hoàng Trần Nhân Tông, khu vực trường quay phim cổ trang Yên Tử được dành để phục vụ làm nhiều bộ phim cổ trang khác, đồng thời sẽ trở thành một Công viên Văn hóa - Lịch sử, một khu du lịch chuyên đề dành cho du khách trong nước và ngoài nước tìm hiểu văn hóa Việt Nam - *theo Thích Vân Phong biên khảo*

- **Đạt Lý Huệ Lưu** (1857 -1898), Hòa thượng Yết ma, tổ sư chùa

Huê Nghiêm-Thủ Đức, ngài nổi danh với việc khắc ván sao lục, chứng nghĩa các bộ kinh luật. Cuộc đời ngài là một giai thoại thương tâm:

Ngài Đạt Lý-Huệ Lưu đồng chơn xuất gia, giới hạnh tinh nghiêm, kệ kinh thông suốt, đặc biệt có tài thơ phú tuy mộc mạc bình dân nhưng được giới trí thức đương thời yêu mến, tiếp giao. Giai đoạn Yết ma Huệ Lưu trụ trì, số tín đồ rất đông nên ngài vận động trùng tu tái thiết lại ngôi chùa. Nhưng oan nghiệt triền miên, có một tiểu thơ con gái của một Tri huyện tại địa phương thầm yêu ngài. Cô ta dụ ngài hoàn tục để cưới cô ta làm vợ. Gặp cảnh éo le, ngài phải gửi mẹ tạm trú tại chùa, vân du qua tận vùng Thất sơn. Tương truyền ngài giả dạng người tu hành chở một ghe khoai vừa đi vừa bán dạo, vừa khuyên bá tánh tu học. Sau hai năm, cứ tưởng thời gian làm cô gái nọ nguôi ngoai, Thầy Huệ Lưu trở lại chùa cũ thăm mẹ già và bổn đạo. Không ngờ lửa tình bộc phát càng dữ dội hơn. Cuối cùng, thầy Huệ Lưu phải tìm con đường về cảnh Phật để cứu cô gái nọ ra khỏi mê đồ, khổ ải. Một đêm vào cuối tháng Giêng năm Mậu Tuất (1898), thầy đã tự rưới dầu vào đống củi, ung dung châm lửa, cúng dường xác thân cho Phật. Tác phẩm lưu lại cho hậu thế thể loại văn biền ngẫu *Sấm giảng Người đời* bút hiệu *Sư vãi Bán khoai*; bài sám *Nhất tâm - trích ở "Những ngôi chùa nổi tiếng ở TP HCM", Trương Ngọc Tường, tr.151-15*

- **Thích Trí Lưu** (1894 -2004), Hòa thượng, nguyên Thượng thư triều đình nhà Nguyễn, thế danh Lê Xuân Liêu, xuất gia năm 1958 với HT Đôn Hậu- chùa Linh Mụ, pháp danh Tâm Tường, pháp tự Trí Lưu. Năm 1961, ngài thọ đại giới và làm Tri sự quốc tự Linh Mụ. Năm 1968, HT bổn sư thoát ly ra vùng kháng chiến, ngài trở thành Giám tự chùa Linh Mụ. Sau đó, ngài về Quảng Trị lập chùa Giác Hải ở quê nhà Hải Lăng. Năm 1975, bổn sư trở về trụ trì lại quốc tự Linh Mụ, ngài xin phép lui về chuyên tu niệm Phật và hành thiền tại chùa quê nhà, mỗi ngày công khóa một vạn biến. Cuộc đời ngài sản sinh một nhân vật kiệt xuất cho PGVN: đó là

Giáo sư tiến sĩ Lê Mạnh Thát (Thích Trí Siêu), một nhà Sử học, Nhà nghiên cứu Phật học, là Chủ tịch Hội đồng Khoa học Học viện PGVN và Viện Nghiên cứu Phật học Việt Nam. Ngài xả báo thân ngày 19 tháng Giêng năm Quý Hợi ((1983) thọ 89 năm, 22 hạ lạp, tháp lập ở chùa Tây Thiên- Huế, nguyên quán trú quán Hải Lăng- Quảng Trị - *theo Chư tôn Thiền đức&Cư sĩ hữu công Thuận Hóa tập 3*

- **Thích Vĩnh Lưu** (1914 - 2010), Hòa thượng, dòng Lâm Tế Chánh Tông đời 42, thế danh Trần Bá Ích, xuất gia năm 1932 với HT Trừng Chí Xuân Tường- chùa Dương Long- Phú Yên, cầu pháp với HT Thanh Minh Thiên Hòa- chùa Kim Cang, được pháp danh Trừng Phước, pháp hiệu Vĩnh Lưu. Năm 1942, ngài thọ Tam đàn cụ túc tại giới đàn chùa Thiên Đức- Bình Định do HT Huệ Chiếu làm Đàn đầu truyền giới. Sau khi đắc giới, ngài ra Huế học tại PHĐ Báo Quốc và tham học các chốn tổ đình miền Trung miền Nam, rồi trở về kế thế trụ trì tổ đình Kim Cang- Phú Yên. Năm 1968, ngài cùng chư tôn đức PG Phú Yên thành lập PHV Trung đẳng Bảo Tịnh, ngài giữ chức Giám Luật và giảng dạy kinh luật cho đến năm 1975. Ngài xả báo thân ngày 24 tháng 11 năm Canh Dần (29-12-2010) thọ 97 năm, 73 hạ lạp, nguyên quán trú quán Phú Yên - *xem thêm ở Danh Tăng Việt Nam tập 3*

Ly

- **Phan Gia Ly** (1952 -1971), Cư sĩ, thánh tử đạo, huynh trưởng GĐPT, pháp danh Nguyên Liễu, cư sĩ làm nghề thợ may ở phường Tây Lộc TP Huế, tham gia GĐPT Bình Hòa, dự Trại huấn luyện *Lộc Uyển* về làm Đoàn phó Oanh Vũ Nam. Mùa Phật đản 1971 tại chùa Từ Đàm, nghe HT Mật Nguyện đọc thông điệp của Viện

Tăng thống kêu gọi giới Phật tử hãy cầu nguyện cho đất nước hòa bình, nhân dân an lạc, đạo pháp trường tồn. Sau đó nghe tin Đại đức Thích Chơn Thể tự thiêu tại công viên trường Quốc học để cúng dường cầu nguyện cho dân tộc và đạo pháp, anh Phan Gia Hy đã vô cùng xúc động. Là thợ may, anh may một bộ đồng phục GĐPT mới, mang đến chùa trong chiều sinh hoạt chủ nhật 30-04-1971, chia tay với GĐPT xong, anh thay đồng phục mới ra trước Niệm Phật Đường Bình Hòa, ngồi xuống tẩm xăng, niệm Phật và châm lửa. Giáo hội PGVNTN đã tấn phong cư sĩ là thánh tử đạo, nguyên quán trú quán Thừa Thiên Huế - *theo Chư tôn Thiền đức&Cư sĩ hữu công Thuận Hóa*

- **Thích An Lý** (1925 -2011), Hòa thượng, dòng Lâm Tế Chúc Thánh đời 41, thế danh Nguyễn Khế, xuất gia năm 1940 với HT Hoằng Chí- chùa Huệ Quang- Nghĩa Hành- Quảng Ngãi, pháp danh Như Văn, pháp tự Giải Chương, pháp hiệu An Lý. Năm 1943, ngài thọ cụ túc tại tổ đình Sắc tứ Thiên Ấn do HT Trí Hưng làm Đàn đầu truyền giới. Sau đó, ngài ở lại tu học tại tổ đình Thiên Ấn. Năm 1945, ngài làm Phó ban *PG Cứu Quốc* kiêm Ủy viên Hoằng pháp tỉnh hội PG Quảng Ngãi. Thời gian này, ngài phụ trách Huyện đoàn Thanh thiếu niên PG huyện Nghĩa Hành, và Đại biểu Đoàn Thanh niên huyện Nghĩa Hành- thuộc Đoàn Thanh niên Việt Nam. Theo lời kêu gọi của PG Liên khu 5, ngài tham gia cách mạng, làm Chi ủy đảng bộ xã Hạnh Đức. Năm 1955, *Hội Phật giáo Việt Nam* thành lập, ngài giữ chức Ủy viên Hoằng pháp tỉnh Quảng Ngãi và Phó Tăng giám Quận hội PG Nghĩa Hành. Năm 1967-1971, ngài được *Giáo hội Cổ sơn môn* Trung phần điều về giữ chức Phó Ban Tăng sự Trung ương *Viện Hoằng Đạo*. Năm 1975, ngài về lại chùa Long An và làm giới sư, Thiền chủ các trường hạ thuộc Giáo hội Cổ Sơn Môn. Ngài xả báo thân ngài mồng 6 tháng 2 năm Tân Mão (10-03-2011) thọ 87 năm, 68 hạ lạp, nguyên quán trú quán Quảng Ngãi - *theo HT Thích Hạnh Trân cung cấp*

- **Nguyễn Công Lý**, Phó giáo sư, Tiến sĩ, NNC Phật học, sinh năm 1954, Trưởng khoa Văn học-đại học KHXH-Nhân Văn TP Hồ Chí Minh, Phó giám đốc trung tâm Nghiên cứu Văn học PGVN-Viện NCPHVN, có 64 tác phẩm đã xuất bản, trong trong nhiều tác phẩm về PG, nguyên quán Ninh Hòa-Khánh Hòa, trú quán TP Hồ Chí Minh.

- **Thích Quang Lý** (1918 -1990), Hòa thượng, dòng Lâm Tế Chúc Thánh đời 40, thế danh Nguyễn Khắc Cát, xuất gia năm 1931 với HT Hoằng Chí- chùa Thiên Ấn- Quảng Ngãi, pháp danh Chơn Khai, pháp tự Đạo Chánh, pháp hiệu Quang Lý, sau khi xuất gia ngài được theo học với HT Hoằng Tịnh- chùa Phước Quang. Năm 1934, ngài thọ đại giới tại giới đàn chùa Sắc tứ Thạch Sơn do HT Hoằng Thạc làm Đàn đầu truyền giới. Năm 1936, ngài khai sơn chùa Bửu Long- Nghĩa Hành. Năm 1938, ngài giữ chức Thư ký quận hội PG quận Nghĩa Hành. Năm 1941, ngài giữ chức Tuần kiểm Chư sơn quận Nghĩa Hành. Năm 1954, ngài làm Trưởng ban Hoằng pháp tỉnh hội PG Quảng Ngãi. Năm 1956-1957, ngài làm Hội trưởng PG Cổ Sơn Môn Quảng Ngãi và kiến tạo chùa Thiên Bút. Năm 1962, ngài làm Phó Tăng trưởng Hành chánh kiêm Trưởng ban Hoằng pháp Giáo hội PG Cổ Sơn Môn Quảng Ngãi. Năm 1964, ngài trụ trì chùa Thiên Bút và khai sơn chùa Thiên Sơn- Tư Nghĩa. Năm 1965, ngài khai sơn chùa Bửu Quang- Tư Nghĩa- Quảng Ngãi. Năm 1968, ngài làm Đường đầu truyền giới trong trường Kỳ giới đàn chùa tỉnh hội Thiên Bút. Năm 1968, ngài được suy tôn Tăng trưởng Giáo hội PG Cổ Sơn Môn tỉnh Quảng Ngãi. Năm 1972, ngài khai sơn chùa Bửu Quang- Nhà Bè- Gia Định, Năm 1975-1984, ngài làm Chứng minh tỉnh hội PG tỉnh Nghĩa Bình. Năm 1990, ngài làm viện chủ chùa Linh Thứu- Đà Lạt. Ngài xả báo thân tại trường Hạ chùa Linh Sơn Đà lạt vào ngày 19 tháng 6 năm Canh Ngọ (1990) thọ 73 năm, 50 hạ lạp, nguyên quán Quảng Ngãi, trú quán Trại Mát, Lâm Đồng - *xem thêm ở Danh Tăng Việt Nam tập 3*

M

- **Nhất Chi Mai** (1934 -1967), Phật tử, giáo viên, thánh tử đạo, tên thật là Phan Thị Mai, 33 tuổi, pháp danh Diệu Huỳnh. ngày 16-5-1967 (mồng 8 tháng 4 năm Đinh Mùi- ngày Phật Đản) cô đã tự thiêu trước chánh điện chùa Từ Nghiêm để cầu nguyện cho hòa bình đất nước và hòa bình trong PG. Trước lúc tự thiêu, cô đã viết 2 bức thư để lại, một bức gởi chính phủ hai miền Việt Nam, một bức gởi Tổng thống Hoa Kỳ và chư tôn đức lãnh đạo PG, nguyên quán Tây Ninh, trú quán TP Sài Gòn - *theo Biên niên sử PG Sài Gòn Gia Định*

- **Phương Danh Minh Mai** (1802 -1902), Thiền sư, võ tướng. Năm 1861, ngài làm chức Lãnh Binh dưới trướng tướng quân Võ Duy Dương (Thiên Hộ Dương) trong kháng chiến chống thực dân, khi Pháp đánh chiếm tỉnh Định Tường và 3 tỉnh miền Đông Nam bộ. Ngài được gọi là Lãnh Binh Cẩn. Năm 1866, căn cứ kháng chiến ở Đồng Tháp Mười của Thiên Hộ Dương thất thủ, nghĩa binh ta rã, ngài tìm đến xin xuất gia với tổ Tiên Giác Hải Tịnh- chùa Tây An Cổ Tự- Châu Đốc, được pháp danh Minh Mai, pháp hiệu Phương Danh và tu học dưới sự dìu dắt của sư huynh là HT Hoằng Ân Minh Khiêm. Năm 1870, ngài về quê nhà trùng tu và trụ trì chùa Thắng Quang- Cái Bè. Khi công việc hoằng pháp nơi đây ổn định, ngài trở lại chiến khu Đồng Tháp Mười, khai sơn chùa Gò Tháp, lập bàn thờ Thiên Hộ Dương, Đốc Binh Kiều và những nghĩa sĩ tử trận trong kháng chiến để thờ phụng. Tại đây, ngài được sự chia sẻ giáo huấn của sư huynh là HT Minh Thông Hải Huệ- chùa Bửu Lâm- Cao Lãnh. Sau đó ngài trở về quê lần thứ hai khai sơn chùa Phước Quang- làng Mỹ Lợi- Cái Bè và tu hành tại đây đến cuối đời, ngài xả báo thân ngày mồng 8 tháng 10 năm Nhân

Dần (1902) thọ 101 năm, nguyên quán trú quán Cái Bè- Tiền Giang - *theo tư liệu Thích Vân Phong sưu khảo*

- **Thích Chơn Mãn** (1933 -1993), Hòa thượng, dòng Lâm Tế Liễu Quán đời 43, thế danh Trần Phước Tấn, xuất gia năm 1950 với HT Tịnh Khiết- chùa Tường Vân, pháp danh Tâm Đạt, pháp tự Chơn Mãn. Năm 1965, ngài thọ đại giới tại giới đàn Vạn Hạnh- chùa Từ Hiếu. Năm 1968, ngài trụ trì chùa Hòa Quang- Huế. Năm 1969-1973, ngài tham gia sinh hoạt Giáo hội PG Thừa Thiên với chức vụ *Đoàn trưởng Thanh niên Nam nữ Phật tử* tỉnh Thừa Thiên. Năm 1970-1980, ngài mở Bệnh xá và Ký nhi viện tại chùa Hòa Quang và ngài làm Giám đốc 2 cơ sở này. Ngài xả bá thân ngày 29 tháng Giêng năm Quý Dậu (1993) thọ 61 năm, 29 hạ lạp, tháp lập tại khuôn viên chùa Hòa Quang, nguyên quán trú quán Thừa Thiên Huế - *theo Chư tôn Thiền đức&Cư sĩ hữu công Thuận Hóa tập 3*

- **Thích Từ Mãn** (1918 -2007) Hòa thượng, thế danh Hoàng Hữu Độ, xuất gia năm 1930 với HT Tâm Khoan-chùa Diệu Đế, pháp danh Trừng Chiếu, pháp tự Giác Hạnh, pháp hiệu Hưng Phước, đạo hiệu Từ Mãn. Năm 1939, học tăng PHĐ Tây Thiên và Báo Quốc. Năm 1941, ngài thọ đại giới tại giới đàn chùa Thiền Tôn do HT Tịnh Khiết làm Đàn đầu truyền giới. Năm 1947, ngài trụ trì chùa Linh Sơn Đà Lạt. Năm 1952, ngài trụ trì chùa Sắc tứ Khải Đoan-Buôn Ma Thuột. Năm 1964, GHPGVNTN thành lập. tái bổ nhiệm ngài trụ trì chùa Linh Sơn Đà Lạt. Năm 1974-1980, ngài là Chánh đại diện PG tỉnh Tuyên Đức. Từ 1982-2007, là Trưởng BTS GHPGVN tỉnh Lâm Đồng suốt 6 nhiệm kỳ. Ngài được cung thỉnh làm Hòa thượng Đàn đầu các đại giới đàn: Nhơn Thứ (1994) ; Trí Thủ (1998) ; Diệu Hoằng (2003) tổ chức tại chùa Linh Sơn- Đà Lạt. Năm 1997, ngài được suy cử Thành viên Hội đồng Chứng minh GHPGVN. Ngài xả báo thân ngày 21 tháng 10 năm Đinh Hợi (30-11-2007) thọ 90 năm, 67 hạ lạp, nguyên quán Thừa Thiên Huế, trú quán Đà Lạt, Lâm Đồng -*xem thêm ở Danh tăng Việt Nam tập 3*

- **Thích Viên Mãn** (1922 -2001), Hòa thượng, pháp danh Tâm Trì, tự Chánh Không, hiệu Viên Mãn, đời 43 tông Lâm Tế, thế hệ thứ 9 pháp phái Liễu Quán. Ngài thế danh Nguyễn Thanh Tịnh, sinh năm Nhâm Tuất (1922) tại thôn Dạ Lê, ngoại ô cố đô Huế. Năm 12 tuổi xuất gia với Hòa thượng Quảng Tu tại chùa Thiên Hưng, Huế. Thọ Tỳ kheo năm 1952 tại chùa Thiên Bình, Bình Định và năm 1954 y chỉ Hòa thượng Thích Tôn Thắng nhập chúng tu học tại PHV Phổ Đà. Năm 1955 trụ trì chùa Tịnh Độ và trùng tu chùa vào năm 1958. Năm 1960 ngài khai sơn chùa Kỳ Viên tại xóm An Thổ, đến năm 1972 mới tiến hành xây chánh điện nhưng cũng đơn sơ. Năm 1975, ngài đảm nhận Đặt ủy Nghi lễ GHPGVNTN tỉnh QNĐN. Hòa thượng ẩn mật tu hành, chuyên tu Tịnh Độ và thân không bệnh tật xả báo an tường vào ngày 17 tháng 9 năm Tân Tỵ (2001), thọ 80 tuổi. Ngài sinh quán Thừa Thiên Huế, trú quán Quảng Nam - *theo tư liệu Thích Như Tịnh sưu khảo*

- **Minh Mẫn**, Cư sĩ, tác gia, thế danh Nguyễn Phan Mẫn, sinh năm 1948, ông mồ côi ở chùa từ lúc 8 tuổi, xuất gia theo hệ phái Nam Tông Việt Nam. Năm 1972, tham dự lớp đào tạo giảng sư của HT Thích Huyền Vi tại chùa Phật Quang- quận 10. Sau đó ông về tại gia làm việc trong Viện Hóa Đạo GHPGVNTN, ông bị tù 10 năm vì tội chống lại việc giải thể GHPGVNTN để sáp nhập vào GHPGVN. Năm 1987, ra tù ông về viết báo và viết sách, trở thành nhà nghiên cứu Phật học, bằng ngòi bút của mình ông trở thành nhà phê bình PG có chất lượng và uy tín trên các diễn đàn PG trong và ngoài nước, tác phẩm: *Phật giáo Việt Nam cơ hội vàng* (2004) ; *PGVN- hiện trạng và tương lai* (2005) ; *Thực trạng PGVN hiện nay* (2006) ; *Kitô giáo và văn hóa dân tộc* (2007) ; *Thiền sư và quê hương* (2008) ; *Canh tân Phật giáo* (2010) ; *Tự tánh Di Đà* (2012) ; *Tự tánh Quan Âm* (2012) ; *Hoang Tưởng* (lưu hành nội bộ); nguyên quán chưa rõ, trú quán Hóc Môn TP Hồ Chí Minh.

- **Thích Quảng Mẫn** (1928 -2013), Hòa thượng, trụ trì tổ đình Nam Hải và Thiên Phúc (Trà Phương) Kiến An -Hải Phòng. Thành viên HĐCM GHPGVN, nguyên Phó chủ tịch HĐTS GHPGVN, nguyên Trưởng BTS GHPGVN TP Hải Phòng, nguyên hiệu trưởng trường Trung cấp Phật học TP Hải Phòng, nguyên Trưởng ban Từ thiện xã hội TW GHPGVN, nguyên Phó hiệu trưởng trường Cao cấp PHVN tại Hà Nội, tuổi đời 91, hạ lạp 65 năm, nguyên quán Ninh Bình, trú quán Hải Phòng.

- **Trần Tuấn Mẫn**, Cư sĩ, NNC Phật học, sinh năm 1941, cựu sinh viên đại học Khoa học Sài Gòn, Cao học Triết viện đại học Vạn Hạnh, giảng dạy Phật học và Văn học kiêm Tổng thư ký Học viện PGVN tại TP Hồ Chí Minh, ủy viên Thư ký HĐTS GHPGVN, Phó trưởng ban Thông tin Truyền thông, Phó tổng biên tập Thường trực kiêm thư ký tòa soạn tạp chí *Văn Hóa Phật Giáo*, tác phẩm: *Vô Môn Quan* ; *Mã Tổ Bách Trượng ngữ lục* ; *Lâm Tế ngữ lục* ; *Bốn bài học của Liễu Phàm* ; *Liên hoa hóa sanh* ; *Kinh Lăng già* ; *Nghiên cứu kinh Lăng già* ; *Tứ đại Thiền sư ngữ lục* ; *Thế nào là Phật tử* ; *Vấn đáp Phật giáo* ; *Đức Đạt lai Lạt ma tại Harvard* ; *Gửi người đi tìm hạnh phúc* ; *Kinh Bổn sanh (khoảng trên 100 bài, đăng vào Đại tạng kinh Việt Nam)* ; *Năng đoạn Kim cương* ; *Vietnam famous pagodas (bản Việt của Võ Văn Tường)* ; *When the Sarus cranes come (bản Việt của Thầy Huyền Diệu)* ; *A practice of the Suramgama sutra samadhi (bản Việt của Hòa thượng Trí Quang)...*, nguyên quán Thừa Thiên Huế, trú quán TP Hồ Chí Minh - theo trang nhà www.quangduc.com

- **Thích Từ Mẫn** (1932-2007), Hòa thượng, pháp danh Tâm Lượng, tự Từ Mẫn, hiệu Chơn Giác, đời 43 tông Lâm Tế, thế hệ thứ 9 pháp phái Liễu Quán. Ngài thế danh Nguyễn Hữu Độ, sinh ngày 1 tháng 11 năm Nhâm Thân (1932) tại thôn Thuận Hòa, xã Hương Phong, huyện Thuận Hóa, Thừa Thiên, Huế. Năm 1942 xuất gia với Hòa thượng Thích Tôn Thắng tại chùa Phổ Đà, học tăng PHĐ Báo Quốc, thọ Tỳ kheo năm 1956 tại Báo Quốc. Năm 1963 là thành viên Ủy Ban tranh đấu tại Thị xã Đà Nẵng. Từ năm 1964 đến 1975 là Đặc ủy Pháp sự, Giám đốc Trung tâm Văn Hóa

GHPGVN Thị xã Đà Nẵng.Từ năm 1976 đến 1981, Phó Đại diện GHPGVNTN tỉnh QNĐN, từ năm 1982 đến viên tịch là Phó Ban trị sự GHPGVN tỉnh QNĐN, sau đó là thành phố Đà Nẵng. Năm 1992 trường Trung cấp Phật học khai mở, Hòa thượng được thỉnh làm Hiệu trưởng và kiêm Trưởng ban Giáo dục Tăng Ni cho đến khi viên tịch. Hòa thượng viên tịch ngày 12 tháng 4 năm Đinh Hợi (2007) hưởng thọ 76 tuổi. Ngài sinh quán Thừa Thiên-Huế, trú quán Đà Nẵng - *theo tư liệu Thích Như Tịnh sưu khảo*

- **Bửu Thọ Như Mật** (1893-1972), Hòa thượng, thế danh Nguyễn Thế Mật, trụ trì trùng tu chùa Tây An cổ tự, danh tăng PG tỉnh An Giang, nguyên quán trú quán Châu Đốc, An Giang - *xem ở Như Mật Bửu Thọ, Sđd.*

- **Thích Chí Mậu** (1948 -2009), Hòa thượng, thế danh Phạm Trí, đệ tử HT Chơn Thiệt-chùa Từ Hiếu, pháp danh Trừng Huệ, pháp tự Chí Mậu. Năm 1972-1975, tu học tại PHV Phổ Đà-Đà Nẵng. Năm 1979, kế thế trụ trì tổ đình Từ Hiếu. Năm 1994, cùng chư tôn túc ở Thừa Thiên mở PHV tại tổ đình Từ Hiếu, nguyên quán trú quán Thừa Thiên Huế - *theo Chư tôn Thiền đức&Cư sĩ hữu công Thuận Hóa*

Minh

- **Thích Bình Minh** (1924 -1988), Hòa thượng Luật sư, thế danh Nguyễn Bình Minh, năm 1938 xuất gia với Sư cụ Thanh Tiên-chùa Tuân Lục- Nam Định, pháp danh Quảng Tuấn. Năm 1944, ngài học với tổ Tuệ Tạng ở chùa Bồ Đề- Gia Lâm. Năm 1945-1954, ngài y chỉ vào tổ Tuệ Tạng chuyên tâm học luật. Năm 1951-1954, ngài ra chùa Quán Sứ học Trung cấp về ngoại điển. Năm 1954, ngài vào Nam, trú ở chùa Ấn Quang. Năm 1957, ngài giữ chức Tổng thư ký Giáo hội Tăng già Bắc Việt. Năm 1961, ngài khai sơn và trụ trì chùa Hòa Bình, quận 10. Năm 1964, ngài làm Đặc ủy Tăng sự miền Vĩnh Nghiêm. Năm 1972, ngài cùng phái đoàn đi dự Đại hội PG Liên hữu Thế giới lần thứ 10 tại Tích Lan, sau đó ngài giữ chức Tổng vụ trưởng Tổng vụ Phật học GHPGVNTN và Đặc ủy Phật học miền Vĩnh Nghiêm. Năm 1983-1984, ngài dạy luật tại PHV Thiện Hòa và bắt đầu mở lớp gia giáo giảng môn Luật tại chùa Hòa Bình cho đến khi viên tịch. Tác phẩm: *Phật giáo giáo khoa ; Kinh 42 chương ; Kinh Di Giáo ; Kinh lễ 6 phương ; Nghi thức phổ thông ; Yết Ma Chỉ Nam,* ngài về cõi Phật vào Rằm tháng 11 năm Mậu Thìn (23-12-1988), trụ thế 64 năm,40 hạ lạp, nguyên quán Trực Ninh- Nam Định, trú quán TP. Hồ Chí Minh - *xem thêm ở Danh Tăng Việt Nam tập 1*

- **Thích Chơn Minh**, Thượng tọa, sinh năm 1966, Tiến sĩ Phật học Ấn độ, giảng viên Học viện Phật giáo Việt Nam, trụ trì chùa Huệ Quang-Củ Chi, nguyên quán Trà Vinh, trú quán TP Hồ Chí Minh.

- **Thích Chơn Minh**, Thượng tọa, thế danh Trần Bạch Mai, ấu niên xuất gia với lão HT Châu viên, được ban pháp húy Hồng Hoa-Chơn Minh, y chỉ với trưởng lão HT Thích Vĩnh Đạt, pháp húy Nhật Chuyên, Ủy viên HĐTS, Trưởng BTS GHPGVN tỉnh Đồng Tháp, Đại biểu HDND tỉnh Đồng Tháp, trụ trì đại trùng tu Phước Lâm Cổ Tự- Sa Đéc, nguyên quán trú quán Sa Đéc- Đồng Tháp.

- **Thích Nữ Đàm Minh** (1912 -1992), Ni trưởng, pháp danh Tâm Quang, tự Đàm Minh, hiệu Minh Đức, đời 43 tông Lâm Tế, thế hệ thứ 9 pháp phái Liễu Quán. Ni trưởng thế danh Hoàng Thị Bút, sinh năm Nhâm Tý (1912) tại xã Hưng Yên, huyện Hưng Yên, tỉnh Nghệ An. Ni trưởng xuất gia với Sư trưởng Đàm Thanh tại Chùa Diệc, sau đó vào cầu pháp với Hòa thượng Thích Tịnh Khiết tại chùa Tường Vân, Huế, thọ Tỷ kheo ni năm 1944 tại chùa Thiền Tôn. Thời gian này, Ni trưởng đảm nhận chăm lo cho đời sống Ni trưởng Diệu Đức. Năm 1954, Ni trưởng được Ni bộ Bắc tông Trung phần cử vào trụ trì chùa Bảo Thắng, Hội An. Năm 1962 Ni trưởng lại được cử ra trụ trì chùa Bảo Quang và xây dựng Ni bộ tại

Thị xã Đà Nẵng. Ni trưởng thường mở các giới đàn tại Bảo Quang để truyền trao giới pháp cho Chư Ni tu học. Ni trưởng viên tịch ngày 18 tháng 4 năm Nhâm Thân (1992), hưởng thọ 81 tuổi, nhục thân nhập tháp tại đồi Yết-ma, nghĩa trang Môn phái Tường Vân, Huế. Đệ tử Ni trưởng hiện còn các vị: Ni trưởng Thích Nữ Diệu Cảnh, Ni trưởng Thích Nữ Diệu Tâm, Ni trưởng Thích Nữ Diệu Thục, Ni trưởng Thích Nữ Diệu Thuần, Ni trưởng Thích Nữ Diệu Chỉ... Ni trưởng sinh quán Nghệ An, trú quán Đà Nẵng - *theo tư liệu THích Như Tịnh sưu khảo*

- **Thích Đỗng Minh** (1927 -2005), Hòa thượng, Luật sư, dòng kệ Lâm Tế Chúc Thánh đời 42, xuất gia với HT Chơn Quang-chùa Khánh Vân-Bình Định, sau đó được vào Phan Rang trao cho HT Huyền Tân làm đệ tử, pháp danh Thị Khai, pháp tự Hạnh Huệ, pháp hiệu Đỗng Minh, thế danh Đỗ Châu Lân. Năm 1946, Chủ tịch hội PG Cứu quốc tỉnh Ninh Thuận. Năm 1950, ngài học tại *Tăng học đường Nam phần Trung Việt*-Nha Trang. Năm 1957, hoàn tất chương trình đại học PG từ Huế ngài trở vào Nha Trang thành lập hãng *vị trai Lá Bồ Đề*. Năm 1967, là Chánh đại diện PG miền Khuông Việt. Năm 1968, ngài giữ chức Vụ trưởng Phật học vụ thuộc *Tổng vụ Giáo dục* GHPGVNTN. Năm 1970, ngài làm Giám đốc PHV *Trung phần Nha Trang*. Năm 1974, PHV *Cao đẳng Hải Đức Nha Trang* được thành lập, ngài là Phó viện trưởng điều hành. Sau năm 1975, ngài phải đi an trí 18 tháng. Năm 1983, là thành viên Ban Giáo dục Tăng ni TW GHPGVN. Năm 1991, ngài được mời làm Thành viên Hội đồng phiên dịch Luật tạng PGVN. Năm 1997, ngài được suy tôn vào Hội đồng Chứng minh GHPGVN. Năm 2003, ngài là Phó viện trưởng VNCPHVN. Ngài đã biên dịch các tác phẩm: *Tứ Phần Luật* (60 quyển) ; *Di Sa Tắc bộ Hòa Hê Ngũ Phần Luật* (30 quyển) ; *Căn bản Thuyết Nhất Thiết Hữu Bộ Tỳ Nại Da* (50 quyển) ; *Căn bản Thuyết Nhất Thiết Hữu Bộ Bí Sô Ni Tỳ Nại Da* (20 quyển) ; *Căn bản Thuyết Nhất Thiết Hữu Bộ Bách Nhất Yết Ma* (10 quyển) ; *Tỳ Ni Nhật Dụng* ; *Trùng Trị Tỳ Ni Sự Nghĩa Tập Yếu* (10 quyển) ; *Luật Tỳ Kheo giới bổn Sớ nghĩa* (2 quyển) ; *Tỳ ni, Sa di, Oai nghi, Cảnh sách* (văn vần) ; *Nghi Truyền giới*. Ngài xả báo thân ngày 11 tháng 5 năm Ất Dậu (17-06-2005) thọ 79 năm, 59 hạ lạp, nguyên quán Bình Định, trú quán Khánh Hòa - *xem thêm ở Danh Tăng Việt Nam tập 3*

- **Thích Đức Minh** (1926 -2000), Hòa thượng, dòng Lâm Tế Liễu Quán đời 43, thế danh Trần Lai, xuất gia năm 1946 với HT Trừng Chấn Chánh Nhơn- chùa Long Khánh- Qui Nhơn, pháp danh Tâm Lâm, pháp tự Huệ Thường, pháp hiệu Đức Minh. Năm 1952, ngài thọ đại giới tại giới đàn chùa Thiên Bình- Bình Định. Ngài trú xứ chùa Trường Giác và công tác tại PG huyện Tuy Phước. Năm 1954, ngài vào *Tăng học đường Nha Trang* rồi *PHV Hải Đức Nha Trang*. Năm 1959, ngài được cử làm Giảng sư kiêm Chánh hội trưởng Tỉnh hội PG Quảng Trị. Năm 1960, ngài chủ trương thiết lập "*Hủ gạo Bồ Đề*" để lập quỹ trả vốn vay xây dựng trường Bồ Đề Quảng Trị. Năm 1961, ngài về làm Chánh hội trưởng Tỉnh hội PG Khánh Hòa. Năm 1964, GHPGVNTN ra đời, ngài được bổ nhiệm làm Chánh đại diện Tỉnh hội PG Khánh Hòa và chủ trương xây dựng Kim thân Phật tổ trên đồi Trại Thủy. Ngài còn khai sơn chùa Hòa Tân- Cam Ranh, xây dựng Ký nhi viện Phước Điền- Nha Trang và tượng đài Quan Thế Âm trên đèo Rù Rì. Năm 1966, ngài làm Chánh đại diện PG Cam Ranh và khai kiến chùa Từ Vân cùng trường *Trung học Bồ Đề Cam Ranh*. Năm 1972, ngài lập *làng Quảng Đức* cho các Phật tử Quảng Trị vào đây lập nghiệp. Năm 1975, ngài trở về Quảng Trị, trú xứ tổ đình Sắc tứ Tịnh Quang và vận động Phật tử đúc một pho tượng Phật và đại hồng chung bằng đồng để phục hưng PG Quảng Trị. Ngài trở về chùa Hòa Tân và viên tịch vào ngày 27 tháng 4 năm Canh Thìn (2000) thọ 75 năm, 48 năm hành đạo, tháp lưu xá lợi của ngài lập ở vườn chùa Long Sơn- Nha Trang, nguyên quán Quy Nhơn- Bình Định, trú quán Cam Ranh- Khánh Hòa - *theo Chư tôn Thiền đức&Cư sĩ hữu công Thuận Hóa tập 3*

- **Thích Hải Minh** (1941 -1969), Thượng tọa, xuất gia năm 14 tuổi với HT Thiện Siêu- chùa Từ Đàm- Huế, pháp danh Lệ Tịnh, pháp tự Hải Minh. Thầy vào Nha Trang tu học một thời gian rồi vào tu viện *Quảng Hương Già Lam*- Gò Vấp tu học. Năm 1968, Thầy thọ đại giới tại giới đàn Phước Huệ do HT Tịnh Khiết làm Đàn đầu truyền giới. Do nhu cầu Phật sự các tỉnh miền Trung, Thượng tọa được cử ra giảng dạy tại trường Bồ Đề Quảng Ngãi. Chiến tranh khốc liệt, Thượng tọa bị trúng đạn pháo kích và tử nạn ngày 07-01-1969, hưởng 28 tuổi, nguyên quán Quảng Trị, trú quán Quảng Ngãi - *theo Chư tôn Thiền đức&Cư sĩ hữu công Thuận Hóa tập 3*

- **Thích Hạnh Minh** (1940 -1975), Thượng tọa, xuất gia tại chùa Từ Đàm, pháp danh Nguyên Chi, pháp tự Hạnh Minh. Năm 1963-1970 hiệu trưởng trường Trung học Bồ Đề Hữu Ngạn-Huế. Năm 1970-1975 Giám học trường Bồ Đề Khuông Việt- Pleiku, nguyên quán Thừa Thiên Huế, trú quán Pleiku - *theo Chư tôn Thiền đức&Cư sĩ hữu công Thuận Hóa*

- **Thích Hoàng Minh** (1916 -1991), Hòa thượng, dòng Tế Thượng Thiên Thai Thiền Giáo Tông đời 43, thế danh Nguyễn Châu Thình, xuất gia năm 1928 với HT Pháp Hội- chùa Long Thoàng- Gò Công Đông, pháp danh Tâm Minh, pháp hiệu Thiện Kim. Năm 1933, ngài cầu pháp với HT Pháp Đạt, được pháp danh Tâm Huệ, pháp hiệu Hoàng Minh. Năm 1939, ngài tham học với tổ Huệ Đăng- chùa Thiên Thai- Bà Rịa. Năm 1945, ngài kế thế trụ trì chùa Long Thoàng. Năm 1947, ngài tham gia đoàn thể PG Cứu quốc tỉnh Gò Công với bí danh Minh Châu. Ngài được bầu làm Phó chủ tịch kiêm trưởng ban Hành chánh tỉnh Gò Công. Năm 1952, ngài bị giặc bắt đày sang Lào rồi giam ở Hỏa Lò- Hà Nội. Năm 1955, ngài trở về quê trụ trì chùa Thiêng Liêng. Năm 1957, ngài tham dự khóa "Như Lai Sứ Giả" ở chùa Pháp Hội. Năm 1971, ngài xây dựng được 3 ngôi chùa Linh Châu, Linh Sơn, Thiên Trường ở Gò Công. Năm 1987, ngài được cung thỉnh vào Thành viên HĐCM TW GHPGVN, ngài xả báo thân ngày mồng 2 tháng 5 năm Tân Mùi (13-06-1991) thọ 76 năm, 56 mùa hạ, nguyên quán trú quán

Gò Công - *xem thêm ở Danh Tăng Việt Nam tập 2*

- Lê Hoàng Minh , Cư sĩ, sơn môn Lục Hòa Tăng&Lục Hòa Phật tử, có công lớn với Giáo hội này. Năm 1947, ông và Yết ma Pháp Long- chùa Thiên Quang- Hóc Môn đứng ra vận động thành lập hội PG Cứu quốc Nam bộ, ông làm Ủy viên Thủ quỹ của hội, xuất bản tờ *Tinh Tấn*, tòa soạn đặt tại chùa Bửu Lâm, cơ quan hội PG Cứu quốc Nam bộ đặt tại chùa Ô Môi- Đồng Tháp Mười - *theo Biên niên sử PG Sài Gòn Gia Định*

- Thích Huệ Minh (1861 -1939), Hòa thượng, dòng Lâm Tế Liễu Quán đời 41, pháp danh Thanh Thái, pháp tự Chánh Sắc, pháp hiệu Huệ Minh, là đệ tử ngài Hải Thiệu-Cương Kỷ, năm 1902, ngài trụ trì chùa Thánh Duyên, năm 1911 trụ trì chùa Từ Hiếu, năm 1929 được phong Tăng cang chùa Thánh Duyên, năm 1937, được phong Tăng cang hai chùa Diệu Đế và Từ Hiếu, nguyên quán trú quán Thừa Thiên Huế - *theo Chư tôn Thiền đức&Cư sĩ hữu công Thuận Hóa*

- Thích Huệ Minh (1892-1982), Hòa thượng, thế danh Lê Trừng Tấn, ấu niên quy y tam bảo với tổ Minh Thông Hải Huệ- tổ đình Bửu Lâm- Cao Lãnh. Năm 12 tuổi, xuất gia HT Thích Thanh Nguyên, trụ trì Long An Cổ Tự- Sa Đéc. Năm 1925, ngài cầu pháp với tổ Đạt Thới Chánh Thành- tổ đình Vạn An- Sa Đéc. Năm 1926, trụ trì Vĩnh Hưng Tự- Sóc Trăng. Năm 1943, được cung thỉnh Đường đầu Hòa thượng tại đàn giới chùa Linh Thạnh- Cần Thơ. Năm 1951, Tăng trưởng Giáo hội Tăng già Nam Việt Tây Nam bộ. Năm 1952, Chứng minh đạo sư Chi hội Phật học Sóc Trăng. Cuối năm 1963, Phó Tăng thống Giáo hội Phật giáo Cổ sơn môn, nhiệm kỳ 2 được suy tôn ngôi vị Tăng thống Giáo hội Phật giáo Cổ sơn môn (1966-1980). Năm 1971, Chứng minh đạo sư Đại giới đàn tại Linh Sơn Cổ Tự- Sài gòn. Ngài viên tịch vào giờ Ngọ, ngày mồng 10 tháng 2 năm Nhâm Tuất (05-03-1982), thọ 90 xuân, nguyên quán làng Mỹ Thọ- Cao Lãnh- Đồng Tháp, trú quán Sóc Trăng - *theo Thích Vân Phong biên khảo*

- Thích Huệ Minh, Hòa thượng, Phó ban Nghi lễ TW GHPGVN, chủ tịch hội Đồng hương Bình Định, trụ trì chùa Giác Uyển- Phú Nhuận, nguyên quán Bình Định, trú quán TP Hồ Chí Minh.

- **Thích Huệ Minh**, Hòa thượng, sinh năm 1951, thế danh Huỳnh Ngọc Anh, học tăng Phật học viện Thiên Tôn, Trưởng BTS GHPGVN tỉnh Tiền Giang, hiệu trưởng trường Trung cấp Phật học Tiền Giang, trụ trì chùa Vĩnh Tràng và chùa Tân Thạnh-Mỹ Tho, nguyên quán trú quán Tiền Giang.

- **Thích Liễu Minh** (1934 -2015), Hòa thượng, Ủy viên Công cán, phụ tá HT Viện trưởng Viện Hóa Đạo Thích Thiện Hoa, dòng Lâm Tế Chúc Thánh đời 42, xuất gia với HT Như Từ Tâm Đạt- chùa Thiện Bình- Bình Định, pháp danh Thị Huyền, pháp tự Liễu Minh, pháp hiệu Trí Hải, thế danh Lê Văn Hiền, học tăng Phật học viện Nha Trang. Năm 1956, học Tăng Phật học đường Nam Việt, trú xứ chùa Ấn Quang. Năm 1960, Giám đốc PHĐ Giác Sanh. Năm 1961-1962, quản lý PHĐ chùa Phật Ân- Mỹ Tho. Năm 1963, ngài tham gia tích cực trong phong trào đấu tranh của PG chống chế độ độc tài Ngô Đình Diệm. Năm 1964, ngài là Giảng sư kiêm phụ tá HT Viện trưởng Thiện Hoa và là phát ngôn viên của Giáo hội PGVNTN. Năm 1988, ngài về trụ trì chùa Nhơn Phước ở Tam Hiệp- Mỹ Tho, cùng trú xứ chùa Thanh Quang- Tiền Giang, ngài xả báo thân vào mồng 8 tháng 9 năm Ất Mùi (20-10-2015) thọ 81 năm, 58 hạ lạp, nguyên quán Bình Định, trú quán Tiền Giang.

- **Thích Như Minh** (1915 -1982), Đại sư, pháp danh Như Minh, pháp tự Giải Chánh, pháp hiệu Tánh Tịnh, đời 41 tông Lâm Tế, thế hệ thứ 8 pháp phái Chúc Thánh. Ngài thế danh Huỳnh Công Thông, sinh năm Ất Mão (1915) tại làng Khuê Bắc, Hòa Hải, Hòa Vang. Ngài xuất gia với Hòa thượng Thiện Trung tại chùa Tam Thai. Ngài là học Tăng PHĐ Báo Quốc, cùng khóa với các Hòa thượng Thiện Hoa, Thiện Hòa... Ngài là một học tăng ưu tú nên được Tổng hội Phật giáo Trung Phần bổ nhiệm trụ trì chùa Từ Đàm vào năm 1939. Đến năm 1941 vì gặp nghịch duyên nên ngài về ngụ tại chùa Từ Tôn- Đà Nẵng. Ngài chuyên giảng dạy kinh luật cho các khóa hạ tại đây. Đảm nhận Thư ký *GH Tăng già Quảng Nam Đà Nẵng* năm 1954, Đặc ủy Tăng sự GHPGVNTN thị xã Đà Nẵng. Năm 1968, ngài khai sơn chùa Liên Hoa- Đà Nẵng (chùa nay không còn). Ngài viên tịch vào ngày 20 tháng 5 năm Nhâm Tuất (1982), thọ 72 tuổi. Đệ tử ngài hiện chỉ còn HT.Thích Thị Nguyện. Ngài nguyên quán trú quán tại Đà Nẵng - *theo Thích Như Tịnh sưu khảo*

- **Thích Nhựt Minh** (1908 1993), Hòa thượng, khai sơn chùa Đại Giác-Sóc Trăng, khai sơn tu viện Phật Tích Tòng Lâm- Long Thành, trụ trì Linh Sơn cổ tự- quận Nhất, Hội chủ hội Linh Sơn Phật học, nguyên quán Bạc Liêu, trú quán TP Hồ Chí Minh - *xem thêm ở Danh Tăng Việt Nam tập 1*

- **Pháp Minh** (1918 -1993), Hòa thượng, dịch giả, tác gia, trưởng lão hệ phái Nam Tông Việt Nam, thế danh Nguyễn Văn Long, xuất gia năm 1965 với HT Bửu Chơn- chùa Phổ Minh- Gò Vấp, pháp danh Vijjàdhamma Mahàthera. Năm 1968, thọ đại giới tại chùa Pháp Bảo- Mỹ Tho do ngài Giới Nghiêm là thầy Tế độ. Năm 1969, ngài trú xứ chùa Bửu Quang- Gò Dưa. Năm 1974, trụ xứ Thích Ca Phật Đài-Vũng Tàu. Năm 1979, ngài trở về chùa Bửu Quang lập cốc *Bình Thủy* để an cư và viết sách. Tác phẩm: *Chú giải Kinh Pháp Cú ; Cậu Kim Hòa ; Đại đức Hộ Mù ; Tỳ kheo Korambì*, ngài chuyên tu hạnh Đầu đà khất thực và thiền định, ngài tịch diệt vào ngày mồng 5 tháng Giêng năm Quý Dậu (1993) thọ 75 năm, 28 tuổi đạo, nguyên quán Long Đất- Bà Rịa, trú quán Thủ Đức- Gia Định - *xem thêm ở Danh Tăng Việt Nam tập 2*

- **Thích Phổ Minh** (1867-1934), Hòa thượng, pháp danh Chơn Thể, pháp tự Đạo Viên, pháp hiệu Phổ Minh, đời thứ 40 tông Lâm Tế, thế hệ thứ 8 pháp phái Chúc Thánh. Ngài thế danh Lê Văn Chạy, sinh năm Đinh Mão (1867) tại xã Gia Phước, huyện Lễ Dương, phủ Thăng Bình, Quảng Nam. Ngài xuất gia với tổ Vĩnh Gia tại tổ đình Phước Lâm, Hội An. Năm 1918, ngài kế thừa trụ trì đời thứ 7 tổ đình Phước Lâm sau khi bổn sư viên tịch. Năm 1920, ngài được cung thỉnh làm Đệ nhất Tôn chứng giới đàn Phước Quang, Quảng Ngãi, Năm 1928, ngài làm Yết-ma giới đàn Từ Vân, Đà Nẵng. Ngài có công xây dựng *Nghĩa Trũng Từ* trước chùa Phước Lâm. Ngài viên tịch ngày 23 tháng 2 năm Giáp Tuất (1934), thọ 68 tuổi. Ngài nguyên và trú quán tại Quảng Nam - *theo Thích Như Tịnh sưu khảo*

- **Thích Phước Minh** (1922 -2002), Hòa thượng, dòng Lâm Tế Chánh Tông đời 41, thế danh Đặng Ngọc Châu, xuất gia lúc 7 tuổi với HT Trí Thới- chùa Long Quang- Bình Thủy- Cần Thơ. Sau đó được bổn sư gởi theo học trường Gia giáo chùa Phước Long- Nha Mân- Sa Đéc do HT Bửu Chung giảng dạy. Năm 1942, ngài thọ đại giới tại giới đàn chùa Phước Long do HT Bửu Chung làm Đàn đầu truyền giới. Năm 1945, ngài tham gia phong trào Thanh niên Tiền phong và PG Cứu quốc. Năm 1952, ngài ra miền Trung tham học giáo lý tại chùa Bửu Liên- Bình Định. Năm 1953, ngài ra Hải Phòng học Y phương minh, nhưng đến 1954 , ngài phải trở về Nam vì chiến tranh, nhưng rồi đến chùa Long Quang của ngài cũng phải tiêu thổ kháng chiến. Năm 1962, ngài về hành đạo tại chùa Bửu Liên (chùa Cây Bàng)- Cần Thơ. Năm 1964-1975, ngài làm Ủy viên Nghi lễ GHPGVNTN tỉnh Phong Dinh (Cần Thơ). Năm 1981, ngài được cử làm Ủy viên HĐTS GHPGVN. Năm 1983, ngài là Trưởng BTS PG tỉnh Hậu Giang-Cần Thơ. Năm 1989, ngài trụ trì chùa Bửu Liên và Phó chủ tịch UBMTTQ tỉnh Cần Thơ. Năm 1997, ngài được suy tôn Thành viên HĐCM GHPGVN. Năm 2002, ngài là Chứng minh tỉnh hội PG TP Cần Thơ. Ngài còn được cung thỉnh làm giới sư các giới đàn trong và ngoài tỉnh. Ngài viên tịch ngày mồng 6 tháng 4 năm Nhâm Ngọ (17-05-2002) thọ 81 năm, 50 hạ lạp, nguyên quán trú quán Châu Thành- Cần Thơ - *theo tư liệu báo Giác Ngộ số 122- năm 2002*

- **Thích Quang Minh** (1879-1977), Hòa thượng, pháp danh Chơn Nhật, pháp tự Đạo Chiếu, pháp hiệu Quang Minh, đời thứ 40 tông Lâm Tế, thế hệ thứ 7 pháp phái Chúc Thánh. Ngài thế danh Lê

Hợi, sinh năm Kỷ Mão (1879) tại làng Trung Phường, xã Duy Hải, huyện Duy Xuyên, Quảng Nam. Ngài xuất gia với Hòa thượng Phổ Bảo tại tổ đình Chúc Thánh. Năm 1928 làm Chánh chủ hương giới đàn Từ Vân; Năm 1934 được cử làm trụ trì tổ đình Chúc Thánh. Thời gian này ngài phát tâm vận động khắc ván bộ *Phổ Môn xuất tượng* rất có giá trị về nghệ thuật điêu khắc. Ngài vào Nam lập chùa Chúc Thọ tại Xóm Thuốc, Gò Vấp. Năm 1950, người Pháp lập sân bay Tân Sơn Nhất nên chùa bị giải tỏa. Từ đó ngài về ngụ tại chùa Bửu Đà và viên tịch cuối năm 1977, thọ 98 tuổi. Ngài nguyên quán Quảng Nam, trú quán TP.Hồ Chí Minh - *theo Thích Như Tịnh sưu khảo*

- **Thích Quảng Minh**, Thượng tọa, giảng sư, được ban Quản trị *hội Phật học Nam Việt* cung thỉnh làm Hội trưởng, năm 1955, ngài sang Nhật du học, thỉnh về bộ *Đại chính Tân tu Đại tạng kinh* cho hội PHNV làm pháp bảo. Học xong ngài ở lại Nhật bản không trở về nước, nguyên quán chưa rõ, trú quán Nhật Bản.

- **Như Thuật-Tâm Minh** (1847 - ?), Hòa thượng, pháp hiệu Tâm Minh, dòng Lâm Tế Liễu Quán, đệ tử ngài Hải Thuận-Diệu Giác, trụ trì chùa Ngọc Sơn năm 1899, nguyên quán Quảng Trị, trú quán Thừa Thiên Huế - *theo Chư tôn Thiền đức&Cư sĩ tiền bối hữu công PG Thuận Hóa*

- **Thích Tâm Minh** (1910 -1997), Hòa thượng, thế danh Đặng Văn Tiến, xuất gia năm 1921 với tổ Thông Tụng- chùa Liên Phái- Hà Nội, pháp danh Tâm Minh, pháp tự Thông Đạt. Năm 1944, ngài trụ trì chùa Ông Đình- Khoái Châu- Hưng Yên. Năm 1947, ngài tham gia Ban Chấp hành *hội PG Cứu quốc* huyện Khoái Châu. Năm 1965, ngài là Chủ tịch MTTQ xã Ông Đình. Năm 1968, ngài trụ trì *Tòng lâm Côn Sơn* và chùa Tỉnh hội PG Đông Thuần. Năm 1981, ngài là Thành viên HĐTS GHPGVN kiêm Phó BTS GHPGVN tỉnh Hải Hưng, ngài xả báo thân ngày mồng 8 tháng Giêng năm Đinh Sửu (14-01-1997) thọ 87 năm, 50 tuổi đạo, nguyên quán Hà Nội, trú quán Hải Dương - *xem thêm ở Danh Tăng Việt Nam tập 2*

- **Thích Tâm Minh**, Thượng tọa, Tiến sĩ Phật hoc Ấn độ, giảng viên Học viện Phật giáo Việt Nam, nguyên quán Thừa Thiên Huế, trú quán Thiền viện Vạn Hạnh, TP Hồ Chí Minh.

- **Thích Trúc Thái Minh**, Đại đức, tục Vũ Minh Hiếu sinh năm 1967, quê huyện Lương Tài, Tỉnh Bắc Ninh, giảng viên của trường Đại Học Kinh Tế Quốc Dân Hà Nội, công tác ở Viện Nghiên cứu Chế Tạo Máy của Bộ Công nghiệp. Xuất gia tu học theo Thiền phái Trúc Lâm, đệ tử Thiền sư Thích Thanh Từ, trụ trì chùa Ba Vàng (Bảo Quang Tự), Phường Quang Trung- thành phố Uông Bí- tỉnh Quảng Ninh, Phó trưởng ban Thông tin Truyền thông Trung ương Giáo hội Phật giáo Việt Nam, Phó Chủ tịch TƯ Hội Kinh tế Môi trường Việt Nam phụ trách công tác vận động xã hội. Năm 2014, được Đại học Kỷ lục Thế giới (WRU) trao Bằng Tiến sĩ danh dự với luận án *"Gìn giữ và phát huy giá trị nhân văn về sự tri ân trong lòng đại chúng"* - *theo Thích Vân Phong biên khảo*

- **Thích Thiện Minh** (1922 -1978), Hòa thượng, danh tăng pháp nạn 1963, đệ tử HT Giác Nhiên-chùa Thuyền Tôn, pháp danh Tâm Thị, pháp tự Thiện Minh, pháp hiệu Trí Nghiễm, thế danh Đỗ Xuân Hàng. Năm 1942 học tăng PHĐ Tây Thiên và Báo Quốc. Năm 1951, chủ tọa các phiên đại hội thành lập *Giáo hội Tăng già toàn quốc*. Năm 1959, là Trị sự trưởng *Tổng hội PG Trung phần*. Năm 1963, là Ban lãnh đạo *Ủy ban Liên phái Bảo vệ PG*,. ngài có khả năng biện tài vô ngại nên được đề cử chủ trì các cuộc đối thoại với chính quyền. Khi GHPGVNTN thành lập năm 1964, ngài là Phó viện trưởng Viện Hóa Đạo, kiêm Tổng vụ trưởng Tổng vụ Thanh niên. Năm 1973, ngài làm Quyền Viện trưởng Viện Hóa Đạo. Năm 1976, ngài làm Cố vấn Ban chỉ đạo Viện Hóa Đạo, ngài tịch năm 1978 nơi trại cải tạo, trụ thế 56 năm với 36 năm hành đạo, chùa Thuyền Tôn- Huế lập tháp vọng thờ và ngày tưởng niệm là 15 tháng 9 âm lịch, ngài nguyên quán Quảng Trị, trú quán TP Hồ Chí Minh - *xem thêm ở Danh Tăng Việt Nam tập 1*

- **Thích Thiện Minh** (1920 -1992), Hòa thượng, dòng Lâm Tế Chánh Tông đời thứ 40, thế danh Phạm Văn Giáo, xuất gia năm 1952 với HT Quảng Hiếu Thiện Tồn- chùa Đức Long, pháp danh

Thục Hải, pháp hiệu Thiện Minh. Năm 1962, ngài thọ đại giới tại chùa Hội Long- Long An do Hòa thượng Hoằng Đức làm Đàn đầu truyền giới. Sau khi vân du học đạo nhiều nơi, ngài về trụ trì chùa Linh Quang- Sa Đéc và phát triển nền y học dân tộc trị bệnh cứu đời. Năm 1973, ngài giữ chức Đặc ủy Tăng sự GHPGVNTN tỉnh Sa Đéc. Năm 1982, ngài làm Ủy viên Giáo dục Tăng ni BTS PG tỉnh Đồng Tháp. Năm 1987, ngài là Phó BTS kiêm Ủy viên Hướng dẫn Nam nữ Phật tử tỉnh Đồng Tháp. Năm 1991, ngài làm Trưởng BTS GHPGVN tỉnh Đồng Tháp. Cùng năm, ngài được cung thỉnh làm Đàn đầu Hòa thượng trong giới đàn chùa Phước Hưng, ngài xả báo thân ngày 14 tháng 3 năm Nhân Thân (16-04-1992) thọ 73 năm, 31 hạ lạp, tháp lập trong khuôn viên chùa Linh Quang, nguyên quán Long Xuyên, trú quán Đồng Tháp - *xem thêm ở Danh Tăng Việt Nam tập 3*

- **Thích Thiện Minh**, Hòa thượng, sinh năm 1945, ủy viện BTS GHPGVN TP Hồ Chí Minh, trưởng tông phong Kỳ Quang, Phó ban Tăng sự BTS GHPGVN TP Hồ Chí Minh, Chánh đại diện BTS GHPGVN quận 2, trụ trì chùa Kỳ Quang 2, nguyên quán Bến Tre, trú quán TP Hồ Chí Minh.

- **Tỷ kheo Thiện Minh**, Đại đức, Tiến sĩ, hệ phái PG Nam Tông Việt Nam, trụ trì chùa Bửu Quang- Thủ Đức, tác phẩm: *Thiền quán- tiếng chuông vượt thời gian* (dịch), nguyên quán trú quán TP Hồ Chí Minh.

- **Tịnh Minh**, Cư sĩ, giáo sư, NNC Phật học, tên thật là Đặng Ngọc Chức, nguyên là tu sĩ PG pháp danh Tịnh Minh, sinh năm 1947, nguyên Hiệu trưởng trường Trung học Bồ Đề Ninh Hòa- Khánh Hòa. Nguyên giảng viên Phân khoa Phật học- đại học Vạn Hạnh- Sài Gòn. Nguyên giảng viên Anh ngữ các trường và Chánh Văn phòng Học viện PGVN tại TP Hồ Chí Minh. Tác phẩm đã ấn hành: *Từng giọt nắng hồng I-II-III (truyện tích kinh Pháp Cú- soạn dịch Anh Việt) ; Thi kệ Pháp Cú Kinh (song ngữ Anh Việt) ; Cuộc đời đức Phật (biên dịch Anh Việt) ; Đức Phật và Giáo pháp của Ngài* *(song ngữ Anh Việt)* ; *Nguyên tắc diễn giảng trước thính chúng (biên soạn)* ; *Minh Tâm Bảo Giám tinh tuyển (song ngữ Hán Việt) ; Cam Lồ Pháp Vũ - Đặc trưng trích từ Đại tạng Cao Ly (hiệu đính)*. Ông bị tai nạn giao thông và mất vào ngày 12 tháng 11 năm Quý Tỵ (14-12-2013), thọ 67 tuổi, nguyên quán Phù Cát-Bình Định, trú quán TP Hồ Chí Minh - *theo trang nhà www.* *quangduc.com*

- Thích Trí Minh (1904 -1971), Hòa thượng, pháp danh Như Quang, pháp tự Giải Chiếu, pháp hiệu Trí Minh. đời 41 tông Lâm Tế, thế hệ thứ 8 pháp phái Chúc Thánh. Ngài thế danh Đinh Văn Nhiên, sinh năm Giáp Thìn (1904) tại xã Điện Tiến, Điện Bàn, Quảng Nam. Ngài xuất gia với Hòa thượng Thiện Quả tại chùa Chúc Thánh. Năm 1950 ngài là Hội trưởng *Hội Phật học Quảng Nam,* trụ trì chùa Tỉnh hội Quảng Nam (Pháp Bảo). Năm 1963, trong phong trào đấu tranh Phật giáo, Ngài nhiều lần tuyệt thức trước tòa hành chánh Quảng Nam. Ngài được thỉnh làm Cố vấn GHPGVNTN tỉnh Quảng Nam năm 1964. Ngài viên tịch ngày mồng 9 tháng 3 năm Tân Hợi (1971), thọ 68 tuổi, nhập tháp tại chùa Chúc Thánh. Đệ tử có các vị thành danh như: Cố HT.Thích Hạnh Tâm; Cố HT.Thích Hạnh Hải; HT.Thích Hạnh Phương (Kiến Tánh)... Ngài nguyên và trú quán Quảng Nam - *theo Thích Như Tịnh sưu khảo*

- Thích Trí Minh (1921 -2003), Hòa thượng, thế danh Đặng Ngọc Chấn, xuất gia năm 18 tuổi với HT Chánh Nhơn- chùa Long Khánh- Quy Nhơn- Bình Định, pháp danh Tâm Hy, pháp tự Giải Không, pháp hiệu Huệ Định. Năm 1942, ngài thọ Sa di tại giới đàn chùa Hưng Khánh- Tuy Phong- Bình Định. Ngài tham học trải qua 5 PHV: Lưỡng Xuyên- Trà Vinh, Phật Quang học viện- Trà Ôn- Cần Thơ, Liên Hải- Bình Chánh, Báo Quốc- Huế, Từ Đàm- Thừa Thiên. Năm 1946, ngài thọ đại giới tại giới đàn chùa Kim Huê- Sa Đéc do HT Chánh Quả làm Đàn đầu truyền giới. Trong năm này, ngài xin y chỉ và được HT Trí Tịnh ban pháp hiệu là Trí Minh.

Năm 1952, ngài bặt dứt ngoại duyên, ẩn tu tịnh nghiệp tại chùa Mai Sơn- Phú Lâm- Gia Định. Dù ẩn tích mai danh, ngài không quên dịch thuật những kinh sách cần yếu để tu hành và truyền bá lưu hành, dịch phẩm của ngài gồm: *Oai Đức Niệm Phật* ; *Tỳ Ni Luận Giải* ; *Phạm Võng Kinh Bồ Tát Giới Bổn*... Ba năm cuối đời, theo lời cầu thỉnh của HT trụ trì chùa Từ Quang- Thủ Đức, ngài về tịnh dưỡng tại ngôi chùa này. Ngài xả báo thân ngày 14 tháng Giêng năm Quý Mùi (14-02-2003) thọ 83 năm, 65 hạ lạp, nguyên quán Bình Định, trú quán Thủ Đức- TP Hồ Chí Minh - *theo trang nhà buddha home*

- **Liễu Triệt-Từ Minh** (? -1882), Hòa thượng, đệ tử ngài Tế Chánh-Bổn Giác, dòng kệ Vạn Phong Thời Ủy đời 37của tổ Nguyên Thiều, được pháp danh Liễu Triệt, trụ trì chùa Quốc Ân, Tăng cang chùa Giác Hoàng, khai sơn chùa Viên Quang, tức chùa Linh Quang sau này, nguyên quán trú quán Thừa Hiên Huế - *theo Chư tôn Thiền đức &Cư sĩ hữu công PG Thuận Hóa*

- **Thích Viên Minh**, thế danh Huỳnh Hồng Diệp, Hòa thượng, trụ trì Hòa Thạnh Tự (chùa Cây Mít)- xã Nhơn Hưng- huyện Tịnh Biên- tỉnh An Giang, Hội viên Thường trợ của *Hội Nam Kỳ Nghiên cứu Phật học* vào những thập niên 1930. Thời gian ngài đương nhiệm phương trượng trụ trì, năm 1921, Cư sĩ Nhật Sắc-Thiện Thành (cụ Phó bảng Nguyễn Sinh Sắc thân sinh Hồ Chủ tịch) thân lâm chùa Hòa Thạnh bốc thuốc và truyền bá tư tưởng cách mạng được 2 năm. Đến năm 1923, Cụ Phó bảng đi nơi khác tiếp tục hoạt động cách mạng (Bia xây dựng tháng 12 năm 1989), nguyên quán không rõ - *theo Thích Vân Phong biên khảo*

- **Thích Viên Minh** (1888 -1962), Hòa thượng, Trưởng Lão, pháp danh Chơn Tâm, pháp tự Đạo Tánh, pháp hiệu Viên Minh, đời 40 tông Lâm Tế, thế hệ thứ 7 pháp phái Chúc Thánh. Ngài thế danh Trần Văn Thiện, sinh năm Mậu Tý (1888) tại xã Lộc An, Ái Nghĩa, Đại Lộc. Xuất gia với Hòa thượng Từ Nhẫn tại chùa Tam Thai, tu học tại tổ đình Tam Thai và tổ đình Phước Lâm. Cầu pháp đệ tử với Hòa thượng Phổ Minh tại chùa Phước Lâm. Năm 1930, ngài vào Ninh Thuận khai sơn chùa Sùng Đức tại thôn Tân Xuân, phường Đông Hải, thị xã Phan Rang và hành đạo tại đây tới cuối đời. Ngài viên tịch ngày 26 tháng 3 năm Nhâm Dần (1962), thọ 75 tuổi. Ngài nguyên quán Quảng Nam, trú quán Phan Rang - *theo Thích Như Tịnh sưu khảo*

- **Thích Viên Minh** (1922 -2014), Hòa thượng, pháp danh Không Thiên, tự Trí Mẫn, hiệu Viên Minh đời 41 tông Lâm Tế, thế hệ thứ 20 pháp phái Tổ Định Tuyết Phong. Ngài thế danh Nguyễn Quang Vinh, sinh năm Nhâm Tuất (1922) tại làng Trung Kiên, tổng Bích La, phủ Triệu Phong, sau chuyển về làng Đông Dương, xã Hải Dương, huyện Hải Lăng, Quảng Trị. Xuất gia năm 9 tuổi với Hòa thượng Thích Bích Phong tại chùa Quy Thiện, Huế. Học tăng PHĐ Báo Quốc, thọ Tỳ kheo năm 1949 tại Báo Quốc. Sau đó Ngài vào học Đại học văn khoa tại Sài Gòn. Năm 1964, Ngài về Đà Nẵng đảm nhận trú trì chùa Sơn Trà và An Hải, đồng thời dạy tại trương Bồ Đề Đà Nẵng. Năm 1968, Ngài lập tịnh thất Nam Hải để tịnh tu và giảng dạy. Sau năm 1997, Ngài đảm nhận Phó Ban trị sự kiêm Trưởng Ban Tăng sự GHPGVN TP.Đà Nẵng và là thành viên HĐCMGHPGVN. Năm 2008, Ngài thiên di chùa Nam Hải về tại phường Hòa Hiệp Bắc, quận Liên Chiểu. Cũng trong năm này Ngài được cung thỉnh làm Đàn đầu Đại giới đàn Trí Thủ tổ chức tại chùa Phổ Đà, Đà Nẵng. Hòa thượng viên tịch ngày 5 tháng 9 năm Giáp Ngọ (2014), hưởng thọ 93 tuổi. Ngài sinh quán Quảng Trị, trú quán Đà Nẵng - *theo tư liệu Thích Như Tịnh sưu khảo*

- **Châu Mum** (1921 -2002), Hòa thượng, trưởng lão hệ phái PG Nam Tông Khmer, pháp danh Chôtlappanha, xuất gia năm 1941 tại chùa Tầm Du với Sư cả Ny. Năm 1942, ngài thọ Tỳ kheo giới tại chùa Bông Sa do Sư cả Noông làm Hòa thượng tế độ. Năm 1948, ngài được phong Yết ma A xà lê và được cử làm trụ trì chùa Tầm Du. Cùng năm này, ngài tham gia cách mạng đấu tranh trong phong trào Việt Minh giải phóng dân tộc. Năm 1972, ngài dẫn đầu PG Khmer tỉnh Sóc Trăng biểu tình đòi thả các Sư sãi bị chính quyền bắt giữ. Năm 1980, ngài đại diện Sư sãi Khmer tham dự đại hội Thống nhất PGVN tại Hà Nội, ngài được mời giữ chức Phó chủ tịch HĐTS GHPGVN. Ngài được tặng thưởng: -Huân chương Kháng chiến hạng I ; -Huân chương Khánh chiến hạng II ; -Huy chương Vì sự nghiệp Đại đoàn kết dân tộc ; -Huy chương vì sự phát triển dân tộc miền núi ; Các bằng khen, giấy khen của Trung ương và địa phương. Ngài xả báo thân ngày 18 tháng 10 năm Nhâm Ngọ (22-11-2002) thọ 80 năm, 60 hạ lạp, nguyên quán trú quán Sóc Trăng - *xem thêm ở Danh Tăng Việt Nam tập 3*

- **Thích Thiện Mỹ** (1940 -1963), Đại đức, Thánh tử đạo pháp nạn 1963, thế danh Hoàng Miều, xuất gia năm 1956 tại chùa làng và theo học ở PHĐ chùa Thập Tháp và Long Khánh. Năm 1960, du phương học đạo ở Cao nguyên Đăk Lăk, Lâm Viên rồi dừng chân ở Đà Lạt. Trong pháp nạn PG năm 1963, ngài tự chặt ngón tay trong cuộc biểu tình phản đối chính quyền không thực thi bản thông báo chung đã ký với Ủy ban Liên phái PG. Sau đó, ngài về Sài Gòn tự thiêu trước nhà thờ Đức Bà vào lúc 10 giờ sáng ngày 27-10-1963, nguyên quán Bình Định, trú quán chùa Vạn Thọ-Sài Gòn - *xem thêm ở Danh Tăng Việt Nam tập 2*

- **Lê Văn Mỹ** (1902 -1969), Cư sĩ, thánh tử đạo, pháp danh Tâm Mậu, tự Chơn Thiện, sinh năm 1902 tại thôn Lâm Lang, xã Cam Hiếu, quận Cam Lộ, tỉnh Quảng Trị, gia đình tín ngưỡng Tam bảo nhiều đời. Năm 1926, Cư sĩ quyết định lập nghiệp tại Huế để có điều kiện gần gũi Tam bảo. Năm 1932, Cư sĩ tham gia phong trào học Phật của Cư sĩ Tâm Minh Lê Đình Thám phát động. Năm 1945, vua Bảo Đại thoái vị, kinh đô Huế rối ren, Cư sĩ đóng cửa tu niệm tịnh độ tại nhà. Năm 1950, Phật giáo lại khởi sắc do phong trào chấn hưng lan tỏa. Huế lại tưng bừng khi PG 3 miền tập họp chuẩn bị hội nghị thành lập Tổng hội PGVN. Cư sĩ quyết định đến chùa Thiền Tôn quy y với HT Giác Tiên, pháp danh Tâm Mậu và phát nguyện trường trai không gián đoạn. Năm 1963, lá cờ PG bị chính quyền triệt hạ ngay tại Huế, cuộc đấu tranh của PG bùng lên, máu lửa- xưng thịt của Tăng ni, Phật tử đổ xuống, Cư sĩ đã góp phần cho cuộc đấu tranh của PG đồ đi đến thắng lợi và sau đó chuyển vào Đà Nẵng sinh sống. Năm 1969, lại một lần nữa PG lại rơi vào chia rẽ sâu sắc bởi bàn tay giật dây của chính quyền, nhiều lãnh đạo Giáo hội bị bắt, Phật tử bị truy tố, chụp mũ...Cư sĩ đã phát nguyện tự thiêu trước bàn thờ Phật tại gia, lúc 05 giờ sáng ngày mồng Một Tết- ngày vía Phật Di Lặc, để cầu nguyện cho đạo pháp trường tồn và đất nước sớm có được hòa bình, Cư sĩ thọ 67 tuổi đời, nguyên quán Quảng Trị, trú quán Đà Nẵng. Cư sĩ được GHPGVNTN tấn phong Thánh tử đạo năm 1967 - *theo Dương Kinh Thành biên khảo*

N

- **Nguyệt Nam** (1920 -1991), Thiền sư, Pháp sư, tục danh Lý Tương Học, tại thị trấn An Đông (Andong-si, nay là một trung tâm của nền văn hóa và truyền thống dân gian), Hàn Quốc, hậu duệ Thánh vương Lý Thái Tổ đời thứ 30, hậu duệ Hoàng thúc Lý Long Tường đời thứ 25 (Lý Hoa sơn Tộc phả ký). Hiệu Sương Hải đường đại Tông sư, thuộc dòng thiền Tào Khê, Phật giáo Hàn Quốc, trụ trì tổ đình Pháp Trụ Tự (Quốc bảo Hàn Quốc- Di tích cấp Quốc gia), trụ trì Thạch Quất Am (Di sản văn hoá thế giới của UNESCO), trụ trì tổ đình Phật Quốc Tự (Di sản văn hoá thế giới của UNESCO). Năm 1986 ngài bắt đầu cho khởi công trùng tu tượng Phật Di Lặc với tư thế đứng chiều cao 33 mét để thay thế tượng cũ bằng bê tông cao 27 mét và hoàn công vào tháng 04 năm 1990, tổng số đồng đúc pho tượng lên đến 160 tấn đồng (năm 2002, bổn tự tứ chúng Phật tử đã thếp lên bức tượng 80 ký lô vàng nguyên xi). Ngài xả báo thân, thể nhập Pháp thân vào ngày 14 tháng Giêng năm Tân Mùi (28-02-1991) - *theo Thích Vân Phong biên khảo*

- **Thích Chí Năng** (1950 -2011), Hòa thượng, dòng Lâm Tế Liễu Quán đời 44, thế danh Lê Bân, xuất gia năm 12 tuổi tại tổ đình Thiên Đức- Bình Định, đệ tử HT Tâm Tịnh Huệ Chiếu, pháp danh Nguyên Bàng- Đại Nguyện, pháp tự Chí Năng, pháp hiệu Giác Hoàng. Năm 1970, ngài thọ đại giới tại đại giới đàn Vĩnh Gia- Đà Nẵng. Ngài được theo học tại PHV Nguyên Thiều và PHĐ chùa Long Khánh- Quy Nhơn. Sau khi đậu tú tài II, ngài vào Sài Gòn học ở Đại học Vạn Hạnh. Năm 1975, ngài rời Việt Nam định cư ở Hoa Kỳ, trú xứ tại chùa *Phật giáo Việt Nam* ở Los Angeles. Sau đó ngài vân du học đạo khắp nơi. Năm 1990, ngài y chỉ học đạo với *Thiền Tổ Sùng Sơn*. Năm 1999, ngài được *Thiền Tổ Sùng Sơn* hạnh nguyện đời thứ 78 dòng Tào Khê ở Hàn Quốc ấn khả. Ngài là vị Tăng sĩ Việt Nam được chọn làm Giáo thọ sư, được phép thuyết giảng trong những thiền viện trực thuộc hệ thống trường thiền *Quan Âm* trên thế giới. Năm 2004, ngài lập chùa *Đại Bi Quan Âm* ở vùng sa mạc San Bernandino- Nam California làm nơi tu tập, giáo hóa và trụ trì tại đây đến cuối đời. Tác phẩm: *Liễu Quán Thiền tông pháp môn tu chứng* , ngài xả báo thân ngày 17-07-2011, thọ 62 năm, 37 hạ lạp, nguyên quán An Nhơn- Bình Định, trú quán Hoa Kỳ - *theo trang nhà www.phatgiaodaichung.com*

- **Tăng Nê (Nệ)** (1899 -1965), Hòa thượng Sư Cả, hệ phái Nam Tông Khmer, ngài xuất gia với HT Tăng Hô năm 1914. Khoảng năm 1930, ngài thay thế HT Tăng Hô đảm nhận chức Phó chủ tịch *Mặt trận Việt Nam Nam bộ* kiêm *Chủ tịch Hội đồng kỷ luật Sư sãi Nam bộ*. Trong thập niên 1960, trong phong trào chống đàn áp tôn giáo, ngài đã giữ vững tinh thần của người PG Khmer Nam bộ, không chịu khuất phục trước cường quyền, thủy chung tấm áo ca sa đi theo con đường đức Phật và sự nghiệp giải phóng dân tộc, nguyên quán trú quán Kiên Giang - *xem thêm ở Danh Tăng Việt Nam tập 1*

Ngh

- **Hải Nghiêm Phước Nghi** (? -1861), Hòa thượng, tổ sư, pháp danh Hải Nghiêm, pháp hiệu Phước Nghi, đời 40 tông Lâm Tế, thế hệ thứ 6 pháp phái Liễu Quán. Ngài thế danh Trần Văn Nghi, là em út của thiền sư Viên Trừng và Hoằng Ân. Cho đến nay, chưa có tư liệu chính xác về bổn sư của ngài cũng như hành hoạt của ngài trước khi về trụ trì chùa Linh Ứng. Ngài được triều đình cử làm trụ trì chùa Ứng Chơn vào năm Tự Đức thứ 7, Giáp Dần (1854) thế cho thiền sư Hoằng Ân sang trụ trì chùa Tam Thai. Ngài trụ trì tại đây được 8 năm và viên tịch vào ngày 14 tháng 10 năm Tân Dậu (1861). Bảo tháp được kiến tạo bên tháp thiền sư Viên Trừng. Ngài nguyên quán Phú Yên, trú quán Đà Nẵng - *theo Thích Như Tịnh sưu khảo*

- **Thích Thiện Nghị,** sinh năm 1933, Hòa thượng, ngài xuất gia năm 1940 tại tổ đình Thiên Bửu và tu học tại đây đến năm 1949 thì vào học tại PHV Hải Đức- Nha Trang. Năm 1955, ngài vào Sài Gòn, trú xứ tại chùa Phật Quang- quận 10. Năm 1958, ngài vào nội trú tại PHĐ Nam Việt- chùa Ấn Quang. Ngài chuyên cần về nội điển và chuyên môn về Hán văn. Năm 1962, ngài tốt nghiệp Cao đẳng Phật học và được bổ làm Giám đốc PHĐ Giác Sanh. Năm 1963, ngài làm Chủ tịch thanh niên Tăng Ni trong phong trào đấu tranh PG. Năm 1965-1967, ngài làm giáo sư tại các PHĐ Sài Gòn, Mỹ Tho. Năm 1968, ngài du học tại PHV Phật Quang Sơn- Đài Loan. Năm 1973, ngài về Việt nam và giảng dạy Luật học tại các trường Phật học, đồng thời tái đắc cử Chủ tịch Thanh niên Tăng Ni. Năm 1979, ngài sang định cư ờ Canada và thành lập Giáo hội tại Canada từ 1980-1988. Năm 1988, ngài mua một khu đất và để ra 12 năm xây dựng thành *Đại tòng lâm Tam Bảo Sơn* với một Phật học viện và hoài bão đào tạo tăng tài, tục diệm truyền đăng, ngài nguyên quán Ninh Hòa- Khánh Hòa, trú quán Canada - *theo đệ tử Pháp Tạng*
trong trang nhà www.societebouddhiquechanhphap.com

- **Thích Bửu Nghĩa** (1923 -2004), Hòa thượng, pháp danh Thị Trực, pháp tự Hạnh Thông, pháp hiệu Bửu Nghĩa, đời 42 tông Lâm Tế, thế hệ thứ 9 pháp phái Chúc Thánh. Ngài thế danh Thái Văn Hưng, sinh năm Quý Hợi (1923) tại làng Nam Thi, xã Duy Trinh, huyện Duy Xuyên, Quảng Nam. Năm 1959, ngài quy y với HT Thích Trí Minh tại chùa Pháp Bảo với pháp danh Thị Trực, tự Hạnh Thông. Năm 1960, ngài vào Gia Định cùng với bà con Quảng Nam xây dựng chùa Phổ Hiền, ngã tư Bảy Hiền. Năm 1963 xuất gia với HT Thiện Hòa tại chùa Ấn Quang với pháp hiệu Bửu Nghĩa. Năm 1968, ngài về chùa Phật Ân, Mỹ Tho lập phòng Đông Y chẩn bệnh cứu người. Sau đó, ngài ra lập chùa Dược Sư để có nơi tu tập. Suốt một đời ngài chuyên lạy sám Dược Sư và tu theo hạnh nguyện của ngài. Ngài viên tịch ngày 13 tháng 10 năm Giáp Thân (2004), thọ 82 tuổi. Ngài nguyên quán Quảng Nam, trú quán Mỹ Tho - *theo Thích Như Tịnh sưu khảo*

- **Như PhòngHoằng Nghĩa** (1867 -1929), Hòa thượng, dòng Lâm Tế Chánh Tông đời 39. Năm 1873, khi bảy tuổi, ngài được đưa đến chùa Giác Viên- Chợ Lớn xuất gia với tổ *Hoằng Ân-Minh Khiêm*, được pháp danh Như Phòng, pháp hiệu Hoằng Nghĩa, thế danh Trần Văn Phòng. Năm 1903, được bổn sư giao trụ trì chùa Giác Viên. Năm 1922, ngài được suy tôn Hòa thượng đàn đầu truyền giới trong giới đàn chùa Giác Lâm. Ngài có công trùng hưng chùa Giác Lâm và hoằng hóa Phật pháp hưng thạnh ở hai ngôi chùa này trong thời kỳ tiền chấn hưng, nguyên quán trú quán Gia Định - *xem thêm ở Danh Tăng Việt Nam tập 1*

- **Thích Hưng Nghĩa** (1883 -1946), Hòa thượng, xuất gia với HT Tâm Khoan-chùa Báo Quốc, được pháp danh Trừng Khiết, pháp tự Như Quang, pháp hiệu Hưng Nghĩa, trụ trì chùa Từ Nhơn Phổ Tế, là Trị sự trưởng Giáo hội Tăng già Thừa Thiên Huế, nguyên quán Quảng Trị, trú quán Thừa Thiên Huế - *theo Chư tôn Thiền đức&Cư sĩ hữu công Thuận* Hóa

- **Thích Minh Nghĩa**, Hòa thượng, pháp danh Thị Châu, dòng Lâm

Tế Chúc Thánh đời 42, Ủy viên Ban Nghi lễ TW GHPGVN, trụ trì chùa Từ Minh-quận 3, nguyên quán Quảng Nam, trú quán TP Hồ Chí Minh

- **Thích Minh Nghĩa**, Hòa thượng, Thiền sư, sinh năm 1951, dòng Lâm Tế Chúc Thánh đời 43, đệ tử HT Thiện Tường-chùa Giác Nguyên, Y chỉ HT Hành Trụ, Ủy viên Ban PG Quốc Tế TW GHPGVN, trụ trì tổ đình Giác Nguyên-quận Tư và tu viện Toàn Giác-Đồng Nai, nguyên quán Cái Bè-Tiền Giang, trú quán TP Hồ Chí Minh.

- **Thích Như Nghĩa** (1937 -2015), Hòa thượng, dòng Lâm Tế Chúc Thánh đời 41, thế danh Trần Cao Trung, xuất gia năm 16 tuổi với HT Quang Lý và được thọ Sa di với pháp danh Như Nghĩa, pháp tự Giải Trinh, pháp hiệu An Thanh. Năm 1960, ngài thọ Tỳ kheo dưới sư chứng minh của HT Thích Minh Châu. Năm 1962, ngài trú xứ chùa Phổ Minh hướng dẫn tín đồ tu học. Năm 1967, ngài khai sơn và trụ trì chùa Liên Hoa- Khánh Hội- Sài Gòn. Tiếp đến, ngài lại khai sơn chùa Xuân Thành- Đồng Nai, rồi trở về quê hương trùng tu chùa Long Bửu- Quảng Ngãi. Gần cuối đời, ngài dốc sức khai sơn chùa Quán Âm- Bình Thuận. Ngài xả báo thân vào mùa Vu Lan năm Ất Mùi (2015) thọ 78 năm, 55 hạ lạp, nguyên quán Nghĩa Hành- Quảng Ngãi, trú quán Quận 4- TP Hồ Chí Minh - *theo môn đồ pháp quyến cung cấp*

- **Ấn Nghiêm** (1920 -2005), Giảng sư, thế danh Trần Tâm Trực, xuất gia năm 1936 với HT Liên Tôn- Bình Định, pháp danh Tâm Trực, pháp tự Hạnh Đoan, pháp hiệu Ấn Nghiêm. Năm 1938, là học Tăng PHĐ Báo Quốc- Huế và thọ đại giới tại giới đàn chùa Báo Quốc. Năm 1944, ông về trụ trì chùa Liên Trì cổ tự- Phan Thiết. Năm 1946, hưởng ứng lời kêu gọi toàn quốc kháng chiến, ông đến chùa Phổ Thiên- Đà Nẵng xin xả giới để lên đường kháng chiến ở Liên khu 5. Năm 1952, ông trở về làm Cư sĩ, được bầu làm Phó hội trưởng Tỉnh hội PG Bình Thuận và giảng dạy giáo lý tại trường Trung học Bồ Đề Phan Thiết từ năm 1955. Năm 1963, ông bị bắt giam vì tham gia biểu tình chống đàn áp PG, đến khi chính quyền sụp đổ ngày 01-11-1963 ông mới được phóng thích. Năm 1968, ông là sáng lập viên PHV Nguyên Hương- Phan Thiết. Năm 1985, ông xuất gia trở lại, y chỉ với HT Hưng Từ - chùa Pháp Hội. Năm 1992, ông giữ chức Phó hiệu trưởng *trường Trung cấp Phật học* tỉnh Bình Thuận. Từ đây, Giảng sư được mời giảng dạy ở nhiều trường Hạ, đạo tràng trong và và ngoài tỉnh. Tác phẩm: *Tịnh độ Vãng sanh luận* ; *Niệm Phật tam muội* ; *Khổng Tước Chú Vương Kinh*...Năm 1999, Giảng sư về trụ trì chùa Xuân Thọ- Phan Thiết và viên tịch ngày 14 tháng 2 năm Ất Dậu (23-03-2005) thọ 85 năm, nguyên quán trú quán Phan Thiết- Bình Thuận - *theo Chư tôn Thiền đức&Cư sĩ hữu công Thuận Hóa tập 3*

- **Thích Bảo Nghiêm**, Hòa thượng, thế danh Đặng Minh Châu, sinh năm 1956, Tiến sĩ Triết học, chuyên ngành Chủ nghĩa Duy vật Biện chứng và Chủ nghĩa Duy vật Lịch sử, hiện là đại biểu quốc hội Việt Nam khóa XIV nhiệm kỳ 2016-2021, thuộc đoàn đại biểu Quốc hội thành phố Hà Nội, Phó Chủ tịch HĐTS kiêm Trưởng Ban Hoằng Pháp Trung ương Giáo hội Phật giáo Việt Nam, Trưởng BTS Thành hội Phật giáo Hà Nội và Hà Tĩnh, Ủy viên Ủy ban Trung ương Mặt trận Tổ quốc Việt Nam, Ủy viên Ủy ban Văn hóa, Giáo dục, Thanh niên, Thiếu niên và Nhi đồng của Quốc hội, trụ trì chùa Lý Quốc Sư, chùa Bằng A- Hà Nội, trưởng Sơn môn chốn tổ Bồ Đề-Hà Nội, HT có tác phẩm viết chung: *Danh lam cổ tự Hà Nội*, Nxb Văn hoá thông tin, 2006, nguyên quán Thái Bình, trú quán Hà Nội.

- **Thích Giải Nghiêm** (1945 -2015), Hòa thượng, dòng Lâm Tế Chúc Thánh đời 41, thế danh Lương Văn Thể, xuất gia năm 8 tuổi với HT Từ Vân- chùa Hải Hội- Mân Quang- Sơn Trà- Đà Nẵng. Năm 1962, ngài cầu pháp với HT Chơn Ngộ- chùa Tịnh Độ- Tam Kỳ, được tu pháp danh Nguyên Trang. Năm 1966, ngài thọ Sa di tại giới đàn phương trượng chùa Long Tuyền- Hội An do HT Tôn Bảo truyền thọ, được ban pháp tự là Giải Nghiêm. Năm 1970, ngài thọ đại giới tại đại giới đàn Vĩnh Gia- chùa Phổ Đà- Đà Nẵng do HT Giác Nhiên làm đàn đầu truyền giới. Ngài tu học tinh tấn, việc làm cần mẫn, nên được HT bổn sư giao chức Tri sự, quản lý tổ đình Tịnh Độ mấy mươi năm liền. Đến khi bổn sư viên tịch, ngài kế thế trụ trì, lúc này ngài đã 70 tuổi. Ngài còn tham gia công tác phật sự như: Năm 1997, là Ủy viên Ban đại diện PG TP Tam Kỳ. Năm 2007, là Ủy viên Ban kiểm soát BTS PG tỉnh Quảng Nam. Năm 2012, là Chứng minh BTS PG tỉnh Quảng Nam. Ngài giới luật nghiêm trì, nên được cung thỉnh làm Giới sư trong các giới đàn do BTS tỉnh Quảng Nam tổ chức. Ngài xả báo thân ngày 20 tháng 7 năm Ất Mùi (02-09-2015) thọ 71 năm, 46 hạ lạp, nguyên quán Ngũ Hành Sơn- Đà Nẵng, trú quán Tam Kỳ- Quảng Nam - *theo trang nhà www.phatgiaoquangnam.vn*

- **Giới Nghiêm** (1921 -1984), Hòa thượng, trưởng lão hệ phái Nam Tông Việt Nam, pháp danh *Thitasĩla Mahathera*, nguyên là tu sĩ hệ phái Bắc truyền, thọ đại giới năm 1940. Năm 1944 ngài sang du học ở Cao Miên và tiếp cận hệ phái Nguyên thủy tại đây. Năm 1947, ngài được HT Niếp Tích truyền giới Tỳ kheo Nam truyền và tiếp tục sang Miến Điện, Thái Lan học đạo. Năm 1957, ngài cùng các vị cao tăng Nam tông thành lập Giáo hội Tăng già Nguyên thủy Việt Nam. Năm 1964, ngài được bầu làm Tăng thống Giáo hội Tăng già Nguyên thủy Việt Nam. Năm 1881, ngài là Phó chủ tịch HĐTS GHPGVN, tác phẩm: *Thiền Tứ Niệm Xứ ; Mi Tiên vấn đáp 1,2,3 ; Lịch sử Phật tổ Gotama ; Giải về kiếp ; Dạ Xoa hỏi Phật ; Đế Thích vấn đạo ; Pháp số giảng giải ; Luật tạng Pàli,* ngài tịch vào ngày 13 tháng 7 năm Giáp Tý (09-8-1984), thọ 63 tuổi với 50 năm sống đạo. Ngài nguyên quán Thừa Thiên Huế, trú quán TP Hồ Chí Minh - *xem thêm ở Danh Tăng Việt Nam tập 1*

- **Huệ Nghiêm** (? -?), Hòa thượng, hệ phái PG Nam Tông Việt Nam, thế danh Hồ Văn Viên, xuất gia năm 1938 tại Campuchia, là một trong 4 nhà sư Việt Nam đầu tiên khai sáng Phật giáo Nguyên thủy người Kinh tại Việt Nam: Hộ Tông; Bửu Chơn; Huệ Nghiêm; Thiện Luật. Năm 1940, phái đoàn truyền giáo của HT Hộ Tông thỉnh đức vua Sải *Chuôn Nath* và 30 vị Hòa thượng, Thượng tọa người Campuchia sang Việt Nam thực hiện nghi thức kiết giới *Sima* theo truyền thống Nguyên thủy và đặt tên chùa *Bửu Quang,* là ngôi chùa PG Nguyên thủy đầu tiên trên nước Việt Nam, sau lễ kiết giới, ngài Huệ Nghiêm được thỉnh thăng tòa thuyết pháp. Ngài 15-10-1940, sau khi trở thành một Tỳ kheo như pháp, các ngài Hộ Tông, Thiện Luật, Huệ Nghiêm chính thức về chùa Bửu Quang trụ trì và hoằng dương chánh pháp. Sư nguyên quán Sa Đéc, năm sinh năm mất chưa rõ - *theo tư liệu Tỳ kheo Thiện Minh sưu khảo*

-Thích Khánh Nghiêm (1922 -1969), Thượng tọa, dòng Lâm Tế Chúc Thánh đời 43, pháp danh Đồng Khánh, pháp tự Thông Tri, pháp tự Khánh Nghiêm. Ngài thế danh Lê Văn Ngộ, sinh năm Nhâm Tuất (1922) tại Sa Đéc, Đồng Tháp. Xuất gia làm đệ tử HT Hành Trụ, sau khi học xong ở Phật học viện Giác Nguyên- Xóm Chiếu, thầy xin phép bổn sư vân du tham học ở PHĐ Báo Quốc, Huế, sau khi học xong, thầy cùng với người em gái là Thích Nữ Tịnh Nguyệt, tiếp tục ra Bắc tìm học luật tạng với tổ Cồn, tức Hòa thượng Tuệ Tạng, học xong thì đất nước bị chiến tranh chia cắt, thầy và bào muội tản cư về Hải Phòng, được hội tương tế Đồng Thiện, xã Vĩnh Niệm thỉnh trụ trì chùa chùa Hải Ninh, nhưng do bệnh duyên, thầy viên tịch tại đây, hưởng 47 tuổi. Ni sư Thích Nữ Tịnh Nguyện lên thay thầy trụ trì chùa Hải Ninh. Thầy nguyên quán Đồng Tháp, trú quán Hải Phòng - *theo Thích Đồng Bổn sưu khảo*

Thích Nữ Tịnh Nghiêm, Ni sư, sinh năm 1952, thế danh Trần Thị Loan, khai sơn và trụ trì Ni viện Tịnh Nghiêm, cùng trụ trì các chùa Giác Phước-Gò Công, chùa Phước Thành-Mỹ Tho. Ni sư hoạt động mạnh mẽ trong lĩnh vực từ thiện xã hội như lập trường Mầm non Tịnh Nghiêm, quán cơm chay Bồ Đề Quán...,Về mặt giáo hội, là Phó BTS kiêm Trưởng ban Từ thiện xã hội GHPGVN tỉnh Tiền Giang, Phó banThường trực Phân ban Ni giới PG tỉnh Tiền Giang, nguyên quán trú quán Mỹ Tho Tiền Giang.

- **Thích Trí Nghiêm** (1911 -2003), Hòa thượng, dịch giả, dòng Lâm Tế Liễu Quán đời 43, thế danh Phan Diệp, xuất gia với HT Vĩnh Hảo-chùa Phước Long-Phú Yên, pháp danh Tâm Bổn, pháp tự Truyền Lai, pháp hiệu Trí Nghiêm. Năm 1938, học tăng PHĐ Báo Quốc. Năm 1945, trụ trì chùa Thiên Tôn-Tuy An và tham gia PG Cứu quốc liên khu 5. Năm 1957, ngài giữ chức Hội trưởng hội Phật học Thừa Thiên Huế. Năm 1966, Chánh đại diện GHPGVNTN tỉnh Khánh Hòa, trú xứ chùa Long Sơn Nha Trang. Hòa thượng được cung thỉnh làm Đàn đầu rất nhiều đại giới đàn ở miền Trung và miền Nam. tác phẩm: *Kinh Đại Bát nhã Ba la Mật Đa* (trọn bộ 500 quyển) ; *Kinh Lời Vàng* ; *Luận Thành Thật* (20 quyển) ; *Kinh Phổ Môn Giảng Lục* (1969) ; *Kinh Pháp Hoa Giảng Lục* (7 quyển-1969). Ngài xả báo thân ngày 11 tháng Chạp năm Nhâm Ngọ (13-01-2003) thọ 92 năm, 70 hạ lạp, nguyên quán Phú Yên, trú quán Khánh Hòa - *xem thêm ở Danh Tăng Việt Nam tập 3*

- **Tổ Vĩnh Nghiêm** (1840 -1936) tức HT Thích Thanh Hanh - *xem Thích Thanh Hanh, Sđd*

- **Thích Đức Nghiệp**, Hòa thượng, Tiến sĩ, tác gia. Năm 1957, PG thế giới tổ chức kỷ niệm Phật nhập Niết bàn, đoàn PG Bắc Tông do HT Thích Tịnh Khiết và ngài cùng tham dự tại Thái Lan, đoàn PG Nam Tông do HT Bửu Chơn và tăng sĩ, cư sĩ dự lễ tại Phnôm Pênh-Campuchia. Ngài được cung thỉnh Chứng minh tổ đình Vĩnh Nghiêm TP Hồ Chí Minh, trụ trì chùa Vĩnh Nghiêm và chùa Giác Minh, Phó pháp chủ GHPGVN, nguyên quán Nam Định, trú quán TP Hồ Chí Minh.

- **Cư sĩ Thiện Nghiệp**, thế danh Trịnh Văn Mười, sinh năm 1940, quy y tại tổ đình Ấn Quang, đệ tử của HT Thích Thiện Hòa. Ba lần xin xuất gia nhưng HT không cho và bảo rằng Thiện Nghiệp phải làm Cư sĩ thọ Bồ tát giới để hộ trì Tam Bảo. Lý tưởng Bồ tát đạo, mang ánh sáng Từ bi Trí tuệ vào đời, thực hành Tứ Nhiếp pháp, dĩ huyễn độ chân, Cư sĩ Thiện Nghiệp dùng thuật phong thủy địa lý chân truyền để hướng dẫn nhiều doanh nghiệp, nhiều vị lãnh đạo cao cấp Chính phủ đến với Tam bảo, phát huy Chính pháp Phật đà *"Hộ quốc An dân-Tốt đạo Đẹp đời"* đặc biệt là hỗ trợ Phật sự cho thiền phái Trúc Lâm do thiền sư Thích Thanh Từ khôi phục và các

Học viện PGVN. Nguyên quán Long Thành- Đồng Nai, trú quán Nhơn Trạch- Đồng Nai - *theo Thích Vân Phong biên khảo*

Ng

- **Thích Giác Ngạn** (? -1964), Hòa thượng, dòng Lâm Tế Liễu Quán đời 42, và đời thứ 2 môn phái Tây Thiên, pháp danh Trừng Ba, pháp tự Chí Tân, pháp hiệu Giác Ngạn, còn gọi là Giác Minh đại sư. Ngài họ Nguyễn, trụ trì chùa Kim Đài-Châu Chữ Nam Hà- Thừa Thiên Huế, chưa rõ thân thế nguyên quán, trú quán Thừa Thiên Huế - *theo Chư tôn Thiền đức &Cư sĩ hữu công Thuận Hóa*

- **Chơn Nguyên Trừng Ngoạn** (1880 -1968), Hòa thượng, dòng Lâm Tế Liễu Quán đời 42, xuất gia năm 1895 với HT Thanh Thái Huệ Minh- chùa Từ Hiếu, pháp danh Trừng Ngoạn, pháp tự Quang Hưng, pháp hiệu Chơn Nguyên. Năm 1906, ngài thọ đại giới tại giới đàn chùa Từ Quang- Phú Yên do HT Chơn Chánh Pháp Tạng làm Đàn đầu truyền giới. Năm 1927, ngài làm Tôn chứng tại giới đàn Chánh Nhơn- chùa Long Khánh- Bình Định, cùng năm, ngài trụ trì chùa Thiên Hòa- phủ Thừa Thiên. Năm 1930, ngài làm Yết ma A xà lê tại giới đàn chùa Phước Hưng- Phú Yên. Năm 1937, ngài vào Nha Trang khai sơn chùa Thiên Hòa- Nha Trang và trụ trì ở cả hai chùa này. Năm 1938, ngài được triều đình phong chức Tăng cang. Năm 1952, ngài lập nghĩa trang PG tại xã Đường Lộc- Nha Trang. Ngài xả báo thân ngày 14 tháng Chạp năm Mậu Thân (1968) thọ 88 năm, 62 hạ lạp, tháp lập tại đồi Trại Thủy, khuôn viên chùa Long Sơn- Nha Trang, nguyên quán Thừa Thiên Huế, trú quán Nha Trang- Khánh Hòa - *theo Chư tôn Thiền đức&Cư sĩ hữu công Thuận Hóa tập 3*

- **Huỳnh Thị Ngó** (1885 -1951), Nữ cư sĩ, gốc người Minh Hương, cha là Huỳnh Giang Hiệp, người Triều Châu, ở Châu Hưng- Bạc Liêu, mẹ là Nguyễn Thị Kiểu, người Việt Nam, ở xã Châu Thới- Bạc Liêu. Ông bà có 4 người con, cô *Huỳnh Thị Ngó* là chị cả, *Huỳnh Như Gia* (Dù Kia), *Huỳnh Như Phước* (Dù Hột- nổi danh là Công tử Bạc Liêu) và *Huỳnh Thị Mùi* là em gái út. Cô Huỳnh Thị Ngó, tức *cô Hai Ngó*, là tên thường gọi của cô, chồng con đều mất sớm. Năm 1915. cô đến quy y với HT Trí Thiền- chùa Phi Lai- Châu Đốc, được pháp danh là Diệu Nga (húy Hồng Nga), được bổn sư hướng dẫn cách thức tu tại gia, nhất là bố thí và làm từ thiện. Từ đó, cô Hai Ngó nghe lời thầy dạy bảo, không chỉ tụng kinh niệm Phật, mà còn luôn xuất tiền của hoặc vận động nhiều người tham gia cứu tế thiên tai hay bệnh hoạn ở các nơi. Cô nhiều lần chở gạo cứu trợ cho dân nghèo bị lũ lụt ở An Giang- Châu Đốc, số gạo cứu tế có lần đến hàng chục tấn. Tháng 3 năm 1919, cô Hai Ngó phát tâm lớn, làm đơn xin phép xây dựng một ngôi chùa tại nơi chôn nhau cắt rốn của cô. Đơn được nhà nước Bảo hộ cấp phép ngày 10-03-1919. Cô tiến hành xây dựng ngôi chùa, vừa mang kiến trúc người Việt, pha trộn đường nét kiến trúc người Hoa, hòa nhập thành tác phẩm nghệ thuật độc đáo, ngôi chùa mang hiệu là *Giác Hoa*. Chùa được xây dựng xong sau 18 tháng. Vào ngày khánh thành tháng 9-1920, cô Hai Ngó và con gái nuôi là Thái Thị Sửu, bạn đồng tu là Diệu Ngọc (húy Hồng Dung- Đồng Thị Ngọc Dung) và cháu là Tào Thị Lái cùng xuất gia xuống tóc đi tu. Dù tu hành, cô vẫn luôn tham gia làm từ thiện như xây trường học, mướn người về dạy chữ nghĩa cho con em ở địa phương. Trong chùa có chứa quan tài giúp người nghèo khó làm ma chay tống táng. Cô còn xây thêm 2 hai ngôi chùa nữa, là chùa *Châu Viên* ở ấp Công Điền và chùa *Châu Long* ở ấp Bà Chăng- xã Châu Thới. Hằng năm, cứ đến Rằm tháng Bảy, cô đem lúa gạo ra phát chẩn cho dân nghèo và các địa phương. Năm 1927, HT Trí Thiền và HT Khánh Anh được cô Hai mời đến chùa để mở khóa An cư Kiết hạ, mỗi năm có trên 100 Tăng ni đến tu học. Chùa Giác Hoa cò là PHV đầu tiên của chư Ni ở miền Nam với thời gian rất dài.

Năm 1940, chùa Giác Hoa còn là điểm tập hợp của quân cách mạng để tiến đánh vào thị xã Bạc Liêu. Năm 1944, cô Hai Ngó tổ chức nuôi dưỡng Thanh niên Tiền phong tập luyện trong mấy tháng liền tại trường học chùa Giác Hoa. Năm 1945, hưởng ứng lời kêu gọi *"Hủ gạo nuôi quân"* cô Hai Ngó đã ủng hộ cho cách mạng 2000 giạ lúa. Năm 1946, giặc Pháp trở lại xâm chiếm, chùa Giác Hoa là nơi nương náu trú ẩn an toàn nhất cho người tỵ nạn. Cô Hai Ngó xả báo thân ngày 24 tháng 4 năm 1951, trước khi viên tịch, cô đã chọn Sư cô Diệu Ngọc kế thừa trụ trì, chùa đến nay vẫn được người dân quen gọi là *chùa Cô Hai Ngó.* Cô nguyên quán người gốc Minh Hương, trú quán Bạc Liêu - *theo cư sĩ Quảng Thiệt biên khảo*

- **Thích Bửu Ngọc** (1916 -1994), Hòa thượng, dòng Lâm Tế Gia Phổ đời 40, thế danh Lê Văn Nghiệp, xuất gia năm 1926 với tổ Pháp Ấn- chùa Phước Tường, pháp danh Hồng Diệp, pháp hiệu Bửu Ngọc. Năm 1934, ngài được đến tu học tại trường Lưỡng Xuyên Phật học. Năm 1938 ngài được tuyển chọn ra học tại Tây Thiên Phật học đường-Huế. Năm 1944, ngài tiếp tục lên đường ra Bắc cùng HT Thiện Hòa tham học tại chùa Quán Sứ và chùa Cồn- Nam Định với tổ Tuệ Tạng. Năm 1945, ngài trở về miền Nam phụ trách chủ bút tạp chí *Duy Tâm.* Năm 1947, ngài kế thế trụ trì tổ đình Phước Tường- Thủ Đức và làm Thư ký hội PG Cứu quốc Sài Gòn-Gia Định. Năm 1963, ngài tham gia Ủy ban Liên phái Bảo vệ PG và bị bắt giam cùng chư tôn đức, đến sau ngày cách mạng 11- 11-1963 ngài mới được thả ra. Năm 1975, đất nước thống nhất, ngài tham gia Ban Liên lạc PG Yêu nước huyện Thủ Đức. Năm 1981, ngài được cung thỉnh làm Thành viên HĐCM GHPGVN. Trong sự nghiệp độ sanh, ngài được thỉnh làm Đàn đầu truyền giới tại các giới đàn, ngài xả báo thân ngày 25 tháng 11 năm Quý Dậu (06-01-1994) thọ 82 năm, 60 hạ lạp, bảo tháp xây tại tổ đình Phước Tường, nguyên quán trú quán Thủ Đức-TP Hồ Chí Minh - *xem thêm ở Danh Tăng Việt Nam tập 2*

- **Trần Chung Ngọc** (1931- 2014), Cư sĩ, pháp danh Phúc Lâm, sinh tại Hà Nội. Di cư sang Hoa Kỳ năm 1975. Học giả người Mỹ gốc Việt, Tốt nghiệp bằng tiến sĩ vật lý tại Đại học Wisconsin - Madison, Hoa Kỳ, giảng dạy tại trường Đại học Khoa học Sài Gòn và các cơ sở giáo dục của Việt Nam Cộng hòa trước 1975. 1972-1975: Giảng sư, Ban Vật Lý, Khoa Học Đại Học Saigon. Giáo sư thỉnh giảng: Đại Học Vạn Hạnh, Trường Kỹ Thuật Thủ Đức (1), Trường Kỹ Thuật Cao Thắng. Đồng thời, cùng với các Tiến Sĩ Nguyễn Tiến Ích (M.I.T), Vũ Thượng Quát (Cal.Tech), Huỳnh Văn Quảng (S.I.U), được tuyển làm ChuyênViên Đại Học, trực thuộc Thứ Trưởng Giáo Dục, trước là Đỗ Bá Khê, sau là Bùi Xuân Bào, đặc trách xét văn bằng ngoại quốc tương đương với các văn bằng Việt Nam, cùng nghiên cứu cải tổ chương trình giáo dục đại học.Nhà nghiên cứu, phê bình lý luận. Chuyên viết về tôn giáo, lịch sử, chính luận. Tác phẩm nổi bật "Công giáo chính sử - Công giáo hắc sử". GS.TS. Trần Chung Ngọc là nhà tri thức lớn của Phật giáo Việt Nam nói riêng và đất nước Việt Nam nói chung. Với 5 quyển sách chuyên khảo, 16 quyển sách viết chung và hơn 200 bài nghiên cứu mang tính học thuật của giáo sư Ngọc về tôn giáo và lịch sử Việt Nam là những đóng góp to lớn về mặt tri thức và phương pháp, nhằm giúp cho độc giả rộng mở tầm nhìn về tôn giáo, Phật giáo và khoa học - *theo Thích Vân Phong biên khảo*

- **Đỗ Hồng Ngọc**, Cư sĩ, bác sĩ, nhà thơ,nhà văn. Ông sinh năm 1940, Giáo sư đại học Y Dược TP Hồ Chí Minh, Giám đốc Trung tâm truyền thông-Giáo dục sức khỏe. Hội viên hội Nhà văn bút danh Đỗ Nghê, NNC Phật học, Cố vấn Ban Phật học chùa Xá Lợi, tác phẩm liên quan PG: *Nghĩ từ trái tim ; Thư gửi người bận rộn ; Như thị ; Nhớ đến một người ; Một hôm gặp lại ; Cõi Phật đâu xa ; Nếp sống An lạc ; Thiền và sức khỏe ; Thấp thoáng lời kinh...* Ông nguyên quán La Gi- Bình Thuận, trú quán TP Hồ Chí Minh.

- **Châu Hoàn Liễu Ngọc** (1826 -1900), Hòa thượng, dòng Lâm Tế Gia Phổ đời 37, xuất gia năm 1842 tại chùa Long Quang- Cần Thơ được pháp danh Liễu Ngọc. Năm 1846 ngài đến chùa Giác Lâm-Chợ Lớn cầu pháp với tổ Tiên Giác-Hải Tịnh, được phám danh Minh Ngọc, pháp tự Châu Hoàn. Năm 1849, được tổ Tiên Giác-

Hải Tịnh cử về trụ trì chùa Hội Phước- Nha Mân. Năm 1868, ngài được cung thỉnh Giáo thọ A xà lê trong giới đàn chùa Phước Lâm- Mỹ Tho. Ngài có công xây dựng trùng hưng tổ đình Hội Phước- Nha Mân- Sa Đéc. Ngài xả báo thân ngày mồng 3 tháng 3 năm Canh Tý (1900) thọ 75 tuổi, 54 tuổi hạ, nguyên quán Bình Thủy- Cần Thơ, trú quán Nha Mân- Sa Đéc - *xem thêm ở Danh Tăng Việt Nam tập 2*

- **Minh Ngọc**, Cư sĩ, NNC PG, dịch giả, sinh năm 1964, thế danh Nguyễn Duy Ninh, nguyên tu sĩ PG, đệ tử của HT Bình Minh-chùa Hòa Bình, cựu tăng sinh Học viện PGVN khóa I, giáo viên Hán văn, thành viên Trung tâm Nghiên cứu PGVN, Phó ban Phật học chùa Phật học Xá Lợi, Biên tập tạp chí Từ Quang, thành viên Ban hiệu đính *Tạng Linh Sơn Pháp Bảo*, tác phẩm: *Liên Trì Pháp Vũ* (dịch từ Tịnh độ tòng thư) ; *Luận giải Kinh Di Giáo* ; *Hiệu đính Niết Bàn Kinh ; Hiệu đính Sa Di Luật Giải ; Từ điển Pháp Tướng Tông*, nguyên quán Hà Nam, trú quán TP Hồ Chí Minh.

- **Thích Nữ Như Ngọc**, Trưởng lão Ni, chuyên tu và giảng dạy Duy Thức học, tục danh Chế Thị Gi, sinh năm Tân Tỵ (1917) tại làng Vĩnh Thạnh, Lấp Vò, nay thuộc tỉnh Đồng Tháp. Thuở nhỏ vừa học trường làng vừa học Hán nôm với Trưởng lão HT Thích Bửu Phước, chùa Phước Ân. Được bào tỷ (cố Trưởng lão Ni Như Hoa) dìu dắt đến Tổ đình Kim Huê đảnh lễ Sư tổ Luật sư Thích Chánh Quả cầu xin xuất gia tu học Phật pháp, và được HT bổn sư ban pháp danh Giác Ngọc. Sau đó, đi học các Phật học đường Ni, Sài Gòn, vừa tu học vừa giúp Sư tỷ của mình (Thích nữ Như Hoa) phát triển tự túc kinh tế nhà chùa qua sản xuất tương chao để góp phần cải thiện đời sống Ni chúng Bổn tự, giáo dục đào tạo nhân tài cho ngôi nhà PGVN, cũng như hỗ trợ cho các chiến sỹ Cách mạng trong hai thời kháng Pháp, chống Mỹ cứu nước. Chùa Phước Huệ nổi tiếng sản xuất tương chao truyền thống ngon nhất miền Nam, truyền thống duy trì và phát triển hơn 70 năm. Khi miền nam hoàn toàn giải phóng, thống nhất đất nước, Ni trưởng hợp lực cùng chư tôn đức lãnh đạo Phật giáo tỉnh nhà khai mở lớp Trung Cấp Phật Học Đồng Tháp (trường dành cho Tăng sinh học tại chùa Phước Hưng, trường dành cho Ni sinh học tại chùa Phước Huệ) và nhiều sự đóng góp khác trong BTS tỉnh. Nguyên Ủy Viên Hội Đồng Trị Sự GHPGVN, nguyên phó Ban Thường Trực BTS. GHPGVN tỉnh Đồng Tháp, đương nhiệm Cố vấn chùa Phước Huệ. Nguyên quán, trú quán Sa Đéc, Đồng Tháp - *theo Thích Vân Phong biên khảo*

- **Thích Thanh Ngọc** (1953 -2016), Hòa thượng, thế danh Nguyễn Văn Vương, sơn môn tổ đình Vĩnh Nghiêm miền Nam, thuở nhỏ xuất gia theo hệ phái Khất sĩ, sau cầu pháp với HT Quang Huy- chùa Khuông Việt, pháp danh Thanh Ngọc, pháp hiệu Khai Minh Tuệ. Năm 1973, ngài thọ đại giới tại giới đàn Việt Nam Quốc Tự. Năm 1977, được bổn sư giao trụ trì chùa Khuông Việt- Tân Bình. Sau khi bổn sư viên tịch, ngài xin cầu pháp với HT Trú Dũng- chùa Nam Thiên Nhất Trụ. Năm 1980, ngài sáng lập đạo tràng hành trì pháp Dược Sư kết hợp thiền-mật-tịnh với tông chỉ cầu sanh thế giới Phật Dược Sư. Năm 1996, ngài làm Giám thị trường Cao Trung Phật học TP Hồ Chí Minh. Năm 2001, HT Trí Dũng viện chủ chùa Nam Thiên Nhất Trụ cử ngài về làm làm trụ trì kế tục. Năm 2005, ngài được sơn môn cử làm Phó ban Thường trực sơn môn tổ đình Vĩnh Nghiêm miền Nam. Năm 2002, Phó ban Kinh tế Tài chính TW GHPGVN. Năm 2007, ngài được bầu vào Ủy viên HĐTS GHPGVN. Năm 2014, ngài làm Chứng minh BTS GHPGVN quận Thủ Đức và Chứng minh BTS GHPGVN quận Tân Bình. Ngài viên tịch tại chùa Khuông Việt ngày mồng 7 tháng 9 năm Bính Thân (07-10-2016), thọ 65 tuổi, 43 hạ lạp, nguyên quán Bắc phần, trú quán TP Hồ Chí Minh - *theo trang nhà www.giacngo.vn*

- **Nguyễn Văn Ngọc** (1890 - 1942), Cư sĩ, nhà văn, ông hiệu là Ôn Như, tự là Đông Trạch, còn có tên là Nguyễn Ngọc Thư, ông là sang lập viên Hội PGBK, giữ cương vị Phó hội trưởng thứ nhất, Từ năm 1939 đến năm 1942, Hội trưởng Nguyễn Năng Quốc bệnh duyên, phải về quê Thái Ninh, Thái Bình tĩnh dưỡng, Cư sĩ Nguyễn Văn Ngọc là người điều hành mọi công việc của Hội. *Quý vị trong Ban Quản trị Hội đều khâm phục phong cách làm việc của ông rất cương quyết như chặt đinh chém sắt, không hề do dự cẩu thả, lại rất công chính, không hề thiên tư một chút gì. Mặc* dù bận nhiều việc ông vẫn dành thời gian tham gia hoằng dương Phật pháp, trực tiếp giảng *kinh Bách Dụ* tại chùa Quán Sứ. Tính tình ông rất điềm đạm, rất thanh nhã và thân ái với các bằng bối, vì thế thân bằng cố hữu, ai ai cũng yêu mến nhất là giáo hữu của Hội Phật giáo Bắc Kỳ. Ông nguyên quán tại làng Hoạch Trạch (làng Vạc), huyện Bình Giang, tỉnh Hải Dương. Do làm việc quá sức, ngày 25-4-1942 (11-3 năm Nhâm Ngọ), ông đã qua đời tại ấp Thái Hà, nay thuộc quận Đống Đa, Hà Nội, thọ 52 tuổi - *theo NNC Nguyễn Đại Đồng sưu khảo*

- Thích Nữ Viên Ngọc, Ni cô, thánh tử đạo, pháp danh Diệu Ngọc, tự thiêu ngày 29-5-1966, lúc 9 giờ 45 tối tại Viện Hóa Đạo để phản đối chính quyền đàn áp ở Huế và Đà Nẵng, không giữ cam kết với PG. Đám tang của Ni cô có 200.000 người tham dự đi từ Viện Hóa Đạo đến lò thiêu An Dưỡng Địa, chưa rõ nguyên quán trú quán - *theo Biên niên sử PG Sài Gòn Gia Định*

-- Thích Chơn Ngộ (1913-2014), Hòa thượng, Trưởng lão, pháp danh Tâm Cần, tự Từ Thục, hiệu Chơn Ngộ, đời 43 tông Lâm Tế, thế hệ thứ 9 pháp phái Liễu Quán. Ngài thế danh Lương Hào, sinh ngày 10 tháng 9 năm Quý Sửu (1913) tại xã Hòa Hải- huyện Hòa Vang- Đà Nẵng. Ban đầu Ngài hành điệu với HT Thích Phước Trí tại Tam Thai. Năm 1932 tổ Phước Trí viên tịch nên Ngài thọ giáo tu học với HT Thích Hưng An tại chùa Tường Quang, Đà Nẵng và được ban pháp danh Tâm Cần. Ngài là học tăng PHĐ Phổ Thiên. Sau khi HT Hưng An viên tịch, ngài cầu thọ Tỳ kheo với HT Thích Tôn Thắng tại PHV Phổ Thiên năm 1947. Năm 1961, ngài được HT Tôn Thắng cử vào trụ trì chùa Tịnh Độ, thị xã Tam Kỳ. Ngài đảm nhiệm Đặc ủy Tăng sự GHPGVNTN tỉnh Quảng Tín. Ngài nhiều lần trùng tu tổ đình Tịnh Độ. Ngài đảm nhiệm Chánh đại diện Phật giáo Tam Kỳ. Thành viên HĐCM GHPGVN nhiệm kỳ IV. Ngài viên tịch ngày 21 tháng Giêng năm Quý Tỵ (2013), thượng thọ 101 tuổi, 67 hạ lạp. Ngài sinh quán Đà Nẵng, trú quán Quảng Nam - *theo tư liệu Thích Như Tịnh sưu khảo*

- Thích Đồng Ngộ, Đại đức, tác gia, sinh năm 1977, trụ trì chùa

Thiên Hưng-An Nhơn-Bình Định, Ủy viên HĐTS TW GHPGVN, Ủy viên Ban Phật giáo Quốc Tế, là nhà sư trẻ nhưng am tường thuật phong thủy chiêm tinh, thường tổ chức gây quỹ từ thiện và giúp đỡ nhiều người trong những cuộc thiên tai, nguyên quán trú quán Bình Định.

- **Sơn Nhân Giác Ngộ** (1784 -1842), Hòa thượng, ngài họ Nguyễn, có sách ghi là Hứa Mật Sô, xuất gia và thọ đại giới năm 1797 với HT Đức Quảng- chùa Bảo Linh, pháp danh Tánh Thông, pháp tự Giác Ngộ. Ngài khai sơn và trụ trì chùa Long Sơn Bát Nhã-Tuy An. Năm 1802, lúc 28 tuổi, ngài phát nguyện không dùng cơm thường tịch cốc tu luyện trên núi hơn 40 năm, mặc y phục bằng lá cây, ăn hoa quả rừng nên người gọi là *Hòa thượng Sơn Nhân*. Năm 1804, ngài quyên góp tín đồ đúc một quả chuông để cảnh tỉnh lòng người. Năm 1818, ngài khai giới đàn tại chùa để thí giới. Ngài có tài chữa bệnh bằng mật chú, vua Minh Mạng triệu vào cung và sắc phong chức Hòa thượng, mời ngài ở chùa Giác Hoàng, nhưng đã quen nếp sống thanh đạm, được một tháng ngài xin trở về núi tiếp tục tu hành. Năm 1842, vua Thiệu Trị lại sắc phong ngài trụ trì chùa Diệu Đế, được ít lâu ngài lại xin trở về cố quán. Vua bèn sắc tứ cho nơi ngài tu hành là "Sắc tứ Long Sơn Bát Nhã Tự". Ngài viên tịch ngày mồng 2 tháng 11 năm Nhâm Dần (1842) thọ 69 năm, 45 tuổi hạ, tháp lập trong khuôn viên chùa Long Sơn Bát Nhã, nguyên quán Đồng Xuân-Phú Yên, trú quán Tuy An- Phú Yên - *theo Nguyễn Lang trong VNPGSL tập II*

- **Thích Giác Ngộ** (1924 -2010), Hòa thượng, dòng Lâm Tế Chúc Thánh đời 42, thế danh Nguyễn Hộ, thuở nhỏ là đệ tử HT Tường Quang- chùa Phước Sơn- Bình Định, pháp danh Thị Hớn. Năm 1946, ngài đảnh lễ HT Huệ Chiếu làm bổn sư, được pháp danh Nguyên Uyên, pháp tự Chí Đạt, pháp hiệu Giác Ngộ. Năm 1953, ngài làm Chánh thư ký PG trong Mặt trận Liên Việt. Năm 1954, trụ trì chùa Thiên Trúc-Tuy Phước- Bình Định. Năm 1957, ngài học tại PHĐ Báo Quốc-Huế. Năm 1964, Giáo hội bổ nhiệm ngài trụ trì chùa Pháp Lâm- Đà Nẵng. Năm 1966-1970, là giáo thọ các trường Bồ Đề Long Khánh, Nguyên Thiều và là người đồng sáng lập PHV Nguyên Thiều. Năm 1972, Giáo hội phân công ngài lên Cao nguyên hoằng pháp, bổ nhiệm trụ trì chùa tỉnh hội Bửu Thắng- Pleiku- Gia Lai. Năm 2007, ngài được suy tôn vào HĐCM GHPGVN, ngài xả báo thân ngày 14 tháng 10 năm Canh Dần (19-11-2010) thọ 86 năm, 59 hạ lạp, nguyên quán Bình Định, trú quán Gia Lai - *xem thêm ở Danh Tăng Việt Nam tập 3*

- **Gia Hội Tiên Ngộ** (1786 -1829), Hòa thượng, người họ Trần, xuất gia từ nhỏ ở chùa Cảnh Tiên- Quảng Bình, vào Thuận Hóa cầu pháp với HT Tổ Ấn Mật Hoằng- chùa Thiên Mụ, được tổ cho thọ cụ túc giới và ban pháp danh Tiên Ngộ, pháp tự Gia Hội. Năm 1825, ngài về Quảng Bình lập thảo am trên núi Thần Đinh để tu niệm. Năm 1829, bổn đạo đóng góp xây thành chùa cảnh khang trang. Ngày 13 tháng Giêng năm Minh Mạng thứ 10 (1829), ngài an nhiên thị tịch, hưởng 44 năm, tháp dựng ở sườn núi bên trái chùa. Đệ tử pháp danh Minh Đạo (tính Minh Thiện) ghi lại hành trạng của ngài vào năm 1830, nguyên quán trú quán Phong Lộc- Quảng Bình - *theo Chư tôn Thiền đức&Cư sĩ hữu công Thuận Hóa tập 3*

- **Thích Nữ Như Ngộ** (1918 -2016), Ni trưởng, thế danh Lê Thị Nên, dòng Lâm Tế Chánh Tông đời 43, xuất gia năm 16 tuổi với Sư cụ Pháp Long- chùa Hội Phước- Bến Tre, pháp danh Diệu Ngộ. Năm 1938, Người thọ giới Tỳ kheo Ni tại giới đàn chùa Hội Sơn- Thủ Đức. Từ năm 1938-1957, Người tu học trải qua các nơi: chùa Kim Sơn (Phú Nhuận), Thiền Đức (Sài Gòn), Linh Phong (Tiền Giang), Kim Huê (Sa Đéc), Phật Quang (Trà Ôn), chùa Bảo An (Cần Thơ), Vĩnh Bửu (Bến Tre). Người được thọ giáo các bậc cao Tăng đương thời: HT Hoằng Khai, HT Khánh Anh, HT Hành Trụ, HT Kim Huê, HT Thiện Hoa, Sư bà Diệu Kim…Năm 1957, Ni bộ Bắc tông được thành lập, Người được mời vào Ban Quản trị Ni bộ Bắc tông với chức vụ Thư ký và dự khóa đào tạo trụ trì tại chùa Ấn Quang. Năm 1958, Người được thỉnh về trụ trì chùa Thiên Phước- xã Khánh Hậu- tỉnh Long An. Năm 1964, Ni trưởng xây dựng chùa

Phổ Đức- thành phố Mỹ Tho, làm nơi quy hướng cho Ni chúng và Phật tử Tiền Giang. Từ năm 1966-1974: Ni trưởng tiếp độ đệ tử xuất gia tu học và giáo hóa Phật tử tại gia tu niệm, đạo tràng Phổ Đức hưng thịnh và trở thành Phật học Ni trường của tỉnh Tiền Giang. Từ năm 1975, sau khi ủy nhiệm trụ trì chùa Phổ Đức cho Ni sư Như Hảo, Ni trưởng trở về chùa Thiên Phước tịnh tu với một số đệ tử. Do đức độ của Ni trưởng, Ni chúng lại vân tập về đạo tràng Thiên Phước càng đông. Năm 1992 Thiên Phước trở thành Phân viện II của trường Trung cấp Phật học Long An. Ni trưởng luôn được tôn kính thỉnh làm Hòa thượng truyền giới tại các giới đàn của tỉnh Long An, Tiền Giang, Bà Rịa Vũng Tàu. Ni trưởng thâu thần thị tịch vào lúc 16 giờ ngày mồng Một tháng 9 năm Bính Thân (01-10-2016), thọ 98 năm, 78 hạ lạp nguyên quán trú quán Tân An- Long An - *theo trang nhà www.phatgiaovietnam.vn*

- **Thích Tắc Ngộ** (1953 -2016), Hòa thượng, Thành viên HĐTS TW GHPGVN, Phó ban kiêm Thủ quỹ ban Nghi lễ TW GHPGVN, Phó BTS GHPGVN kiêm Trưởng ban Nghi lễ PG tỉnh Long An, trụ trì tổ đình Kim Cang và tổ đình Tôn Thạnh-Long An, Ban quản trị sơn môn Thiên Thai Giáo Quán Tông, nguyên quán trú quán Long An.

- **Thiền sư Viên Ngộ** (? -1845), dòng Lâm Tế Chánh Tông đời 39, thế danh Nguyễn Ngọc Dót, còn có tên Nguyễn Chất, xuất gia năm 1805 với Hòa thượng Vĩnh Quang, pháp danhTánh Tánh, pháp hiệu Viên Ngộ. Ngài có công hạnh *Trì Địa Bồ tát*, thường chặt gai dọn lối, đắp những con đường lầy lội cho nhân dân đi lại. Năm 1808, ngài đến làng Thanh Ba khai sáng *chùa Lan Nhã*, sau đổi hiệu là *chùa Tôn Thạnh*- xã Mỹ Lộc- huyện Cần Giuộc, tỉnh Long An. Ngài cho đúc pho tượng *Địa Tạng Bồ tát* bằng đồng thờ trong chùa. Năm 1820, trong vùng có bệnh dịch đậu mùa, ngài phát nguyện tịch cốc tụng kinh cầu nguyện cho dân làng qua khỏi dịch nạn. Năm 1845, ngài thấy mình tu trì đã lâu (40 năm) chưa tỏ ngộ, nên phát nguyện tịch thủy 49 ngày để xả báo thân, hưởng 56 năm, 30 hạ lạp. Tăng chúng lập bảo tháp phía Tây chùa Tôn Thạnh để tưởng niệm công đức, nhân dân quen gọi là chùa *Tăng Ngộ* hay chùa *Ông Ngộ* để nhớ đến ngài, nguyên quán làngThanh Ba- tổng Phước Điền Trung- huyện Phước Lộc- tỉnh Gia Định, trú quán Long An - *theo Biên niên sử PG Sài Gòn Gia Định*

- **Lê Thị Ngỡi** (1855 -1933), Nữ cư sĩ, pháp danh Như Nghĩa, Nữ Hộ pháp, Đại thí chủ của PG Nam kỳ, nhân duyên Bồ đề quyến thuộc Phật pháp nhiều đời, bái kiến thiền sư Như Tín-Khánh Thông, bà liền phát tâm quy y Tam bảo, ngài Khánh Thông hướng dẫn bà đảnh lễ tổ Minh Lương Chánh Tâm truyền Tam quy Ngũ giới cho bà, từ đây bà tôn thiền sư Khánh Thông làm Sư phụ, khi trở thành Phật tử, bà phát tâm góp phần trong công cuộc Chấn hưng PGVN, bà đã phát tâm cúng dường trùng tu, phục dựng 262 ngôi Tự viện Phật giáo, cúng dường 9.000 hét-ta (mẫu) ruộng cho các cơ sở Tự viện PG, tài trợ toàn bộ chi phí cho 10 khóa trường Hương (An cư Kiết hạ), tài trợ toàn bộ kinh phí cho 10 Đại giới đàn, khi phát hiện vị Tăng sĩ nào còn nợ trần vấn vương phải hoàn tục làm Cư sĩ, bà phát tâm cấp ruộng đất canh tác và vốn liếng làm ăn, để tiếp tục hộ trì Tam bảo trong bổn phận của người Cư sĩ tại gia. Công đức tạc tượng gỗ và họa giấy; bà phát tâm cúng 20 bộ *Tam thánh Tây Phương* (tranh họa), 40 bộ *Thập bát La Hán* (tượng gỗ). Bà cúng dường 10 nghìn đồng cho thiền sư Liễu Quang, chùa Hải Tràng- tỉnh Quý Châu- Trung Quốc thỉnh Đại Tạng Kinh, bà gửi tiền cho ngài Liễu Quang khi về VN thỉnh giùm 500 bộ *Kinh Diệu Pháp Liên Hoa*, 2.000 quyển *Tuyển Tăng đồ*, 3.000 quyển *Phật Tổ Tâm Đăng*, 100 bộ *Đại Phương Tiện Phật Báo Ân kinh*, 100 bộ *Kinh Lăng Nghiêm*... công đức Pháp thí. Năm 1931, tổ Như Trí Khánh Hòa vận động kinh phí để thỉnh Tam tạng kinh, cất Pháp Bảo phường, bà phát tâm hỷ cúng 2.000 đồng. Để pháp bảo lưu hành nhân gian, tỏa sáng ánh quang minh Phật pháp, bà phát tâm ấn tống 3.000 quyển kinh *Diệu Pháp Liên Hoa*, 6.900 quyển *kinh Địa Tạng*, nhằm tạo điều kiện cho tư tưởng Đại thừa Phật giáo lan tỏa nhân gian, bà phát tâm công đức cho chư vị Tăng sĩ thọ trì các Kinh, Chú, 2.000 phẩm (1 phẩm 49 hoặc 52 biến-lần) *kinh Kim Cang Bát Nhã*, 60.000 phẩm *Kinh A Di Đà*, 12.000 phẩm *Kinh Dược Sư*, 10.000 phẩm *Chú Đại Bi Tâm Đà la ni*... Trong khóa kiết hạ an cư tại chùa Long Khánh- Quy Nhơn, quy tụ chư tăng khắp nơi về an cư, trong đó có Thiền sư Như Trí Khánh Hòa và nhiều chư tăng ở miền Nam tham dự. Khóa hạ này do nữ đại thí chủ Lê Thị Ngõi phát tâm cúng dường toàn bộ, Bà cũng là thí chủ phát tâm tài trợ rất lớn cho các phật sự của nhị vị tổ sư Khánh Thông - Khánh Hòa trong những ngày đầu chấn hưng PG, và công đức khởi xướng phong trào chấn hưng Phật giáo và giáo dục đào tạo Tăng tài mà phương danh của nhị vị lão tiền bối này, mãi lưu danh vạn thế. Công viên quả mãn, Bà vãng sanh ngày 30 tháng 5 năm Quý Dậu (22-06-1933) tang lễ có 3.000 tăng ni và chức sắc tôn giáo bạn đến dự, Bà nguyên quán trú quán tỉnh Bến Tre - *theo Thích Vân Phong biên khảo*

- **Thích Nguyên Ngôn** (1938 -2005), Hòa thượng, dòng Lâm Tế Chúc Thánh đời 42, thế danh Phan Thanh Bình, sau đổi thành Phan Chín, xuất gia năm 1952 với HT Như Nguyện tại tổ đình Nhạn Sơn- An Nhơn- Bình Định, pháp danh Thị Lộc, pháp tự Thành Văn, pháp hiệu Nguyên Ngôn. Năm 1957, ngài vào Nam tu học tại PHĐ Nam Việt- chùa Ấn Quang. Năm 1960, ngài theo học tại PHV Phước Hòa- Trà Vinh. Năm 1962, ngài thọ đại giới tại giới đàn chùa Ấn Quang do HT Thiện Hòa làm Đàn đầu truyền giới. Năm 1966-1969, ngài học cử nhân Phật khoa và Hán Nôm tại Viện đại học Vạn Hạnh; đồng thời, làm giáo thọ sư các trường Phật học. Năm 1974, ngài được bổ nhiệm Tổng thư ký Tổng vụ Hoằng pháp GHPGVNTN. Năm 1978, ngài làm Chánh đại diện PG Quận 10- TP Hồ Chí Minh. Từ năm 1980-1984, ngài là Giáo thọ sư cho PHV Sơ đẳng Giác Ngộ và Trung đẳng Ấn Quang. Năm 1989, khi trường Trung cấp Phật học TP Hồ Chí Minh ra đời, ngài tiếp tục tham gia giảng dạy. Năm 1996, ngài được bổ nhiệm trụ trì chùa Khánh Vân- Quận 11. Ngài biên soạn và dịch thuật nhiều tác phẩm: *Kinh Thù Lăng Nghiêm ; Kinh Viên Giác ; Bát nhã Tam kinh ; Kinh Pháp Bảo Đàn ; Kinh Bát Đại Nhân Giác ; Đại thừa Khởi tín luận ; Phát Bồ đề tâm luận ; Duy Thức học cương yếu ; Bát thức Quy củ ; Bách Pháp Minh Môn Luận ; Sáu Pháp Hòa Kính ; Tam Vô Lậu Học...* Ngài xả báo thân ngày 12 tháng 4 năm Ất Dậu (19-05-2005) thọ 68 năm, 43 hạ lạp, nguyên quán Bình Đình, trú quán TP Hồ Chí Minh - *xem thêm ở Danh Tăng Việt Nam tập 3*

- **Thích Thiện Ngôn** (1891 -1953), Hòa thượng, dòng Lâm Tế Gia Phổ đời 40, thế danh Lê Thành Chơn, xuất gia với HT Thiện Trí- chùa Long Thành- Trà Cú, pháp danh Cao Chơn, pháp hiệu Thiện Ngôn. Năm 1927, ngài trụ trì chùa Vinh Sơn- Trà Cú. Năm 1950, ngài khai sơn chùa Phổ Minh- thị xã Trà Vinh. Trong cuộc đời hành đạo, ngài thế độ rất nhiều đệ tử mang chữ Nhật theo dòng kệ Gia Phổ, có trách nhiệm kế thừa tổ nghiệp tại Trà Vinh. Ngài viên tịch ngày 21 tháng 11 năm Quý Tỵ (1953) thọ 63 năm, nguyên quán trú quán Trà Vinh - *theo Thích Như Đạo sưu khảo*

- **Thích Thiện Ngôn** (1894 -1970), Hòa thượng, thế danh Hồ Văn Ngữ, xuất gia năm 1930 với HT Chí Thiền- chùa Phi Lai. Năm 1940, cầu pháp với HT chùa Thanh Sơn ở núi Cô Tô nhận trụ trì chùa Đức Quang- Núi Cấm. Năm 1945, trụ trì chùa Thanh Quang- Vàm Cống. Một thời gian sau, ngài đến trụ trì chùa Long Phú- Lấp Vò. Ngài có công hạnh chỉ ăn Ngọ thực và chuyên trì kinh Pháp Hoa, nên đồ chúng qui ngưỡng xuất gia rất đông. Năm 1956, ngài làm Chứng minh đạo sư chi hội *Phật học Nam Việt* tỉnh Long Xuyên. Năm 1960, ngài giữ chức Trị sự trưởng *Giáo hội Tăng già* tỉnh Long Xuyên. Năm 1964, sau khi GHPGVNTN thành lập, ngài làm Cố vấn Chứng minh Ban đại diện Tỉnh hội PG Long Xuyên. Cuối đời, ngài còn được thỉnh trụ trì chùa Phước Hậu ở An Giang, ngài viên tịch vào ngày 25 tháng Chạp năm Kỷ Dậu (01-02-1970) thọ 76 năm, 40 tuổi đạo, nguyên quán Quảng Ngãi, trú quán Long Xuyên - *xem thêm ở Danh Tăng Việt Nam tập 2*

Ngu

- **Thích Chánh Nguyên** (1935 -1999), Hòa thượng, thế danh Hồ Văn Hồng, xuất gia với HT Trừng Phổ-Quảng Tu, chùa Thiên Hưng-Huế. Ngài chuyên môn về pháp sự khoa nghi để độ sanh và pháp môn Tịnh độ để tu trì. Năm 1985, bổn sư viên tịch, ngài kế thế trụ trì chùa Thiên Hưng. Năm 1991, được cung thỉnh làm Cố vấn tổ đình Từ Hiếu và Quốc Ân, nguyên quán trú quán Thừa Thiên Huế - *theo Chư tôn Thiền đức&Cư sĩ hữu công Thuận Hóa*

- **Thích Nữ Chơn Nguyên** (1928 -2004), xuất gia với Sư bà Hướng Đạo-chùa Diệu Viên, pháp danh Tâm Yến, pháp tự Chơn Nguyên, thế danh Hoàng Thị Oanh. Năm 1952, Ni trưởng theo học Sơ Trung cấp Phật học tại Ni viện Diệu Đức. Năm 1973, Ni trưởng trụ trì chùa Phò Quang-Huế. Năm 1992, Ni trưởng kiêm thêm trụ trì chùa Sư nữ Diệu Viên. Năm 1994, Ni trường trùng tu chùa Phổ Quang. Năm 1997, Ni trưởng vận động Việt kiều tài trợ xây dựng ngôi trường mẫu giáo 3 lớp học giúp con em Phật tử chung quanh chùa Diệu Viên, nguyên quán trú quán Thừa Thiên Huế - *theo Chư tôn Thiền đức&Cư sĩ hữu công Thuận Hóa*

- **Thích Bích Nguyên** (1898 -1987), Hòa thượng, thế danh Nguyễn Tùng, xuất gia với HT Phước Huệ- chùa Hải Đức- Huế, pháp danh Chơn Thanh, pháp tự Chánh Mậu, pháp hiệu Bích Nguyên. Năm 1936, ngài thọ cụ túc giới tại giới đàn chùa Bích Liên- Bình Định và học các PHV: Hải Đức Nha Trang; Báo Quốc- Huế và Ấn Quang- Sài Gòn. Năm 1941, ngài vào trú xứ tổ đình Linh Quang Đà Lạt. Năm 1945 khai sơn chùa Linh Phong- trại Hầm Đà Lạt. Năm 1947, ngài cúng lại cho Ni trưởng Từ Hương làm trung tâm đào Ni giới Lâm Đồng. Năm 1966, ngài về trụ trì chùa Viên Giác- Cầu Đất Đà Lạt. Năm 1982, ngài được Giáo hội thỉnh làm Chứng minh và Cố vấn BTS tỉnh hội PG Lâm Đồng, ngài xả báo thân ngày 11 tháng 4 năm Đinh Mão (08-05-1987) thọ 88 năm, 51 năm hành đạo, nguyên quán Quảng Trị, trú quán Cầu Đất, Lâm Đồng - *xem thêm ở Danh Tăng Việt Nam tập 3*

- **Đào Nguyên**, Cư sĩ, sinh năm 1944, tên thật là Đào Văn A, nguyên là tu sĩ pháp danh Nguyên Huệ, sau ông lấy bút hiệu Đào Nguyên, là ghép từ Đào Văn A và Nguyên Huệ, Nhà biên dịch Hán văn, NNC Văn học PG, thành viên Trung tâm Nghiên cứu PGVN, nguyên quán Bình Định, trú quán TP Hồ Chí Minh.

- **Trương Đình Nguyên** (1930-20 ?), Cư sĩ, dịch giả, NNC Phật học, nguyên Giáo sư trường Đại học Sư phạm 1 Hà Nội. Phó Viện trưởng Học viện Phật giáo Việt Nam tại Hà Nội, phụ trách bộ môn Hán học. Tác phẩm liên quan đến Phật giáo: Kinh Diệu Pháp Liên Hoa huyền tán. Việt dịch: Hòa thượng Thích Chân Thường. Biên soạn: Giáo sư Trương Đình Nguyên. Từ điển Phật học Hán Việt (trong nhóm biên soạn và hiệu duyệt), nguyên quán tỉnh Nam Định, trú quán tại Hà Nội, Giáo sư Trương Đình Nguyên, sinh ra trong gia đình có truyền thống sùng đạo Phật, gần đình chùa Tế Xuyên tỉnh Hà Nam (thôn Tuế Xuyên, xã Đức Lý, huyện Lý Nhân). GS sớm được gần gũi với Chư Tôn Thạc Đức, vì vậy mà khi còn giảng dạy môn Ngôn ngữ văn học cổ đại Trung Quốc tại trường Đại học Ngoại ngữ, thầy đã tự nghiên cứu môn Hán Nôm nhằm nâng cao trình độ về kho tàng Hán Nôm của ông cha để lại quá đồ sộ mà chưa có người khai thác. Với lòng đam mê và miệt mài nghiên cứu Hán Nôm, Giáo sư đã có nhiều công trình biên soạn, khảo cứu dịch thuật: đồ sộ nổi tiếng ở Việt Nam. Nói đến giáo sư, tăng ni khắp nơi điều kính trọng như một bậc thầy, một Phật tử mẫu mực, có những hoài bão lớn đối với việc đào tạo tăng tài ở miền Bắc nước ta.

- **Thích Giác Nguyên** (1877 1980), Hòa thượng, dòng Lâm Tế Liễu Quán đời 42, thế danh Đặng Văn Ngộ, xuất gia năm 1891 với tổ Tâm Tịnh- chùa Từ Hiếu, pháp danh Trừng Văn, pháp tự Chế Ngộ, pháp hiệu Giác Nguyên, Năm 1925, làm trụ trì chùa Tây Thiên-Huế. Năm 1930, ngài đồng sáng lập trường Cao đẳng Phật học chùa Tây Thiên- Huế. Năm 1967, ngài sáng lập Tịnh nghiệp đạo tràng chùa Tây Thiên, chuyên tu tịnh độ. Ngài góp phần đào tạo thế hệ kế thừa nhiều bậc danh tăng lỗi lạc, ngài xả báo thân ngày mồng Một tháng Giêng năm Canh Thân (16-01-1980), thọ 103 năm, 70 hạ lạp, nguyên quán Bình Định, trú quán Thừa Thiên Huế - *xem thêm ở Danh Tăng Việt Nam tập 2*

- **Thích Giác Nguyên**, họ Phan húy Tục Nghiêm, tự Vĩnh Nguyện, thuộc thiền phái Lâm Tế đời thứ 44 (theo dòng kệ Đột Không-Trí Bản), 16 tuổi xuất gia làm đệ tử chùa Huyền Long- Bình Tuy, cầu y chỉ sư là HT Thích Vĩnh Thọ, trú trì chùa tổ Sắc tứ Linh Sơn

Trường Thọ- núi Tà Cú- Bình Thuận, tu học tại PHV Quảng Đức tại Việt Nam Quốc Tự. Năm 1969, thọ tam đàn cụ túc tại Việt Nam Quốc tự, Giới đàn này Hòa thượng Đàn đầu là trưởng lão Thích Hồng Sáng; Yết ma: HT Thích Thiện Tường; Tôn chứng: HT Thích Đạt Từ, Thích Bửu Tuyền…Năm 1970 xin theo cùng HT Thích Thiện Tường từ Việt Nam Quốc Tự trở về chùa Giác Nguyên, Quận Tư, Sài Gòn, năm 1977, vâng lời dạy của Đại lão HT Thích Hành Trụ biên soạn lịch sử hai chùa: Tăng Già tức Chùa Kim Liên Sư nữ và tổ đình Giác Nguyên", cùng tiểu sử bốn vị Hòa thượng khai sáng là Hành Trụ, Thới An, Khánh Phước và Thiện Tường. Cuối năm 1999, cầu pháp với Thiền sư Sùng Sơn, thuộc thiền phái Tào Khê, PG Hàn Quốc. Đầu Thu 2002, thiền sư Đại Quang (Dae Kwang), một cao đồ của tổ sư Sùng Sơn trực tiếp bảo lãnh ngài sang Hoa Kỳ, lập nguyện làm hành giả tu thiền tại bang California- Hoa Kỳ, Những tác phẩm đã biên soạn và chuyển ngữ: *Tiếng Thơ* (1965); *Thơ Quê Hương* (1975); *Hương Tâm Ảnh và những bài thơ xướng họa.* (1982); *Nghi Thức Lễ Tang Cư sĩ* , soạn tiếng Việt (1985); *Nghi Thức Lễ Tang Xuất gia*, soạn tiếng Việt (1986); *Các bản văn tác bạch cúng dường trai Tăng* (1986); *Tưởng nhớ Mẹ Hiền* (hồi ký 1986); *Kinh Tụng Hằng Ngày* (biên soạn tiếng Việt 1987); *Nghi Cúng Gia Tiên* (biên soạn tiếng Việt (1987); *Sớ Điệp Tiếng Việt* (1990); *Địa Tạng Vấn Đáp*-Cư sĩ Lý Viên Tịnh trước thuật Hoa văn, Ấn Quang Đại sư Giám định (dịch 1998); *Khóa Lễ Hằng Thuận* (soạn tiếng Việt 1998); *Phương Thức Thực Hành Hạnh Bồ Tát*-Trần Ngọc Giao (dịch 1999); *Tam Minh Trực Chỉ Thiền* (hiệu đính cho Sư đệ T. Chánh Kiến 1999); *Thế Giới Nhất Hoa*-Thiền sư Sùng Sơn (dịch 2000); *Rơi Tro Trên Thân Phật*-Thiền sư Sùng Sơn (dịch 2001); *Thiền Là Gì?* (soạn dịch và lời bình 2001); *Đất Phật Hồn Xưa* (Ký sự Ấn Độ 2002); *Kinh Di Lặc Hạ Sanh Thành Phật* (dịch 2003); *Tự truyện Thích Giác Nguyên* (2004); *Xưa Hư Không- Thiền sư Sùng Sơn* (dịch 2010); *Chỉ Không Biết*-Thiền sư Sùng Sơn (dịch 2011); *Mười Cổng*- Thiền sư Sùng Sơn (dịch 2012); *Thiền Tông Chỉ Nam*-Thiền sư Sùng Sơn (dịch 2013); *Muốn Tỏ Ngộ Là Một Sai Lầm Lớn*-Thiền sư Sùng Sơn (dịch 2014); *Tiểu sử Tổ sư Thông Ân khai sơn Sắc tứ Linh Sơn Trường Thọ Tự, núi Tà Cú - Bình Thuận* (Biên soạn 2014); *Hồi ký "Đất Phật Hồn Xưa"* dày trên 300 trang, chưa tiện phổ biến... nguyên quán Phan Thiết- Bình Thuận, trú quán Hoa Kỳ - *theo Thích Vân Phong biên khảo*

- Lê Mộng Nguyên, Cư sĩ, giáo sư, tiến sĩ, nhạc sĩ, sinh năm 1930, ông viếc nhạc và làm thơ và viết văn từ những năm 1945-1948, ông cộng tác viết các báo: *Phật giáo Văn Tập, Quốc Gia, Việt Nam Tân Báo, Đường Mới...*Năm 1950, sau khi tốt nghiệp Tú tài toàn phần, ông sang Pháp du học về Luật khoa và Khoa học Kinh tế. Năm 1962, ông đậu Tiến sĩ Luật và hành nghề luật sư tại Paris. Năm 1985, ông làm giáo sư giảng dạy đại học Paris 8 đến khi hưu trí năm 1997. Trong sự nghiệp sáng tác, ông dành nhiều không gian cho nhạc PG và quê hương. Bản nhạc PG đầu tiên là ca khúc *Mừng Khánh Đản* do HT Minh Châu nhờ ông sáng tác năm 1948. Năm 1990, một tuyển tập nhạc PG với 25 ca khúc của ông được GHPGVN xuất bản. Trong đó có những ca khúc nổi tiếng như *Gia đình thân ái* ; *Về dưới Phật đài* ; *Hồi hướng...* ông nguyên quán Phú Xuân Huế, trú quán Pháp quốc - *theo trang nhà www.vi.wikiperdia.org*

- Thanh Nguyên, Cư sĩ, sinh năm 1954, thế danh Nguyễn Văn Du, nguyên là tu sĩ pháp danh Nhật Ấn, pháp tự Thích Thanh Nguyên, đệ tử của HT Huyền Không chùa Quốc Ân, cựu học tăng PHV Báo Quốc và tri sự chùa Quốc Ân. Năm 1980, ông vào TP Hồ Chí Minh học tại chùa Quảng Hương Già Lam và làm thành viên *Ban Phật Giáo Việt Nam* thuộc *Viện Nghiên Cứu Phật học Việt Nam*. Khi về làm Cư sĩ, ông là NNC Hán Nôm trong *Trung tâm Hán Nôm* thuộc Viện KHXH tại TP Hồ Chí Minh. Sau đó, ông thành lập nhà sách PG hiệu là *Văn Thành*, chuyên biên tập và xuất bản các sách PG. Ông cũng tham gia vào thành viên Ban Văn hóa TW GHPGVN, nguyên quán Thừa Thiên Huế, trú quán TP Hồ Chí Minh.

- Thích Tôn Nguyên (? -1946), Hòa thượng, pháp danh Như Thông, pháp tự Giải Minh, pháp hiệu Tôn Nguyên, đời 41 tông Lâm Tế, thế hệ thứ 8 pháp phái Chúc Thánh. Ngài thế danh Lê Viết Thạt, sinh quán tại làng Thanh Chiêm, xã Điện Phương, Điện

Bàn, Quảng Nam. Xuất gia đắc pháp với HT Phước Trí tại chùa Linh Ứng. Ngài trụ trì chùa Linh Ứng vào những năm 1934 và trong năm này làm Tôn chứng giới đàn Thạch Sơn, Quảng Ngãi. Ngài có những huyền thuật dị kỳ khiến thời nhơn nể trọng và gọi Ngài là *Ông Sự Tích*. Sau khi Việt Minh cướp chính quyền thì ngài bị bắt và mất tích vào đầu năm 1946. Không rõ hài cốt ở đâu, môn đồ lập tháp thờ vọng tại chùa Linh Ứng. Đệ tử nối pháp có ngài Thị Năng Hương Sơn. Ngài nguyên quán Quảng Nam, trú quán Đà Nẵng - *theo Thích Như Tịnh sưu khảo*

- **Thích Mật Nguyện** (1911 -1972), Hòa thượng, dòng Lâm Tế Liễu Quán đời 43, đệ tử HT Giác Tiên- chùa Trúc Lâm- Huế, pháp danh Tâm Như, pháp hiệu Mật Nguyện. Năm 1932, ngài là giảng sư *hội An Nam Phật học*. Năm 1946, ngài khai sơn chùa *Bảo Tràng Huệ Giác*- Bình Định và trụ trì chùa Linh Quang- Huế. Năm 1951, đảm trách chức vụ Chánh trị sự *Sơn môn Tăng già Thừa Thiên* và giảng sư PHĐ Báo Quốc. Năm 1954, ngài làm Trị sự trưởng *Sơn môn Tăng già Trung Việt*. Năm 1957, khai sơn chùa *Từ Hàng Quan Âm*- Nam Hòa- Thừa Thiên. Năm 1964, ngài được mời làm giảng sư *viện Cao đẳng Phật học Sài Gòn* khi trường mới thành lập. Năm 1968, ngài là Chánh đại diện miền Vạn Hạnh kiêm Chánh đại diện GHPGVNTN tỉnh Thừa Thiên Huế, tác phẩm dịch: *Kinh Giải Thâm Mật ; Kinh Vô Lượng Thọ ; Tân Duy Thức Luận* (của Thái Hư)... nguyên quán trú quán Thừa Thiên Huế - *xem thêm ở Danh Tăng Việt Nam tập 1*

- **Thích Nhơn Nguyện** (? -1927), Hòa thượng, dòng Lâm Tế Liễu Quán đời 42, thế danh Huỳnh Phát, còn gọi là Tổ Rau. Ngài xuất gia với tổ Thanh Chánh Phước Tường- chùa Kim Long- Phú Hòa- Khánh Hòa, được pháp danh Trừng Hoằng, pháp tự Thiện Hóa, pháp hiệu Nhơn Nguyện. Năm 1906, ngài được thỉnh trụ trì chùa Linh Quang- núi Đại An, cạnh miếu thờ Thiên Y thánh mẫu. Năm 1915, ngài được triều đình cấp bổng lộc theo ngạch Quan Tăng làm *"Tự Trưởng"*. Năm 1916, ngài trùng tu chùa Linh Quang bằng vật liệu ngói đá bền chắc. Năm 1920, ngài được sự đề bạt của *Đoan Huy Hoàng Thái hậu*- đức Từ Cung, Bộ Lễ đã ban chức *"Hòa thượng Thích Nhơn Nguyện, trụ trì Quan Tự"*. Cùng trong năm này, ngày lên xứ cao nguyên *"Hoàng Triều Cương Thổ"* chứng minh lễ khai sơn chùa Linh Quang- Đà Lạt của ngài Tâm Trung- Từ Lý- Minh Đạo, tức HT Nhơn Thứ, người khai sơn PG cao nguyên. Ngài cảm nhận việc tu hành còn chưa đủ, nên phát nguyện Tuyệt cốc, không ăn cơm, chỉ ăn rau dưa, vì thế có hiệu là *Tổ Rau*. Năm 1924, ngài chứng minh lễ đúc đại hồng chung cúng dường cho chùa Linh Quang. Sau đó, phát nguyệt Tuyệt cốc lần thứ hai với đại nguyện xả thân cầu đạo. Năm 1927, ngài đã tự thiêu thân trong lúc xả thất để cúng dường Tam bảo vào ngày 12 tháng 7 năm Đinh Mão (1927), nguyên quán trú quán Ninh Hòa- Khánh Hòa - *theo tư liệu TK Thích Trí Bửu sưu khảo*

- **Thích Tâm Nguyện** (1917 -1990), Hòa thượng, thế danh Phạm Văn Quý, năm 1934 xuất gia với HT Doãn Hài- chùa Bảo Khám Tế Xuyên, được pháp danh Tâm Nguyện. Năm 1943, ngài làm Đương gia chùa Cao Đà. Năm 1946-1950 ngài học PHĐ chùa Quán Sứ. Năm 1954, ngài theo tổ Tuệ Tạng về Nam Định và trụ trì chùa Vọng Cung, ngài còn trông nom chốn tổ Tế Xuyên và thủ tọa chùa Bồ Đề- Gia Lâm. Năm 1983, ngài xây dựng lại Chùa Vọng Cung bị trúng bom trong chiến tranh đổ nát. Năm 1984, ngài là ủy viên MTTQ và đại biểu HĐND TP Nam Định, ngài viên tịch ngày 13-8-1990, thọ 74 tuổi và 51 hạ lạp, nguyên quán Hà Nam, trú quán Nam Định - *xem thêm ở Danh Tăng Việt Nam tập 1*

- **Thích Thiện Nguyện** (1946 -2016), Hòa thượng, pháp danh Đồng Nguyện, pháp tự Thiện Nguyện, pháp hiệu Bảo Tịnh, đời 43 tông Lâm Tế, thế hệ thứ 10 pháp phái Chúc Thánh. Hòa thượng thế danh Hồ Tân, sinh năm Bính Tuất (1946) tại làng Hòa Bình, thôn Hóa Khuê Đông, xã Hòa Quý, huyện Hòa Vang, Đà Nẵng. Năm 1964 xuất gia với Hòa thượng Thích Trí Hữu tại chùa Linh Ứng. Tăng sinh PHĐ Huỳnh Kim, thọ Tỳ kheo năm 1974 tại chùa Bồ

Đề- An Giang do HT Thích Thiện Hòa làm Đàn Đầu. Thời gian này ngài khai sơn chùa Bảo Tịnh tại Quận Bình Thạnh- Gia Định. Năm 1975 kế thừa trụ trì tổ đình Linh Ứng, quận Ngũ Hành Sơn, Đà Nẵng. Ngài từng đảm nhiệm Chánh đại diện Phật giáo quận Ngũ Hành Sơn, Trưởng Ban hướng dẫn GĐPT Đà Nẵng, Phó Ban trị sự TP Đà Nẵng và năm 2014 đảm nhận Trưởng Ban trị sự TP.Đà Nẵng, UV HĐTS TW GHPGVN. Ngài nhiều lần trùng tu tổ đình Linh Ứng, khai sơn chùa Linh Ứng Bà Nà (1999), Linh Ứng Bãi Bụt (2004) và khánh thành vào năm 2010. Hòa thượng viên tịch vào ngày 19 tháng 8 năm Bính Thân (2016), hưởng thọ 71 tuổi, 42 hạ lạp. Ngài nguyên và trú quán Đà Nẵng - *theo Thích Như Tịnh sưu khảo*

- **Thích Nữ Bảo Nguyệt** (1943 -2011), Ni trưởng, xuất gia với Sư bà Diệu Không-chùa Hồng Ân, pháp danh Tâm Nhường, pháp tự Bảo Nguyệt, thế danh Thái Thị Lê. Năm 1962, học Y tá tại bệnh xá chùa Từ Đàm, khi tốt nghiệp phục vụ tại bệnh xá chùa Hồng Ân. Năm 1968, sau khi thọ đại giới, Ni trưởng được cử làm hiệu trưởng trường Mẫu giáo Lâm Tỳ Ni-chùa Diệu Đế. Năm 1970, theo học Trung đẳng Phật học tại Ni viện Diệu Đức. Năm 1972, vào Nam trụ trì chùa Diệu Giác- Quận 9 và giám đốc Cô nhi viện tại đây. Năm 1989, Ni trưởng xin phép thành lập trường nuôi dạy trẻ mồ côi Diệu Giác và làm Phó chủ nhiệm cơ sở này. Năm 1997, Ni trưởng là Ủy viên Ban đại diện PG quận 2. Năm 1980, Ni trưởng thành lập GĐPT Đức Tâm và khai mở Đạo tràng Phật tử tu học chùa Diệu Giác, nguyên quán Quảng Trị, trú quán TP Hồ Chí Minh - *theo Chư tôn Thiền đức&Cư sĩ hữu công Thuận Hóa*

- **Thích Kiến Nguyệt**, Đại đức, thế danh Đường Minh Phương, sinh năm Tân Tỵ 1941, Cử nhân Giáo khoa Văn chương, Giáo viên Hóa trường Cao đẳng Sư phạm Vĩnh Long, một trong những đệ tử ưu tú của thiền sư Thích Thanh Từ, có công trong việc thi công xây dựng xây dựng thiền viện Trúc Lâm Đà Lạt, thiền viện Trúc Lâm Yên Tử, phục dựng và trụ trì thiền viện Trúc Lâm Tây Thiên-Vĩnh Phúc, phục dựng và trụ trì thiền viện Trúc Lâm Tây Trúc-Thái Nguyên, kiến tạo các ngôi thiền viện Trúc Lâm Hàm Rồng-Thanh Hóa, thiền viện Trúc Lâm Phượng Hoàng- Bắc Giang; kiến tạo công trình thế kỷ Đại tượng Phật "Quốc thái Dân an" Phật đài cao 49 mét, tượng đá tôn trí trong khuôn viên thiền viện Trúc Lâm Tây Thiên- Vĩnh Phúc. Thầy còn trước tác các tác phẩm đã xuất bản: *Tu nói Tôi nghe* ; *Vượt thoát Khổ đau* ; *Tóm tắt cuộc đời Đức Phật* (phổ biến nội bộ); *Lịch sử Phật giáo Tây Thiên* (bản thảo). Nguyên quán Hà Tiên- Kiên Giang; trú quán tỉnh Vĩnh Phúc - *theo Thích Vân Phong biên khảo*

- **Thích Minh Nguyệt** (1907 1985), Hòa thượng, thế danh Lý Duy Kim, bí danh Tam Không, nối pháp dòng Thiên Thai Thiền Giáo Tông đời 44. Năm 1919 xuất gia với tổ Huệ Đăng- chùa Thiên Thai Bà Rịa. Năm 1945, là Hội trưởng hội PG Cứu quốc Nam bộ, đồng thời là Hội trưởng hội PGCQ tỉnh Mỹ Tho, Hội trưởng hội PGCQ khu Sài Gòn-Gia Định. Năm 1947, ngài xuất bản *nguyệt san Tinh Tấn*. Năm 1956, xuất bản *tập san Tổ Quốc*. Năm 1960, cơ sở cách mạng bị lộ, ngài bị bặt và bị đày ra Côn Đảo với mức án 20 năm tù khổ sai.. Năm 1974, ngài được trao trả sau hiệp định Paris ký kết. Năm 1975, đất nước thống nhất, ngài Phó chủ tịch Ủy ban MTTQ TP Hồ Chí Minh và Chủ tịch *Ban Liên lạc PG Yêu nước* TP Hồ Chí Minh. Ngài còn là chủ nhiệm *tuần báo Giác Ngộ* - tiếng nói của PG thành phố Hồ Chí Minh. Năm 1980, ngài là Phó ban Vận động Thống nhất PGVN. Năm 1981, GHPGVN được thành lập, ngài được thỉnh vào ngôi vị Phó Pháp chủ Thường trực HĐ Chứng minh TW GHPGVN. Tự biết sức khỏe và quỹ thời gian rất ngắn, Ngài hướng dẫn 5 vị đệ tử (Định Chánh, Định Huệ, Định Chơn, Định Nhơn, Định Nghĩa...) tân xuất gia cầu y chỉ và thọ giới Sa di với HT Thích Vĩnh Đạt, chùa Phước Hưng- Sa Đéc, Sau đại hội, ngài về trụ xứ tại chùa Long Hoa- quận 10 và viên tịch vào ngày 28 tháng Chạp năm Giáp Tý (18-01-1985), thọ 77 tuổi đời và 57 tuổi hành đạo. Do công đức cao dày với Đạo pháp Dân tộc - con đường mang tên Thích Minh Nguyệt tại Phường 2- quận Tân Bình- TP Hồ Chí Minh. Ngài nguyên quán Bình Dương, trú quán TP Hồ Chí Minh - *xem thêm ở Danh Tăng Việt Nam tập 1*

- **Chơn Thành Pháp Ngữ** (?-?), Hòa thượng, dòng Lâm Tế Chúc thánh đời 40, đệ tử tổ Ấn Chánh Huệ Minh- chùa Từ Quang, là pháp đệ của ngài Pháp Hỷ và Pháp Ngãi. Khi bổn sư viên tịch, ngài kế thế trụ trì chốn tổ Sắc tứ Từ Quang- Tuy An. Ngài đã thay đổi cách sinh hoạt nông thiền bằng pháp môn phương tiện ứng phú đạo tràng để cảm hóa quần chúng. Năm 1929, hỏa hoạn đã thiêu rụi ngôi chùa, chư Sơn quyết định tổ chức quyên góp rộng rãi để có kinh phí xây dựng lại và cung thỉnh HT Thiền Phương- trụ trì tổ đình Phước Sơn làm phó trụ trì để cùng xây dựng tái thiết tổ đình Từ Quang. Khi xây dựng xong chánh điện và hậu tổ thì ngài viên tịch vào ngày 21 tháng 10 Âm lịch, không rõ năm sinh năm mất, nguyên quán trú quán Phú Yên - *theo Thích Thanh Minh sưu khảo*

Nha

- **Thích Thanh Nhã**, Hòa thượng, sinh năm 1950, thế danh Đỗ Văn Mâu, Ủy viên Thường trực TW GHPGVN, Phó ban Thường trực Nghi lễ TW GHPGVN, Phó trưởng ban BTS GHPGVN TP Hà Nội, Hiệu trưởng trường TCPH Hà Nội, trụ trì chùa Trấn Quốc- Hà Nội, Tác phẩm: *Hòa thượng Kim Cương Tử* ; *Chùa Trấn Quốc*, nguyên quán Quỳnh Phụ- Thái Bình, trú quán Hà Nội - *theo NNC Nguyễn Đại Đồng sưu khảo*

- **Phật Ý-Linh Nhạc** (1725 -1821), Thiền sư, họ Nguyễn, là người đem dòng thiền Lâm Tế Chánh Tông theo chân lưu dân từ Đồng Nai xuống phía Nam. Năm 1743, xuất gia với tổ Thành Đẳng Nguyệt Ấn (còn gọi là Minh Lượng)- chùa Đại Giác- Cù Lao Phố, được ban pháp danh Phật Ý, pháp hiệu Linh Nhạc, nối pháp dòng Lâm Tế đời 35. Năm 1755, ngài đến đất Gia Định lập một thảo am thờ Phật, sau đó xây dựng thành ngôi chùa đặt hiệu là Từ Ân, ở vùng đất nay thuộc công viên Tao Đàn và chợ Đũi-quận Ba. Khi quân Pháp đánh chiếm thành Gia Định, chùa bị đốt phá, sau này được cất mới dời về Phú Lâm, được sắc tứ gọi là Sắc tứ Từ Ân Tự. Năm 1758, ngài cùng chư huynh đệ xây dựng chùa Khải Tường- thôn Hoạt Lột, huyện Tân Bình- Gia Định. Năm 1769, bổn sư viên tịch, ngài trở về kế thế trụ trì chùa Đại Giác. Năm 1772, chùa Giác Lâm được Cư sĩ Lý Thoại Long xây dựng chưa có người trụ trì. Phật tử đến chùa Từ Ân cung thỉnh ngài cử người về trụ trì. Ngài nhận lời và cử ngài Tổ Tông Viên Quang về đây trụ trì. Năm 1774, ngài cử ngài Tổ Ấn Mật Hoằng trụ trì chùa Đại Giác. Năm Tân Ty 1821, ngài viên tịch tại chùa Từ Ân, thọ 97 năm, 79 tuổi đạo, tháp lập tại khuôn viên chùa Từ Ân, nguyên quán Thuận Hóa, trú quán Gia Định - *theo Biên niên sử PG Sài Gòn Gia Định*

- **Thích Pháp Nhạc** (?), Hòa thượng, dòng Tế Thượng Thiên Thai Thiền Giáo Tông, đệ tử tổ Huệ Đăng-Bà Rịa, trụ trì chùa Long An-Chợ Lớn, tham gia PG Cứu quốc tỉnh Gia Định. Năm 1952, hội PG Cứu quốc chuyển qua hoạt động công khai, đổi tên thành *Giáo hội PG Lục Hòa Tăng Việt Nam*, HT được bầu làm Phó Tăng trưởng *Giáo hội P Lục Hòa tăng Việt Nam*, chưa rõ thân thế nguyên quán, trú quán Chợ Lớn - *theo Biên niên sử PG Sài Gòn Gia Định*

- **Thích Phước Nhàn** (1886 -1962), Hòa thượng, thế danh Trương Văn Ninh. Năm 1899, xuất gia với HT Thanh Minh-Viên Tâm- chùa Linh Sơn Diên Thọ- Núi Tà Cú, được pháp danh Trừng Phong, pháp tự Phước Nhàn, dòng Lâm Tế Liễu Quán đời 41. Ngài rất giỏi hành trì khoa *Du Già Mật Tông*. Năm 1922, ngài trùng tu chùa tổ đình Linh Sơn Diên Thọ. Năm 1936, khai sơn chùa Pháp Diên- Phan Thiết. Năm 1940 ,ngài được *hội Phật học Bình Thuận* cung thỉnh làm Chứng minh đạo sư và trụ trì chùa Tỉnh hội PG Phan Thiết. Năm 1948, ngài được suy tôn *Thượng thủ Giáo hội Tăng già PG* tỉnh Bình Thuận, nguyên quán trú quán Bình Thuận - *xem thêm ở Danh Tăng Việt Nam tập 1*

- **Ấn Thiên Huệ Nhãn** (?-?), Hòa thượng, dòng Lâm Tế Chúc Thánh đời 39, xuất gia với tổ Chương Từ Quảng Thiện- chùa

Phước Sơn- Đồng Tròn- Phú Yên. Sau khi tổ Chương Từ Quảng Thiện viên tịch, ngài kế thừa Đệ tam tổ trụ trì tổ đình Phước Sơn vào năm 1864. Sau khi trụ trì, ngài đến cầu pháp với tổ Chương Niệm Quảng Giác ở tổ đình Từ Quang. Năm 1878, ngài thọ đại giới tại giới đàn chùa Hội Sơn- xã An Linh. Năm 1882, ngài khai đại giới đàn tại chùa Bảo Sơn và được cung thỉnh làm Giáo thọ A Xà Lê. Sau khi tổ Ấn Từ Huệ Hiển- chùa Từ Quang viên tịch, không có người thừa kế, ngài kiêm trụ trì tổ đình Từ Quang. Trong thời gian kế thừa, ngài đã mở con đường dài 500 mét từ cổng chùa ra đường cái, lát bằng đá tảng, là một công trình rất công phu. Về tiếp Tăng độ chúng, ngài đã đào tạo nên một danh tăng là hoàng tử dòng Tuy Lý Vương, nhân dịp tỵ nạn ở gần chùa Từ Quang, ông Hoàng thường đến chùa tham vấn Phật pháp. Sau 10 năm học hỏi giáo lý, ngài Ấn Thiên đã thế phát ban đạo hiệu là Pháp Thân và cho thọ Cụ túc giới. Ngài Pháp Thân trở về Thuận Hóa lập ngôi chùa lấy hiệu *Phước Huệ* để kỷ niệm (chữ Phước là chữ đầu của Phước Sơn, chữ Huệ là chữ đầu của pháp hiệu Huệ Nhãn). Ngài Ấn Thiên Huệ Nhãn là bậc danh Tăng đức độ, đương thời được chư Sơn và Phật tử sùng kính mến mộ, nhưng ngài tuổi thọ quá ngắn, viên tịch năm 39 tuổi, nguyên quán trú quán Phú Yên - *theo Thích Thanh Minh sưu khảo*

- **Thích Thanh Nhãn** (?), ngài họ Trần, quê ở thôn Đồng Đắc, xã Đồng Hướng, huyện Kim Sơn, pháp hiệu Đạo Thành Minh, pháp danh Thanh Nhãn. Tương truyền, ngài ăn chay ngay từ khi còn trong thai mẹ (khi thân mẫu mang thai ngài, thì tự nhiên không ăn mặn được). Ngay từ tuổi ấu thơ ngài đã mến mộ đạo Phật và xin phép song thân đi xuất gia làm đệ tử Sư tổ Phổ Tế tại chốn tổ Đồng Đắc. Ngài đã được Sư tổ truyền trao giới thân tuệ mệnh và cho kế đăng tục diệm trụ trì đời thứ hai tại tổ đình Kim Liên. Tương truyền rằng, ngài Thanh Nhãn có gần 3 năm tu thiền tại động Bích Đào (hang Từ Thức) thuộc xã Nga Thiện, huyện Nga Sơn, tỉnh Thanh Hóa. Trong thời gian tu hành và tham thiền tại đây, ngài đã thể nhập được tinh thần đại bi đồng thể, nên đã cảm hóa được các thú dữ trong khi tọa thiền; Một ngư dân phát hiện việc tu hành đắc đạo của sư trong hang Từ Thức như vậy, nhân dân kháo nhau đến đảnh lễ và cung thỉnh ngài về sáng lập ra các chùa như: chùa Hàm Ân ở xã Chất Bình; chùa Yên Hòa và chùa Yên Bình, ở xã Yên Lộc, huyện Kim Sơn. Ngài đã thuyết pháp giáo hóa và quy y cho nhiều người theo đạo Phật ở huyện Kim Sơn. Hạnh nguyện viên mãn, ngài trở về tĩnh dưỡng tại chùa Hàm Ân cho đến khi viên tịch, nhục thân của ngài được táng tại chùa Hàm Ân sau 3 năm, dân thôn Đồng Đắc xin phép được cải táng và cung rước xá lợi của ngài về xây tháp và tôn thờ tại tổ đình Kim Liên. Hiệu tháp: *Nam mô Từ Tế tháp, Lâm Tế chính tông, Ma ha Sa môn, Tỷ khiêu Bồ tát giới, pháp húy Thanh Nhãn, pháp hiệu Đạo Thành Minh, nhục thân Bồ tát giác linh Thiền tọa hạ.* Chính kỵ ngày 10-3 âm lịch - *theo NNC Nguyễn Đại Đồng sưu khảo*

- Tiên Huệ-Tịnh Nhãn (?), Hòa thượng thiền sư, đệ tử tổ Tổ Ấn-Mật Hoằng, từ Huế vào miền Nam, khai sơn chùa Thiên Phước-Phước Long-Thủ Đức, chưa rõ thân thế - *theo Biên niên sử PG Sài Gòn Gia Định.*

- Thích Tịnh Nhãn (1948 -2013), Hòa thượng, pháp danh Đồng Thanh, pháp tự Tịnh Nhãn, pháp hiệu Trí Đức, đời 43 tông Lâm Tế, thế hệ thứ 10 pháp phái Chúc Thánh. Thế danh Trương Minh Sơn, sinh năm 1948 tại thôn Nhơn Nghĩa Đông, xã Nhơn Phúc, thị xã Nhơn An, Bình Định. Xuất gia năm 9 tuổi tại chùa Giác Hoàng với HT Bửu Tịnh. Thọ Tỳ kheo năm 1968 tại chùa Long Khánh-Quy Nhơn do HT Phúc Hộ làm Đàn đầu truyền giới. Năm 1972, được bổn sư cử làm trụ trì chùa Giác Hoàng. Ngài lưu tâm và chuyên sâu vào nghành Giáo dục và Hoằng pháp PG nên đảm nhiệm nhiều chức vụ: Chánh thư ký kiêm Giáo thọ trường TCPH Nguyên Thiều từ khóa I đến khóa VI; Trưởng BHD GĐPT Bình Định từ 1992 đến 1997; Trưởng Ban hoằng pháp PG Bình Định từ 2002 đến 2007; Hiệu trưởng trường TCPH Bình Định từ 2007 đến 2010; Ủy viên Thường trực BTS GHPGVN tỉnh Bình Định, Trưởng ban Giáo dục Tăng Ni GHPGVN tỉnh Bình Định khóa 2012-2017. Sau khi dự lễ trà tỳ cố Trưởng lão HT Từ Nhơn về, HT đã đột ngột viên tịch vào tối ngày 20 tháng 3 năm Quý Tỵ (2013), thọ 66 tuổi và 46 hạ lạp. Ngài nguyên quán trú quán Bình Định - *theo phatgiaobinhdinh.com*

- Thích Trí Nhãn (1909 -2004), Hòa thượng, Trưởng Lão, pháp danh Như Truyện, pháp tự Giải Lệ, pháp hiệu Trí Nhãn, đời 41 tông Lâm Tế, thế hệ thứ 8 pháp phái Chúc Thánh. Ngài thế danh Đoàn Thảo, sinh năm Kỷ Dậu (1909) tại thôn Đồng Nà, xã Cẩm Hà, Hội An. Ngài xuất gia từ nhỏ tại tổ đình Chúc Thánh với Hòa thượng Thiện Quả, thọ Tỳ kheo năm 1934 tại chùa Thạch Sơn, Quảng Ngãi. Ngài được bổn sư cử làm Phó trụ trì tổ đình Chúc Thánh và kiêm trụ trì chùa Vạn Đức. Năm 1962 trụ trì chùa Chúc Thánh và suốt đời cùng với môn phái lo kiến tạo trùng tu tổ đình cũng như mộ tháp chư Tổ. Ngài là Thành viên HĐCM TW GHPGVN, Chứng minh Ban trị sự tỉnh Quảng Nam. Ngài viên tịch ngày Rằm tháng 2 nhuận năm Giáp Thân (2004), thọ 96 tuổi. Ngài nguyên quán trú quán Quảng Nam - *theo Thích Như Tịnh sưu khảo*

- **Trừng Thanh Tịnh Nhãn** (? -?), Hòa thượng, thế danh Lê Văn Thân, xuất gia năm 1889 với HT Thanh Thái Phước Chỉ- chùa Tường Vân- Huế, pháp danh Trừng Thanh, pháp tự Hiền Lương. Năm 1997, ngài thọ đại giới và đắc pháp với pháp hiệu Tịnh Nhãn. Năm 1914, ngài kế thế trụ trì chùa Tường Vân. Ngài trụ trì được 5 năm thì xin thoái lui vì bệnh duyên. Năm sinh năm mất không rõ, nguyên quán trú quán Thừa Thiên Huế - *theo Chư tôn Thiền đức&Cư sĩ hữu công Thuận Hóa tập 3*

- **Thích Tịnh Nhãn** (1947 -2013), Hòa thượng, Ủy viên Thường trực BTS GHPGVN tỉnh Bình Định, Trưởng ban Giáo dục Tăng Ni GHPGVN tỉnh Bình Định, trụ trì chùa Giác Hoàng- An Nhơn, nguyên quán trú quán Bình Định.

- **Hải Nhu-Tín Nhậm** (1812 -1883), Hòa thượng, dòng Lâm Tế đời 40, đệ tử tổ Nhất Định, khai sơn chùa Quảng Tế, trụ trì chùa Giác Hoàng, Tăng cang chùa Thiên Mụ, nguyên quán Quảng Trị, trú quán Thừa Thiên Huế - *theo Chư tôn Thiền đức&Cư sĩ tiền bối hữu công PG Thuận Hóa*

- **Như Như-Đạo Nhân** (1851 - ?) Hòa thượng, thi sĩ, tác gia, pháp danh Trừng Khế, pháp tự Như Như, đệ tử ngài Tâm Truyền-chùa

Báo Quốc, thế danh Nguyễn Phúc Hồng Thịnh, Hoàng tộ đế hệ Minh Mạng, tri tạng chùa Báo Quốc, nguyên quán Thanh Hóa, trú quán Thừa Thiên Huế - *theo Chư tôn Thiền đức&Cư sĩ tiền bối hữu công PG Thuận Hóa*

- **Hộ Nhẫn** (1924 -2002), Hòa thượng, Tăng trưởng hệ phái Nam Tông Việt Nam, thế danh Tôn Thất Thuế. Năm 1947 thọ Sa di giới Bắc truyền với HT Châu Lâm. Sau đó ngài chuyển hướng sang hệ phái Nam Tông học đạo với HT Giới Nghiêm, pháp danh Khantapala Maha thera. Năm 1952, ngài thọ Sa di giới với HT Thiện Luật. Năm 1955, thọ cụ túc giới ở Miến Điện. Năm 1957, thỉnh xá lợi Phật, xá lợi Thánh tăng và Tam tạng kinh Nam truyền Myanmar về Việt Nam, trụ trì chùa Thiền Lâm-Huế. Năm 1997, ngài là thành viên HĐCM GHPGVN và Phó chủ tịch HĐTS GHPGVN, ngài xả báo thân ngày mồng 7 tháng 9 năm Nhâm Ngọ (12-10-2002) tho579 năm, 48 hã lạp, nguyên quán trú quán Thừa Thiên Huế - *xem thêm ở Danh Tăng Việt Nam tập 3*

- **Thích Minh Nhẫn**, Thượng tọa, thế danh Từ Thành Đạt, sinh năm 1972, năm 13 tuổi xuất gia tại Chùa Phật Quang, Tp Rạch Giá, Bổn sư là HT Thích Giác Phước, thọ Tỳ Kheo tại đại giới đàn Trí Thiền Chùa Tam Bảo Rạch Giá. Tiến sỹ Khoa học chuyên ngành "Quản trị chiến lược" tại trường Đại học công lập IFUGAO - Philippines. Phó Trưởng ban Thường trực kiêm Trưởng ban Tăng sự GHPGVN Tỉnh Kiên Giang, Sáng lập - Giám đốc Trung tâm TTXH Phật Quang, huyện Hòn Đất, Kiên Giang, Sáng lập kênh truyền hình Pháp âm Kiên Giang, giảng sư Học viện PGVN tại HCM và Lớp đào tạo cao-trung cấp giảng sư. Hiện là UV Hội Đồng Trị sự TW-GHPGVN. Phó Ban Hoằng pháp TW GHPGVN; Phó ban Từ Thiện Xã Hội TW-GHPGVN. Nguyên quán, trú quán Kiên Giang - *theo Thích Vân Phong biên khảo*

- **Ấn Diệu Từ Nhẫn** (1859 -1921), Hòa thượng, Tổ sư, pháp danh Ấn Diệu, pháp tự Tổ Truyền, pháp hiệu Từ Nhẫn, đời thứ 39 tông Lâm Tế, thế hệ thứ 6 pháp phái Chúc Thánh. Ngài thế danh Lê Văn Sáng, sinh năm Kỷ Mùi (1859) tại xã Gia Phước, huyện Lễ Dương, phủ Thăng Bình, Quảng Nam. Năm Tự Đức 22, Kỷ Tỵ

(1869) Ngài xuất gia với thiền sư Chương Quảng Mật Hạnh tại chùa Linh Ứng. Đến năm Tự Đức 34, Tân Tỵ (1881), ngài được cử làm Tăng Mục chùa Linh Ứng. Năm Ất Mùi (1895), ngài được triều đình cử làm trụ trì chùa Linh Ứng. Năm Đinh Dậu (1897), ngài được vua Thành Thái ban cho hai chiếc "*Tam Thọ Ngân Tiền*" để tưởng thưởng đạo hạnh của ngài. Năm Giáp Thìn (1904), ngài được cải bổ làm trụ trì chùa Tam Thai. Ngài bẩm tính thuần hậu, tiếp Tăng độ chúng với tâm từ vô lượng không có sự phân biệt. Ngài viên tịch vào ngày mồng 3 tháng 11 năm Tân Dậu (1921) hưởng thọ 63 tuổi, bảo tháp được kiến lập bên tháp của thiền sư Mật Hạnh và thiền sư Từ Trí. Đệ tử đắc pháp của ngài có các vị như: Chơn Phương Thiện Trung- trụ trì chùa Tam Thai; Chơn Đạt Thiện Ân- Yết ma tại Gia Định; Chơn Tâm Viên Minh- khai sơn chùa Sùng Đức, Phan Rang... Ngài nguyên quán Quảng Nam, trú quán tại Đà Nẵng - *theo Thích Như Tịnh sưu khảo*

- **Thích Từ Nhẫn** (1899 -1950), Hòa thượng, thế danh Lê Ngọc Thập, năm 1915 xuất gia với HT Chơn Hương Minh Phương- chùa Linh Nguyên- Đức Hòa, dòng Lâm Tế Đạo Bổn Nguyên đời 39, pháp danh Như Đắc, pháp hiệu Từ Nhẫn. Năm 1920, ngài trụ trì chùa Thới Bình- Cần Giuộc- Long An. Ngài giới đức kiêm ưu, nên được cung thỉnh làm Giới sư hầu hết các đại giới đàn ở khắp hai miền Nam-Trung. Ngài được triều đình ban tặng "*Quốc Ân Đại Hòa Thượng*". Năm 1923, ngài trùng hưng chùa Linh Nguyên-Đức Hòa- Long An. Năm 1935, ngài khai sơn chùa Chưởng Phước- Cần Giuộc. Năm 1936, để chuyên tu giai đoạn cuối đời, ngài lập hai ngôi tịnh thất ở hai chùa Thới Bình và Chưởng Phước, tên là *Linh Thoại Ứng tịnh thất* và *Từ Tâm tịnh thất*. Năm 1950, ngài xả báo thân ngày 19 tháng 9 năm Canh Dần (1950), trụ thế 52 năm, 31 mùa Hạ, bảo tháp lập ở chùa Linh Nguyên, nguyên quán trú quán Cần Giuộc Long An - *xem thêm ở Danh Tăng Việt Nam tập 2*

Nhi

- **Nguyễn Tá Nhí**, PGS. Tiến sĩ Hán Nôm, NNC Phật giáo, sinh năm 1944. Ông được đánh giá là một trong những chuyên gia hàng đầu về chữ Nôm ở nước ta, một người có vốn kiến thức uyên thâm, sâu sắc và đa chiều về tiếng Việt cổ. Từng nhiều năm tham gia giảng dạy Hán Nôm tại trường TCPH Hà Tây (chùa Mỗ Lao, Hà Đông) và HVPGVN tại Hà Nội. Tác phẩm liên quan đến Phật giáo: *Chùa Liên Phái* (đồng tác giả với HT Thích Gia Quang), Nxb Tôn giáo, 2008, nguyên quán trú quán Thanh Oai- Hà Nội - *theo NNC Nguyễn Đại Đồng sưu khảo*

- **Hữu Nhiêm** (1917 -1966), Hòa thượng Sư Cả, hệ phái Nam Tông Khmer, xuất gia tại chùa Trâu Trắng- Cà Mau, pháp danh Suddhamma Panna (Tuệ Thiện Pháp). Năm 1938, ngài được Phật tử thỉnh trụ trì chùa Trâu Trắng- Thới Bình- Cà Mau. Năm 1945, ngài tiếp xúc và thân quen nhiều các bộ trong *Mặt trận Việt Minh*. Từ đó, ngài thường che giấu hoạt động của những chiến sĩ cách mạng. Năm 1947, ngài được bầu làm *ủy viên Mặt trận Việt Minh* tỉnh Rạch Giá, phụ trách Tăng sĩ PG Khmer Theravada Nam bộ. Năm 1964, ngài làm Phó chủ tịch MTGPDT miền Nam Việt Nam. Năm 1966, trên đường lưu trú, ngài ghé chùa Nhà Máy- Cà Mau thì bị máy bay Mỹ ném bom thiêu cháy chùa, trong đó có sự hy sinh của ngài, nguyên quán trú quán Cà Mau - *xem thêm ở Danh Tăng Việt Nam tập 1*

- **Thích Giác Nhiên** (1878 -1979), Hòa thượng, thế danh Võ Chí Thâm, đệ tử tổ Tâm Tịnh- chùa Tây Thiên Di Đà, pháp danh Trừng Thủy, pháp tự Chí Thâm, pháp hiệu Giác Nhiên. Năm 1919, ngài được Bộ Lễ cử về trụ trì Thánh Duyên Quốc Tự, và được phong Tăng cang chùa này. Năm 1932, ngài là một trong năm vị Tăng già thành lập *An Nam Phật Học Hội* tại Huế. Năm 1935, ngài là Giám đốc PHĐ Tây Thiên. Năm 1937, trụ trì tổ đình Thuyền Tôn. Năm 1956, Viện trưởng PHV Hải Đức-Nha Trang. Từ năm 1958 -1962, là Chánh hội trưởng Tổng trị sự hội PG Trung phần. Năm 1973, là

Đệ nhị Tăng thống GHPGVNTN, ngài thị tịch vào ngày mồng 6 tháng Giêng năm Kỷ Mùi (2-2-1979), thọ 102 tuổi, 69 hạ lạp, nguyên quán Quảng Trị, trú quán Thừa Thiên Huế - *xem thêm ở Danh Tăng Việt Nam tập 1*

- **Thích Thanh Nhiễu**, Hòa thượng, sinh năm 1952, thế danh là Vũ Đức Chính, Tiến sĩ Tôn giáo học (2016), Phó chủ tịch Thường trực HĐTS TW GHPGVN, Trưởng BTS GHPGVN tỉnh Nghệ An, trụ trì chùa Bái Đính-Ninh Bình, trú xứ chùa Quán Sứ-Hà Nội, nguyên quán tại thôn Thạch Cầu, xã Nam Tiến, huyện Nam Trực, tỉnh Nam Định, trú quán Hà Nội.

Nho

- **Thích Hồng Nhơn** (1911 -1997), Hòa thượng, dòng Lâm Tế Gia Phổ đời 39, thế danh Đặng Văn Tới, xuất gia năm 1926 với tổ Thanh Ẩn Chánh Khâm- chùa Từ Ân, pháp danh Hồng Nhơn, pháp tự Ngộ Đạo, pháp hiệu Thiện Trân. Năm 1930, ngài thọ Tam đàn cụ túc tại giới đàn chùa Linh Sơn Tiên Thạch- Tây Ninh do HT bổn sư làm Đàn đầu truyền giới. Năm 1945, ngài về kế thừa ngôi chùa gia tộc, làm trụ trì chùa Từ Thoàn- Quận 8. Năm 1951, ngài làm giáo thọ trường Lục Hòa Tăng tại chùa Khánh Hưng- Sài Gòn. Ngài được cung thỉnh làm Thiền chủ các trường hạ: chùa Vĩnh Xuân- Tây Ninh (1956); chùa Thập Phương- Rạch Giá(1963); chùa Gò Phụng Sơn- Chợ Lớn (1966); chùa Thiền Lâm- Phú Lâm (1967); chùa Phước Long- Bình Dương (1968); chùa Quan Thế Âm- Phú Nhuận (1972); chùa Thiền Lâm- Chợ Lớn (1973); chùa Huỳnh Kim-- Gò Vấp (1983);...Ngài còn được cung thỉnh truyền giới hầu hết các giới đàn trường Hương, trường Kỳ PG cổ truyền. Ngài chuyên hành trì pháp môn hiển mật và ngồi chánh đàn Đại khoa Du Già, Mông Sơn Chẩn Tế, ngài xả báo thân ngay tháng 9 năm Đinh Sửu (1997) thọ 86 năm, 66 hạ lạp, nguyên quán Chợ Lớn, trú quán TP Hồ Chí Minh - *xem thêm ở Danh Tăng Việt Nam tập 3*

- **Đặng Tống Tịnh Nhơn** (1931 -1982), Nữ cư sĩ, quy y với HT Giác Nhiên-chùa Thuyền Tôn, pháp danh Tâm Liên. Năm 1948, Nữ cư sĩ cùng với Cư sĩ Văn Đình Hy điều khiển *Gia đình Phật Hóa Phổ* Gia Thiện, sinh hoạt ở chùa Quan Công- Huế. Đại hội GĐPT năm 1951 tại chùa Từ Đàm đã chấp thuận đề nghị của anh Lương Hoàng Chuẩn và chị Tịnh Nhơn, đổi danh xưng ngành Đồng niên thành ngành *Oanh vũ*, đồng thời giao cho anh Chuẩn, chị Tịnh Nhơn soạn lại mẩu chuyện chim Oanh vũ và phác họa mẫu đồng phục ngành Oanh. Năm 1952, Nữ cư sĩ được mời giảng dạy 2 môn Văn và Sử tại trường Đồng Khánh. Năm 1956, Nữ cư sĩ được xếp cấp Tín của BHD GĐPT Trung ương. Năm 1967, Nữ cư sĩ được cử giữ Ủy viên ngành Thiếu nữ BHD GĐPT Trung ương. Năm 1959, Nữ cư sĩ làm hiệu trưởng trường Đồng Khánh- Huế. Năm 1963, Nữ cư sĩ xin đổi vào Nam dạy trường Gia Long Sài Gòn cho đến cuối đời, nguyên quán Thừa Thiên Huế, trú quán TP Hồ Chí Minh - *theo Chư tôn Thiền đức&Cư sĩ hữu công Thuận Hóa*

- **Thích Thiện Nhơn** (1931 -2013), Hòa thượng, thế danh Hồ Thanh Tùng, xuất gia năm 1944 với HT Giác Tánh- chùa Hưng Long- An Nhơn, được pháp danh Quảng Phước. Năm 1948-1954, ngài làm Thư ký Hội PG Cứu Quốc Liên khu 5. Năm 1954, ngài vào học tại *Tăng học đường Nam Phần Trung Việt*- Nha Trang. Năm 1957, ngài thọ đại giới tại tại đại giới đàn Hộ Quốc- Nha Trang do HT Giác Nhiên làm Đàn đầu truyền giới, được bổn sư ban pháp tự Thiện Nhơn, pháp hiệu Quán Hạnh. Năm 1958, ngài được bổ nhiệm làm giảng sư các tỉnh Trung phần và Tây nguyên. Đồng thời ngài kiêm nhiệm Chánh hội trưởng hội Phật học Quảng Ngãi. Từ 1964-1975, ngài là Chánh đại diện GHPGVNTN tỉnh Gia Lai-Kon Tum, ngài đã thành lập các trường Bồ Đề ở Pleiku. Năm 1966, ngài gia nhập Nha Tuyên úy PG, được bổ làm Chánh sở Tuyên úy PG Cao nguyên và Duyên hải Trung phần. Ngài đã khai sơn các chùa Hồng Từ (Kon Tum), chùa Đạo Quang (Sài Gòn), chùa Pháp Hải (Quy Nhơn), chùa Hoa Nghiêm (Phù Cát). Năm 1982, sau khi đi an trí 8 năm, ngài trở về hành đạo tại chùa Thiên Đức. Năm 1987, ngài kế thế trụ trì tổ đình Thiên Đức. Năm 1992, ngài làm Trưởng ban Hoằng pháp GHPGVN tỉnh Bình Định kiêm Phó BTS PG huyện Tuy Phước. Năm 1997, ngài là Ủy viên HĐTS GHPGVN, Phó BTS kiêm Trưởng ban Tăng sự PG tỉnh Bình Định. Năm 2002, ngài được suy cử Thành viên Hội đồng Chứng minh GHPGVN. Ngài còn được cung thỉnh làm giới sư các giới đàn truyền giới trong và ngoài nước. Ngài viên tịch ngày 11 tháng 3 năm Quý Tỵ (20-04-2013) thọ 83 năm, 55 hạ lạp, nguyên quán trú quán Bình Định - *xem thêm ở Danh Tăng Việt Nam tập 3*

- **Thích Thiện Nhơn**, Hòa thượng, Tiến sĩ danh dự, sinh năm 1947, thế danh Phan Minh Hoàng, xuất gia năm 1960 với HT Thiện Từ tại chùa Phước Tường- Cầu Kè- Trà Vinh, lúc 10 tuổi, nguyên học Tăng PHV Huệ Nghiêm, Chủ tịch HĐTS TW GHPGVN, Phó chủ tịch đoàn chủ tịch TW MTTQ Việt Nam, trụ trì chùa Minh Đạo quận 3, nguyên quán Trà Vinh, trú quán TP Hồ Chí Minh

- **Thích Từ Nhơn** (1926-2013), Hòa thượng, dòng Lâm Tế Gia Phổ đời 41, thế danh Nguyễn Văn Sáu, xuất gia ấu niên với HT Hồng Pháp-Thiện Minh (chú ruột), pháp danh Nhựt Sáu, pháp hiệu Từ Nhơn. Năm 1944-1946, ngài học tại trường Gia giáo chùa Long An do HT Hành Trụ chủ giảng. Năm 1945, ngài thọ đại giới tại giới đàn chùa Vạn An do HT Chánh Quả- chùa Kim Huê làm Đàn đầu truyền giới. Sau khi thọ giới, ngài học tại PHĐ Lưỡng Xuyên- Trà Vinh. Năm 1952, ngài được cử làm Trị sự trưởng Giáo hội Tăng già tỉnh Sa Đéc kiêm giảng sư tỉnh hội. Năm 1953, ngài trụ trì Phước Thạnh Cổ Tự- Sa Đéc. Năm 1964, ngài làm Ủy viên Tài chánh kiêm Phó Tổng vụ trưởng Tổng vụ Tăng sự GHPGVNTN. Cùng năm, ngài được cử làm Tổng thủ bổn Viện Hóa Đạo và trú xứ tại chùa Ấn Quang. Năm 1965, ngài được giáo hội bổ nhiệm trụ trì Việt Nam Quốc Tự. Năm 1981, ngài làm Ủy viên HĐTS kiêm Phó Ban Tăng sự TW GHPGVN. Năm 1982, ngài là Phó BTS kiêm Trưởng ban Tăng sự Thành hội PG TP Hồ Chí Minh. Năm 1990, ngài được bầu làm Tổng lý Hội đồng Quản trị tổ đình Ấn Quang. Năm 1997, ngài được suy cử Thành viên HĐCM kiêm Phó Chủ tịch Thường trực HĐTS GHPGVN và là viện chủ Việt Nam

Quốc Tự- quận 10. Ngài xả báo thân ngày 16 tháng 3 năm Quý Tỵ (25-04-2013) thọ 88 năm, 68 hạ lạp, nguyên quán Sa Đéc- Đồng Tháp, trú quán TP Hồ Chí Minh - *xem thêm ở Danh Tăng Việt Nam tập 3*

- **Thích Viên Nhơn** (1921 -1972), Hòa thượng, dòng Lâm Tế Liễu Quán đời 44, thế danh Phạm Văn Đắc, xuất gia với HT Tâm Chánh Quảng Tuyên- chùa sắc tứ Báo Ân, An Cựu- Huế, pháp danh Nguyên Đạt, y chỉ với HT Trí Thủ được pháp hiệu Viên Nhơn. Năm 1957, ngài được Tổng hội PG Trung phần cử trụ trì chùa Phước Huệ- Bảo Lộc- Lâm Đồng. Năm 1961, ngài trụ trì chùa PG Ninh Hòa- Khánh Hòa và khai sơn chùa Phước Điền. Năm 1964, trụ trì chùa Tỉnh hội PG Bình Thuận và khai sơn chùa Viên Ngộ. Năm 1968, trụ trì chùa Tỉnh hội PG Kon Tum là chùa Hồng Từ, ngài xả báo thân ngày 27 tháng 4 năm Nhâm Tý (1972) tại tu viện Quảng Hương Già Lam, hưởng 52 năm 24 hạ lạp, tháp lập ở đồi Trại Thủy- chùa Long Sơn- Nha Trang, nguyên quán Thừa Thiên Huế, trú quán Bình Thuận-Nha Trang - *theo Chư tôn Thiền đức &Cư sĩ hữu công Thuận Hóa tập 3*

Nhu

- **Thích Giác Nhu** (1912 -1997), Hòa thượng, danh tăng hệ phái Khất sĩ Việt Nam, đồng sáng lập Giáo hội PG Khất sĩ Việt Nam, Phó chủ tịch HĐTS TW GHPGVN, Phó Pháp chủ HĐCM TW GHPGVN, viện chủ Tịnh xá Trung Tâm-Bình Thạnh, nguyên quán Long Xuyên, trú quán TP Hồ Chí Minh - *xem thêm ở Danh Tăng Việt Nam tập 2*

- **Thích Thanh Nhu** (1861 -1934), Hòa thượng, ngài họ Trần, pháp hiệu là Thanh Nhu, pháp húy là Thích Trạm Trạm thiền sư;

ngài xuất gia năm 18 tuổi tại chùa Phượng Ban- xã Khánh Thịnh- huyện Yên Mô, tỉnh Ninh Bình. Năm 21 tuổi thụ giới Sa di, 23 tuổi thụ Cụ túc giới, rồi ngoài 40 tuổi thụ Bồ tát giới tại tam đàn giới phẩm Xuân Lôi. Sau đó, ngài tham học ở chùa Bồ Đề, chùa Đồng Đội tỉnh Nam Định, chùa Hoàng Kim, chùa Bích Động, tỉnh Ninh Bình. Năm 1884, khi dân làng chùa Cổ Loan xuống chùa Phượng Ban thỉnh tổ Thông Trạch về giúp xây dựng lại chùa, tổ đã đồng ý lời thỉnh cầu đó và cử đệ tử xuất sắc của mình là Tỳ kheo Thích Thanh Nhu về chùa Cổ Loan. Năm 1908, sưu khi thiền sư Thanh Đầu viên tịch, ngài Thanh Nhu kế đăng trụ trì chùa Cổ Loan. Tại đây, hơn 40 năm (1884-1934) giáo hoá Tăng ni, ngài đã đào tạo được nhiều Tăng tài đi hoằng pháp các nơi hoặc đi trụ trì, khai sáng các chùa Xuân Vũ, Phúc Trì, Phúc Sơn, Phương Viên ở Ninh Bình, chùa Sùng Đức ở Thủ Đức, chùa Pháp Hoa quận 3, TP Hồ Chí Minh. Để giữ gìn và phát triển mạng mạch của đức Như Lai, ngài đã xiển dương giáo pháp của phái thiền Lâm Tế vào tỉnh Thanh Hoá. Trên đất Thanh Hóa, theo các chứng tích lịch sử, khi tổ sư Thanh Nhu và đệ tử Thanh Khái đi hoằng hoá đến xứ Đồng Đen, làng Thọ Hạc, huyện Đông Sơn đã lập chùa Quảng Hóa. Ngài viên tịch ngày mồng 2 tháng 5 năm Giáp Tuất (1934) thọ 74 tuổi. Tháp mộ ngài tại chùa Cổ Loan. Bài vị khắc trên tháp ghi: *Nam mô Định Phương bảo tháp Ma ha Sa môn truyền Lâm Tế phái pháp huý tự Thanh Nhu* **Thích Trạm Trạm thiền sư** - **Ngài nguyên quán** quê xã Quần Phương Trung, huyện Hải Hậu, tỉnh Nam Định, trú quán Ninh Bình - *theo NNC Nguyễn Đại Đồng sưu khảo*

- **Thích Giác Nhu** (1912 -1997), Hòa thượng, Trưởng lão hệ phái PG Khất sĩ Việt Nam, thế danh Phạm Văn Nên, xuất gia năm 1952 với HT Giác Như khi ngài 42 tuổi. Từ năm 1954-1960, ngài phụ tá Nhị tổ Giác Chánh và Trưởng lão Giác Như hành đạo suốt 2 miền Nam Trung với hạnh Du Tăng. Năm 1964, ngài và HT Giác Tường đứng đơn xin thành lập *Giáo hội Tăng già Khất sĩ Việt Nam.* Đến năm 1966, Giáo hội được phép thành lập, ngài làm Tổng thư ký suốt 3 nhiệm kỳ. Năm 1980, ngài làm Chứng minh đạo sư Tịnh xá

Trung Tâm- Bình Thạnh. Năm 1981-1987, ngài làm Phó chủ tịch HĐTS GHPGVN. Năm 1982-1997, ngài được suy tôn ngôi vị Phó Pháp chủ HĐCM GHPGVN, ngài xả báo thân ngày mồng 2 tháng 9 năm Đinh Sửu (02-10-1997) thọ 85 năm, 45 hạ lạp, nguyên quán Lấp Vò- Đồng Tháp, trú quán TP Hồ Chí Minh - *xem thêm ở Danh Tăng Việt Nam tập 2*

- **Thích Nữ Hương Nhũ**, Ni sư, sinh năm 1963, sơn môn Liên Tông Tịnh Độ Non Bồng, đệ tử Ni trưởng Huệ Giác- Quan Âm tu viện- Biên Hòa, Tiến sĩ triết học PG tại Ấn Độ năm 2005, Ủy viên Phân ban Ni giới TW, Ủy viên BTS GHPGVN tỉnh Bình Dương, Ủy viên ban Hoằng pháp TW GHPGVN, Giảng viên học viện PGVN tại TP Hồ Chí Minh, Phó khoa Đào tạo từ xa HVPGVN, trụ trì chùa Thiên Quang-Dĩ An, nguyên quán Hà Nội, trú quán Bình Dương,

- **Thích Đức Nhuận** (1897 -1993), Hòa thượng, trưởng sơn môn Đồng Đắc, dòng Tào Động Việt Nam, pháp danh Đức Huy, pháp hiệu Thanh Thiệu. Năm 1969, ngài về chốn tổ Quảng Bá- huyện Từ Liêm- Hà Nội trụ trì và làm hiệu trưởng trường Tu học Phật pháp Trung ương tại chùa Quảng Bá. Năm 1980, ngài về trụ trì chùa Hồng Phúc-Hòe Nhai-Hà Nội, năm sau Hôi nghị Đại biểu Thống nhất PG toàn quốc, ngài được cung thỉnh làm Đệ nhất Pháp chủ GHPGVN, nguyên quán Nam Định, trú quán Hà Nội - *xem thêm ở Danh Tăng Việt Nam tập 1*

- **Thích Đức Nhuận** (1924 -2001), Hòa thượng, thế danh Đồng Văn Kha, sơn môn tổ đình Vĩnh Nghiêm miền Nam, xuất gia năm 1937 với HT Thích Tâm Thường- chùa Liêu Hải- Nghĩa Hưng- Nam Định, pháp danh Đức Nhuận, pháp hiệu Trí Tạng. Năm 1943, ngài thọ đại giới tại tổ đình Phú Ninh- Nam Định. Sau đó, tham học các nơi: tổ đình Phú Ninh, chùa Cồn- Nam Định; tổ đình Tế Xuyên- Hà Nam; PHĐ Báo Quốc- Huế; PHĐ Nam Việt- Sài Gòn. Năm 1954, ngài di cư vào Nam, trú xứ chùa Giác Minh-Sài Gòn. Năm 1956-1961, ngài làm Chủ tịch Giáo hội Tăng già Bắc Việt tại miền Nam. Năm 1963, ngài là Thư ký Ủy ban Liên phái Bảo vệ PG trong pháp nạn chống kỳ thị tôn giáo. Năm 1965, ngài làm chủ nhiệm kiêm chủ bút *nguyệt san Vạn Hạnh*. Năm 1969, ngài làm giáo sư phân khoa Phật học và Triết học Đông phương- Viện đại học Vạn Hạnh. Năm 1967, ngài là Chánh thư ký Viện Tăng Thống GHPGVNTN. Năm 1971, là chủ bút nguyệt san *Hóa Đạo* của Tổng vụ Hoằng pháp GHPGVNTN. Năm 1975, ngài là trụ trì chùa Giác Minh. Năm 1985-1993, ngài bị đi an trí 8 năm, khi trở về ngài tiếp tục nghiên cứu biên soạn các tác phẩm: *Gió Thiêng* (thơ,1959) ; *Phật học tinh hoa* (1960) ; *Chuyển hiện Đạo Phật vào thời đại* (1967) ; *Trao cho thời đại một nội dung Phật chất* (1969) ; *Sứ mệnh người Phật tử đối với dân tộc và đạo pháp* (1995) ; *Kiến thiết văn minh Phật giáo* (1995) ; *Đạo Phật và dòng sử Việt* (1996) ; *Sáng một niềm tin* (thơ,1999) ; *Hướng đi của thời đại* (2001). Ngài xả báo thân vào mồng 9 tháng Chạp năm Tân Tỵ (21-01-2002) thọ 79 năm, 59 tuổi đạo, nguyên quán Nam Định, trú quán TP Hồ Chí Minh - *xem thêm ở Danh Tăng Việt Nam tập 3*

- **Chương Tánh Quảng Nhuận** (? -?) Hòa thượng, Tổ sư, dòng Lâm Tế Chúc Thánh đời 38, pháp danh Chương Tánh, pháp tự Tôn Tuyên, pháp hiệu Quảng Nhuận, ngài đắc pháp với tổ Toàn Thể- Vi Lương- Linh Nguyên ở chùa Từ Quang (Đá Trắng)- Tuy An- Phú Yên. Sau khi tổ khai sơn chùa Triều Tôn viên tịch, ngài về kế thế trụ trì. Nhận thấy địa thế không thuận lợi cho việc giáo hóa quần chúng, ngài quyết định dời chùa về vị trí ngày nay. Ngài còn khai sơn chùa Lăng Nghiêm do Cư sĩ Đào Trí bỏ ngân khoản xây dựng. Ngài đã tiếp Tăng độ chúng thành những bậc tài đức xuất chúng như: ngài Ấn Như Tổ Nguyện, Ấn Như Quảng Thông... Ngài viên tịch ngày mồng 8 tháng 4 Âm lịch, tháp lập trong khuôn viên chùa Triều Tôn - *theo Thích Thanh Minh sưu khảo*

- **Tuệ Nhuận** (1887 -1967), Cư sĩ, xem ở Văn Quang Thùy, Sđd

Như

- **Tiên Trực Chơn Như** (? -1844), Hòa thượng, thế danh Trần Văn Như, là Tăng chúng chùa Long Quang- Huế. Năm 1826, nhà vua sắc chuẩn cho ngài từ chùa Long Quang vào trụ trì chùa Ứng Chơn- núi Ngũ Hành Sơn cùng một sắc chỉ với ngài Tiên Thường về trụ trì chùa Tam Thai- núi Ngũ Hành Sơn- Quảng Nam. Ngài có pháp danh là Tiên Trực, hiệu Chơn Như, dòng Lâm Tế đời 37, trụ trì chùa Ứng Chơn (Linh Ứng). Năm 1841, ngài viên tịch, tháp lập ở phía Đông hòn Thổ Sơn. Ngài có hai người em là Trần Văn Ân, pháp danh Chương Tín Hoằng Ân, kế vị trụ trì 14 năm rồi chuyển qua trụ trì chùa Tam Thai vào năm 1854. Người em út là Trần Văn Nghi, pháp danh Hải Nghiêm Phước Nghi, được chỉ định trụ trì chùa Ứng Chơn. Tháp của ba anh em gần nhau ở phía Đông hòn Thổ Sơn- Ngũ Hành Sơn. Đây là ba anh em có đạo hạnh và công đức lớn lao đối với PG Quảng Nam, nguyên quán Tuy An- Phú Yên, trú quán Ngũ Hành Sơn- Quảng Nam - *theo Chư tôn Thiền đức&Cư sĩ hữu công Thuận Hóa tập 3*

- **Trừng Nguyên Chơn Như** (1889 -1948), Hòa thượng, dòng Lâm Tế Liễu Quán đời 42, xuất gia năm 20 tuổi với HT Huệ Minh- chùa Từ Hiếu, pháp danh Trừng Nguyên, pháp tự Quang Hiệp, pháp hiệu Chơn Như. Năm 1910, ngài thọ đại giới tại giới đàn chùa Phước Lâm- Hội An, do HT Vĩnh Gia làm Đàn đầu truyền giới. Năm 1915, ngài khai sơn chùa Đông Lâm- Thủy Xuân- Huế. Năm 1922, ngài học lớp Cao đẳng Phật học với HT Huệ Pháp- chùa Thiên Hưng- Huế và HT Phước Huệ- chùa Thập Tháp- Bình Định. Năm 1930, ngài khai sơn chùa Báo Ân- Huế. Năm 1934, ngài được mời làm Đệ tứ tôn chứng trong giới đàn chùa Thạch Sơn- Quảng Ngãi. Ngài xả báo thân ngày mồng 4 tháng 5 năm Mậu Tý (1948) hưởng 59 năm, 38 hạ lạp, tháp lập tại đồi thông chùa Từ Hiếu, nguyên quán trú quán Thừa Thiên Huế - *theo trang nhà www.thuviencophap.net.blogspot.com*

- **Thích Trí Như**, Thượng tọa, sinh năm 1970, Ủy viên Pháp chế BTS GHPGVN Hà Nội, Phó hiệu trưởng trường Trung cấp Phật học Hà Nội, Trưởng BTS PG huyện Thanh Trì, trụ trì chùa Linh Thông- Thanh Trì, Hà Nội, tác phẩm: *Phật giáo huyện Thanh Trì*, nxb Tôn Giáo 2013, nguyên quán Kim Sơn-Ninh Bình, trú quán Thanh Trì-Hà Nội - *theo NNC Nguyễn Đại Đồng sưu khảo*

- **Thích Viên Như**, Thượng tọa, NNC Hán nôm, nhạc sĩ, đệ tử HT Từ Mãn- chùa Linh Sơn, kế thế trụ trì chùa Linh Sơn-Đà Lạt, Phó BTS GHPGVN tỉnh Lâm Đồng, Trưởng BTS GHPGVN huyện Lạc Dương, Lâm Đồng, tác phẩm: nhiều khảo luận về Hán Nôm có giá trị, tác phẩm: *Tổ thứ Ba Trúc Lâm Huyền Quang ; Cuộc đời Oan Khuất ; Chữ Nôm mới ;* Thượng tọa còn sáng tác nhiều ca khúc về quê hương Đà Lạt, về đạo và đời được phổ biến rộng rãi, nguyên quán Thừa Thiên Huế, trú quán Đà Lạt-Lâm Đồng

- **Tiên Cần Từ Nhượng** (?), Hòa thượng, pháp mạch dòng thiền Lâm Tế Chánh tông đời thứ 37, trụ trì chùa Long Thạnh-Bà Hom, là bổn sư của ngài Minh Hòa-Hoan Hỷ, một danh tăng trong cuộc khởi nghĩa tại Hóc Môn - *theo Biên niên sử PG Sài Gòn Gia Định*

- **Danh Nhưỡng**, Hòa thượng, Tăng trưởng hệ phái PG Nam Tông Khmer, sinh ngày 7 tháng 6 năm 1929, ở xã Minh Lương, huyện Châu Thành, tỉnh Kiên Giang. Năm 1944, ngài xuất gia tại chùa Khlang Oong- Rạch Giá. Năm 1950, thọ Tỳ kheo giới với HT Tăng Sanh- chùa Khlang Oong. Năm 1964, tham gia hội Đoàn kết Sư sãi Yêu nước. Ngài đã tổ chức cuộc biểu tình từ chùa Láng Cát hợp cùng 72 chùa đấu tranh cho quyền lợi của PG Khmer trước bạo quyền. Năm 1981, GHPGVN ra đời, ngài được cung thỉnh làm Thành viên HĐCM GHPGVN, Phó ban Tăng sự TW GHPGVN, Trưởng BTS PG tỉnh Kiên Giang, hiệu trưởng Học viện PG Nam

Tông, trụ trì chùa Ratana Ransì, Hội trưởng hội Đoàn kết Sư sãi Yêu nước tỉnh Kiên Giang. Ngài nguyên quán trú quán Rạch Giá Kiên Giang - *theo báo Giác Ngộ số 107 năm 1995*

- **Đạt Long Như Nhựt** (1854 -1886), Hòa thượng, dòng Lâm Tế Gia Phổ đời 39, thế danh Trần Văn Cang, cha là Trần Văn Vàng, từng làm quan triều đình nhà Nguyễn, ngài xuất gia tại Sa Đéc. Năm 1869, ngài về quê hương khai sơn chùa Thiên Phước- Trà Cú- Trà Vinh và trụ trì đến cuối đời, ngài xả báo thân ngày Rằm tháng 7 năm Bính Tuất (1886), hưởng 32 năm, nguyên quán trú quán Trà Cú- Trà Vinh - *theo long vị chùa Thiên Phước, Thích Như Đạo sưu khảo*

Ni

- **Hải Hội Chánh Niệm** (1834 -1905), Hòa thượng, trụ trì chùa Long Hòa-Bà Rịa, viên tịch ngày 18 tháng 5 năm Ất Ty - *theo Biên niên sử PG Sài Gòn Gia Định*

- **Thích Chí Niệm** (1918 -1979), Hòa thượng, thế danh Lê Công Tụng, dòng Lâm Tế Liễu Quán đời 42, xuất gia với HT Chơn Thiệt-chùa Từ Hiếu, pháp danh Trừng Trì, pháp tự Chí Niệm, pháp hiệu Hoằng Khai. Năm 1960, ngài kế thế trụ trì tổ đình Từ Hiếu, khai sơn chùa Đàm Hoa-Huế. Nguyên quán trú quán Thừa Thiên Huế - *theo Chư tôn Thiền đức&Cư sĩ hữu công Thuận Hóa*

- **Thích Đạt Niệm**, Hòa thượng, nhà thơ, sinh năm 1950, là con của Bà mẹ Việt Nam anh hùng, Ủy viên BTS GHPGVN TP Hồ Chí Minh, nguyên Trưởng BTS GHPGVN huyện Thủ Đức, trụ trì chùa Pháp Trí-Thủ Đức, Phó chủ tịch CLB thơ huyện Thủ Đức, nguyên quán Bến Tre, trú quán Thủ Đức-TP Hồ Chí Minh.

- **Thích Đức Niệm** (1937 -2003), Hòa thượng, thế danh Hồ Đắc Kế, xuất gia năm 1950 với HT Minh Đạo- chùa Long Quang- Phan Rí. Năm 1957, thọ đại giới tại giới đàn PHV Hải Đức Nha Trang. Năm 1958, ngài vào học tại PHĐ Nam Việt- chùa Ấn Quang và tốt nghiệp năm 1962. Song song với việc học Phật học, ngài còn tốt nghiệp cử nhân Văn khoa- Viện đại học Vạn Hạnh năm 1966. Sau đó, ngài được học bổng du học tại Đài Loan năm 1969 và đỗ tiến sĩ về Văn Triết học năm 1978. Từ 1966-1969: - hiệu trưởng trường Trung học Bồ Đề Chợ Mới- Long Xuyên ; -Chánh đại diện PG tỉnh Gia Định ; - Chánh thư ký Phật học vụ GHPGVNTN ; -Giám đốc trường Trung học Bồ Đề Bình Dương. Năm 1979, ngài sang định cư tại Hoa Kỳ, là Phó viện trưởng Viện đại học Đông Phương. Năm 1981, ngài thành lập PHV Quốc Tế đào tạo tăng tài. Năm 1983, ngài tổ chức *Hải ngoại Đại giới đàn Thiện Hòa* đúng nghi thức thiền môn. Năm 1988, ngài làm Chủ tịch Hội đồng Điều hành Cộng đồng PGVN tại Hoa Kỳ. Năm 1992, ngài làm Chánh văn phòng Hội đồng đại diện GHPGVNTN hải ngoại tại Hoa Kỳ. Ngài đã dịch thuật, biên soạn các tác phẩm: *Phật pháp yếu nghĩa* (1988) ; *Câu Xá Luận Cương Yếu* (1985) ; *Tại gia Bồ tát giới* (1989) ; *Lược truyện tiền thân đức Phật* (1988) ; *Tịnh độ Đại thừa tư tưởng luận* (1989) ; *Kinh Thắng Man chú giải* (1990) ; *Phương pháp cải đổi vận mạng* (1991) ; *Pháp ngữ lục* (1991) ; *Kinh A Nan vấn Phật cát hung* (1994) ; *Tâm kinh yếu giải* (1998) ; *Thiện Tài cầu đạo* (1998) ; *Người muôn thuở* (1996) ; *Những mùa Vu Lan* (1996) ; *Nghi thức Hồng Danh Sám Hối* (1990)...Ngài xả báo an tường ngày 19 tháng 2 năm Quý Mùi (21-03-2003) thọ 66 năm, 46 hạ lạp, nguyên quán Bình Thuận, trú quán Hoa Kỳ - *xem thêm ở Danh Tăng Việt Nam tập 3*

- **Thích Hạnh Niệm**, sinh năm 1948, Hòa thượng, pháp danh Thị Thiện, pháp tự Hạnh Niệm, pháp hiệu Đoan Nghiêm, đời 42 tông Lâm Tế, thế hệ thứ 9 pháp phái Chúc Thánh. Ngài thế danh Võ Đi sinh năm Mậu Tuất (1948) tại Cẩm Thanh, Hội An, Quảng Nam. Xuất gia với Hòa thượng Thích Như Huệ tại chùa Pháp Bảo, Hội

An, thọ Tỳ kheo năm 1972 tại chùa Phật Ân, Mỹ Tho. Ngài hiện là thành viên HĐTS GHPGVN, Phó trưởng ban Thường trực Ban trị sự GHPGVN tỉnh Quảng Nam. Ngài có bút hiệu Kim Tâm, chủ trương tập thơ văn *Hương Sen*, đã in *Thiền Lâm Ứng Đối* và một số tập thơ... Ngài nguyên và trú quán Quảng Nam - *theo Thích Như Tịnh sưu khảo*

- **Thích Minh Niệm**, thiền sư, xuất gia năm 17 tuổi tại chùa Huệ Nghiêm- Bình Tân. Sư tu học ở đây được 7 năm về tư tưởng kinh điển đại thừa Mahayana Buddhism, sau đó ra đi tìm học về thiền nguyên thủy Vipassana. Năm 26 tuổi, sư tìm đến Làng Mai học về pháp môn "*Hiện tại Lạc trú*" với thiền sư Nhất Hạnh. Năm 2005, sư học hỏi nơi thiền sư Sao Tejaniya tại Hawaii, Mỹ với pháp môn "*nhận diện đơn thuần*" của dòng thiền Vipassana. Năm 2008, Sư tìm đến những trung tâm thiền tập ở miền đông bắc Hoa Kỳ, để kiểm chứng công phu tu tập của mình. Từ đây, Sư hình thành một lối thực hành thiền sống động cho riêng mình, dựa trên nền tảng của dòng Thiền nguyên thủy và tư tưởng Phật giáo đại thừa, có tên là "*Thiền Hiểu Biết*". Năm 2010, Sư cho ra đời tác phẩm "*Hiểu về trái tim*". Cuốn sách này được đông đảo bạn trẻ Việt Nam bình chọn là cuốn sách được yêu thích nhất năm 2013 (do Fahasa tổ chức) và nhiều lần tái bản bán chạy nhất nước. Năm 2011-2014, Sư thực hiện chuyến "tu bụi" đi bộ vòng quanh 25 tiểu bang nước Mỹ. Một nửa thời gian sống nơi hoang dã và một nửa thời gian sống và làm việc thiện nguyện tại các nông trại trồng hoa màu hữu cơ. Năm 2015, Sư sáng lập *Trung tâm Hàm Dưỡng Tâm Hồn & Rèn Luyện Kỹ Năng Sống*, gọi tắt là *Bản Hoa Anh Đào* tại Bảo Lộc- Lâm Đồng. Đây là trung tâm huấn luyện điều dưỡng cho những ai có những vết thương tâm hồn, cũng là nơi rèn luyện kỹ năng sống hay kỹ năng làm việc hòa điệu chung với nhau.Tháng 9- 2016, Sư cho ra mắt quyển sách thứ hai "*Làm Như Chơi*" và được sự đón nhận nồng nhiệt của các độc giả, Sư nguyên quán Long An, trú quán Hoa Kỳ và Lâm Đồng - *theo trang nhà www.thienthanhuongdat.com*

- **Quang Huy Nhất Niệm** (?-1857), Hòa thượng,pháp danh Tánh Chiếu, pháp tự Nhất Niệm, pháp hiệu Quang Huy, đắc pháp với Hòa thượng Phổ Tịnh, trụtrì chùa Diệu Đế năm 1847 và sau đó được bổ nhiệm trụ trì chùa Báo Quốc, nguyên quán chưa rõ, trú quán Phú Xuân - *theo Chư tôn Thiền đức&Cư sĩ tiền bối hữu công PG Thuận Hóa*

- **Yết ma Thiện Niệm** (1910 -1961), Ni sư, Yết ma, nguyên là thiếu nữ người Pháp lai, giả trai đi tu, nên gọi là thầy Yết ma. Ni sư là trụ trì đời thứ 2 chùa Hiển Lâm Sơn (Hóc Ông Che-Hóa An). Nơi khuôn viên chùa, có bức tượng tượng Ni sư Thiện Niệm bằng đá xanh. Bên dưới chân tượng, có dựng tấm bia đá ghi rõ thông tin: *"Ni sư thế danh là Marguerite Benz, pháp danh Thiện Niệm. Yết Ma Long Thiền tự. Nguyên trụ trì chùa Hiển Lâm. Trưởng ban Hoằng pháp và là Hội trưởng Lục Hòa Phật tử miền Đông. Sanh ngày 13-11-1910 DL, viên tịch ngày 27-12-1961 DL".* Sự tích như sau: "Một ngày nọ, thầy Hai (HT Huệ Lâm- đệ Nhất trụ trì) bất ngờ tiếp một vị khách là người Pháp tự xưng là hiệu trưởng một trường Tây nổi tiếng ở Sài Gòn. Người này đi cùng một người con gái ruột và cầu xin thầy Hai chữa chứng bệnh "kỳ lạ" đang mắc phải, đã trị hết bao bác sĩ Ta rồi bác sĩ Tây cũng không hết được. Thiền sư Huệ Lâm nhận nữ bệnh nhận "đặc biệt" này ở lại chùa và nhiệt tình chữa bệnh bằng cây lá rừng quanh chùa và những bài chú của Phật giáo. Thật lạ, người con gái này ở chùa thì hết bệnh nhưng về nhà lại tái phát bệnh như cũ. Thấy con gái mình có căn tu lại thông minh nên gia đình đồng ý cho quy y tại chùa Hiển Lâm Sơn với pháp danh là Thiện Niệm, chính thức thành đệ tử của sư Huệ Lâm". Vào những năm 1945, chiến tranh bùng phát, quân Pháp liên tục bố ráp vùng đất chùa Hiển Lâm Sơn để tìm Việt Minh. Do vậy, Ni sư trụ trì Thiện Niệm tạm tản cư về tá túc chùa Long Thiền cổ tự- ven sông Đồng Nai tại phường Bửu Hòa (Biên Hòa) và kết nghĩa huynh đệ với HT trụ trì Thích Huệ Thành. Nhờ biết tiếng Pháp và mang quốc tịch Pháp, nên Ni sư Thiện Niệm che chở cho ngôi chùa Long Thiền và cá nhân HT Thích Huệ Thành hoạt động cách mạng được thuận lợi. Cả hai ngôi chùa Hiển Lâm Sơn và chùa Long Thiền cũng không bị quân Pháp tàn phá. Ni sư Thiện Niệm liên tục tạo những chuyến xe tiếp vận lương thực vô chiến khu cho cách mạng mà không hề bị lính chặn khám xét. Những năm 1960, vùng đất ở chùa Hiển Lâm Sơn là nơi giao tranh ác liệt giữa quân Giải phóng với lính Cộng hòa, Ni sư Thiện Niệm buộc phải lánh nạn lần nữa về tạm trú tại chùa Long Thiền. Ai ngờ, tại đây Ni sư lâm bệnh nặng và viên tịch, thọ 52 năm. Do chiến tranh khốc liệt nên không thể đưa thi hài của Ni sư về lại chùa Hiển Lâm Sơn mà phải nhập tháp tại chùa Long Thiền, nguyên quán Pháp quốc, trú quán Đồng Nai - *theo tư liệu Trí Bùi biên khảo, Thích Vân Phong sưu tầm*

- **Thích Phước Ninh** (1915 -1994), Hòa thượng, dòng Lâm Tế Chúc Thánh đời thứ 42, thế danh Hồ Văn Ký, xuất gia năm 1926 với tổ Thiền Phương- chùa Phước Sơn- Phú Yên, pháp danh Thị Niệm, pháp tự Hành Đạo, pháp hiệu Phước Ninh. Năm 1931, ngài vào học tại PHĐ gia giáo chùa Tây Thiên- Ninh Thuận do HT Trí Thắng và HT Phúc Hộ giảng dạy. Năm 1940, ngài thọ Sa di tại giới đàn chùa Thái Nguyên- Thủ Đức. Năm 1947, ngài thọ đại giới tại giới đàn chùa Bảo Sơn- Tuy An do HT Vạn Ân làm Đàn đầu truyền giới. Năm 1945, ngài làm chủ tịch PG Cứu quốc huyện Đồng Xuân. Năm 1956-1963, ngài giữ chức Hội trưởng hội PG Tăng già huyện Tuy An. Năm 1957, ngài trụ trì chùa Bảo Sơn- Tuy An. Năm 1968, ngài vào Nam khai sơn chùa Từ Phong ở Thủ Thiêm- Thủ Đức. Năm 1982, GHPGVN thành lập, ngài được cử trụ trì chùa Bảo Tịnh- Tuy Hòa kiêm Chánh đại diện PG Huyện Tuy An, cuối đời ngài về trụ trì chùa Cảnh Phước- Tuy An và viên tịch ngày 24 tháng 4 năm Giáp Tuất (30-05-1994) thọ 79 năm, 47 hạ lạp, nguyên quán trú quán Phú Yên - *xem thêm ở Danh Tăng Việt Nam tập 2*

- **Thích Thanh Ninh**, Thượng tọa, sinh năm 1953, NNC Phật học, sử học Phật giáo, dịch giả, tác gia, thế danh Trần Văn Ninh, trú xứ chùa Quán Sứ-Hà Nội, tác phẩm: *Từ điển Phật học Hán Việt (*Thư ký công trình)- Nxb Khoa học Xã hội, 1992; *Thiền tăng truyện ký,* (Đồngtácgiả), NxbTôn giáo, 2010. *Phật giáo chính tín* (đồng dịch giả), Nxb Văn hoá Thông tin, 1992, nguyên quán Nghĩa Hưng- Nam Định, trú quán Hà Nội - *theo Nguyễn Đại Đồng -Hà Nội*

O

- **Thẩm Oánh** (1916 -1996), nhạc sĩ, Cư sĩ, tên thật Thẩm Ngọc Oánh, 18 tuổi ông bắt đầu dạy nhạc ở các trường tại Hà Nội. Năm 1945, ông thành lập đài phát thanh Hà Nội. Năm 1954, di cư vào Nam và làm Giám đốc trường Ca vũ nhạc phổ thông Sài Gòn. Ông còn giữ chức Phó hội trưởng *Việt Nam Nhạc Hội* và chủ bút *nguyệt san Việt Nhạc*. Ông sáng tác một số ca khúc PG nổi tiếng. Năm 1959, trong *Kỷ yếu Đại hội PG toàn quốc kỳ III*, ông có bài nhạc *Mừng Phật giáo thống nhất*. Năm 1991, ông cùng gia đình định cư sang Hoa kỳ và mất năm 1996, thọ 80 tuổi, nguyên quán Hà Nội, trú quán Hoa kỳ.

- **Trần Hoàng Oanh**, sinh năm 1957, Phật tử, pháp danh Diệu Châu, Cử nhân ngoại ngữ, giảng viên Anh văn Phật học tại Học viện PGVN và Trung tâm Nghiên cứu PGVN tại chùa Xá Lợi, tác phẩm: *Engglich For Buddhism (đồng tác giả)* Ban Giáo dục Tăng ni Trung ương ấn hành, nxb Phương Đông 2016, nguyên quán Cần Thơ, trú quán TP Hồ Chí Minh.

- **Út Trà Ôn** (1919 -2001), Cư sĩ, Nghệ sĩ nhân dân, thể hiện nhiều bài ca cổ nhạc PG bất hủ, Cố vấn Ban văn nghệ Thành hội PG TP Hồ Chí Minh, nguyên quán Vĩnh Long, trú quán TP Hồ Chí Minh.

P

- **Lê Cao Phan** (1923 -2014), Cư sĩ, nhạc sĩ, họa sĩ, điêu khắc gia, tinh thông ngoại ngữ Anh-Pháp, huynh trưởng GĐPT. Ông pháp danh Quảng Hội,Trưởng ban Hướng dẫn GĐPT tỉnh Thừa Thiên Huế kiêm Ủy viên Văn nghệ Ban hướng dẫn GĐPT Trung Phần. Về âm nhạc, vào tháng 5-1951, nhân đại hội lịch sử PG Bắc Trung Nam họp tại chùa Từ Đàm, ông đã sáng tác ca khúc *Phật Giáo Việt Nam* để chào mừng. Ca khúc này được PGVN sử dụng làm Đạo ca chính thức cho các Giáo hội trải qua nhiều thời kỳ. Về lĩnh vực hội họa, từ năm 1962-1975, ông đã mở bốn phòng triển lãm về tranh sơn dầu. Về điêu khắc, đặc biệt ông tạc tượng bán thân Bồ tát Quảng Đức tự thiêu trong pháp nạn 1963. Về dịch thuật, ông đã soạn dịch Truyện Kiều ra tiếng Anh và tiếng Pháp, hai dịch phẩm này đều được tổ chức UNESCO tài trợ và đưa vào *bộ tác phẩm tiêu biểu*. Ngoài ra, ông còn chuyển ngữ truyện Kiều sang thơ văn vần chữ Hán và Quốc tế ngữ Esperanto, tác phẩm: *Truyện Kiều* nhiều ngôn ngữ, *Ức Trai thi tập Anh - Pháp ngữ*, Ca khúc *Phật giáo Việt Nam ; Huyền Trang ca ; Đồng ca kết đoàn ; Vườn xanh...* và các ca khúc sinh hoạt GĐPT, ông mất ngày mồng 2 tháng Chạp năm Quý Tỵ (02-01-2014), nguyên quán Triệu Phong-Quảng Trị, trú quán TP Hồ Chí Minh - *theo trang nhà www.giadinhphattuvietnam.org*

- Thích Chơn Phát (1931 -2016), Hòa thượng, Trưởng lão, pháp danh Chơn Phát, pháp tự Đạo Dũng, pháp hiệu Long Tông (Tôn), đời 40 tông Lâm Tế, thế hệ thứ 7 pháp phái Chúc Thánh. Ngài thế danh Nguyễn Nghi, sinh ngày 13 tháng 10 năm Tân Mùi (1931) tại làng Kim Bồng, xã Cẩm Kim, Hội An. Xuất gia với Hòa thượng Phổ Thoại tại Long Tuyền, tham học tại tổ đình Chúc Thánh, Phước Lâm; học Tăng PHĐ Nam Việt, Giáo thọ PHĐ Giác Sanh. Trụ trì chùa Long Tuyền từ năm 1962, Trị sự trưởng GHTG Quảng Nam năm 1962. Một trong Tứ Trụ Quảng Nam trong phong trào tranh đấu Phật giáo năm 1963 tại Quảng Nam. Đốc học trường Bồ Đề Hội An, Chủ trương lập PHV Long Tuyền năm 1972 để đào tạo Tăng tài. Ngài tinh nghiêm giới luật, chú trọng việc giảng dạy. Sau năm 1975, ngài đóng cửa ẩn tu, miên mật hành trì pháp môn Tịnh độ. Ngài nhẹ nhàng xả báo thân vào ngày 22 tháng 4 năm Bính

Thân (2016), thọ 86 tuổi. Đệ tử có các vị thành danh như: Cố HT.Thích Như Luận; Cố HT.Thích Như Nhiệm; Cố HT.Thích Giải Trọng, HT.Thích Như Phẩm...nguyên quán trú quán Quảng Nam - *theo Thích Như Tịnh sưu khảo*

- **Thích Minh Phát** (1956 -1995), Thượng tọa, tác gia, nhà thơ, thế danh Lê Nhựt Nguyên, xuất gia năm 1964 với HT Thiện Hòa- chùa Ấn Quang, pháp danh Nguyên Đức, pháp hiệu Minh Phát. Năm 1975, thọ đại giới tại giới đàn chùa Pháp Giới- Cầu Tre do HT Hành Trụ làm Đàn đầu truyền giới. Năm 1976, Thượng tọa giữ chức Phó Tổng Quản sự kiêm Tri Khố tổ đình Ấn Quang. Năm 1877, Thượng tọa nhận trụ trì chùa Viên Giác- Tân Bình. Năm 1978 , Thượng tọa được cử giữ chức Phó Giám đốc Đại Tòng Lâm- Bà Rịa. Cùng năm, Thượng tọa khai sơn chùa Viên Dung- Thủ Đức. Năm 1992, Thượng tọa nhận trụ trì thêm chùa Gò (Phụng Sơn Tự)- quận 11. Thầy có công đức rất lớn trong việc tài trợ xây dựng các ngôi chùa và làm từ thiện xã hội khắp cả nước. Tác phẩm: *Đời sống đức Điều Ngự ; Xuân Vô Năng Thắng ; Giai thoại nhà Thiền ; Các nghi thức tụng niệm và Chúc Tán ; Khoa cúng tổ Kiều Đàm Di Mẫu ; Tu chỉnh Giới Đàn Ni ; Các tập thi phú...*Thượng tọa xả báo thân ngày 21 tháng 3 năm Bính Tý (08-05-1996) hưởng 41 năm, 21 mùa an cư, nguyên quán trú quán TP Hồ Chí Minh - *xem thêm ở Danh Tăng Việt Nam tập 2*

- **Thích Chánh Pháp** (1913 -1985), Hòa thượng, dòng Lâm Tế Liễu Quán đời 43, đệ tử HT Tịnh Khiết-chùa Tường Vân Huế, pháp danh Tâm Quang, pháp tự Chánh Pháp, thế danh Nguyễn Hữu Trừng. Năm 1948, ngài được bổ nhiệm trụ trì chùa Phổ Quang-Huế. Năm 1973, ngài kế thế quản trị tổ đình Tường Vân. Năm 1982, ngài được cung thỉnh làm thành viên Chứng minh GHPGVN tỉnh Thừa Thiên Huế, nguyên quán trú quán Thừa Thiên Huế - *theo Chư tôn Thiền đức&Cư sĩ hữu công Thuận Hóa*

- **Thích Chơn Pháp** (1867 -1932), Hòa thượng, dòng Lâm Tế Chúc Thánh đời 40, đệ tử ngài Ấn Thanh-Chí Thành-chùa Linh

Ứng-Quảng Nam, pháp danh Chơn Pháp, pháp tự Đạo Diệu, pháp hiệu Phước Trí, khai sơn chùa An Hội-Huế, trụ trì chùa Linh Ứng-Quảng Nam, trụ trì chùa Mỹ Khê-Quảng Nam, nguyên quán trú quán Quảng Nam - *theo Chư tôn Thiền đức&Cư sĩ tiền bối hữu công PG Thuận Hóa*

- **Thích Diệu Pháp** (1882 -1959), Hòa thượng, thế danh Lê Viễn, xuất gia với Quốc sư Phước Huệ- chùa Thập Tháp, pháp danh Không Đàm, pháp hiệu Diệu Pháp. Năm 1900, ngài vào Nam tu học tại chùa Linh Tuyền- Cầu Ngang- Trà Vinh. Năm 1905, ngài sang học đạo với tổ Khánh Hòa ở chùa Tuyên Linh- Bến Tre. Năm 1911, ngài nhận chùa Long Bình ở Trà Vinh và trùng hưng đổi tên thành chùa Long Khánh. Năm 1931, là hội viên sáng lập *hội Nam kỳ Nghiên cứu Phật học* và năm 1934 là Phó tổng lý *hội Lưỡng Xuyên Phật học*. Ngài xả báo thân ngày 28 tháng 6 năm Kỷ Hợi (1959), thọ 77 tuổi đời, 57 tuổi đạo, bảo tháp xây ở vườn chùa Long Khánh, nguyên quán Bình Định, trú quán Trà Vinh - *xem thêm ở Danh Tăng Việt Nam tập 2*

- **Thích Đắc Pháp** (1938 -2012), Hòa thượng, thiền sư, thế danh Thái Hồng Điệp, xuất gia năm 1958 với HT Thích Thanh Từ- chùa Phước Hòa- Trà Vinh, được pháp danh Đắc Pháp. Năm 1962, ngài thọ đại giới tại giới đàn chùa Ấn Quang- Sài Gòn. Năm 1966, ngài vào học tại PHV Huệ Nghiêm. Năm 1968, ngài được cử làm Giám học PHV Huệ Nghiêm. Năm 1970, ngài ra Vũng Tàu tham học khóa thiền đầu tiên tổ chức trong 3 năm. Thời gian này, ngài đã phụ giúp bổn sư dịch một số tác phẩm thiền, trong đó có hai tác phẩm của ngài: *Chơn tâm trực thuyết ; Tu Tâm Quyết*... Năm 1975, ngài trở về chùa Sơn Thăng- Vĩnh Long tu tập và hoằng pháp. Năm 1981, ngài được cử làm Thành viên HĐTS GHPGVN. Năm 1983, ngài là Phó BTS Thường trực PG tỉnh Vĩnh Long và Phó chủ tịch MTTQ tỉnh Vĩnh Long suốt 3 nhiệm kỳ. Năm 1990, trường Trung cấp Phật học tỉnh Vĩnh Long được thành lập, do ngài làm hiệu trưởng. Ngài xả báo thân ngày mồng 7 tháng Chạp năm

Nhâm Thìn (18-01-2013) thọ 75 năm, 50 hạ lạp, nguyên quán trú quán Vĩnh Long - *xem thêm ở Danh Tăng Việt Nam tập 3.*

- **Thích Hiển Pháp**, Hòa thượng, Nhân sĩ trí thức yêu nước, thế danh Trần Như Ngọc, sinh 01-01-1933. Nguyên trụ trì rất nhiều cơ sở Tự viện PG. Năm 1963, ngài tham gia phong trào đấu tranh của Phật giáo ở miền Nam đòi tự do, bình đẳng tôn giáo, ủng hộ phong trào đấu tranh của PG ở nội đô Sài Gòn, ngày 22-9-1973, HT làm Chủ tịch *Mặt trận Nhân dân Cứu đói*, ra mắt tại Niệm Phật đường Quảng Hương- Quận Nhất. Năm 1976, Ngài là Đại biểu Quốc hội khóa đầu tiên sau giải phóng, khóa VI, nhiệm kỳ 1976-1981, đảm nhiệm Uỷ viên Ủy ban Văn hoá và Giáo dục của Quốc hội. Ngài được tín nhiệm và được tái đắc cử Đại biểu Quốc hội khoá: VI, XI. Đầu xuân Canh Thân 1980, Ban Vận động Thống nhất Phật giáo VN được thành lập, Ngài giữ chức Phó Chủ tịch Ban Liên lạc Phật giáo yêu nước TP Hồ Chí Minh tham gia Ban vận động hiệp thương Đại hội đại biểu Thống nhất PGVN. Năm 1981, ngài giữ chức Phó Chủ tịch kiêm Tổng thư ký Hội Đồng Trị Sự Giáo Hội Phật Giáo Việt Nam. Năm 2013, ngài được tấn phong Phó pháp chủ GHPGVN, là viện chủ chùa Hưng Phước- Quận 3-TP Hồ Chí Minh, nguyên quán Bến Tre, trú quán TP Hồ Chí Minh - *theo Thích Vân Phong sưu khảo*

- **Thích Huệ Pháp** (1871 -1927), Hòa thượng, ngài họ Đinh, năm 1886 xuất gia với HT Cương Kỷ- chùa Từ Hiếu, được pháp danh Thanh Tú, pháp tự Phong Nhiêu, pháp hiệu Huệ Pháp. Năm 1896, ngài được bổn sư cho trụ trì chùa Thiên Hưng- Huế. Năm 1910, ngài được cung thỉnh vào Quảng Nam khai đại giới đàn chùa Phúc Lâm, ngài làm Đệ tam tôn chứng trong giới đàn này. Năm 1926, ngài được phong Tăng cang chùa sắc tứ Thiên Hưng và chùa Diệu Đế- Huế, Ngài xả báo thân ngày mồng Một tháng Giêng năm Đinh Mão, thọ 56 tuổi, 33 hạ lạp, bảo tháp dựng nơi chùa Từ Hiếu, nguyên quán Quảng Trị, trú quán Thừa Thiên Huế - *xem thêm ở Danh Tăng Việt Nam tập 2*

- **Thích Huệ Pháp** (1891 -1946), Hòa thượng, pháp danh Hồng Phó, thế danh Võ Văn Phó. Năm 1904, tự xuất gia tầm sư học đạo, ngài qua Nam Vang, rồi Ai Lao và đến Thái Lan. Sau 2 năm tu học thu thập được tinh hoa của PG Nam Tông, năm 1906 ngài trở lại Ai Lao học đạo với sư tổ Như Tâm, là vị sư người Việt lỗi lạc về Nho học, Tây học và Y lý, phong thủy cũng như yếu lý Đại thừa PG. Sau sư tổ về Việt Nam khai sơn chùa Định Long ở Núi Sam- Châu Đốc. Tại Ai Lao, ngài được tín đồ cúng dường xây dựng một ngôi chùa Việt Nam đầu tiên ở đây, ngôi chùa lấy tên tỉnh (Sanvanakhet). Nhờ tài bốc thuốc cứu người, dân bản xứ hết lòng khen ngợi, gọi ngài là Phật sống cứu độ chúng sanh. Năm 1913, do danh tiếng đó, Toàn quyền Đông Dương thời bấy giờ là Pasquere cùng khâm sứ Lào và Cao Miên đã thỉnh ngài sang nước Cao Miên trị bệnh cho Hoàng Thái Hậu, xem ngài như thánh y và nổi tiếng là danh tăng 3 nước Việt Miên Lào. Năm 1914 ngài trở về Việt Nam, được tổ Như Tâm phú pháp dòng Lâm Tế Gia Phổ đời 40, pháp danh Hồng Phó, pháp hiệu Huệ Pháp. Năm 1925 ngài khai sơn và trụ trì chùa Long Khánh- Châu Đốc. Ngày 7.3.1937, hội NKNCPH đại hội thường niên đã thỉnh HT làm Chánh hội trưởng, nguyên quán trú quán Châu Đốc - *xem thêm ở Danh Tăng Việt Nam tập 1*

- **Thích Huệ Pháp** (1887 -1975), Hòa thượng, thế danh Nguyễn Lộ, dòng Lâm Tế Chúc Thánh đời 40, xuất gia năm 1909 với HT Hoằng Thanh- chùa Cảnh Tiên, pháp danh Chơn Phước, pháp tự Đạo Thông và tu học tại tổ đình Thiên Ấn- Thạch Sơn. Năm 1918, ngài khai sơn chùa Minh Tịnh ở Tuy Phước- Bình Định. Năm 1944, ngài được phong Tăng cang và biển ngạch Sắc tứ chùa Minh Tịnh. Năm 1945, ngài là Chủ tịch hội PG Cứu quốc tỉnh Bình Định. Năm 1957, ngài làm Đàn đầu truyền giới tại giới đàn chùa Nghĩa Phương- Nha Trang. Năm 1959, ngài được thỉnh làm Chứng minh đạo sư *Giáo hội PG Lục Hòa Tăng và Lục Hòa Phật tử* Trung phần. Năm 1962, ngài là Đàn đầu truyền giới tại giới đàn chùa Minh Tịnh. ngài xả báo thân ngày 11 tháng 11 năm Ất Mão (1975), thọ 89 năm, 65 hạ lạp, tháp lập ở khuôn viên chùa Minh Tịnh, nguyên quán Quảng Ngãi, trú quán Bịnh Định - *xem thêm ở Danh Tăng Việt Nam tập 2*

- **Thích Thiện Pháp**, Hòa thượng, sinh năm 1947, đệ tử HT Minh Tâm-chùa Trùng Khánh, Ninh Thuận, pháp danh Trừng Hiệp, pháp tự Hoàng Lý, pháp hiệu Thiện Pháp, học tăng PHV Huệ Nghiêm, Phó chủ tịch HĐTS TW GHPGVN kiêm Trưởng ban Tăng sự TW GHPGVN, trụ trì chùa Phước Thành- Bình Thạnh, nguyên quán Ninh Thuận, trú quán TP Hồ Chí Minh.

- **Thích Vạn Pháp** (1884 -1945), Hòa thượng, dòng Lâm Tế Chúc Thánh đời 41, xuất gia với HT Chơn Trí Phước Đạt- chùa Phú Sơn, pháp danh Như Chương, pháp tự Giải Nghĩa, pháp hiệu Vạn Pháp. Năm 1906, ngài thọ đại giới tại tổ đình Từ Quang do HT Chơn Tâm Pháp Tạng- chùa Phước Sơn làn Đàn đầu truyền giới. Năm 1927, ngài Vạn Pháp và Vạn Ân vào làm giáo thọ Ni viện ở Bạc Liêu do HT Khánh Anh làm đốc giáo. Năm 1935, ngài cùng chư tôn túc sáng lập PHĐ Phú Yên, đặt tại chùa Bửu Lâm, ngài là Luật sư của trường. Năm 1939, ngài vào Nam làn thứ 2, giảng kinh ở PHĐ Vạn An- Sa Đéc và chùa Kim Sơn- Bến Tre. Năm 1941, ngài kế thế trụ trì chùa Kim Quang- Tuy Hòa. Năm 1943, ngài làm Tổng trị sự Sơn môn Phú Yên. Ngài viên tịch ngày mồng 5 tháng Giêng năm Ất Dậu (1945) thọ 65 năm, 40 tuổi đạo, tháp lập tại chùa Kim Quang, nguyên quán trú quán Phú Yên - *xem thêm ở Danh Tăng Việt Nam tập 3*

- **Thích Chơn Phát** (1931 -2016), Hòa thượng, thế danh Nguyễn Nghi, xuất gia năm 1938 với HT Phổ Thoại- chùa Long Tuyền- Hội An, pháp danh Chơn Phát. Năm 1949, ngài nhập chúng tu học tại chùa Phước Lâm do HT Đương Như làm trụ trì và được đề cử làm Tri sự chăm lo việc chúng. Năm Canh Dần (1950) ngài về lại chùa Long Tuyền được bổn sư truyền giới Sa di và ban pháp tự là Đạo Dũng. Năm Tân Mão (1951) ngài được bổn sư cho nhập chúng tu học tại chùa Chúc Thánh dưới sự chỉ dạy của Hòa thượng Tăng Cang Thích Thiện Quả. Đầu năm Giáp Ngọ (1954), ngài về lại Long Tuyền hầu Thầy và được bổn sư phú pháp hiệu là Long Tôn. Ngày mồng 9 tháng 4 năm Giáp Ngọ (1954), bổn sư viên tịch. Sau khi tang lễ viên mãn, HT Tăng Cang Thiện Quả đã cử ngài làm Tự trưởng chùa Long Tuyền. Tuy nhiên vì muốn thăng tiến trong việc tu học, ngài đã thỉnh HT Đương Như về trụ trì chùa Long Tuyền, còn ngài thì vào miền Nam tu học. Tháng 4 năm Ất Mùi (1955) ngài vào Nam tu học, trú tại chùa Hưng Long (Sài Gòn) và được HT Trí Hữu đỡ đầu vào học PHĐ Nam Việt- chùa Ấn Quang (Chợ Lớn). Năm Bính Thân (1957), ngài thọ Cụ túc giới tại giới đàn chùa Hải Đức- Nha Trang do HT Thích Giác Nhiên làm Đàn đầu truyền giới. Năm Canh Tý (1960) sau khi tốt nghiệp PHĐ Nam Việt, ngài được cử làm Kiểm khán và Giáo thọ PHV Giác Sanh (chi nhánh PHĐ Nam Việt). Đồng thời, tham gia vào ban Giảng sư của *Hội Phật học Nam Việt* đi giảng dạy tại các chùa như Vạn Thọ, Giác Nguyên, Phổ Quang... và mở các khóa Giáo lý cho các cư sĩ tại gia cũng như thành lập các *Niệm Phật Đường* tại ngã tư Bảy Hiền và Phú Thọ Hòa, quy tụ Phật tử người Quảng Nam vào lập nghiệp miền Nam tu học. Năm Tân Sửu (1961) để đầy đủ giới pháp trước khi về quê hương hành đạo, ngài đã thọ Bồ tát giới tại chùa Ấn Quang do HT Khánh Anh làm Đàn đầu. Tháng 3 năm Nhâm Dần (1962), ngài trở về chùa Long Tuyền. Lúc này HT Đương Như đã già yếu nên giao việc trụ trì để ngài tiếp tục gánh vác phật sự. Năm này, ngài được mời giữ chức Trị sự phó *Giáo hội Tăng già Quảng Nam*, kiêm Giảng sư của Tỉnh hội. Tháng 3 năm Quý Mão (1963), ngài được mời giữ chức vụ Trị sự Trưởng *Giáo hội Tăng già Quảng Nam*. Cùng năm, Phật giáo rơi vào pháp nạn, ngài là một trong những nhà lãnh đạo Phật giáo Quảng Nam tranh đấu cho sự trường tồn của Chánh pháp. Năm Giáp Thìn (1964) GHPGVNTN tỉnh Quảng Nam thành lập, ngài được cử giữ chức vụ Đặc ủy Tăng sự qua các nhiệm kỳ. Năm Ất Tỵ (1965), trường Trung học Bồ Đề Hội An thành lập, ngài giữ chức Giám đốc của trường. Năm Bính Ngọ (1966), ngài đảm nhận chức vụ Chánh Đại Diện GHPGVNTN tỉnh Quảng Nam. Năm Canh Tuất (1970) ngài xin phép Tổng vụ Giáo dục mở Phật học Viện tại chùa Long Tuyền, được Tổng vụ cho phép và bổ nhiệm ngài chức vụ Giám viện Phật Học Viện. Năm 1972, trường mở lớp Trung đẳng chính quy đã quy tụ học Tăng các tỉnh miền Trung theo học gần 50 vị. Sau năm 1975, ngài nghỉ tất cả các chức vụ của Giáo hội và lui về tu niệm. Năm Ất Sửu (1985) ngài khai giới đàn truyền Cụ túc tại chùa Long Tuyền và được cung thỉnh làm Đàn đầu Hòa thượng. Ngài biên soạn và dịch một số tác phẩm: -*Lịch sử Phật giáo Việt Nam* ; -*Danh Tăng Tự viện Phật giáo Quảng Nam* ;

-Chùa Long Tuyền xưa và nay ; -Thập đại đệ tử Phật (dịch) ; -Đại cương ý nghĩa kinh Địa Tạng (dịch) ; -Tứ đại và tứ đại chủng (dịch). Năm 1997, GHPGVN tỉnh Quảng Nam thành lập, Hòa thượng được cung thỉnh làm Chứng minh Ban Trị sự GHPGVN tỉnh Quảng Nam. Nhiệm kỳ IV (2002-2007) ngài được cung thỉnh vào Hội đồng Chứng minh GHPGVN. Ngài thị tịch ngày 22 tháng 4 năm Bính Thân (2016), thọ 86 tuổi và 60 hạ lạp. nguyên quán trú quán Hội An- Quảng Nam - *theo trang nhà wwwphatgiaoquangnam.vn*

- **Thích Hạnh Phát** (1929 -1989), Hòa thượng, dòng Lâm Tế Chúc Thánh đời 42, thế danh Huỳnh Văn Thiết, xuất gia năm 1936 lúc 7 tuổi ở chùa làng- An Chấn- Tuy An. Năm 1940, ngài vào Ninh Hòa tu học và y chỉ với HT Huyền Châu, pháp danh Thị Tấn, pháp tự Hạnh Phát. Năm 1950, ngài thọ Sa di tại tổ đình Thiên Bửu- Ninh Hòa do HT Phước Huệ- chùa Hải Đức- Nha Trang làm Đàn đầu truyền giới. Năm 1957, ngài thọ đại giới tại giới đàn PHV Hải Đức Nha Trang do HT Giác Nhiên làm Đàn đầu truyền giới. Ngài cũng là Học tăng khóa đầu tiên PHV Trung Phần Hải Đức Nha Trang. Năm 1956-1962, ngài đản nhận trụ trì kiêm Chánh hội trưởng Chi hội PG Vạn Ninh. Năm 1956, ngài đồng sáng lập GĐPT Vạn Ninh và làm Cố vấn giáo hạnh. Năm 1962, ngài thành lập khuôn hội Phước Sơn ở Đại Lãnh và khuôn hội Khải Lương ngoài hải đảo Khánh Hòa. Năm 1963, ngài được giáo hội cử lên Pleiku bổ sung nhân sự cho Tỉnh hội PG tại đây. Năm 1964, ngài về trụ trì chùa Phổ Hiền- Cam Ranh và là Chánh đại diện GHPGVNTN Cam Ranh. Tại đây ngài đã khai sơn chùa Tây Thiên- Cam Phước và chùa Bình Tịnh- Cam Bình. Ngài còn giữ chức Trưởng BHD GĐPT Cam Ranh nhiều năm. Năm 1966, ngài khai sơn chùa Vạn Hạnh tại núi Một- thị xã Cam Ranh. Năm 1967-1968, ngài đảm nhận Đặc ủy Tăng sư PG Cam Ranh. Năm 1977, ngài được Giáo hội giao quyền xử lý Chánh đại diện PG Cam Ranh. Năm 1978, ngài bị đi an trí một năm. Năm 1979, ngài về trú xứ chùa Vạn Hạnh chuyên tâm tu niệm. Ngài xả báo thân ngày 16 tháng 2 năm Kỷ Ty (23-03-1989) thọ 61 năm, 32 hạ lạp, tháp lập tại khuôn viên chùa Vạn Hạnh, nguyên quán Tuy An- Phú Yên, trú quán Cam Ranh- Khánh Hòa - *theo Lê Tư Chỉ biên khảo*

- Thích Huệ Phát (1921 -1990), thế danh Huỳnh Quang Sung, pháp danh Chân Sung, sinh quán làng Tân Phú Đông, xã Tân Vĩnh Hòa, tỉnh Đồng Tháp. Ấu niên xuất gia, cầu pháp với Trưởng lão HT Luật sư Thích Chánh Quả- tổ đình Kim Huê, ngài thọ Cụ túc giới tại tổ đình Kim Huê, với tam vị Giới sư: HT Luật sư Thích Chánh Quả làm Đàn đầu Hòa thượng, HT Thích Huệ Hòa làm Yết Ma A Xà Lê, HT Thích Từ Nhơn làm Giáo thọ A xà lê. Năm Đinh Dậu 1957, ngài tham dự khoá Huấn luyện trụ trì *"Như Lai Sứ Giả"* đầu tiên tại chùa Pháp Hội- Chợ Lớn do *Giáo Hội Tăng Già Nam Việt* tổ chức. Năm Mậu Tuất 1958, khoá *Như Lai Sứ Giả* hoàn mãn, ngài được chư tôn đức lãnh đạo bổ nhiệm trụ trì chùa Tân Uyên- thành phố Biên Hoà- tỉnh Biên Hòa. Năm Canh Tý 1960, trong lúc đang nhận lãnh trách nhiệm trụ trì chùa Tân Uyên, Ngài được quý ngài Vạn Đức-Thích Trí Tịnh và Thích Huệ Hưng gọi về giao trách vụ trụ trì chùa Kim Huê- Sa Đéc cùng với HT Thiện An làm Tri Sự, HT Thiện Tâm làm Thư ký chung lo xây dựng và phát triển tổ đình. Năm 1982, ngài là Trưởng BTS Tỉnh hội Phật giáo Đồng Tháp Ngoài những công đức đóng góp cho Sơn môn tổ đình, cho Phật giáo Đồng Tháp, ngài chuyên trì tịnh giới, tụng kinh Pháp Hoa và ứng dụng Lục Tự Di Đà làm lẽ sống đạo. Ngài niệm Phật thật miên mật và chí thành cho đến giờ phút xả báo an tường, viên tịch vào ngày 29 tháng 10 năm Canh Ngọ (1990). Nguyên quán, trú quán Sa Đéc- Đồng Tháp - *theo Thích Vân Phong biên khảo*

- Đào Thị Yến Phi, Phật tử, sinh năm 1948, thánh tử đạo, pháp danh Nguyên Thường, tự Diệu Mai, gia nhập GĐPT Linh Thứu năm 1958, tham dự trại huấn luyện huynh trưởng Lộc Uyển năm 1964, sinh hoạt với GĐPT Chánh Quang, tự thiêu ngày 26 tháng 1 năm 1965 trước tòa hành chánh tỉnh Khánh Hòa trong lúc tăng ni đang tuyệt thực phản đối chính phủ Trần Văn Hương đàn áp PG, sự hy sinh của Phật tử Yến Phi thể hiện tinh thần Bi Trí Dũng bất khuất cường quyền của PG, nguyên quán Hà Đông, trú quán Nha Trang - *theo trang nhà www.giacngo,vn*

- Thích Tắc Phi, Hòa thượng, sơn môn Thiên Thai Giáo Quán Tông, tục danh Cao Tâm Giới, sinh năm 1957, NNC sử học PG, trụ trì chùa Pháp Đàn- Bến Lức- Long An, trụ trì tổ đình Tôn

Thạnh- huyện Cần Giuộc- tỉnh Long An, sinh quán trú quán Long An.

Pho

- **Thích Bích Phong** (1901 -1968), Hòa thượng, giảng sư, thi sĩ, tác gia, xuất gia với HT Ngộ Tánh-Phước Huệ, chùa Kim Quang-Huế, pháp danh Chân Đạo, pháp tự Chánh Thống, pháp hiệu Bích Phong, dòng Lâm Tế Thập Tháp đời 40, thường gọi là Đại sư Chân Đạo Chánh Thống. Năm 1932, giảng sư hội An Nam Phật học, học tăng lớp đại học Phật giáo đầu tiên tại chùa Tây Thiên, trú xứ chùa Quy Thiện-Huế, nguyên quán Triệu Phong-Quảng Trị, trú quán Thừa Thiên Huế - *theo Lê Mạnh Thát - Chân Đạo Chánh Thống toàn tập*

- **Thích Giác Phong**, (1894 -1954), Hòa thượng, nhà Nho, tinh thông chữ Pháp, trước khi ra làm quan là đệ tử quy y của HT Tâm Khoan, ngài vân du sang Nhật, Trung Hoa để nghiên cứu giáo lý và tình hình chấn hưng PG trên thế giới. Về nước ngài từ quan xuất gia, lập chùa Giác Phong ở Quảng Trị nên có biệt hiệu là *Giác Phong*, ngài đắc pháp với Hòa thượng Hải Đức-Phước Huệ nên có pháp hiệu *Bích Không*. Khi phong trào chấn hưng lên cao, ngài là thành viên sáng lập hội *Đà Thành Phật học*- Đà Nẵng, xuất bản tạp chí *Tam Bảo*. Thời gian ở Đà Nẵng ngài được triều đình sắc phong trụ trì chùa Sắc tứ Phổ Thiên. Sau đó, ngài vào Nha Trang trùng hưng tái thiết chùa Hải Đức. Thời gian ở Khánh Hòa, ngài làm Cố vấn tối cao cho giáo hội, về sau được di chúc nhận lãnh chùa Hải Đức, dời lên núi Trại Thủy, mở tòng lâm tu học, sau này là trường Cao đẳng Phật học Trung phần. Năm 1946, ngài về Huế được giáo hội cử làm giám đốc Phật học viện Báo Quốc- Huế, nguyên quán Quảng Trị, trú quán Nha Trang, Nghệ An - *xem thêm ở Danh Tăng*

Việt Nam tập 1

- **Hoang Phong**, Cư sĩ, dịch giả, NNC Phật học, ông sống và làm việc tại Pháp, tác phẩm: *Phật giáo và người phụ nữ. Một nghịch lý hay sự mâu thuẫn? ; Bố thí thiêng liêng và Bố thí phàm tục trong PG Theravada ; Tâm thức là vị Lương y tốt nhất ; Tọa thiền và việc chữa bệnh ; Lời di huấn của đức Phật và sự tồn vong của Giáo huấn PG ; Các câu chuyện ám hại đức Phật ; Kinh nghiệm trên Hy Mã Lạp Sơn ; Đạo pháp của đức Phật có phải là tôn giáo? ; Bồ tát đạo hay tám tiết thơ giúp tập luyện tâm thức ; Đức Dalai Lam trả lời phỏng vấn của tuần báo Pháp Le Point ; Nguồn gốc và ý nghĩa của chiếc áo cà sa ; Tìm hiểu về đại học Na Lan Đà ; Đại học Na Lan Đà đang hồi sinh từ đống tro tàn ; Câu chuyện về Barriaam và Joasaph hay một sự trùng hợp lạ lùng giữa các tôn giáo ; Vì sao Phật giáo lại mang tính hiện đại ; Từ bi trong đạo Phật là gì? ; Logic học trong Phật giáo ; Đại đức Hui Li:"Một trong những bài học đầu tiên trong PG là Vô Thường"*, nguyên quán Kiên Giang, trú quán Pháp quốc - *theo trang nhà www.daophatngaynay.com.vn*

- **Thích Thanh Phong**, Thượng tọa, sinh năm 1968, sơn môn tổ đình Vĩnh Nghiêm, đệ tử HT Thanh Tứ-chùa Quán Sứ-Hà Nội. Ủy viên Thường trực HĐTS TW GHPGVN, Trưởng ban Kinh tế Tài chính TW, trụ trì tổ đình Vĩnh Nghiêm-quận Ba, nguyên quán Hưng Yên, trú quán TP Hồ Chí Minh.

- **Như Nhãn Từ Phong** (1864-1938), Hòa thượng, thế danh Nguyễn Văn Tường, dòng Lâm Tế Chánh Tông đời 39, đệ tử HT Minh Đạt- chùa Từ Lâm- Tây Ninh, sau cầu pháp với HT Hoằng Ân-Minh Khiêm, được pháp danh Như Nhãn, pháp hiệu Từ Phong. Năm 1914, Ngài sáng lập ngôi Thiền Lâm tự (chùa Gò Kén), Tây Ninh và khánh thành năm 1926. Ngài nhận ngôi chùa Giác Sơn-Chợ Lớn trụ trì và đổi hiệu là chùa Giác Hải. Năm 1909, nhân trường Hương tại chùa Long Quang-Vĩnh Long, ngài được thỉnh làm Pháp sư, nhân đó Hòa thượng đã dịch bộ *Quy Nguyên Trực Chỉ* ra chữ Nôm và viết bài *Khải cáo phát minh văn*, soạn bộ *Tông* *cảnh yếu ngữ lục.* Năm 1931, ngài được cung thỉnh làm Chánh hội trưởng *hội Nam Kỳ Nghiên cứu Phật học.* Khi tổ Khánh Hòa và các Hòa thượng rút khỏi hội HNKNCPH, về Trà Vinh lập hội *Lưỡng Xuyên Phật học*, ngài được cung thỉnh làm *Chứng minh đạo sư của hội*, Hòa thượng nguyên quán Gia Định, trú quán Chợ Lớn, Tây Ninh - *xem thêm ở Danh Tăng Việt Nam tập 1*

- **Thích Từ Phong** (1946 -2004), Thượng tọa, tác gia, bút hiệu Bảo Thu, Trần Thủy Xuân, thế danh Trần Viết Liễu, xuất gia tổ đình Tây Thiên với HT Thiện Hỷ, pháp danh Nguyên Hoàng, pháp tự Từ Phong. Năm 1968, trụ trì tịnh xá Lộc Uyển-Ban Mê Thuột. Năm 1969 về Huế trụ trì chùa Thiên Hương. Năm 1989, Phó ban điều hành Tuệ Tĩnh Đường Diệu Đế, Ủy viên Hoằng pháp PG Thừa Thiên Huế. Là một nhà thơ, một y sĩ, thầy đã đem hết tâm huyết cống hiến cho đời cho đạo, nguyên quán trú quán Thừa Thiên Huế - *theo chư tôn Thiền đức&Cư sĩ hữu công Thuận Hóa*

- **Nguyễn Thuyết Phong**, Giáo sư tiến sĩ âm nhạc, Giám Đốc Thường Trú cho Viện Trao Đổi Giáo Dục Quốc Tế của Hoa Kỳ, đặc trách về Việt Nam, người đưa âm nhạc Việt Nam ra thế giới. Năm 1997, tại Nhà Trắng, GS.TS Nguyễn Thuyết Phong là người trẻ tuổi nhất trong 11 nghệ sỹ của nước Mỹ được tôn vinh là di sản quốc gia Hoa Kỳ. Ông là người Việt Nam thứ hai, sau giáo sư Trần Văn Khê, được ghi tên và tiểu sử vào cuốn sách danh tiếng này cùng với những bậc thầy về âm nhạc thế giới như Shubert, Bethoven... Người am hiểu tường tận về nghệ thuật nhạc lễ Phật giáo Việt Nam. Cho đến nay, bộ sưu tập âm nhạc truyền thống Việt Nam của GS.TS Nguyễn Thuyết Phong có thể được coi là lớn nhất ở nước ngoài. Những tài liệu âm nhạc của ông được lưu trữ tại Thư viện Quốc hội Hoa Kỳ và Đại học New York. Nhiều bài viết về Nghệ thuật văn hóa Âm nhạc PGVN trong đó có bài "Tìm Về Bản Sắc Lễ Nhạc Phật Giáo Việt Nam". Nguyên quán Vĩnh Long, trú quán Hoa Kỳ - *theo Thích Vân Phong biên khảo*

- **Thích Vân Phong**, Thượng tọa, sinh năm Quý Mão (khai sinh 1964), thế danh Lê Văn Phước, pháp danh Lệ Hưng, bút hiệu Vân Tuyền, 6 tuổi xuất gia với lão HT Thích Thiền Chí, chùa Phước

Ân, Lấp Vò, 13 tuổi y chỉ với lão HT Thích Vĩnh Đạt, chùa Phước Hưng, Sa Đéc, sau đó, tham học với chư tôn đức Luật sư Thích Huệ Hưng, Thiền sư Thích Thanh Từ, cầu pháp với lão Thiền sư Duy Lực, được ban pháp hiệu Truyền Phước, dòng Thiền Tào Động, nguyên Chánh Thư ký, Chánh Văn phòng kiêm Thủ Quỹ trường Trung cấp Phật học Đồng Tháp, NNC lịch sử PG miền Nam, NNC lịch sử PG Hàn Quốc, cùng với Giáo sư Phan Huy Lê phát hiện và bổ chính cho quyển sách chào mừng Ngàn năm Thăng Long (2010) *"Hoàng Thúc Lý Long Tường-tiểu thuyết lịch sử"*, cộng tác viên công trình Danh Tăng PGVN tập 1,2,3, thành viên Ban Thông tin Truyền thông TW GHPGVN (chuyên mục PG Quốc tế), thành viên Trung tâm Nghiên cứu PGVN- viện NCPHVN, nguyên quán Lấp Vò, thường trú Chùa Phước Hưng, TP. Sa Đéc, Đồng Tháp.

- **Tăng Phô** (1847 -1896), Hòa thượng, hệ phái PG Nam Tông Khmer. Là một nhà sư tiêu biểu phong trào chống thực dân Pháp ở Nam Bộ cuối thế kỷ 19. Hành trạng của HT Tăng Phô chỉ có đôi dòng về đời ngài trong cung khai của Đào Công Bửu tại Rạch Giá ngày 22-05-1894: Ngài sanh năm Đinh Mùi (1847) tại tỉnh Kampot- Campuchia. Thuở nhỏ đã sang Việt Nam sống cùng gia đình ở Rạch Giá- Việt Nam. Năm 1862, ngài xuất gia tại chùa Oong Kor Chum (tức chùa Ratanaransì-Láng Cát) phường Vĩnh Lạc- thị xã Rạch Giá, (hiện do HT Danh Nhưỡng trụ trì). Năm 1886, ngài được cung thỉnh làm trụ trì thứ 18 chùa Oong Kor Chum- Láng Cát. Ngài đã kêu gọi dân chúng bất hợp tác với chính quyền thực dân Pháp. Năm 1893-1894, ngài hợp tác với tướng quân Đào Công Bửu chống chính quyền, được tướng quân phong tặng danh hiệu là *"Quân Đại Hùng Sư"*. Khi phong trào bị bại lộ, ngài cùng tướng quân Đào Công Bửu và bốn vị sư ở Rạch Giá cùng 17 người khác bị bắt. Ngài bị kết án 8 năm tù biệt xứ đày ra Côn Đảo. Vừa tròn một năm bị lưu đày, ngài tổ chức vượt ngục trở về được đất liền, nhưng sau đó bị bắt đày ra Côn Đảo lần thứ hai. Ngài hy sinh tại Côn Đảo năm Bính Thân 1896 ở tuổi 49, thể hiện một bậc danh Tăng PG Khmer yêu nước, đã hy sinh cho nền độc lập dân tộc, nguyên quán Campuchia, trú quán Rạch Giá - *theo GS Nguyễn Phan Quang trong "Nguyễn Trung Trực- Thân thế và sự nghiệp", NXB Bảo Tàng Kiên Giang 1989 - Danh Sol sưu khảo*

- **Thích Tịnh Phổ** (1880 -1962), Hòa thượng, dòng Lâm Tế Liễu Quán đời 42, đệ tử HT Thanh Thái-Phước Chữ (Chỉ), pháp danh Trừng Không, pháp tự Pháp Thông, pháp hiệu Tịnh Phổ, trú xứ chùa Bảo Vân-Huế, nguyên quán trú quán Thừa Thiên Huế - *theo Chư tôn Thiền đức&Cư sĩ hữu công Thuận Hóa*

- **Thích Thiện Phổ** (1914 -2001), Hòa thượng, dòng Lâm Tế Chánh Tông đời 40, thế danh Lê Văn Hoành, xuất gia năm 1926 với HT Thanh Quang- chùa Thanh Trước- Gò Công, pháp danh Tâm Thành, pháp tự Thiện Phổ. Năm 1931, bổn sư viên tịch, ngài đến học đạo với HT Pháp Đạt- chùa Long Thiền- xã Bình Nghị. Năm 1933, được HT giáo sư cho đi thọ giới Sa di tại trường Kỳ chùa Thanh Long- Biên Hòa. Năm 1935, ngài thọ cụ túc giới tại giới đàn chùa Thiên Ân- Thủ Dầu Một, sau khi thọ giới xong, ngài trở về y chỉ với HT Pháp Hội- chủa Long Thiền- xã Bình Nghị, và được thỉnh làm trụ trì chùa Phước Long- Gò Công Tây. Năm 1945, ngài là thành viên của *Mặt trận Việt Minh*. Năm 1947, ngài tham gia phong trào *PG Cứu quốc* tỉnh Gò Công. Năm 1982, ngài được cung thỉnh làm Giới sư tại giới đàn chùa Giác Sanh và sau đó được mời vào Ban Chứng minh Tỉnh hội PG Tiền Giang và Chứng minh Ban đại diện PG huyện Gò Công. Năm 1998, ngài được cung thỉnh làm Chứng minh đại giới đàn An Lạc- chùa Vĩnh Tràng- Mỹ Tho. Ngài xả báo thân ngày 26 tháng 4 nhuần năm Tân Tỵ (2001) thọ 88 năm, 50 hạ lạp, nguyên quán trú quán Gò Công- Tiền Giang - *theo báo Giác Ngộ số 77 năm 2001*

Phu

- **Thích Quang Phú** (1921 -1975), Hòa thượng, thế danh Đỗ

Quang Phú, nguyên quán làng Bích La, xã Triệu Đông, huyện Triệu Phong, tỉnh Quảng Trị nhưng sinh ra và lớn lên tại ấp Trâm Bái, thôn Thượng Ba, xã Thủy Xuân, tỉnh Thừa Thiên Huế. Ngài xuất gia tu học với HT Vĩnh Thừa, hiệu Viên Quang chùa Châu Lâm- đường Lê Ngô Cát- phường Thủy Xuân- thành phố Huế, được ban pháp danh Nguyên Giác, pháp tự Thiên Hòa, pháp hiệu Đạo Quang. Ngài là thế hệ học tăng đầu tiên của PHĐ Tây Thiên- Huế. Năm 1938, ngài thọ giới tại giới đàn chùa Đại Bi- tỉnh Thanh Hóa do HT Huệ Minh làm Đàn đầu truyền giới và bổn sư làm Đệ tam tôn chứng. Sau đó, ngài về trụ trì chùa Hương Lâm do thân phụ ngài lập nên tại ấp Trâm Bái. Năm 1950, ngài được giáo hội mời lên vùng cao nguyên Lâm Viên phụ trách giảng sư. Ở đây, ngài được mời làm trụ trì chùa Giác Hoàng thuộc huyện Đơn Dương, tỉnh Lâm Đồng và sau trụ trì chùa Linh Sơn- thành phố Đà Lạt. Năm 1963, ngài đảm trách chức vụ Chánh đại diện miền Khuông Việt (cao nguyên Lâm Viên), rồi được cử làm Hội trưởng Tỉnh hội PG Tuyên Đức. Năm 1964, GHPGVNTN thành lập, ngài được cung thỉnh vào Hội đồng Viện Tăng thống. Từ năm 1957, ngài đã có tác phẩm nổi tiếng: *'Liễu sanh thoát tử'*, *'Đại cương triết học Phật giáo'* với bút hiệu là Quang Phú nên mọi người quen gọi là thầy Quang Phú theo thế danh. Ngài xả báo thân vào ngày 30 tháng 4 năm 1975 (ngày 20 tháng 3 năm Ất Mão) tại thiền viện Vạn Hạnh- Sài Gòn hưởng 56 tuổi và 37 hạ lạp, thuộc thế hệ thứ 10 dòng thiền Liễu Quán. Tháp ngài được an trí tại khuôn viên chùa Hương Lâm- đường Lê Ngô Cát- khu vực 3- phường Thủy Xuân- thành phố Huế - *theo 'Châu Lâm đường thượng thi thư' tk Thích Thiện Quang, chùa Châu Lâm, Huế 2017 (Sách chưa in)*

- **Thích Trung Phú**, Hòa thượng, sinh năm 1956, dòng Lâm Tế Gia Phổ đời 43, sơn môn chùa Định Thành, ngài là đệ tử HT Lệ Tâm-chùa Thái Nguyên-Thủ Đức. Khi huyện Thủ Đức tách làm 3 gồm: quận 2, quận 9 và quận Thủ Đức, ngài được Giáo hội cử làm Phó Ban đại diện PG quận 2 suốt nhiều nhiệm kỳ, và kế thế trụ trì chùa Thái Nguyên-Giồng Ông Tố, Bình Trưng, khai sơn và trùng kiến chùa Hương Sơn-Phú Quốc Kiên Giang, tác phẩm: *Lược sử chư Tổ Sư khai sơn -trùng tu chùa Thái Nguyên*, nguyên quán trú quán Giồng Ông Tố-Bình Trưng-quận 2

- **Thích Giác Phúc** (1924 -2001), Hòa thượng, Trưởng lão hệ phái PG Khất sĩ Việt Nam, thế danh là Trần Viết Trấp, pháp danh là Thiện Tánh. Năm 1963, ngài xuất gia với Trưởng lão Giác An theo Giáo đoàn III, pháp danh Giác Phúc, năm 1992, hệ phái Khất sĩ suy cử ngài giữ chức vụ Trưởng Giáo đoàn III. ngài đã trụ xứ và trụ trì hơn 20 ngôi tịnh xá từ Cao nguyên đến đồng bằng Duyên hải, nguyên quán Tuy Phước-Bình Định, trú quán Pleiku-Gia Lai - *theo trang nhà daophatkhatsi.vn*

- **Nguyễn Thị Phúc** (1943 -1963), nữ Phật tử, thánh tử đạo, pháp danh Tâm Thọ. Hy sinh đêm 8-5-1963 tại đài phát thanh Huế, khi đang đứng nghe lại buổi phát thanh lễ Phật đản khi sáng, thì bị xe tăng thiết giáp của chế độ Ngô Đình Diệm xả súng bắn và cán chết. Giáo hội Phật giáo Trung phần đã tấn phong Thánh tử đạo năm 1965, nguyên quán trú quán Thừa Thiên Huế - *theo Chư tôn Thiền đức&Cư sĩ hữu công Thuận Hóa*

- **Som Phưm** (1907 -1970), Hòa thượng, hệ phái PG Nam Tông Khmer, thế danh Som Phưm, pháp danh Brahmajoti, xuất gia năm 1925, lúc 18 tuổi thọ Sa di với HT Danh Tóp- trụ trì chùa Mandà Muni Tà Mum. Năm 1928, lúc 21 tuổi ngài thọ cụ túc giới do HT Danh Tóp làm Thầy tế độ. Năm 1930, HT Danh Tóp viên tịch, HT Tăng Óc làm trụ trì, ngài làm Phó trụ trì chùa Mandà Munì Tà Mum. Khi ngài Tăng Óc viên tịch, ngài kế thừa làm trụ trì chùa lúc 50 tuổi. Ngài viên tịch ngày 11 tháng 12 năm 1972, thọ 65 năm, 44 tuổi đạo, nguyên quán trú quán Gò Quao- Rạch Giá - *theo Danh Sol cung cấp*

- **Thích Bửu Phước** (1880 -1948), Hòa thượng, thế danh Nguyễn Văn Hương, đệ tử tổ Như Khả-Chân Truyền- chùa Khải Phước Nguyên- Lấp Vò, pháp danh Hồng Thiện, pháp hiệu Bửu Phước.

ngài được bổn sư đưa lên Sài Gòn tu học với tổ Minh Hòa-Hoan Hỷ- chùa Long Thạnh- Bà Hom. Năm 21 tuổi, ngài về trụ trì chùa Tân Phước- Lấp Vò. Năm 1903, ngài khai sơn chùa Phước Ân- Cái Bường- Lấp Vò. Ngài góp công lớn trong việc khai giới đàn tiếp tăng độ chúng ủng hộ nhiệt tình phong trào chấn hưng PG do thiền sư Như Trí-Khánh Hòa lãnh đạo, ủng hộ sự nghiệp Cách mạng của Thiền sư Thích Trí Thiền (Sư đệ) và cho các đệ tử xuất gia, tại gia dấn thân vào đường Cứu quốc, đương thời ngài được mọi người tôn xưng là " *Hòa thượng Cai Bường*" , tác phẩm để lại: *Kinh Giải Thâm Mật ; Ẩm Băng Thất ; Thiên Địa Khí Vận Đồ ; Đông Y Nam Dược,* ngài xả báo thân ngày mồng 10 tháng 2 năm Mậu Tý (20-03-1948) thọ 69 năm, 48 hạ lạp, nguyên quán trú quán Lấp Vò, nay tỉnh Đồng Tháp - *xem thêm ở Danh Tăng Việt Nam tập 3*

- **Thích Đồng Phước** (1895 -1968), Hòa thượng, Pháp danh Chơn Thông, pháp tự Đạo Đạt, pháp hiệu Đồng Phước, đời thứ 40 tông Lâm Tế, thế hệ thứ 7 pháp phái Chúc Thánh. Ngài thế danh Huỳnh Thanh Liễn, sinh năm Ất Mùi (1895) tại xã Đại Cường, huyện Đại Lộc, Quảng Nam. Xuất gia với Hòa thượng Hoằng Cam tại tổ đình Cổ Lâm. Sau năm 1945, ngài kế thừa trụ trì chùa Cổ Lâm và trùng tu chùa vào năm 1954. Ngài đảm nhận chức Đặc trách Tăng sự huyện Đại Lộc trong tổ chức GHTG Quảng Nam. Thời ngài trụ trì, chùa Cổ Lâm vô cùng hưng thịnh. Ngài viên tịch ngày 27 tháng Giêng năm Mậu Thân (1968), thọ 72 tuổi. Đệ tử có các vị như: Cố HT Thích Như Khương; Cố HT Thích Như Thọ... Ngài nguyên quán trú quán tại Quảng Nam - *theo Thích Như Tịnh sưu khảo*

- **Thích Hưng Phước** (1884 -1974), Hòa thượng, dòng Lâm Tế Liễu Quán đời 42, đệ tử HT Thanh Đức-Tâm Khoan-chùa Thiên Thọ Báo Quốc-Thuận Hóa, pháp danh Trừng Diên, pháp tự Vạn Sanh, pháp hiệu Hưng Phước. Năm 1925, lập thảo am ở làng An Cựu chuyên tu khổ hạnh. Năm 1939, ngài trùng kiến thảo am thành chùa Từ Hóa và hành đạo tại đây đến lúc viên tịch, nguyên quán Quảng Ngãi, trú quán Thừa Thiên Huế - *theo Chư tôn Thiền* *đức&Cư sĩ hữu công Thuận Hóa*

- **Thích Nguyên Phước**, Hòa thượng, pháp danh Nguyên Phước, pháp tự Chơn Lạc, pháp hiệu Minh Đức, đời pháp thứ 44 tông Lâm Tế, thế hệ thứ 10 pháp phái Liễu Quán. Ngài thế danh Nguyễn Văn Khương, sinh năm Bính Tuất (1946) tại xã Cát Nhơn, huyện Phù Cát, Bình Định. Xuất gia năm 1961 với HT Tâm Hoàn tại chùa Long Khánh, Quy Nhơn. Thọ Tam đàn Cụ túc năm 1968 tại giới đàn chùa Long Khánh do HT Phúc Hộ làm Đàn đầu. Năm 1981 kế thừa trụ trì chùa Long Khánh. Hiện tại, ngài là viện chủ tổ đình Long Khánh- Qui Nhơn, Ủy viên Thường trực HĐTS GHPGVN, Trưởng BTS GHPGVN tỉnh Bình Định, nguyên quán trú quán Bình Định.

- **Thích Thiên Phước** (? -1886), Hòa thượng, thế danh Nguyễn Văn Quý, trụ trì chùa Long Quang và chùa Pháp Vân, sau chùa đổi hiệu thành chùa Thiên Phúc, tức chùa Khoai theo cách gọi dân gian, là Quân sư cuộc khởi nghĩa của Đoàn Trưng và Đoàn Trực thời Tự Đức, cuộc khởi nghĩa thất bại, Sư bị xử tội chết chung với các đồng chí, xác Sư được Phật tử bí mật mang về an táng sau vườn chùa. Về sau, Hòa thượng Tịnh Khiết cải táng hài cốt của Sư về chôn trong khu đất chùa Quốc Ân ở xóm Hành, nguyên quán trú quán Phú Xuân - *theo Chư tôn Thiền đức&Cư sĩ hữu công PG Thuận Hóa*

- **Thích Thiện Phước** (1924 -1986), Hòa thượng, tục gọi *Đức Mẫu Trầu Bồng Lai*, dòng Lâm Tế Gia Phổ đời 41, xuất gia với HT Bửu Đức- am Bửu Quang- Núi Dài- Châu Đốc, pháp danh Nhựt Ý, pháp hiệu Thiện Phước, thế danh Lê Minh Ý. Năm 1957, Hòa thượng là người sáng lập tông phái *Liên Tông Tịnh Độ Non Bồng*. Do chiến tranh bom đạn đã phá hủy toàn bộ tổ đình Linh Sơn- Núi Dinh- Bà Rịa, ngài cùng các đệ tử di tản về thành phố Biên Hòa. Đến năm 1966 khai sơn Quan Âm tu viện và trụ trì hoằng hóa tại đây cho đến cuối đời, nguyên quán Long Xuyên, trú quán Bà Rịa, Đồng Nai - *theo trang nhà www. phatgiao.vnn.net*

- **Thích Thiện Phước** (1917-1994) pháp danh Nhựt Thọ, pháp hiệu Thiện Phước. Thế danh Lê Bá Thọ, nguyên thành viên Ban trụ trì chùa Xá Lợi, trụ sở Trung ương *Hội Phật Học Nam Việt*, nguyên trụ trì chùa Phật Học Cần Thơ, nguyên Ủy viên Giáo dục Tăng Ni tỉnh Cần Thơ. Bình nhật; ngoài những thời khóa tụng niệm, ngài chuyên tọa thiền niệm Phật Hồng danh A Di Đà và kinh hành trì chú Đại Bi, trú dạ lục thời tinh tấn tu niệm, thường bố thí, cúng dường tịnh tài cho các Phật học viện và các Thiền viện, giới đức khiêm cung, theo gương hạnh Bồ tát Thường Bất Khinh, mỗi khi có chư vị Tôn túc quang lâm, ngài gieo năm vóc thành kính đảnh lễ. Những năm tháng cuối đời thân tứ đại suy yếu, nhưng lúc nào ngài cũng ung dung tự tại, tâm bình khí hòa, lòng nhân từ tỏa ra chung quanh khiến mọi quần chúng và Phật tử đến diện kiến đều kính mến, nguyên quán Sa Đéc, trú quán Cần Thơ - *theo Thích Vân Phong biên khảo*

- **Thích Thiện Phước** (1930 -1998), Hòa thượng, thế danh Nguyễn Bản, dòng Lâm Tế Chúc Thánh đời 43, xuất gia với HT Tâm Nhơn-chùa Vĩnh Phước-Quảng Bình, pháp danh Đồng Quả, pháp tự Thiện Phước, pháp hiệu Nghiêm Tịnh. Năm 1952, được sự giúp đỡ của HT Trí Quang, ngài vào học khóa Trung đẳng tại PHV Báo Quốc-Huế. Năm 1957, ngài vào trú trì chùa Bửu Sơn huyện Đức Trọng. Năm 1966, ngài trở về chùa Linh Sơn Đà Lạt đấu tranh cho sự bình đẳng tôn giáo. Năm 1982, ngài là Ủy viên Hoằng pháp kiêm Ủy viên Hướng dẫn Nam nữ Phật tử. Năm 1997, là Phó trưởng BTS GHPGVN tỉnh Lâm Đồng, nguyên quán Quảng Bình, trú quán Lâm Đồng - *theo Chư tôn Thiền đức&Cư sĩ hữu công Thuận Hóa*

- **Thích Thiện Phước** (1924 -1999), Hòa thượng, thế danh Trần Đạo Thọ, xuất gia với HT Giác Nhiên- chùa Thiền Tôn- Huế, pháp danh Tâm Quảng, pháp hiệu Thiện Phước. Năm 1952, ngài thọ đại giới tại giới đàn chùa Báo Quốc. Năm 1956, ngài trụ trì chùa Phổ Đà- Đà Nẵng. Năm 1960, trụ trì chùa Phổ Hiền- Cam Ranh- Khánh Hòa và làm Chánh đại diện PG Cam Ranh. Năm 1963, ngài trụ trì chùa Sùng Ân và làm Chánh đại diện PG Ninh Thuận. Năm 1972, ngài trở về Cam Ranh lập tịnh thất *Thiện Thệ* và tu niệm đến cuối đời, ngài xả báo thân năm Kỷ Mão (1999) thọ 76 năm, 48 hạ lạp, tháp lập tại chùa Đại Giác- Cam Ranh, nguyên quán Thừa Thiên Huế, trú quán Cam Ranh- Khánh Hòa - *theo Chư tôn Thiền đức&Cư sĩ hữu công Thuận Hóa tập 3*

- **Thích Nữ Diệu Phương** (1936 -2007), Ni trưởng, thế danh Hồ Thị Tuân, lúc thiếu thời, quy y với HT Hưng Dụng-chùa Kim Tiên, được HT đặt pháp danh là Tâm Lan. Năm 1966, hội đủ nhân duyên xuất gia với Sư bà Đàm Hương-chùa Diệu Ấn, pháp tự Diệu Phương, pháp hiệu Giác Thảo. Năm 1975, đăng đàn thọ cụ túc giới tại tổ đình Từ Nghiêm. Ni trưởng phụ trách công tác từ thiện, ủy lạo vùng sâu xa thiên tai bão lụt. Năm 1992, Ni trưởng nhận quản trị chùa An Lạc- TP Hồ Chí Minh cho đến cuối đời, nguyên quán Thừa Thiên Huế, trú quán TP Hồ Chí Minh - *theo Chư tôn Thiền đức&Cư sĩ hữu công Thuận Hóa*

- **Thích Huệ Phương** (1922 -2006), thế Phạm Văn Sinh, bí danh Bạch Vân, đệ tử Sư tổ Kim Huê (Luật sư Thích Chánh Quả), dòng thiền Lâm Tế Gia Phổ đời thứ 40, pháp danh Chân Tín, hiệu Huệ Phương, khai sơn Tam Bảo tự- Nha Mân- Châu Thành- Đồng Tháp. Ngài cùng thời với các vị tôn túc Thiện Hòa, Thiện Hoa, Bửu Đạt, Chánh Viên... theo học PHĐ Báo Quốc- Huế, chiến tranh loạn lạc, khi về miền Nam Ngài kết nghĩa với các vị Hòa thượng Minh Nguyệt, Thiện Hào... tổ chức *Hội Phật giáo Cứu quốc* với bí danh Bạch Vân, là Phó trưởng *Hội Phật giáo Cứu quốc* khóa đầu, cơ quan đặt tại chùa Ô Môi- Đồng Tháp Mười. Sau ngày miền Nam giải phóng, ngài đảm nhiệm trụ trì chùa Bửu Quang- Sa Đéc và làm Chánh Văn phòng BTS PG tỉnh Đồng Tháp, về sau ngài được cung thỉnh làm Chứng minh BTS PG Đồng Tháp - nguyên quán, trú quán Sa Đéc, Đồng Tháp - *theo Thích Vân Phong biên khảo*

- **Thích Liên Phương**, Hòa thượng, sinh năm 1931 tại Quảng Ngãi. quy y thế phát với tổ Khánh Anh, pháp danh là Như Lý, dòng Lâm Tế Chúc Thánh đời thứ 41, được tổ Khánh Anh cho vào Nam tu học tại Phật học đường Lưỡng Xuyên, Trà Vinh. Sau đó lên Sài Gòn học tại Phật học đường Chánh Giác, tại đây ngài cầu pháp với HT Thích Hành Trụ, được đặt pháp hiệu là Đắc Nhẫn. Sau đó, ngài về lưu trú tại chùa Phật học Xá Lợi. Ba năm sau, ngài rời chùa Xá Lợi, đến núi Dinh ở Bà Rịa lập chùa *Văn Thù Phật Đỉnh* và chuyên tu trên núi đến nay, tuy đã 87 tuổi nhưng vẫn khỏe mạnh. - *viết theo lời kể của Hòa thượng.*

- **Nguyễn Quang Phương**, sinh năm 1967, Cư sĩ, thành viên Trung tâm Nghiên cứu PGVN văn phòng miền Bắc, giám đốc nhà in Nguyễn Lâm-Hà Nội, phụ trách in Đại tạng kinh PG Nam truyền, và các ấn phẩm kinh sách PG, nguyên quán Hải Dương, trú quán Hà Nội.

- **Thích Thiền Phương** (1879 -1049), Hòa thượng, dòng Lâm Tế Chúc Thánh đời 41, xuất gia với tổ Pháp Tạng- chùa Phước Sơn, pháp danh Như Đắc, pháp tự Giải Tường, pháp hiệu Thiền Phương. Năm 1898, ngài được bổn sư cử làm trụ trì tổ đình Phước Sơn- Đồng Tròn- Phú Yên. Ngài có công trùng hưng các tổ đình Từ Quang và Bửu Sơn, Phước Sơn, và khai PHĐ gia giáo đào tạo thế hệ danh tăng kế thừa lỗi lạc. Năm 1937, trong phong trào chấn hưng, *hội Phật học Thừa Thiên* (Huế) đã cung thỉnh ngài làm *Chứng minh đạo sư* toàn kỳ của PG Trung Việt, ngài có công đào luyện những bậc Tăng tài lỗi lạc khả kính như: HT Phúc Hộ, HT Phước Bình (Hành Trụ), Phước Trí, Phước Cơ, Phước Ninh...nguyên quán trú quán Phú Yên - *xem thêm ở Danh Tăng Việt Nam tập 1*

- **Thích Thông Phương**, Thượng tọa, Giám đốc Trung tâm Nghiên cứu và Ứng dụng Thiền học Bắc truyền trực thuộc Viện Nghiên Cứu Phật học Việt Nam, Phó Ban Quản trị Thiền phái Trúc Lâm, trụ trì các thiền viện: TV Trúc Lâm Phụng Hoàng- Đà Lạt, TV Trúc Lâm Yên Tử- Quảng Ninh và TV Trúc Lâm Chánh Giác-Tiền Giang - nguyên quán Bình Chánh, trú quán Lâm Đồng.

- **Thích Từ Phương** (1946 2005), Hòa thượng, thế danh Phạm Bá Nguyên, dòng Lâm Tế Liễu Quán đời 44, xuất gia với HT Thiện Hỷ-chùa Tây Thiên, pháp danh Nguyên Không, pháp tự Từ

Phương. Năm 1974, làm Chánh đại diện PG quận Nam Hòa và trụ trì chùa Kim Đài-Huế. Năm 1980, được sơn môn cử làm tọa chủ tổ đình Tây Thiên, đồng thời là Chánh đại diện PG huyện Phú Lộc. Năm 2002, là Ủy viên HĐTS kiêm Phó trưởng ban Nghi lễ TW GHPGVN, nguyên quán trú quán Thừa Thiên Huế - *theo Chư tôn Thiền đức&Cư sĩ hữu công Thuận Hóa*

- **Bích Phượng**, Ca sĩ, Phật tử, sinh năm 1964, con gái út của nghệ sĩ Nhân dân Út Trà Ôn, đóng góp nhiều cho văn nghệ PG qua làn điệu cổ nhạc và dân ca mang âm hưởng dân tộc và PG, nguyên quán Trà Ôn- trú quán TP Hồ Chí Minh.

- **Châu Phượng** (1914 -1988), Hòa thượng, pháp danh Suvanna Kesara Châu Phượng, xuất gia làm Sa di năm 1926 với HT Tăng Suông tại chùa Cù Là Mới- xã Minh Thuận- huyện Châu Thành- tỉnh Rạch Giá. Năm 1934, ngài thọ Tỳ kheo tại giới đàn chùa Khlang Mương- Minh Lương- Châu Thành- Rạch Giá do HT Tăng Koông- trụ trì chùa làm Thầy tế độ. Năm 1942, ngài được chư Tăng và bổn đạo tín nhiệm giao chức Phó trụ trì chùa Cù Là Mới. Năm 1945, toàn quốc kháng chiến, ngài Châu Phượng hết lòng trợ giúp HT Tăng Chi- trụ trì chùa tham gia kháng chiến, là đại biểu *Mặt trận Việt Minh* tỉnh Rạch Giá. Năm 1956, ngài Châu Phượng hợp lực cùng HT Tăng Dư vận động Phật tử Khmer ủng hộ xây dựng lại chùa sau chiến tranh bị tàn phá đổ nát. Năm 1966, chùa hoàn thành và tổ chức lễ kiết giới Sìma trọng thể. Năm 1974, ngài chính thức trụ trì chùa Cù Là Mới. Ngày 9-6-1974, ngài mở cuộc họp với các HT Danh Nhưỡng, Đại đức Lâm Hùng, Đại đức Sơn Hải Sơn... để bàn và bố trí lực lượng tham gia cuộc biểu tình ngày 10-7-1974 đấu tranh trực diện chống chính quyền Mỹ ngụy đã bắt 10 vị sư đi dự lễ hỏa táng Sư Danh Con. Các vị sư chùa Cù Là Mới đã lên đường đấu tranh quyết liệt trong cuộc đấu tranh cách mạng này. Năm 1975, sau ngày đất nước thống nhất, mặc dù tuổi đã cao, nhưng ngài vẫn nhiệt tình lo cho sự nghiệp kế thừa Tam bảo, đã mở nhiều lớp đào tạo Pali ngữ và văn hóa cấp 2, cấp 3 để chư Tăng dễ dàng hòa nhập với trình độ phát triển chung của đất nước. Ngài xả báo thân năm 1988, thọ 74 năm, 53 tuổi đạo, nguyên nguán trú quán Rạch Giá- Kiên Giang - *theo Danh Sol cung cấp*

Q

- **Thích Chánh Quả** (1885 -1958), Hòa thượng, Pháp sư, Luật sư, thế danh Phạm Văn Ngưu, xuất gia năm 1915 với HT Như Nhãn Từ Phong, dòng Lâm Tế Đạo Mẫn đờ 40, pháp danh Chánh Quả, pháp hiệu Ngộ Giác. Năm 1929-1950, ngài trụ trì chùa Kim Huê- Sa Đéc và mở đạo tràng gia giáo đào tạo nhiều thế hệ Tăng Ni. Năm 1932, ngài là hội viên sáng lập *hội Nam Kỳ Nghiên cứu Phật học* và *Lưỡng Xuyên Phật học(1937)*. Năm 1946, ngài thành lập *Phật học Ni viện* chùa Phước Huệ- Sa Đéc. Năm 1948, ngài khai đại giới đàn cho học Tăng tại PHĐ chùa Kim Huê. Năm 1956, ngài xả báo thân ngày 13 tháng Giêng năm Bính Thân, thọ 76 tuổi, 40 hạ lạp, nguyên quán Vĩnh Long, trú quán Sa Đéc - *xem thêm ở Danh Tăng Việt Nam tập 2*

- **Thích Chơn Quả** (1919 -2012), Hòa thượng, thế danh Trần Thê, xuất gia năm 1948 với HT Tịnh Khiết- chùa Tường Vân- Huế, pháp danh Tâm Từ, pháp tự Chơn Quả. Năm 1952, ngài thọ đại giới tại tổ đình Báo Quốc- Huế. Ngài chuyên tu hạnh viễn ly, một đời thanh thoát chấp tác Phật sự chùa Tường Vân. Một câu nói ngài thường nhắc nhở mọi người *"Chớ buông lung"* như là câu cảnh tỉnh răn đời để mọi người cùng nhau đi đúng con đường giải thoát. Ngài dạo quanh chốn tổ hàng ngày nơi vườn chùa với chiếc gậy đỡ thân, hiện thân cho *"một đời vô sự"*, không vướng bận. Ngài xả báo thân ngày 16 tháng 4 năm Nhâm Thìn (06-04-2012) thọ 93 năm, 60 hạ lạp, tháp lập nơi khuôn viên tổ đình Tường Vân, nguyên quán trú quán thừa thiên Huế - *theo Chư tôn Thiền đức&Cư sĩ hữu công Thuận Hóa tập 3*

- **Thích Giác Quả** (1946 -2015), Hòa thượng, thế danh Dương Đức Đăng, xuất gia năm 1960 tại tổ đình Kim Tiên- Huế, pháp danh Giác Quả. Năm 1970, ngài thọ cụ túc giới tại giới đàn Vĩnh Gia- Đà Nẵng. Sau khi thọ giới, ngài vào Sài Gòn học cử nhân Phật khoa tại Viện đại học Vạn Hạnh. Năm 1975, ngài về quê trụ trì chùa Bảo Lâm- Huế tu học. Năm 1995, ngài làm giáo thọ sư trường Trung cấp Phật học Thừa Thiên Huế. Khi Học viện PGVN tại Huế được thành lập, ngài được mời tham gia giảng dạy và trụ trì chùa Hồng Đức- Huế. Ngài xả báo thân năm Ất Mùi (2015), thọ 69 năm, 44 hạ lạp, nguyên quán trú quán Thừa Thiên Huế - *theo Chư tôn Thiền đức&Cư sĩ hữu công Thuận Hóa tập 3*

- **Thích Thiện Quả** (1881 -1962), Hòa thượng, Tăng cang, pháp danh Chơn Chứng, pháp tự Đạo Tâm, pháp hiệu Thiện Quả, đời 40 tông Lâm Tế, thế hệ thứ 7 pháp phái Chúc Thánh. Ngài thế danh Dương Văn Y sinh ngày 23 tháng Chạp năm Tân Tỵ (1881) tại xã Bình An, Thăng Bình, Quảng Nam. Xuất gia với Hòa thượng Ấn Bính tại tổ đình Chúc Thánh, thọ tỳ kheo năm Canh Tuất (1910) tại tổ đình Phước Lâm và được tổ Vĩnh Gia phú pháp hiệu Thiện Quả. Ngài được Sắc phong Tăng cang Tam Thai, Linh Ứng nhị tự năm Giáp Tuất (1934). Tôn chứng giới đàn Từ Hiếu, Huế (1924), giới đàn Từ Vân, Đà Nẵng (1928), Giáo thọ giới đàn Thạch Sơn, Quảng Ngãi (1934). Ngài vận động trùng tu chùa Chúc Thánh vào các năm 1929 và 1954. Ngài là Chứng minh đạo sư của *Hội An Nam Phật Học* tỉnh Quảng Nam. Ngài viên tịch ngày mồng 6 tháng 7 năm Nhâm Dần (1962), thọ 82 tuổi. Đệ tử của ngài có nhiều vị thành danh như: HT.Thích Trí Giác; HT.Thích Trí Nhãn; HT.Thích Trí Minh; HT.Thích Như Vạn; HT.Thích Như Huệ... Ngài nguyên quán trú quán tại Quảng Nam - *theo Thích Như Tịnh sưu khảo*

Quang

- **Thích Bửu Quang** (1884 -1947), Hòa thượng, Pháp sư, thuộc dòng Lâm Tế Chánh tông đời thứ 40, pháp húy Hồng Trí, pháp hiệu Bửu Quang, ấu niên xuất gia, đệ tử thiền sư Như Khả Chân Truyền, nhập chúng tu học với tổ Minh Hòa Hoan Hỷ, tổ đình Long Thạnh- Sài Gòn. Vị Pháp sư danh tiếng thời chấn hưng Phật giáo. Trụ trì các Tự viện Vạn Linh tự, Kim Liên tự- làng Bình Thủy- huyện Ô Môn- Tp Cần Thơ. Đàn đầu Hòa thượng tại đàn giới chùa An Phước, núi Cô Tô- Châu Đốc năm Kỷ Mão (1939). Đàn đầu Hòa thượng tại đàn giới chùa An Phước- núi Cô Tô, Châu Đốc năm Quý Mùi (1943). Ngài nổi tiếng về tài hùng biện, nghệ thuật thuyết giảng, đào tạo giảng sư thế hệ kế thừa đáng kể nhất là HT Nhật Minh trụ trì Linh Sơn Cổ Tự- Cầu Muối- SàiGòn... Ngài viên tịch vào ngày mồng 03 tháng 08 năm Đinh Hợi (17/09/1947), nguyên quán Sa Đéc, trú quán Cần Thơ. theo Thích Vân Phong biên khảo

- **Thích Chân Quang**, Thượng tọa, thế danh Vương Tấn Việt, sinh năm 1958, giảng sư, tác gia, nhạc sĩ, Khai sơn và trụ trì chùa Phật Quang-núi Dinh, huyện Tân Thành, tỉnh Bà Rịa Vũng Tàu, Sáng lập Công ty TNHH Văn hóa Pháp Quang (một cơ sở của chùa tại 28 Hoàng Diệu, quận 10, TP HCM) pháp môn thiền thực tại, tổ chức nhiều đạo tràng tu học thanh thiếu niên, Phó trưởng ban Tài chính TW GHPGVN, nguyên quán Đồng Nai, trú quán Bà Rịa Vũng Tàu.

- **Ni cô Diệu Quang** (1936 -1963), Thánh tử đạo, thế danh Ngô thị Thu Minh, pháp danh Diệu Quang, pháp tự Minh Nguyệt, ni cô đã tự thiêu tại Ninh Hòa-Khánh Hòa ngày 15-8-1963, lúc vừa 20 tuổi, để lại di bút cầu cho năm nguyện vọng của PG mau thành tựu. Chính quyền địa phương "tịch thu" di hài ni cô Diệu Quang đã tạo ra cuộc đấu tranh kịch liệt, 3 người bị thương và 200 người bị bắt giam - *theo Biên niên sử PG Sài Gòn Gia Định*

- **Thích Diệu Quang** (1917 -1996), Hòa thượng, dòng Lâm Tế Liễu Quán đời 43, xuất gia năm 1931 với HT Vạn Ân- chùa Khánh Long, pháp danh Tâm Chuẩn, pháp tự Thiện Pháp. pháp hiệu Diệu Quang. Năm 1944, ngài thọ đại giới tại giới đàn chùa Thiên Đức- Bình Định do HT Huệ Chiếu làm Đàn đầu truyền giới. Năm 1945, ngài kế thừa trụ trì chùa Khánh Long- Phú Yên, cùng năm này, ngài giữ chức Thư ký hội PG Cứu quốc tỉnh. Năm 1965, ngài trụ trì chùa Ân Quang- Hòa Thành và Chánh đại diện PG quận Hiếu Xương. Năm 1973, ngài trụ trì thêm chùa Hồ Sơn- Tuy Hòa. Năm 1975, ngài về trùng kiến và trụ trì chùa Hương Tích, ngài xả báo thân ngài 18 tháng 8 năm Bính Tý (28-10-1996) thọ 80 năm, 55 tuổi đạo, nguyên quán trú quán Phú Yên - *xem thêm ở Danh Tăng Việt Nam tập 2*

- **Đắc Quang** (1876 -1947), Hòa thượng, dòng Lâm Tế Liễu Quán đời 42, đệ tử HT Như Hán-Thanh Hy-chùa Linh Mụ, pháp danh là Như Đông, pháp tự Thanh Khoán, pháp hiệu Đắc Quang. Ngài là em út trong ba anh em: Đắc Ân, Đắc Hậu, Đắc Quang. Sau khi sư huynh Đắc Ân viên tịch năm 1936, sơn môn cử ngài Tăng cang chùa Linh Mụ và trụ trì chùa Quốc Ân và hội An Nam Phật học cung thỉnh ngài vào ngôi Chứng minh đạo sư cho Hội, nguyên quán Quảng Bình, trú quán Thừa Thiên Huế - *theo Chư tôn Thiều đức&Cư sĩ hữu công Thuận Hóa*

- **Minh Đăng Quang** (1923 -1954), Tổ sư khai sáng hệ phái Phật giáo Khất sĩ Việt Nam, thế danh Nguyễn Thành Đạt. Năm 1937, bước đầu tu học ở Campuchia, về Việt Nam khai sáng hệ phái năm 1944 tại Mỹ Tho, ngài kết hợp và dung hòa giữa hai hệ pháp Bắc tông và Nam tông để lập nên *hệ phái PG Khất sĩ Việt Nam*, gồm nhiều giáo đoàn, hoạt động rộng khắp Nam bộ và Trung bộ. Tác phẩm: *Bộ Chơn Lý* ; *Bồ Tát Giáo* ; nguyên quán Vĩnh Long, trú quán khắp lục tỉnh Nam kỳ và vắng bóng ở Cái Vồn, huyện Bình Minh, Vĩnh Long - *xem thêm ở Danh Tăng Việt Nam tập 1*

- **Thích Định Quang** (1924 -1999), Hòa Thượng, dòng Tế Thượng

Thiên Thai Thiền Giáo Tông đời 42, xuất gia năm 1941 với HT Hồng Phước- chùa Phước Long, pháp danh Nhựt Kiến, pháp hiệu Không Tâm, dòng Lâm Tế Gia Phổ đời 42. Năm 1945, ngài thọ đại giới tại giới đàn chùa Giác Hoa- Long Xuyên. Năm 1948, ngài tham gia tổ chức *Thanh niên Tiền phong* và *PG Cứu quốc Nam bộ*. Năm 1957, ngài tham dự khóa "*Như Lai Sứ Giả*" do *Giáo hội Tăng già Nam Việt* tổ chức tại chùa Pháp Hội- Sài Gòn. Năm 1959, ngài trụ trì chùa Huỳnh Kim- Gò Vấp. Năm 1960, ngài cầu pháp với HT Minh Đức, chùa Thiên Tôn- Chợ Lớn, có pháp danh Tâm Chỉnh, pháp hiệu Định Quang. Năm 1964, ngài lần lượt giữ các chức vụ: Chánh đại diện GHPGVNTN tỉnh Gia Định ; Phó Tổng vụ trưởng Tài chánh Kiến thiết ; Đặc ủy Tăng sự tỉnh Gia Định. Năm 1969, ngài sáng lập và làm Giám viện *Phật học viện Huệ Quang*- chùa Huỳnh Kim và xây dựng *trường Bồ Đề Huệ Quang*. Năm 1997, ngài được cung thỉnh làm Thành viên HĐCM GHPGVN và Phó BTS THPG TP Hồ Chí Minh. Cùng năm này, ngài làm *Trưởng ban Thừa kế* tổ đình Thiên Thai- Bà Rịa, ngài xả báo thân ngày mồng 7 tháng 9 năm Kỷ Mão (15-09-1999) thọ 76 năm, 51 mùa an cư, nguyên quán Lấp Vò- Long Xuyên, trú quán TP Hồ Chí Minh - *xem thêm ở Danh Tăng Việt Nam tập 2*

- **Thích Đồng Quang** (1928 -2014), Hòa thượng, viện chủ chùa Quan Âm- Pleiku, Thành viên Hội đồng Chứng minh GHPGVN, nguyên Trưởng BTS GHPGVN tỉnh Gia Lai- Kon Tum, Chứng minh BTS GHPGVN tỉnh Gia Lai, ngài xả báo thân ngày mồng 8 tháng Giêng năm Giáp Ngọ (05-02-2014) thọ 90 năm, 63 hạ lạp, nguyên quán Bình Định, trú quán Pleiku- Gia Lai - *theo trang nhà www.giaohoiphatgiaovietnam.vn*

- **Thích Gia Quang**, Hòa thượng, Tiến sĩ, sinh năm 1954, thế danh Đồng Văn Thu, Phó chủ tịch HĐTS TW GHPGVN, Viện trưởng phân viện Nghiên cứu Phật học Việt Nam tại Hà Nội, Trưởng Ban Thông tin truyền thông TW GHPGVN, trụ trì chùa Liên Phái-Hà Nội, tác phẩm: *Phật giáo chính tín* (đồng dịch giả), Nxb Văn hoá thông tin, 1992; *Chùa Liên Phái,* (đồng tác giả, Nxb Tôn giáo, 2008, nguyên quán Ý Yên-Nam Định,trú quán Hà Nội.

- HT Giác Quang (1895 -1967), Hòa thượng Sư Cả, hệ phái Nam Tông Việt Nam, thế danh Dương Văn Thêm. Năm 1940, sang Campuchia xuất gia học đạo. Năm 1945, trở về Sài Gòn lập chùa Giác Quang ở Bình Đông- Chợ Lớn, trụ trì và đào tạo nhiều thế hệ tăng sĩ PG Nam Tông Việt Nam. Ngài cùng với các HT Nam Tông khác đứng ra thành lập *Giáo hội Tăng già Nguyên thủy Việt Nam.* Năm 1957, ngài được suy cử chức Cố vấn Ban Chưởng quản Giáo hội Tăng già Nguyên thủy Việt Nam. nguyên quán Gia Định, trú quán Chợ Lớn - *xem thêm ở Danh Tăng Việt Nam tập 1*

- Thích Giác Quang (1891 -1969), Hòa thượng, nguyên Giáo viên trường làng Tân Dương, nguyên phó Kỹ sư, tốt nghiệp trường Trường Cơ khí Á châu (L' école des Mécaniciens Asiatiques- dân gian thường gọi trường Bá Nghệ), thế danh Phạm Văn Vọng, ngài đọc và viết làu thông Hán nôm lẫn Pháp ngữ, xuất gia với trưởng lão HT Quảng Tự- Thiện Quả ở Nam Vang, được ban pháp danh Thục Chơn, pháp hiệu Giác Quang:*"Giác ngộ chân truyền thông Bát nhã; Quang huy ấn chứng đạt Kim Cang".* Y chỉ cầu pháp với trưởng lão HT Hồng Huệ- Đức Minh với pháp tự Phước Dụng. Ngài khai sơn tạo tự các ngôi Tam bảo: Kim Bửu Tự, Tân Dương- Sa Đéc, Thất Bửu Tự- Long Xuyên, Thất Bửu Tự (Chùa Phật Nhỏ)- núi Cấm- Châu Đốc, chùa Bổn Nguyện, chùa Tam Bảo, chùa Liên Trì, chùa Trúc Lâm- Gò Vấp... Ngài đã dìu dắt gia đình tộc họ đều quy hướng Phật đạo, bạn đời của ngài là Ni trưởng Thích nữ Diệu Tịnh, pháp húy Thục Thanh, những người con của ngài trở thành Cư sĩ tại gia, xuất gia và tham gia kháng chiến chống giặc ngoại xâm: con cả Phạm Duy Thạch, pháp danh Đồng... , Phạm Ngọc Sanh pháp danh Diệu Thành, Phạm Thị Đông pháp danh Trí Tín (tham gia Cách mạng, được khen thưởng quân chương kháng chiến hạng nhất), Phạm Thơ Hương pháp danh Viên Chúc, Phạm Hữu Hạnh pháp danh Diệu Liên, Phạm Hữu Đức, pháp danh Đồng Bổn hiệu Thông Trí, (do HT Hành Trụ ban pháp danh) trụ trì Trúc Lâm tự- Gò vấp, Phạm Thị Bạch Liên pháp danh Diệu Thông- hiệu Huyền Trang "vị danh ni Biệt động Sài Gòn",

Phạm thị Minh Tâm pháp danh Diệu Lượng, Phạm Trí Huệ pháp danh Thục Minh (Giác Tánh)... các đệ tử xuất gia như: Viên Giác "Trưởng tử", Viên Phú "Thứ tử", Viên Căn, Viên Trí, Viên Minh, Viên Ngộ, Viên Tâm, Viên Đạo, Viên Hảo, Viên Chơn, Viên Tài, Viên Lộc, Viên Hòa, Viên Phước, Viên Nguyên, Viên Nghiêm... Ngài đã góp phần vào công cuộc chống giặc ngoại xâm, kháng Pháp chống Mỹ cứu nước, Giáo dục đào Tăng Ni tài, xây dựng cơ sở tự viện Phật giáo (tất cả cơ sở tự viện của ngài đều là nơi nuôi giấu chiến sĩ cách mạng, quân lương, y tế...). Ta bà quả mãn, ngài viên tịch ngày 21 tháng 4 năm Kỷ Dậu (05-06-1969), thọ 79 tuổi, nguyên quán Biên Hòa, trú quán Sa Đéc - *Thích Vân Phong biên khảo*

- **Thích Giác Quang**, Hòa thượng, sơn môn *Liên Tông Tịnh Độ Non Bồng*, thế danh Đàm Hữu Phước, Năm 1957, khi còn tại gia, ngài quy y với HT Quảng Đức- chùa Long Phước- Cai Lậy, xuất gia năm 1960 với HT Thiện Phước- tổ đình Linh Sơn- Bà Rịa. pháp danh Giác Quang, pháp húy Trung Phước, pháp tự Nhuận Đức, pháp hiệu Nhựt Nguyệt Quang. Năm 1962-1965, học tại PHĐ *Tây Phương Bồng Đảo*. Năm 1966, thọ Tỳ kheo giới tại Liên Tông Tự- Sài Gòn do HT Thích Hồng Ảnh chứng truyền. Năm 1968, làm Phó hiệu trưởng kiêm giáo viên trường Trung Tiểu học Lâm Tỳ Ni- Biên Hòa. Năm 1970, làm Trưởng ban Giáo dục tông phái *Khất sĩ Liên Tông Tịnh Độ Non Bồng*. Năm 1975, Tổng thư ký Quan Âm tu viện và Cô nhi viện *Phước Lộc Thọ*. Năm 2001, Trưởng ban Nghệ thuật Hội đồng Tông phong *Tịnh Độ Non Bồng*. Năm 2006, Phó trụ trì Quan Âm tu viện. Năm 2007-2012, ngài là Chánh thư ký Tỉnh hội PG Đồng Nai. Năm 2012-2017, là Ủy viên HĐTS GHPGVN, Ủy viên Ban Tăng sự TW, Phó Trưởng BTS GHPGVN tỉnh Đồng Nai, ngài quản lý thư viện và các trang nhà thuộc hệ thống *Tịnh Độ Non Bồng* như: *phatgiao.vnn.com ; tinhdononbong.com ; linhsonphatgiao.com*, nguyên quán Cai Lậy- Tiền Giang, trú quán Biên Hòa- Đồng Nai - *theo trang nhà www.phatgiao.vnn.com*

- **Thích Hoàn Quan** (1928 -2005), Hòa thượng, thế danh Phạm

Ngọc Thơ, xuất gia năm 1942 với tổ Khánh Anh- chùa Phước Hậu-Trà Ôn, pháp danh Như Cụ Thiện, pháp tự Giải Toàn Năng, pháp hiệu Hoàn Quan. Năm 1950, ngài theo học tại PHĐ Nam Việt- chùa Ấn Quang. Năm 1955, ngài thọ cụ túc giới tại giới đàn chùa Ấn Quang do HT Đôn Hậu làm Đàn đầu truyền giới. Sau khi thọ giới, ngài được cử làm Giáo thọ giảng dạy các PHV và PHĐ Nam Việt. Năm 1960, ngài làm Đốc giáo PHĐ Phước Hòa- Trà Vinh. Từ năm 1964-1975, ngài là Giáo thọ sư các PHV: Huệ Nghiêm, Huỳnh Kim, Hải Tràng, Dược Sư, Từ Thuyền, Bồ Đề Lan Nhã... Năm 1964, ngài khai sơn và trụ trì chùa Khánh Vân- quận 11. Năm 1996, ngài giao chùa lại cho HT Nguyên Ngôn để chuyên tâm dịch thuật biên soạn, tác phẩm của ngài gồm: *Phật Tổ Ngũ Kinh ; Luật Trường Hàng văn vần ; Tu tập Chỉ quán tọa thiền pháp yếu ; Hiển Mật Viên Thông Tâm Yếu thành Phật ; Tam Thập tụng luận ; Văn Phạm Cu7ng yếu ; Tân học Quốc văn ; Nghi lễ...*ngài xả báo thân ngày 17 tháng 6 năm Ất Dậu (22-07-2005) thọ 78 năm, 58 hạ lạp, nguyên quán Quảng Ngãi, trú quán TP Hồ Chí Minh - *xem thêm ở Danh Tăng Việt Nam tập 3*

- **Hồng Quang**, Cư sĩ, thế danh Bùi Kha, bút hiệu: Nguyễn Kha, Nguyễn Đăng Lâm, Hồng Ngọc… Sinh năm 1949, du học Hoa Kỳ năm 1974. Một trong những sáng lập viên Hội Từ thiện và báo Giao Điểm. Tác phẩm: Nguyễn *Trường Tộ Sau Bức Màn Canh Tân ; Colonialism & Catholicism in the French Occupation of Vietnam* (sắp xuất bản); *Alexandre de Rhodes , Chữ Quốc Ngữ Và Quan Điểm Chính Trị* ; Tuyển *tập Bùi Kha: Alexandre de Rhodes , Trương Vĩnh Ký, Trần Lục, Ngô Đình Diệm...* Nhiều bài thuộc loại khảo cứu, tham luận, đối luận, dưới nhiều bút hiệu khác nhau, đăng báo, sách và trang nhà điện tử trong và ngoài nước: *Những đại pháp nạn của Phật giáo Việt nam ; Phật giáo trong thế kỷ mới, Tuyển tập 1* - Giao điểm xb, Hoa Kỳ, 1996 ; Tham luận: "*Vài nét về Phật giáo Tây phương để suy nghĩ về mười vấn đề cấp thiết của Phật giáo Việt Nam.*" Đọc tại Đại hội Phật Giáo toàn quốc, tháng 12-2002 tại Hà Nội- Việt Nam. Tham luận: "*Năm ước mơ của một Phật tử và mười điều cấp thiết mà Phật giáo Việt Nam không thể thiếu*". Hội thảo "Phật giáo trong thời đại mới, cơ hội và thách thức". Viện Nghiên cứu Phật học, TP. Hồ Chí Minh, Việt Nam, tháng 7- 2006. In trong *"Phật giáo trong thế kỷ mới. Tại sao phải chấn hưng?"* Tuyển tập 3. Giao điểm xb, 2006 ; *Phật Giáo có hại cho việc phát triển kinh tế?* – nguyên quán Quảng Trị, VN, trú quán Hoa Kỳ - *theo Thích Vân Phong biên khảo*

- Chương Tư Huệ Quang (? -1873), Hòa thượng, tổ sư, pháp danh Chương Tư, pháp tự Tuyên Văn, pháp hiệu Huệ Quang, đời thứ 38 tông Lâm Tế, thế hệ thứ 5 pháp phái Chúc Thánh. Ngài thế danh Đặng Văn Quang, sinh quán tại xã Đức An, phủ Thăng Bình, tỉnh Quảng Nam. Ngài xuất gia từ nhỏ với tổ Toàn Nhâm Quán Thông tại chùa Phước Lâm, Hội An. Sau đó, ngài vào tham học với tổ Toàn Đức Thiệu Long tại chùa Khánh Long, Phú Yên, đắc pháp với hiệu Huệ Quang. Năm Tân Dậu (1861) Ngài được triều đình cử làm trụ trì chùa Linh Ứng. Năm sau, Nhâm Tuất (1862) được cử làm trụ trì chùa Tam Thai thế ngài Hoằng Ân viên tịch. Năm Kỷ Tỵ (1869), Ngài được cung thỉnh làm Đàn đầu truyền giới tại chùa Phước Lâm, Hội An. Ngài viên tịch vào ngày 22 tháng 6 năm Quý Dậu (1873). Tháp lập tại phía Nam ngọn Âm Hỏa Sơn trong núi Ngũ Hành. Đệ tử tiêu biểu có ngài Ấn Bổn Vĩnh Gia. Ngài sinh quán tại Quảng Nam, trú quán tại Đà Nẵng - *theo Thích Như Tịnh sưu khảo*

-Thích Huệ Quang (1888 -1956), Hòa thượng, thế danh Nguyễn Văn Ân. Năm 1902, xuất gia với HT Thiện Trí- chùa Long Thành- Trà Cú, được pháp danh là Thiện Hải. Ngài được bổn sư cho về trụ trì chùa Long Hòa- Tiểu Cần. Năm 1919, ngài đắc pháp với HT Từ Vân- tổ đình Tân Long- Cao Lãnh, được pháp hiệu là Huệ Quang. Năm 1928, khi phong tràn chấn hưng PG nở rộ trên thế giới, ngài đã cùng chư tôn đức đồng chí hướng hiệp lại thành lập hội Lục Hòa ý muốn mở Phật học viện và thư xã. Năm 1931, ngài và chư tôn đức hợp sức với hàng Cư sĩ thành lập *hội Nam kỳ Nghiên cứu Phật học* tại chùa Linh Sơn- Cầu Muối. Năm 1934, Ngài và chư tôn đức rút lui khỏi hội NKNCPH, về Trà Vinh lập Liên đoàn Phật học xã, sau đó tiến đến thành lập *hội Lưỡng Xuyên Phật học* và ngài giữ chức Tổng lý *hội Lưỡng Xuyên Phật học*, chủ nhiệm tạp chí *Duy Tâm*. Năm 1951, Tổng hội PGVN ra đời, đến năm 1953, ngài được cung thỉnh ngôi *Pháp chủ Giáo hội Tăng Già Nam Việt*. Năm 1956, ngài được suy cử Phó hội chủ Tổng hội Phật giáo Việt Nam và làm chủ nhiệm tạp chí *Phật giáo Việt Nam*. Tháng 11 năm 1956, ngài tham dự hội nghị Phật giáo thế giới tại Nepal và viên tịch tại New Delhi Ấn Độ, nguyên quán Trà Vinh, trú quán Sài Gòn - *xem thêm ở Danh Tăng Việt Nam tập 1*

- **Thích Huệ Quang** (1927 - 2009), Hòa thượng, dòng Lâm Tế Chánh Tông đời 41, thế danh Dương Quyền, xuất gia năm 1942 với HT Nhơn Thiện- chùa Đông Phước- Nha Trang, pháp danh Không Hành, pháp tự Từ Tâm, pháp hiệu Huệ Quang. Năm 1952, ngài thọ cụ túc giới tại giới đàn chùa Thiên Bửu- Ninh Hòa do HT Trí Thắng làm Đàn đầu truyền giới. Năm 1960, ngài kế thế trụ trì chùa Đông Phước và được HT Bích Lâm- tổ đình Nghĩa Phương phú pháp làm pháp tử đầu tiên môn phong Nghĩa Phương. Năm 1966, ngài là Phó Tăng trưởng PG Cổ truyền tỉnh Khánh Hòa. Năm 1968-1975, ngài là Tăng trưởng PG Cổ truyền tỉnh Khánh Hòa. Từ năm 1970-1973, ngài kiêm chức Tổng thư ký Ban đại diện PG Cổ truyền Trung Phần. Từ năm 1972-1975, ngài lập trường Tiểu học Bát Nhã ở cạnh chùa để dạy dỗ con em Phật tử. Sau khi đất nước thống nhất, GHPGVN thành lập năm 1981, ngài được đề cử vào: -Từ năm 1982, Ủy viên ban Hoằng pháp PG tỉnh Phú Khánh. -Năm 1991-1996, Trưởng ban Hoằng pháp BTS PG tỉnh Khánh Hòa. -Năm 2007, ngài được suy tôn Thành viên Hội đồng Chứng minh GHPGVN. Ngài biên soạn tác phẩm: *Nghi thức Thiền môn Chánh độ* ; *Lịch sử chùa Đông Phước*, và rất nhiều liễn đối cho các Tự viện trong tỉnh. Ngài xả báo thân ngày 10 tháng 7 năm Kỷ Sửu (2009) thọ 83 năm, 57 hạ lạp, nguyên quán trú quán Khánh Hòa - *xem thêm ở Danh Tăng Việt Nam tập 3*

- **Thích Huyền Quang** (1920 -2008), Hòa thượng, Đệ nhất Hành chính Sự nghiệp GHPGVNTN, thế danh Lê Đình Nhàn, dòng Lâm

Tế Chúc Thánh đời 42, xuất gia với HT Chơn Đạo-chùa Vĩnh Khánh Bình Định, được pháp danh Như An, pháp tự Giải Hòa. Năm 1937 ngài cầu pháp với HT Chơn Giám, hiệu Trí Hải-chùa Bích Liên, được pháp danh Ngọc Tân, pháp tự Tịnh Bạch, pháp hiệu Huyền Quang. Năm 1938-1945 ngài theo học PHĐ Lưỡng Xuyên-Trà Vinh, sau đó tiếp tục ra Huế học PHĐ Báo Quốc. Năm 1945, ngài là Phó chủ tịch kiêm Tổng thư ký hội PG Cứu quốc liên khu 5. Năm 1955 là Giám đốc PHĐ Long Sơn Nha Trang. Năm 1958 cùng chư tôn đức Bình Định khai sơn *tu viện Nguyên Thiều* và ngài làm Giám viện cho đến cuối đời. Năm 1962, là Phó hội trưởng hội Phật học Trung phần kiêm Hội trưởng hội PG Thừa Thiên Huế. Năm 1963, ngài là Tổng thư ký Ủy ban Liên phái Bảo vệ PG. Năm 1964, GHPGVNTN thành lập, ngài làm Tổng vụ trưởng Tổng vụ Cư sĩ. Năm 1974, ngài là Phó viện trưởng Viện Hóa Đạo. Năm 1994, ngài được PG hải ngoại suy tôn là Đệ tứ tăng thống GHPGVNTN, bản thân ngài ở chùa Quang Phước-Quảng Ngãi biên soạn hoàn tất bộ *Pháp Sự Khoa Nghi* và dịch một số kinh khác. Về cuối đời ngài về lại tu viện Nguyên Thiều tập trung tu niệm. Tác phẩm: *Thiền Môn Chánh Độ* ; *Sư Tăng và thế nhơn* ; *Nghi cúng Tổ và chư vị Cao Tăng* ; *Đạo tràng công văn tân soạn* ; *Thiếu thất lục môn* ; *Phật pháp hàm thụ* ; *Pháp sự khoa nghi* (3 tập) ; *Nghi thức cúng Giao Thừa* ; *Phật pháp áp dụng trong đời sống hằng ngày*...Ngài xả báo thân ngày 5 tha1ng7 năm 2008, thọ 89 năm, 69 hạ lạp, nguyên quán Bình Định, trú quán Quảng Ngãi - *xem thêm ở Danh Tăng Việt Nam tập 3*

- Thích Mỹ Quang (1940 -2004), Hòa thượng, pháp danh Thị Ngộ, pháp tự Hạnh Viên, pháp hiệu Mỹ Quang, đời thứ 42 tông Lâm Tế, thế hệ thứ 9 pháp phái Chúc Thánh. Ngài thế danh Lê Đức Thơ, sinh năm Canh Thìn (1940) tại làng Mân Quang, phường Thọ Quang, quận Sơn Trà, Đà Nẵng. Năm 1949 xuất gia với Hòa thượng Như Khoan Bảo Toàn tại chùa Sắc tứ Từ Vân, Đà Nẵng. Ngài có một thời gian dài theo học khoa Du Già với chư tôn túc tại Thừa Thiên-Huế. Thọ Đại giới năm 1964. trụ trì chùa Hải Hội, Sơn

Trà (1964-1966), trụ trì chùa tỉnh hội Đà Nẵng (1966-1972) và kiêm nhiệm trụ trì Sắc tứ Từ Vân. Sau năm 1972, ngài vào Nam trụ trì chùa Báo Ân, sau đó là chùa Phú Hòa, quận Tân Bình cho đến ngày viên tịch. Ngài là một vị Gia trì sư nổi tiếng khắp 2 miền Trung-Nam, Phó trưởng ban nghi lễ TW GHPGVN. Ngài viên tịch năm Giáp Thân (2004), nhập tháp tại tổ đình Vạn Đức, sau cải táng về tổ đình Chúc Thánh. Đệ tử nối pháp có các vị như; Đồng Mẫn Thông Niệm; Đồng Trí Thông Đức... Ngài nguyên quán Đà Nẵng, trú quán TP.Hồ Chí Minh - *theo Thích Như Tịnh sưu khảo*

- **Thích Nhật Quang** (1849 -2013), Hòa thượng, thế danh Trần Văn Trừ, xuất gia năm 1952 với Ni trưởng Như Thanh- chùa Hội Sơn- Thủ Đức, được pháp danh Nhật Quang. Năm 1958, ngài y chỉ với HT Thiện Hòa- chùa Ấn Quang, được pháp tự Thiện Trí, pháp hiệu Minh Quang. Năm 1964, ngài thọ đại giới tại giới đàn chùa Ấn Quang do HT Thiện Hòa làm Đàn đầu truyền giới. Năm 1970, ngài được tặng thưởng Bằng khen xuất sắc do Hội Giáo sư Toán học Việt Nam và Tổng vụ Văn hóa GHPGVNTN đồng tổ chức, và giảng dạy môn toán tại các trường Trung Tiểu học Bồ Đề Sài Gòn Chợ Lớn. Năm 1975-1980, ngài làm Thư ký Ban đại diện PG Quận 5. Năm 1987-2002, ngài làm Chánh Đại diện PG Quận 10. Năm 2000, ngài được bổ nhiệm làm trụ trì tổ đình Ấn Quang. Năm 2002-2007, ngài làm Phó thư ký kiêm Chánh văn phòng BTS Thành hội PG TP Hồ Chí Minh. Năm 2007, ngài là Ủy viên HĐTS GHPGVN, Phó trưởng BTS kiêm Chánh thư kýThành hội PG TP Hồ Chí Minh. Năm 2009, ngài kiêm trụ trì chùa Thiện Mỹ- Quận 5. Năm 2011, là viện chủ chùa Bảo Tâm- Quận 11. Ngài xả báo thân ngày 24 tháng 7 năm Quý Tỵ (30-08-2013) thọ 74 năm, 50 hạ lạp, nguyên quán Gia Định, trú quán TP Hồ Chí Minh - *xem thêm ở Danh Tăng Việt Nam tập 3*

- **Thích Nhựt Quang**, Hòa thượng, thế danh Lê Quang Nhựt, sinh năm 1940 (giấy 1943), xuất gia năm 1945 với HT Trí Đức- Bạc Liêu. Năm 1960, ngài tham học ở PHĐ Nam Việt- chùa Ấn

Quang- Sài Gòn. Năm 1962, ngài thọ đại giới tại PHĐ Nam Việt do HT Thiện Hòa làm Đàn đầu truyền giới. Ngài trải qua các chức vụ: - Chánh đại diện GHPGVNTN Quận Nhất- Sài Gòn, Chánh đại diện GHPGVNTN tỉnh Bình Dương, Chánh đại diện GHPGVNTN tỉnh Pleiku, Chánh đại diện GHPGVN tỉnh An Xuyên (Cà Mau). Sau năm 1975, ngài trở về quê hương, kế thế trụ trì chùa Long Phước- Lấp Vò- Đồng Tháp. Ngài là bậc pháp sư gia trì pháp môn Mật tông Việt Nam, ngài được cung thỉnh làm Chứng minh BTS GHPGVN tỉnh Đồng Tháp, nguyên quán trú quán Lấp Vò- Đồng Tháp

- **Thích Nhật Quang**, Hòa thượng, sinh năm 1944, Ủy viên Hội đồng Trị sự Trung ương GHPGVN, Trưởng BTS kiêm Trưởng ban Giáo dục Tăng Ni GHPGVN tỉnh Đồng Nai, Hiệu trưởng trường Trung cấp Phật học Đồng Nai, Trưởng Ban Quản trị thiền phái Trúc Lâm, trụ trì thiền viện Thường Chiếu, khai sơn trụ trì thiền viện Trúc Lâm Trí Đức- Đồng Nai, khai sơn trụ trì thiền viện Trúc Lâm Thanh Nguyên- Bình Dương, khai sơn trụ trì thiền viện Trúc Lâm Chánh Thiện- Bình Thuận, khai sơn thiền viện Trúc Lâm Đạo Nguyên- Daknong. Tác phẩm dịch thuật và trước tác: *Sử 33 vị Tổ Ấn-Hoa Giảng giải* , *Từ Ấn của Mẹ* , *Tám điều Giác Ngộ* , *Nửa Ngày của Thái Thượng Hoàng* , *Như nói với Tôi* , *Nghiêm huấn Tòng lâm* , *Đường xưa* , *Cội nguồn Ngàn xưa* , *Pháp Hoa Đề cương* , *Mười điều Biện ma* , *Diệu nghĩa Kinh Pháp Hoa* , *Đạo nhân và Mùa xuân* , *Mùa xuân Vân Yên* , *Hành hương Hoa Hạ* , *Thơ Mây* , *Suối Thiền* , *Vườn Thiền* , *Xuân Nhật* , *Xuân trong Tôi* , *Hiếu Hạnh* , *Hoa Thiền* , *Hương Thiền* , *Tâm Thiền* , *Luận Phật thừa Tông yếu* , *Luận Tọa thiền* , *Mai vàng Ánh đạo* , *Nắng mới trong Vườn thiền* , *Niềm vui Đầu xuân* , *Núi Thái Bên Nguồn* , *Rừng Thiền* , *Sơn cư Bách vịnh* , *Sống Thiền* , *Suối reo Rừng Trúc* , *Tâm Thiền* , *Cội Thiền* , *Đuốc Thiền* , *Gia Bảo Thiền Tông* , *Gương Hạnh Người xưa* , *Hạnh Hiếu trong Đạo Phật* , *Quy Sơn Ngữ lục* , *Tích truyện Pháp Cú* , *Viên Châu Ngưỡng Sơn*... nguyên quán Tây Ninh, trú quán Đồng Nai - *theo Thích Vân Phong biên khảo*

- **Thích Phước Quang** (1908 -1988), Hòa thượng, hệ phái PG Hoa Tông Việt Nam, thế danh Tiêu Mao. Thiếu thời ngài là một võ sư nổi tiếng ở Sài Gòn Lục Tỉnh, là Hội trưởng hội Hoa kiều Liên hữu tỉnh Mỹ Tho. Năm 1960, ngài lên Sài Gòn, gát bỏ quá khứ xuất gia tại chùa Giác Nguyên với HT Thiện Tường, được pháp danh Phước Quang. Năm 1961, ngài kiến lập Từ Đức tịnh xá- Chợ Lớn và qui tụ tín đồ người Hoa về đây tu tập. Năm 1972, ngài làm Tổng vụ trưởng Tổng vụ Tài chính GHPGVNTN. Năm 1975, ngài làm Thủ quỹ Ban Liên lạc PG Yêu nước TP Hồ Chí Minh. Năm 1981, GHPGVN thành lập, ngài là Thành viên HĐCM GHPGVN. Công trình ngài đã là thực hiện gồm: *Trường Chính Nghĩa* (Mỹ Tho) ; *Trường Chánh Giác* (Thủ Dầu Một) ; *Tăng Nghi quán Quảng Đông* (Quận 5). Ngài viên tịch ngày 20 tháng 8 năm Mậu Thìn (30-9-1988), nguyên quán Quảng Đông-Trung Quốc, trú quán TP Hồ Chí Minh - *xem thêm ở Danh Tăng Việt Nam tập 1*

- **Tăng Quang** (1924 -2008), Cư sĩ, pháp danh Minh Chiếu, ông quê Phan Thiết, thuở nhỏ ông được gởi ra Quảng Ngãi học tại trường Trung học Bình dân. Năm 1945, ông tham gia cách mạng, làm *Chánh Lục Sự* tòa án Liên khu 5 Trung Bộ. Năm 1954, đất nước chia đôi, ông ở lại miền Nam và trở vào Sài Gòn sinh sống. Năm 1964, sau thời gian lui tới chùa Xá Lợi tụng kinh, ông phát tâm quy y Tam bảo với pháp danh Minh Chiếu, đồng thời gia nhập hội Phật học Nam Việt. Năm 1965, ông bị chính quyền Sài Gòn bắt giam và xử án 5 năm tù vì làm kinh tài tiếp tế cho cách mạng. Sau khi ra tù, ông trở về làm Cư sĩ, theo học Phật với cụ Chánh Trí Mai Thọ Truyền. Năm 1975, ông được xếp vào thành phần *Tư sản dân tộc*, có công với cách mạng, phụ trách Ban liên lạc Công Thương Thành phố. Năm 1979, ông được Cư sĩ Lê Ngọc Diệp, Tổng thư ký *hội Phật học Nam Việt* giao thừa kế chức vụ Tổng thư ký, cùng với Cư sĩ Tống Hồ Cầm phụ trách lèo lái *hội Phật học Nam Việt* hội nhập trong thời kỳ mới. Năm 1980, chùa Phật học Xá Lợi là Văn phòng của Ban vận động, nơi diễn ra Hội nghị Thống nhất PGVN. Năm 1981, Cư sĩ Tăng Quang và Tống Hồ Cầm, đại diện cho hội PHNV tham gia thành lập GHPGVN tại thủ đô Hà Nội. Cư sĩ được cử làm Ủy viên Tài Chánh trong Ban Thường trực

HĐTS GHPGVN. Từ năm 1989-1999, ông còn là đại biểu HĐND Quận 8. Năm 1992, ông được cử làm Ủy viên Thường trực HĐTS kiêm Phó ban Kinh tế Tài chánh TW GHPGVN. Năm 1996-2001, ông được bầu làm Ủy viên BCH TW hội Chữ Thập Đỏ Việt Nam. Đồng thời, là Ủy viên BCH hội Bảo trợ Bệnh nhân nghèo TP Hồ Chí Minh. Về phật sự, ngoài công việc Tổng thư ký Ban Quản trị, Cư sĩ còn là Gia trưởng GĐPT chùa Xá Lợi. Những công lao đóng góp của ông cho xã hội được Nhà nước khen tặng: Năm 1991, Huy chương *Vì sự nghiệp Đại đoàn kết dân tộc*. Năm 2001, Huy chương *Kháng chiến chống Mỹ hạng Nhất*, và nhiều bằng khen, giấy khen khác...Cư sĩ mãn báo thân ngày mồng 8 tháng 4 năm Mậu Tý (2008) thọ 79 năm, với hơn 40 năm cống hiến cho đạo pháp, nguyên quán Phan Thiết- Bình Thuận, trú quán TP Hồ Chí Minh - *theo Thích Đồng Bổn biên khảo*

- **Lê Quý Quang** (1926 -2002), Cư sĩ, bước đầu ông theo mẹ đến chùa Thiên Mụ, đảnh lễ HT Đôn Hậu xuất gia tu học, được pháp danh Tâm Thành. Sau đó vì mẹ già yếu, ông xin về tại gia chăm dưỡng mẹ già. Ông thành lập đạo tràng tu tập ở *từ đường Công chúa An Thường*, rất đông Phật tử theo về đạo tràng ngày một đông đảo, nên Phật tử đã ủng hộ vật chất mua đất xây dựng *Niệm Phật Đường* để mọi người tu tập. Năm 1940, đạo tràng chính thức mời Cư sĩ và thân mẫu trường trú tại đây để hướng dẫn đạo tràng tu học. Cư sĩ lên chùa Thiên Mụ đảnh lễ HT bổn sư lần nữa xin thọ tại gia Bồ tát giới để đủ năng lực lãnh đạo mọi người. HT hoan hỷ truyền trao và cho pháp tự là Thanh Tịnh. Nhờ uy tín công phu tu tập, ông được Giáo hội mời làm Ủy viên BTS GHPG tỉnh Thừa Thiên. Năm 2002, Cư sĩ quyết định xuất gia lại lần nữa để gieo nhân tốt cuối đời cho mình. Ông được HT Huệ Ấn- chùa Phổ Quang cùng chư Tăng trong Giáo hội Thừa Thiên Huế quang lâm chứng minh lễ truyền trao giới pháp Sa di, làm ước nguyện của ông được viên mãn, nguyên quán Quảng Trị, trú quán Thừa Thiên Huế - *theo Chư tôn Thiền đức&Cư sĩ hữu công Thuận Hóa*

- **Thích Tâm Quang** (1876-(1944), pháp danh Kiểu Ninh, pháp hiệu thiện Niệm, tục danh Lê Văn Đức. Nơi sinh xã An Thới, tổng Hòa Long, hạt Sa Đéc. Nguyên đệ nhất thế Trụ trì Viên Giác Tự, Bến Tre. Cố vấn cho ban trị sự Hội Lưỡng Xuyên phật học. Năm 1924 Ngài mở trường gia giáo ở chùa Viên Giác cho 100 Tăng Ni tham học. Ngài cúng dường huê lợi từ 3,33 ha ruộng tại làng Minh Đức cho tổ Lê Khánh Hòa làm kinh phí hoạt động phong trào chấn hưng PG - *theo Thích Vân Phong biên khảo*

- **Tánh Viên-Tịnh Quang** (?), Thiền sư. Năm 1802, sau khi Quốc chúa Nguyễn Ánh thống nhất sơn hà, ổn định triều ca và xưng đế lấy hiệu Gia Long. Năm 1812, Vua Gia Long chiếu chỉ sắc tứ châu phê *"Nguyễn triều hậu dụ Gia Long Hoàng đế Kiến tạo Phước Thạnh Tự"*, ấn ký sắc phong Tánh Viên Tịnh Quang Thiền sư trụ trì (thời tỵ nạn truy lùng của quân Tây Sơn, chúa Nguyễn Phúc Ánh đã núp khu rừng rậm này và được thoát nạn truy bắt của quân Tây Sơn, sau khi phục quốc, thống nhất sơn hà, đền ơn Tam Bảo, Long thần Hộ pháp, vua Gia Long sắc tứ kiến tạo Phước Thạnh tự...) - *theo Thích Vân Phong biên khảo*

- **Thích Nữ Thanh Quang** (1920 -1966), Sư cô, thánh tử đạo, pháp danh Tâm Đạo, pháp hiệu Thanh Quang, thế danh Bùi Thị Lệ, thọ Tỳ kheo ni giới tại giới đàn Hộ Quốc chùa Báo Quốc năm 1948, tự thiêu trước chùa Diệu Đế-Huế ngày 29-5-1966, Sư cô ra đi lúc 55 tuổi để phản đối Tổng thống Mỹ Johnson tiếp tục ủng hộ chính quyền Thiệu-Kỳ đàn áp PG, nguyên quán trú quán Thừa Thiên Huế - *theo Biên niên sử PG Sài Gòn Gia Định*

- **Thích Thiện Quang** (1895 -1953), Hòa thượng, dòng Lâm Tế Gia Phổ đời 40, thế danh Nguyễn Văn Xứng, xuất gia năm 1925 với tổ Chí Thiền- chùa Phi Lai, pháp danh Hồng Xứng, pháp tự Thiện Quang. Năm 1927, ngài thọ đại giới tại chùa Phi Lai xong, xin phép bổn sư lên núi Cấm tìm chốn tĩnh cư tu niệm. Năm 1941, ngài xây dựng chùa Vạn Linh ở núi Cấm. Năm 1947, vì chiến tranh nên ngài tản cư về Sài Gòn trú tại chùa Linh Bửu- Cầu Bông, ngài viên tịch tại đây ngày 26 tháng 11 năm Quý Tỵ (31-12-1953) hưởng 59 năm, 24 năm hành đạo. Năm 1998, di cốt ngài được HT Trí Tịnh thỉnh về nhập tháp tại chùa Vạn Linh- Núi Cấm, nguyên quán Bến Tre, trú quán Núi Cấm- Châu Đốc- *xem thêm ở Danh Tăng Việt Nam tập 3*

- **Thích Thông Quang** (?), Hòa thượng, Sau ngày thiền sư Phổ Nghi (tổ Từ Long) đệ nhất tổ Yên Vệ (Phúc Hào tự) viên tịch, ngài Thông Quang kế đăng tục diệm. Ngài là người xuất chúng, đạo đức vang xa, thu hút hàng tứ chúng khắp nơi về tham học. Ngài đã dẫn 2 đệ tử (Tâm Chính, Tâm Định-Thanh Định) và sư đệ là thiền sư Thông Ứng vào Thanh Hoá hoằng truyền tông Lâm Tế. Khoa cúng tổ chùa Trang Cát (Long Cảm tự), xã Hà Phong, huyện Hà Trung, tỉnh Thanh Hoá cho biết: Vua Thiệu Trị (1841-1847) từng thỉnh thiền sư Thông Quang trụ trì chùa Phúc Hào vào cung để làm lễ cầu đảo (cầu mưa). Năm Tự Đức thứ 2 (1849), ngài được triều đình sắc phong giới đao độ điệp làm quy phạm cho Phật giáo Ninh Bình. tổ Thông Quang là người kế tục xuất sắc sự nghiệp truyền bá giáo lý phái Lâm Tế vào Thanh Hoá của tổ Từ Long. Đặc biệt là hoàn thành sứ mệnh tiếp độ Ni giới Thanh Hoá. Cho đến nay có rất nhiều chùa Ni trên đất Thanh Hóa đã tiếp nhận và tuyên dương chính pháp của tông Lâm Tế do tổ Thông Quang truyền bá, tiêu biểu như các chùa: Hương Quang, Mật Đa ở thành phố Thanh Hóa; Ngọc Đới xã Tuy Lộc, huyện Hậu Lộc, Trang Cát xã Hà Phong và chùa Bái Đô xã Hà Tân, huyện Hà Trung, chùa Vồm xã Thiệu Khánh, huyện Thiệu Hóa... Nhiều vị tăng ni đã trở thành tổ sư khai sáng của các chùa. Không rõ tổ viên tịch năm nào, tại chùa Yên Vệ có tháp của ngài ghi *Từ Miên tháp - theo NNC Nguyễn Đại Đồng sưu khảo*

-**Thích Thường Quang**, Hòa thượng, thế danh Trần Đình Trí, sinh năm 1945 tại Huế. Năm 1952 xuất gia tại chùa Tây Tạng-Bình Dương với HT Như Trạm Tịch Chiếu, có pháp danh Thị Từ, pháp hiệu Viên Hạnh. Thọ Tỳ kheo năm 1964 tại Việt Nam Quốc Tự, cầu pháp với HT Đôn Hậu nên còn có pháp danh Tâm Trí, pháp hiệu Thường Quang. Năm 1967-1970, ngài là hiệu trưởng trường Trung học Bồ Đề ở Long An. Năm 1997, ngài trụ trì chùa Phổ Tịnh-Bình Dương. Năm 2007, thành lập Tuệ Tĩnh đường Hạnh Quang, thành viên quỹ *"Tấm Lòng Vàng"* của báo Sân Khấu thuộc hội Nghệ sĩ TP Hồ Chí Minh. Ngài là Lương y cấp quốc gia về Đông Tây y, nguyên quán Thừa Thiên Huế, trú quán Bình Dương.

- **Thích Nữ Tịnh Quang**, Ni sư, NNC sử học PG, tên đời là Nguyễn Thị Minh, sinh năm 1952, quê An Trạch- phường Cát Linh- quận Đống Đa- TP Hà Nội. Xuất gia tu học tại chùa Quan Âm- Reslad- bang California- Hoa Kỳ. Ni sư tốt nghiệp Tiến sĩ Triết học với luận án: *Buddhist monastic education and regional revival movements in early twentieth century VietNam*, Thèse enphilosophie, University of Wisconsin -Madison, États-Unis, 2007. Tác phẩm liên quan đến Phật giáo: (Sưu tầm và biên soạn cùng Nguyễn Đại Đồng): *Phong trào Chấn hưng Phật giáo* (Tư liệu báo chí Việt Nam từ 1927-1938), Nxb Tôn giáo, 2008. *Phong trào Chấn hưng Phật giáo* (Tư liệu báo chí Phật giáo Việt Nam từ 1929-1945), Nxb Tôn giáo, 2010. nguyên quán Hà Nội, trú quán Hoa Kỳ - *theo Nguyễn Đại Đồng sưu khảo*

- **Thích Trí Quang** (? -1949), Hòa thượng, ngài là Hội trưởng *hội PG Cứu quốc* Gia Định, hy sinh tại mặt trận An Phú Đông, chưa có thêm thông tin.

- **Thích Trí Quang**, Hòa thượng trưởng lão, sinh năm 1923 tại Đồng Hới Quảng Bình, tốt nghiệp và giảng dạy tại Phật học viện Báo Quốc Huế, nhân vật trung tâm phong trào pháp nạn 1963, cố vấn Viện Hóa Đạo GHPGVNTN nhiều nhiệm kỳ, dịch giả hàng trăm tác phẩm kinh luận. Hòa thượng là nhà trí thức lớn của mọi thời đại, trú quán các chùa Ấn Quang, Quảng Hương Già Lam - TP Hồ Chí Minh và chùa Từ Đàm - Huế. - *xem thêm ở "Tiểu truyện tự ghi" của tác giả ở phụ lục 3 sách Bồ Tát giới*

- **Thích Từ Quang** (1988 -1991), Hòa thượng, du học và đậu bằng

Tiến sĩ triết học và văn chương đại học Sorbone, Tiến sĩ Phật học đại học Nalanda Ấn độ, tham gia phong trào chấn hưng, viện chủ thiền viện Chơn Đức-Gia Định, dịch giả một số tác phẩm kinh điển, sáng lập giáo hội Thiền Tông Việt Nam, tức Thiền Tịnh đạo tràng ở Phật Bửu Tự quận 3, nguyên quán trú quán Gia Định.

- **Tổ Tông Viên Quang** (1758 -1827), Thiền sư, dòng Lâm Tế Chánh Tông đời 36. xuất gia với tổ Phật Ý Linh Nhạc- chùa Từ Ân- Gia Định, được pháp danh Tổ Tông, pháp hiệu Viên Quang. Ngài là bạn chí cốt của Hiệp biện Đại học sĩ Trịnh Hoài Đức. Năm 1774, ngài được cử đến trụ trì chùa Giác Lâm, và biến nơi này thành một *"Phật học xá"* ở vùng đất mới Gia Định. Năm 1798, ngài đại trùng tu chùa Giác Lâm, đến năm 1804 mới hoàn thành. Năm 1819, ngài khai đại giới đàn tại chùa Giác Lâm, đây là giới đàn lớn nhất, qui tụ đầy đủ nhất tại gia lẫn xuất gia. Ngài thị tịch ngày mồng 3 tháng Chạp năm Đinh Hợi (1827) thọ 70 năm, tháp lập trong khuôn viên chùa Giác Lâm, nguyên quán Minh hương (người Hoa) Cù Lao Phố- Biên Hòa, trú quán Gia Định - *theo Biên niên sử PG Sài Gòn Gia Định*

- **Thích Viên Quang** (1895 -1976), Hòa thượng, đệ tử HT Tịnh Nhãn-chùa Tường Vân, pháp danh Tâm Ấn, pháp tự Vĩnh Thừa, pháp hiệu Viên Quang. Năm 1833, ngài lập thảm am tên là *Pháp Uyển Châu Lâm*, nay là chùa Châu Lâm-Huế. Năm 1937, ngài được cử trụ trì Quốc tự Thánh Duyên. Năm 1941,ngài làm Tăng cang chùa Diệu Đế, sang năm 1942 trụ trì chùa Từ Đàm. Đến năm 1944, ngài trở về chùa Châu Lâm tiếp Tăng độ chúng, nguyên quán Quảng Trị, trú quán Thừa Thiên Huế - *theo Chư tôn Thiền đức&Cư sĩ hữu công Thuận Hóa*

- **Thích Viên Quang** (1921 -1991), Hòa thượng, dòng Lâm Tế Liễu Quán đời 44, thế danh Trương Trọng Cửu, xuất gia năm 1935 với HT Vạn Đạo- chùa Thiên Sơn- Phú Yên. pháp danh Nguyên Minh, pháp tự Công Huệ. Năm 1939, ngài thọ đại giới tại giới đàn chùa *Linh Sơn Trường Thọ* do HT Vĩnh Sung làm Đàn đầu truyền giới. Sau đó ngài ở lại học *Du Già khoa nghi* với HT Xuân Quang-chùa Liên Trì- Bình Thuận, được pháp hiệu Viên Quang. Năm 1945, ngài trở về Phú Yên trụ trì chùa Long Phú. Năm 1965, ngài trở lại Bình Thuận trụ trì chùa Thiền Lâm- chùa Tỉnh hội PG Bình Thuận. Năm 1970-1973, ngài giữ chức Phó giám đốc kiêm Giám học Phật học viện Nguyên Hương- Bình Thuận. Năm 1982, ngài được cử trụ trì *Tòng lâm Vạn Thiện*, đồng thời là Phó BTS GHPGVN tỉnh Bình Thuận, ngài xả báo thân vào Rằm tháng 3 năm Tân Mùi (19-04-1991), thọ 71 năm, 51 mùa an cư, nguyên quán Phú Yên, trú quán Bình Thuận - *xem thêm ở Danh Tăng Việt Nam tập 2*

- **Thích Đồng Quán** (1926 -2009), Hòa thượng, dòng Lâm Tế Chúc Thánh đời 42, thế danh Đỗ Châu Đức, xuất gia năm 1942 với HT Huyền Tân- chùa Thiền Lâm- Phan Rang, pháp danh Thị Quảng, pháp tự Hạnh Nhơn, pháp hiệu Đồng Quán. Năm 1943, ngài học lớp Phật học chùa Long Khánh- Quy Nhơn. Từ năm 1946-1953, ngài tu học tại chùa Hưng Long- Bình Định. Năm 1953, ngài cùng chư Tăng trẻ Bình Định thành lập *Chúng Lục Hòa* tại chùa Tịnh Liên- Bình Định. Năm 1954-1957, ngài theo học tại PHV Trung Phần Nha Trang. Năm 1957, ngài thọ đại giới tại đại giới đàn chùa Long Sơn- Nha Trang do HT Giác Nhiên làm Đàn đầu truyền giới. Năm 1958, ngài trở về Bình Định cùng chư Tôn đức 12 vị thành lập tu viện Nguyên Thiều, và là thành viên Ban quản trị tu viện. Năm 1963, ngài làm giám đốc trường Trung học Bồ Đề Nguyên Thiều. Năm 1972, ngài trụ trì chùa Sắc tứ Thiên Hòa- Tuy Phước- Bình Định. Ngài đã tập trung nhiều công sức sưu tầm, nghiên cứu lịch sử phát triển của thiền phái Lâm Tế Chúc Thánh và biên soạn một số tác phẩm: *Khái quát về Nhân minh Nhập chánh lý luận* ; *Nhân minh luận giáo khoa* ; *Kinh Kim Cang giáo khoa* ; *Lược sử các tổ đình* ; *Tiểu sử các vị Danh Tăng*. Đồng thời, ngài cộng tác với Ban biên soạn *Tiểu sử Danh Tăng Việt Nam thế kỷ XX*. Năm 2004, ngài được môn phái Chúc Thánh suy cử làm trưởng ban trùng tu tổ đình Chúc Thánh- Quảng Nam. Ngài xả báo thân ngày 26 tháng Giêng năm Kỷ Sửu (20-02-2009) thọ 84 năm,

53 hạ lạp, nguyên quán trú quán Tuy Phước- Bình Định - *xem thêm ở Danh Tăng Việt Nam tập 3*

- Thích Nữ Thể Quán (1911 -1982), Ni trưởng, tác gia, nhà văn, nhà thơ, xuất gia với Ni trưởng Diệu Hương -chùa Diệu Đức được pháp danh là Thể Quán. Năm 1956, Ni trưởng đến tu học với Ni trưởng Diệu Không-chùa Hồng Ân và lập tịnh thất Hoàng Mai bên cạnh chùa nhập thất 5 năm để trưởng dưỡng đạo nghiệp. Năm 1966 Người cộng tác với *Nguyệt san Liên Hoa* và làm chủ biên tập san giáo dục thiếu nhi *Sen Hồng*. Năm 1971, Người làm Giám luật Ni bộ Bắc tông tỉnh Thừa Thiên, tác phẩm: *Kinh Diệu Pháp Liên Hoa ; Tỳ kheo ni giới ; Bồ tát giới ; Liêu trai chí dị ; Dấu xe muôn thuở ; Lời trăng nước (thơ), Tăng ghé Hoàng Mai ; Cảm tác ; Ước nguyện...* nguyên quán Quảng Trị, trú quán Thừa Thiên Huế - *theo Chư tôn Thiền đức&Cư sĩ hữu công Thuận Hóa*

- Thích Trung Quán (1918 -2003), Hòa thượng, dịch giả, ngài họ Vũ, xuất gia năm 1936 với HT Thích Đức Nhuận- chùa Quảng Bá- Hà Nội, pháp danh Thanh Quát, pháp hiệu Trung Quán. Năm 1938, ngài thọ đại giới tại chốn tổ Lãng Lăng- Nam Định do HT Quy Minh làm Đàn đầu truyền giới. Năm 1959, ngài được HT Thanh Tuất mời sang Lào và ngài đã mang PG Đại thừa vào xứ này. Ngài đã lập được 10 ngôi chùa ở xứ Lào, ngôi đầu tiên là chùa Phật Tích. Năm 1978, ngài được HT Chân Thường mời sang Pháp hành đạo. Nơi đây ngài đã lập nên ngôi chùa Hoa Nghiêm ở ngoại ô Paris. Hơn 20 năm sống ở Pháp, ngài ngược xuôi hành đạo và tạo thêm 6 ngôi chùa ở xứ này. Ngài còn để tâm biên soạn dịch thuật rất nhiều tác phẩm, từ khi ở trong nước đến khi tuổi ngoài 80. Tác phẩm của ngài gồm có: *Kinh Viên Giác ; Kinh Nhân Vương Hộ Quốc ; Vãng sinh luận ; Kinh Hiền Ngu ; Lịch sử đức Phật ; Kinh Thiện ác Nhân quả ; Kinh Dược Sư ; Kinh Di Đà ; Kinh Nghiệp báo Sai biệt ; Kinh Phân biệt Thiện ác Báo ứng ; Kinh Đại Chính Cú Vương ; Kinh Ma Ha Nan Tư Tư ; Kinh Cổ lai thế thời ; Kinh Đại Thông Phương Quảng ; Biện Minh Tu Chứng ; Tịnh tọa pháp*

*; Đại Trí Độ luận (10 quyển)...*ngài xả báo thân ngày 30 tháng 2 năm Quý Mùi (01-04-2003) thọ 86 năm, 66 hạ lạp, nguyên quán Nam Định, trú quán Pháp quốc - *xem thêm ở Danh Tăng Việt Nam tập 3*

Quảng

- **Thanh Nhàn-Tâm Quảng** (?), Hòa thượng, dòng Lâm Tế Liễu Quán đời 41, đệ tử ngài Hải Thuận-Diệu Giác, pháp danh Thanh Nhàn, pháp tự Tâm Quảng, thế danh Hoàng Văn Thể, trú xứ chùa Báo Quốc-Huế, chưa có thêm thông tin lai lịch của ngài - *theo Chư tôn Thiền đức &Cư sĩ tiền bối hữu công PG Thuận Hóa*

- **Thích Thiện Quảng** (1826 -1911), Hòa thượng, họ Trần, xuất gia năm 1885, lúc 23 tuổi tự tu hành ở núi rừng. Năm 1895, sau 10 năm tu tập, ngài phát nguyện ăn toàn rau, mỗi ngày một bữa. Năm 1898, tự đóng thuyền khởi hành sang đất Phật tìm đạo. Sau 3 ngày trên biển, thuyền dạt vào đất Thái Lan, được người dân Thái xem là bậc chân tu khi thấy ngài chỉ ăn toàn rau. Tiếng lành đồn xa ngài được Nhà vua Thái tôn kính, truyền xây cất chùa riêng mời ngài ở lại tu hành. Năm 1901, ngài tiếp tục cuộc hành trình sang đất Phật bằng đường bộ qua ngõ Miến Điện, vào Tây Tạng qua đất Ấn Độ. Năm 1902, ngài về đến Thái Lan chọn ngôi chùa hang Kholẽm để tu hành, từ đây ngài có hiệu là *"Thầy Rau"*. Năm 1911, ngài cộng tác với nhà chí sĩ Phan Bội Châu làm cách mạng, và hy sinh vì Pháp vây bắt khi trở lại Việt Nam, hưởng 50 tuổi đời và 27 năm hành đạo, nguyên quán Bến Tre, trú quán Thái Lan - *xem thêm ở Danh Tăng Việt Nam tập 2*

- **Thích Trí Quảng** (1915 -1992), Hòa thượng, xuất gia với HT Chánh Thống-chùa Quy Thiện Huế, pháp danh Không Tâm, pháp tự Trí Quảng, pháp hiệu Bích Đàm, thế danh Đỗ Trí Quảng. Năm 1945, ngài là Chánh hội trưởng hội Phật học tỉnh Quảng Trị. Năm 1947 là Phó hội trưởng kiêm trụ trì chùa tỉnh hội PG Quảng Nam Đà Nẵng. Năm 1951 trụ trì chùa Từ Ân cổ tự-Huế. Năm 1968, giảng dạy PHV Báo Quốc-Huế và dạy chuyên khoa Cao đẳng Phật học Liễu Quán ở chùa Linh Quang-Huế, kiêm nhiệm kế thế trụ trì chùa Quy Thiện. Năm 1981-1990, ngài là giáo phẩm Chứng minh GHPGVN tỉnh Thừa Thiên Huế, nguyên quán Quảng Trị, trú quán Thừa Thiên Huế - *theo Chư tôn Thiền đức&Cư sĩ hữu công Thuận Hóa*

- **Thích Trí Quảng**, Hòa thượng, Giáo sư, Tiến sĩ Phật học, thế danh Ngô Văn Giáo, sinh năm 1940, Phó pháp chủ Giáo hội Phật giáo Việt Nam, Viện trưởng Học viện Phật giáo Việt Nam tại TP Hồ Chí Minh, Viện trưởng Viên Nghiên cứu Phật học Việt Nam, Trưởng ban Phật giáo Quốc tế TWGHPGVN, Tổng biên tập Báo Giác Ngộ, viện chủ tổ đình Ấn Quang, trụ trì các chùa Phổ Quang, Việt Nam Quốc Tự, Khai sơn Trụ trì Huê Nghiêm 2, TP Hồ Chí Minh, Trùng tu Trụ trì Chùa Linh Sơn Bửu Thiền (BRVT). Trước tác và Dịch thuật: *Kinh Bổn môn Pháp Hoa* (biên soạn) ; *Kinh A-di-đà* (dịch) ; *Kinh Dược Sư* (dịch) ; *Lược giải Kinh Bổn môn Pháp Hoa* ; *Lược giải Kinh Pháp Hoa* ; *Lược giải Kinh Hoa Nghiêm* ; *Lược giải Kinh Bảo Tích* ; *Lược giải Kinh Duy Ma* ; *Tư tưởng Phật giáo* (3 tập) ; *Hoằng pháp và Trụ trì* ; *Phật giáo nhập thế và phát triển* (3 tập)... nguyên quán Củ Chi, trú quán TP Hồ Chí Minh.

- **Trần Văn Quân** , sinh năm 1950, Nhà báo, Đài Tiếng nói Việt Nam, bút danh: Trần Triều; Duy Chính Đạo.Tác phẩm liên quan đến Phật giáo: 1. *Thiền và Không gian minh triết* (Nxb Văn hóa-Thông tin, 2011). *2. Tại sao Phật hoàng?* (Nxb Văn hóa-Thông tin, 2012). *3. Pháp Thiền Trần Nhân Tông* (Nxb Văn hóa-Thông tin, 2014).*4.Con đường nhiệm mầu- đối thoại về Trần Nhân Tông và Thiền Trúc Lâm Yên Tử* (Nxb Văn hóa-Thông tin, 2014). *5. Con đường Phật hoàng- Tuyển tập về Trần Nhân Tông và Thiền Trúc Lâm Yên Tử* (Nxb Văn hóa-Thông tin, 2015, Nxb Thế giới tái bản năm 2016). *6. Bên Trăng* (Thơ Thiền, Nxb Hội Nhà văn, 2015). 7. *Mây trời Yên Tử* (Tiểu thuyết, Nxb Hội Nhà văn, 2017). Nguyên quán tỉnh Vĩnh Phúc, trú quán: Hà Nội.

- Nguyễn Năng Quốc (1870-1951) Cư sĩ, hiệu là Vi Khanh, Ông làm Tổng đốc Thái Bình vào cuối những năm 1920. Sau khi hưu trí, ông về trú tại ấp Thái Hà, huyện Hoàn Long, tỉnh Hà Đông, nay thuộc quận Đống Đa, thành phố Hà Nội. Cuối năm 1934, ông là một trong những sáng lập viên Hội Phật giáo Bắc Kỳ tháng 11 năm 1934, lại nhận chức Chánh Hội trưởng để chủ trương công việc tiến hành cho Hội. Tính đến ngày phải về quê dưỡng bệnh (9-1939) ông đã cống hiến cho Hội biết bao nhiêu công của. Nhờ vậy mới trong 5 năm, hội Phật giáo truyền bá ra khắp cõi Bắc kỳ, hội viên có tới mấy vạn, chi hội ngót trăm nơi đều do công sức của ông Chánh hội trưởng một phần lớn. Ông mất năm 1951 tại Hà Nội, nguyên quán tại làng Thượng Tần, xã Thượng Tần, phủ Thái Ninh cũ, nay là thị trấn Châu Giang, huyện Đông Hưng, tỉnh Thái Bình, trù quán Hà Nội - *theo Nguyễn Đại Đồng biên khảo*

- Thanh Lương Tổng Quy (? -1925), Hòa thượng, thế danh Trần Phước Nghĩa, xuất gia với tổ Hải Toàn Linh Cơ- chùa Tường Vân- Huế, pháp danh Thanh Lương, pháp hiệu Tổng Quy. Năm 1860-1868, ngài xây dựng thảo am thành chùa Hòa Quang- đồi Dương Xuân Thượng. Năm 1894, được vua ban "*Sắc tứ Hòa Quang tự*". Ngài thị tịch năm Ất Sửu (1925), tháp lập khuôn viên chùa Hòa Quang - *theo Chư tôn Thiền đức&Cư sĩ hữu công Thuận Hóa tập 3*

- Thích Huyền Quý (1897 -1999), Hoà thượng, thế danh Dương Văn Châu, xuất gia năm 1930 với HT Khánh Hòa- chùa Tuyên Linh- Bến Tre, pháp danh Trừng Châu, pháp tự Hoằng Huệ, pháp hiệu Huyền Quý. Năm 1954, ngài thọ đại giới với HT Hải Tràng- chùa Phổ Quang- Phú Nhuận làm Đàn đầu truyền giới. Năm 1955-1956, ngài học ở PHĐ Giác Nguyên- Xóm Chiếu. Năm 1957, ngài dự khóa huấn luyện trụ trì " *Như Lai Sứ Giả*" tại chùa Pháp Hội và sau đó làm Trị sự trưởng *Giáo hội Tăng già* tỉnh Gò Công. Năm 1958, ngài trụ trì chùa Phật học- Cần Thơ. Năm 1960, trụ trì chùa Thái Bình- Gò Công và khai sơn chùa Liên Hoa- Gò Công. Năm 1964, ngài làm Chánh đại diện GHPGVNTN tỉnh Gò Công. Từ

1984-1999, ngài được thỉnh vào Ban Chứng minh PG tỉnh Tiền Giang, ngài xả báo thân ngày 24 tháng 9 năm Kỷ Mão (01-11-1999) thọ 102 năm, 45 hạ lạp, nguyên quán trú quán Gò Công - *xem thêm ở Danh Tăng Việt Nam tập 2*

-**Thích Thiện Quý**(1945 - 2007), Hòa thượng, dòng Lâm Tế Chúc Thánh đời 43, là Trưởng tử, đệ tử HT Thích Hành Trụ, pháp danh Đồng Tín, pháp tự Thông Nhiệm, pháp hiệu Giới Trì. Đạo hiệu Thiện Quý là pháp danh khi còn tại gia quy y với Sư trưởng Như Thanh.HT có 2 người em là HT Thiện Hạnh và Thiện Đạo, cùng là học tăng Phật học viện Huệ Nghiêm và cả 3 anh em trú xứ tại đây, HT được bổn sư phú pháp là trưởng tử sơn môn Chúc Thánh-Đông Hưng và kế thế trụ trì tổ đình Đông Hưng-Thủ Đức, HT còn khai sơn tu viện - xã Phước Tân, huyện Long Thành, nguyên quán Phước Hải-Bà Rịa, trú quán TP Hồ Chí Minh.

- **Đỗ Thị Quỳnh**, Cư sĩ, sinh năm 1960, nguyên trưởng phòng biên tập Nhà xuất Bản Tôn giáo Hà Nội, thành viên Trung tâm Nghiên cứu Phật giáo Việt Nam văn phòng miền Bắc, nguyên quán Thanh Hóa, trú quán Hà Nội.

- **Lê Khắc Quyến** (1915- 1978), Cư sĩ, quy y với HT Huyền Không-chùa Quốc Ân, pháp danh Nhật Thắng. Ông tốt nghiệp Bác sĩ Y khoa tại Hà Nội năm 1943 và lần lượt được bổ nhiệm: Năm 1945, Giám đốc bệnh viện Nha Trang. Năm 1946, Cục trưởng Quân y Trung bộ Huế. Năm 1947-1966, Bác sĩ bệnh viện Huế. Năm 1958-1963, Giám đốc Y tế và Giám đốc bệnh viện Huế. Năm 1958-1965, Khoa trưởng đại học Y khoa Huế. Năm 1970-1978, Giám đốc bệnh viện Sùng Chính. Ngoài ra, ông còn là Tổng biên tập nguyệt san Y khoa đại học Huế tên là *Lành Mạnh* và biên soạn quyển *Từ điển Y học*. Ông là một Phật tử thuần thành, điều trị hết lòng cho Tăng ni Phật tử với hạnh nguyện Dược Sư nơi tâm, nguyên quán Thừa Thiên Huế, trú quán TP Hồ Chí Minh - *theo Chư tôn Thiền đức&Cư sĩ hữu công Thuận Hóa*

- **Liễu Huệ Thiệu Quyền** (?), Hòa thượng, đệ tử ngài Thiên Ấn và Hải Tịnh, khai sơn chùa Long Trường- Bình Thủy- Cần Thơ năm Giáp Thân 1824, chưa có thông tin thêm - *theo Biên niên sử PG Sài Gòn Gia Định*

- **Nguyễn Xuân Quyền** (1918 -2001), Cư sĩ, pháp danh Tâm Thiệt. Năm 1940, ông tham gia xây dựng *Khuôn hội Tiên Nộn*. Năm 1948, ông sinh hoạt trong *Gia đình Phật Hóa Phổ* Hướng Thiện. Năm 1951, ông làm Thư ký BHD *Gia đình Phật Hóa Phổ* Tổng hội Trung phần. Năm 1957, làm Trưởng BHD GĐPT Tổng hội Trung phần, thay Cư sĩ Võ Đình Cường vào Nam. Năm 1969, làm Trưởng BHD GĐPT Thừa Thiên. Năm 1974, ông được GĐPT Trung ương xếp cấp Dũng, nguyên quán trú quán Thừa Thiên Huế - *theo Chư tôn Thiền đức&Cư sĩ hữu công Thuận Hóa*

- **Thích Thanh Quyết**, Thượng tọa, tục danh Lương Công Quyết, sinh năm 1962, xuất gia làm đệ tử HT Thích Viên Thành, được ban pháp danh Minh Định, Y chỉ HT Thích Thanh Tứ, được ban pháp hiệu Thanh Quyết. Hiện đảm nhiệm Công tác: Đại biểu Quốc hội Việt Nam khóa XIII, thuộc đoàn đại biểu Quảng Ninh; Ủy viên Uỷ ban Đối ngoại của Quốc hội; Phó chủ tịch Hội đồng Trị Sự Trung ương Giáo hội Phật giáo Việt Nam; Quyền Trưởng ban Giáo dục Tăng Ni Trung ương (04/01/2017); Uỷ viên Hội đồng Khoa học Trần Nhân Tông Academy; Phó Viện trưởng thường trực Học viện Phật giáo Việt Nam tại Hà Nội; Trưởng ban Trị sự Phật giáo tỉnh Quảng Ninh; Trưởng ban trị sự phật giáo tỉnh Hà Nam; Trưởng ban trị sự phật giáo tỉnh Bắc Kạn; Trụ trì khu di tích Yên tử - Quảng Ninh; Trụ trì Chùa Phúc Khánh - Ngã tư sở, Đống Đa, Hà Nội; Trụ trì Chùa Non Nước - xã Phù Linh, huyện Sóc Sơn, Hà Nội; Trưởng ban chỉ đạo nhiều dự án xây dựng lớn như dự án chùa Đồng (Yên Tử), tượng phật hoàng Trần Nhân Tông, chùa Non Nước; Tổng Biên tập Tạp chí Khuông Việt, nguyên quán Hà Nam, trú quán Hà Nội, Quảng Ninh.

R

- **Ma Ha Sa Rây** (1918 -2001), Hòa thượng, trưởng lão hệ phái PG Nam Tông Khmer, tên thật là Thạch Sarây. Năm 1933, xuất gia với HT Thạch Khêm- chùa Phnô răng- Cầu Ngang- Trà Vinh. Năm 1937, ngài sang chùa Pô-thi-weal, tỉnh Bate Dom Boong- Capuchia học chữ Khmer. Năm 1939, ngài sang tỉnh Siêm Riệp học Trung cấp Pàli và thọ đại giới tại đây. Sau khi thọ Tỳ kheo, ngài trở về Phnôm Pênh học trường Cao cấp Pàli. Năm 1943, ngài trở về quê nhà, ngài được HT Thạch Kông giao chức vụ Đa văn, phụ trách công việc ở chùa. Năm 1960, ngài kế vi trụ trì chùa Phnô Răng. Năm 1980, ngài được cử chức Phó trưởng BTS PG tỉnh Cửu Long. Năm 1982, trong đại hội Đại biểu PGVN tại Hà Nội, ngài được cung thỉnh làm Phó Pháp chủ Hội đồng Chứng minh GHPGVN. Năm 1983, ngài được cung thỉnh làm HT Tế độ các chùa trong huyện Cầu Ngang. Năm 1987, ngài được mời giữ chức Phó hội trưởng Hội Đoàn kết Sư sãi Yêu nước của tỉnh. Ngài còn là: Ủy viên UB Mặt trận Tổ quốc huyện Cầu Ngang (1980), Ủy viên UB MTTQ tỉnh Trà Vinh ((1992) và Ủy viên UB MTTQ Việt Nam (1999). Ngài xả báo thân năm 2001, thọ 82 năm, 67 hạ lạp, nguyên quán trú quán Trà Vinh - *xem thêm ở Danh Tăng Việt Nam tập 3*

S

- **Y Sa**, thi sĩ, tu sĩ PG, tức Ni sư Thích Nữ Khiết Viên, dòng Lâm Tế Chúc Thánh đời 44, đệ tử Ni trưởng Tịnh Khiết, trú xứ chùa Kim Liên-quận 4, Ni sư là một trong 4 nữ thi sĩ trong tác phẩm *Hương tình yêu*, nxb Văn Nghệ TP HCM 1999, gồm Trần Linh Chi, Thư Linh, Ý Nhi, Y Sa. Ni sư còn là một họa sĩ tài năng, thể hiện nhiều bức tranh chân dung đức Phật bằng sơn dầu thành công. tác phẩm: *Chuyện ngàn năm* ; *Thập mục ngưu đồ* (thơ họa), nguyên quán Thừa Thiên Huế, trú quán TP Hồ Chí Minh.

- **Thích Phổ Sái** (1900 -1958), ngài xuất gia báo hiếu năm 12 tuổi tại chùa Hội Khánh (Wat Mongkornsamakom) và xuất gia lại năm 20 tuổi, pháp danh Giác Lượng, pháp hiệu Phổ Sái. Năm 26 tuổi, ngài được bổ nhiệm trụ trì chùa Khánh Vân- Bangkok, ngài lập ra hệ phái PG người Việt là Annamnikaya (An Nam Tông). Năm 1958, ngài xả báo thân, theo truyền thống Thái Lan sau khi mất sau 100 ngày mới hỏa táng, đệ tử mở khám ra thì thấy nhục thân ngài còn nguyên vẹn, mọi người cho là điềm lành bèn quyết định không hỏa táng nữa, mà đưa vào thờ nơi tổ đường. Nhục thân ngài đến nay vẫn còn nguyên vẹn. Ngài nguyên quán Việt Nam, sinh tại Thái Lan, trú quán tại chùa Khánh Vân- Bangkok.

- **Thích Trừng San** (1922 -1991), Hòa thượng, dòng Lâm Tế chánh tông đời 42, thế danh Nguyễn San sau đổi là Trần Văn Lâu, xuất gia năm 1930 với HT Phổ Hiện- chùa Khánh Long- Diên Khánh, pháp danh Trừng San, pháp tự Minh Hiền, pháp hiệu Hải Tuệ. Năm 1943, ngài y chỉ với HT Giác Phong- chùa Hải Đức- Nha Trang. Năm 1945, ngài tham gia Mặt trận Việt Minh bị bắt tù đày 7 năm tại nhà tù Kon Tum. Năm 1959, ngài trụ trì chùa Thiên Bình- Cam Ranh. Năm 1965, ngài cầu pháp HT Trí Thủ được pháp hiệu Hải Tuệ và được cử làm Giám sự *Phật học viện Hải Đức*-Nha Trang và Giám viện *Phật học viện Trung đẳng Linh Sơn*-Nha Trang. Năm 1970, ngài kiêm nhiệm trụ trì chùa Diên Thọ- Diên Khánh và chùa Linh Phong-Vĩnh Thái, Nha Trang, ngài xả báo thân ngày 16 tháng 10 năm Tân Mùi (22-11-1991) thọ 70 năm, 35 tuổi đạo, nguyên quán trú quán Nha Trang - *xem thêm ở Danh Tăng Việt Nam tập 2*

- **Thanh Sang** (1943-2017), danh ca cải lương, nghệ sĩ ưu tú, nghệ sĩ Phật tử, Cư sĩ, thế danh Nguyễn Văn Thu, pháp danh Chơn Từ, sinh năm 1943, phụ thân của Cư sĩ đã từng tham gia kháng chiến chống Pháp, hy sinh năm 1949, có nhiều vở diễn PG để lại cho đời, ấn tượng trong các vai diễn Thái tử A Xà Thế, Ngọc Lâm Quốc sư, Cố vấn Ban văn nghệ Thành hội PG TP Hồ Chí Minh, ông sinh ở Phước Hải-Bà Rịa, nguyên quán Bình Định-Phú Yên, trú quán TP Hồ Chí Minh.

- **Thích Nhơn Sanh** (1896 -1950) Hòa thượng, dòng Lâm Tế Liễu Quán đời 42, thế danh Võ Sanh, xuất gia với tổ Phước Tường- chùa Thiên Bửu- Ninh Hòa, pháp danh Trừng Tương, pháp tự Thiện Thọ, pháp hiệu Nhơn Sanh. Năm 1921, ngài khai kiến chùa Phụng Sơn từ miếu Quan Thánh trở thành chùa Phật. Năm 1932, ngài kế thế trụ trì tổ đình Thiên Bửu. Năm 1934, ngài khai đại giới đàn tại tổ đình nhân lễ đại tường bổn sư. Ngài đào tạo nhiều vị danh tăng kế nghiệp trụ trì các tổ đình lớn trong và ngoài tỉnh. Ngài xả báo thân ngày mồng 5 tháng Chạp năm Canh Dần (1950) hưởng 55 năm, 29 hạ lạp, tháp lập ở khuôn viên chùa Phụng Sơn, nguyên quán trú quán Ninh Hòa- Khánh Hòa - *xem thêm ở Danh Tăng Việt Nam tập 3*

- **Lệ Sành Huệ Sanh** (1935 -1998), Hòa thượng, dòng Lâm Tế Gia Phổ đời 42, xuất gia năm 1947 với HT Nhật Dần Thiện Thuận- chùa Giác Lâm, pháp danh Lệ Sành, pháp hiệu Huệ Sanh, Năm 1952, ngài theo học trường gia giáo Lục Hòa ở chùa Giác Viên. Năm 1956, ngài thọ đại giới tại giới dàn chùa Linh Nguyên- Đức Hòa. Năm 1960, ngài theo học với HT Bửu Ý tại chùa Long Thạnh- Hóc Môn. Năm 1974, ngài kế thế trụ trì tổ đình Giác Lâm. Năm 1978, ngài cầu pháp với HT Bửu Ý, được ban pháp húy Nhựt Sanh, pháp hiệu Thiện Như. Năm 1982, ngài giữ chức Phó BTS Thành hội PG TP Hồ Chí Minh. Năm 1993, ngài kiến tạo bảo tháp *Ngũ gia tông phái* trong khuôn viên chùa Giác Lâm. Năm 1997, ngài là Chứng minh Ban đại diện PG quận Tân Bình. Ngài xả báo thân ngày 11 tháng 5 năm Mậu Dần (1998) thọ 64 năm, 44 hạ lạp, tháp lập trong vườn tháp chùa Giác Lâm, nguyên quán trú quán Tân Bình- Gia Định- TP Hồ Chí Minh - *theo trang nhà www.phatgiaovietnam.com*

- **Tăng Sanh** (1897 -1970), Hòa thượng, danh tăng PG Nam Tông Khmer, xuất gia năm 1909 với HT Danh Huôi- chùa Svai- Sóc Sơn- Rạch Giá, pháp danh Suvanna Dhamma. Năm 1917, thọ cụ túc giới tại giới đàn chùa Khlang Ong- Rạch Giá, ngài chuyên chép kinh điển Pàli trên lá Muôn và soạn thảo tài liệu giảng dạy Phật pháp. Năm 1924, ngài trụ trì chùa Suvanna Ransì Khlang Ong. Năm 1942, ngài được tấn phong Hòa thượng. Năm 1962, ngài được tiến cử giữ chức Phó Mê-Kon PG Khmer Tây Nam bộ. Ngài viên tịch ngày mồng 9 tháng Giêng năm Kỷ Dậu (16-01-1970) thọ 73 năm,53 tuổi Hạ, nguyên quán trú quán Rạch Giá - *xem thêm ở Danh Tăng Việt Nam tập 2*

- **Phạm Xuân Sanh** (1927 -2006), Cư sĩ, quy y với HT Tịnh Khiết chùa Tường Vân, pháp danh Tâm Đạo. Năm 1950, sang Pháp du học ngành kiến trúc và ấn loát. Năm 1957, về nước ông dạy học tại Huế cho đến năm 1987. Đối với PG ông rất thâm tín, là huynh trưởng GĐPT Chơn Trí từ năm 1947-1950. Khi ở Pháp ông cộng tác với tờ *Tin Phật*, khi về nước ông là thành viên BHD kiêm Phó trưởng ban ngành Nam năm 1961-1962. Ông là phụ tá đắc lực của chị Hoàng Thị Kim Cúc và bị bắt chung với chư tôn đức trong cuộc đấu tranh cho pháp nạn 1963. Ngoài sinh hoạt GĐPT, ông còn phụ trách vẽ tranh biếm họa cho báo *Lập Trường* chống áp bức tôn giáo của chính quyền Sài Gòn. Ông cũng viết bài về Phật pháp đăng trong *Liên Hoa, Liễu Quán* và các tập san PG Trung phần. Cư sĩ là một thành viên bên cạnh thầy Đức Tâm xúc tiến việc xây dựng *trung tâm Liễu Quán* trước năm 1975. Năm 1970, cùng các họa sĩ Phật tử triển lãm tranh tại *trung tâm Liễu Quán*- Huế và *đại học Vạn Hạnh*- Sài Gòn. Sau 1975, ông giúp quý thầy trong kiến trúc và mỹ thuật tu sửa chùa tháp và cố vấn BHD GĐPT Trung ương, nguyên quán trú quán Thừa Thiên Huế - *theo Chư tôn Thiền đức&Cư sĩ hữu công Thuận Hóa*

- **Nguyễn Sinh Sắc** (Nguyễn Sinh Huy-1862-1929), Phó bảng hưu trí, Đông y sĩ, nhà giáo, nhà trí thức PG, Cụ đã chính thức thụ giáo quy y với Hòa thượng Hồng Đại-Bửu Phước chùa Sùng Phước, Châu Hộ, Phnôm-Pênh vào ngày 24-08-1922, với pháp danh Nhật Sắc, tự Thiện Thành thuộc dòng thiền Lâm Tế Chánh Tông đời thứ 41, ông là thân sinh của lãnh tụ Hồ Chí Minh, sau khi hưu trí, ưu mẫn thời thế, ông vân du khắp miền Nam làm thầy thuốc, ghé đàm đạo kết thân với các nhà sư yêu nước, đề thơ và viết câu đối tặng các chùa, như HT Từ Văn- chùa Hội Khánh, Thủ Dầu Một, HT Khánh Hòa- chùa Tuyên Linh- Mõ Cày, Bến Tre, HT Hấu- chùa Linh Sơn- Cao Lãnh... sau cùng cụ Phó bảng mất tại Cao Lãnh, Lăng được xây bên cạnh chùa Hòa Long- phường 4- thành phố Cao Lãnh, nguyên quán Nghệ An, trú quán Cao Lãnh-Đồng Tháp - *theo Thích Vân Phong biên khảo*

- **Trịnh Sâm**, sinh năm 1949, Cư sĩ, PGS-Tiến sĩ Ngôn ngữ học, nguyên Trưởng khoa Ngữ văn *trường đại học Sư Phạm* TP Hồ Chí Minh. Thành viên *Trung tâm Nghiên cứu PGVN*- Viện Nghiên cứu Phật học Việt Nam. Thành viên Hội đồng khoa học hướng dẫn NCS PG và học viên Cao học PG tại học viện KHXH. Cộng tác tạp chí *Phật học Từ Quang*, tác phẩm: *Ngữ pháp Văn bản- Hỏi-Đáp* (1989), nguyên quán Quảng Ngãi, trú quán TP Hồ Chí Minh.

- **Phạm Đăng Siêu** (1912 -1994), Cư sĩ, quy y với HT chùa Kim Cang- Long An, thọ tại gia Bồ tát giới, pháp danh Tâm Thành, pháp tự Thiện Niệm, ông có hạnh nguyện chuyên làm từ thiện xã hội, giúp đỡ người nghèo khó và hướng dẫn họ đến với đạo pháp. Ông quen thân với chư vị xuất gia ở Huế, tâm giao nhất là HT Thiện Siêu-chùa Từ Đàm, vì người bạn đời của ông quê ở đất Thần kinh. Ông siêng năng học Phật và thực hành hạnh nguyện Bồ tát độ tha giúp đời, phong cách của ông khiến chư tôn đức hết lòng ca ngợi. Ông sống thanh thản và ra đi cũng thanh thản, nguyên quán Gò Công, trú quán Thừa Thiên Huế - *theo Chư tôn Thiền đức&Cư sĩ hữu công Thuận Hóa*

- **Thích Nguyên Siêu,** Hòa thượng, sinh năm 1951, xuất gia năm 1961 với HT Chí Tín- chùa Long Sơn Nha Trang. Năm 1968, học Tăng PHV Trung đẳng Huệ Nghiêm- Sài Gòn. Năm 1971, học

Tăng PHV Trung đẳng chuyên khoa Hải Đức Nha Trang. Năm 1973, thọ đại giới tại đại giới đàn Phước Huệ PHV Hải Đức. Năm 1973-1975, học PHV Cao đẳng Hải Đức Nha Trang. Năm 1980, học Lớp chuyên khoa ở tu viện Quảng Hương Già Lam. Năm 1990, định cư tại California- Hoa Kỳ. Năm 1996, khai sơn chùa Phật Đà- San Diego, năm 1999 khai sơn tu viện Pháp Vương- San Diego. Năm 2004, chủ nhiệm tập san *Phật Việt*. Năm 2008, là Tổng thư ký GHPGVNTN hải ngoại Hoa Kỳ. Tác phẩm: *Tư tưởng xã hội trong kinh điển PG nguyên thủy (1994)* ; *Ưu Đàm lướt bão* ; *Tuệ Sỹ đạo sư- Thơ và phương trời mộng I-II (2001,2006)* ; *Tâm nguyên vô đề (2012)* và rất nhiều bài viết đăng trên các tạp chí website... nguyên quán Nha Trang, trú quán Hoa Kỳ.

- **Thích Thiện Siêu** (1921 -2001), Hòa thượng, thế danh Võ Trọng Tường, xuất gia với HT Mật Khế-chùa Quan Thánh Huế. Năm 1936-1945 ngài theo học PHĐ Báo Quốc Huế. Năm 1947, ngài trụ trì chùa Từ Đàm Huế cùng giảng dạy PHĐ Báo Quốc và Ni viện Diệu Đức. Năm 1951-1955, ngài là Chánh hội trưởng Tỉnh hội PG Thừa Thiên. Năm 1957, là Đốc giáo PHĐ Trung Việt chùa Hải Đức Nha Trang. Năm 1962, là Hội trưởng hội Phật học Thừa Thiên. Năm 1963, là Hội trưởng tỉnh hội PG Thừa Thiên. Năm 1964-1974, là Phó giám viện PHV Báo Quốc, Phó đại diện GHPGVNTN tỉnh Thừa Thiên, Phó đại diện PG miền Vạn Hạnh. Năm 1974, là Viện trưởng viện Cao đẳng Phật học Hải Đức Nha Trang. Năm 1979, ngài kế thế trụ trì chùa Thuyền Tôn-Huế. Năm 1981, GHPGVN thành lập, ngài làm Trưởng ban Giáo dục Tăng Ni TW GHPGVN và Phó hiệu trưởng trường Cao cấp Phật học Việt Nam tại TP Hồ Chí Minh. Năm 1984, ngài là Phó chủ tịch Thường trực HĐTS GHPGVN. Năm 1988, ngài là Phó viện trưởng Viện NCPHVN, tác phẩm dịch thuật: *Kinh Thủ Lăng Nghiêm (1940)* ; *Phát Bồ Đề Tâm Văn (1952)* ; *Kinh Kiến Chánh (1953)* ; *Kinh 42 Chương (1958)* ; *Kinh Trường A Hàm (1959)* ; *Kinh Pháp Cú (1962)* ; *Tân Duy Thức Luận (1962)* ; *Đại cương Luận Câu Xá (1978)* ; *Luận Thành Duy Thức (1995)* ; *Luận Đại Trí Độ (5 tập*

1997-2001) ; *Trung Luận* (2001). Tác phẩm biên soạn: *Nghi thức tụng niệm* (đồng soạn-1958) ; *Nghi thức thọ Bồ tát tại gia* (1958) ; *Vô ngã là Niết bàn* (1990) ; *Tỏa ánh Từ quang* (1992) ; *Lối vào Nhân Minh học* (1990) ; *Cương yếu Giới luật* ; *Ngũ uẩn vô ngã* (1997) ; *Kinh Pháp Hoa giữa các kinh điển đại thừa* (1997) ; *Trí Đức văn lục* (9 tập, 1994-2001) ; và nhiều bài viết đăng trên các tạp chí PG. Ngài xả báo thân ngày 17 tháng 8 năm Tân Tỵ (03-10-2001) thọ 81 năm, 53 tuổi đạo, nguyên quán trú quán Thừa Thiên Huế - *xem thêm ở Danh Tăng Việt Nam tập 3*

- **Lê Văn Siêu** (1911-1995), Cư sĩ, trí thức PG, ông xuất thân là nhà kỹ nghệ. Ông là một trí thức tín ngưỡng đạo Phật, từng được mời dạy một số giờ tại Đại học Vạn Hạnh và trường Cao đẳng Phật học Huê Nghiêm ở Sài Gòn năm 1967. Tác phẩm: *Quốc sư Vạn Hạnh* (kịch, dày 291 trang), Nxb Lá Bối, Sài Gòn năm 1967. *Việt Nam văn minh sử cương* (1967) nói nhiều về vai trò của Phật giáo. Ông nguyên quán Hà Nội, Mất tại tp Hồ Chí Minh năm 1995.

- **Phạm Văn Siêu** (1908 -1999), Cư sĩ, quy y với HT Tôn Thắng-chùa Phổ Thiên-Đà Nẵng, pháp danh Tâm Ngộ. Năm 1930-1932 gia nhập *hội Trung kỳ Phật học* Huế, học giáo lý với HT Mật Khế và HT Đôn Hậu. Năm 1937-1943, ông là Chánh thư ký Chi hội *An Nam Phật học Đà Nẵng*, ông lập *Gia đình Phật Hóa Phổ* tại Đà Nẵng và làm Phổ trưởng. Năm 1951, ông là Trưởng BHD *Gia đình Phật Hóa Phổ* Đà Nẵng. Năm 1963, ông phụ trách Tổng thư ký Văn phòng 3 cấp của Tổng trị sự PG thành phố Đà Nẵng. Ngày 20-8-1963 trong cuộc tổng tấn công chùa chiền toàn quốc của chế độ Diệm, ông bị bắt vào tù đến ngày 6-11-1963 mới được thả. Năm 1964, ông là Chánh thư ký BĐD GHPGVNTN Đà Nẵng. Năm 1965, ông phụ trách Tổng giám thị Trung học Bồ Đề kiêm Ủy viên Xã hội. Năm 1975-1986, là Chánh thư ký Giáo hội, Phó thư ký Giáo hội tỉnh Quảng Nam- Đà Nẵng, nguyên quán Thừa Thiên Huế, trú quán Đà Nẵng - *theo Chư tôn Thiền đức&Cư sĩ hữu công Thuận Hóa*

Ni trưởng Đàm Soạn (1886 -1968), thế danh là Trịnh Thị Soạn, Ngài xuất gia từ nhỏ, theo học Hòa thượng Đông Đồ tại Sơn môn Trung Hậu, xã Tiền Phong, huyện Mê Linh, Hà Nội. Sư từng trụ trì các chùa: Thanh Nhàn, Từ Hàng, Đức Viên ở quận Hai Bà Trưng, Hà Nội.

Những năm 1927-1929, sư được mời vào Huế dạy đạo cho hoàng hậu và cung phi, tham dự vào việc xem đất để xây cất chùa Diệu Viên Ni tự đầu tiên ở Huế. Sau đó, mỗi năm Sư thường vào Huế 3 tháng để làm Phật sự. Năm 1950, tại Đại hội thành lập GHTG Bắc Việt, Sư bà được bầu làm Ủy viên Tài chính Hội đồng Tổng Trị sự. Giám học và Quản chúng Ni viện Vân Hồ. Sau, sư bà mời Ni sư Đàm Đậu - Phó Ủy viên Giáo dục Ni học GHTG Bắc Việt thay thế để bà chuyên lo giảng dạy.

Năm 1952, bà được mời vào viếng chùa Dược Sư ở Gia Định. Bà đã góp nhiều công sức đưa chùa này thành một Ni trường lớn ở Sài Gòn, bà ở lại đây an cư 3 tháng. Sau đó sư bà ra Hà Nội an cư tại chùa Đức Viên, số 4 phố Trần Xuân Soạn và viên tịch tại đây năm Mậu Thân (1968), thọ 83 tuổi, nguyên quán làng Cự Đà, huyện Thanh Oai, Hà Nội, trú quán TP Hà Nội - *theo NNC Nguyễn Đại Đồng cung cấp*

- **Trần Đại Sỹ**, bút hiệu Yên Tử Cư sĩ, Giáo sư, Tiến sĩ, Bác sĩ, nhà văn, Giám-đốc Trung-quốc sự vụ tại viện Pháp-Á (Institut Franco-Asiatique) và Giáo sư trường Y khoa Arma (Paris), sinh năm 1939. Ông quy y Tam bảo thuở ấu thơ, với bút danh *Yên Tử Cư sĩ*, ông đã sáng tác 10 bộ tiểu thuyết với 41 cuốn sách về các triều đại trong lịch sử VN. Trong đó, bộ *"Anh hùng Lĩnh Nam"* được ông sáng tác năm 1978, có độ dày 3.500 trang, được in thành 11 cuốn. Năm 1968, ông bắt đầu viết những bộ tiểu thuyết lịch sử ca ngợi sự nghiệp giữ nước của tổ tiên, đến nay, ông đã có 10 bộ sách với 41 cuốn, về các triều đại trong lịch sử Việt Nam. Năm 1977, ông làm việc cho Ủy ban trao đổi y học Pháp-Hoa (Commité Médical Franco-Chinois viết tắt là CMFC) với chức vụ khiêm tốn là Thông dịch viên. Nhờ vào vị thế này, ông học thêm, đỗ Tiến sĩ y khoa Trung quốc, rồi lại tốt nghiệp Trung Y học viện Bắc Kinh. Với số lượng sách văn học viết về lịch sử Việt Nam nhiều nhất, ngày 12-09-2015, tại Bảo tàng Lịch sử Quốc gia VN, Tổ chức Kỷ lục VN (Hội Kỷ lục gia VN), đã trao Bằng xác nhận kỷ lục cho GS-TS-Bác sĩ Trần Đại Sỹ *"Nhà văn sáng tác nhiều bộ tiểu thuyết lịch sử Việt Nam nhất"*. Những biên khảo của ông được đăng trên các trang báo điện tử PG rất có giá trị. Nguyên quán Nam Định, trú quán Pháp quốc - *theo Thích Vân Phong biên khảo*

Sơ

- **Bình An Sơn**, Cư sĩ, hệ phái Phật giáo Nam tông Việt Nam, quản trị trang nhà binhanson, trú quán Hoa Kỳ.

- **Trịnh Công Sơn** (1939 -2001), Cư sĩ, nhạc sĩ. Năm 1943, theo gia đình hồi hương về Huế, quy y với HT Vĩnh Pháp-chùa Phổ Quang- Huế năm 1955, pháp danh Nguyên Thọ. Năm 19 tuổi, ông bi thương nặng vì tập luyện võ, trong thời gian dưỡng thương, ông bắt đầu nghiên cứu triết học Đông Tây và giáo lý Phật pháp. Cũng từ đây, năng khiếu bẩm sinh về âm nhạc đưa ông theo con đường sáng tác. Năm 1960, ông học trường Sư phạm Qui Nhơn và có một năm dạy tiểu học ở Bảo Lộc, đây là thời kỳ ông cho ra mắt hàng loạt tác phẩm tình ca nổi tiếng. Trong giai đoạn chiến tranh tàn khốc nhất từ 1965 đến 1975, những ca khúc phản chiến khát vọng hòa bình của ông làm lay động lương tri về thân phận con người, như tập: *Ca khúc da vàng* ; *Kinh Việt Nam* ; *Ta phải thấy mặt trời*. Là một Phật tử, ông được mời đến hát ở Viện đại học Vạn Hạnh trước 1975. Sau 1975, ông cũng thường đến thiền viện Vạn Hạnh hát phục vụ chư tôn đức và Phật tử. Năm 1979 ông vào sống ở TP Hồ Chí Minh. Những sáng tác âm nhạc của ông mang triết lý PG như: *Cát Bụi* ; *Tôi ơi đừng tuyệt vọng* ; *Sóng về đâu* ; *Lời thiên thu gọi* ; *Như một lời chia tay* ; *Bốn mùa thay lá...* Sự nghiệp Nghệ sĩ bất hủ lưu danh muôn thuở của ông, có sự động viên về tinh thần rất lớn của Thiền sư Thích Nhất Hạnh (bức thư gửi trước Mậu Thân 1968, Việt Kiều Pháp tái xuất mỗi lần mấy chục bản "Nhìn Kỹ Quê Hương". Sự nghiệp Nghệ sĩ bất hủ lưu danh muôn thuở của ông, có sự động viên về tinh thần rất lớn của Thiền sư Thích Nhất Hạnh (bức thư gửi trước Mậu Thân 1968, Việt Kiều Pháp tái xuất mỗi lần mấy chục bản "Nhìn Kỹ Quê Hương", nguyên quán Thừa Thiên Huế, trú quán TP Hồ Trí Minh - *theo Chư tôn Thiền đức&Cư sĩ hữu công Thuận Hóa*

- **Nguyễn Đức Sơn**, Cư sĩ, nhà thơ, sinh ngày 18-11-1937 (Đinh Sửu) tại làng Dư Khánh (Thanh Hải) gần bên bờ Ninh Chữ tỉnh Bình Thuận. Học trung học Võ Tánh Nha Trang, Đại học Văn Khoa Sài Gòn 1967, quê gốc làng Thanh Lương, huyện Hương Trà,Thừa Thiên Huế, ông được giới văn nghệ yêu nước miền Nam trước năm 1975 gọi là một trong ba kỳ nhân của thời đó (hai người còn lại là Bùi Giáng và Phạm Công Thiện). Thi sĩ đã từng theo học tại Đại học Văn khoa Sài Gòn nhưng nửa chừng bỏ học. Trong lý lịch trích ngang trong tập thơ *Những Bài Tình Đầu*, ông viết: " *Sống vô gia cư, chết vô địa táng...*" và tuyên bố: "Nếu trường Đại học Văn khoa Sài Gòn sản sinh ra được một nhà văn nhà thơ nổi tiếng tôi xin chịu chặt đầu". Ông ở nhiều nơi Phan Rang, Sài Gòn, Bình Dương-Thủ Dầu Một, Blao-Lâm Đồng và sinh sống bằng nghề dạy học. Năm 1979, Ông cùng gia đình mình rời bỏ chốn phồn hoa đô thị chuyển lên ngọn núi Phương Bối, Lâm Đồng để... sống một cuộc sống thanh tịnh. Hiện ông sống tại Phương Bối, Bảo Lộc, Lâm Đồng, Ông nổi tiếng là lão thi sĩ vạn thông (vì ông trồng một vạn cây thông) với biệt danh Sơn Núi. Các tác phẩm của ông ca ngợi tinh thần tự do, yêu đất nước. Một số tác phẩm tiêu biểu:Đã xuất bản 3 tập truyện ngắn *Cát Bụi Mệt Mỏi* (An Tiêm 1968), *Cái Chuồng Khỉ* (An Tiêm 1969), *Xóm Chuồng Ngựa* (An Tiêm 1971) và tập *Ngồi Đợi Ngoài Hành Lang* chưa in, 11 tập thơ: *Bọt Nước* (Mặt Đất 1966), *Hoa Cô Độc* (Mặt Đất 1965), *Lời ru* (Mặt Đất 1966), *Đêm Nguyệt Động* (An Tiêm 1967), *Mộng Du Trên Đỉnh Mùa Xuân* (An Tiêm 1972), hai tập cuối cùng là *Tịnh Khẩu* (An Tiêm 1973) và *Du Sỹ Ca* (An Tiêm 1973), *Bọt nước* (thơ, 1965), *Hoa cô độc* (thơ, 1965), *Lời ru* (thơ, 1966), *Đêm* *nguyệt động* (thơ, 1967), *Cát Bụi Mệt Mỏi* (truyện ngắn, 1968), *Tịnh khẩu* (1973), nguyên quán Thừa Thiên Huế, trú quán Lâm Đồng - *theo Thích Vân Phong biên khảo*

- **Trần Đình Sơn**, Cư sĩ, NNC Phật học, NNC sử học và cổ vật, sinh năm 1949, Phó Ban Văn Hóa TW GHPGVN, Phó giám đốc Trung tâm Nghiên cứu PGVN thuộc Viện Nghiên cứu Phật học Việt Nam, Trưởng ban Phật học chùa Xá Lợi, pháp danh là Nhật Cao, tác phẩm: *Thập Mục Ngưu Đồ tụng luận giải* (dịch và chú thích-1991) ; *Tản mạn Phú Xuân* (2001) ; *Những nét đan thanh* (2007) ; *Cao Sơn Lưu Thủy ngộ tri âm* (2006) ; *Quá trình hình thành và phát triển Ni giới Thừa Thiên Huế* ; *Di sản Mỹ thuật Phật giáo Huế* ; *Đại hồng chung chùa Sùng An* ; *Những ngôi chùa do tổ sư Liễu Quán khai sơn* ; *Minh văn trên tiểu tượng HT Nguyên Thiều- tổ đình Quốc Ân- Huế* ; nguyên quán Thừa Thiên Huế, trú quán TP Hồ Chí Minh.

- **Thích Hành Sơn** (1908 -1989), Hòa thượng, pháp danh Thị Hải, pháp tự Hành Sơn, đời 42 tông Lâm Tế, thế hệ thứ 9 pháp phái Chúc Thánh. Hòa thượng thế danh Lê Thành Nam, sinh năm Mậu Thân (1908) tại xã Tam Thái, thị xã Tam Kỳ. Ngài quy y 5 giới với HT Thích Trí Giác tại chùa Phước Lâm. Năm 1957 xuất gia với HT Thích Giải An tại chùa Thọ Sơn, Quảng Ngãi. Năm 1962 thọ Tỳ kheo tại chùa Ấn Quang. Ngài khai sơn các chùa như: chùa Viên Minh, huyện Nông Sơn; chùa An Hòa, huyện Duy Xuyên; chùa An Lạc thành phố Hội An. Từ năm 1975 đến 1979 ngài trụ trì chùa Pháp Hội, quận Sơn Trà, Đà Nẵng. Ngài viên tịch vào ngày 22 tháng 11 năm Kỷ Tỵ (1989), tại quê nhà và nhập tháp tại Tổ đình Long Tuyền- Hội An. Ngài nguyên quán trú quán tại Quảng Nam - *theo Thích Như Tịnh sưu khảo*

- **Thích Hương Sơn** (1912 -1975), xem Thích Trí Hữu , Sđd

- **Lê Sơn**, Cư sĩ, Tiến sĩ, NNC PG, dịch giả, nhà giáo, còn có bút hiệu khác là Lê Sơn Phương Ngọc, sinh năm 1947, giảng viên Hán

Nôm Học viện PGVN, thành viên Trung tâm Nghiên cứu PGVN, giảng viên Học viện PGVN tại TP Hồ Chí Minh, cộng tác viên tạp chí *Phật học Từ Quang*, tác phẩm: *Bút ký Đường Tăng, Phật giáo Cổ Sự ; Tổng hợp các bút ký đi Tây vực thỉnh kinh*, nguyên quán Quảng Ngãi, trú quán TP Hồ Chí Minh

- **Thích Phước Sơn**, Hòa thượng, thế danh Đặng Thành Công, sinh năm 1938 tại Bình Định. Học Tăng PHV Hải Đức- Nha Trang, ngài vào Nam trú xứ tại thiền viện Vạn Hạnh và giảng dạy tại học viện PGVN tại TP Hồ Chí Minh. Ngài còn là Phó viện trưởng Viện Nghiên cứu Phật học Việt Nam và là Thành viên Hội đồng phiên dịch Đại tạng kinh Việt Nam, chuyên nghiên cứu luật tạng, ngài đã biên soạn và dịch thuật các tác phẩm PG: *Luật Ma Ha Tăng Kỳ ; Luật học tinh yếu ; Lịch sử phiên dịch Hán tạng ; Lịch sử kết tập kinh luật lần thứ I, II, III, IV, V và VI ; Trúc Lâm Sơ tổ ; Nhị tổ Pháp Loa ; Tam tổ Huyền Quang ; Thanh Tịnh Đạo Luận toàn yếu ; Thể thức Tự Tứ ; Tịnh độ qua cái nhìn của Thiền ; Trần Thái Tông đời đạo lưỡng toàn ; Ác Già nạn đối với người xuất gia ; Các cấp độ giới pháp ; Đôi nét về Giới luật ; Giới luật công truyền hay bí truyền? ; Hành trạng của Bồ tát Quan Thế Âm,* và rất nhiều sách, bài viết đăng trên các trang nhà PG trong và ngoài nước. Ngài nguyên quán Bình Định, trú quán TP Hồ Chí Minh.

- **Tổ Bằng Sở** (1871 -1942), xem Hòa thượng Thích Trung Thứ, Sđd

- **Oul Srey** (1910 -1995), Hòa thượng, Sư cả hệ phái Nam Tông Khmer, xuất gia năm 1926 với HT Lắc Som- chùa On Đôn Pô- Cao Miên, pháp danh Brahma Kesara (Phạm Trang). Năm 1944, ngài xin phép bổn sư đến Phnôm Pênh tiếp tục trau dồi kiến thức cùng HT Lâm Em tại chùa Sàràvant Tejo. Năm 1947, ngài cùng với HT Lâm Em được tín đồ Khmer ở Sài Gòn mới sang thành lập chùa Candaransi (Nguyệt Quang)- kênh Nhiêu Lộc- Tân Định. Năm 1948, chùa khánh thành, ngài được bầu làm Phó trụ trì. Năm 1963, ngài cùng HT Lâm Em đại diện cho giới PG Khmer chung hàng ngũ đấu tranh của PG đồ, ngài cũng bị bắt giam trong trại Rạch Cát 4 ngày. Năm 1979, HT Lâm Em viên tịch, ngài lên kế vị quyền trụ trì. Năm 1992, Thành hội PG TP Hồ Chí Minh chính thức bổ nhiệm ngài trụ trì chùa Cantaransi, ngài viên tịch ngày 27 tháng 6 năm 1995 thọ 87 năm, 65 hạ lạp, nguyên quán Campuchia, trú quán TP Hồ Chí Minh - *xem thêm ở Danh Tăng Việt Nam tập 2*

- Lê Thiền sư (? -1870), Hòa thượng, khai sơn Phước Lâm Cổ Tự khoảng đầu thế kỷ 18 (1972?), Sa Đéc, Ngài là một trong những vị Sứ giả Như Lai theo đoàn người mở cõi, đặt nền móng tòa nhà Phật giáo vùng đất Sa Giang, giữa Sông Tiền và Sông Hậu, theo phả ký và linh vị Phước Lâm Cổ Tự ghi: "*Phụng vì Khai sơn Phước Lâm Đường thượng Từ Lâm Tế Chánh Tông Tam thập tam thế húy Lê Thiền sư miêu tọa*" - *theo Thích Vân Phong biên khảo*

- Tịnh Sự (1913 1984), Hòa thượng, Trưởng lão hệ phái Nam Tông Việt Nam, thế danh Võ Văn Đang, thuở đầu, ngài xuất gia theo hệ phái Bắc Tông tại chùa Bửu Hưng- Sa Đéc, pháp danh Huệ Lực. Năm 25 tuổi ngài trụ trì chùa Phước Định- Chợ Lách. Năm 30 tuổi, ngài trụ trì chùa Viên Giác- Vĩnh Long. Năm 35 tuổi, duyên lành với PG Nam Tông đến, ngài sang Campuchia thọ giới theo PG Nam Tông tại chùa Kùm Pung (Treyloko) ở Trà Pét. Ngài sang Thái Lan thọ giới Tỳ kheo, được pháp danh là Tịnh Sự (Santakicco) và thực hành hạnh Đầu đà trong bảy năm. Sau 7 năm, ngài trở về Việt Nam trụ trì chùa Viên Giác- Vĩnh Long và truyền bá PG Nguyên thủy. Năm 59 tuổi, ngài về khai sơn và trụ trì chùa Siêu Lý-Vĩnh Long (do nữ Thí chủ Tô Thị Sa cúng hiến đất), mở trường chuyên dạy Abhidhamma và dịch các bộ sách giáo khoa Phật học. Tác phẩm: *Bộ Pháp Tụ ; Bộ Phân Tích ; Bộ Chất Ngữ ; Bộ Nhân Chế Định ; Bộ Ngữ Tông ; Bộ Song Đối ; Bộ Phát Trí ; Vi Diệu Pháp (Sơ, Trung, Cao cấp) ; Thanh Tịnh Đạo ; Diệu Pháp Lý Hợp*. Ngài viên tịch ngày mồng tháng 5 năm Giáp Tý (05-05-1984), thọ 72 tuổi, hành đạo 52 năm. Ngài nguyên quán Lai Vung- Đồng Tháp, trú quán Vĩnh Long - *xem thêm ở Danh Tăng Việt Nam tập 1*

- **Thích Thiện Sĩ** (1909 -2010), Hòa thượng, dòng Lâm Tế Gia Phổ đời 41, xuất gia với HT Hiển Pháp- chùa Chơn Minh- Mỹ Tho, pháp danh là Nhật Khuê, pháp hiệu Thiện Sĩ. Ban đầu, ngài học thuốc Nam và tu tập ở vùng Bảy Núi, đến năm 1950 được bổn sư giao kế thế trụ trì chùa Chơn Minh. Năm 1970, ngài là Phó thư ký Giáo hội PG Cổ truyền Việt Nam tỉnh Định Tường. Sự nghiệp nổi bật của ngài là mở phòng thuốc Nam miễn phí chữa trị cho người nghèo và nuôi dạy trẻ em cơ nhỡ. Vì thế ngôi chùa của ngài nổi tiếng về từ thiện xã hội, góp phần cho công tác xã hội của PG tỉnh Tiền Giang. Ngài xứng đáng là một bậc đạo đức mô phạm cho Giáo hội và địa phương kính trọng, nguyên quán Gò Công, trú quán Tiền Giang - *theo HT Hạnh Trân Tiền Giang cung cấp.*

- **Thích Tuệ Sỹ**, Hòa thượng, học giả, nhà văn, tác gia, dịch giả, tục danh Phạm Văn Thương, sinh năm 1943 tại Lào. Ấu niên xuất gia, đệ tự lão HT Thích Trí Thủ, Pháp danh Nguyên Chứng hiệu Tuệ Sỹ, NNC uyên bác Phật giáo và Triết học, Ngài thông thạo nhiều ngôn ngữ trên thế giới, giáo sư đại học Vạn Hạnh năm 1970, chủ bút tạp chí Tư Tưởng (Cơ Quan Luận Thuyết của Viện Đại Học Vạn Hạnh). Trước 1975, là giáo sư thực thụ tại Viện Đại Học Vạn Hạnh và là tác giả nhiều công trình nghiên cứu và dịch thuật văn hóa Phật Giáo, Ngài và Thiền sư Thích Trí Siêu Lê Mạnh Thát được xem là hai học giả hàng đầu của Phật Giáo Việt Nam. Sau 1975, học giả Đào Duy Anh từ Hà Nội vào Nha Trang, sau khi đàm đạo với Tuệ Sĩ tại Phật Học Viện Nha Trang, viết "Tuệ Sĩ là viên ngọc quí của Phật Giáo và Văn Hóa Việt Nam". Năm 1977 ông từ Nha Trang về sống ở Thị Ngạn Am-chùa Quảng Hương Già Lam-Gò Vấp, tác phẩm: *Bát quan trai giới ; Cửa Vào Tuyệt Đối ; Chiến tranh, tình yêu, hoài niệm và truyện ngắn Võ Hồng ; Dẫn vào Tâm Kinh Bát Nhã ; Dẫn vào thế giới văn học Phật giáo ; Du-già Bồ-tát giới ; Duy-ma-cật Với Các Đại Thanh Văn ; Duy tuệ thị nghiệp ; Đạo Phật và thanh niên ; Đối Biện Bồ Tát ; Giấc mơ trường sơn (thơ) ; Giới thiệu Phẩm Phương Tiện Thiện Xảo, Kinh Duy-ma-cật ; Giới thiệu Phẩm Văn-thù thăm bịnh, Kinh Duy-ma-cật ; Giới thiệu Trung Luận kệ tụng - Phạn Tạng Hán đối chiếu toàn dịch ; Giá trị đối chiếu trong những tương quan văn hóa ; Góc Tùng ; Huyền thoại Duy-Ma-Cật ; Kinh Hoa Nghiêm: Lý* *tưởng Bồ-tát và Phật ; Khái niệm về số trong Kinh Dịch ; Lễ Tháng Bảy Cho Những Oan Hồn Phiêu Bạt ; Lô Sơn Chân Diện Mục ; Mười huyền môn: trật tự của thế giới trong tương quan vô tận ; Nguồn gốc của một thế giới quan vô tận ; Ngục trung mị ngữ ; Nhân đọc Triết Học Thế Thân ; Những điệp khúc cho dương cầm (thơ ;)Những Giá Trị Phổ Quát Của Bồ Tát Hành ; Piano Sonata 14 ; Phát triển Tâm Từ ; Phật Dạy Chăn Trâu ; Reduction to the Nothingness ; Sự hủy diệt của một trào lưu tư tưởng ; Sư Thiện Chiếu ; Tánh không luận là gì? ; Tinh hoa triết học Phật giáo ; Tư tưởng Phật giáo đối diện với hư vô ; Từ Thiền đến Hoa Nghiêm ; Thắng Man Giảng Luận ; Thanh Sắc Thi Ca ; Thiền và Bát-nhã ; Thuyền ngược bến không ; Tô đông pha những phương trời viễn mộng ; Trật tự của thế giới trong tương quan vô tận ; Trú xứ của Bồ-tát ; Văn Minh Tiểu Phẩm ; Về những minh họa từ Thiền Uyển Tập Anh, Thầy nguyên quán Quảng Bình, trú quán TP Hồ Chí Minh-Nha Trang - theo trang nhà www.vi.wikipedia.org*

T

- **Thích Thiện Tài** (1912 -1985), Hòa thượng, thế danh Trần Văn Tài, xuất gia năm 1919 với HT Như Liễn Phổ Lý- chùa Bửu Lâm- Sa Đéc, pháp danh Hồng Thanh. Năm 1929, ngài theo học với Pháp sư Bửu Chung Như Kim- chùa Phước Long và HT Chánh Thành- chùa Vạn An- Sa Đéc. Năm 1942, ngài theo học tại PHĐ Lưỡng Xuyên- Trà Vinh. Năm 1945, ngài làm Pháp sư cho PHĐ Tăng Già và Giác Nguyên- Xóm Chiếu Sài Gòn. Ngài được thỉnh kế truyền tổ vị chùa Bình Hòa và được HT Đạ Tỷ Hoằng Đức trao pháp tự Ngộ Tài pháp hiệu Pháp Bảo, đời 30 dòng Lâm Tế Tổ Đạo. Năm 1947, ngài về Sa Đéc kế thế trụ trì chùa Bửu Lâm. Năm 1951, ngài làm Trị sự trưởng Giáo hội Tăng già tỉnh Kiến Phong. Năm 1964, ngài làm Chánh đại diện GHPGVNTN tỉnh Kiến Phong. Năm 1982, ngài được suy tôn Chứng minh tỉnh hội

PG Đồng Tháp. Ngài có công khai sơn các chùa: Hòa Long- Cao Lãnh; chùa Phát Quang- Tam Nông; nhận chùa Linh Phước- Sa Đéc; nhận chùa Vạn Phước- Tân Khánh Đông; nhận chùa Thiền Lâm- Châu Thành; nhận chùa Linh Phước- Cao Lãnh. Ngài đã biên soạn và giảng dạy các bộ: *Tòng Lâm Quy Thức (5 quyển)* ; *Tòng Lâm Thanh Quy (5 quyển)* ; *Di Giáo Kinh giảng giải (5 quyển)* ; *Tứ Thập Nhị Chương giảng giải (1 quyển)* ; *Quy Nguyên Trực Chỉ giảng giải (3 quyển)* ; *Nhị thời khóa tụng giảng giải (2 quyển)*, ngài xả báo thân ngày 14 tháng 6 năm Ất Sửu (1985) thọ 73 năm, 52 hạ lạp, nguyên quán trú quán Đồng Tháp - *xem thêm ở Danh Tăng Việt Nam tập 3*

- **Hải Bình Bảo Tạng** (1818 -1862) Hòa thượng tổ sư, thiền phái Lâm Tế Liễu Quán, khai sơn các chùa Cổ Thạch, Thiền Lâm ở Ninh Thuận, tổ vào Đất Đỏ Bà Rịa lập chùa *Châu Viên Sơn Tự* và chùa Ngọc Tuyền, Bửu Long, nguyên quán Phú Yên, trú quán Bà Rịa, Phú Yên - *xem thêm Thiền sư Việt Nam-Thích Thanh Từ.*

- **Thích Nguyên Tạng** (bút danh khác: Tịnh Tuệ, Phổ Trí, Nhân Văn, Vĩnh Thái...) sinh ngày 05-12-1967 tại Vĩnh Thái, thành phố Nha Trang, tỉnh Khánh Hòa. Xuất gia năm 1980 tại chùa An Dưỡng- Nha Trang, thầy thọ giới Sa di năm 1985 và thọ giới Cụ túc năm 1988. Tốt nghiệp trường Cơ bản Phật học Vĩnh Nghiêm năm 1992, trường Đại học Sư phạm (ngành ngoại ngữ Anh) năm 1995 và trường Cao cấp Phật học năm 1997. Sau khi đến Úc định cư vào năm 1998, thầy đã học và lấy bằng Cử nhân Xã hội học tại Đại học La Trobe năm 2006. Thích Nguyên Tạng có một anh ruột là Thượng tọa Thích Tâm Phương, khai sơn và trụ trì tu viện Quảng Đức- Melbourne- Úc Châu. Từ năm 1990, thầy là cộng tác viên thường trực cho báo Giác Ngộ (phụ trách trang Phật Giáo Quốc Tế) cho đến năm 1998 rời VN và đến định cư tại Úc theo diện Nhà truyền giáo (Minister of Religion), sau khi đến Úc thầy đã sáng lập trang nhà điện tử quangduc.com vào mùa Phật Đản 1999 để phổ biến giáo lý của 2 truyền thống, PG Nguyên thủy và PG Phát triển, đây là một trong số ít trang nhà PG đầu tiên của PGVN trong và ngoài nước vào cuối thập niên 90, sau khi mạng lưới internet toàn cầu chính thức phổ cập vào cuối thập niên 90. Vì những đóng góp thiết thực cho Tôn Giáo, Văn hóa, Giáo dục, Từ thiện... mà năm 2001, thầy được chính phủ Liên bang Úc Đại Lợi trao tặng *Huy Chương Thiên Niên Kỷ (Centenary Medal)* nhân dịp kỷ niệm 100 năm thành lập Chính quyền Liên bang (1901-2001) của quốc gia này. Hiện nay thầy đang là Phó Tổng thư ký kiêm Tổng vụ phó Tổng vụ Hoằng pháp của GHPGVNTH Hải ngoại tại Úc Đại Lợi-Tân Tây Lan. Vào ngày 17-7-2009, tại Khóa An cư Kiết hạ tổ chức tại chùa Pháp Bảo- Sydney- Úc châu, thầy được Hội đồng Giáo phẩm Trung ương của Giáo hội tấn phong lên Thượng tọa. Đầu tháng 7-2014, TT Thích Nguyên Tạng chính thức được GHPGVNTN Hải ngoại tại UĐL-TTL và bào huynh TT Thích Tâm Phương bổ nhiệm làm trụ trì tu viện Quảng Đức. Nguyên quán Nha Trang, Khánh Hòa, trú quán Úc Đại Lợi - *theo Thích Vân Phong biên khảo*

- **Lâm Như Tạng**, Cư sĩ, Tiến sĩ, NNC Phật học, ông sinh năm 1943 tại Quảng Ngãi, nguyên là tu sĩ PG, pháp danh Thích Như Tạng. Năm 1967, tốt nghiệp Cao đẳng PHV Huệ Nghiêm- Sài Gòn. Năm 1968, ông học cả 2 trường đại học Luật Khoa và đại học Vạn Hạnh. Năm 1969, ông du học Nhật Bản cùng các ngài Chơn Thành, Minh Tâm... Năm 1975, tốt nghiệp cử nhân Kinh tế Chính trị học- đại học Meijji. Năm 1977, tốt nghiệp tiến sĩ Chính trị học- đại học Meijji- Tokyo- Nhật Bản. Năm 1986, định cư tại Sydney- Úc châu. Từ năm 1987, ông làm việc trong Bộ Tư pháp bang New South wales- Sydney. Về hoạt động PG, ông là Phó Tổng vụ trưởng *Tổng Vụ Văn Hóa Giáo Dục* thuộc Hội đồng Điều hành GHPGVNTN tại Úc Đại Lợi và Tân Tây Lan. Tác phẩm biên soạn: *So Sánh Hai Chế Độ Chính Trị của Anh và Hoa Kỳ* - Tokyo 1977 ; *Tự Điển Vietnamese – Japanese – Ede* (Lâm Như Tạng và T. Shintani etc.), Tokyo 1981 ; *Nghiên Cứu về Điều Chín Hiến Pháp Nhật Bản* , Tokyo 1983 ; *Những Đặc Điểm Trong Phương Pháp Quản Lý Xí Nghiệp tại Nhật Bản* (bằng tiếng Việt và tiếng Anh), Sydney 1988 ; Thức Thứ Tám (sẽ xuất bản) ; Về thơ: *Gởi Về Quê Mẹ*, Tokyo 1978 ; *Hạnh Phúc Từ Đây* (Như Tạng và Ngọc Bích), Tokyo 1982 ; *Những Bước Thời Gian*, Tokyo 1984 ; *Trọn*

Vẹn Một Tình Yêu , Sydney 1991 ; *Con Đường Cảm Thông* (truyện thơ) . Sydney 1986 ; *Trở Về Thăm Mẹ* (sẽ xuất bản). Hiện ông đang cộng tác với các báo Viên Giác- Đức quốc và báo Pháp Bảo- Sydney và các trang mạng PG trong và ngoài nước, ông nguyên quán Quảng Ngãi, trú quán Úc châu - *theo trang nhà www.quangduc.com*

- **Minh Huyên Pháp Tạng** (1807-1856), Giáo chủ Bửu Sơn Kỳ Hương, sinh ngày 15-10-Đinh Mão (14-11-1807), tại làng Tòng Sơn, thuộc tổng An Tịnh, huyện Vĩnh An, phủ Định Viễn, trấn Vĩnh Thành, thuộc địa phận Gia Định thành. Sau này làng Tòng Sơn thành xã Mỹ An Hưng, huyện Lấp Vò, tỉnh Đồng Tháp. Thế danh Đoàn Minh Huyên, đạo hiệu: Giác Linh, được tín đồ gọi tôn kính là *Phật Thầy Tây An*. Năm 1849, ngài Sáng lập giáo phái (Bửu Sơn Kỳ Hương) bản địa đầu tiên ở An Giang, với tôn chỉ "Học Phật Tu nhân", tích cực thực hành Giáo lý Tứ ân của đạo Phật: "Ân tổ tiên cha mẹ, Ân Tổ quốc, Ân Tam bảo và Ân đồng bào nhân loại", nhưng phải đặt Ân Tổ quốc trên hết khi "*Tổ Quốc Lâm Nguy - Sơn Hà Nguy Biến*". Ngài còn là một chí sĩ yêu nước, nhà dinh điền đã có công khai hoang nhiều vùng đất ở Nam Bộ (Việt Nam), chuẩn bị việc binh lương cho cuộc khởi nghĩa của nhị vị đệ tử anh hùng Phật tử Nguyễn Trung Trực, Trần Văn Thành... (Trại ruộng Láng Linh, Bảy Thưa). Ngài nhập Niết bàn vào giờ Ngọ, ngày 12 tháng 8 năm Bính Thìn (10-09-1856). An táng tại Tây An Cổ Tự- Châu Đốc, bia mộ ghi rằng: "Nguyên sinh Đinh Mão niên, thập nguyệt, thập ngũ nhật, ngọ thời, hưởng dương ngũ thập tuế. Từ Lâm Tế chánh tông tam thập bát thế, thượng Pháp hạ Tạng tánh Đoàn, pháp danh húy Minh Huyên đạo hiệu Giác linh chứng minh. Bính Thìn niên, bát ngoạt thập nhị nhựt, ngọ thời thị tịch" - *theo Thích Vân Phong biên khảo*

- **Chơn Chánh Pháp Tạng** (? -?), Hòa thượng, dòng Lâm Tế Chúc Thánh đời 40, xuất gia thuở nhỏ với tổ Ấn Thiên Huệ Nhãn- chùa Từ Quang, pháp danh Chơn Chánh, pháp tự Đạo Tâm, pháp hiệu Pháp Tạng. Sau khi tổ Huệ Nhãn viên tịch, ngài đến cầu pháp với tổ Ấn Chánh Huệ Minh tại tổ đình Bảo Sơn- Tuy An và kế thừa trụ trì tổ đình Phước Sơn- Đồng Tròn. Thời gian kế thừa, ngài đã mua thêm ruộng đất và trùng tu ngôi tổ đình. Năm 1889-1890, ngài được mời ra Huế thuyết pháp tại chùa Kim Quang và chùa Viên Thông, được vua Thành Thái mến mộ, tặng áo cà sa và mũ Quan Âm cùng với kim ngân, tại đây ngài đã chú nguyện đúc một đại hồng chung 100 kg. Năm 1893, ngài được cung thỉnh làm Yết ma A xà lê tại đại giới đàn chùa Chúc Thánh- Quảng Nam. Năm 1906 ngài được cung thỉnh làm Đàn đầu Hòa thượng tại giới đàn chùa Sắc tứ Từ Quang. Năm 1907, ngài tổ chức đại giới đàn tại tổ đình Sắc từ Phước Sơn. Ngài không những là bậc danh tăng của Phú Yên mà còn của đất Thần kinh, không rõ năm sinh năm mất, nguyên quán trú quán Phú Yên - *theo Thích Thanh Minh sưu khảo*

- **Thích Quang Tạng** (1934 -2004), Hòa thượng, xuất gia với HT Diệu Quả-chùa Từ Quang, pháp danh Tâm Bửu, pháp tự Quang Tạng, thế danh Nguyễn Nghiêm. Năm 1965, y chỉ với HT Mật Hiển-chùa Trúc Lâm, ngài được phân công làm Giảng sư lưu động trong và ngoài tỉnh. Năm 1970, được Giáo hội bổ nhiệm trụ trì chùa Hương Từ-thị trấn Phú Bài. Năm 1972, xây dựng trường *Bồ Đề Hương Từ* và đảm trách Giám đốc trường. Năm 1982, là Ủy viên BTS PG tỉnh, Chánh đại diện PG huyện Hương Phú, rồi Hương Thủy, nguyên quán trú quán Thừa Thiên Huế - *theo Chư tôn Thiền đức&Cư sĩ hữu công Thuận Hóa*

- **Tổ Tuệ Tạng** (1889 -1959) hiệu Thích Tâm Thi, Hòa thượng Luật sư, trụ trì chùa Quy Hồn (tức chùa Cồn), nên cũng có hiệu là tổ Cồn. Ngài thế danh Trân Thanh Thuyên, xuất gia với sư tổ chùa Phúc Lâm- Quần Phương Thượng- Nam Định, pháp danh Tâm Thi, pháp hiệu Tuệ Tạng. Năm 1920, ngài cùng chư Tôn đức lập hội *Tiến Đức Cảnh Sách*, thâu nhận Tăng ni hữu học có đức hạnh, không phân biệt sơn môn pháp phái, để huấn luyện làm đống lương cho Phật pháp sau này. Năm 1934, miền Bắc dấy lên phong trào chấn hưng, ngài cùng chư Tôn đức và hàng cư sĩ đứng ra thành lập hội *Bắc kỳ Phật giáo*- trụ sở đặt tại chùa Quán Sứ- Hà Nội. Năm 1935, ngài giữ chức Giám viện chùa Quán Sứ. Năm 1936, ngài là *Giám quản* kiêm *Đốc giáo* trường *Tăng học đường* chùa Bằng Sở- Hà Nội. Từ những thập niên 1941 đến 1945, ngài kiêm nhiệm Giám đốc và Đốc giáo trường *Tăng học Bắc Việt* trong thời kỳ chiến tranh, vừa lo việc hậu cần (ăn, mặc, ở) và lo cho hơn

50 vị tăng sinh khi trường phải di chuyển từ chùa này sang chùa khác trước khi trở lại chùa Quán Sứ và được cụ Hội trưởng *Hội Tế Sinh Bắc Việt* cúng dường một ngôi chùa, một trường tăng học và 100 mẫu ruộng ở tỉnh Phúc Yên. Đầu năm 1945, thời Nhật Bản chiếm đóng, ngài nhận trách nhiệm *Chánh Hội trưởng Hội PGVN*, Phương trượng trụ trì chùa Quán Sứ. Năm 1946, ngài xin từ chức, trở về chùa Cồn- Nam Định tịnh dưỡng. Năm 1949, thường có khoảng hơn 60 vị tăng sinh theo học với ngài. được cung thỉnh *Chứng minh đạo sư Tổng hội Phật giáo Việt Nam*. Năm 1952, ngài được suy tôn *Thượng thủ Tăng Già toàn quốc*, ngài viên tịch vào ngày 10-05-1959 tại Nam Định, thọ 71 năm. Ngài được tứ chúng Phật tử và giới văn nghệ sĩ trí thức kính trọng và tôn vinh vị *Luật sư đệ nhất trì luật*. Ngài nguyên quán Nam Định, trú quán Hà Nội, Nam Định - *xem thêm ở Danh Tăng Việt Nam tập 1*

- **Chơn Tâm-Đạo Tánh** (1869 -1896), Hòa thượng, tác gia, vốn là hoàng tộc thê danh Nguyễn Phúc Ưng Dỗ, cháu nội Tuy Lý Vương, vào trú ở Tuy An-Phú Yên, xuất gia với ngài Ấn Thiên-Tổ Hòa được pháp danh là Chơn Tâm, pháp tự Đạo Tánh, học đạo với ngài Ấn Chánh-Tổ Tông chùa Bảo Sơn được pháp hiệu Pháp Thân, dòng Lâm Tế Chúc Thánh đời 39, trụ trì chùa Phước Huệ-Huế, nguyên quán trú quán Thừa Thiên Huế - *theo Chư tôn Thiền đức&Cư sĩ tiền bối hữu công PG Thuận Hóa*

- **Thích Đức Tánh** (1946 -2004), Hòa thượng, dòng Lâm Tế Liễu Quán đời 44, đệ tử HT Trí Thủ-chùa Báo Quốc, pháp danh Nguyên Thuận, pháp tự Đức Tánh, thế danh Hồ Văn Sanh. Năm 1970 làm trong Ban giám đốc hãng *Vị trai Lá Bồ Đề*. Trước 1975 ngài là giáo sư dạy toán các trường Bồ Đề và giáo thọ sư dạy kinh điển PG các trường Phật học. Năm 1997-2002, là thành viên BTS PG tỉnh Thừa Thiên Huế, đến nhiệm kỳ 2002-2007 ngài là Phó ban Giáo dục Tăng ni PG tỉnh Thừa Thiên Huế, nguyên quán trú quán Thừa Thiên Huế - theo *Chư tôn Thiền đức&Cư sĩ Thuận Hóa*

- **Thích Giác Tánh** (? -1978), Hòa thượng, Trưởng lão, Tăng chủ Giáo hội Tăng già Khất sĩ Việt Nam, viên tịch ngày 21-12-1978 tại tịnh xá Trung Tâm-Bình Thạnh, chưa rõ thân thế - *theo Biên niên sử PG Sài Gòn Gia Định*

- **Thích Giác Tánh** (1911 -1987), Hòa thượng, thiền phái Lâm Tế Liễu Quán đời 44, đệ tử HT Huệ Chiếu-chùa Hưng Long, pháp danh Nguyên Lưu, pháp tự Chí Ý, pháp hiệu Giác Tánh, thế danh Võ Phi Long. Năm 1936, học tăng PHĐ Tây Thiên và Báo Quốc. Năm 1943, ngài về chùa Hưng Long mở PHĐ và thành lập Đoàn thanh niên Tăng sĩ Bình Định. Năm 1945, ngài cùng các HT sáng lập *Chúng Lục Hòa PG Liên khu 5* và đến năm sau đổi tên thành *hội PG Cứu quốc Liên khu 5*. Từ năm 1948-1958, ngài làm Phó giám đốc các Phật học đường Thiên Đức, Nhạn Sơn và Thập Tháp, Phó trị sự trưởng Giáo hội Tăng già Trung Phần. Năm 1964, ngài là Chánh đại diện PG miền Liễu Quán và là Trưởng lão Viện Tăng thống GHPGVNTN. Năm 1981, GHPGVN thành lập, ngài được cung thỉnh vào thành viên HĐCM TW GHPGVN, viên tịch ngày mồng 4 tháng Giêng năm Đinh Mão (01-02-1987) tại chùa Thiên Đức, thọ 77 tuổi đời, 57 hạ lạp, nguyên quán trú quán Bình Định - *xem thêm ở Danh Tăng Việt Nam tập 1*

- **Thích Minh Tánh** (1924 -1995), Hòa thượng, dòng Lâm tế Liễu Quán đời 44, xuất gia năm 1940 với HT Tâm Thông- chùa Linh Quang Đà Lạt, pháp danh Nguyên Chơn, pháp hiệu Minh Tánh, thế danh Từ Phước Thành. Năm 1949-1959, trụ trì chùa Tỉnh hội Bình Thuận và chùa Linh Quang-Đà Lạt. Năm 1964, là Chánh đại diện GHPGVNTN tỉnh Long An, trụ trì chùa Thiên Khánh- Long An. Năm 1983, Phó ban Thường trực BTS GHPGVN tỉnh Long An. Năm 1992 là Hiệu trưởng *trường Cơ bản Phật học* tỉnh Long An, ngài xả báo thân ngày 9 tháng 8 năm Ất Hợi (1995) thọ 72 năm, 47 hạ lạp, bảo tháp lập ở vườn tháp chùa Thiên Khánh- Long An, nguyên quán Quảng Ngãi, trú quán Long An - *xem thêm ở Danh Tăng Việt Nam tập 2*

- **Thích Thiện Tánh** (1912 -2016), Hòa thượng, dòng Lâm Tế Liễu Quán đời 44, xuất gia năm 1960 với HT Từ Ý- chùa Hòa An-

Tam Kỳ, pháp danh Nguyên Trí, pháp tự Thiện Tánh, pháp hiệu Quang Minh, thế danh Huỳnh Viết Tấn. Năm 1972, ngài thọ Tỳ kheo tại giới đàn chùa Phật Ân- Mỹ Tho, sau khi thọ giới, ngài về trụ trì chùa Giác Nguyên- Thăng Bình. Năm 1981, GHPGVN thành lập, ngài làm Chánh đại diện PG huyện Thăng Bình. Năm 1986, GHPGVN tỉnh Quảng Nam Đà Nẵng thành lập, ngài làm ủy viên BTS PG tỉnh QNĐN. Năm 1997, Tỉnh QNĐN lại chia tách, ngài làm Cố vấn BĐD PG huyện Thăng Bình. Năm 2011, ngài làm Chứng minh BĐD PG huyện Thăng Bình. Năm 2012, ngài đứng ra trùng tu chùa Giác Nguyên. Ngài mãn duyên vào Rằm tháng 6 năm Bính Thân (18-07-2016) trụ thế 95 năm, 45 hạ lạp, nguyên quán Hội An, trú quán Thăng Bình Quảng Nam - *theo trang nhà www.phatgiaoquangnam.vn*

- **Thích Thiện Tánh**, Hòa thượng, thế danh Nguyễn Minh Tâm, sinh năm 1948, tại Mõ Cày, Bến Tre, Ủy viên HĐTS GHPGVN kiêm Trưởng ban Kiểm soát TW GHPGVN, Phó ban Thường trực BTS GHPGVN TP Hồ Chí Minh, đại biểu HĐND TP Hồ Chí Minh, được tặng thưởng: Huân chương độc lập hạng Ba, Huân chương lao động hạng Ba, Huy chương "Vì sự nghiệp đại đoàn kết toàn dân", Huy chương "Vì sự nghiệp khuyến học", Bằng khen của Thủ tướng Chính phủ, nhiều Bằng khen của Ủy ban Trung ương Mặt trận Tổ quốc Việt Nam, nhiều Bằng khen của Ủy ban nhân dân Thành phố và Ủy ban Mặt trận Tổ quốc Việt Nam Thành phố, trụ trì chùa Khánh Anh- quận 10, nguyên quán Bến Tre, trú quán TP Hồ Chí Minh

Tâm

- **Hải Lương Chánh Tâm** (1836 -1906), Hòa thượng, dòng Lâm Tế Gia Phổ đời 38, xuất gia thuở nhỏ với HT Tánh Châu Từ Lưu- chùa Linh Sơn- Tân An, pháp danh Hải Lương. Ngài cầu pháp và thọ đại giới ở trường Kỳ chùa Giác Lâm do tổ Tiên Giác Hải Tịnh làm Đường đầu truyền giới, được ban pháp húy Minh Lương. Năm 1860, ngài đến vùng Phú Thọ- phủ Tân Bình xây ngôi Tam bảo lấy hiệu là *Hàn Lâm Tự*. Bấy giờ ở phủ Tân An dân chúng nghe danh, đến thỉnh ngài về trụ trì ngôi chùa hiệu Phước Long. Chùa này do thiền sư Đạt Bồ Thiện Đề, dòng Lâm Tế đời 37 khai sơn. Về trụ trì một thời gian, ngài quyết định dời chùa về phía cạnh bờ sông, trùng kiến và đổi hiệu là Kim Cang. Từ đây ngài phát huy nơi này trở thành trung tâm văn hóa PG ở miền Nam thời tiền chấn hưng. Ngài đào tạo nhiều vị danh tăng làm rạng danh PG, trong đó có HT Khánh Hòa, HT Khánh Thông... là những bậc *tòng lâm thạch trụ*. Ngoài việc đào tạo, ngài còn cho khắc ván in các bộ kinh luật để lưu hành: *Tứ Phần Luật ; Bồ tát giới kinh ; Sa Di Oai Nghi Cảnh Sách Luật Giải ; Kim Cang Chư Gia ;Phật thuyết Tam thế Nhân quả Kinh ; Chuẩn Đề Ngũ Hối...* Ngài làm Đường đầu truyền giới tại các giới đàn: chùa Kim Cang (1900); giới đàn chùa Bửu Sơn- Bến Tre (1904); giới đàn chùa Khánh Quới- Cai Lậy (1905). Ngài xả báo thân ngày mồng 4 tháng 4 năm Bính Ngọ (1906) thọ 70 năm, 50 hạ lạp, nguyên quán trú quán Tân An- Long An - *xem thêm ở Danh Tăng Việt Nam tập 3*

- Nguyễn Chánh Tâm (? - ?), Hòa thượng, chưa rõ tông phái pháp hiệu, trụ trì chùa Thiên Phước-Trà Ôn, ngài đăng cai mở khóa thứ II Liên Đoàn học xã, ở khóa học này, ông Commis Chấn-chùa Linh Sơn xuống thăm, tặng quà và chiếu bộ phim *Sự tích Phật Thích Ca*. Năm 1933, HT Khánh Hòa rút khỏi hội NKNCPH, ông Chấn đã mời HT Nguyễn Chánh Tâm thay thế làm hội trưởng, sau khi nhận chức, Hòa thượng có bài viết trên *Từ Bi Âm*: "*Lời cáo bạch về sự lãnh chức Chủ nhiệm*", nguyên quán trú quán Trà Ôn- Vĩnh Long - *theo Biên niên sử PG Sài Gòn Gia Định*

- Thích Diệu Tâm (1926 -2013), Hòa thượng, dòng Lâm Tế Liễu Quán đời 43, ngài họ Lâm, sau đổi họ Nguyễn, xuất gia năm 1935 với tổ Hoằng Nhơn- chùa Phú Quang- xã Hòa Thịnh- Phú Yên, được pháp danh là Tâm Nguyện, pháp tự Thiện Tu. Năm 1937-1939, ngài tham học nơi chùa Long Quang và tổ đình Kim Cang-Tuy Hòa. Năm 1939-1942, ngài cầu học với tổ Trừng Thành- tổ đình Hương Tích, được tổ ban pháp hiệu Diệu Tâm. Năm 1943, ngài kiến lập chùa Phi Lai tại xã Hòa Thịnh và trụ trì tại đây. Cùng năm, ngài thọ đại giới tại giới đàn chùa Thiên Đức- Bình Định do HT Huệ Chiếu làm Đàn đầu truyền giới. Năm 1945-1954, ngài tham gia các chức vụ: -Hội trưởng *Hội PG Cứu quốc* xã Hòa Thịnh, -Hội phó *Hội Liên Việt* xã Hòa Thịnh, Trưởng ban Kinh tài chi bộ Hòa Thịnh. Năm 1964, chùa bị máy bay Mỹ ném bom thiêu hủy, ngài tản cư vào Nam hành đạo, bước đầu ngài trụ trì chùa Đức Quang- quận Đức Tu- Biên Hòa, sau đó trú xứ tại tổ đình Quan Thế Âm- Phú Nhuận. Năm 1969, ngài trở lại Biên Hòa kiến tạo ngôi chùa Phi Lai để hoằng pháp độ sanh. Năm 1970-1977, ngài làm Cố vấn GHGVNTN tỉnh Biên Hòa. Năm 1977-1981, ngài làm Phó Ban đại diện GHPGVNTN tỉnh Biên Hòa. Năm 1982-2007, ngài là Thành viên Hội đồng Chứng minh GHPGVN kiêm Phó BTS Thường trực PG tỉnh Đồng Nai. Ngài được cung thỉnh làm Đàn đầu Hòa thượng trong các giới đàn Huệ Thành năm 2004, 2007 và giới đàn Nguyên Thiều năm 2009. Từ năm 2004, ngài trao quyền trụ trì cho trưởng tử là HT Thích Thiện Đạo để chuyên vào tu niệm. Năm 2007, ngài được cung thỉnh Chứng minh BTS PG tỉnh Đồng Nai. Ngài xả báo thân ngày 24 tháng 6 năm Quý Tỵ (31-07-2013) thọ 98 năm, 70 hạ lạp, nguyên quán Phú Yên, trú quán Đồng Nai - *xem thêm ở Danh Tăng Việt Nam tập 3*

- **Thích Nữ Diệu Tâm** (1938 -2009), Ni trưởng, năm 1957, xuất gia với Sư bà Thể Yến-chùa Diệu Đức, pháp danh Nguyên Thành, pháp tự Diệu Tâm, thế danh Nguyễn Thị Nhạn, Năm 1971, Ni trưởng giảng dạy và điều hành trường Ái Đạo-làng Ưu Điềm,Thừa Thiên. Năm 1974, Ni trưởng vào Sài Gòn tu học trú xứ tại chùa Pháp Hội-Phú Nhuận, sau đó về trú xứ chùa Quan Âm-Phú Nhuận. Năm 1981, Ni trưởng nhận trụ trì chùa Liên Trì-Bình Thạnh. Năm 2000, Ni trưởng khai sơn chùa Liên Trì 2- quận 12, nguyên quán

Thừa Thiên Huế, trú quán TP Hồ Chí Minh - *theo Chư tôn Thiền đức&Cư sĩ hữu công Thuận Hóa*

- **Thích Diệu Tâm** (1931 -2017), Ni trưởng, dòng Lâm Tế Chúc Thánh đời 44, xuất gia với Sư cụ Tịnh Nguyệt- chùa Đồng Thiện- Hải Phòng, pháp danh Chúc Tâm, pháp tự Giác Hạnh, pháp hiệu Diệu Tâm. Năm 1982, Ni trưởng kế thế trụ trì chùa Đồng Thiện. Ni trưởng chuyên giảng dạy Luật học cho chư Ni tại các trường hạ của PG Hải Phòng và là Phó BTS PG TP Hải Phòng cho đến cuối đời, nguyên quán Nam Định, trú quán Hải Phòng.

- **Nữ cư sĩ Diệu Tâm** (1876-1953), Đại hộ pháp, thế danh Nguyễn Hồng Trượng, pháp danh Diệu Tâm, (tục gọi Bà Xoàn), Đại thí chủ kiến tạo (Giác Linh tự - Bảo Đại Sắc tứ Tân Hòa tự 1936), Cái Tàu Hạ thuộc tỉnh Sa Đéc (nay thuộc thị trấn Cái Tàu Hạ, huyện Châu Thành, tỉnh Đồng Tháp). Năm 1937, chư tôn đức Ni miền Nam đồng tổ chức An cư kiết hạ, mở Ni viện, lớp Sơ đẳng Phật học tại Sắc tứ Tân Hòa tự, do Đại thí chủ Diệu Tâm cúng dường Ni chúng tu học, nhưng lớp học chưa mãn khóa thì lớp học dời về Tổ đình Vạn An, Ni chúng nương với tổ Thích Chánh Thành tiếp tục học hết khóa. Để góp phần trong việc phát triển Giáo hội Tăng già Nam Việt, Nữ cư sĩ Diệu Tâm đã cúng ngôi Sắc tứ Tân Hòa tự cho trưởng lão HT Thích Thiện Hòa, (Trị sự trưởng GHTGNV) và mấy trăm mẫu ruộng, góp phần giáo dục đào tạo tăng tài, Ngài ủy quyền lại cho HT Huyền Cơ thế danh Nguyễn Giải Ngạn làm trụ trì Sắc tứ Tân Hòa Tự và đứng tên sở hữu tài sản bất động sản năm 1952. Trong Tờ giao đất Hương hỏa có ghi lời của Nữ cư sĩ Diệu Tâm rằng: *"Tôi muốn được vĩnh viễn lập Hương hỏa này để ngôi Sắc tứ Tân Hòa Tự đứng Bộ đời đời, các vị Trụ trì theo hệ thống truyền hiền, để những vị Tăng Tài đức kế nghiệp mãi về sau, không có quyền bán hay cầm cố cho ai và không được lấy làm của riêng. Muốn được chắc chắn về việc lập hương hỏa này, tôi mời các vị Hội đồng làng Tân Vĩnh Hòa chứng thật để Sư cụ Nguyễn Giải Ngạn hiệu Huyền Cơ cầm tờ giấy này đến quan xin đóng bách phần và sang tên cải bộ tất cả đất ruộng trên đây để ngôi Sắc Tứ Tân Hòa Tự đứng bộ đóng thuế cho Chính phủ . . . Kể từ ngày nay Sư cụ Nguyễn Giải Ngạn hiệu Huyền Cơ với tư cách đại diện cho thập phương Tăng, trọn quyền cai quản, thu huê hợi cho việc* *hương hỏa, cúng dường Tam bảo. . . Sư cụ Nguyễn Giải Ngạn hiệu Huyền Cơ được mở mang xây dựng theo những quy mô tương lai cho Phật pháp "*. Bà có người con nuôi xuất gia, thế danh Đoàn Văn Sảnh, pháp danh Đạt Minh, làm tri khách Sắc tứ Tân Hòa Tự và đã cúng gần 150 hét-ta đất ruộng (của tư hữu) cho chùa. Công viên quả mãn, bà vãng sinh vào ngày 23 tháng 3 năm Quý Tỵ (06-05-1953), hưởng thọ 78 xuân - *theo Thích Vân Phong biên khảo*

- **Thích Đạo Tâm**, Đại đức, giảng sư, sơn môn thiền phái Trúc Lâm Thường Chiếu, chuyên môn các đề tài thiền học, nguyên quá trú quán Đồng Nai.

- **Thích Đức Tâm** (1928 -1988), Hòa thượng, tác gia, dòng Lâm Tế Liễu Quán đời 42, xuất gia năm 1942 với HT Trí Thủ- chùa Ba La Mật, pháp danh Nguyên Tánh, pháp tự Đức Tâm, thế danh Trần Hoài Cam. Năm 1948, đồng sáng lập tổ chức *Gia đình Phật hóa phổ*. Năm 1954, là Tổng thư ký *nguyệt san Liên Hoa* và giảng sư Tổng hội PG Trung phần. Năm 1958, là Phó trụ trì Quốc tự Diệu Đế- Huế. Năm 1965, ngài là Giám đốc *trung tâm Liễu Quán*- Huế. Năm 1978, ngài được tín nhiệm cử làm Trưởng môn phái tổ đình Từ Hiếu. Năm 1982, ngài làm Phó BTS kiêm Ủy viên Giáo dục GHPGVN tỉnh Bình Trị Thiên, ngài xả báo thân vào ngày 13 tháng Giêng năm Mậu Thìn (29-02-1988), hưởng 60 năm, 40 tuổi đạo, nguyên quán trú quán Thừa Thiên Huế - *xem thêm ở Danh Tăng Việt Nam tập 2*

- **Thích Giải Tâm** (1894 -1975), Hòa thượng, dòng Lâm Tế Chúc Thánh đời 41, xuất gia từ nhỏ với tổ Chơn Thành Đạo Đạt- tổ đình Sắc tứ Từ Quang- Tuy An, pháp danh Như Hương, pháp tự Giải Tâm, pháp hiệu Hòa Phước. Ngài kế thế trụ trì chùa Thiên Long- Tuy An, trải suốt thời kỳ chiến tranh bom đạn phát nát chùa, nhưng ngài không chịu rời đi mà cất thảo am ở nền chùa để giữ gìn chốn tổ. Năm 1954, HT Hưng Từ về chùa Thiên Long cung thỉnh ngài đến chùa Kim Long ở Ninh Hòa để hoằng dương chánh pháp. Năm 1960, ngài được HT Hưng Từ thỉnh về tổ đình Pháp Hội- thị trấn

La Gi- Hàm Tân để phụng dưỡng. Ngài xả báo thân ngày 26 tháng 3 năm Ất Mão (1975) thọ 85 năm, 60 năm hành đạo, bảo tháp lập ở khuôn viên tổ đình Pháp Hội- Bình Tuy, nguyên quán Phú Yên, trú quán Bình Thuận - *xem thêm ở Danh Tăng Việt Nam tập 3*

- **Thích Hạnh Tâm** (1929 -1997), Hòa thượng, pháp danh Thị Hữu, pháp tự Hạnh Tâm, pháp hiệu Giác Quang, đời 42 tông Lâm Tế, thế hệ thứ 9 pháp phái Chúc Thánh. Ngài thế danh Nguyễn Do, sinh năm Kỷ Tỵ (1929) tại xã Duy Phước, huyện Duy Xuyên, Quảng Nam. Năm 1963, xuất gia với Hòa thượng Thích Trí Minh tại chùa Pháp Bảo, Hội An. Năm 1966 thọ Tỳ kheo tại PHV Huệ Nghiêm và là Tăng sinh của Viện. Trụ trì chùa Giác Quang, Quận 4 từ năm 1967. Từ 1970 đến 1975 là Phó Đại diện GHPGVNTN quận 4. Từ năm 1981 đến năm 1990 là Chánh đại diện Phật giáo quận 4. Hòa thượng viên tịch ngày 11 tháng 5 năm Đinh Sửu (1997), thọ 69 tuổi. Ngài nguyên quán Quảng Nam, trú quán TP.Hồ Chí Minh - *theo Thích Như Tịnh sưu khảo*

- **Thích Huệ Tâm**, Thượng tọa, thế danh Nguyễn Phước Thành, sinh năm 1972, xuất gia với HT Thích Thiện Huệ, tu học tại Tổ đình Phước Hưng, Sa Đéc, tốt nghiệp Trung cấp Phật học Đồng Tháp, tham học với HT Trưởng lão Tịnh Vân, Phật Quang Sơn, Đài Loan, Y chỉ thiền sư Thích Nhật Quang, được ban pháp hiệu Tâm Chánh, tham học các khóa thiền tại thiền viện Trúc Lâm- Tp Đà Lạt, hiện Học viên Cao học tại Malaysia, nhà thiết kế, kiến trúc mỹ thuật (tự học), trùng hưng trụ trì Phù Dung Cổ Tự, phục dựng trụ trì Phật Đà Tự (chùa Lò Gạch), phục dựng Giải Thoát Tự, Hà Tiên, trùng hưng chùa Hải Trí- Tp Vũng Tàu, mở cơ sở Từ thiện nuôi trẻ mồ côi tại chùa Giải Thoát, mở cơ sở nuôi dạy trẻ bán trú từ thiện tại Phù Dung Cổ Tự, Trưởng BTS Phật giáo thị xã Hà Tiên, Ủy viên Hội đồng Nhân dân thị xã Hà Tiên các khóa, Phó trưởng Ban Trị sự kiêm Trưởng ban Kiểm soát Phật giáo tỉnh Kiên Giang, nguyên quán Vĩnh Long, trú quán Hà Tiên- Kiên Giang - *theo Thích Vân Phong biên khảo*

- **Chân Hiền Tâm**, Cư sĩ, tác gia, dịch giả, đến với đạo Phật năm

36 tuổi, đệ tử HT Thích Nhật Quang-thiền viện Thường Chiếu, cô và người bạn đời Chánh Tấn Tuệ có nhiều bài viết Phật giáo trên các báo PG và trang mạng, tác phẩm: *Luận Đại thừa Khởi Tín ; Kinh Thắng Man Phu Nhân Hội ; Thập Thiện lược giải ; Hương sen ngàn cánh ; Phẩm Trung Luận ; Xác định lập trường tu tập và đường lối tu hành ; Chuyện xưa chuyện nay ; Ý tổ sư trên đầu ngọc cỏ ; Định tuệ ; Hai chữ mẹ cha ; Vu lan gợi nhớ ; Có trí tuệ là biết như thật về... ; Thử một lần nhìn lại ; Hình tượng cha mẹ trong kinh Duy Ma ; Mục tiêu của cuộc sống ; Hương của người đã chết ; chưa rõ thân thế - theo trang nhà www.chanhientam.net*

- **Thích Khế Tâm** (1916 -2001), Hòa thượng, thế danh Võ Khế Tâm, xuất gia với HT Thiên Ninh- chùa Từ Ân- Phú Yên, pháp danh Tâm Chí, pháp tự Khế Tâm, pháp hiệu Diệu Cao. Ngài được bổn sư gởi tu học tại chùa Cảnh Phước. Năm 21 tuổi, ngài được ra Huế học lớp đại học PG đầu tiên ở PHĐ Báo Quốc. Năm 1945, ngài trở về kế thế trụ trì chùa Từ Ân và tham gia kháng chiến. Năm 1955, ngài bị bắt tù đến năm 1960 được thả về, ngài xuất gia lại với HT Vạn Ân- chùa Hương Tích. Sau đó, ngài trụ trì chùa Bình Quang và trùng tu chùa Bình Lợi. Năm 1968, ngài về trụ trì lại chùa Từ Ân và tiếp tục trùng tu các chùa trong tỉnh, ngài xả báo thân ngày 23 tháng 4 năm Tân Tỵ (2001) thọ 86 năm, tháp lập ở vườn chùa Châu Lâm, nguyên quán trú quán Phú Yên - *theo Chư tôn Thiền đức&Cư sĩ hữu công Thuận Hóa tập 3*

- **Thích Liên Tâm** (1912 -1962), Hòa thượng, dòng Lâm Tế Chúc Thánh đời 42, xuất gia ấu niên với tổ Giải Tường Thiền Phương- tổ đình Phước Sơn- Đồng Tròn- Phú Yên, pháp danh Thị Thành, pháp tự Hành Thật. Ngài là bào huynh của HT Hành Trụ- chùa Đông Hưng- Thủ Thiêm- Gia Định. Khi ngài thọ giới cụ túc xong, đại sư Chơn Hạnh- chùa Triều Tôn không có đệ tử, nên đến tổ đình Phước Sơn xin với tổ Thiền Phương cho ngài về chùa Triều Tôn. Ngài về đây tu học và cầu pháp với đại sư Chơn Hạnh, được đại sư phú pháp với pháp hiệu Liên Tâm, đồng thời cử thừa kế ngôi trụ trì chùa Triều Tôn. Sau khi kế thế trụ trì, ngài đứng ra trùng tu toàn bộ ngôi chùa. Đại sư Chơn Hạnh là bậc chuyên hành trì Mật pháp, đã truyền trao tâm pháp lại cho ngài để kế thừa hành đạo. Năm 1961, ngài vì bệnh duyên phải vào Sài Gòn chữa trị, đến ngày mồng 9 tháng 5 năm Nhâm Dần (1962), ngài thị tịch, tháp lập trong khuôn viên chùa Triều Tôn, nguyên quán Đồng Xuân- Sông Cầu, trú quán Tuy An- Phú Yên - *theo Thích Thanh Minh biên khảo*

- **Thích Minh Tâm** (1911 -1995), Hòa thượng, dòng Lâm Tế Cổ Loan đời thứ 3, thế danh Tống Thanh Tiêu, xuất gia năm 12 tuổi với HT Thích Thanh Nhu- chùa Cổ Loan, được pháp danh Minh Tâm, pháp hiệu Cương Trực. Năm 16 tuổi thụ giới Sa di, năm 20 tuổi thụ giới Tỳ kheo, năm 40 tuổi thụ Bồ tát giới. Ngài tham học tại tổ đình Quảng Bá và Quán sứ. Tham gia hội PG Cứu quốc huyện Gia Khánh và dạy Bình dân học vụ. Ngài kế thế trụ trì chùa Cổ Loan. Năm 1960, tham gia chi hội PG Thống nhất tỉnh Ninh Bình. Năm 1982, ngài làm Chứng minh Giáo hội PGVN tỉnh Ninh Bình, ngài xả báo thân ngày 18 tháng Chạp năm Ất Hợi (1995) thọ 85 năm, 65 hạ lạp, tháp hiệu: *Nam mô Cổ Phúc Bảo Tháp Lâm tế môn nhân ma ha Tỷ Khiêu Bồ tát giới pháp huý Thanh Tiêu pháp danh Thích Minh Tâm đạo hiệu Cương Trực giác linh.* Ngài nguyên quán trú quán thôn Cổ Loan Hạ, xã Ninh Tiến, huyện Hoa Lư- Ninh Bình - *theo NNC Nguyễn Đại Đồng sưu khảo*

- **Thích Minh Tâm** (1940 -2013), Hòa thượng, dòng Lâm Tế Liễu Quán đời 44, thế danh Lê Minh Tâm, xuất gia năm 1949 tại chùa Bửu Tích- Bình Thuận, pháp danh Nguyên Cảnh. Năm 1953, ngài theo học ở *Tăng học đường Nha Trang.* Năm 1956, ngài thọ Sa di và cầu pháp với HT Huyền Quang, được pháp tự Viên Dung, pháp hiệu Minh Tâm. Năm 1961-1962, ngài tu học ở tu viện Quảng Hương Già Lam- Gò Vấp. Năm 1962-1967, là giảng sư GHPGVNTN tỉnh Phú Yên và giáo sư trường Trung học Bồ Đề Tuy Hòa. Năm 1965-1967, là hiệu trưởng trường Trung học Bồ Đề

Nguyên Thiều- Bình Định. Năm 1967, ngài thọ đại giới và xuất dương du học ở Nhật Bản. Năm 1970-1973, ngài làm Chi bộ trưởng chi bộ GHPGVNTN tại Nhật Bản. Năm 1974, ngài sang Pháp hoằng dương và sáng lập Niệm Phật Đường Khánh Anh- Paris. Năm 1977, Niệm Phật đường trở thành chùa Khánh Anh và dời về Bagneux- phụ cận Paris. Năm 1995, ngài đặt đá xây dựng chùa Khánh Anh mới tại Evry- Pháp. Năm 2006, ngài là Phó chủ tịch *Hội đồng Tăng già Thế giới*- trụ sở tại Đài Loan. Năm 2013, ngài là Chủ tịch Hội đồng giáo phẩm tối cao PG tại Pháp. Trong khóa học Phật pháp Châu Âu kỳ thứ 25 tổ chức tại Phần Lan, ngài an nhiên xả báo thân ngày mồng 2 tháng 7 năm Quý Tỵ (08-08-2013) thọ 75 năm, 46 hạ lạp, nguyên quán Bình Thuận, trú quán Pháp quốc - *theo trang nhà www.chuakimquang.com*

- **Thích Minh Tâm**, Hòa thượng, sinh năm 1938, thế danh Đoàn Đình Thiết, xuất gia năm 1968 với HT Trí Quang- chùa Từ Đàm- Huế, pháp danh Lệ Dũng, pháp tự Trung Phong, pháp hiệu Minh Tâm. Năm 1969, ngài đến Tuy Hòa- Phú Yên, làm Đặc ủy thanh niên kiêm Giảng sư tỉnh hội Phú Yên. Ngài được mời làm Phó giám đốc Trung học Bồ Đề Phú Yên và hiệu trưởng trường tiểu học Bồ Đề Bảo Tịnh. Năm 1971, ngài vào Phan Thiết, được HT Long Đoàn giao nhiều trọng trách: -Tổng giám thị trường Bồ Đề, -Tỉnh đoàn trưởng Thanh niên Phật tử Bình Thuận, -Đặc ủy Thanh niên kiêm Giảng sư tỉnh hội, -Giáo thọ PHV Nguyên Hương, Tuyên úy Hướng đạo Phật tử...Năm 1975, ngài cùng sư huynh Huệ Tánh lên rừng làm rẫy ở Mường Mán. Năm 1976, ngài được HT Minh Châu mời làm Quản sự Viện đại học Van Hạnh và Ủy viên Tổng vụ Thanh niên GHPGVNTN. Năm 1977, ngài về Phan Thiết công tác và bị đi an trí 5 năm. Cuối năm 1981, ngài về Long Thành- Đồng Nai lập thảo am tĩnh tu. Dần dà, Phật tử tìm đến học đạo, xin xuất gia, ngài đã hoan hỷ chấp nhận và xây dựng thành tịnh thất hiệu Nguyên Phong. Năm 1999, ngài trùng tu thành chùa lấy hiệu là Phật Ân và phát triển hoằng hóa Phật pháp tại đây. Ngài nguyên quán Thừa Thiên Huế, trú quán Long Thành- Đồng Nai.

- **Thích Quảng Tâm** (1947 -2010), Hòa thượng, dòng Lâm Tế Chúc Thánh đời 41, đệ tử HT Tăng cang Thích Trí Hưng-chùa Từ Lâm-Quảng Ngãi, pháp danh là Như Hảo, pháp tự Giải Tâm, sau đắc pháp với HT Thiện Hòa-chùa Ấn Quang, được pháp danh Minh Đức, pháp hiệu Quảng Tâm, thế danh Lê Tấn Quang. Năm 1964, học tăng PHV Giác Sanh, năm 1966, học tăng PHV Huệ Nghiêm. Năm 1969, học tăng PHV Hải Đức-Nha Trang. Năm 1972, lập thảo am Vĩnh Đức -quận 2 và sau đó trùng kiến thành tu viện Vĩnh Đức năm 1989. Cùng năm này, ngài làm Phó đại diện PG huyện Thủ Đức. Năm 1997, huyện Thủ Đức tách làm 3 quận huyện, ngài được Giáo hội cử làm Chánh đại diện PG quận 9 và Chủ nhiệm lớp Sơ cấp Phật học quận 9. Năm 2007, chùa sắc tứ Từ Lâm-Quảng Ngãi được khôi phục, ngài được sơn môn công cử trụ trì tổ đình, nguyên quán Quảng Ngãi, trú quán TP Hồ Chí Minh - *theo HT Hạnh Trân Tiền Giang cung cấp*

- **Thích Thiền Tâm** (1926 -1992), Hòa thương, dịch giả, tác gia, đệ tử HT Thành Đạo-chùa sắc tứ Xoài Hột-Mỹ Tho, pháp danh Trí Hiền, pháp hiệu Vô Nhất, bút hiệu Liên Du, thế danh Nguyễn Nhựt Thăng Năm 1950, học tăng PHĐ Nam Việt chùa Ấn Quang. Năm 1955-1960, ẩn cư chuyên tu tịnh độ và trước tác dịch thuật. Năm 1964, giáo thọ PHV Huệ Nghiêm và đại học Vạn Hạnh. Năm 1967, ngài về Đại Ninh lập thất Hương Nghiêm Tịnh Viện chuyên tu pháp môn Tịnh Mật, tác phẩm: *Niệm Phật Thập Yếu ; Lá thư Tịnh độ ; Tịnh độ Tân lương ; Hương quê Cực lạc ; Tịnh độ thập nghi luận ; Tịnh độ pháp nghi ; Phật học tinh yếu ; Duy thức học cương yếu ; Đại Bi Tâm Đà Ra Ni ; Phật Đảnh Tôn Thắng Đà Ra Ni ; Đại Nhựt Kinh Sớ ; Mấy điệu sen thanh...* và nhiều dịch phẩm kinh điển khác, nguyên quán Gò Công, trú quán Đại Ninh, Lâm Đồng - *xem thêm ở Danh Tăng Việt Nam tập 1*

- **Thích Thiện Tâm** (1891 -1948), Hòa thượng, dòng Lâm Tế Gia Phổ đời 40, thế danh Trịnh Sáng, pháp danh Hồng Rạng. Khi mới xuất gia, ngài trú xứ ở chùa Ô (chùa Phnô Komput- chùa Miên)).

Sau đó được các Phật tử thỉnh ngài và HT Thiện Tánh về ở trong hai lô cốt trên mảnh đất sau ngài ngài thành lập chùa Liên Bửu. Năm 1925, Phật tử dâng cúng gỗ và ngài dựng lên ngôi chùa đặt tên là Liên Bửu. Sau năm 1945, ngài về đất nhà ở Quy Tây Địa, cất một am nhỏ tu hành và xây lên thành chùa Liên Quang- Châu Thành- Trà Vinh, ngài viên tịch năm Mậu Tý (1948) thọ 58 năm, nguyên quán trú quán Trà Vinh - *theo tư liệu Thích Như Đạo sưu khảo*

- **Thích Thiện Tâm**, Hòa thượng, Tiến sĩ, Tăng trưởng, hệ phái Nam Tông Việt Nam, sinh năm 1950, pháp danh Kusàlacitto Mahà Sanghanayaka Thera, Phó chủ tịch HĐTS GHPGVN, Phó viện trưởng VNCPHVN, trụ trì chùa Phổ Minh-Gò Vấp, nguyên quán Thừa Thiên Huế, trú quán TP Hồ Chí Minh.

- **Thuần Tâm** (1915 -1983), Cư sĩ, tu sĩ, NNC Phật học, tác gia. Ông khi là cư sĩ quy y với HT Trí Tịnh-chùa Vạn Đức, pháp danh là Hoằng Chơn. Về sau ông xuất gia là đệ tử HT Từ Quang-Chơn Đức thiền viện-Bình Thạnh. Khi dạy dưỡng sinh bút hiệu của ông là Nawami. ông khai sáng Lăng Nghiêm thiền viện ở gần chùa Vạn Đức-Thủ Đức. Ông là tác gia có rất nhiều tác phẩm về Phật học và dưỡng sinh được các nhà sách xuất bản và tái bản nhiều lần vào trước 1975, nguyên quán Vĩnh Long, trú quán Thủ Đức TP Hồ Chí Minh

- **Thiền sư Trí Tâm** (? -1842), Hòa thượng, pháp danh Trí Tâm, dòng Lâm Tế đời 37, nguyên là cư sĩ, thế danh Tô Quang Xuân, tu ở chùa Quan Âm-Cà Mau, truyền bá môn phái Phật giáo cứu thế, bị triều đình nghi gian đạo sĩ, ép phải về chùa Kim Chương quy y tu học tại đây. Sư viên tịch ngày mồng 3 tháng 6 năm Thiệu Trị thứ 2 (1842), được triều đình truy phong Hòa thượng, dân chúng mến mộ tôn là Phật Tổ sư. Chùa Quan Âm sau này cũng được sắc tứ - *theo Biên niên sử PG Sài Gòn Gia Định*

- **Thích Trí Tâm,** Hòa thượng, sinh năm 1936, dòng Lâm Tế

Chánh Tông đời 41, xuất gia với HT Bích Lâm-chùa Nghĩa Phương, du học tại Nhật Bản, Tăng trưởng GHPG Cổ Truyền Việt Nam, thành viên HĐCM GHPGVN, Trưởng ban Nghi lễ TW GHPGVN, Phó trưởng ban Thường trực GHPGVN tỉnh Khánh Hòa, trưởng tông phong tổ đình Nghĩa Phương, nguyên quán Bắc phần, trú quán Khánh Hòa.

Tân

- **Liễu Đạo-Chí Tân** (? -1865) Hòa thượng, ngài đến núi Hoàng Long, xã Dương Xuân Thượng, huyện Hương Thủy, khoảng năm Minh Mạng thứ 6 (1826), lập thảo am Thiên Hưng để tu trì, sau đực vua Tự Đức săc phong trụ trì chùa Thánh Duyên-Huế nguyên quán trú quán Thừa Thiên Huế - *theo Chư tôn Thiền đức&Cư sĩ Thuận Hóa hữu công tập 1*

- **Thích Huyền Tân** (1911 -1979), Hòa thượng, thế danh Lê Xuân Lộc, xuất gia với HT Trí Thắng- chùa Thiên Hưng-Bình Định, pháp danh Như Thọ, pháp tự Giải Thoát, pháp hiệu Huyền Tân, là học tăng PHĐ Tây Thiên Huế. Năm 1940, ngài được bổn sư giao trụ trì Thiền Lâm cổ tự-Phan Rang. Năm 1951, ngài thành lập chi hội *An Nam Phật học* tỉnh Ninh Thuận. Năm 1970-1975, ngài là Giám hiệu PHV Liễu Quán-Ninh Thuận. Năm 1974, được cung thỉnh vào Hội đồng Trưởng lão Viện Tăng thống GHPGVNTN, ngài viên tịch tại chùa Thiền Lâm, nhằm ngày mồng 8 tháng 3 năm Kỷ Mùi (1979), thọ 69 tuổi, 45 hạ lạp, nguyên quán trú quán Ninh Thuận - *xem thêm ở Danh Tăng Việt Nam tập 1*

-**Bình Nam-Nguyễn Khoa Tân** (1869 -1938), Cư sĩ, nhà thơ, là con trai Cụ Bố chính Nguyễn Khoa Luận, về sau xuất gia là đại sư Viên Giác. Cư sĩ từng giữ chức Tổng đốc Quảng Nam, Thượng thư

Bộ Hộ, Hiệp Tá Đại học sĩ sung Cơ Mật viện đại thần triều Khải Định. Cư sĩ cùng Sư Tra Am Viên Thành là đôi bạn tâm giao trong trao đổi Phật lý một cách say mê. Cư sĩ thọ Bồ tát giới và góp phần công lao sáng lập *hội Phật học Trung kỳ*. Sau thời gian phục vụ triều đình, Cư sĩ về hưu vui thú điền viên và nghiên cứu Phật học, nguyên quán trú quán Thuận Hóa - *theo Chư tôn Thiền đức&Cư sĩ hữu công Thuận Hóa*

- **Thích Nhật Tân**, Thượng tọa, nhà thơ bút hiệu Mặc Giang, sinh năm 1953, thế danh Hồ Thanh Bửu, xuất gia từ thuở nhỏ, định cư sang Úc, hiện là Tổng thư ký GHPGVNTN hải ngoại tại Úc và Tân Tây Lan, trụ trì chùa A Di Đà- Úc châu. Tác phẩm: *Quê hương còn đó* (2006) ; Tuyển tập nhạc *Dòng thơ gọi tình người* (2007) ; *Quê hương nguồn cội* (tuyển tập thơ - 2007) ; *Hành trình quê mẹ* (tuyển tập thơ - 2007), nguyên quán Bình Định, trú quán Úc châu - *theo trang nhà www.chuadida.com*

- **Thích Nữ Diệu Tấn** (1910 -1947), Ni trưởng thế danh Phạm Thị Xá, đệ tử tổ Phi Lai-Thích Chí Thiền, được pháp danh Hồng Lầu, pháp hiệu Diệu Tấn. Năm 1939, Sư được bổn đạo cung thỉnh về trụ trì chùa Kim Sơn, tức chùa Bà Đầm-Phú Nhuận. Ni trưởng đã biến thành ngôi chùa Ni thứ hai tại đất Gia Định, sau chùa Hải Ấn. Năm 1939, Sư Diệu Tấn kết hợp với Sư Diệu Tánh-Như Thanh mở Phật học ni trường đầu tiên tại chùa Kim Sơn. Do che giấu cán bộ hoạt động nội thị, Ni trưởng bị Pháp bắt tra khảo đến khi bị bệnh nan y và tịch ngày Rằm tháng Hai năm Đinh Hợi-1947, nguyên quán Sa Đéc, trú quán Sài Gòn - *theo Biên niên sử PG Sài Gòn Gia Định*

- **Thích Huyền Tấn** (1911 -1984), Hòa thượng, dòng Lâm Tế Chúc Thánh đời 41, thế danh Lê Nghiêm, xuất gia năm 1924 với tổ Đệ lục Chơn Trung Diệu Quang- chùa sắc tứ Thiên Ấn, pháp danh Như Chánh, pháp tự Giải Trực, pháp hiệu Huyền Tấn. Năm 1943, ngài được bổ nhiệm trụ trì chùa Kim Liên- Quảng Ngãi. Năm 1955, ngài kế thế trụ trì tổ đình Thiên Ấn- Quảng Ngãi đời thứ 7. Năm 1956, ngài giữ chức Trị sự trưởng Giáo hội Tăng Già Quảng

Ngãi. Năm 1964, ngài làm Chánh đại diện GHPGVNTN tỉnh Quảng Ngãi. Ngài xả báo thân ngày mồng 7 tháng Chạp năm Giáp Tý (1984) thọ 73 năm, 50 hạ lạp, nguyên quán trú quán Quảng Ngãi - *xem thêm ở Danh Tăng Việt Nam tập 2*

- **Thích Nhựt Tấn**, Hòa thượng, sinh năm 1952, thế danh Hồ Văn Tài, pháp danh Nhựt Tấn, pháp hiệu Thiện Hạnh, đệ tử HT Thiện Duyên- chùa Linh Quang- Mỏ Cày Bắc, Ủy viên HĐTS GHPGVN, Trưởng BTS GHPGVN tỉnh Bến Tre kiêm Trưởng Ban Tăng sự, trụ trì chùa Tiên Đài-Châu Thành-Bến Tre, nguyên quán trú quán Bến Tre.

- **Thích Khả Tấn** (1917 -2011), Hòa thượng, dòng Lâm Tế Liễu Quán đời 43, xuất gia với HT Giác Hải-chùa Giác Lâm, pháp danh Tâm Hiếu, pháp tự Khả Tấn, thế danh Trần Lý Hòe. Năm 1945, tham gia hội PG Cứu quốc Thừa Thiên Huế. Năm 2003, ngài làm trưởng ban trùng tu tái thiết tổ đình Linh Quang-Quảng Trị bị tàn phá sau chiến tranh. Năm 2005, ngài làm Đàn đầu Hòa thượng giới đàn Giác Nhiên-chùa Thuyền Tôn-Huế. Năm 2007, ngài là thành viên HĐCM TW GHPGVN, trụ trì chùa Giác Lâm-Huế, nguyên quán Quảng Trị, trú quán Thừa Thiên Huế - *theo trang nhà www.phatgiaohue.vn*

- **Thích Trí Tấn** (1906 -1995), Hòa thượng, dòng Lâm Tế Gia Phổ đời 42, thế danh Huỳnh Văn Xông, xuất gia năm 1920 với HT Thôi Biện- chùa Hưng Long- Tân Uyên, pháp danh Nhật Quân, pháp tự Nhất Bổn. Năm 1927, bổn sư viên tịch, ngài đến cầu pháp vớ HT Tâm Thường- chùa Long Hưng- Long Thành, được pháp húy Nhựt Tịnh, pháp hiệu Trí Tấn. Năm 1935, ngài trụ trì chùa Hưng Long- Long Thành. Năm 1945, ngài làm Tổng thư ký *hội PG Cứu quốc* miền Đông Nam bộ. Năm 1971, ngài là Tăng trưởng *Giáo hội PG Cổ truyền* tỉnh Biên Hòa. Năm 1972, ngài làm Chánh thư ký viện Tăng thống *Giáo hội PG Cổ truyền Việt Nam*. Năm 1980, ngài được cung thỉnh làm Hòa thượng Đàn đầu tại giới đàn chùa Long Vân- Vĩnh Cửu. Năm 1981, ngài được cung thỉnh

Thành viên HĐCM GHPGVN. Năm 1983, ngài làm Trưởng BTS Tỉnh hội PG tỉnh Sông Bé, ngài xả báo thân ngài 13 tháng Chạp năm Giáp Tuất (1995) thọ 89 năm, 69 tuổi đạo, bảo tháp lập ở khuôn viên chùa Hưng Long- Tân Uyên, nguyên quán Tân Uyên- Bình Dương, trú quán Long Thành và Bình Dương - *xem thêm ở Danh Tăng Việt Nam tập 2*

- **Hà Văn Tấn,** Giáo sư, Tiến sĩ sử học, chuyên ngành Lịch sử, trí thức PG, ông sinh ngày 16 tháng 8 năm 1937. Ông thuộc dòng họ có truyền thống khoa bảng, có nhiều danh nhân như nhà văn hóa tiến sĩ Hà Tông Mục, thượng thư tiến sĩ Hà Tông Trình, phó bảng Hà Văn Đại. Ông được Nhà nước phong tặng danh hiệu Nhà giáo Nhân dân. Ông nguyên là Viện trưởng Viện Khảo cổ học. Năm 2001, ông được tặng Giải thưởng Hồ Chí Minh đợt II về khoa học. Giáo sư Hà Văn Tấn đã công bố 250 công trình trên các tạp chí khoa học chuyên ngành trong và ngoài nước, đồng thời hướng dẫn 20 nghiên cứu sinh bảo vệ thành công luận án tiến sĩ sử học, khảo cổ học. Các tác phẩm liên quan đến Phật giáo:

1. Từ một cột kinh Phật năm 973 vừa phát hiện ở Hoa Lư; 2. *Lịch sử Phật giáo Việt Nam,* Hà Văn Tấn (đồng tác giả), nxb Khoa học xã hội, 1988. 3. *History of Buddhism in Vietnam.* Social Sciences Publishing House Hanoi 1992 (Part Two: Buddism from the Ngo to the Tran dynasties). 4. *Chùa Việt Nam*, Nhà xuất bản Khoa học xã hội, 1993.(tái bản 6 lần). 5. *Buddism in Vietnam* (viết chung). The Gioi Publishers,1993. Ông nguyên quán Tiên Điền, huyện Nghi Xuân, tỉnh Hà Tĩnh; trú quán tại Hà Nội.

- **Thích Nữ Liên Tập** (1946 -1970), Sư cô, thánh tử đạo, thế danh Lê Thị Gái, hệ phái Ni giới Khất sĩ Việt Nam, có công hạnh nuôi dưỡng trẻ mồ côi chiến tranh, trú xứ tịnh xá Ngọc Ninh-Tây Ninh. Khi hay tin Việt Nam Quốc Tự bị tấn công, bắn giết, bắt bớ Tăng ni Phật tử, Sư cô đã bức xúc, đau xót cho pháp nạn PG. Khi nghe tin Giáo hội công khai vận động hòa bình chấm dứt chiến tranh Việt Nam, Sư cô thấy không lúc nào thích hợp hơn để đóng góp công lao cho dân tộc và đạo pháp. Những thao thức ấy đã thúc đẩy Sư cô hành động. Vào lúc 4 giờ sáng ngày 4-6-1970, Sư cô đã tự thiêu để cầu nguyện cho hòa bình Việt Nam và bình an cho Giáo hội, nguyên quán Thừa Thiên, trú quán Tây Ninh - *theo Chư tôn Thiền đức&Cư sĩ hữu công Thuận Hóa*

- **Danh Tấp** (1941 -1974), Đại đức, liệt sĩ, thường gọi là sư Tấp, sinh năm 1941, tại xã Bình An, huyện Châu Thành, tỉnh Kiên Giang. Mồ côi cha mẹ năm lên 7, ngài được thế phát xuất gia tu học tại chùa Gò Đất, xã Minh Hòa, huyện Châu Thành, tỉnh Kiên Giang. Năm 1962, ngài được bổn sư cho thọ giới Tỳ kheo tại bổn tự và HT Danh Hậu làm thầy tế độ. Năm 1967, ngài bổ nhiệm nhiệm chức Phó trụ trì chùa Gò Đất. Sau đó, tham gia vào *Hội Đoàn Kết Sư Sải Yêu Nước* huyện Châu Thành, được cử chức Phó hội trưởng *Hội Đoàn Kết Sư Sải Yêu Nước* huyện Châu Thành. Năm Mậu Thân (1968), ngài được suy tôn chức trụ trì chùa Gò Đất. Năm 1970, ngài hoàn tục để thực hiện công tác cách mạng, bị phát hiện nên địch truy lùng gắt gao, lục soát khắp nơi để tìm Achar Danh Tấp. Hoạt động bí mật bị lộ, ngài phải trở lại xuất gia lần hai tại chùa Khoe Ta Tung, Ấp Minh Hưng, xã Minh Hòa, huyện Châu Thành, tỉnh Kiên Giang. Tại bổn tự này, ngài vẫn tiếp tục hoạt động cách mạng với nhiệm vụ liên lạc cho Mặt trận Giải phóng huyện nhà. Đỉnh cao của phong trào đấu tranh đã bùng phát vào ngày 8 tháng 6 năm 1974, ngài được phân công dẫn đoàn biểu tình do Ủy ban Mặt trận Tổ quốc Việt Nam, Hội Đoàn Kết Sư Sãi Yêu Nước tỉnh Kiên Giang lãnh đạo. Ngài vận động lực lượng các chùa : Khoe Ta Tưng, Gò Đất, Xà Xiêm Cũ và Xà Xiêm Mới cùng tham gia xuống đường biểu tình. Bọn mật thám đã phát hiện và ngăn chặn kế hoạch của đoàn sư sãi biểu tình. Tương kế tựu kế, tranh thủ lễ Trà tỳ hỏa táng nhục thân HT Danh Con, là cơ hội để toàn thể chư Tăng đoàn tập hợp lại và nhập vào đoàn của chư Tăng chùa Khlang Ông. Ngài lãnh đạo đoàn biểu tình di chuyển từ chùa Khlang Mương đến chùa Khlang Ông một cách an toàn. Ngày 10-06-1974, đoàn biểu tình tiến về tỉnh ly, khi đến huyện Kiên Thành, mặc cho đạn bay súng nổ của quân đội Sài gòn nhắm vào tim Ngài, nhưng Ngài vẫn thản nhiên trấn an các thành viên trong đoàn. Nhiều phát đạn đều nhắm vào tim của Ngài, máu đổ thịt rơi, nhưng tấm lòng vì dân, vì nước vẫn mãi với non sông nước Việt. Ngài trút hơi thở vào lúc 10 giờ 35 phút, hòa theo tiếng khóc của đoàn người biểu tình, trong niềm kính phục sự hy sinh cao cả của ngài - *theo tư liệu của Danh tăng PG Nam Tông Khmer*

Tế

- **Thích Huyền Tế** (1905 -1986), Hòa thượng, dòng Lâm Tế Chúc Thánh đời 41, xuất gia năm 1923 với tổ Đệ lục Chơn Trung Diệu Quang- chùa Sắc tứ Thiên Ấn, pháp danh Như Long, pháp tự Giải Thuyền, pháp hiệu Huyền Tế. Năm 1934, ngài vào Bình Định học ở chùa Thập Tháp và thọ giáo với HT Phước Hưng. Năm 1936, ngài giữ chức Trị sự trưởng *Giáo hội Tăng Già* tỉnh Quảng Ngãi. Năm 1938, ngài trụ trì chùa Bảo Lâm- Quảng Ngãi. Năm 1966, ngài khai sơn chùa Bảo Linh ở Bàu Cả- Quảng Ngãi. Năm 1967-1969, ngài kiêm nhiệm trụ trì chùa Tỉnh hội PGVNTN tại Quảng Ngãi. Năm 1969, ngài là Thành viên Hội đồng Trưởng Lão Viện Hóa Đạo GHPGVNTN, ngài xả báo thân năm Bính Dần (1986) thọ 81 năm, 56 hạ lạp, nguyên quán trú quán Quảng Ngãi - *xem thêm ở Danh Tăng Việt Nam tập 2*

- **Minh Tịnh Nhẫn Tế** (1889 -1951), Hòa thượng, thiền sư, dịch giả, thế danh Nguyễn Tấn Tạo. Năm 1904, quy y với tổ Ấn Thành Từ Thiện- chùa Thiên Tôn, pháp danh Chơn Phổ, pháp hiệu Nhẫn Tế, dòng Lâm Tế Chúc Thánh đời 40. Năm 1926, ngài thọ giới và cầu pháp tổ Huệ Đăng- chùa Thiên Thai, pháp danh Trừng Liến, pháp hiệu Minh Tịnh, dòng Thiên Thai Thiền Giáo Tông đời 42.

Năm 1935, ngài sang Ấn Độ thỉnh được Xá Lợi Phật. Năm 1936, sang Tây Tạng tham học Thiền và Kim Cang thừa Mật giáo, được ban pháp danh *Thubten Osall Lama*. Năm 1937 về lại Việt Nam, ngài cúng Xá lợi Phật cho tổ Huệ Đăng rồi về Bình Dương trụ trì ngôi chùa Bửu Hương, vốn thuộc giáo phái *Bửu Sơn Kỳ Hương*, ngài xây dựng lại đổi tên là chùa Tây Tạng. Năm 1938 ngài xây dựng lại chùa Thiên Chơn- Bình Dương. Tác phẩm: *Lăng Nghiêm Tông Thông (1997) ; Nhật ký tham bái Ấn Độ Tây Tạng (1999)*. Ngài xả báo thân ngày 17 tháng 5 năm Tân Mão (1951) tại chùa Tây Tạng, thọ 63 năm, 25 Hạ lạp, bảo tháp lập ở chùa Thiên Chơn, nguyên quán trú quán Bình Dương - *xem thêm ở Danh Tăng Việt Nam tập 2*

- **Viên Thông Phổ Tế** (1790 -1875), Hòa thượng, ngài họ Lê, pháp danh Phổ Tế, pháp hiệu Viên Thông, xuất gia tham học ở tổ đình Khê Hồi (một trong ba sơn môn lớn nhất xứ Bắc lúc bấy giờ [Nhất Đọi (Đọi Sơn), Nhì Đa (Đa Bảo), thứ ba Khê Hồi]. Khi trụ trì chùa Phúc Nhạc (Già Lê Tự) huyện Yên Khánh đã giúp Doanh điền sứ Nguyễn Công Trứ chiêu mộ dân tới khai hoang lập ấp hình thành huyện Kim Sơn, tỉnh Ninh Bình. Sau đo cắm tích trượng, mở ấp Đồng Đắc, dựng chùa Kim Liên, nhân duyên tu tập. Dựng chùa Hàm Ân, chùa Phúc Nhạc, chùa Quỳnh Lâm, cảnh trước sửa sang; mở rộng, trùng tu, tôn tạo, chùa xưa rạng rỡ. Nhà có đan dược, gia truyền cứu những bệnh nan y (tức thuốc chữa bệnh phong); không giữ bí mật, từ tâm giúp bao người. Nhân thấy dân chùa Phượng Ban huyện Yên Mô đến thỉnh, ngài bèn sang làm đệ nhị tổ trụ trì Phượng Ban. Nửa đêm ngày 3 tháng 2 năm Ất Hợi (1875), ngài thẳng đi vào cõi Tam muội yên lặng, thọ 85 tuổi. Đến sau ngày lâm chung, lòng dân Đồng Đắc và Yên Liêu đều hứng khởi, làng này nói: "Sư ta đấy!" Làng kia cũng nói: "Sư ta đấy!" Sau khi rõ ràng, dân Đồng Đắc mới vâng rước trọn vẹn xá lợi an trí tại chùa Kim Liên, vì thế mà nay dựng tháp tưởng nhớ. Tháp thờ vọng ngài tại chùa Phượng Ban đề *"Nam mô Từ Vân tháp, Ma ha Tỷ khiêu giới Sa môn, tự Phổ Tế, pháp hiệu Viên Thông Thích Lãng Lãng Hồng Hồng Quang Minh Pháp Nhãn*

Thiền sư Nhục thân Bồ tát.'' nguyên quán xã Mộ Xá, tổng Xuân La, huyện Chương Đức, phủ Ứng Hoà, tỉnh Hà Nội, trú quán Ninh Bình - *theo NNC Nguyễn Đại Đồng sưu khảo*

Tha

- **Achar Sơn Thal**, Achar Sơn Thal, nhà sư yêu nước, trước cảnh nước mất nhà tan, Ngài đã dấn thân vào đường cứu quốc. Ngài đã bị bọn giặc phát hiện và sát hại tại xã Vĩnh Trạch, khi sư trên đường công tác từ Bạc Liêu trở về. Vị quốc vong thân ngày 03-04-1973. Anh hùng liệt sĩ. Bảo tháp thờ tại chùa Wath Prek Chop- Lai Hòa- thị xã Vĩnh Châu- Sóc Trăng. Đảng bộ, quân và dân Vĩnh Châu đã dựng bia tưởng niệm, vào ngày 3 tháng 4 hằng năm đều trang trọng tổ chức lễ Giỗ, thể hiện đạo lý uống nước nhớ nguồn của dân tộc - *theo Thích Vân Phong biên khảo*

- **Thích Quảng Thạc** (1925 -1995), Hòa thượng, sơn môn tổ đình Vịnh Nghiêm miền Nam, thế danh Dương Đức Thắng, xuất gia năm 1941 với HT Thích Trí Hải- chùa Mai Xá- Hà Nam, pháp danh Quảng Thạc, pháp hiệu Tuấn Đức. Năm 1950, ngài lên chùa Quán Sứ học chương trình Cao đẳng Phật học. Năm 1953, ngài tháp tùng bổn sư về Hải Phòng xây dựng chùa Nam Hải. Năm 1954, ngài di cư vào Nam tham học tại Phật học đường Giác Nguyên và thụ giới pháp với Hòa thượng Thích Hành Trụ. Năm 1970, ngài trụ trì chùa An Lạc- quận Nhất. Ngài có biệt tài viết đại tự chữ Hán rất đẹp và sáng tác thơ ca, liễn đối, ngài xả báo thân ngày mồng 6 tháng Chạp năm Ất Hợi (25-01-1996) thọ 70 năm, 40 tuổi đạo, nguyên quán Nam Định, trú quán TP Hồ Chí Minh - *xem thêm ở Danh Tăng Việt Nam tập 2*

- **Tâm Minh-Lê Đình Thám** (1897 -1969), Cư sĩ, Bác sĩ, dịch giả, giáo sư. Năm 1928, ông là Y sĩ trưởng Viện bào chế và vi trùng học Pasteur. Cùng năm ấy ông đến chùa Trúc Lâm phát tâm quy y Tam bảo với HT Giác Tiên, được pháp danh Tâm Minh, pháp tự Châu Hải. Năm 1932, hưởng ứng phong trào chấn hưng PG miền Trung, Cư sĩ cùng chư tôn đức đứng ra sáng lập *hội An Nam Phật học* và ông làm Hội trưởng. Năm 1945, ông làm Giám đốc Y Tế miền Trung và bệnh viện Trung ương Huế. Năm 1946, sau ngày toàn quốc kháng chiến, ông được chính phủ *Việt Nam Dân chủ Cộng hòa* mời ra làm chủ tịch *Ủy ban Hành chánh Kháng chiến* miền Nam Trung bộ tại Liên khu V. Năm 1949, ông tập kết ra Bắc làm chủ tịch phong trào vận động hòa bình thế giới. Tuy bận nhiều công việc, nhưng ông vẫn không quên để tâm vào Phật pháp, ông tham gia diễn giảng và dịch thuật, tác phẩm: *Kinh Thủ Lăng Nghiêm* ; *Luận Nhân Minh* ; *Đại thừa Khởi tín luận* ; *Bát thức qui củ tụng* ; *Phật học thường thức* ; *Bát Nhã tâm kinh* ; *Lịch sử PGVN và Phật tổ Thích Ca* ; *Tâm Minh-Lê Đình Thám tuyển tập* (5 tập). Ông vãng sinh ngày mồng 7 tháng 3 năm Kỷ Dậu (23-04-1969) thọ 73 tuổi và 42 năm phụng sự Tam Bảo, nguyên quán Quảng Nam, trú quán Huế, Hà Nội - *xem thêm ở Danh Tăng Việt Nam tập 1*

- **Hải Chánh Bảo Thanh** (1752 -1859), Tổ khai sơn Long Bàn Cổ Tự, được tôn làm tổ sư Kiến trúc chùa Long Bàn với những tác phẩm nghệ thuật điêu khắc mang đậm nét truyền thống dân tộc.Thiệu Trị ngũ niên (Ất Ty, 1845), hiện tọa lạc thôn Long Phượng, thị trấn Long Điền, huyện Long Điền, tỉnh Bà Rịa, Vũng Tàu - *theo Thích Vân Phong biên khảo*

-**Thích Chơn Thanh** (1949 -2002), Thượng tọa, dòng Lâm Tế Gia Phổ đời 41, thế danh Phan Văn Bé, xuất gia với Trưởng lão HT Thiện Thọ- chùa Phước Lâm- Tân Uyên- Biên Hòa, pháp danh Nhật Bé, pháp hiệu Chơn Thanh. Năm 1964, ngài học tại PHV Phổ Quang- Phú Nhuận. Năm 1965-1971, ngài theo học Trung đẳng tại PHV Huệ Nghiêm. Năm 1965, ngài thọ Sa di tại giới đàn PHV Huệ Nghiêm do HT Thiện Hòa làm Đàn đầu truyền giới. Năm 1969, ngài thọ đại giới tại giới đàn miền Quảng Đức- PHV Huệ

Nghiêm do HT Hải Tràng làm Đàn đầu truyền giới. Năm 1971, ngài tiếp tục học Viện Cao đẳng Phật học Huệ Nghiêm do HT Trí Tịnh chủ giảng. Từ năm 1969-1975, ngài là giảng sư Tổng vụ Hoằng pháp, được cử đi xây dựng cơ sở các tỉnh miền Nam và miền Đông. Năm 1977, ngài được cử làm Thư ký Ban quản trị Viện Cao đẳng Phật học Huệ Nghiêm. Năm 1982, ngài làm Phó Ban đại diện PG huyện Bình Chánh. Năm 1990, ngài là Ủy viên BTS Thành hội PG TP Hồ Chí Minh kiêm Phó Văn phòng BTS. Năm 1997, ngài là Ủy viên HĐTS kiêm Phó ban Hoằng pháp TW và Phó văn phòng 2 TW GHPGVN. Năm 2002, ngài được tín nhiệm làm Chánh thư ký BTS kiêm Trưởng ban Hoằng pháp Thành hội PG TP Hồ Chí Minh. Thượng tọa xả báo thân ngài 13 tháng 6 năm Nhâm Ngọ (22-07-2002), hưởng 55 tuổi, 34 hạ lạp, nguyên quán Đồng Tháp, trú quán Bình Chánh- TP Hồ Chí Minh.

- **Thích Diệu Thanh** (1890 -1972), Hòa thượng, dòng Lâm Tế Liễu Quán đời 42, thế danh Nguyễn Hữu Thanh, xuất gia với HT Thanh Thái Huệ Minh- chùa Tường Vân- Huế, pháp danh Trừng Tịnh, pháp hiệu Diệu Thanh. Ngài sang Lào hoằng pháp, khai sơn chùa Diệu Giác ở Savanakhet hướng dẫn Phật tử Việt kiều tu học. Ngài tiếp tục sang Thái Lan, lập chùa Diệu Giác ở tỉnh Mukadahan cho Phật tử Việt kiều tại Thái tu học. Ngài xả báo thân tại Thái Lan năm 1972, thọ 80 năm, tháp lập tại chùa Diệu Giác- Thái Lan, nguyên quán Quảng Trị, trú quán Lào và Thái Lan - *theo Chư tôn Thiền đức&Cư sĩ hữu công Thuận Hóa tập 3*

- **Thích Đàm Thanh**, NI sư, Tiến sĩ, sinh năm 1969, thế danh Trần Thị Dung, trú quán chùa Mía- xã Đường Lâm- thị xã Sơn Tây, trụ trì chùa Viễn Sơn-Ba Vì- Hà Nội, tác phẩm: *Hình tượng Bồ tát Quan Âm trong PGVN*, nxb Tôn Giáo 2012 ; *Ni giới PG ở thủ đô Hà Nội*, nxb Tôn Giáo 2015, nguyên quán trú quán Ba Vì- Hà Nội - *theo NNC Nguyễn Đại Đồng sưu khảo*

- **Thích Đạo Thanh** (1895 -1962), Hòa thượng, pháp danh Chơn Trừng, pháp tự Đạo Thanh, pháp hiệu Hưng Duyên, đời 40 tông

Lâm Tế, thế hệ thứ 7 pháp phái Chúc Thánh. Ngài thế danh Nguyễn Công Lực, sinh năm Ất Mùi (1895) tại xã Giáng La, huyện Điện Bàn, tỉnh Quảng Nam. Xuất gia với tổ Ấn Bính Phổ Bảo tại tổ đình Chúc Thánh. Thọ Tỳ kheo năm 1924 tại giới đàn Từ Hiếu sau đó theo Sư huynh là ngài Quang Minh vào Nam hành đạo. Ngài phụ tá ngài Quang Minh khai sơn chùa Chúc Thọ tại Xóm Thuốc, Gò Vấp, sau đó cùng ngài Phổ Trí trùng tu chùa Văn Thánh. Năm 1928, ngài khai sơn chùa Pháp Hoa tại quận Phú Nhuận. Ngài là hành giả chuyên trì tụng kinh Pháp Hoa và còn là một người tinh thông y thuật, bốc thuốc cứu người. Hòa thượng tịch ngày 16 tháng 9 năm Nhâm Dần (1962), thọ 67 tuổi. Ngài nguyên quán Quảng Nam, trú quán Sài Gòn - *theo Thích Như Tịnh sưu khảo*

- **Thích Đạt Thanh** (1853 -1973) Hòa thượng, dòng Lâm Tế Gia Phổ, thế danh Võ Minh Thông, xuất gia năm 12 tuổi với HT Chơn Hương Minh Phương- chùa Linh Nguyên, pháp danh Đạt Thanh, pháp hiệu Như Bửu, sau đó được đến chùa Giác Lâm học với tổ Minh Vi Mật Hạnh. Năm 1877, ngài sang chùa Giác Viên học với tổ Hoằng Ân Minh Khiêm. Năm 1879, ngài kế thế trụ trì chùa Linh Nguyên. Năm 1921, ngài khai sơn chùa Long Quang ở Hóc Môn. Năm 1926, ngài gia nhập tổ chức *Thiên Địa Hội* kháng Pháp và bị bắt tù đày Côn Đảo. Sau 4 năm ngài vượt biển trở về Rạch Giá đổi tên thành Võ Minh Đạt để che mắt nhà cầm quyền Pháp. Năm 1949, ngài trở lại Sài Gòn trụ trì chùa Giác Ngộ- Chợ Lớn. Năm 1951, ngài được suy tôn Pháp chủ *Giáo hội Tăng già Nam Việt*. Năm 1953, ngài là Chứng minh đạo sư *Giáo hội Lục Hòa Tăng Việt Nam*. Năm 1954, ngài trở lại trùng tu và trụ trì chùa Long Quang- Hóc Môn. Năm 1956, ngài nhận trụ trì chùa Long Nguyên. Năm 1973, ngài xả báo thân ngày 12 tháng Giêng năm Quý Sửu (1973) thọ 120 năm, 99 tuổi đạo, bảo tháp lập ở vườn chùa Long Quang, ngài nguyên quán trú quán Gia Định - *xem thêm ở Danh Tăng Việt Nam tập 2*

- **Hà Thanh** (1937-2014), Nữ cư sĩ, ca sĩ, tên thật là Trần Thị Lục Hà, sinh năm 1937. Lúc nhỏ là đoàn sinh GĐPT Hương Từ, quy y với HT Tịnh Khiết- chùa Tường Vân, pháp danh Tâm Tú, được Thiền sư Thích Nhất Hạnh ban tặng danh hiệu *Ca Lăng Tần Già* và thọ giới Tiếp hiện với pháp hiệu Chân Hỷ Ca. Bà là nữ sinh trường Quốc học Đồng Khánh, có biệt tài ca hát. Năm 1953, Bà đoạt giải nhất lúc 16 tuổi với nghệ danh Hà Thanh trong cuộc tuyển chọn ca sĩ do đài phát thanh Huế tổ chức. Năm 1963, Bà vào hát ở đài phát thanh Sài Gòn và các đài khác, làm việc với các ban nhạc *Tiếng Tơ Đồng, Tiếng Thời Gian* và nổi tiếng với những nhạc phẩm *Hàng Hàng Lớp Lớp, Chiều Mưa Biên Giới* của nhạc sĩ Nguyễn Văn Đông. Bà tham gia nhiều đoàn văn nghệ lưu diễn các nước. Năm 1984, Bà định cư ở Boston- Hoa Kỳ, chuyển hướng sinh hoạt âm nhạc Đạo ca và Từ thiện, Bà hát và sáng tác nhiều bài về đạo Phật. Các nhạc phẩm mà ca sĩ Hà Thanh đã đóng góp cho âm nhạc PG: *Nhất Hương Đàm ; Nhành dương Cứu khổ*...Bà ra đi vào ngày 01-01-2014 tại Boston vì bệnh duyên, nguyên quán Thừa Thiên- Huế, trú quán Boston- Hoa Kỳ - *theo Chư tôn Thiền đức&Cư sĩ hữu công Thuận Hóa tập 3*

- **Hải Thanh** (1939 -1991), Cư sĩ, giáo sư, thế danh Nguyễn Văn Viện, năm 1954 quy y với HT Thiện Siêu- chùa Từ Đàm, pháp danh Nguyên Tú, pháp hiệu Hải Thanh, học lớp dự bị xuất gia tại chùa Từ Đàm và theo học đại học Văn khoa Huế. Năm 1965, ông thọ đại giới ở chùa Từ Hiếu, sau đó được Giáo hội cử lên Tây nguyên làm hiệu trưởng *trường Bồ Đề Pleiku* và Chánh đại diện PG tỉnh Pleiku. Năm 1968, ông được điều về Sài Gòn làm Tổng thư ký *Tổng vụ Giáo dục* kiêm giám đốc *ấn quán Vạn Hạnh* cho đến ngày đất nước thống nhất. Năm 1975, ông trở về đời sống tại gia và dạy học ở trường Bạch Đằng quận 3. Năm 1986, Cư sĩ được Ban Tôn Giáo Chính phủ điều động về làm Chánh văn phòng *trường Cao cấp Phật học* tại TP Hồ Chí Minh. Năm 1991, ông bị tai nạn giao thông và mất, nguyên quán Thừa Thiên Huế, trú quán TP Hồ Chí Minh - *theo Chư tôn Thiền đức&Cư sĩ hữu công Thuận*

Hóa

- **Thích Nữ Như Thanh** (1911 -1999), Ni trưởng, nhà thơ, pháp danh Hồng Ân, pháp tự Diệu Tánh, thiền phái Lâm Tế Gia Phổ đời 40, đệ tử Hòa thượng Pháp Ấn và Đạt Thanh, tổ đình Phước Tường-Thủ Đức, Ni trưởng đóng góp công lớn trong giai đoạn sau chấn hưng, vận động Giáo hội Tăng già Nam Việt cho phép thành lập Ni bộ Bắc Tông. Năm 1953, được gia đình bà Trần thị Nhiều trao quyền trụ trì chùa Huê Lâm, từ đó Ni trưởng tiếp tục xây dựng thành tổ đình ni giới, Ni trưởng góp công trong Ban vận động thống nhất PGVN, nguyên quán Thủ Đức, trú quán TP Hồ Chí Minh- *xem thêm ở Những ngôi chùa nổi tiếng ở TP Hồ Chí Minh.*

- **Thích Tâm Thanh** (1931 -2004), Hòa thượng, Giảng sư, pháp danh Tâm Thanh, tự Giải Tịnh, hiệu Chơn Nghiêm, đời 43 tông Lâm Tế, thế hệ thứ 9 pháp phái Liễu Quán. Ngài thế danh Lê Thanh Hải, sinh năm Tân Mùi (1931) tại làng Mã Châu, Duy Xuyên, Quảng Nam. Ngài quy y với Hòa thượng Thích Tôn Thắng, xuất gia năm 1963 với Hòa thượng Thích Long Trí tại chùa Viên Giác, Hội An. Học tăng PHV Huệ Nghiêm và là sinh viên Đại học Vạn Hạnh. Giảng sư Viện Hóa Đạo, Chánh đại diện khu Bảy Hiền và trụ trì chùa Phổ Hiền. Năm 1972, ngài lên Đại Ninh nhập thất và khai sơn Vĩnh Minh Tự Viện. Sau 1981, ngài đảm nhận Phó Ban trị sự PG tỉnh Lâm Đồng, hiệu phó kiêm Giám luật trường Cơ bản Phật học Lâm Đồng. Ngài xây dựng Vĩnh Minh Tự Viện thành một Tòng lâm chuyên tu Tịnh Độ tại tịnh xứ Hương Nghiêm, Đức Trọng, Lâm Đồng. Ngài viên tịch ngày 13 tháng 2 nhuận năm Giáp Thân (2004), thọ 74 tuổi. Ngài sinh quán Quảng Nam, trú quán Lâm Đồng - *theo tư liệu Thích Như Tịnh sưu khảo*

- **Thích Nữ Thể Thanh** (1923 -1988), Ni trưởng, xuất gia với Sư bà Diệu Hương-chùa Diệu Đức, pháp danh Tâm Ngọc, pháp hiệu Thể Thanh, thế danh Công Tằng Tôn Nữ Kim Cúc. Năm 1954, Ni trưởng làm giáo thọ giảng dạy tại Ni viện Diệu Đức. Năm 1960, giảng dạy tại chùa Diệu Viên, rồi Ni viện Diệu Quang-Nha Trang,

Ni viện Phổ Hiền-Cam Ranh. Cuối đời, Ni trưởng trở về trú xứ tại Ni viện Diệu Đức để tịnh tu và trước tác dịch thuật, nguyên quán trú quán Thừa Thiên Huế - *theo Chư tôn Thiền đức&Cư sĩ hữu công Thuận Hóa*

- **Thích Thiện Thanh** (1935 -1995), Hòa thượng, Tiến sĩ, thế danh Nguyễn Văn Sắc, xuất gia từ nhỏ với HT Huệ Hòa- chùa Phước Long- Sa Đéc, pháp danh Thiện Thanh, pháp tự Không Sắc, pháp hiệu Nhất Thanh. Năm 1952, ngài học gia giáo tại chùa Vạn An do HT Chánh Thành giảng dạy. Năm 1956, ngài học ở PHĐ Nam Việt- chùa Ấn Quang. Năm 1960, ngài thọ đại giới tại giới đàn PHV tổ chức do HT Thiện Hòa làm Đàn đầu truyền giới. Năm 1964, ngài phụ trách Trưởng ban Tăng tịch trong Tổng vụ Tăng sự GHPGVNTN. Năm 1965, ngài dạy ở trường Trung học Bồ Đề Chợ Lớn. Năm 1966, ngài du học theo học bổng chính phủ Thái Lan tài trợ. Năm 1967, ngài tiếp tục du học Ấn Độ. Năm 1976, ngài tốt nghiệp tiến sĩ và giảng dạy tại đại học Sri Veka Tesvana- Tirapati, Ấn Độ. Năm 1978, ngài sang Hoa Kỳ theo lời mời của HT Thiên Ân, làm giảng sư tại đại học Đông Phương- Los Angleses , đồng thời là Phó chủ tịch Tổng hội PGVN tại Hoa Kỳ. Năm 1980, ngài về TP Long Beach xây dựng và trụ trì chùa Phật Tổ để hoằng đạo và nghiên cứu dịch thuật. Tác phẩm: *Nghi thức tụng niệm hằng ngày* ; *Kinh Đại Phương Quảng Phật Hoa Nghiêm* (2 tập) *Phật giáo Ấn Độ ngày nay* ; *Phật giáo trong Việt Nam, Ấn Độ hay Trung Hoa* ; *Hoàng đế Asoka* ; *Bốn đức tánh cao quý của giác ngộ*; ngài xả báo thân ngày 18 tháng 7 năm Ất Hợi (1995) thọ 61 năm, 35 hạ lạp, nguyên quán Đồng Tháp, trú quán Hoa Kỳ - *xem thêm ở Danh Tăng Việt nam tập 3*

- **Thích Thiện Thanh** (1941 -2016), Hòa thượng, dòng Lâm Tế Gia Phổ đời 40. Năm 1960, xuất gia với HT Đạt Dương- chùa Hoằng Khai- Tân An, pháp danh Thiện Thanh, pháp hiệu Minh Đạo. Năm 1960-1961, ngài được tham học ở chùa Pháp Hội- Sài Gòn và học Trung đẳng chuyên khoa tại PHV Huệ Nghiêm năm

1964-1967. Từ năm 1969-1971, ngài được Giáo hội cử về tỉnh Bình Tuy làm giảng sư và giữ chức Phó đại diện PG tỉnh Bình Tuy, đồng thời thành lập trường *Bồ Đề Bình Tuy*. Năm 1973, Ban Quản trị *Hội Phật học Kiến Tường* (Long An) mời ngài về trụ trì chùa Tường Vân- Long An, ngài trụ trì tại đây được 28 năm. Năm 2001, ngài giao chùa cho Giáo hội và về chùa Thiên Khánh- Tân An điều hành phật sự cho tỉnh nhà. Năm 1983-2002, ngài làm Chánh đại diện PG huyện Mộc Hóa. Năm 1993-1997, ngài là ủy viên Giáo dục Tăng ni tỉnh Long An. Năm 1997-2002, là Phó BTS PG tỉnh Long An kiêm Trưởng ban Hướng dẫn Phật tử. Năm 2002-2012, ngài là ủy viên HĐTS GHPGVN kiêm Trưởng BTS GHPGVN tỉnh Long An. Năm 2012, Ngài được Giáo hội suy cử làm Thành viên Hội đồng Chứng minh GHPGVN, nguyên quán trú quán Long An - *theo trang nhà www.phatgiaolongan.com*

- **Thích Trừng Thanh** (1861 -1940), Hòa thượng, xem Tổ Trung Hậu, Sđd.

Thành

- **Thích Chánh Thành** (1872 -1949), Hòa thượng, còn được gọi là Tổ Vạn An, thế danh Phạm Văn Vịnh. Năm 1883, xuất gia với tổ Liễu Ngọc Châu Hoàn- chùa Hội Phước- Nha Mân, pháp danh Đạt Thới, pháp hiệu Chánh Thành. Năm 1896, ngài được bổn sư đưa về trụ trì chùa Vạn An- Cái Xếp. Năm 1902, bổn sư viên tịch, ngài cầu pháp với tổ Minh Thông-Hải Huệ- chùa Linh Thứu- Mỹ Tho, được pháp danh là Như Vịnh, pháp hiệu Diệu Liên. Năm 1914, do hưởng ứng phong trào chống Pháp, ngài bị Pháp bắt giam 9 tháng, do không có chứng cớ, chúng phải thả ngài. Năm 1934, phong chấn hưng phát triển mạnh ở Nam bộ, ngài được mời làm Pháp sư giảng dạy ở Phật học đường Lưỡng Xuyên. Năm 1940, PHĐ Lưỡng Xuyên tan rã, ngài về mở PHĐ gia giáo đào tạo tăng ni tại chùa Vạn An- Cái Xếp- Sa Đéc. Ngài có công diễn Nôm một số kinh điển lưu hành tại miền Nam như: *Di Đà Sớ Sao* ; *Kinh Pháp Hoa* ; *Pháp Bảo Đàn* ; *Phật Tổ Tam Kinh* ; *Quy Nguyên Trực Chỉ* ; *Long Thơ Tịnh Độ* ; *Tứ Phần Như Thích* ; *Bồ Tát Giới Kinh* ; *Sa Di Sớ* ; *Tỳ Ni Hương Nhũ* ; *Sám Quy Mạng* ; *Sám Khể Thủ, Đại học Hoằng giới (in bản kẻm)*, nguyên quán trú quán Sa Đéc - *xem thêm ở Danh Tăng Việt Nam tập 1*

- **Ấn Thanh Chí Thành** (1841 -1895), Hòa thượng, tổ sư. Pháp danh Ấn Thanh, pháp tự Tổ Đạo, pháp hiệu Chí Thành, đời 39 tông Lâm Tế, thế hệ thứ 6 pháp phái Chúc Thánh. Ngài thế danh Trần Văn Thành, sinh năm Tân Sửu (1841) tại thôn Long Bình, tổng Xuân Đài, huyện Đồng Xuân, tỉnh Phú Yên. Ngài xuất gia với tổ Chương Tín Hoằng Ân với pháp danh Ấn Thanh, pháp tự Tổ Đạo, sau cầu pháp với tổ Chương Tư Huệ Quang nên có đạo hiệu Chí Thành. Năm Quý Dậu (1873), ngài được triều đình cử làm trụ trì chùa Linh Ứng, đến năm Giáp Thân (1884) được cải bổ trụ trì chùa Tam Thai. Năm Quý Tỵ (1893), ngài được cung thỉnh làm Đàn đầu Hòa thượng tại giới đàn chùa Chúc Thánh, Hội An. Ngài là người tánh tình nghiêm cẩn, dõng mãnh tu hành, sáng tối hai thời kinh chú không trễ nãi. Đặc biệt, gần như suốt cuộc đời hầu như ngài chưa một lần nhuốm bệnh. Ngài viên tịch ngày 25 tháng 4 năm Ất Mùi (1895), trụ thế 55 tuổi. Tháp lập bên tháp bổn sư Huệ Quang tại ngọn Âm Hỏa Sơn. Đệ tử ngài có các vị tiêu biểu như: Chơn Pháp Phước Trí; Chơn Đỉnh Phước Thông; Chơn Nhẫn Phước Điền, Chơn Đức Phước Long; Chơn Bổn Phước Khánh... Ngài nguyên quán Phú Yên, trú quán tại Đà Nẵng - *theo Thích Như Tịnh sưu khảo*

- **Thích Chơn Thành**, Hòa thượng, sinh năm 1934, thế danh Nguyễn Thứ, xuất gia năm 22 tuổi với HT Quảng Liên- tu viện

Quảng Đức- Thủ Đức, pháp danh Chơn Thành. Năm 1957, ngài theo học tại PHĐ Lưỡng Xuyên- Trà Vinh, sau đó lên Sài Gòn học ở PHV Giác Sanh. Năm sau, ngài về chùa Trà Cú- Phan Thiết học với HT Vĩnh Thọ một thời gian rồi vào PHV Hải Đức Nha Trang tu học. Năm 1962, ngài vào học ở PHĐ Nam Việt- chùa Ấn Quang. Năm 1966, ngài theo học cử nhân tại viện đại học Vạn Hạnh. Năm 1969, ngài du học tại đại học Rissso University (đại học Lập Chánh)- Nhật Bản. Năm 1973, ngài là Chi bộ trưởng GHPGVNTN tại Nhật Bản. Năm 1985, ngài định cư tại Hoa Kỳ và trú xứ chùa Phật Tổ do HT Thiện Thanh trụ trì ở Long Beach. Năm 1987, ngài khai sơn và trụ trì chùa Liên Hoa- Garden Grove- California. Ngài chủ trương chương trình phát thanh PG hàng tuần *Tiếng Từ Bi* và làm chủ bút tạp chí Trúc Lâm. Tác phẩm đã xuất bản: - *Thánh Kinh Thiện Thệ - Bình An Thiên Lộ* ; - *Thánh Kinh Thiện Thế - Bình An Thiên Lộ* ; - *Thánh Kinh Thiện Đức – Bình An Thiên Lộ* ; - *Thánh Kinh Chân Trời Rộng – Bình An Thiên Lộ* ; - *Mười Bàn Chân – Thi tập, Bình An Thiên Lộ*. Ngài còn chủ trương Trung tâm Từ thiện xã hội PG để giúp đỡ thiên tai hoạn nạn các vùng Việt Nam, Đông Nam Á và Hoa Kỳ. Ngài nguyên quán Sông Cầu- Phú Yên, trú quán Hoa Kỳ - *theo trang nhà www.vinhhao.info*

- **Ấn Hiệp Huệ Thành** (1863 -1908), Hòa thượng, trụ trì chùa Tập Phước-Gò Vấp, ngài viên tịch ngày 25 tháng 10 năm MậuThân, chưa rõ nguyên quán, trú quán Gia Định - *theo Biên niên sử PG Sài Gòn Gia Định*

- **Thích Huệ Thành** (1912 - 1998), Hòa thượng, dòng Lâm Tế Gia Phổ đời 39, thế danh Nguyễn Toàn Trung, xuất gia với tổ Pháp Ấn Như Quới- chùa Phước Tường- Thủ Đức, pháp danh Hồng Tín, pháp tự Bửu Thành, pháp hiệu Huệ Thành. Năm 1934, ngài thọ đại giới ở giới đàn chùa Phước Thạnh- Tây Ninh. Năm 1942, ngài được bổn sư cử trụ trì chùa Long Thiền- Biên Hòa. Sau khi bổn sư viên tịch, ngài cầu pháp với tổ Như Thông Đạt Thanh- chùa Long

Quang- Hóc Môn. Năm 1945, ngài làm Hội trưởng Hội PG Cứu quốc tỉnh Biên Hòa. Năm 1947, ngài được mời tham dự hội nghị PG tại chùa Ô Môi- Đồng Tháp Mười, thành lập *Hội Phật Giáo Cứu Quốc Nam Bộ*, ngài được bầu làm Đệ nhất Phó hội trưởng kiêm Ủy viên *Liên Việt Nam bộ*. Năm 1952, ngài được cung thỉnh làm Đàn đầu giới đàn chùa Đại Phước- Biên Hòa. Cùng năm, ngài làm Đệ nhất Phó Tăng giám; Trưởng ban Hoằng Pháp; Tăng trưởng *Giáo hội Lục Hòa Tăng* tỉnh Biên Hòa. Năm 1955, ngài làm Đàn đầu truyền giới trong giới đàn chùa Thanh Long- Biên Hòa. Năm 1960, ngài làm Tăng giám *Giáo hội Lục Hòa Tăng Việt Nam*. Năm 1967, ngài làm Đại Tăng trưởng *Giáo hội Lục Hòa Tăng Việt Nam*. Năm 1968, ngài được suy tôn ngôi vị Tăng Thống *Giáo hội PG Cổ truyền Việt Nam* (1968-1981). Năm 1970, ngài làm Đàn đầu truyền giới tại giới đàn chùa Thanh Long- Biên Hòa. Năm 1981, ngài được suy tôn Phó pháp chủ GHPGVN. Năm 1982, ngài làm Trưởng BTS PG tỉnh Đồng Nai các nhiệm kỳ từ 1980-1995. ngài xả báo thân ngày Rằm tháng 7 năm Mậu Thìn (1988) thọ 86 năm, 66 hạ lạp, nguyên quán Gia Định, trú quán Biên Hòa Đồng Nai - *xem thêm ở Danh Tăng Việt Nam tập 3*

- **Thích Minh Thành** (1937 -2000), Hòa thượng, dòng Lâm Tế Gia Phổ đời 41, thế danh Hà Văn Xin, xuất gia năm 1941 với HT Hồng Phó Huệ Pháp- chùa Long Khánh- Châu Đốc, pháp danh Nhựt Sanh. Năm 1951, ngài cầu pháp với HT Thiện Ngôn- chùa Phước Hậu- Long Xuyên, được pháp tự Thiện Xuân. Năm 1952, ngài lên Sài Gòn học ở PHĐ Giác Nguyên do HT Hành Trụ chủ giảng. Năm 1964, ngài làm Chánh đại diện PG phường Yên Đỗ và xây dựng Niệm Phật Đường Minh Đạo- quận Ba. Năm 1965, ngài xây dựng Niệm Phật Đường Pháp Vân và lập trường Tiểu học *Bồ Đề Pháp Vân*- quận Ba. Năm 1969, ngài làm Giám đốc trường Trung tiểu học *Bồ Đề Chợ Lớn*. Năm 1979, ngài là Trưởng ban Quản trị tổ đình Ấn Quang và Giám đốc *PHV Trung đẳng Thiện Hòa*. Năm 1993, ngài trụ trì chùa Ấn Quang; chùa Minh Đạo kiêm Giám đốc Đại Tòng Lâm- Bà Rịa. Tác phẩm: *Phật học đức dục ;*

Luật học Cơ bản ; Tỳ ni Sa di yếu giải ; Oai nghi-Cảnh sách yếu giải ; Bồ tát giới yếu giải ; Tỳ kheo giới yếu giải ; Bồ tát Ưu Bà Tắc giới kinh ; Kỷ yếu 50 năm tổ đình Ấn Quang (đồng soạn), ngài xả báo thân ngày mồng 9 tháng Chạp năm Kỷ Mão (15-01-2000) thọ 63 năm, 38 hạ lạp, nguyên quán Châu Đốc, trú quán TP Hồ Chí Minh - *xem thêm ở Danh Tăng Việt Nam tập 2*

- **Thích Nguyên Thành** (1926 -1996), Hòa thượng, ngài là một vị chân tu yêu nước, trụ trì chùa Trúc Lâm- huyện Thuận An- Bình Dương. Năm 1945, ngài tham gia phong trào PG Cứu quốc Liên khu 5. Năm 1963, ngài cùng đồng bào Phật tử đấu tranh chống chế độ độc tài Diệm Nhu. Năm 1975, sau ngày đất nước thống nhất, ngài về trụ trì nơi chùa Trúc Lâm. Ngài viên tịch ngày mồng 7 tháng 5 năm Bính Tý (1996) thọ 70 năm, 45 hạ lạp, nguyên quán Phú Yên, trú quán Bình Dương - *theo báo Giác Ngộ số 75 năm 1997*

- **Dương Kinh Thành**, Cư sĩ, sinh năm 1957, pháp danh Giác Đạo, soạn giả sân khấu, sáng tác nhiều bài bản cổ nhạc PG, họa sĩ truyện tranh Phật giáo, Năm 1977, huynh trưởng đoàn *Học sinh Phật tử* thuộc Tổng vụ Thanh niên. Năm 1997, thành viên Trung tâm Nghiên cứu Phật giáo Việt Nam, nguyên quán Thủ Thiêm Thủ Đức, trú quán quận 2 TP Hồ Chí Minh.

- **Công chúa Long Thành** (1759 -1826), Phật tử, Bồ tát giới, pháp danh Tế Minh, pháp tự Thiên Nhựt, tên là Ngọc Tú, con đầu lòng của đức Hưng Tổ Nguyễn Phước Côn và bà nguyên phối Nguyễn Thị Ngọc Hoàn. Năm 1779, bà kết duyên cùng Cai cơ Lê Phước Điển, sau đó ông hy sinh thế mạng cho chúa Nguyễn. Năm 1802, Nguyễn vương xưng hiệu Gia Long, thống nhất đất nước, bà xin vua được xuống tóc xuất gia nhưng không được đồng ý. Từ đó bà làm người Phật tử ủng hộ Tam bảo, nhất là có công lớn với hai chùa Từ Ân (Gia Định) và Quốc Ân (Huế) nên hai chùa này cùng thiết linh vị *"Thích môn hộ giáo hoàng cô, thọ Bồ tát giới, pháp danh Tế Minh, tự Thiên Nhựt chi vị"* . Truyền thuyết về bà là mối tình tuyệt vọng với HT Liên Hoa (Liễu Đạt-Thiệt Thành) ở chùa Đại Giác-Biên Hòa, là một câu chuyện thương tâm không rõ thực hư, nhưng công đức ủng hộ Tam bảo của bà thì được sử sách công nhận. Bà nguyên quán Thanh Hóa, trú quán Phú Xuân - *theo Trần Đình Sơn, nxb Trẻ 2001*

- **Thích Phước Thành** (1918 -2014), Hòa thượng, Trưởng lão, xuất gia năm 1930 với Thiền sư Nguyên Quì Trí Minh- chùa Phước Hải- An Nhơn- Bình Định. Năm 1937, ngài thọ đại giới tại giới đàn chùa Tịnh Lâm- Phù Cát do HT Huyền Giác làm Đàn đầu truyền giới. Năm 1940, ngài được bổn sư giao trông coi chùa Thiên Phước, đến năm 1952, ngài chính thức trụ trì chùa này. Năm 1968, ngài được HT Thọ Sơn truyền trao mật pháp Du Già Chẩn thí khoa nghi. Ngài đảm nhiệm qua các chức vụ: -Năm 1947, Chủ tịch Hội PG Cứu Quốc quận Phù Mỹ. -Năm 1956, Tuần chúng Giáo hội Tăng già tỉnh Bình Định. -Năm 1957, Chi hội trưởng PG quận Phù Mỹ. -Năm 1963, Chánh đại diện PG huyện Phù Mỹ. - Năm 1991, Phó trưởng BTS đặc trách Tăng sự GHPGVN tỉnh Bình Định. -Năm 1996, Trưởng BTS GHPGVN tỉnh Bình Định. - Năm 1997, được suy tôn vào HĐCM GHPGVN. Ngài được cung thỉnh làm giới sư, Đàn đầu Hòa thượng các đại giới đàn trong và ngoài nước. Ngài khai sơn chùa Phổ Đà Quan Âm- Phù Mỹ- Bình Định (1959). Ngài xả báo thân ngày 18 tháng Chạp năm Quý Tỵ (18-01-2014) thọ 101 năm, 72 hạ lạp, nguyên quán trú quán Bình Định - *xem thêm ở Danh Tăng Việt Nam tập 3*

- **Thích Phước Thành** (1948 -2008), Hòa thượng, dòng Lâm Tế Liễu Quán đời 44, đệ tử HT Viên Quang-chùa Châu Lâm- Huế, pháp danh Nguyên Minh, pháp tự Phước Thành. Năm 1976, kế thế trụ trì chùa Châu Lâm. Năm 1986, ngài nhận chức Phó ban Kinh tế nhà chùa và Từ thiện xã hội. Năm 1989, ngài thành lập tổ hợp Mây Tre xuất khẩu. Năm 1992, là Trưởng ban Kinh tế BTS PG Thừa Thiên Huế. Năm 1995, thành lập Tuệ Tĩnh đường chùa Diệu Đế. Năm 2000, ngài tham gia Festival Huế với chuyên môn thư pháp nghệ thuật và sau đó là triển lãm thư pháp tại Pháp. Ngài được mời làm thành viên Unessco về thư pháp, nguyên quán trú quán Thừa Thiên Huế - *theo Chư tôn Thiền đức&Cư sĩ hữu công Thuận Hóa*

- **Thích Tắc Thành** (1930 -1009), Hoà thượng, dòng Thiên Thai Giáo Quán Tông đời 23, thế danh Lê Văn Mười, xuất gia năm 1937 với HT Đạt Lai- chùa Pháp Môn- Cần Giuộc- Long An, pháp danh Lãng Công, pháp hiệu Tắc Thành. Năm 1950, ngài thọ Tỳ kheo tại giới đàn chùa Tôn Thạnh do HT Liễu Thoàn làm Đàn đầu truyền giới. Năm 1954, ngài theo học tại PHV Lục Hòa- chùa Giác Viên- Chợ Lớn. Năm 1959, ngài trụ trì chùa Đông Phước- Quận 8. Năm 1971, ngài làm Tổng thư ký *Giáo hội Thiên Thai Giáo Quán Tông Việt Nam* nhiều nhiệm kỳ. Năm 1973, ngài làm Phó tổng vụ trưởng *Tổng vụ Tăng sự* GHPGVNTN. Năm 1974, ngài kiêm Chánh đại diện GHPGVNTN liên Quận 7 và 8. Năm 2002, ngài là Phó BTS kiêm Trưởng ban Tăng sự Thành hội PG TP Hồ Chí Minh, ngài được cung thỉnh làm Đường đầu HT các đại giới đàn *Phổ Chí* và *Nguyệt Chiếu* do BTS PG tỉnh Bạc Liêu tổ chức. Ngài xả báo thân ngày 26 tháng Chạp năm Mậu Tý (21-01-2009) thọ 80 năm, 60 mùa an cư, nguyên quán Long An, trú quán TP Hồ Chí Minh - *xem thêm ở Danh Tăng Việt Nam tập 3*

- **Thanh Vân Tâm Thành** (1857 -1915), Hòa thượng, dòng Lâm Tế Liễu Quán đời 41, là đệ tử thứ 6 của ngài Diệu Giác-Hải Thuận, năm 1899, Bộ lễ cấp độ điệp trụ trì chùa Diệu Đế-Huế, năm 1911, được phong Tăng cang quốc tự Diệu Đế, về già ngài trú tại chùa Từ Quang-Huế và viên tịch tại đây, nguyên quán Quảng Tri, trú quán Thừa Thiên Huế - *theo Chư tôn Thiền đức&Cư sĩ hữu công PG Thuận Hóa.*

- **Thích Tâm Thành** (1930 -2004), Hòa thượng, sơn môn Trà Lũ Bắc, di cư vào Nam ở chùa Giác Minh, tham gia Tuyên úy PG Hải quân Nha Trang. Sau 1975 trụ trì chùa Quan Âm-Los Angeles, nguyên quán Nam Định, trú quán Hoa Kỳ.

- **Thích Thiện Thành** (1903 -1986), Hòa thượng, là đệ tử của Hòa thượng Thiện Hòa-chùa Ấn Quang, trụ trì chùa Giác Sanh-Bình Thới. Năm 1962, ngài mở Phật học được Sơ đẳng tại chùa Giác Sanh. Phật học đường hoạt động từ năm 1962 đến 1973 được 7 khóa, nguyên quán Tiền giang, trú quán TP Hồ Chí Minh.

- **Thích Tịnh Thành**, Hòa thượng, sinh năm 1953, xuất gia với HT Giác Điền-chùa núi Tây Ninh, pháp danh Tịnh Thành, sau đắc pháp với HT Hiển Pháp-chùa Hưng Phước pháp danh Nhuận Viên. Ngài trú xứ chùa Trúc Lâm- Gò Vấp và được HT Đồng Bổn trụ trì cử làm tri sự. Ngài được Giáo hội cử làm Phó trưởng ban đại diện PG quận Gò Vấp nhiều nhiệm kỳ. Năm 2014, ngài kế thế trụ trì chùa Trúc Lâm. Các chức vụ hiện nay: Phó văn phòng Thường trực Ban Pháp Chế TW GHPGVN, Chánh thư ký Ban Pháp Chế BTS GHPGVN TP Hồ Chí Minh, nguyên quán Tây Ninh, trú quán TP Hồ Chí Minh.

- **Tra Am Viên Thành** (1879 -1928), Hòa thượng tổ sư, thế danh Công Tôn Hoài Trấp, nguyên là hoàng tộc triều Nguyễn, xuất gia năm 1896 với tổ Thanh Chân-Viên Giác tại chùa Ba La Mật, pháp danh Trừng Thông, pháp tự Viên Thành, nối pháp dòng Lâm Tế Liễu Quán đời 42. Năm 1900, ngài kế thế trụ trì chùa Ba La Mật. Năm 1923, ngài khai sơn chùa Tra Am. Năm 1924, ngài được cung thỉnh làm Đệ nhị tôn chứng trong đại giới đàn chùa Từ Hiếu. Ngài xả báo thân tại chùa Tra Am năm Mậu Thìn (1928) hưởng 49 tuổi, 32 năm hành đạo, bảo tháp xây bên phải chùa Tra Am, nguyên quán trú quán Thừa Thiên Huế - *xem thêm ở Danh Tăng Việt Nam tập 2*

- **Thích Viên Thành** (1950 -2002) Hòa thượng, thế danh Phùng Xuân Đào, xuất gia năm 12 tuổi với HT Thích Thanh Chân- chùa Hương Tích- Hà Tây. Năm 1972, ngài thọ đại giới tại giới đàn chùa Tỉnh hội PG Hà Sơn Bình. Năm 1973-1976, ngài học khóa Trung cấp Phật học tại chùa Quảng Bá và Quán Sứ- Hà Nội. Năm 1981-1985, ngài học trường Cao cấp Phật học Việt Nam khóa I tại

Hà Nội. Năm 1884, ngài nhận trụ trì chùa Thầy- Sơn Tây. Năm 1985, ngài kế thừa trụ trì động chủ Hương Tích Sơn- Hà Tây. Năm 1987, ngài là Ủy viên HĐTS GHPGVN kiêm Phó Ban-Chánh thư ký tỉnh hội PG Hà Tây. Năm 1993, ngài là Ủy viên Thường trực HĐTS GHPGVN kiêm Phó trưởng ban Từ thiện xã hội TW, Ủy viên Ban Hoằng pháp TW. Năm 1998, ngài là Phó trưởng ban Giáo dục Tăng ni kiêm Trưởng BTS GHPGVN tỉnh Phú Thọ. Từ năm 1998, ngài khởi công trùng thu chốn tổ chùa Hương, công trình hơn 10 năm mới hoàn thành. Ngài còn biên soạn, dịch thuật các tác phẩm: *Đại Bi nghi quỹ* ; *Lục độ Ta Ra* ; *Du già nghi quỹ* ; *Lục Đạo tập* ; *Truy môn cảnh huấn* ; *Bút ký bên cửa trúc* ; *Khóa lễ Phổ Môn* ; *Lược sử các tông phái Phật giáo* ; *Xuân Thu lễ tụng* ; *Giới Phạm Võng* ; *Chùa Hương ngày nay* ; *Danh thắng chùa Thầy* ; *Truyện Phật Bà chùa Hương* ; *Quan Âm Thị Kính* ; *Kỷ niệm chùa Hương* ; *Văn khấn Nôm truyền thống* ; *Bầu trời cảnh Bụt* ; *Bức tranh quê hương* ; *Thuyền môn thi ký...* Ngài có công xiển dương giáo phái Mật giáo Kim cang thừa Bhutan tại Việt Nam, ngài xả báo thân ngày 20 tháng 4 năm Nhâm Ngọ (31-05-2002) hưởng 53 năm, 32 hạ lạp, nguyên quán Hà Nội, trú quán Hà Tây - *xem thêm ở Danh Tăng Việt Nam tập 3*

- **Thích Hưng Thạnh** (1894 -1964), Hòa thượng, đệ tử HT Tâm Khoan- chùa Thiền Tôn-Huế, trụ trì đời thứ 2 chùa sắc tứ Phước Điền-Huế, nguyên quán Điện Bàn-Quảng Nam, trú quán Thừa Thiên Huế - *theo Chư tôn Thiền đức&Cư sĩ hữu công Thuận Hóa*

- **Thích Quang Thạnh**, Tiến sĩ, giảng sư, thế danh Trần Xuân Nhàn, sinh năm 1968, Chánh thư ký Ban Phật giáo Quốc Tế Trung Ương GHPGVN, Tổng Thư ký Hội đồng Điều hành Học viện Học viện Phật giáo VN tại Tp HCM, Phó tổng thư ký Viện nghiên cứu Phật học Việt Nam, Ủy viên thường trực Ban Trị Sự Thành Hội Phật Giáo Tp.HCM, Phó thư ký Ban Hoằng Pháp THPG TP.HCM. Phó trưởng phòng Hành chánh - Đào tạo; kiêm giảng viên Học viện Phật giáo Việt Nam tại TP.HCM. Trụ trì Chùa Kỳ Quang II, nguyên quán trú quán TP Hồ Chí Minh.

Thao

- Thích Thanh Thao (? -1968), Hòa thượng, thế danh là Đỗ Văn Hỷ, ngài là Tăng cang trụ trì chùa Bà Đá thuộc Tổ đình Linh Quang, Hà Nội. Năm 1934, ngài cùng thiền sư Đinh Xuân Lạc (Thích Thanh Tường) Chánh duy na Tổ đình Hồng Phúc (Hoè Nhai) Hà Nội thành lập Bắc Kỳ Cổ sơn môn, đối lập với Hội Phật giáo Bắc Kỳ. Sau nhờ sự thương thảo giữa Thiền gia Pháp chủ Thích Thanh Hanh với Hoà thượng Đinh Xuân Lạc, Bắc Kỳ Cổ sơn môn đồng ý đứng dưới mái nhà HPGBK để chấn hưng Phật giáo. Tháng 8 năm 1945, ngài được bầu là Hội trưởng Hội Phật giáo Cứu quốc. Hoà thượng viên tịch năm 1968. chưa rõ nguyên quán, trú quán Hà Nội.

- Trưởng lão Giác Thảo (1935-2014), Hòa thượng, hệ phái PG Khất sĩ Việt Nam, thế danh Quảng Ngọc Lý, xuất gia năm 1965 với trưởng lão Giác An tại tịnh xá Ngọc Pháp- Nha Trang. Năm 1966, được thọ giới Sa di tại tịnh xá Ngọc Pháp với pháp danh Giác Thảo. Năm 1970, ngài thọ đại giới tại tịnh xá Ngọc Bảo- Phan Rang do trưởng lão Giác An làm Đàn đầu truyền giới. Ngài hành đạo qua khắp các miền Nam Trung phần. Năm 1971, ngài đảm trách chức vụ Thư ký Giáo đoàn III. Năm 1979, ngài về vùng Vạn Giã hành đạo và khai sơn tịnh xá Ngọc Phổ. Năm 1987 ngài đảm nhiệm Phó Trị sự trưởng Giáo đoàn III. Năm 1992, ngài khai sơn tịnh xá Ngọc Vạn- Tu Bông. Ngài được cung thỉnh làm Chứng minh BTS GHPGVN huyện Vạn Ninh và được suy tôn Đệ nhất Chứng minh Giáo đoàn III, ngài xả báo thân ngày 16 tháng 9 nhuần năm Giáp Ngọ (08-11-2014) thọ 79 năm, 44 hạ lạp, nguyên quán trú quán Khánh Hòa - *theo trang nhà daophatkhatsi.vn*

- **Lê Mạnh Thát**, Giáo sư, Tiến sĩ, thiền sư, sinh năm 1944, xuất thân dòng dõi trâm anh thế phiệt, Phụ thân là vị quan Thượng thư (khi tuổi lục tuần về hưu, xuất gia với Ngài Đôn Hậu, pháp danh Trí Lưu, nguyên Giám tự Linh Mụ), bốn tuổi xuất gia với Trưởng lão HT Thích Đôn Hậu, được ban pháp danh Trí Siêu, NNC Phật học và sử học, nổi tiếng là một trong hai nhà Phật học uyên bác nhất của GHPGVN, ông thông thạo nhiều ngôn ngữ và cổ ngữ trên thế giới, cũng là nhà sư pháp hiệu Thượng tọa Thích Trí Siêu. Năm 1959 ông tu học tại chùa Báo Quốc-Huế, năm 1965 - 1974, ông học đại học Wisconsin-Hoa Kỳ lấy bằng Tiến sĩ Triết học. Năm 1974-1975, là giáo sư đại học Vạn Hạnh, năm 1975 - 1984, giảng dạy tại Học viện PGVN tại TP Hồ Chí Minh và thành viên Hội đồng điều hành Viện Nghiên cứu Phật học Việt Nam. Từ 1998 đến nay, ông là giáo sư, Phó viện trưởng VNCPHVN, thành viên Ban Thường trực HĐTS TW GHPGVN, Chủ tịch Hội đồng khoa học Học viện PGVN. Công trình của ngài trong khoảng thời gian cuối đời ước nguyện viết trọn bộ *Lịch sử PGVN từ thời Vua Hùng cho đến thời đại Hồ Chí Minh* ; *Tổng hợp Văn học PGVN* ước tính khoảng 50 tập. Tác phẩm: *Lịch sử Phật giáo Việt Nam* - 3 tập. nxb Tổng hợp TP HCM năm 2006. *Tổng tập Văn Học Phật giáo Việt Nam* - 3 tập. nxb Tổng hợp TP HCM năm 2006. *Lục độ tập kinh và lịch sử khởi nguồn của dân tộc ta. Toàn tập Minh Châu Hương Hải. Toàn tập Trần Thái Tông. Toàn tập Trần Nhân Tông. Toàn tập Toàn Nhật Quang Đài. Nghiên cứu về Mâu Tử* - 2 tập. *Chân Đạo Chánh Thống. Lịch sử Âm nhạc Phật giáo Việt Nam* Triết học Thế Thân, Pháp Hoa Quốc ngữ kinh, Tự điển Bách Khoa Phật giáo Việt Nam - 2 tập. The Philosophy of Vasubandhu, *Ngữ pháp tiếng Phạn, Ngữ pháp tiếng Tây Tạng, Một số Tư liệu mới về Bồ tát Thích Quảng Đức*. Trung tâm sách Kỷ lục Việt Nam chính thức công nhận ông là "*Người viết sách về văn học và lịch sử Phật giáo nhiều nhất Việt Nam*", nguyên quán Hải Lăng-Quảng Trị, trú quán TP Hồ Chí Minh.

Thân

- **Chánh Thân**, Thượng tọa, hệ phái PG Nam Tông Việt Nam, sinh năm 1958, thế danh Trương Đình Dũng, xuất gia năm 1984 với HT Nhieu Nheng- chùa Candaransi- Quận 3- TP Hồ Chí Minh, pháp danh Indacanda Bhikkhu. Năm 2001, Sư tốt nghiệp Cử nhân đại học Whashington- Hoa Kỳ. Năm 2004, nhận bằng Thạc sĩ tại Tích Lan. Năm 2008, nhận Tiến sĩ tại đại học Kelaniya- Tích Lan. Sư có chuyên môn phiên dịch Pàli và Sankrist ngữ sang Việt ngữ, đã chuyển ngữ và ấn hành một phần Tam tạng Nam truyền sang tiếng Việt, được ấn tống phổ biến tại Việt Nam. Sư nguyên quán Thừa Thiên Huế, hiện trú xứ tu học tại Sri Lanka (Tích Lan) - *theo NNC Tuệ Ấn-Vũ Đình Lâm cung cấp*

- **Chơn Tâm Pháp Thân** (1869 -1895), Hòa thượng, dòng Lâm Tế Chúc Thánh đời 40, thế danh Nguyễn Phước Ưng Đỗ, cháu nội của Tuy Lý Vương Nguyễn Phước Miên Trinh, xuất gia với HT Huệ Nhãn- chùa Đá Trắng (Từ Quang)- Tuy An, Phú yên, được pháp danh Chơn Tâm, pháp tự Đạo Tánh. Sau ngài cầu pháp với HT Ấn Chánh Tổ Tông- hiệu Huệ Minh- trụ trì chùa Bảo Sơn, được pháp hiệu Pháp Thân. Năm 1887, Tuy Lý Vương xây một ngôi chùa nhỏ cạnh *phủ Tĩnh Phố* của mình và cho người vào Tuy An rước ngài về ở đây, ngài xin phép ông nội Tuy Lý Vương đặt tên chùa là *Phước* Huệ để kỷ niệm chùa tổ đình *Phước Sơn* và bổn sư *Huệ Cảnh* của mình. Ngài trước tác quyển:" *Tam Bảo Biện Hoặc Luận Chú*". Ngài thị tịch vào ngày 27 tháng 11 năm Ất Mùi (09-12-1895) hưởng 27 năm, nguyên quán Thuận Hóa, trú quán Tuy An- Phú Yên - *theo Chư tôn Thiền đức&Cư sĩ hữu công Thuận Hóa*

- **Thích Pháp Thân** (1903 -1970), Hòa thượng, dòng Tế Thượng Thiên Thai Thiền Giáo Tông, thế danh Dương Văn Đề, xuất gia năm 1915 với tổ Phi Lai Thích Chí Thiền, được pháp danh Huệ Tịnh. Năm 1921, ngài thọ cụ túc ở trường Kỳ giới đàn chùa Phước Thạnh- Cái Bè do HT Khánh Đức làm Đàn đầu truyền giới. Năm 1922, ngài đến chùa Thiên Thai- Bà Rịa tu học và cầu pháp với tổ

Huệ Đăng, được pháp húy là Trừng Chí, pháp tự Pháp Thân. Năm 1931, ngài trụ trì chùa An Thạnh- Vĩnh Long. Năm 1941, ngài trụ trì chùa Hội Linh Cổ Tự- Cần Thơ. Năm 1947, chiến tranh tàn phá đốt cháy chùa Hội Linh, đến năm 1951, ngài mới xây dựng lại được. Năm 1954, hay tin bổn sư viên tịch ở Bình Định, ngài và chư huynh đệ hiệp lực trùng tu tổ đình Thiên Thai- Bà Rịa và Thiên Bửu Tháp, đồng thời mở giới đàn Báo ân, ngài được cung thỉnh làm Đàn đầu truyền giới. Năm 1959-1962, do chùa nuôi chứa cán bộ hoạt động cách mạng, nên ngài bị bắt cầm tù 3 năm. Năm 1963, ngài được cử làm Trưởng ban Bảo tự tổ đình Thiên Thai. Ngài xả báo thân ngày 18 tháng 8 năm Canh Tuất (1970) thọ 68 năm, 25 hạ lạp, nguyên quán Tiền Giang, trú quán Cần Thơ - *xem thêm ở Danh Tăng Việt Nam tập 3*

- **Nguyễn Văn Thân** (? -1940), Yết ma, tu sĩ PG tham gia khởi nghĩa chống Pháp, bị lộ, ngài quyết định tự thiêu để khỏi bị địch bắt tra tấn tù đày, (chức Yết ma thời đó tương đương Thượng tọa), chưa rõ thân thế - *theo Biên niên sử PG Sài Gòn Gia Định*

Thăng

- **Hồ Đắc Thăng**, Cư sĩ, giáo sư, hệ phái PG Nam Tông Việt Nam, ông là dịch giả Anh -Việt, Pali -Việt, ông có công chuyển ngữ các tác phẩm PG nguyên thủy ra tiếng Việt, dòng họ Hồ Đắc là một dòng tộc khoa bảng, có danh tiếng ở Huế. Ông định cư tại Hoa Kỳ, hợp tác với các trung tâm PG nguyên thủy về dịch thuật truyền bá chánh pháp, nguyên quán Thừa Thiên Huế, trú quán Hoa Kỳ.

- **Nguyễn Tâm Thăng** (1900 -1970), Cư sĩ, cán bộ y tế thời Pháp, pháp danh Tâm Định. Năm 1930, ông tham gia phật sự được giao trông coi bệnh xá của tỉnh hội PG Thừa Thiên sáng lập. Ông còn được Giáo hội tín nhiệm giao làm Trưởng ban Từ thiện xã hội; Trạm trưởng trạm y tế chùa Từ Đàm kiêm quay phim nhiếp ảnh các buổi lễ lớn của PG. Ông được Tăng ni Phật tử gọi thân mật là "*Bác Đội Thăng*", nguyên quán trú quán Thừa Thiên Huế - *theo Chư tôn Thiền đức&Cư sĩ hữu công Thuận Hóa*

- Thích Bửu Thắng (1917 -2001), Hòa thượng, dòng Lâm Tế Gia Phổ đời 41, thế danh Huỳnh Văn Giác, xuất gia năm 1941 với HT Hồng Hoa- chùa Phước Hựu- Gò Công, pháp danh Nhựt Thuận, pháp tự Thiện Lý. Năm 1944, ngài được bổn sư truyền giới cụ túc phương trượng và ban pháp hiệu Bửu Thắng, được bổn sư ấn truyền cho pháp môn *Thiền Trực Chỉ*, vốn đã thất truyền từ lâu sau khi tổ Liễu Quán viên tịch. Năm 1958, ngài trụ trì chùa Bửu Lý- Gò Công, sau đổi hiệu là chùa Huệ Quang. Năm 1960, ngài rời chùa Huệ Quang, về ấp Kim Liên, thị xã Gò Công lập am thất ẩn dật tu hành, sau này trở thành chùa Bửu Minh. Năm 1983, ngài mới khai thị pháp môn *Thiền Trực Chỉ* tại tịnh xá Ngọc Thành- Chợ Lách- Bến Tre sau bao năm thiền tập. Năm 1985, ngài được HT Huệ Hưng, viện chủ tu viện Huệ Quang- Đầm Sen mời về khai pháp *Thiền Trực Chỉ* tại tu viện trong hai năm. Cuối năm 1987, ngài về chùa Bửu Quang- Hòa Hưng- Sài Gòn dưỡng bệnh và thành lập đạo tràng *Kim Cang Bát Nhã*, hướng dẫn người mến mộ thực hành tu thiền tập. Đạo tràng này sinh hoạt từ năm 1987-1994. Năm 1988, ngài được cung thỉnh về khai thị thiền học tại chùa Long Hưng- Long Thành- Đồng Nai và chứng minh lễ khánh thành *tịnh thất Giác Quang* trong khuôn viên chùa. Năm 1991, ngài được cung thỉnh làm Giới sư truyền Sa di, Sa di ni tại giới đàn phương trượng chùa Long Hưng. Ngài xả báo thân tại chùa Bửu Minh- Gò Công ngày Rằm tháng 2 năm Tân Ty (09-03-2001) thọ 85 năm, 57 hạ lạp, nguyên quán trú quán Gò Công Tiền Giang - *theo sách Từ điển Thiền Trực Chỉ PL 2546*

- **Thích Đức Thắng**, Thượng tọa, NNC Phật học, dịch giả, tác gia, bút hiệu Đãi Lãn, Phổ Đồng, đệ tử xuất gia với HT Trí Thủ- tu viện Quảng Hương Già Lam, trú xứ tu viện Quảng Hương Già Lam- Gò Vấp, tác phẩm: *Kinh Trung A Hàm* (dịch) ; *Kinh Tạp A Hàm* (dịch) ; *Phật ; Bát Chánh Đạo ; Bốn sự thật ; Bồ tát ; Mười hai nhân duyên ; Ngũ căn Ngũ lực ; Thất giác chi ; Thanh Văn ; Tứ chánh cần ; Từ niệm trụ ; Tứ thần túc ; Niết Bàn ; Pháp chỉ thẳng ; Phá chấp ngã pháp ; Thõng tay vào chợ ; Ẩn dụ một đóa mai ; Pháp dạy người của Lục tổ đại sư ; Tứ đế và quan điểm Bồ tát Long Thọ ; Công án thiền và vấn đề nhận thức ; Thiền sư Pháp Loa và pháp chỉ thẳng ; Hạnh nguyện đức Bồ tát Quan Thế Âm ; Pháp dạy người của Thượng sĩ Tuệ Trung ; Thiền sư Huyền Quang và bước tiến tâm linh ; Con trâu đất: một biểu tượng độc đáo của Tuệ Trung ; Nguyễn Du và phân Kinh Thạch Đài ; Nguyễn Du chịu ảnh hưởng PG như thế nào? ; Chùm thơ tham bái Phật tích Ấn Độ...*nguyên quán Bình Định, trú quán TP Hồ Chí Minh - *theo trang nhà www.quangduc.com*

- **Thích Huệ Thắng** (1928 -2010), Hòa thượng, dòng Lâm Tế Chúc Thánh đời 42, thế danh Đỗ Văn Thuận, xuất gia năm 1918 với HT Vạn Pháp- chùa Kim Quang- Phú Yên, pháp danh Thị Trị, pháp tự Hành Thông, pháp hiệu Huệ Thắng. Năm 1946, bổn sư viên tịch, ngài cầu pháp HT Vạn Ân- là sư thúc của ngài. Năm 1947, ngài thọ đại giới tại giới đàn chùa Bảo Sơn- Tuy An do HT Vạn Ân làm Đàn đầu truyền giới. Năm 1961, ngài được cử trụ trì chùa Thọ Vân- Thượng Tiên- Phú Yên. Năm 1963, ngài làm Chánh đại diện PG xã Bình Kiến. Năm 1974, ngài kiêm nhiệm trụ trì chùa Kim Quang và chùa Thọ Vân. Năm 1989, tỉnh Phú Yên tái lập, ngài được cung thỉnh làm Trưởng ban Tăng sự kiêm Trưởng ban Nghi lễ liên tiếp nhiều nhiệm kỳ, ngài là một bậc hành trì Mật pháp độ sinh và Chẩn tế cô hồn để độ tử trong khắp tỉnh Phú Yên. Năm 1998-2001, ngài được cung thỉnh làm Giới sư trong đại giới đàn Liễu Quán I và II. Năm 2002, ngài được suy tôn làm Chứng minh BTS PG tỉnh Phú Yên, ngài xả báo thân ngày 23 tháng 11 năm Kỷ Sửu (07-01-2010) thọ 82 năm, 63 hạ lạp, nguyên quán trú quán Phú Yên - *xem thêm ở Danh Tăng Việt Nam tập 3*

- **Thích Tôn Thắng** (1879 -1976), Hòa thượng, xuất gia với HT Tâm Truyền-chùa Báo Quốc, được pháp danh Trừng Kệ, pháp tự Như Nhu, thế danh Dương Văn Minh. Năm 1906, ngài được phong Tăng cang chùa Diệu Đế. Năm 1910, ngài vào Quảng Nam, Khánh Hòa và Bình Thuận để tham học. Năm 1913, ngài trở về Huế thọ tang bổn sư và được sơn môn cử làm tri sự tổ đình Báo Quốc. Năm 1918 ngài vào Đà Nẵng khai sơn chùa Phổ Thiên. Năm 1924, ngài cầu pháp HT Phước Trí chùa Tam Thai, được phú pháp hiệu là Tôn Thắng. Năm 1932, hưởng ứng phong trào Chấn hưng PG, ngài đứng ra sáng lập *hội Đà Thành Phật học*. Năm 1935-1936, khai sơn chùa Tịnh Độ ở Tam Kỳ, chùa Diệu Pháp ở Đà Nẵng để làm Phật học ni viện. Năm 1942, ngài về quê mở trường Phật học tỉnh Quảng Trị và làm giám đốc trường 3 năm. Năm 1945, ngài trở lại Đà Nẵng trùng tu các chùa và hành đạo tại đây đến cuối đời. Năm 1966, ngài được cung thỉnh vào Hội đồng Trưởng lão Viện Tăng thống GHPGVNTN, ngài thị tịch ngài 16 tháng 3 năm Bính Thân (1976) thọ 87 năm, 53 hạ lạp, bảo tháp lập ở chùa Tịnh Độ, nguyên quán Quảng Trị, trú quán Đà Nẵng - *xem thêm ở Danh Tăng Việt Nam tập 2*

- **Thiện Thắng** (1923 -1993), Hòa tthượng, trưởng lão hệ phái Nam Tông Việt Nam. Năm 1931, xuất gia tại chùa Pháp Hải- Chợ Lớn theo hệ phái Bắc tông. Năm 1954, ngài chuyển hướng sang Nam tông thọ giới Sa di với HT Suvanna Khippapanne- chùa Giác Quang- Bình Đông, sau đó sang tham học ở Campuchia. Năm 1976, ngài trở về Việt Nam trú xứ chùa Tam Bảo- Đà Nẵng. Năm 1978, ngài được bổ nhiệm trụ trì chùa Từ Quang- Gò Vấp. Năm 1993, ngài được mời làm Thành viên Ban Chứng minh Thành hội PG TP Hồ Chí Minh, ngài xả báo thân ngày mồng 7 tháng 7 năm Quý Dậu (24-03-1993) thọ 70 năm, 40 năm hành đạo, nguyên quán Quảng Nam, trú quán TP Hồ Chí Minh - *xem thêm ở Danh Tăng Việt Nam tập 2*

- **Thích Trí Thắng** (1891 -1975), Hòa thượng, thế danh Nguyễn

Khắc Đông. Năm 1918, xuất gia với tổ Ấn Bình- chùa Thiên Hòa- Bình Định, pháp danh Chơn Cảnh, pháp tự Đạo Thông, pháp hiệu Trí Thắng, nối pháp dòng Lâm Tế Chúc Thánh đời 39. Năm 1921, ngài kế thế trụ trì chùa Thiên Hòa. Năm 1927, ngài khai sơn chùa Thiên Hưng- Phan Rang. Năm 1938, ngài cùng các Cư sĩ thành lập *An Nam Phật học* chi hội Ninh Thuận, và năm sau chùa Thiên Hưng được triều đình ban biển ngạch Sắc tứ chùa này. Năm 1940, ngài nhận trụ trì chùa *Thiền Lâm Cổ tự*, đến 1942, triều đình sắc phong cho ngài làm Tăng cang *Thiền Lâm Cổ tự*- Phan Rang, Năm 1950, ngài đảm trách Hội trưởng *hội Việt Nam Phật học* tỉnh Ninh Thuận và Trị sư trưởng *Giáo hội Tăng già* Ninh Thuận. Năm 1951, là ngài được mời làm Giám đốc PHĐ Nha Trang. Năm 1955, ngài thành lập *Tịnh Độ Tông Việt Nam* và giữ chức Tông trưởng. Năm 1964, ngài là Phó Tăng thống kiêm Giám luật *Tịnh Độ Tông Việt Nam*. Ngài viên tịch ngày 12 tháng 5 năm Ất Mão (21-6-1975) thọ 85 tuổi, 54 hạ lạp, ngài nguyên quán Bình Định, trú quán Ninh Thuận - *xem thêm ở Danh Tăng Việt Nam tập 1*

Thê

- **Trần Thến** (1911 -2013), Cư sĩ, cán bộ lão thành cách mạng. Năm 1931, ông làm việc ở Bưu điện Trà Vinh. Năm 1936, ông quy y với sư cụ Huệ Quang, được pháp danh Chí Thông. Năm 1938, ông sinh hoạt ở *hội Lưỡng Xuyên Phật học*, giữ chức Thủ quỹ của hội. Năm 1947, ông theo kháng chiến, công tác tại Ban Kinh tài Nam bộ. Năm 1955, ông tập kết ra Bắc, công tác ở ngành Bưu điện đến khi về hưu năm 1971. Năm 1975, ông trở về quê sống tại Trà Vinh và TP Hồ Chí Minh cho đến khi qua đời năm 2013, hưởng thọ 103 tuổi. Ông nguyên quán Trà Vinh, trú quán TP Hồ Chí Minh - *theo tư liệu Thích Như Đạo sưu khảo*

- **Thích Chơn Thể** (1944 -1971), Đại đức, thánh tử đạo, tham gia tranh đấu trong pháp nạn 1963 tại Huế. Năm 1966, trong cuộc tranh đấu chống chính quyền Thiệu Kỳ, Đại đức bị bắt lính và đưa ra chiến trường, nhưng thầy đã bỏ súng về nhà. Sang năm 1967, thầy lên Cao nguyên trú trong các chùa Phật ở Đà Lạt, sau đó về Huế xin xuất gia lại với HT Thích Tịnh Khiết-chùa Tường Vân, được pháp danh là Tâm Kiên, pháp tự Chơn Thể. Năm 1971, trong buổi diễu hành rước lễ Phật đản, thầy Chơn Thể đã tự thiêu giữa vườn hoa thành phố, gần đài Chiến sĩ trận vong, để lại bức thư phản đối chính quyền. Nhạc sĩ Trịnh Công Sơn đã viết bài nhạc về sự hy sinh của thầy tựa là "*Ngọn lửa Thích Chơn Thể*", nguyên quán Quảng Trị, trú quán Thừa Thiên Huế - *theo Chư tôn Thiền đức&Cư sĩ hữu công Thuận Hóa*

- **Thích Mật Thể** (1912 -1961), Hòa thượng, thế danh Nguyễn Hữu Kê, xuất gia tại chùa Diệu Hý- Huế, và tu học tại chùa Trúc Lâm với HT Giác Tiên, được pháp danh Tâm Nhất, pháp tự Mật Thể. Năm 1932, ngài được đặc cách theo học lớp Cao đẳng Phật học tại chùa Trúc Lâm- Huế. Năm 1933, ngài được mời làm giảng sư *hội An Nam Phật học*. Năm 1935, ngài sang Trung quốc du học. Năm 1938, trở về Việt Nam bắt đầu trước tác, phiên dịch các tác phẩm PG. Năm 1941, ngài được mời vào giảng dạy trường Lưỡng Xuyên Phật học. Năm 1945, ngài làm Chủ tịch PG Cứu quốc Thừa Thiên Huế. Tháng 1-1946, ngài ứng cử làm đại biểu Quốc hội nước Việt Nam Dân chủ Cộng hòa khóa đầu tiên, tác phẩm: *Phật giáo Việt Nam sử lược* ; *Thế giới quan Phạt giáo* ; *Phật học Dị giản* ; *Kinh Đại thừa Vô Lượng Nghĩa* ; *Phật giáo Khái luận* ; *Phật Giáo Yếu lược* ; *Cải tổ Sơn môn Huế* ; *Xuân Đạo lý* ; *Mật Thể Văn Sao*, nguyên quán Thanh Hóa, trú quán Huế, Hà Nội - *xem thêm ở Danh Tăng Việt Nam tập 1*

- **Thích Minh Thể** (1900 -1964), Hòa thượng, pháp danh Nguyên Minh, tự Minh Thể, hiệu Đạt Thể, đời 44 tông Lâm Tế, thế hệ thứ 10 pháp phái Liễu Quán. Hòa thượng thế danh Phan Luyện, sinh năm Canh Tý (1900) tại xã Quế Châu, huyện Quế Sơn, tỉnh Quảng Nam. Thời Pháp thuộc, Ngài thi đỗ tú tài và làm thông phán tại Đà Lạt, Lâm Đồng. Tại đây, ngài phát tâm xuất gia với Hòa thượng Thích Quảng Nhuận tại chùa Linh Sơn, Đà Lạt. Năm 1949 thọ Tỳ kheo tại chùa Báo Quốc, Huế, sau đó về trụ trì chùa Linh Phước tại Trại Mát. Đầu những năm 1950, Ngài về quê hương nhập chúng an cư tại Tổ đình Phước Lâm, kế tiếp đảm nhận trụ trì chùa Phú Thạnh, Quế Sơn. Sau đó Ngài vào trụ trì chùa Hòa An và giữ chức Tuần chúng GHTG thị xã Tam Kỳ. Năm 1959 Hòa thượng khai sơn chùa Hòa Quang và viên tịch tại đây vào ngày 12 tháng 7 năm 1964, hưởng thọ 65 tuổi. Ngài sinh và trú quán Quảng Nam - *theo tư liệu Thích Như Tịnh sưu khảo*

- **Thích Quang Thể** (1922-2005), Hòa thượng, Trưởng Lão, pháp danh Nguyên Phước, tự Quang Thể, hiệu Đạt Minh, đời 44 tông Lâm Tế, thế hệ thứ 10 pháp phái Liễu Quán. Ngài thế danh Đặng Hữu Tường, sinh ngày 19 tháng 9 năm Nhâm Tuất (1922) tại làng An Hải, Quận 3, Đà Nẵng (chánh quán làng Quảng Lăng, Điện Nam, Điện Bàn). Xuất gia năm 1932 với Hòa thượng Thích Thiện Trí, Học tăng PHĐ Báo Quốc, thọ Tỳ kheo năm 1949 tại Báo Quốc. Ngài là thành viên Ban hoằng pháp GH Tăng già Trung phần. Năm 1959 khai sơn chùa Thọ Quang, huyện Hòa Vang. Năm 1962 trụ trì chùa Tỉnh hội Phan Thiết và là vị lãnh đạo Phật giáo Phan Thiết chống chế độ Ngô Đình Diện năm 1963. Từ 1966 đến 1975, Chánh đại diện GHPGVNTN thị xã Đà Nẵng. Từ năm 1976 đến 1981 là Chánh đại diện GHPGVNTN tỉnh QNĐN. Từ năm 1982 đến 1997 là Trưởng Ban trị sự GHPGVN tỉnh QNĐN. Từ năm 1997 đến khi viên tịch là Trưởng BTS Phật giáo Thành phố Đà Nẵng. Thành viên HĐCM GHPGVN. Ngài được cung thỉnh vào nhiều giới đàn tại các tỉnh miền Trung và Nam. Năm 1996 là Hòa thượng Đàn đầu tại giới đàn Phước Huệ- chùa Phổ Đà- Đà Nẵng. Hòa thượng viên tịch ngày mồng 3 tháng 6 năm Ất Dậu (2005), hưởng thọ 84 tuổi, 57 hạ lạp. Ngài sinh và trú quán tại Đà Nẵng - *theo tư liệu Thích Như Tịnh sưu khảo*

- **Thích Tâm Thể** (? - ?), Hòa thượng, dòng Lâm Tế Liễu Quán pháp danh Thanh Tịnh, pháp tự Tâm Thể, đệ tử ngài Hải Thuận-Lương Duyên, trụ trì chùa Bảo Lâm, nguyên quán chưa rõ, trú quán Thừa Thiên Huế - *theo Chư tôn Thiền đức&Cư sĩ tiền bối hữu công PG Thuận Hóa*

Thi

- **Lý Thi** (925-2011), Hòa thượng, hệ phái PG Nam Tông Khmer, pháp danh Chô Tê Panha Maha, nhà sư yêu nước, sinh năm 1925, xã Vĩnh Châu, huyện Vĩnh Châu, Sóc Trăng. Trụ trì chùa Sêrây Crosăng. Nguyên Chủ tịch Trung ương Hội Đoàn kết Sư sãi Yêu nước Nam Bộ; Thành viên Hội đồng Chứng minh Giáo hội Phật giáo Việt Nam; Chứng minh Ban Trị sự Tỉnh hội Phật giáo tỉnh Sóc Trăng; Cố vấn Hội Đoàn kết Sư sãi Yêu nước tỉnh Sóc Trăng; Cố vấn Ban Đại diện Phật giáo thị xã Vĩnh Châu; Thành viên Uỷ ban Mặt trận Tổ quốc thị xã Vĩnh Châu; trụ trì Chùa Sêrây Crosăng- phường 2- thị xã Vĩnh Châu- tỉnh Sóc Trăng. Huân chương Kháng chiến chống Mỹ cứu nước hạng nhất, Huy chương Vì sự nghiệp phát triển dân tộc và miền núi và hơn 40 băng khen, giấy khen khác - *theo Thích Vân Phong biên khảo*

- **Ưng Bình-Thúc Giạ Thị** (1877 -1961), Cư sĩ, nhà thơ, ông quy y với HT Trí Thủ-chùa Báo Quốc, pháp danh Nguyên An, Ông làm quan từ năm 1904-1932 hàm Thượng Thư, năm 1933 về hưu, là hội viên danh dự hội An Nam Phật học Trung kỳ tại Huế. Năm 1939-1940, Hội trưởng hội truyền bá Quốc ngữ Trung kỳ. Năm 1940-1945 viện trưởng viện Dân biểu Trung kỳ và thăng *Hiệp Tá Đại học Sĩ*. Ông có những tác phẩm mang đậm tư tưởng PG như: *Khuyên học Phật* ; *Bệnh trung ngâm* ; *Nguyện Tu* ; *Tiếng Chuông Lòng*...nguyên quán trú quán Thừa Thiên Huế - *theo Chư tôn Thiền đức&Cư sĩ hữu công Thuận Hóa*

- **Hải Nhuận-Phước Thiêm** (1820 - ?), Hòa thượng, dòng Lâm Tế Liễu Quán đời 40, thế danh Nguyễn Hữu Thiêm, Tăng cang chùa Diệu Đế, tháp ngài 5 tầng, ở phía đông vườn chùa Thiền Tôn-Huế, chưa rõ năm mất, nguyên quán Thanh Hóa, trú quán Thừa Thiên Huế - *theo Chư tôn Thiền đức&Cư sĩ tiền bối hữu công PG Thuận Hóa*

- **Trúc Thiên** (1920 -1972), Cư sĩ, dịch giả, tác gia, tên thật là Nguyễn Đức Tiếu. Năm 1945, ông bước vào lĩnh vực văn học PG và trở thành ngòi bút không thể thiếu trong các tạp chí Phật học thời bấy giờ. Năm 1957, ông tham gia thành viên Ban quản trị *hội Phật học Nam Việt*, biên tập và viết bài *tạp chí Từ Quang*. Năm 1964, ông được mời giảng dạy *Viện Cao đẳng Phật học Vạn Hạnh*. Năm 1970, ông làm việc ở Giám sát viện- bộ Tư pháp chính quyền Sài Gòn. Tác phẩm: *Hiện tượng Krisnamurti ; Đường vào hiện sinh ; Sáu cửa vào động Thiếu Thất ; Ngữ lục ; Cốt tủy của đạo Phật ; Thiền Luận tập I ; Chuyển một hướng say (thơ) ; Thơ chết ; Trường ca Kalinga ; Chứng đạo ca...*, ông mất năm 54 tuổi ngày 05-04-1971, nguyên quán Nha Trang, trú quán TP Hồ Chí Minh - *xem thêm ở Danh Tăng Việt Nam tập 2*

- **Thích Chí Thiền** (1861 -1933), tức Hòa thượng Thích Chí Thành, tức tổ Phi Lai, ngài thế danh Nguyễn Văn Hiển. Năm 1878, ngài được sắc chỉ trọng dụng con công thần làm quan, bổ nhậm làm quan *Hậu bổ* tại hạt Khánh Hòa. Ngài bí mật tham gia phong trào khởi nghĩa Văn Thân, khi phong trào tan rã, ngài lánh nạn vào miền Nam ở đất Gia Định. Năm 1881, ngài đến chùa Giác Viên-Chợ Lớn, xuất gia học đạo với tổ Hoằng Ân-Minh Khiêm, được ban pháp danh Như Hiền, pháp hiệu Chí Thiền, nối pháp dong Lâm Tế Đạo Bổn Nguyên đời 38. Năm 1899, ngài kế thế trụ trì chùa Giác Viên- Chợ Lớn. Năm 1905, ngài sắp đặt công việc giao chùa lại cho tông môn trông coi, đi về vùng núi Sam ẩn dật tu hành, được nhân dân địa phương cung thỉnh trụ trì ngôi chùa đất *Phi Lai Cổ Tự*, oai đức và đạo hạnh của ngài cảm hóa thú dữ, người lành đã biến chùa Phi Lai thành ngôi Già Lam hưng thịnh. Giai đoạn chấn hưng PG đang nở rộ. HT Khánh Hòa đã mời ngài đồng tâm hiệp lực, ngài đã gởi cúng vào quỹ của phong trào 300 đồng tiền Đông Dương, nguyên quán Duy Xuyên Quảng Nam, trú quán Châu Đốc - *xem thêm ở Danh Tăng Việt Nam tập 1*

- Thích Hạnh Thiền (1930 -2009), Hòa thượng, pháp danh Thị Việt, pháp tự Hạnh Thiền, pháp hiệu Huệ Nghiêm, đời 42 tông Lâm Tế, thế hệ thứ 9 pháp phái Chúc Thánh. Ngài thế danh Bùi Quảng, sinh năm Canh Ngọ (1930) tại xã Điện Hồng, huyện Đại Lộc, Quảng Nam. Xuất gia với HT Thích Như Vạn tại chùa Phước Lâm năm 1964, thọ Tỳ kheo năm 1970 tại giới đàn Vĩnh Gia, Đà Nẵng. Năm 1977, đảm nhận trụ trì tổ đình Vạn Đức. Ngài nhiều lần tái thiết lại chùa Vạn Đức khiến cho chốn tổ ngày một khang trang. Đồng thời ngài đảm nhận Chánh đại diện Phật giáo Hội An trải qua nhiều nhiệm kỳ. Hòa thượng viên tịch ngày mồng 6 tháng 2 năm Kỷ Sửu (2009), thọ 80 tuổi, nguyên quán trú quán Quảng Nam - *theo Thích Như Tịnh sưu khảo*

- Thích Trí Thiền (1882 -1943), Hòa thượng thế danh Nguyễn Văn Đồng. Năm 1912, xuất gia với HT Như Đức Vĩnh Thùy- chùa Thập Phương, pháp danh Hồng Nguyện, pháp hiệu Trí Thiền. Ngài thọ Sa di giới tại Giới Đàn Minh Thông-Hải Huệ, Tổ đình Khải Phước Nguyên và Y chỉ học Thiền với lão Thiền sư Như Khả hiệu Chân Truyền, Khải Phước Nguyên Tự, Lấp Vò (nay huyện Lấp Vò, tỉnh Đồng Tháp). Năm 1915, ngài đã ra công trùng kiến trụ trì chùa sắc tứ Tam Bảo- Rạch Giá. Năm Bính Thìn (1916), ngài được đăng đàn thọ Tỳ kheo, Bồ tát giới tại giới đàn chùa Giác Hải- Phú Lâm- Gia Định (nay là Quận 6, Tp. Hồ Chí Minh). Năm Đinh Tỵ (1917), chùa tổ chức lễ Lạc thành, hoàn tất công trình trùng tu ngôi Già Lam. Tấm biển gỗ quý hiệu Sắc Tứ Tam Bảo Tự, chạm trổ tinh xảo, sơn son thếp vàng do thiền sư Như Khả hiệu Chân Truyền (1858-1919), trụ trì Khải Phước Nguyên Tự ban tặng, nay vẫn còn tồn tại nơi chánh điện. Năm Ất Sửu (1925), ngài dẫn một đệ tử sang đất Thái, xứ chùa Tháp để cùng chia sẻ Phật sự nước bạn, không ngờ vị đệ tử này lại có duyên trụ trì, hoằng pháp tại

Thái Lan. Vị đệ tử chân truyền của ngài là Sư Báo Ân, pháp danh Nhật Đáp rời quê hương đất Tổ, sang Thái Lan tu hành đắc đạo và để lại nhục thân bất hoại. Sư Báo Ân kiết già viên tịch ngày 27 tháng Giêng năm Giáp Thìn (10-03-1964). Năm 1931, ngài là người tha thiết với công cuộc chấn hưng, ngài ủng hộ HT Khánh Hòa trong công tác này, khi *hội Nam Kỳ Nghiên cứu Phật học* ra đời, ngài làm cố vấn cho hội và từ đây ngài quen biết sư Thiện Chiếu. Năm 1936, ngài cùng sư Thiện Chiếu thành lập hội Phật học Kiêm Tế, xuất bản tạp chí Tiến Hóa. Chùa Tam Bảo cũng là nơi lui tới của những cán bộ cách mạng. Năm 1939, cơ sở cách mạng tại chùa Tam Bảo bị vỡ, chùa bị khám xét, ngài cùng đại đức Thiện Ân bị Pháp bắt. Đại đức Thiện Ân bị tử hình, còn ngài bị đày ra Côn Đảo. Trong tư thế Kiết già phu tọa Ngài an nhiên thị tịch vào ngày 26 tháng 6 năm Quý Mùi (27-07-1943), nguyên quán trú quán Rạch Giá - xem thêm ở Danh Tăng Việt Nam tập 1

- **Thích Liễu Thiền (Thoàn)** (1885 -1956), Hòa thượng, sơ tổ truyền thừa Thiên Thai Giáo Quán Tông Việt Nam, thế danh Nguyễn Văn Đo. Năm 1904 xuất gia tại chùa Vĩnh Nguyên (đạo Minh Sư) với ông Lão Tiễn. Năm 1933, ngài cùng phái đoàn 7 người trong đạo Minh Sư sang Trung Quốc lãnh thọ giới pháp đạo Phật do tổ Hiển Kỳ truyền giới, ngài được ban pháp hiệu Liễu Thiền nối pháp dòng Thiên Thai Giáo Quán Tông đời 21, chính thức truyền sang Việt Nam. Năm 1933, ngài trụ trì chùa Tôn Thạnh- Cần Giuộc và tổ chức Trai đàn cùng khai đại giới đàn trong năm này. Năm 1934, ngài được mời Chứng minh đạo sư *hội Lưỡng Xuyên Phật học*. Năm 1955, ngài khai sơn chùa Bồ Đề, chùa Niệm Phật. Năm 1956, ngài là Chứng minh đạo sư *Tổng hội Phật giáo Việt Nam* và *hội Phật học Nam Việt*, cùng năm này ngài thị tịch ngày 21 tháng 4 năm Bính Thân, thọ 71 tuổi, 23 hạ lạp, bảo tháp lập ở vườn chùa Bồ Đề, nguyên quán trú quán Long An - *xem thêm ở Danh Tăng Việt Nam tập 2*

- **Thanh Liêm-Tâm Thiền** (1867 - ?), Hòa thượng, dòng Lâm Tế Liễu Quán, pháp danh Thanh Liêm, pháp hiệu Tâm Thiện, thế danh Đặng Hy Hữu, đệ tử ngài Diệu Giác-Hải Thuận, trụ trì chùa

Diệu Đế, nguyên quán Quảng Trị, trú quán Thừa Thiên Huế - *theo Chư tôn Thiền đức&Cư sĩ tiền bối hữu công PG Thuận Hóa*

Thiện

- **Phạm Công Thiện** (1941 -2011), Cư sĩ, nguyên quán Mỹ Tho, nổi tiếng là thần đồng về ngôn ngữ, 16 tuổi xuất bản tự điển, giảng dạy Anh ngữ ở Sài Gòn, ông quy y ở chùa Hải Đức Nha Trang với pháp danh là Nguyên Tánh. Ông giảng dạy tại viện đại học Vạn Hạnh, giữ chức trưởng phân khoa Văn học và Khoa học nhân văn, sáng lập và biên tập tạp chí Tư Tưởng. Ông rời Việt Nam năm 1970 và làm giáo sư Triết học Tây phương tại viện đại học Toulouse. Năm 1983 ông sang Hoa Kỳ và mất ở Houston Texas. Ông để lại nhiều tác phẩm về thơ, văn nổi tiếng - *xem thêm ở wikipedia*

- **Thích Chơn Thiện** (1942-2016), Hòa thượng, Tiến sĩ Phật học Ấn độ, thế danh Nguyễn Hội, là đệ tử Đức cố Đại lão HT.Thích Tịnh Khiết, Đệ nhất Tăng thống GHPGVN Thống nhất, pháp danh Tâm Ngộ, pháp tự Chơn Thiện, pháp hiệu Viên Giác. Phó Pháp chủ Hội đồng Chứng minh GHPGVN, Phó Chủ tịch Thường trực Hội đồng Trị sự GHPGVN, Đại biểu Quốc hội nước Cộng hòa Xã hội chủ nghĩa Việt Nam khóa XI, XII, XIII, XIV, Ủy viên Đoàn Chủ tịch Ủy ban T.Ư Mặt trận Tổ quốc Việt Nam, Phó Chủ tịch Ủy ban Hòa bình Việt Nam, Trưởng ban Giáo dục Tăng Ni T.Ư GHPGVN, Chứng minh Ban Trị sự GHPGVN tỉnh Thừa Thiên Huế, Tổng Biên tập Tạp chí Văn Hóa Phật Giáo, Trú trì tổ đình Tường Vân, TP.Huế, Viện chủ thiền viện Vạn Hạnh, TP.Hồ Chí Minh, nguyên quán trú quán Thừa Thiên Huế.

- **Thích nữ Diệu Thiện** (1818-1899), Trưởng lão Ni, tục danh Lê Thị Thơ, nguyên quán Chợ Lớn, Gia Định, thạo nghề may (nên bà còn có biệt danh là Bà Thợ). Ni trưởng khai sơn Phước Điền Tự (chùa Hang) Châu Đốc vào khoảng (1840-1850). Năm 1980, Bộ Văn hóa Thông tin Việt Nam công nhận chùa Hang (Phước Điền Tự) là một Di tích Lịch sử cấp Quốc gia - *theo Thích Vân Phong biên khảo*

- **Thích Đồng Thiện** (1922 -2001), Hòa thượng, dòng Lâm Tế Chúc Thánh đời 42, thế danh Trần Đình Hiếu, quy y Tam bảo với HT Như Từ Tâm Đạt- chùa Thanh Sơn- Hoài Ân- Bình Định, pháp danh Thị Công. Năm 1933, ngài xuất gia với HT Thị Thường Chánh Nguyên- chùa Thanh Sơn, pháp danh Đồng Thiện. Năm 1942, ngài được HT Như Từ Tâm Đạt cho thọ đại giới tại giới đàn tổ đình Hưng Khánh do HT Chơn Hương Chí Bảo làm Đàn đầu truyền giới, ngài được HT bổn sư phú pháp là Thị Công, hiệu Trí An, nhưng ngài vẫ nhớ ân sư mà dùng pháp tự là Đồng Thiện cho đến cuối đời. Năm 1954, ngài được gởi vào học tại *Tăng học đường Trung Việt*- chùa Long Sơn- Nha Trang. Năm 1958, ngài trở về Bình Định, cùng chư tôn đức thành lập *Tu viện Nguyên Thiều*, và là một trong những thành viên khai sáng tu viện Nguyên Thiều. Năm 1969, ngài được chư Sơn cử làm Đệ nhất trụ trì tu viện Nguyên Thiều cho đến ngày viên tịch. Ngài xả báo thân ngày mồng 3 tháng 8 năm Tân Ty (19-09-2001) thọ 80 năm, 58 tuổi đạo, nguyên quán trú quán Bình Định - *theo trang nhà www.phatgiaodaichung.com*

- **Thích Đức Thiện**, Thượng tọa, Tiến sĩ, sinh năm 1964, Tổng thư ký HĐTS TW GHPGVN, Trưởng BTS GHPGVN tỉnh Điện Biên, trụ trì chùa Phật Tích-Tiên Du-Bắc Ninh, tác phẩm: *Văn bia chùa Phật thời Lý* (đồng tác giả), Nxb Khoa học xã hội, 2011; *Văn bia chùa Phật thời Trần* (đồng tác giả), Nxb Khoa học xã hội, 2012. *Chùa Phật Tích,* Nxb Văn hoá thông tin, 2011. *Phật giáo thời Lý với 1000 năm Thăng Long-Hà Nội,* (đồng chủ biên), Nxb Chính trị quốc gia, 2011,nguyên quán Thuận Thành Bắc Ninh, trú quán Tiên Du-Bắc Ninh.

- **Thích Minh Thiện** (1948 -2011), Hòa thượng, thế danh Đào Văn Cư, xuất gia với HT Thiện Hóa- chùa núi Châu Thới, sau cầu pháp với HT Thiện Từ- chùa Long Vân- quận 8- Chợ Lớn.Trước năm 1975, ngài là Chánh thư ký GHPG Cổ truyền tỉnh Biên Hòa. Sau năm 1975, là Chánh thư ký BTS PG tỉnh Sông Bé. Từ năm 1991-1996, là Phó ban Thường trực tỉnh hội kiêm ủy viên Giáo dục Tăng ni và ủy viên Tăng sự. Năm 1996, là ủy viên HĐTS TW GHPGVN, Trưởng BTS GHPGVN tỉnh Bình Dương kiêm ủy viên Giáo dục Tăng ni, ủy viên Tăng sự và là hiệu trưởng trường TCPH tỉnh Bình Dương, ngài được Nhà nước tặng huân chương lao động hạng II, nguyên quán trú quán Bình Dương - *theo trang nhà www.phattuvietnam.net*

- **Thích Minh Thiện**, Hòa thượng, Giảng sư, Giáo thọ sư, đệ tử cố trưởng lão Hòa thượng Thích Bửu Huệ, thế danh Trương Ngọc Toàn, sinh năm 1954, Ủy viên Hội Đồng Trị Sự Trung Ương GHPGVN, Phó Ban Hoằng Pháp TW. GHPGVN, Trưởng BTS GHPGVN tỉnh Long An, Hiệu Trưởng Trường Trung Cấp Phật học tỉnh Long An, viện chủ chùa Thiên Châu- Tp. Tân An, Long An. Nguyên quán Quảng Ngãi, trú quán Tp. Tân An, Long An - *theo Thích Vân Phong biên khảo*

- **Thích Nhật Thiện** (1929-2001), Hòa thượng, húy Chơn Như, hiệu Minh Tâm, năm 12 tuổi xuất gia với Trưởng lão HT Ngộ Đạo, tổ đình Hội Phước, Nha Mân. Năm 20 tuổi, tấn tam đàn cụ túc với Trưởng lão HT Thích Hành Trụ- chùa Giác Nguyên- Sài Gòn. Năm 1953, khai sơn trụ trì chùa Định Thành- quận 10, khai sơn chùa Định Quang- Biên Hòa, khai sơn tu viện Định Thành- quận 7, nguyên quán Nha Mân- Sa Đéc- Đồng Tháp, trú quán TP Hồ Chí Minh - *xem thêm ở Danh Tăng Việt Nam tập 2*

- **Thích Nhật Thiện**, Hòa thượng, năm 1965 làm Giám đốc Cô nhi viện Quách Thị Trang, thuộc Giáo hội PGVNTN khối Việt Nam Quốc Tự, ngài được HT Thích Tâm Châu đặc cử làm Phụ tá Tổng vụ Xã hội. Năm 1980, HT định cư tại Hoa Kỳ, nguyên quán Thừa Thiên Huế, trú quán Hoa Kỳ.

- Huỳnh Văn Thiện (1949 -1966), Cư sĩ, thánh tử đạo, Cư sĩ sanh năm 1949 tại Sài Gòn. Năm 1956, Cư sĩ học trường Lê Bá Cang và bắt đầu tham gia đoàn thể Thanh niên PG một cách tích cực. Năm 1963, Cư sĩ học Trung học đệ nhị cấp (lớp 9-12), sự học có phần chao đảo do thời cuộc biến động, bởi PG lâm vào pháp nạn, sinh viên học sinh liên tục bãi khóa xuống đường đấu tranh sau lưng PG chống lại bạo quyền. Năm 1965, *Tổng vụ Thanh niên* thành lập thêm hai vụ là *Thanh niên Thiện chí vụ* và *Hướng đạo Phật giáo vụ*. Cư sĩ tham gia đoàn *Thanh niên Thiện chí* ngay từ khi thành lập. Khi này mặc dù đang học lớp đệ Nhị (lớp 11), Cư sĩ vẫ dành thời gian học tập kinh điển bằng tiếng Pali và đậu bằng Sơ cấp giáo lý, bắt đầu ăn chay trường. Năm 1966, trong cuộc xuống đường đấu tranh bảo vệ hiến chương Phật giáo, lúc này Cư sĩ đã là một đoàn trưởng lãnh đạo một chi nhánh với hơn 100 đoàn sinh, hăng hái dấn thân cùng chư Tôn đức đấu tranh bảo vệ Việt Nam Quốc Tự, đích thân Cư sĩ giữ phần trực khu vực Văn phòng Viện Hóa Đạo. Ngày 15-6-1966, lúc Cư sĩ đang thay tốp trực VP Viện Hóa Đạo, thì bị trúng đạn ngay nơi trán ngã quỵ tại chỗ, lúc đưa Cư sĩ đi bệnh viện, khi đi ngang cổng trường Hồng Lạc, thì bị bắt cóc cùng với 6 anh chị Huynh trưởng giúp Cư sĩ đưa đi bệnh viện. Đến 0 giờ ngày 16-6-1966, Cư sĩ trút hơi thở cuối cùng tại bệnh viện Đô Thành, hưởng dương 18 tuổi, thi hài được cảnh sát đem chôn trong nghĩa trang Đô Thành. Cư sĩ Huỳnh Văn Thiện được GHPGVNTN tấn phong Thánh tử đạo vào năm 1967, nguyên quán trú quán Sài Gòn - *theo Dương Kinh Thành biên khảo*

- Tô Văn Thiện, Cư sĩ, NNC Phật học, pháp danh Trí Tâm, sinh năm 1958, thư ký Trung tâm Nghiên cứu Phật giáo Việt Nam, thư ký Ban Phật học chùa Phật học Xá Lợi, thành viên Ban biên tập tạp chí Từ Quang, nguyên quán Nam Dịnh, trú quán TP Hồ Chí Minh.

- Thích Viên Thiện (1916 -1967), Hòa thượng, dòng Lâm Tế Chúc Thánh đời 41, đệ tử HT Trí Hưng, sau y chỉ HT Tịnh Khiết- chùa Tường Vân, pháp danh Như Quý, pháp tự Giải Phú, pháp hiệu Viên Thiện, trụ trì chùa Tỉnh hội Di Linh-Lâm Đồng. Năm 1951, HT Hưng Nghĩa trụ trì chùa Phổ Tế-Huế viên tịch, sơn môn cung thỉnh ngài về trụ trì chùa Phổ Tế cho đến lúc viên tịch, nguyên quán Quảng Ngãi, trú quán Thừa Thiên Huế - *theo Chư tôn Thiền đức&Cư sĩ hữu công Thuận Hóa*

Thiệt

- **Thích Chơn Thiệt** (1884 -1968), Hòa Thượng, dòng Lâm Tế chánh tông đời 41, pháp danh Thanh Quý, pháp tự Cứu Cánh, pháp hiệu Chơn Thiệt, đệ tử của HT Hải Thiệu-chùa Từ Hiếu, trụ trì chùa Diệu Nghiêm được 7 năm, sau đó trụ trì chùa Từ Hiếu, ngài được thỉnh làm tôn chứng nhiều giới đàn tại Huế, nguyên quán Thanh Hóa, trú quán Thừa Thiên Huế - *theo Chư tôn Thiền đức&Cư sĩ hữu công Thuận Hóa*

- **Thích Chơn Thiệt** (1906 -1972), Hòa thượng, xuất gia năm 1920 với HT Tịnh Khiết-chùa Tường Vân Huế, pháp danh Tâm Minh, pháp tự Chơn Thiệt, là trưởng tử của HT Tịnh Khiết. ngài được HT cử làm Tri sự tổ đình cho đến khi mãn báo thân, nguyên quán trú quán Thừa Thiên Huế - *theo Chư tôn Thiền đức&Cư sĩ hữu công Thuận Hóa*

- **Quảng Thiệt**, Cư sĩ, thế danh Nguyễn Thái Hạo, sinh 1946, nguyên cán bộ Ban Tôn giáo tỉnh Bạc Liêu, Ủy viên BTS GHPGVN, Trưởng Ban Văn hóa, Chủ Hội KHLSPG tỉnh Bạc Liêu, sinh quán Ba Tri, Bến Tre, trú quán Bạc Liêu.
- **Thích Đức Thiệu** (1911 -1993), Hòa thượng, dòng Lâm Tế Liễu Quán đời 44, đệ tử HT Trí Thủ-chùa Báo Quốc, pháp danh Nguyên Minh, pháp tự Đức Thiệu, pháp hiệu Hải Ấn, thế danh Bùi Xuân Quang. Năm 1951, ngài được cử trụ trì chùa Viên Giác-Cầu Đất-

Lâm Đồng. Năm 1954, hội PG Trung phần bổ nhiệm trụ trì chùa Khải Đoan-Ban Mê Thuột. Năm 1957, là Chánh đại diện PG tỉnh Pleiku và trụ trì chùa Bửu Thắng. Năm 1958, ngài khai sơn chùa Bửu Minh và Bửu Tịnh. Năm 1964, ngài làm Chánh đại diện PG tỉnh Kon Tum. Từ năm 1967, ngài về TP Đà Lạt hành đạo đến năm 1988 nhận ngôi chùa Liên Trì và trụ trì tại đây đến cuối đời, nguyên quán Thừa Thiên Huế, trú quán Đà Lạt Lâm Đồng - theo *Chư tôn Thiền đức&Cư sĩ hữu công Thuận Hóa*

Tho

- **Như Mật Bửu Thọ** (1893 -1972), Hòa thượng, dòng Lâm Tế Gia Phổ đời 38, thế danh Nguyễn Thế Mật, xuất gia năm 1906 với HT Hoằng Ân Minh Khiêm- chùa Tây An cổ tự- Châu Đốc, pháp danh Như Mật, pháp hiệu Bửu Thọ. Năm 1910, ngài thọ đại giới tại giới đàn chùa Phước Sơn- Mõ Cày- Bến Tre, do HT Niệm Nghĩa làm Đàn đầu truyền giới. Năm 1914, ngài kế thế trụ trì chùa Tây An cổ tự. Năm 1931, ngài hiến cúng một số ngân khoản lớn ủng hộ HT Khánh Hòa thành lập *hội Nam kỳ Nghiên cứu Phật học*, làm kinh phí xuất bản *tạp chí Từ Bi Âm*. Năm 1934, ngài thể theo nguyện vọng chư tôn đức, tiếp tục ủng hộ tài lực cho *hội Lưỡng Xuyên Phật học* mở trường đào tạo Tăng tài. Ngài có hạnh nguyện hễ nơi nào cất chùa trùng tu, ngài đều phát tâm ủng hộ công đức. Ngài có công lớn trong việc trùng tu chùa Tây An với kiến trúc Ấn Hồi độc đáo bằng vật liệu bền vững khác với truyền thống xưa nay. Ngài xả báo thân ngày 21 tháng 11 năm Tân Hợi (08-12-1972) thọ 79 năm, 59 hạ lạp, nguyên quán trú quán Châu Đốc- An Giang - *xem thêm ở Danh Tăng Việt Nam tập 3*

-**Thích Hoằng Thọ** (? - ?), Hòa thượng, pháp danh Chơn Phước, pháp tự Đạo Bích, pháp hiệu Hoằng Thọ, đời 40 tông Lâm Tế, thế hệ thứ 7 pháp phái Chúc Thánh. Ngài thế danh Lê Viết Nghiêm sinh quán tại làng Phú Triêm, xã Điện Phương, huyện Điện Bàn, tỉnh Quảng Nam. Ngài xuất gia đắc pháp với tổ Vĩnh Gia tại tổ đình Phước Lâm. Năm Giáp Tý (1924), ngài được cử làm Tri sự tổ đình Phước Lâm. Từ khoảng năm 1925 đến 1929, ngài sang Campuchia khai sơn chùa Thanh Quang tại Thủ đô Phnompênh. Không rõ ngài tịch năm nào và chùa Thanh Quang đã bị san bằng trong thời kỳ Khmer đỏ. Ngài nguyên quán Quảng Nam, trú quán Campuchia - *theo Thích Như Tịnh sưu khảo*

- **Thích Lệ Thọ**, Thượng tọa Tiến sĩ, tục danh Trần Văn Quý, sinh năm 1968, ấu niên xuất gia với Trưởng lão HT Thích Nhật Thiện, tổ đình Hội Phước- Nha Mân- Y chỉ thiền sư Thích Vĩnh Đạt- chùa Phước Hưng- Sa Đéc, trụ trì chùa Định Hương- quận 12- Tp. HCM, Phó Tổng Thư ký 2 viện Nghiên cứu PHVN tại thành phố Hồ Chí Minh, Ủy viên ban thường trực Phật giáo Quốc tế, giảng viên Học viện Phật giáo Việt Nam tại TP. Hồ Chí Minh, Sóc Sơn- Hà Nội và các trường Cao đẳng Phật học. Các bài viết đăng trên báo điện tử: *Hình tượng phối ngẫu trong Kim Cang Thừa; Tâm sinh muôn pháp sinh; Thế nào là ngụy tạo Kinh Điển; Triết học Bà La môn (BRAHMANISM) ; Bát Kỉnh Pháp Chướng Ngại Hay Căn Bệnh Thời Đại ; Vài nhận định về sự bình đẳng trong Phật giáo ; Tháp Đại Giác là di sản của thế giới ; Đừng vì màu da hay khác đạo...*, nguyên quán Đồng Tháp, trú quán Tp. HCM - *theo Thích Vân Phong*

- **Thích Như Thọ** (1954 -2014), Hòa thượng, pháp danh Như Thọ, pháp tự Giải Thảo, pháp hiệu Bửu Lâm, đời 41 tông Lâm Tế, thế hệ thứ 8 pháp phái Chúc Thánh. Hòa thượng thế danh Huỳnh Mai, sinh năm Giáp Ngọ (1954) tại xã Đại Cường, huyện Đại Lộc, Quảng Nam. Hòa thượng xuất gia với Hòa thượng Thích Đồng Phước tại tổ đình Cổ Lâm- Đại Lộc vào năm 1966. Sau khi bổn sư viên tịch, vào năm 1971, ngài vào Sài Gòn y chỉ với Hòa thượng Thích Trí Nghiêm và nhập chúng tu học tại chùa Bửu Đà- quận 10. Tăng sinh PHV Huệ Nghiêm, PHV chùa Huỳnh Kim, Gò Vấp niên khóa (1971-1975). Ngài được Tăng ni tín nhiệm cử giữ các chức vụ: Thư ký BTS Phật giáo Quận 10, Chánh đại diện PG Quận 10 các nhiệm kỳ IV, V, VI. Ủy viên MTTQVN Quận 10. Năm 1996, ngài kế nghiệp HT Như Từ trụ trì chùa Bửu Đà và tiếp tục trùng tu chùa đang còn dở dang. Năm 1999, tiếp tục xây dựng nhà Tăng để Tăng sinh có nơi trú ngụ tham học. Năm 2011, ngài về quê tiến hành đại trùng tu chùa Cổ Lâm và hoàn thành vào tháng Giêng năm 2014. Sứ mệnh trùng tu 2 ngôi Phạm Vũ đã hoàn mãn, Hòa thượng viên tịch vào ngày mồng 1 tháng 9 năm Giáp Ngọ (2014), hưởng thọ 61 tuổi. Kim quan quàng tại chùa Bửu Đà, sau đó đưa về nhập tháp tại tổ đình Cổ Lâm- Đại Lộc. Ngài nguyên quán Quảng Nam, trú quán TP. Hồ Chí Minh - *theo Thích Như Tịnh sưu khảo*

- **Thích Tâm Thọ** (1938 -2015), Hòa thượng, thế danh Lê Bá Nhẫn, xuất gia với HT Bửu Ngươn- chùa sắc tứ Thập Phương- Rạch Giá, pháp danh Tâm Thọ, pháp tự Nhựt Hậu, pháp húy Nhuận Vân. Năm 1960, ngài lên Sài Gòn trú tại chùa Hưng Thạnh- Hàng Xanh. Năm 1961, thọ đại giới tại Sóc Trăng do HT Thiện Hòa làm Đàn đầu truyền giới. Năm 1964-1968, là học tăng Phật học viện Huệ Nghiêm và học phân khoa Phật học tại đại học Vạn Hạnh- Sài Gòn. Năm 1979, định cư Hoa Kỳ, và kế tục Hòa thượng Thích Thanh Đạm trụ trì chùa Giác Hoàng- Hoa Kỳ và khai sơn một số chùa vùng bắc Calorina như Giác Lâm, Bồ Đề, Pháp Hoa...Ngài còn là Tổng vụ trưởng Tổng vụ Thanh niên GHPGVN Trên Thế Giới, phụ trách GĐPT Thiện Sinh, ngài thọ 77 năm, 54 hạ lạp, nguyên quán Rạch Giá, trú quán Hoa Kỳ.

- **Nguyễn Văn Thọ** (? -?), Cư sĩ, nhà giáo, trí thức PG, Năm 1934, khi hội Lưỡng Xuyên Phật học thành lập, ông tham gia dạy môn Việt văn cho PHĐ. Năm 1936, ông và ông Nguyễn Văn Trọng được hội Lưỡng Xuyên cử ra Huế quan sát tình hình Phật sự của *hội An Nam Phật học*. Hai ông đã tham mưu cho hội Lưỡng Xuyên gởi Tăng sinh ra Huế học. Năm 1951, ông tham gia Ban

Quản trị *hội Phật học Nam Việt* từ khi mới thành lập. Năm 1954, đại hội thường niên HPHNV, ông được bầu làm Hội trưởng nhiệm kỳ II, thay thế Bs Nguyễn Văn Khỏe là Hội trưởng nhiệm kỳ đầu tiên. Ông là cha của Bác sĩ Nguyễn Thiện Thành và là ông nội của ông Nguyễn Thiện Nhân. Năm 1955, ông xuất gia, pháp hiệu Thích Trường Lạc, nguyên quán Càng Long- Trà Vinh, trú quán Sài Gòn, Cần Thơ - *theo Kỷ yếu HPHNV*

- **Ấn Nghiêm Phổ Thoại** (1875 -1954), Hòa thượng, Trưởng lão, pháp danh Ấn Nghiêm, pháp tự Tổ Thân, pháp hiệu Phổ Thoại, đời 39 tông Lâm Tế, thế hệ thứ 6 pháp phái Chúc Thánh. Ngài thế danh Nguyễn Văn Thọ, sinh năm Ất Hợi (1875) tại làng Kim Bồng, xã Cẩm Kim, Hội An. Xuất gia với thiền sư Chương Đạo Quảng Viên tại tổ đình Chúc Thánh. Thọ Đại giới năm 1893 tại chùa Chúc Thánh, cầu pháp với tổ Vĩnh Gia nên có đạo hiệu Phổ Thoại. Năm Kỷ Dậu (1909), khai sơn chùa Long Tuyền tại phường Thanh Hà, Hội An. Năm Tân Dậu (1921), ngài thành lập tổ chức *Bản Tỉnh Chư Sơn Hội* nhằm mục đích chấn chỉnh Tăng đồ. Ngài có công trùng kiến chùa Kim Bửu và chùa Hội Nguyên tại quê hương Kim Bồng. Ngài được cung thỉnh làm Tôn chứng giới đàn Từ Vân, Đà Nẵng (1928) và Giáo thọ giới đàn Tịnh Quang, Quảng Trị (1935). Ngài giới luật tinh nghiêm, chuyên trì kinh Phạm Võng. Ngài viên tịch ngày mồng 9 tháng 4 năm Giáp Ngọ (1954) với những điểm kiết tường của một bậc Long tượng thiền môn. Bảo tháp lập tại tổ đình Long Tuyền, đệ tử có những vị tiêu biểu như: Chơn Chuyên Long Tường; Chơn Giác Long Hải; Chơn Phát Long Tôn; Chơn Ngọc Long Trí; Chơn Điền Đạo Phước... Nguyên quán trú quán Quảng Nam - *theo Thích Như Tịnh sưu khảo*

- **Thích Nữ Chơn Thông** (1924 -1990), Ni trưởng, xuất gia với Sư bà Hướng Đạo-chùa Diệu Viên, pháp danh Tâm Huyền, pháp hiệu Chơn Thông. Năm 1959, Ni trưởng lập bệnh xá để giúp đỡ bà con nghèo quanh vùng và đào tạo một số sư cô làm việc tại bệnh viện Huế. Năm 1963, Ni trưởng mở trường Sơ học Diệu Viên để hướng dẫn con em Phật tử vừa biết chữ vừa học Phật pháp. Năm 1968, Ni trưởng lập Nhà Dưỡng Lão giúp người già yếu neo đơn do chiến tranh để lại. Năm 1970, làm giám đốc Cô nhi viện Tây Lộc trong thời gian 4 năm và nuôi dưỡng hơn 200 em cô nhi. Năm 1987, mặc dù tuổi già sức yếu, nhưng Ni trưởng cho các sư cô đi học để mở Tuệ Tĩnh Đường tại chùa Diệu Viên, nguyên quán trú quán Thừa Thiên Huế - *theo Chư tôn Thiền đức&Cư sĩ hữu công Thuận Hóa*

- Trừng Lực-Diệu Thông (? -?) Hòa thượng, có công cải tạo am Bà Đồng thành chùa Phước Lưu, chùa trở thành trung tâm PG ứng phú đạo tràng to lớn của vùng Trảng Bàng-Tây Ninh - *theo Biên niên sử PG Sài Gòn Gia Định*

- Thích Hòa Thông (? -1916) Đại sư, có tính chất hào kiệt dũng khí, sư trụ trì chùa Phước Tường-Thủ Đức, tham gia Thiên Địa Hội kháng Pháp, nên bị bắt tù đày và hy sinh. Từ đó, chùa Phước Tường trở nên hoang phế, suy sụp. Mãi đến 5-6 năm sau, bổn đạo mới thỉnh được Hòa thượng Thích Pháp Ấn về đây trụ trì, chưa rõ nguyên quán trú quán của Sư.

- Thích Hoàn Thông (1917 -1977), Hòa thượng, thế danh Nguyễn Minh Có, xuất gia với HT Niệm Hưng Đắc Ngộ- chùa Hội Thắng, Cầu Kè- Trà Vinh, pháp danh Huệ Đạt. Sau ngài thọ học và cầu pháp với HT Khánh Anh tại PHĐ gia giáo chùa Long An- Trà Ôn, được pháp hiệu là Hoàn Thông. Năm 1935, ngài là học tăng Phật học đường Lưỡng Xuyên. Năm 1943, ngài kế thế trụ trì chùa Hội Thắng. Năm 1945, ngài làm Phó hội trưởng Liên đoàn PG Cứu quốc tỉnh Vĩnh Trà, thời gia này, ngài được phân công trụ trì thêm hai chùa Phước Tường và Vạn Hòa- Cầu Kè- Trà Vinh. Năm 1964, ngài là Chánh đại diện tỉnh hội PG Trà Vinh GHPGVNTN. Năm 1968, ngài giữ chức Giám viện PHV Khánh Hòa (Phước Hòa cũ). Ngài viên tịch tại chùa Hội Thắng ngày 9 tháng 3 năm Đinh Tỵ (1977), thọ 61 tuổi, 40 hạ lạp, nguyên quán trú quán Cầu Kè Trà Vinh - *xem thêm ở Danh Tăng Việt Nam tập 1*

- **Thích Hoằng Thông** (1902 -1988), Hòa thượng, dòng Lâm Tế đời 45, thế danh Phạm Ngọc Thạch, xuất gia năm 1914 với HT Quảng Ân- chùa Linh Phước- Mỹ Tho, pháp danh Quảng Châu. Năm 1925, ngài đến cầu pháp với HT Thanh Ẩn- chùa Từ Ân, được pháp hiệu Hoằng Thông. Năm 1927, ngài được cử trụ trì và trùng hưng chùa Long Hội. Năm 1941, ngài ra kinh đô được gặp Từ Cung Thái Hậu và vua Bảo Đại, được vua phê chuẩn đơn xin thành chùa *Sắc tứ Long Hội Tự*. Năm 1964, ngài là Tăng giám *Giáo hội Lục Hòa Tăng* tỉnh Định Tường. Năm 1974, ngài là Tăng trưởng *Giáo hội Lục Hòa Tăng* tỉnh Định Tường. Năm 1981, ngài được thỉnh làm Thành viên HĐCM GHPGVN, ngài xả báo thân vào Rằm tháng 7 năm Mậu Thìn (1988) thọ 86 năm, 66 hạ lạp, ngài nguyên quán trú quán Cai Lậy-Tiền Giang - *xem thêm ở Danh Tăng Việt Nam tập 2*

- **Thích Huệ Thông**, Hòa thượng, sinh năm 1960, thế danh Trần Minh Quang, xuất gia với HT Thích Huệ Thành- chùa Long Thiền- Đồng Nai, trụ trì tổ đình Hội Khánh- Thủ Dầu Một, Ủy viên Thường trực HĐTS GHPGVN kiêm Ủy viên thư ký VP II TW GHPGVN, Trưởng BTS GHPGVN tỉnh Bình Dương kiêm Trưởng ban Tăng sự PG tỉnh Bình Dương. Tác phẩm: *Đức Phật và con đường Tuệ giác* (NXB Văn hóa Sài Gòn 2010) ; *Giáo dục và Hoằng pháp* ; *Mẹ từ Suối nguồn đến Chân trời Giác ngộ* ; *Chân Hạnh phúc chỉ có từ Chánh niệm* ; *Lịch sử Phật giáo Bình Dương* ; *Sơ lược lịch sử GHPG Cổ truyền Lục hòa tăng VN* (bản thảo)... HT Thích Huệ Thông đã vinh dự được Chủ tịch nước tặng Huân chương Lao động hạng ba (năm 2006), Huân chương Đại đoàn kết dân tộc (năm 2012), 2 bằng khen của Thủ tướng Chính phủ, Huy hiệu Chiến sĩ Trường Sa và nhiều huy chương, bằng tuyên dương công đức, bằng khen các cấp - nguyên quán trú quán Bình Dương. - *theo Thích Vân Phong biên khảo*

- **Tổ Khánh Thông** (1870 -1953), Hòa thượng, vị tiền bối: "*Tận lực lo giáo dục đào tạo tăng tài và hợp tác với đồng môn huynh đệ là Thiền sư Như Trí hiệu Khánh Hòa trong việc khởi xướng phong trào chấn hưng Phật giáo Việt Nam vào đầu thế kỷ XX. . . được tôn* *vinh Bầu vú sữa miền Nam nước Việt*", thế danh Hoàng Hữu Đạo. Năm 1897, xuất gia với HT Chấn Bửu- chùa Long Khánh- xã Bình Tây, được pháp danh Nguyên Nhơn, sau cầu pháp với tổ Hải Lương-Chánh Tâm- chùa Kim Cang, được pháp danh Như Tín, pháp hiệu Khánh Thông. Năm 1907, ngài về làng An Thủy khai sơn chùa Bửu Sơn. Từ những thập niên 1921-1944, liên tục trong các Đại giới đàn tại Bổn tự và các sơn môn khác, ngài được cung thỉnh đương vi Đàn đầu Hòa thượng và Tuyên Luật sư, Yết Ma A Xà Lê sư... Ngài cùng ngài Khánh Hòa khởi nguyên phong trào chấn hưng PG miền Nam giai đoạn 1930-1945, nguyên quán Giồng Trôm, trú quán Ba Tri-Bến Tre - *xem thêm ở Danh Tăng Việt Nam tập 1*

- **Minh Thông**, Cư sĩ, NNC Sử PG, dịch giả, Giáo viên Hán văn, sinh năm 1957, thế danh Trương Văn Minh, nguyên tu sĩ PG đệ tử của HT Thiện Hòa-chùa Ấn Quang, tốt nghiệp Học viện PGVN khóa I, giảng viên trường Trung cấp Phật học Tiền Giang và Long An, giáo viên Trung tâm nghiên cứu dịch thuật Hán Nôm Huệ Quang, thành viên Trung tâm Nghiên cứu PGVN, tác phẩm: *Du Già Sư Địa Luận* ; *Thập Thiện, Làm thế nào cứu vãn Văn hóa xã hội*, nguyên quán Quảng Trị, trú quán Tiền Giang.

- **Thích Phước Thông** (1866 -1951), Hòa thượng, Trưởng Lão, pháp danh Chơn Đỉnh, pháp tự Đạo Đạt, pháp hiệu Phước Thông, đời thứ 40 tông Lâm Tế, thế hệ thứ 7 pháp phái Chúc Thánh. Ngài thế danh Lê Hữu Đạt, sinh năm Bính Dần (1866) tại làng Lệ Sơn, huyện Diên Phước, tỉnh Quảng Nam (nay thuộc Hòa Vang, Đà Nẵng). Ngài xuất gia với thiền sư Ấn Thanh Chí Thành tại chùa Linh Ứng. Năm Đinh Hợi (1887), ngài về khai sơn chùa Phước Thiện tại quê nhà. Năm Canh Dần (1890), ngài xây dựng *Tam Tôn đường* để làm nơi nhập thất tham thiền. Năm Ất Mùi (1895), ngài được triều đình bổ nhiệm làm trụ trì chùa Tam Thai. Năm Đinh Dậu (1897), vua Thành Thái ban cho ngài hai chiếc "*Tam thọ ngân tiền*" để tưởng thưởng công đức tu hành cũng như đạo hạnh của ngài. Năm Bính Ngọ (1906), sau 11 năm trụ trì chùa Tam Thai, vì bệnh duyên nên ngài từ chức trụ trì chùa Tam Thai và trở về *Tam Tôn đường* để tịnh dưỡng tu tập. Năm Mậu Thìn (1928), ngài được cung thỉnh là Yết ma A-xà-lê tại giới đàn chùa Từ Vân- Đà Nẵng. Ngày 21 tháng 2 năm Tân Mão (1951), ngài viên tịch thọ 86 tuổi. Bảo tháp của ngài được lập bên cạnh tháp thiền sư Phước Trí tại khu vực Thủy sơn. Đệ tử của ngài rất nhiều, tiêu biểu nhất là thiền sư Như Điền Huệ Chấn: trụ trì của Hưng Long- Quận 10, Sài Gòn; Như Hoàn Huệ Tràng: trụ trì chùa Tam Tôn... nguyên quán trú quán Quảng Nam - *theo Thích Như Tịnh sưu khảo*

- Toàn Nhâm Quán Thông (1798 -1883), Hòa thượng, tổ sư. pháp danh Toàn Nhâm, pháp tự Vi Ý, pháp hiệu Quán Thông, đời thứ 37 tông Lâm Tế, thế hệ thứ 4 pháp phái Chúc Thánh. Ngài thế danh Nguyễn Văn Định, sinh năm Mậu Ngọ (1798) tại thôn Thanh Liêm, huyện Tuy Phước, tỉnh Bình Định. Xuất gia từ nhỏ tại chùa Phước Lâm- Hội An với tổ Pháp Kiêm Minh Giác. Sau đó, ngài vào tham học tại tổ đình Thập Tháp- Bình Định. Năm 1830, ngài về kế nghiệp trụ trì tổ đình Phước Lâm và sau đó kiêm trụ trì tổ đình Chúc Thánh. Các năm Ất Mùi (1845) và Kỷ Dậu (1849) ngài khuyến mộ trùng tu tổ đình Chúc Thánh. Ngài mở giới đàn và làm Đường đầu truyền giới tại chùa Chúc Thánh vào năm Đinh Mùi (1847). Ngài về quê hương Bình Định kiến lập chùa Báo Ân (chùa này nay không còn). Ngài viên tịch vào ngày mồng 2 tháng 3 năm Quý Mùi (1883), thọ 86 tuổi. Đệ tử nối pháp của ngài hành đạo khắp các tỉnh Quảng Nam, Quảng Ngãi, Bình Định....nguyên quán Bình Định, trú quán Quảng Nam - *theo Thích Như Tịnh sưu khảo*

- Thích Tâm Thông (1916 -1999), Hòa thượng, thế danh Nguyễn Văn Tiến, xuất gia với tổ Bảo Giám-chùa Lý Nhân, được pháp danh Tâm Thông, pháp hiệu Minh Kính. Năm 1942, ngài được vào Huế học tại PHĐ Báo Quốc cùng với chư tăng 3 miền. Năm 1946, ngài về chùa Lam Cầu làm Thư ký hội PG Cứu quốc huyện Lý Nhân. Năm 1951, ngài làm Giám viện chùa Vọng Cung-TP Nam

Định và sau đó trụ trì tại đây cho đến cuối đời. Trước năm 1975, ngài là Ủy viên Thường trực BTS *hội Phật giáo Thống nhất Việt Nam*. Năm 1981-1987, ngài là Phó chủ tịch HĐTS GHPGVN. Năm 1997, ngài được suy tôn Phó Pháp chủ kiêm Chánh thư ký Hội đồng Chứng minh GHPGVN, ngài xả báo thân vào Rằm tháng 7 năm Kỷ Mão (25-08-1999) thọ 84 năm, 60 hạ lạp, bảo tháp lập tại chùa Vọng Cung, nguyên quán trú quán Nam Định - *xem thêm ở Danh Tăng Việt Nam tập 2*

- **Thích Thiện Thông** (1943 -2000), Thượng tọa, trụ trì chùa Tòng Lâm Vạn Đức, sau về Phước Thái Đồng Nai, rồi chùa Pháp Hưng,Tân Phước-Đồng Nai. Trong thời gian nhập thất 3 năm, Thầy đã phiên dịch và chú giải rất nhiều kinh sách, là Giáo thọ trường Trung cấp Phật học Đồng Nai và Bà Rịa Vũng Tàu. Thầy được Phật tử cung thỉnh về trụ trì chùa Phước Quang, xã Suối Nghệ, huyện Châu Đức, Bà Rịa Vũng Tàu. Năm 2000, Thầy sang Đức an cư tại chùa Viên Giác và viên tịch tại đây, nguyên quán Bình Thuận, trú quán Bà Rịa Vũng Tàu.

- **Thích Thiện Thông** (1913 -2001), Hòa thượng, xuất gia năm 1947 với Sư cụ Hải Tràng- viện chủ chùa Phổ Quang- Phú Nhuận, pháp hiệu Thiện Thông. Năm 1950, ngài thọ đại giới tại giới đàn chùa Thanh Trước- Gò Công do bổn sư làm Đàn đầu truyền giới. Sau khi thọ giới, ngài xin phép đến thọ học Mật pháp với HT chùa Kỳ Quang- Phú Nhuận. Năm 1962, ngài giúp bổn sư mở PHV Phổ Quang, năm 1969 đổi là PHV Hải Tràng, ngài giữ chức Giám viện PHV này. Năm 1970, ngài khởi công trùng tu chủa Phổ Quang và xây bảo tháp 7 tầng. Ngoài ra, ngài còn xây dựng và trùng tu: chùa Phước An ở Tân Lập; Phổ Minh ở Long Khánh; Phổ Ứng ở Ban Mê Thuột; Vạn Phước ở Chợ Lách; An Lạc ở Đơn Dương; Kim Quang ở Hóc Môn. Năm 1993, ngài được cung thỉnh làm Tôn chứng ở giới đàn Thiện Hòa- chùa Ấn Quang (1993), và Đàn đầu Hòa thượng ở giới đàn tỉnh Bến Tre. Ngài còn đảm trách các chức vụ: Phó đại diện GHPGVNTN tỉnh Gia Định; Ủy viên ban Liên lạc

PG Yêu nước TP Hồ Chí Minh; Trưởng ban Liên lạc PG Yêu nước quận Phú Nhuận; Ủy viên BTS Thành hội PG TP Hồ Chí Minh; Chứng minh Ban đại diện PG quận Phú Nhuận; Thành viên Hội đồng Chưng minh GHPGVN. Ngài xả báo thân nga2i mồng 9 tháng 4 năm Tân Tỵ (31-05-2001) thọ 88 năm, 51 hạ lạp, nguyên quán Bến Tre, trú quán TP Hồ Chí Minh - *xem thêm ở Danh Tăng Việt Nam tập 3*

- **Thích Thiện Thông** (1927 -2007), Hòa thượng, thế danh Hồ Tấn Phát, xuất gia năm 1937 với HT Bửu Phước- chùa Phước Ân- rạch Cái Bường, được pháp danh Nhật Chí. Nguyên Ủy viên Thường trực BTS tỉnh hội PG Đồng Tháp, Chánh đại diện PG huyện Lấp Vò (nhiệm kỳ 1993-2007), UV UBMTTQ huyện Lấp Vò, Thư ký Ban đại diện PG huyện Thạnh Hưng (tên cũ Lấp Vò, từ 1983-1993), trụ trì đại trùng tu Thiên Phước Cổ Tự, Năm 1945, toàn quốc kháng chiến, ngài cùng các huynh đệ xếp ca sa khoát chiến bào lên đường theo cách mạng. Năm 1975, ngài trở về địa phương công tác. Đến khi hưu trí năm 1983, ngài tái xuất gia với HT Thích Vĩnh Đạt, được ban pháp hiệu Thiện Thông nối pháp mạch dòng Thiền Lâm Tế chánh tông đời thứ 41, và được cử làm Thư ký trường Hạ tổ đình Phước Ân. Năm 1983-1993, ngài được cử làm Thư ký Ban đại diện PG huyện Thạnh Hưng (Lấp Vò+Lai Vung). Năm 1988, ngài được bổ nhiệm trụ trì tổ đình Thiên Phước Cổ Tự- Lấp Vò- Đồng Tháp. Năm 2004, ngài vận động chính quyền giao trả lại chùa Vạn Linh Cổ Tự và ngài cử đệ tử là Thích Lệ Phú về đây trụ trì. Ngài xả báo thân ngày 28 tháng 2 năm Đinh Hợi (16-04-2007) thọ 80 xuân, 24 hạ lạp, tháp lập bên cạnh tháp tổ Minh Thông Hải Huệ- chùa Thiên Phước Cổ Tự, nguyên quán trú quán Lấp Vò- Đồng Tháp - *theo Thích Vân Phong sưu khảo*

- **Thích Trí Thông**, Hòa thượng, sinh năm 1950, đệ tử HT Thiện Tín-chùa Phật Quang-Bến Tre. Năm 1982 sau khi GHPGVN thành lập, ngài được bầu làm Phó BTS PG tỉnh Bến Tre kiêm Trưởng ban Hoằng pháp của tỉnh suốt 2 nhiệm kỳ. Ngài trụ trì chùa Hội

Phước-Bến Tre, sau khi nghỉ công tác Giáo hội, ngài tham gia làm từ thiện trong *hội Từ Bi Quan Thế Âm* , chi hội Bến Tre, nguyên quán Quảng Ngãi, trú quán Bến Tre.

- **Thích Từ Thông**, Hòa thượng, Pháp sư, dịch giả, pháp hiệu là *Như Huyễn thiền sư*, ngài là giảng sư nổi tiếng về các bộ Kinh Đại thừa Liễu nghĩa, Duy Thức học. Sau năm 1975, tham gia *Ban Liên lạc PG Yêu nước* TP Hồ Chí Minh, Sau khi GHPGVN thành lập năm 1981, HT làm Phó BTS THPH TP Hồ Chí Minh kiêm Ủy viên Giáo dục Tăng ni Thành hội PG, Hiệu trưởng trường *Cơ bản Phật học* TP Hồ Chí Minh tại chùa Vĩnh Nghiêm. Sau trường dời về chùa Thiên Minh-quận 9, HT làm Hiệu trưởng trường *Cao trung cấp Phật học* TP Hồ Chí Minh, tác phẩm: Chứng Đạo Ca Trực Chỉ Đề Cương ; *Kinh Như Lai Viên Giác trực chỉ đề cương* ; Thủ *Lăng Nghiêm Kinh trực chỉ đề cương (sách I,II,III)* ; *Duy Ma cật Kinh Sở thuyết trực chỉ đề cương* ; *Bát Nhã Ba la mật kinh* ; *Duy Thức yếu luận* ; *Pháp Hoa Thâm nghĩa đề cương...* nguyên quán Trà Vinh, trú quán TP Hồ Chí Minh.

- **Thích Viên Thông** (1922 -2009), Hòa thượng, dòng Lâm Tế Liễu Quán đời 45, pháp danh Quảng Thuận, thế danh Đào Văn Trương, đệ tử HT Thích Bửu Quang, ngài là trụ trì đời thứ 6 chùa Khánh Quới-Cai Lậy-Tiền Giang, nguyên quán trú quán Tiền Giang.

- **Thích Nữ Viên Thông** (1813 -1889), Ni trưởng, là con gái quý tộc dòng dõi Kiến An Vương, xuất gia với HT Huệ Cảnh-chùa Tường Vân và về ở chùa Đông Thiền trong hoàng cung. Nghe tiếng Ni trưởng là người thủ tiết thờ chồng, giữ gìn phạm hạnh khi xuất gia, năm 1887 Ni trưởng được vua Đồng Khánh phong bảng "*Tiết hạnh khả phong*", nguyên quán trú quán Thuận Hóa - *theo Hàm Long Sơn Chí của Như Như đạo nhân biện soạn*

- **Thích Thiện Thống**, sinh năm 1962, Thượng tọa, thế danh Nguyễn Văn Ninh, Ủy viên Thường trực HĐTS GHPGVN, Phó thư ký kiêm Chánh văn phòng II TW GHPGVN, nguyên quán An Giang, trú quán TP Hồ Chí Minh.

Thơ

- **Hoàng Thị Thơ**, Phó Giáo sư tiến sĩ Triết học, viện Triết học - Viện Hàn Lâm Khoa học Xã hội Việt Nam, sinh năm 1956, thành viên Trung tâm Nghiên cứu Phật giáo Viện Nam văn phòng miền Bắc. Tác phẩm: *Lịch sử tư tưởng Thiền từ Vệ Đà Ấn Độ tới Thiền tông Trung Quốc* (2005), nguyên quán Nghệ An, trú quán Hà Nội.

- **Huệ Hải Bổn Thới** (1910 -1981), Hòa thượng, dòng Lâm Tế Chánh Tông đời 40, xuất gia năm 1910 với HT Như Bổn Khánh Đức- chùa Phước Thạnh- Cái Bè, được pháp danh Hồng Tường, pháp tự Huệ Hải, pháp hiệu Bổn Thới. Năm 1930, ngài thọ Tam đàn cụ túc tại giới đàn chùa Liên Trì- Cái Bè do HT Từ Văn- chùa Hội Khánh- Bình Dương làm Đàn đầu truyền giới. Sau đó, ngài được bổn sư cho theo học trường gia giáo chùa Vạn An- Sa Đéc do HT Chánh Thành giảng dạy. Năm 1933-1954, ngài là thành viên đắc lực trong phong trào chấn hưng PG do Sư chú của ngài là HT Như Trí Khánh Hòa khởi xướng. Năm 1954, ngài bắt đầu thực hành hạnh du tăng hoằng hóa khắp nơi ở những vùng xa xôi hẻo lánh. Năm 1975, ngài hành hóa sang vùng Đông Nam bộ, cuối cùng, hợp duyên ngài dừng chân trụ lại chùa Thiền Quang- Suối Nghệ (Phước Tuy cũ) và xả báo thân ngày 25-07-1981, thọ 75 năm, 50 hạ lạp, nguyên quán Tiền Giang, trú quán Bà Rịa Vũng Tàu - *xem thêm ở Danh Tăng Việt Nam tập 3*

Thu

- **Ngô Mạnh Thu** (1938 -2004), Cư sĩ, nhạc sĩ, huynh trưởng GĐPT, ông còn có các bút danh *Trần Thái Mưu* khi viết hòa âm, *Thùy Trân* khi viết tình ca, *Trần Tú* khi viết nhạc thanh niên và quê hương, *Trần Tâm Hòa* khi viết nhạc Phật giáo. Năm 1961, ông đỗ thủ khoa nhạc viện Quốc gia âm nhạc Sài Gòn, là đệ tử HT Thích Tâm Giác, pháp danh là Tâm Hòa, Ủy viên văn nghệ Ban hướng dẫn GĐPT Vĩnh Nghiêm, trước 1975 ông hoạt động trong phong trào Du ca Việt Nam. Năm 1994, ông định cư Hoa Kỳ, làm trưởng ban Ái hữu GĐPT Vĩnh Nghiêm hải ngoại. Ông sáng tác trên dưới 100 ca khúc, các tác phẩm: *A Chào Ba- A Chào Má* ; - *Bãi Hoang* (thơ Nguyễn Ngọc Thạch) ; - *Buổi Sáng Nghe Chim Hót* ; - *Câu hát Này* ; - *Dìu Nhau* ; - *Dòng Sông Trăng* ; - *Đinh Tiên Hoàng* ; - *Giấc Chiều* ; - *Hai Bà Trưng* ; - *Hoài Niệm* (thơ Hồng Khương) ; - *Hướng về bờ giác* ; - *Kết dây thân tình* ; - *Lạc Vùng Ăn Năn* ; - *Nhớ Mãi* ; - *Nước Việt Nam* ; - *Quà Mẹ Tặng* ; - *Quê Hương Ta Đó* ; - *Ngô Quyền* ; - *Hành khúc Phật giáo Việt Nam;* - *Thoảng cánh mây trời;* ; - *Tiếng Ca Hải Vân* ; - *Tiếng Ca Vàm Cỏ* ; - *Tuổi 13* ; - *Từ Một Cơn Mơ* ; - *Vui À Vui* , nguyên quán Hà Đông, trú quán Hoa Kỳ.

- **Thích Trí Thủ** (1909 -1984), Hòa thượng, dòng Lâm Tế Liễu Quán đời 43. Năm 1926, xuất gia với HT Viên Thành- chùa Tra Am- Huế, pháp danh Tâm Như, pháp tự Đạo Giám, pháp hiệu Trí Thủ, thế danh Nguyễn Văn Kính. Năm 1932, học Tăng PHĐ Trúc Lâm. Năm 1934, ngài làm giảng sư *hội An Nam Phật học* tỉnh Thừa Thiên và lớp Trung Đẳng Phật học chùa Tây Thiên, lớp Sơ đẳng Phật học chùa Báo Quốc. Năm 1938, ngài trụ trì chùa Ba La Mật- Huế. Đến năm 1939, Ni trường chùa Từ Đàm được thành lập, ngài được cử đặc trách đào tạo Ni chúng. Năm 1942, ngài được *Giáo hội Tăng già Thừa Thiên* bổ nhiệm trụ trì chùa Báo Quốc. Năm 1944, ngài làm trụ trì kiêm Giám viện trường Phật học chùa Linh Quang- Huế. Cuối năm 1947, ngài được giao tổ chức lại PHĐ

Trung Việt tại chùa Báo Quốc và ngài làm Giám viện. 1951, ngài làm là Hội trưởng *hội Việt Nam Phật học*- Huế. Năm 1956, ngài làm Giám viện PHV Nha Trang- chùa Hải Đức. Năm 1960, ngài khai sơn tu viện Quảng Hương Già Lam- Gò Vấp. Năm 1964, sau pháp nạn PG, GHPGVNTN thành lập và viện Cao đẳng Phật học ra đời, ngài được cử làm Viện trưởng. Thời gian này, ngài chủ trương xuất bản tập san *Tin Phật, Bát Nhã* để hỗ trợ công tác hoằng pháp. Trong Đại hội Giáo Hội Phật Giáo Việt Nam Thống Nhất kỳ 5 và kỳ 6, Ngài được giao trách nhiệm hết sức quan trọng và nặng nề là Viện trưởng Viện Hóa Đạo để thay thế Hòa thượng Thích Thiện Hoa vừa viên tịch ngày 20 tháng Chạp năm Nhâm Tý (23.01.973). Đây là giai đoạn khó khăn nhất của đất nước cũng như Giáo Hội. Người lãnh đạo lèo lái con thuyền Giáo Hội phải đủ nghị lực, can trường và sáng suốt mới đi đúng hướng, đúng đạo pháp được. Đến năm 1975, ngài lại phải gánh thêm một trách vụ nặng nề nữa, là xử lý thường vụ Viện Tăng Thống. Năm 1976, ngài mở Đại giới đàn Quảng Đức ở chùa Ấn Quang và làm Đàn chủ. Sau khi đất nước thống nhất, ngài làm Trưởng ban Vận động Thống nhất PG. Năm 1981, GHPGVN ra đời, ngài làm Chủ tịch HĐTS TW GHPGVN đến khi viên tịch, tác phẩm: *Kinh Phổ Hiền ; Mẹ hiền Quan Âm ; Kinh Vô Thường ; Kinh A Di Đà ; Pháp môn Tịnh độ ; Nghi thức Phật đản ; Tứ Phần Luật ; Nghi thức truyền giới Tại gia và Bồ tát Thập Thiện ; Luật Tỳ kheo ; Để trở thành người Phật tử ; Kinh Bất tăng Bất giảm ; Thường Bất Khinh Bồ tát ; Phát Bồ Đề Tâm ; Thử vạch qui chế đào tạo Tăng tài ; Nghi thức tụng niệm hàng ngày của giới Phật tử ; Điều căn bản cho người Phật tử mới quy y...*, ngài tịch vào năm Giáp Tý ngày mồng 2 tháng 3 (02-04-1984), nguyên quán Quảng Trị, trú quán TP Hồ Chí Minh - *xem thêm ở Danh Tăng Việt Nam tập 1*

- **Đinh Khắc Thuân,** PGS.TS, ông sinh năm 1952, công tác tại Viện Nghiên cứu Hán nôm-Viện Hàn lâm khoa học xã hội Việt Nam. Tác phẩm liên quan đến Phật giáo: 1. *Văn bia chùa Phật thời Lý*, Nxb Khoa học xã hội, 2011 (Thích Đức Thiện, Đinh Khắc

Thuân (chủ biên), Nguyễn Quốc Tuấn).2. *Văn bia thời Mạc*, Nxb Dương Kinh Hải Phòng, 2010, nguyên quán Hà Nam, trú quán Hà Nội.

- **Cao Huy Thuần**, Giáo sư, học đại học Luật Sài Gòn năm 1960-1965, giảng dạy đại học Huế năm 1962-1964, xuất bản tờ báo *Lập Trường* năm 1964 trước khi qua Pháp du học. Ông bảo vệ luận án Tiến sĩ tại Đại học Paris năm 1969 và làm Giám đốc *Trung tâm Nghiên cứu về Cộng đồng Châu Âu* và giảng dại tại đại học Picardie Paris 10, Luận án Ts Quốc Gia Khoa Học Chính Trị Đại Học Paris: *"Đạo Thiên Chúa và Chủ Nghĩa Thực Dân tại Việt Nam"* (Cao Huy Thuần), tác phẩm: *Thượng đế, Thiên nhiên, Người, Tôi và Ta* (Triết lý luật và tư tưởng Phật giáo). nxb TP Hồ Chí Minh, 2000 ; *Giáo sĩ thừa sai và chính sách thuộc địa của Pháp tại Việt Nam, 1857-1914*. nxb Tôn giáo, 2002 ; *Từ Đông sang Tây* (chủ biên). *nxb Đà Nẵng, 2005; Tôn giáo và xã hội hiện đại*. ncb Thuận Hóa/Phương Nam, 2006 ; *Nắng và Hoa*. nxb Văn Hóa Sài Gòn, 2006 ; *Thế giới quanh ta*. nxb Đà Nẵng, 2007; *Thấy Phật*, nxb Tri Thức 2009 ; *Khi tựa gối khi cúi đầu* (2011) ; *Chuyện trò* (2012) ; *Nhật ký sen trắng* (2014) ; *Sợi tơ nhện (2015)*. Ông nguyên quán Thừa Thiên Huế, trú quán Pháp quốc - *theo trang nhà* www.vi.wikipedia.org

- **Trần Phước Thuận**, Cư sĩ, sinh năm 1950, pháp danh Lãng Nhân, pháp hiệu Tắc Hành. Bổn sư là Trưởng lão HT Trị sự Trưởng Thiên Thai Giáo Quán tông, Thích Đạt Hảo. Cử nhân Sư phạm Văn, Cao học Dân tộc học, Nguyên Phó Chủ tịch kiêm Tổng Thư ký Liên hiệp các hội Khoa học và Kỹ thuật tỉnh Bạc Liêu. Ủy viên Ban Trị sự GHPGVN tỉnh Bạc Liêu. Phó Hiệu trưởng trường Trung cấp Phật học Bạc Liêu (năm 2001 đến nay) kiêm nhiệm Phó Ban biên tập trang Thông tin Điện tử Phật giáo Bạc Liêu (năm 2007 đến nay). Được thỉnh giảng ở nhiều trường Cao đẳng, Đại học trong và ngoài tỉnh. Nhiều lần tham dự Hội thảo khoa học, có nhiều bài tham luận mang nội dung Phật giáo như: *Góp phần tìm hiểu về sự hòa nhập giữa Thiền và Tịnh Độ; Đôi điều về Nghi lễ Phật giáo; Giáo dục Hán Nôm trong thế kỷ 18 và 19; Tín ngưỡng* *dân gian của người Khmer; Đặc điểm văn hóa Phật giáo Bạc Liêu; Thuật ngữ cổ nhạc thường dùng ở Nam bộ; Quán Âm Phật đài Bạc Liêu một công trình văn hóa tâm linh đặc sắc...* Được giao phó viết văn bia tưởng niệm Sư bà Giác Hoa (chùa Giác Hoa, tỉnh Bạc Liêu).Góp phần thực hiện và tổ chức thành công các cuộc Hội thảo mang màu sắc Phật giáo: *Sư Nguyệt Chiếu và sự nghiệp Nhạc lễ cổ truyền; Cuộc nổi dậy của nông dân Ninh Thạnh Lợi; Kỷ niệm 30 năm thành lập Giáo hội Phật giáo Việt Nam và 15 năm hình thành phát triển Phật giáo Bạc Liêu.* Viết chung và riêng, đã xuất bản trên hai mươi đầu sách: *Tìm hiểu cổ nhạc Bạc Liêu, GHPGVN tỉnh Bạc Liêu qua các thời kỳ; Đời sống văn hóa và xu hướng phát triển của người Khmer Nam bộ; Từ điển địa chí Bạc Liêu...*Có nhiều bài nghiên cứu đăng trên các tạp chí: Nghiên cứu Phật học, Văn hóa Phật giáo, Vô Ưu, Hán Nôm, Xưa và Nay, Văn hóa cơ sở, Nghiên cứu âm nhạc, Văn hóa các dân tộc, Nguồn sáng, Văn Hiến, Sân khấu, Chiêu Anh Các, Diễn đàn văn nghệ, Văn nghệ Bạc Liêu...Nhiều bằng khen, giải thưởng, bằng tuyên dương, bằng công đức...Nguyên quán và trú quán Bạc Liêu - *theo Thích Vân Phong biên khảo*

- **Trần Quang Thuận**, Cư sĩ, giáo sư, NNC sử học PG, sinh năm 1930, đệ tử HT Thích Đôn Hậu, pháp danh Tâm Đức pháp tự Trí Không, tốt nghiệp Tiến sĩ tại Anh Quốc, trở về nước ông ra làm công chức chính phủ với chức Bộ trưởng Bộ Xã hội trong chính phủ Sài Gòn. Ông đắc cử nghị sĩ Thượng viện chính quyền Sài Gòn. ông biên soạn nhiều tác phẩm về sử PG thế giới. Sau 1975, ông định cư ở Hoa Kỳ và làm chủ tịch hội ái hữu PGVN tại Hoa Kỳ, Tổng thư ký Hội đồng điều hành Tổng hội PGVN tại Hoa Kỳ, tham gia trong Hội đồng điều hành GHPGVNTN hải ngoại, tác phẩm: *Phật Giáo Nga - 2000, Phật Giáo Mỹ (Tập I) - 2000, Phật Giáo Mỹ (Tập II) - 2000, Hành Trì Phật Đạo Tại Trung Quốc - 2003, Phật Giáo Trung Hoa Dưới Thời Mao Trạch Đông - 2003, Phật Giáo Tây Tạng - 2004, Phật Giáo Trung Á - 2004, - Triết Học Chính Trị Khổng Giáo - 2004, Phật Giáo Tổng Quan - 2005,*

Hành Trì Phật Đạo Tại Thái Lan - 2006, *Phật Giáo Đại Hàn* - 2006, *Thuyết Giảng - Tranh Luận - Điều Hành* - 2006, nguyên quán Thừa Thiên Huế, trú quán Hoa Kỳ.

- **Nhật Dần Thiện Thuận** (1900 -1973), Hòa thượng, dòng Lâm Tế Chánh Tông đời 41, thế danh Lê Văn Thuận, xuất gia năm 1914 với HT Hồng Hưng Thạnh Đạo- chùa Giác Lâm, pháp danh Nhật Dần, pháp hiệu Thiện Thuận. Năm 1920, ngài thọ cụ túc giới tại trường Kỳ chùa Phú Long- Phú Nhuận. Sau khi thọ giới, ngài tham học và cầu pháp với HT Thanh Ấn- chùa Từ Ân- Phú Lâm, được pháp húy Chơn Dần, pháp hiệu Từ Hiền. Năm 1939, ngài trở về chùa Giác Lâm và kế thế trụ trì tổ đình Giác Lâm vào năm 1949. Năm 1952, ngài lập *Trường Lục Hòa* của Giáo hội Lục Hòa Tăng, lập cơ sở in ấn *Phật học Tạp chí*. Năm 1962, ngài là thành viên Hội đồng Tăng thống *Giáo hội PG Cổ Truyền Việt Nam*. Năm 1972, ngài được cử chức Viện trưởng Viện Hoằng đạo *Giáo hội PG Cổ Truyền Việt Nam*. Ngài xả báo thân ngày 26 tháng 3 năm Quý Sửu (1973) thọ 73 năm, 53 giới lạp, tháp lập nơi khuôn viên chùa Giác Lâm, nguyên quán Cần Giuộc-Long An, trú quán Gia Định - *xem thêm ở Danh Tăng Việt Nam tập 2*

- **Thích Thiện Thuận**, Đại đức, giảng sư, sinh năm 1970, trụ trì viện Chuyên tu Huệ Quang- Làng Vạn Hạnh- Bà Rịa Vũng Tàu, Phó giám đốc Trung tâm phiên dịch Hán Nôm Huệ Quang-Viện NCPHVN, Phó BTS kiêm Trưởng ban Hoằng pháp GHPGVN Bà Rịa Vũng Tàu, Thầy đã biên soạn và phiên dịch trên 20 tác phẩm,như: *Phật Tổ Đạo Ảnh* ; *Kinh Xuất Diệu* ; *Kinh Bổn Duyên* ; *Kinh Chúng Hứa Ma La Đế* ; *Kinh Pháp Cú Thí Dụ* ; *Chuyện Bách Dụ* ; *Giác Hổ Tập*...nguyên quán Châu Đốc-An Giang, trú quán Bà Rịa Vũng Tàu.

- **Nguyễn Trọng Thuật** (1883-1940), Cư sĩ, trí thức PG, pháp danh Quảng Tràng, ông xuất thân là giáo học, viết báo. Sáng lập viên Hội PGBK. Ông được Hội mời lên Hà Nội làm Thư ký toà soạn báo Đuốc Tuệ, Cư sĩ Quảng Tràng Thiệt Nguyễn Trọng

Thuật là một nhà văn, nhà báo, nhà nghiên cứu kiêm thông Nho Phật tài năng và đa dạng. Ngoài hơn 60 bài báo Nguyễn Trọng Thuật với các bút danh Quảng Tràng Thiệt, Đồ Nam Tử, Đồ Nam, ông đã viết một số chuyên đề Phật học có giá trị đăng nhiều kỳ trên báo Đuốc Tuệ như *Việt Nam Thiền tông thế hệ* (dựa vào Thiền uyển tập anh),*Việt Nam cao tăng khảo* (dựa vào *Kiến Văn Tiểu Lục* của Lê Quí Đôn), *Bình luận sách Khoá hư* và tiểu thuyết *Cô con gái Phật hái dâu* viết về Nguyên phi Ỷ Lan, bút ký *Phật lục* sau này là một phần nội dung trong *Phật Lục* của Trần Trọng Kim xuất bản năm 1940.Với bài *Nhan gian Phật giáo* đăng trên Đuốc tuệ số 55 ra ngày 15-2-1937 ông là người khởi xướng tư tưởng hân gian Phật giáo đầu tiên ở nước ta. Tiếc thay ông lâm bệnh mất sớm tại Hà Nội hưởng dương 57 tuổi, nguyên quán xã Mạn Nhuế, huyện Nam Sách, tỉnh Hải Dương.

- **Nguyễn Đăng Thục** (1908 -1999), Cư sĩ, Giáo sư, tác gia, dịch giả. Năm 1927, ông du học ở Pháp. Năm 1934, ông về nước, hợp tác xuất bản tờ *L'Avenir de la Jeunesse* tại Hà Nội. Năm 1937, ông làm Bỉnh bút cho tờ *Le Travail* rồi chuyển qua làm kỹ sư hóa học cho nhà máy dệt Nam Định. Năm 1948, ông làm Giám đốc học vụ *Trường Dân Huấn Vụ*. Năm 1949, ông về Hà Nội giảng dạy môn Triết học Đông phương tại trường *đại học Văn Khoa Hà Nội* và chủ bút tờ *Văn Hóa Tùng Biên*. Năm 1954, ông di cư vào Sài Gòn, sáng lập và làm Chủ tịch *hội Việt Nam Nghiên cứu và Liên lạc Văn hóa Á Châu*, đồng thời làm giảng viên *đại học Văn Khoa Sài Gòn*. Từ năm 1962-1965 ông là Trưởng khoa Văn học Việt Nam tại trường này. Ông là chủ bút tạp chí *Văn hóa Á Châu* và trưởng tiểu ban Văn hóa của Unesco- Liên Hiệp Quốc. Năm 1964, ông làm Khoa trưởng phân khoa Văn học và Khoa học Nhân văn *Viện đại học Vạn Hạnh Sài Gòn*. Năm 1973, ông được trao *Tiến sĩ danh dự* về những đóng góp giảng dạy chuyên khoa triết học Đông phương và PG. Kho tàng tác phẩm của ông để lại rất lớn: *Đại học (1940)* ; *Triết lý nhân sinh Nguyễn Công Trứ (1950)* ; *Tinh thần khoa học*

Đạo học (1953) ; Dân tộc tính (1956) ; Triết lý Văn hóa khái luận (1956) ; Triết học Đông phương nhập môn (1958) ; Văn hóa Việt Nam và Đông Nam Á (1961) ; Lịch sử triết học Đông phương, 5 tập (1956-1962) ; Tư tưởng Việt Nam (1964) ; Lịch sử tư tưởng Việt Nam, 4 tập (1967-1970) ; Thiền học Việt Nam (1967) ; Democracy and traditional Vietnammes society !962) ; Asian Culture and Vietnammes Humanism (1965) ; Thiền học Trần Nhân Tông (1971) ; Khóa Hư của Trần Thái Tông (1973) ; Lý Hoặc Luận của Mâu Bác (1974)..., ông mất ngày 01-06-1999 thọ 92 tuổi, nguyên quán Bắc Ninh, trú quán TP Hồ Chí Minh - *xem thêm ở Danh Tăng Việt Nam tập 2*

- **Văn Quang Thùy** (1887 -1967), Cư sĩ, tác gia, dịch giả, pháp danh Tuệ Nhuận. Năm 1921, ông làm Thông phán tại nha Quan Thuế- Hà Nội. Năm 1935, ông nghỉ việc và hoạt động phiên dịch kinh điển trong phong trào chấn hưng PG Bắc kỳ. Năm 1949, ông và chư Tăng họp lại thành lập hội *Tăng ni Chỉnh lý Bắc Việt* cùng hội *Việt Nam Phật Giáo* đặt tại chùa Quán Sứ, và hội *Phật Tử Việt Nam* tại chùa Chân Tiên, đồng xuất bản *nguyệt san Bồ Đề* (miền Bắc). Năm 1954, ông di cư vào Nam và xuất gia với HT Thiện Hòa- chùa Ấn Quang, hiệu là *Sa di Bồ tát giới Tuệ Nhuận*, tác phẩm của ông rất nhiều, được lưu hành phổ thông trong các chùa tại miền Bắc và sơn môn Vĩnh Nghiêm miền Nam, ông xả báo thân năm Đinh Mùi (1967) tại Sài Gòn, thọ 80 năm, nguyên quán Hải Dương, trú quán Sài Gòn - *xem thêm ở Danh Tăng Việt Nam tập 2*

- **Thích Thanh Thùy** (1922 -1996), Giảng sư, đệ tử HT Giác Nhiên-chùa Thuyền Tôn, pháp danh Thâm Thùy, pháp tự Thanh Thùy, pháp hiệu Thiện Sanh. Năm 1942 ông là một trong năm từ Bắc vào Huế tham dự học tăng PHĐ Tây Thiên và Báo Quốc. Năm 1950, ông là giảng sư ưu tú được hội PG Trung phần thỉnh giảng các nơi, có tài biện thuyết được bổn đạo yêu mến. Về sau ông vào Sài Gòn lập chùa Liên Hoa ở Bình Thạnh và trụ trì tại đây đến khi viên tịch, nguyên quán Hải Hậu Nam Định, trú quán TP Hồ Chí Minh - *theo Chư tôn Thiền đức&Cư sĩ hữu công Thuận Hóa*

- **Võ Đình Thụy** (1896 -1952), Cư sĩ, pháp danh Tâm Huệ. Năm 1941, ông phát tâm mua thêm đất để trùng tu mở rộng chùa Long Sơn-Khánh Hòa và sau đó gia đình ông đã dâng cúng tất cả cho hội An Nam Phật học. Việc làm đó trong giai đoạn chấn hưng đã giúp cho PG có thêm co sở hoằng dương chánh pháp, đó là công lao lớn của cư sĩ Tâm Huệ, nguyên quán Tư Nghĩa Quảng Ngãi, trú quán Nha Trang Khánh Hòa - *theo Chư tôn Thiền đức&Cư sĩ hữu công Thuận Hóa*

- **Thích Tâm Thủy**, Hòa thượng, dòng Lâm Tế Liễu Quán đời 43, thế danh Nguyễn Phước Truyền, sinh năm 1931, xuất gia năm 1944, lúc 14 tuổi với HT Trừng Thành Vạn Ân- chùa Hương Tích- Tây Hòa- Phú Yên, pháp danh Tâm Thủy. Năm 1950, ngài vào Sài Gòn học tại PHV Trung đẳng Huệ Nghiêm- Bình Chánh. Năm 1965, thọ đại giới tại giới đàn PHV Huệ Nghiêm, sau đó ngài tham học ở PHĐ Chánh Giác do HT Hành Trụ giảng dạy. Năm 1967, ngài cầu pháp với HT Hưng Từ, được pháp hiệu là Ấn Thanh và kế thừa trụ trì chùa Minh Sơn- Tuy Hòa. Năm 2002-2017, ngài được công cử làm Ủy viên HĐTS kiêm Trưởng BTS PG tỉnh Phú Yên. Năm 2012, ngài được suy cử làm Thành viên HĐCM kiêm Ủy viên Ban Tăng sự TW GHPGVN, nguyên quán trú quán Phú Yên - *theo Võ Văn Bình sưu khảo*

- **Thích Trí Thuyên** (1923 -1947), Đại đức, giảng sư, thế danh Trần Trọng Thuyên, xuất gia với tổ Chơn Trung Diệu Quang- chùa Thiên Ấn- Quảng Ngãi. Năm 1934, ngài ra Huế làm học Tăng *trường An Nam Phật học* chùa Trúc Lâm- Huế. Năm 1943, sau khi tốt nghiệp đại học PG khóa đầu tiên, ngài ở lại Huế nghiên cứu kinh điển và giảng dạy. Năm 1944, sau khi thọ đại giới, ngài được phân bổ về *Tùng lâm Kim Sơn* hoằng hóa. Năm 1946, tất cả Tăng chúng Tùng lâm Kim Sơn di tản vì chiến tranh, ngài tình nguyện ở lại giữ chùa. Năm 1947, Thực dân Pháp mở trận càn quét vùng

Lựu Bảo-Kim Sơn, ngài bị thực dân Pháp bắn hy sinh trước chánh điện chùa, lúc ấy ngài được 24 tuổi đời, 3 tuổi đạo, tháp của ngài được xây trước vườn chùa Kim Sơn, nguyên quán Quảng Ngãi, trú quán Thừa Thiên Huế - *xem thêm ở Danh Tăng Việt Nam tập 2*

- **Thích Thanh Thuyền** (1914 -1994), Hòa thượng, hệ phái Phật giáo Hoa Tông Việt Nam, thế danh Khưu Hàn Cảnh, xuất gia năm 1932 với HT Ngưỡng Tham- chùa Di Sơn Tây Thiền Tự nối pháp dòng Tào Động đời 50, được pháp danh Hoằng Chí. Năm 1934, ngài thọ Tam đàn cụ túc tại chùa Di Sơn Tây Thiền Tự với HT Viên Thông làm Đàn đầu truyền giới và được ban pháp hiệu Thanh Thuyền. Từ đây, ngài đến y chỉ tu học với HT Chứng Lượng tại chùa Trường Khánh- dòng Lâm Tế trong 10 năm. Năm 1944, nhận lời thỉnh cầu hội *Đồng hương Phúc Kiến* tại Việt Nam, ngài sang Việt Nam, khai sáng và trụ trì *chùa Nam Phổ Đà*- Chợ Lớn. Năm 1982, nhận lời thỉnh của hội PG Hoa kiều California- Hoa Kỳ, ngài được phép xuất dương hành đạo phát triển PG Hoa Tông tại Mỹ quốc. Đến nơi, ngài trụ trì chùa Nặc Ca kiêm Phó hội trưởng hội PG Ca Châu, ngài xả báo thân ngày mồng 7 tháng 5 năm Giáp Tuất (15-06-1994) thọ 80 năm, 60 tuổi đạo, nguyên quán Phúc Kiến-Trung quốc, trú quán Chợ Lớn và Hoa Kỳ - *xem thêm ở Danh Tăng Việt Nam tập 2*

- **Hoàng Thuyết** (1901 -1963), Cư sĩ, thánh tử đạo, pháp danh Hồng Lý. Ông tham gia hội An Nam Phật học trong phong trào chấn hưng, có công thành lập và xây dựng Khuôn hội PG Phú Bình, sau đó làm Gia trưởng GĐPT Hương Từ, rồi Khuôn trưởng Khuôn hội Phú Bình. Mùa Phật đản 2507-1963, chính quyền miền Nam Việt Nam đã kỳ thị tôn giáo, bắt triệt hạ cờ PG trong ngày lễ Phật đản. Cuộc đấu tranh của Phật giáo đồ bắt đầu bùng nổ với việc tự thiêu của Thượng tọa Tiêu Diêu tại Huế. Cư sĩ Hoàng Thuyết đã viết thư xin Giáo hội cho tự mổ bụng trước Tỉnh đường Thừa Thiên để đấu tranh, nhưng Giáo hội không cho phép làm việc đó. Ông lại viết một bức thư khác xin được tự thiêu. Giáo hội đồng ý nhưng phải đợi lễ tang Thượng tọa Tiêu Diêu xong. Ngày 20-8-1963, chùa Từ Đàm bị tấn công, Cư sĩ Hoàng Thuyết bị bắt và bị tra tấn dã man mấy hôm rồi thả về. Đêm 31-8-1963, sau khi đi thăm một số đạo hữu ở vùng Bao Vinh, trên đường trở về thì ông bị mất tích. Sáng hôm sau gia đình đi tìm thì thấy xác của ông bị vất xuống dòng sông trước Niệm Phật Đường Phú Bình trong tư thế nổi thẳng đứng, chứng tỏ ông bị bóp cổ trước khi thả xuống sông. Năm 1965, Giáo hội Trung phần đã tấn phong Thánh tử đạo cho Cư sĩ, nguyên quán trú quán Thừa Thiên Huế - *theo Chư tôn Thiền đức&Cư sĩ hữu công Thuận Hóa*

- **Đinh Gia Thuyết** (? -?), Cư sĩ, không rõ năm sinh năm mất, ông là thành viên *Ban tại gia Chấn hưng Phật giáo* chùa Sơn Thủy- Ninh Bình. Ông là cộng tác viên tích cực của tạp chí *Đuốc Tuệ*- cơ quan truyền bá Phật pháp của *hội Bắc kỳ Phật giáo* với nhiều chuyên luận, là những bài ông diễn giảng tại chùa Sơn Thủy- Ninh Bình: *Lịch sử chùa Sơn Thuỷ; Trương Hán Siêu với Phật giáo, Một vị Thánh tăng của Ninh Bình, Ông Sãi Cao Mên , Ba đường tu*...nguyên quán trú quán Ninh Bình - *theo NCC Nguyễn Đại Đồng sưu khảo*

Thư

- **Nguyễn Tài Thư,** sinh ngày 12-5-1935, <u>Giáo sư Tiến sĩ, chuyên ngành triết học.</u> Giải thưởng Nhà nước về khoa học năm 2016. Tác phẩm liên quan đến Phật giáo: *1. Lịch sử Phật giáo Việt Nam,* Nguyễn Tài Thư chủ biên và đồng tác giả. Nxb. Khoa học xã hội, Hà Nội, 1989. 2. *Ảnh hưởng của các hệ tư tưởng và tôn giáo đối với con người Việt Nam hiện nay,-* Nguyễn Tài Thư chủ biên và đồng tác giả. Nxb. Chính trị Quốc gia, Hà Nội, 1997, tái bản 2005, nguyên quán Đông Hòa, huyện Đông Sơn, tỉnh Thanh Hóa; trú quán: phường Cống Vị, quận Ba Đình, Tp Hà Nội.

- **Phạm Thiên Thư**, Cư sĩ, nhà thơ, ông tên thật là Phạm Kim Long, pháp danh Tuệ Không, sinh năm 1940, di cư vào Nam năm 1954. Ông xuất gia tu ở chùa Vạn Thọ- Sài Gòn (1964). Năm 1973 ông về tại gia tiếp tục làm thơ và nổi tiếng trên văn đàn vào thời kỳ trước năm 1975. Những tác phẩm của ông hầu hết đều lấy tư tưởng PG làm chủ đạo, hoặc "thi hóa kinh điển" mà ông đã chọn hướng sáng tác cho mình. Tác phẩm: *Thơ Phạm Thiên Thư* (1968) ; *Kinh Ngọc (thi hóa Kinh Kim Cương)* ; *Đoạn trường vô thanh* (1972 - được giải thưởng văn chương)* ; *Đạo Ca (nhạc Phạm Duy)* ; *Kinh Thơ (thi hóa Kinh Pháp Cú)* ; *Kinh Hiếu (thi hóa Kinh Vu Lan)* ; *Kinh Hiền (thi hóa kinh Hiền Ngu)* ;*Trại Hoa đỉnh đồi* ; *Em lễ chùa này* ; *Động hoa vàng* (1971) ; *Vua núi vua nước (2003 - tức Sơn Tinh Thủy tinh)*. Ông mở quán cà phê tên Hoa Vàng, đường Hồng Lĩnh, phường 15 quận 10. Ông nguyên quán Hải Phòng, trú quán TP Hồ Chí Minh - *theo báo Giác Ngộ số 901 và trang nhà* www.vi.wikipedia.org

- **Thích Trung Thứ** (1871 -1942), Hòa thượng, ngài thế danh Phan Trung Thứ. Năm 1890 xuất gia tại chùa Liên Tỉnh- Nam Định, pháp danh Chân Như, pháp hiệu Trung Thứ. Ngoài 40 tuổi, ngài trụ trì chùa *Bằng*- Thường Tín- Hà Tây và chùa *Sở*- quận Đống Đa- Hà Nội. Khi thì ngài khai tràng thuyết pháp ở chùa Bằng, khi ở chùa Sở, ngài cũng khai tràng thuyết pháp, tận tụy với việc hoằng pháp trọn năm suốt tháng tại hai ngôi chùa này. Năm 1934, thành lập hội *Bắc kỳ Phật giáo*, ngài nhận chức *Kỳ Túc Đạo sư*. Năm 1936, một lớp đại học PG đã khai giảng tại chùa *Bằng Sở* ở Thái Hà ấp, ngài làm Đốc giáo của trường và cúng dường tài vật cho chúng Tăng tu học. Ngài cũng được mời làm Chủ bút tờ báo *Đuốc Tuệ* của phong trào chấn hưng PG Bắc kỳ, nguyên quán Nam Định, trú quán Hà Nội - *theo Tiểu sử Danh Tăng Việt Nam tập 1*

- **Thích Như Thừa** (1880 -1926), Hòa thượng, dòng Lâm Tế Chúc Thánh đời 41, đệ tử tổ Chơn Kim, pháp danh Như Thừa, pháp tự Giải Trí, pháp hiệu Hoàng Nguyện, trụ trì chùa Viên Thông, đệ lục tôn chứng giới đàn chùa Từ Hiếu, nguyên quán trú quán Thừa Thiên Huế - *theo Chư tôn Thiền đức&Cư sĩ tiền bối hữu công PG Thuận Hóa*

- **Thích Chơn Thức** (1938 -1973), đệ tử đức Trưởng lão HT Thích Tịnh Khiết - Đệ nhất Tăng thống GHPGVNTN, pháp danh Tâm Thành, pháp hiệu Chơn Thức,. Năm 1964, làm Giám tự chùa Tường Vân-Huế, năm 1868 Đặc ủy Thanh niên, năm 1970 Đặc ủy Cư sĩ. Ngài có giọng tụng niệm rất hay, nên được thu băng phổ biến rất nhiều. Do bệnh cũ tái phát, ngài vào Sài Gòn chữa trị nhưng thị tịch ở bệnh viện Grall-Sài Gòn năm 1973, nguyên quán trú quán Thừa Thiên Huế - *theo Chư tôn Thiền đức&Cư sĩ hữu công Thuận Hóa*

- **Nguyễn Đại Thức** (1929 -1966), Cư sĩ, thánh tử đạo, huynh trưởng GĐPT, pháp danh Tâm Dũng, năm 1963, trong pháp nạn đối với PG, chứng kiến những cuộc đàn áp thẳng tay với PG đồ ông có những tâm nguyện đấu tranh cho sự bất công này. Năm 1966, trong khi cùng làn sóng người tràn vào Bộ tư lệnh Sư đoàn I để đưa thỉnh nguyện thư, ông bị một tràng tiểu liên hạ sát, lúc ấy ông 37 tuổi, là huynh trưởng Đoàn trưởng Thiếu Nam kiêm thư ký GĐPT Tịnh Bình, nguyên quán Quảng Bình, trú quán Thừa Thiên Huế - *theo Dương Kinh Thành biên khảo*

- **Thiền sư Viên Thức**, sinh ngày 12-07-1940, trụ trì Chùa Lâm Tỳ Ni- Đà Lạt. Ngài nổi tiếng là *"Dị nhân"*, thơ Thiền, Thư pháp (thơ thiền bằng tiếng Anh viết Thư pháp), hội họa thiền, điêu khắc, thông thạo hơn 10 ngoại ngữ, thong dong tự tại, vân du sơn thủy đó đây khắp thiên hạ. Từng là diễn viên chính trong bộ phim Dốc tình. Vị thiền sư - nghệ sĩ này đã từng 6 lần triển lãm tranh tại Hoa Kỳ, 2 lần tại Pháp, Hà Lan, Tp.HCM Việt Nam, nguyên quán Nam bộ, trú quán Đà Lạt - *theo Thích Vân Phong biên khảo*

- **Thích Chân Thường** (1912 -1993), Hòa thượng, dịch giả, thế danh Trần Đức Ký, xuất gia năm 1950 với tổ Trà Trung- chùa Linh Ứng- Nam Định, pháp danh Bản Như, pháp hiệu Chân Thường. Sau khi thọ đại giới, ngài đến tham học với tổ Tuệ Tạng- chùa Cồn- Nam Định. Năm 1954, ngài di cư vào Nam chuyên tu pháp môn Tịnh Độ. Năm 1958 kiến tạo An Lạc tịnh xá (tiền thân chùa

An Lạc-Sài Gòn), trong quá trình hành đạo, ngài kiến lập thêm 2 ngôi chùa ở Biên Hòa và Thủ Dầu Một. Năm 1961, ngài sang Lào hành đạo rồi sang Pháp định cư. Năm 1964, khai sáng chùa Linh Sơn- Paris, sau giao lại cho HT Huyền Vi. Năm 1968, ngài khai sơn chùa Quan Âm Paris-Pháp quốc và hành đạo tại đây cho đến cuối đời, dịch phẩm: *Chư kinh nhật tụng ; Kinh Đại Phương Tiện Phật Báo Ân ; Kinh Đại Bát Niết Bàn ; Kinh Pháp Hoa Huyền Tán ; Thế giới An Lập Đồ ; Kinh Địa Tạng ; Kinh Phổ Môn ; Kinh Vô Lượng Thọ ; Phổ Đà Sơn Dị Truyện*, ngài xả báo thân ngày mồng 5 tháng 11 năm Quý Dậu, thọ 82 năm, 42 tuổi đạo, nguyên quán Nam Định, trú quán Pháp quốc - *xem thêm ở Danh Tăng Việt Nam tập 2*

- Minh Tâm Phước Thường (1832 -1904), Hòa thượng, đệ tử tổ Tiên Giác-Hải Tịnh, còn có sách viết là Chương Tâm-Phước Thường, trụ trì chùa Tập Phước-Gò Vấp, ngài tịch ngày 20 tháng Giêng năm Giáp Thìn - *theo Biên niên sử PG Sài Gòn Gia Định*

- Tế Bổn Viên Thường (1769 -1848), Hòa thượng, vua Gia Long sắc phong trụ trì chùa Long Quang-Huế,trùng tu chùa Pháp Vân và được sắc phong Tăng cang chùa Thiên Mụ, nguyên quán Gia Định, trú quán Phú Xuân - *theo Chư tôn Thiền đức&Cư sĩ tiền bối hữu công*

Ti

- Minh Đức Bửu Tích (? -1908), Hòa thượng, dòng kệ Lâm Tế Chánh Tông đời 38, đệ tử ngài Tiên Bổn-Tịnh Cảnh, pháp danh Minh Đức, pháp hiệu Bửu Tích, Tăng cang chùa Thiên Mụ, trụ trì chùa Quốc Ân, nguyên quán chưa rõ, trú quán Thừa Thiên Huế - *theo Chư tôn Thiền đức&Cư sĩ tiền bối hữu công PG Thuận Hóa*

- **Thích Tâm Tịch** (1915 -2005) Hòa thượng, Pháp chủ GHPGVN, thế danh Nguyễn Đình Khuê, xuất gia năm 1935 với HT Thiện Bản Thông Đoan- chùa Cao Đà- Lý Nhân- Hà Nam, được pháp danh Tâm Tịch, pháp hiệu Như Sơn. Năm 1939, ngài thọ đại giới tại giới đàn chùa Quán Sứ do HT Thích Thanh Ất làm Đàn đầu truyền giới. Sau đó, ngài theo học với tổ Tuệ Tạng- chùa Cồn- Nam Định, học trường Phật học chùa Quán Sứ, chùa Bồ Đề, chùa Cao Phong... Giới đức kiêm ưu, ngài được cung thỉnh làm Hòa thượng Đàn đầu trong các giới đàn: chùa Quán Sứ- Hà Nội (1953), chùa Tế Xuyên- Hà Nam (1955), chùa Thần Quang- Hà Nội (1959), chùa Bà Đá- Hà Nội (1976), chùa Quán Sứ- Hà Nội (1978). Từ năm 1981-2001, mỗi năm tại chùa Quán Sứ sau mùa Kiết hạ, đều có khai giới đàn, ngài được thỉnh làm Đàn đầu truyền giới. Về sự nghiệp kế vãng khai lai: -Năm 1958, Giám tự tùng lâm Quán Sứ ; -Năm 1962, kế thế trụ trì chùa Cao Đà ; -Năm 1979, trụ trì chùa Bồ Đề- Hà Nội ; -Năm 1981, trụ trì chùa Quán Sứ ; -Năm 1997, viện chủ tổ đình Tế Xuyên- Hà Nam. Những trọng trách với đạo pháp- dân tộc: -Năm 1958, Ủy viên TW Hội PG Thống nhất Việt Nam kiêm Ủy viên MTTQ TP Hà Nội ; -Năm 1972, Ủy viên Ban Nghi lễ TW. -Năm 1976-1981, Ủy viên Thường trực Hội PG Thống nhất Việt Nam. -Năm 1983, Chánh thư ký Hội đồng Chứng minh GHPGVN. -Năm 1992, Phó Pháp chủ GHPGVN ; -Năm 1997, Pháp chủ GHPGVN. Ngài thị tịch ngày 26 tháng Giêng năm Ất Dậu (06-03-2005) thọ 91 năm, 66 hạ lạp, nguyên quán Nam Định, trú quán TP Hà Nội - *xem thêm ở Danh Tăng Việt Nam tập 3*

- **Thích Thanh Tích** (1881 -1964), Hòa thượng, họ Nguyễn, xuất gia với tổ Thanh Quyết- trụ trì chùa Hương Tích- Hà Đông, pháp danh Thanh Tích, pháp hiệu Phổ Minh. Năm 1945, ngài được tổ Thanh Quyết cử làm Giám viện chùa Hương. Năm 1931, được tổ truyền giao chức trụ trì chùa Hương Tích. Năm 1934, trong phong trào chấn hưng PG miền Bắc, *hội Bắc kỳ Phật giáo* được thành lập, ngài được cung thỉnh *Chứng minh đạo sư* của hội. Ngài còn có công trùng tu hơn 10 ngôi chùa lớn nhỏ và trùng san, khắc bản in các bộ kinh luật luận nổi tiếng: *Duy Ma Cật Kinh* ; *Yết Ma Chỉ Nam* ; *Giải Thâm Mật Kinh* ; *Di Đà Viên Trung* ; *Pháp Hoa Đề Cương*... nguyên quán Hà Nam, trú quán Hà Tây - *xem thêm ở Danh Tăng Việt Nam tập 1*

- **Thích Nữ Diệu Tĩnh** (1943 -1965), ni cô, thánh tử đạo, pháp danh Quảng Liên, pháp hiệu Diệu Tĩnh, trú xứ chùa Linh Sơn- Ninh Thuận, ni cô đã tự thiêu ngày 14-6-1965 để cúng dường Tam Bảo, đòi hỏi chính phủ không giữ đứng lời hứa thực hiện 4 nguyện vọng đã hứa với PG đồ, nguyên quán chưa rõ, trú quán Ninh Thuận - *theo Biên niên sử PG Sài Gòn Gia Định*

- **Lương Gia Tĩnh,** sinh năm 1950, Cư sĩ, nguyên giảng viên Triết học Trường Đại học Khoa học xã hội & Nhân văn; Thư ký BBT tạp chí Khuông Việt; Phó Viện trưởng phụ trách nghiên cứu khoa học và thế học, Uỷ viên HĐTS Giáo hội Phật giáo Việt Nam nhiệm kỳ 2012-2017. Tác phẩm liên quan đến Phật giáo: *Kinh Viên Giác luận giải* (dịch cùng Mai Xuân Hải), chưa rõ nguyên quán, trú quán Hà Nội.

- **Thích Pháp Tịnh** (1922 -2005), Hòa thượng, dòng Lâm Tế Gia Phổ đời 40, thế danh Nguyễn Văn Bốn, xuất gia năm 1938 với tổ Chánh Thành- chùa Vạn An- Cái Xếp- Sa Đéc, pháp danh Hồng Hương, pháp tự Huyền Doãn, pháp hiệu Pháp Tịnh. Năm 1941, ngài thọ đại giới tại giới đàn chùa Thới An- Cao Lãnh. Sau khi thọ giới, ngài về chùa Kỳ Viên ở quê hương tu học và cầu pháp với tổ Khánh Đức- chùa Hội Sĩ- Phước Thạnh- Cái Bè. Năm 1945, hưởng ứng lời kêu gọi toàn quốc kháng chiến, ngài theo gương các đồng môn tham gia: Phật giáo Cứu quốc Nam Bộ (1947), học khóa huấn luyện của đảng và Mặt trận Việt Minh (1948), hoạt động cách mạng vùng Cái Bè (1949)... Năm 1954, chiến tranh chấm dứt, ngài trở về chùa Kỳ Viên kế thế trụ trì. Sau năm 1975, ngài từng bước trùng tu chùa Kỳ Viên và tháp tổ. Năm 1987, ngài được Nhà nước trao tặng huân chương kháng chiến chống Mỹ hạng I. Ngài giới hạnh kiêm toàn, nên từ năm 1954 đến 2002, luôn được cung thỉnh làm Giới sư trong các giới đàn: Giáo Thọ A xà lê trong giới Long An- TP Hồ Chí Minh, Tôn chứng trong giới đàn chùa Từ Lâm,

Chứng minh trong Đại giới đàn Đôn Hậu... Ngài còn làm Tăng Giám Giáo hội Lục Hòa Tăng và Phó Ban đại diện PG huyện Cái Bè. Năm 1993, ngài làm Thiền chủ trường Hạ chùa Vĩnh Tràng- Mỹ Tho. Ngài xả báo thân ngày 27 tháng Chạp năm Ất Dậu (05-02-2005) tại chùa Kỳ Viên, thọ 83 năm, 63 tuổi đạo, nguyên quán trú quán Cái Bè-Tiền Giang - *theo TK Thích Minh Trí biên khảo*

- **Đạo Minh Phổ Tịnh** (?-1816), Hòa thượng, dòng Lâm Tế Liễu Quán đời 38, pháp húy Đạo Minh, pháp tự Viên Nhất. Năm 1874, ngài đến chùa Thuyền Tôn xin quy y với HT Đại Huê (Đại Văn) Chiến Nhiên, được đặt pháp danh Phổ Tịnh. Ngài luôn đi bên cạnh bổn sư đến khắp các chùa để làm cầu nối giữa các bậc danh Tăng, khiến cho tri thức của ngài được rộng mở. Năm 1877, ngài được bổn sư gửi sang chùa Báo Quốc để nghe HT Tế Trí-Hữu Phỉ giảng giải đạo tình, trước khi quân Trịnh chiếm kinh đô. Năm 1780, ngài được bổn sư cử đi giảng Phật pháp nhiều nơi, có lúc vào Quảng Nam- quê hương của ngài. Năm 1785, ngài tổ chức quyên góp cứu trợ đồng bào đói kém vì chiến tranh. Năm 1788, Nguyễn Huệ chiếm Phú Xuân và lên ngôi Hoàng đế Quang Trung, PG càng rơi vào điêu tàn hơn. Năm 1892, ngài và bổn sư đứng ra vận động trùng tu chùa Thuyền Tôn, ngài được giao trực tiếp điều hành công trình. Năm 1808, Hoàng hậu Hiếu Khương sắc phong ngài trụ trì chùa Thiên Thọ (Báo Quốc). Năm 1814, ngài cho đệ tử là Tánh Thiên Nhất Định hợp tác cùng các đại thần trùng tu chùa Thuyền Tôn và tháp tổ Liễu Quán. Năm 1815, ngài khai đại giới đàn tại chùa Báo Quốc và phú pháp cho 18 đệ tử mang pháp hiệu chữ "Nhất". Ngài viên tịch ngày 13 tháng 11 năm Bính Tý (1816), bảo tháp lập ở khu đất sau này là chùa Huệ Lâm, nguyên quán Duy Xuyên- Quảng Nam, trú quán Thừa Thiên Huế - *theo tư liệu Danh Tăng thế kỷ 17-19- Thích Đồng Bổn biên khảo*

- **Thích Giác Tiên** (1880 1936), Hòa thượng, dòng Lâm Tế Liễu Quán đời 42, đệ tử ngài Tâm Tịnh- chùa Từ Hiếu, pháp danh Trừng Thành, pháp hiệu Chí Thông, pháp tự Giác Tiên. Năm 1904, ngài theo bổn sư dựng am Thiếu Lâm để tu học. Năm 1913, Ni sư Diên Trường xây dựng xong ngôi chùa Trúc Lâm, cung thỉnh ngài về khai sơn và trụ trì. Năm 1929, trùng tu chùa Trúc Lâm xong, ngài vào Bình Định cung thỉnh Quốc sư Phước Huệ- chùa Thập Tháp ra làm chủ giảng. Ngài rất chú trọng việc đào tạo Tăng tài. Năm 1934, ngài cùng đệ tử Mật Khế khai giảng trường *An Nam Phật học* tại chùa Trúc Lâm, là trường đại học Phật giáo đầu tiên. Ngài có công lớn trong phong trào chấn hưng Phật giáo, nguyên quán trú quán Thừa Thiên Huế - *xem thêm ở Danh Tăng Việt Nam tập 1*

- **Thích Đồng Tiến**, Hòa thượng, dòng Lâm Tế Chúc Thánh đời 43, thế danh Huỳnh Đồng Tiến, sinh năm 1941, xuất gia năm 1949 với HT Phước Trí- chùa Từ Quang (Đá Trắng)- Tuy An, pháp danh Đồng Tiến, pháp tự Thông Hòa, pháp hiệu Viên Hạnh. Năm 1958, ngài được bổn sư cho theo học tại PHV Trung Phần Hải Đức Nha Trang. Năm 1964, ngài vào tu học tại tu viện Quảng Hương Già Lam- Gò Vấp- Gia Định. Năm 1968, thọ đại giới tại giới đàn PHV Hải Đức Nha Trang. Từ năm 1970-1975, làm hiệu trưởng trường Trung học Bồ Đề Tuy Hòa. Ngàm 1982-2007, ngài là Chánh đại diện PG huyện Sông Cầu và là Ủy viên Văn hóa Giáo dục BTS PG tỉnh Phú Yên. Năm 1996, ngài là hiệu trưởng trường Trung cấp Phật học Liễu Quán- Phú Yên. Ngài kế thừa trụ trì tổ đình Triều Tôn và tổ đình Từ Quang- Tuy An- Phú Yên, nguyên quán trú quán Phú Yên - *theo Võ Văn Bình biên khảo*

- **Thích Chính Tiến** (1928 -2010), Thượng tọa, dịch giả, giáo sư, ông xuất gia tu học ở miền Bắc và di cư vào Nam năm 1957, tu học tại chùa Giác Minh-quận 10. Năm 1959, trong đại hội PG toàn quốc kỳ III của Tổng hội PGVN, Thượng tọa được cử làm Ủy viên Từ thiện Tổng hội PG. Năm 1960, ông trụ xứ chùa Bửu Liên- Bình Thạnh và dịch thuật kinh điển. Sau pháp nạn 1963, GHPGVNTN ra đời, ông trở về tại gia làm cư sĩ hộ pháp cho tổ đình Vĩnh Nghiêm tại Sài Gòn. Năm 1980, ông sang Mỹ định cư, hộ pháp cho chùa Giác Minh ở TP San Jose và mất tại Mỹ ngày 09-01-2010, tác phẩm: *Lương Hoàng Sám* (dịch) ; *Kinh Đại Phương Tiện Báo Phụ Mẫu Trọng Ân* (dịch chung), nguyên quán Quốc Oai- Hà

Tây, trú quán Hoa Kỳ.

- **Nguyễn Hữu Tiến** (1875 -1941), Cư sĩ, nhà nho, đỗ Tú Tài, biệt hiệu Đông Châu, ông là cộng tác viên đầu tiên và liên tục nhiều năm của *tạp chí Nam Phong*. Năm 1934, báo *Nam Phong* đình bản, ông và các bạn Dương Bác Trạc, Nguyễn Trọng Thuật... tham gia nhóm *Phật học tùng thư* rồi tháng 11 năm 1934 trở thành trong những sáng lập viên *hội Phật giáo Bắc kỳ*. Ông phụ trách dạy văn cổ trong trường Hạ của hội, tham gia diễn giảng tại chùa hội quán (Quán Sứ) và chi hội PG các tỉnh, nguyên quán trú quán Hà Nội - *theo NNC Nguyễn Đại Đồng sưu khảo*

- **Nguyễn Minh Tiến**, pháp danh và bút danh Nguyên Minh, sinh năm 1961, tác gia, dịch giả, thi sĩ, NNC Phật học, ông hiện sống ở Tân Thành- tỉnh Bà Rịa Vũng Tàu, là một Gia đình Phật tử thuần thành, phần lớn biết đến ông là một nhà biên soạn kinh sách PG và các bài viết ngắn trên các tập san PG, trong đó có tờ *Nội san Đạo Uyển* mà ông là người tham gia biên tập. Bút danh Nguyên Minh được sử dụng trong trang nhà *Rộng mở tâm hồn*. Trong những công trình trước tác, nghiên cứu, dịch thuật và hiệu đính, ông có đến hàng trăm tác phẩm về PG. Tác phẩm điển hình: - Trước tác: *Về mái chùa xưa ; Vì sao tôi khổ ; Ai vào địa ngục ; Sống thiền...* - Biên soạn: *Tổng quan Kinh Đại Bát Niết Bàn ; Mục lục Đại chánh tân tu Đại tạng kinh ; Lục tổ Đại sư- con người và huyền thoại...* - Dịch thuật: *Kinh Đại Bát Niết Bàn (8 tập) ; Qui Nguyên trực chỉ ; Kinh Tỳ kheo Na Tiên...* - Hiệu đính: *Mấy thầy tu huyền bí ở Tây tạng và Mông cổ ; Mông Sơn thí thực khoa nghi ; Ba điểm tinh yếu trên đường tu tập...* nguyên quán Tư Nghĩa- Quảng Ngãi, trú quán Tân Thành- Bà Rịa Vũng Tàu - *theo trang nhà Liên Phật Hội www.lienphathoi.org*

- **Thích Phước Tiến**, Đại đức, giảng sư, thế danh Lê Thanh Tròn, sinh năm 1974, Thạc sĩ, Phó Tổng Thư Ký Viện Nghiên Cứu Phật Học, Ủy viên Ban Hoằng pháp Trung Ương Giáo hội Phật Giáo Việt Nam, Phó Ban Văn Hóa Phật Giáo Thành Phố Hồ Chí Minh.

Trụ trì tu viện Tường Vân- Bình Chánh, nguyên quán Vĩnh Long, trú quán TP Hồ Chí Minh.

- Thích Chí Tín (1924 -2013), Hòa thượng, dòng Lâm Tế Liễu Quán đời 43, thế danh Lê Văn Dụ, xuất gia năm 14 tuổi với HT Chánh Hóa- chùa Từ Hiếu, pháp danh Tâm Nhẫn, pháp tự Hành Từ, pháp hiệu Chí Tín. Năm 1940, bổn sư ngài vào trụ trì chùa Long Sơn Bát Nhã- Nha Trang, ngài theo hầu thầy về đây tu học. Năm 1947, ngài thọ đại giới tại giới đàn chùa Thiên Bửu Hạ- Ninh Hòa do HT Phước Huệ- chùa Hải Đức Nha Trang làm Đàn đầu truyền giới. Năm 1957, ngài kế vị trụ trì chùa Long Sơn đời thứ 3. Năm 1952, ngài hưởng ứng lời kêu gọi của *Giáo hội Tăng già Trung Việt,* vận động xây dựng *Tăng học đường Trung Việt* trong khuôn viên chùa Long Sơn. Năm 1956, PHV Trung Phần Nha Trang và PHV Báo Quốc- Huế nhập lại làm PHV *Cao đẳng Hải Đức Nha Trang,* ngài cùng chư tôn đức lãnh đạo trường ra sức chăm lo bước đầu cho PHV thành công, trường *Tăng học đường* cũ được ngài xây dựng thành trường *Trung học Bồ Đề Nha Trang.* Năm 1964, ngài cùng với Thượng tọa Đức Minh- Chánh đại diện PG Khánh Hòa chung sức xây dựng tượng Kim thân Phật tổ tại đỉnh đồi Trại Thủy. Năm 1982, ngài được mời làm Ủy viên Nghi lễ của Tỉnh giáo hội. Năm 1990, ngài ủng hộ phần đất trong khuôn viên chùa để xây dựng trường *Cơ bản Phật học Khánh Hòa.* Năm 1997, ngài được suy tôn Thành viên Hội đồng Chứng minh GHPGVN và làm Chứng minh BTS GHPGVN tỉnh Khánh Hòa. ngài xả báo thân ngày Rằm Trung Thu tháng 8 năm Quý Tỵ (2013) thọ 92 năm, 67 hạ lạp, nguyên quán Thừa Thiên Huế, trú quán Nha Trang- Khánh Hòa - *theo Chư tôn Thiền đức&Cư sĩ hữu công Thuận Hóa tập 3*

- Thích Nữ Diệu Tín (1918 -2016) Trưởng lão Ni, thế danh Nguyễn Thị Thêm, xuất gia năm 13 tuổi với Sư Bà Như Hạnh- (cô ruột của Ni trưởng)- Quan Âm Phật Tự - Bạc Liêu, Năm 1939, thọ Sa di và Thức xoa tại giới đàn chùa Long Phước- Bạc Liêu. Năm

1942, Ni trưởng thọ đại giới tại giới đàn chùa Phước Hưng- Cổ Cò- Sóc Trăng. Sau đó, Ni trưởng theo học ở Phật học Ni viện chùa Giác Hoa- Cái Dày- Bạc Liêu do chư HT Khánh Anh; Huệ Quang; Phổ Chiếu khai mở giảng dạy. Sau khi tốt nghiệp, Ni trưởng làm Giáo thọ chư Ni ở 2 tỉnh Bạc Liêu và Cà Mau. Từ năm 1954-1963, Ni trưởng giảng dạy các chùa Phước Hòa; chùa Vạn Đức; chùa Đại Giác ở Sóc Trăng. Năm 1964, GHPGVNTN ra đời, Ni trưởng được mời đảm nhiệm Ủy viên Ni giới trong Ban đại diện PG tỉnh An Xuyên và phụ trách khóa Hạ hằng năm tại chùa Quan Âm Cổ Tự (chùa Phật Tổ). Năm 1979, Ni trưởng tham gia *Ban Liên Lạc PG Yêu Nước* tỉnh Minh Hải. Năm 1984, Ni trưởng làm thành viên BTS GHPGVN tỉnh Minh Hải. Ni trưởng được cung thỉnh làm Yết ma A-xà-lê Ni trong các giới đàn Quan Âm (1987), Trí Tâm (1990), Thiện Tường (1995). Năm 1997, tỉnh Minh Hải tách tỉnh, Ni trưởng được phân công Phó BTS PG tỉnh Cà Mau. Từ 2002-2011, Người làm Đàn đầu Hòa thượng Ni trong 6 giới đàn liên tiếp của tỉnh hội PG 2 tỉnh tổ chức. Năm 2012, Ni trưởng là cương vị Chứng minh BTS PG tỉnh Cà Mau và Chứng minh Phân ban Ni giới của tỉnh. Ni trưởng xả báo thân ngày mồng 2 tháng Giêng năm Bính Thân (09-02-2016) tại chùa Sắc tứ Quan Âm Cổ Tự, thọ 98 năm, 78 hạ lạp, nguyên quán trú quán Cà Mau - *theo tư liệu TKN Như Thanh soạn thảo*

- **Thích Khánh Tín** (1896 -1992), Hòa thượng, dòng Lâm Tế Chúc Thánh đời 40, thế danh Phạm Quang Sứ, xuất gia năm 1908 với HT Hoằng Tịnh- chùa Phước Quang- Quảng Ngãi, pháp danh Chơn Sử, pháp tự Đạo Thị. Năm 1917, ngài được bổn sư cử trụ trì chùa Thọ Sơn- Quảng Ngãi. Năm 1920, ngài thọ cụ túc giới tại chùa Phước Quang do bổn sư làm Đàn đầu truyền giới và ban pháp hiệu Khánh Tín. Năm 1928, ngài chứng minh trụ trì chùa Cảnh Tiên ở đảo Lý Sơn. Năm 1942, ngài khai sơn chùa Hải Lâm- đảo Lý Sơn. Năm 1952, ngài được cử kế thế trụ trì tổ đình Thiên Ấn và làm Chủ tịch hội PG Cứu quốc tỉnh Quảng Ngãi. Năm 1960, ngài làm Chứng minh đạo sư *Giáo hội Tăng già* tỉnh Quảng Ngãi. Năm

1964, ngài được cung thỉnh vào Hội đồng Trưởng lão Viện Tăng thống GHPGVNTN. Năm 1970, ngài được cung thỉnh làm Đàn đầu Hòa thượng đại giới đàn chùa Tỉnh hội Quảng Ngãi. Ngài xả báo thân ngày 11 tháng 5 năm Nhâm Thân (1992) thọ 97 năm, 72 hạ lạp, nguyên quán đảo Lý Sơn- Quảng Ngãi, trú quán Quảng Ngãi - *theo Danh Tăng Việt Nam tập 3*

-Thích Mật Tín (1901 -1941), Hòa thượng, pháp danh Tâm Chơn, pháp tự Mật Tín, dòng Lâm Tế Liễu Quán đời 43, là đệ tử ngài Giác Tiên-chùa Trúc Lâm. Ngài chuyên tu pháp môn Mật tông nên thường ở chỗ vắng lặng ít giao tiếp. Do hạnh nguyện như vậy, nên khi bổn sư viên tịch, ngôi vị trụ trì chùa Trúc Lâm được sơn môn giao cho ngài nhưng ngài từ chối để chuyên tu mật hạnh, nguyên quán trú quán Thừa Thiên Huế - theo Chư tôn Thiền đức&Cư sĩ hữu công Thuận Hóa

- Thích Thiện Tín (1921 -1999), Hòa thượng, dòng Lâm Tế Gia Phổ đời 41, thế danh Lê Văn Điệp, xuất gia năm 1936 với tổ chùa Hội Phước, pháp danh Nhựt Trí, pháp hiệu Phổ Thông. Năm 1943, ngài là học Tăng PHĐ Lưỡng Xuyên. Năm 1957, ngài trụ trì chùa Phật Quang- Bến Tre. Năm 1958, ngài dự khóa "Như Lai Sứ Giả" do Giáo hội Tăng già tổ chức tại chùa Pháp Hội. Năm 1964, ngài làm Chánh đại diện GHPGVNTN tỉnh Bến Tre. Năm 1989, ngài Trưởng BTS GHPGVN tỉnh Bến Tre, ngài xả báo thân ngày 17-11-1999, thọ 79 năm, 57 hạ lạp, bảo tháp lập trong khuôn viên chùa Phật Quang, nguyên quán trú quán Bến Tre - *xem thêm ở Danh Tăng Việt Nam tập 2*

-Thích Chân Tính, Thượng tọa, tác gia, thế danh Nguyễn Sỹ Cường, sinh năm 1958, xuất gia năm 1973 làm đệ tử HT Ngộ Chân Tử- chùa Hoằng Pháp- Hóc Môn. Năm 1998, kế thế trụ trì chùa Hoằng Pháp- Hóc Môn, là một hành giả Tịnh độ theo pháp môn của HT bổn sư, Thượng tọa tổ chức nhiều khóa tu Phật thất có uy tín, đã có nhiều tác phẩm biên soạn xuất bản, nguyên quán Hà Bắc, trú quán TP. Hồ Chí Minh.

- **Hồng Căn Chí Tịnh** (1913 -1972), Hòa thượng, thế danh Nguyễn Văn Đại, xuất gia năm 1920 với HT Như Bửu Thanh Châu- chùa Phước Long- Mỹ Tho, pháp danh Hồng Căn, pháp hiệu Chí Tịnh. Năm 1932, thọ Tỳ kheo tại trường Kỳ chùa Minh Đức- Bến Tre. Năm 1935, ngài đến học trường Gia giáo chùa Vạn An do HT Chánh Thành giảng dạy. Năm 1942, ngài đến chùa Tuyên Linh học với HT Khánh Hòa và làm học Tăng trường Lưỡng Xuyên Phật học. Năm 1951-1954, ngài tham gia phong trào PG Cứu quốc Đồng Tháp Mười. Thời gian này ngài trụ trì chùa Lạc Thiện-Tân Thạch- Bến Tre và kế thế trụ trì tổ đình Phước Long- Châu Thành- Mỹ Tho. Năm 1966, ngài được cung thỉnh trụ trì chùa Phật Ân- Mỹ Tho. Năm 1972, ngài tham dự trường Hạ chùa Sùng Đức- Phú Lâm và tịch tại đây ngày mồng 6 tháng 6 năm Nhâm Tý, hưởng 59 tuổi, 40 hạ lạp. nguyên quán trú quán Mỹ Tho - *xem thêm ở Danh Tăng Việt Nam tập 2*

- **Thích Nữ Chơn Tịnh** (1935 -1984), Ni trưởng, đệ tử Sư bà Hướng Đạo-chùa Diệu Viên, pháp danh Tâm Hảo, thế danh Trương Thị Như Tuyết. Năm 1959 Ni trưởng xin học y tế tại Bệnh viện Trung ương Huế, sau khi mãn khóa về làm việc tại bệnh xá Diệu Viên do Ni trưởng Chơn Thông xây dựng. Năm 1970, Ni trưởng được cử về chăm sóc *Hoa Nghiêm Các* do Ni trưởng Giác Huệ trụ trì đã già yếu, mãi đến sau khi đất nước thống nhất năm 1975, Ni trưởng mới cải tạo thành *chùa Hoa Nghiêm* và đến 1982 mới chính thức về đây trụ trì, nguyên quán trú quán Thừa Thiên Huế - *theo Chư tôn Thiền đức&Cư sĩ hữu công Thuận Hóa*

- **Thích nữ Diệu Tịnh** (1910-1942) Trưởng lão Ni, thế danh Phạm Thị Thọ, cầu pháp với tổ Phi Lai, Như Hiển-Chí Thiền, được ban pháp danh Hồng Thọ, hiệu Diệu Tịnh. Sau thời gian theo học tại trường hạ Giác Hoa, Bạc Liêu, Ni trưởng trưởng về lại Gia Định theo học với Hòa thượng Như Quý (tổ đình Phước Tường-Thủ Đức). Năm 19 tuổi được cử về làm trụ trì chùa Hội Sơn. Năm 1930, Ni trưởng thọ giới Tỳ kheo ni tại trường Kỳ núi Điện Bà, do tổ Như Nhãn-Từ Phong làm Đàn đầu Hòa thượng và sau đó theo học với tổ Từ Phong cho đến lúc tổ viên tịch. Năm 1938, chùa Phước Long (Mỹ Tho) khai hạ, mời Sư trưởng làm Pháp sư giảng dạy trong ba tháng, cuối tháng 7 năm này, Sư trưởng ra Bắc tham cứu Luật tạng. Trên đường chu du, Sư trưởng ghé Bình Định thuyết pháp tại chùa Liên Tôn và chùa Thiên Hưng, qua Đà Nẵng viếng hội Phật học Đà Thành, đến Huế gặp cụ Lê Đình Thám và Ni trưởng Diệu Không (lúc chưa xuất gia). Đến Hà Nội, chi nhánh hội Phật học Bắc Việt mời Sư trưởng thuyết pháp tại chùa Phố Hiền- Hưng Yên. Ở kinh Bắc, Sư trưởng học Luật tại chùa Quán Sứ. Học xong, về lại miền Nam, trên đường đi ghé Huế giảng dạy Kinh Phạm Võng lược sớ cho bà Từ Cung trong hai tháng. Năm 1939, triều đình Huế ban biển vàng cho Hải Ấn Ni Tự và ban Sắc tứ cho Bình Quang Ni Tự, Phật tử Hưng Yên - Bắc Việt tặng chùa Hải Ấn đôi Liễn và bức Hoành. Năm 1940, Sư trưởng làm Giáo thọ cho Ni giới tại trường Giác Linh Tự (Sắc tứ Tân Hòa Tự-chùa Bà Ba Soàn)- Sa Đéc. Sau đó, dời về tổ đình Vạn An, nương với tổ sư Đạt Thới-Chánh Thành trọn khóa học. Trong thời gian này, Sư trưởng được *Hội Phật học Cao Miên* mời thuyết pháp tại Nam Vang- Campuchia, là vị Tỳ kheo ni đầu tiên được chư tôn đức tăng cho phép làm Giáo thọ Ni truyền giới trong các giới đàn. Ngày 30-5-1936, sư trưởng Diệu Tịnh khánh thành chùa Hải Ấn-Tân Sơn Nhì và khai trường cho Ni chúng tu học, đây là ngôi chùa Ni đầu tiên ở vùng Sài Gòn-Chợ Lớn. Năm 1938, chùa Phước Long-Mỹ Tho mở giới đàn, Sư trưởng Diệu Tịnh được làm Pháp sư kiêm Yết ma Ni. Nguyên quán Gò Công, trú quán Sài Gòn- Gia Định - *theo trang nhà www.nigioivietnam.com*

- **Điềm Tịnh** (1836 -1899), Cư sĩ, tên đời là Trần Viết Thọ, vốn là nhà Nho khoa bảng, tên tự là Sơn Phủ, hiệu là Điềm Tịnh Cư Sĩ. Ông là Chủ sự Bộ Lại, sung Cơ Mật Viện Hành Tẩu. Năm 1885, ông lãnh sứ Án Sát tỉnh Quảng Nam kiêm Đốc học tỉnh. Năm 1893, ông treo ấn từ quan. Năm 1895, ông lên chùa Từ Hiếu quy y với HT Cương Kỷ được ban pháp danh Thanh Phước, pháp tự Chu Toàn. Hằng ngày ông lên chùa Diệu Đế nghe HT Tâm Truyền giảng giải đạo lý. Ông đã cùng HT Tâm Truyền biên soạn quyển *"Báo Quốc sự lục"* cùng các trước tác khác đặt tên là *"Hàm Long Sơn Chí"* được 2 quyển. Năm 1897, ông trở về Quảng Trị lập am gọi là *"Am Cổ Tiên"* hàng ngày tu trì chú Đại Bi và niệm chuỗi cho đến khi mãn phần, nguyên quán trú quán Quảng Trị - *theo Chư tôn Thiền đức&Cư sĩ hữu công Thuận Hóa*

- Thích Đức Tịnh (1936 -1983), Thượng tọa, dòng Lâm Tế Liễu Quán đời 44, thế danh Đỗ Minh Phương, xuất gia năm 1947 tại chùa Báo Quốc- Huế với HT Trí Thủ, pháp danh Nguyên Định, pháp tự Đức Tịnh. Năm 1954, Thầy thọ đại giới tại giới đàn ở Đà Nẵng, sau đó tham gia giảng dạy tại trường *Bồ Đề Nha Trang; Bồ Đề Đà Nẵng* trong thời gia dài. Thượng tọa ra đi sau một cơn bệnh vào ngày 25 tháng 4 năm Quý Hợi (1983) tại chùa Pháp Lâm- Đà Nẵng, hưởng 49 năm, 27 hạ lạp, tháp lập tại chùa Từ Hiếu- Huế, nguyên quán Thừa Thiên Huế, trú quán Đà Nẵng - *theo Chư tôn Thiền đức&Cư sĩ hữu công Thuận Hóa tập 3*

- Thích Giác Tịnh (1929 -2008), Hòa thượng, hệ phái PG Khất sĩ Việt Nam, là một trong những đệ tử lớn của Tổ sư Minh Đăng Quang, thế danh là Huỳnh Văn Sường, năm 1958, Hòa thượng Giác Tịnh hành đạo ra miền Trung và khai sơn Tịnh xá Ngọc Nhơn-Quy Nhơn. Trong suốt hơn 53 năm hành đạo, ngài Giác Tịnh đã thu nhận đệ tử xuất gia và hướng dẫn tu học cho Phật tử tại gia rất nhiều, viên tịch năm Mậu Tý (2008), Trụ thế 79 năm. Sau lễ trà tỳ, chư tôn đức trong giáo đoàn đã thu nhặt rất nhiều xá lợi, được tôn thờ các tịnh xá trong Giáo đoàn II và Bảo tháp thờ xá lợi Tịnh xá Ngọc Nhơn, nguyên quán Tân An-Long An, trú quán Bình Định - *theo trang nhà daophatkhatsi.vn*

- Tiên Giác Hải Tịnh (Tế Giác-Quảng Châu) (1827-1869), Thiền sư, Tổ sư, Tăng cang Linh Mụ tự, Huế, tục danh Nguyễn Tâm Đoan, ngài cầu pháp với Sư tổ Thiệt Thoại-Tánh Tường, nối mạng mạch dòng Thiền Lâm Tế Gia Phổ đời thứ 36 (Tế Giác-Quảng Châu), xuất gia với Thiền sư Tổ Tông-Viên Quang, truyền đăng tục diệm pháp mạch dòng thiền Lâm Tế Chánh tông đời thứ 37 (Tiên Giác-Hải Tịnh), là một trong những bậc cao Tăng kiệt xuất, một bậc Long Tượng thiền môn, nhập trần xuất thế hạnh nguyện rời chốn kinh kỳ, về vùng đất còn hoang vu để giáo hóa độ sanh, thành tựu những việc lợi ích cho đời, rạng danh cho đạo. Đa số danh Tăng miền Tây Nam đều thọ pháp mạch của ngài. Tăng cang chùa Linh Mụ-Huế, trụ trì và trùng hưng tổ đình Giác Lâm-Gia

Định, ngài có công tổ chức các khóa thi chấn chỉnh khoa ứng phú đạo tràng đúng với đạo Phật, nguyên quán trú quán Gia Định - *theo Biên niên sử PG Sài Gòn Gia Định*

- **Thích Hải Tịnh** (1941 -1973), đệ tử HT Thiện Siêu-chùa Từ Đàm-Huế, học tăng PHĐ Báo Quốc và PHV Trung đẳng Nha Trang. Năm 1963, giảng dạy trường Bồ Đề Cao nguyên, tham gia đấu tranh pháp nạn PG bị bắn bị thương. Trong một chuyến công tác phật sự từ Sài Gòn về Ban Mê Thuột, ngài tử nạn do máy bay rơi ngày 15-02-1973, nguyên quán Thừa Thiên Huế, trú quán Cao nguyên - *theo Chư tôn Thiền đức&Cư sĩ hữu công Thuận Hóa*

- **Đặng Khánh Tình**, Đốc binh, nửa thế kỷ 19, ông là một tướng lãnh của nghĩa quân chống Pháp từ miền Trung vào Nam, cùng thời, cùng quê với anh hùng dân tộc Trương Công Định. Vì để có nơi cho dân chúng sinh hoạt Văn hóa tâm linh theo đạo Phật; và cũng để có chỗ cho nghĩa quân dễ dàng hoạt động. Theo nguyện vọng của nhân dân và yêu cầu của cuộc kháng chiến khởi nghĩa chống Pháp, ông đã kiến tạo ngôi Linh Sơn Tự (chùa Giồng Xoài). Thời gian sau, hoạt động nghĩa quân bị bại lộ, ông bị Pháp bắt, chặt bêu đầu ở chợ Gò Công (nay là thị xã Gò Công) để thị uy nhân dân và chùng chí chiến đấu của nghĩa quân. Linh vị của ông tại chùa Linh Sơn: "*Phụng vì Chủ thổ lập Tự Đốc binh Đặng Khánh Tình giác linh miêu tọa*", do cầm quyền Pháp truy lùng gắt gao đối với những ai có liên hệ đến ông, nên nhục thân không thể yên nghỉ tại chùa Linh Sơn mà mai táng với thi thể không đầu, và được ráp đầu của ông bằng sáp, mộ phần của ông ở phía sau chùa Phước Hựu (nay là xã Long Vĩnh- huyện Gò Công Tây) cũng là đất của gia tộc ông. Hiện nay linh vị ông được nhà truyền thống thuộc phòng văn hóa huyện Gò Công Tây gìn giữ, vừa để cho các nhà nghiên cứu, vừa để cho nhân dân hiểu biết về cuộc đời của ông. Cũng là để bảo quản, gìn giữ di tích người có công mở mang khai phá vùng đất Vĩnh Lợi (nay là thị trấn Vĩnh Bình- Gò Công Tây), và để nhớ ơn người sáng lập ngôi chùa đầu tiên ở vùng đất này - *theo Thích Vân Phong biên khảo*

- **Thích Như Tịnh**, Thượng tọa, dòng Lâm Tế Chúc Thánh đời 40, đệ tử của Hòa thượng Long Trí-chùa Viên Giác, cử nhân Học viện

PGVN tại TP Hồ Chí Minh, nghiên cứu lịch sử PG thiền phái Chúc Thánh, thành viên Trung tâm Nghiên cứu PGVN, kế thế trụ trì chùa Viên Giác- Hội An, tác phẩm: *Hành trạng chư Thiền đức xứ Quảng*, nxb Tôn Giáo 2008 ; *Lịch sử truyền thừa Thiền phái Lâm Tế Chúc Thánh*, nxb Phương Đông 2009, nguyên quán trú quán Quảng Nam.

- **Thích Phước Tịnh** (1945 -1975), Hòa thượng, xuất gia với HT Tâm Hướng-chùa Vạn Phước-Huế, cử nhân văn chương đại học Văn khoa Huế. Năm 1970, hiệu trưởng trường Bồ Đề Hương Từ- Hương Thủy-Huế, Giáo thọ PHV Báo Quốc và Ni viện Diệu Đức- Huế. Năm 1972, ngài vào Sài Gòn học Cao học đại học Vạn Hạnh và nghiên cứu dịch thuật trợ lý cho GS Lê Mạnh Thát, vì bệnh nan y, ngài viên tịch sớm, nguyên quán Thừa Thiên Huế, trú quán Sài Gòn - *theo Chư tôn Thiền đức&Cư sĩ hữu công Thuận Hóa*

- **Thích Phước Tịnh**, sinh năm 1947, tại Cao Lãnh, Đồng Tháp, nguyên Thiền sinh tu viện Chơn Không- Vũng Tàu, nguyên trụ trì chùa Quán Âm- TP. Đà Lạt, hiện lưu trú tại tu viện Lộc Uyển- San Diego- Hoa Kỳ. Nhà trước tác, giảng dạy Phật pháp, hướng dẫn tu tập thiền định. Hướng dẫn cho những Đạo tràng Phật tử tu học miền Nam California và các tiểu bang tại Hoa Kỳ từ năm 2003 đến hiện nay. Lãnh đạo tinh thần của tổ chức *Mắt Thương Nhìn Đời* kể từ năm 2008, nguyên quán Đồng Tháp, trú quán Hoa Kỳ - *theo Thích Vân Phong biên khảo*

- **Thích Tâm Tịnh** (1868 - 1928), Hòa thượng, thế danh Nguyễn Hữu Vĩnh, xuất gia với HT Diệu Giác-Hải Thuận- chùa Báo Quốc, ngài là một trong 9 đệ tử mang hiệu *Cửu Tâm*. Năm 1894, ngài thọ đại giới và được bổ trụ trì chùa Từ Hiếu. Năm 1904, ngài lập thảo am hiệu là *Thiếu Lâm am*- tiền thân chùa Tây Thiên sau này. Ngài có công hạnh đào tạo nên 9 đệ tử nổi tiếng mang hiệu *Cửu Giác*, và khai sơn tổ đình Tây Thiên- Huế. Ngài được vua Khải Định mến mộ, phong chức Tăng cang chùa Diệu Đế. Năm 1924, ngài tổ chức lễ Phật đản thật lớn và lập giới đàn tại chùa Diệu Đế do ngài làm Đàn đầu truyền giới. Ngài xả báo thân ngày mồng 6 tháng 4 năm Mậu Thìn (25-04-1928) thọ 60 tuổi, 32 hạ lạp. Ngài nguyên quán trú quán Thừa Thiên- Huế - *xem thêm ở Danh Tăng Việt Nam tập 2*

- **Thích Trí Tịnh** (1917 -2014), Hòa thượng, dịch giả, pháp sư, dòng Lâm Tế Gia Phổ đời 41, thế danh Nguyễn Văn Bình, xuất gia năm 1937 với HT Hồng Xứng- chùa Vạn Linh- núi Cấm- Châu Đốc, pháp danh Nhựt Bình. Năm 1940, ngài ra Huế học tại PHĐ Tây Thiên và Báo Quốc. Năm 1941, ngài thọ Sa di tại chùa Quốc Ân- Huế, được pháp sư Trí Độ đặt pháp hiệu là Trí Tịnh. Năm 1945, ngài thọ Tỳ kheo tại giới đàn chùa Long An- Sa Đéc do HT Chánh Quả làm Đàn đầu truyền giới. Năm 1948, ngài thành lập PHĐ Liên Hải- Bình Chánh và làm Giám đốc. Năm 1950, ngài ra Vũng Tàu nhập thất tĩnh tu tại chùa Linh Sơn. Năm 1953, ngài xây dựng chùa Vạn Đức ở Thủ Đức. Năm 1955, ngài khai sáng *Hội Cực Lạc Liên Hữu* tại chùa Vạn Đức.. Năm 1957, ngài làm Trị sự phó kiêm Trưởng ban Giáo dục *Giáo hội Tăng già Nam Việt*. Năm 1959, ngài làm Trị sự phó *Giáo hội Tăng già Toàn quốc*. Năm 1962, ngài làm Phó viện trưởng PHV *Trung Phần Hải Đức Nha Trang*. Năm 1964, ngài là Tổng vụ trưởng Tổng vụ Tăng sự GHPGVNTN. Năm 1966-1968, ngài làm Chánh thư ký Viện Tăng Thống GHPGVNTN. Năm 1970, ngài là Khoa trưởng Phân khoa Phật học- *Viện đại học Vạn Hạnh*. Năm 1971, ngài là Viện trưởng *PHV Huệ Nghiêm*. Năm 1973, ngài là Phó viện trưởng Viện Hóa Đạo và Chủ tịch Hội đồng phiên dịch Tam tạng Việt Nam. Năm 1981, ngài được cử làm Thành viên HĐCM kiêm Phó chủ tịch Thường trực HĐTS kiêm Trưởng ban Tăng sự TW GHPGVN. Năm 1982, ngài được suy cử Trưởng BTS Thành hội PG TP Hồ Chí Minh. Cuối năm 1984, ngài được suy cử Chủ tịch HĐTS GHPGVN. Năm 1992, ngài được suy cử Phó Pháp chủ HĐCM GHPGVN. Trong sự nghiệp truyền pháp độ sanh, ngài được cung thỉnh làm Tuyên Luật sư và Hòa thượng Đàn đầu rất nhiều đại giới đàn khắp các tỉnh thành miền Nam. Ngài đã có công trình phiên dịch đồ sộ trong sự nghiệp, như các bộ: *Kinh Pháp Hoa* ; *Kinh Hoa*

Nghiêm ; Kinh Đại Bát Nhã ; Kinh Đại Bát Niết Bàn ; Kinh Đại Bảo Tích ; Kinh Phổ Hiện Hạnh Nguyện ; Kinh Địa Tạng Bổn Nguyện ; Kinh Tam Bảo ; Tỳ kheo giới bổn ; Bồ tát giới bổn ; Kinh Pháp Hoa Cương yếu ; Kinh Pháp Hoa Thông Nghĩa ; Cực Lạc liên hữu tập ; Đường về Cực Lạc ; Ngộ Tánh Luận..., ngài xả báo thân ngày 28 tháng 2 năm Giáp Ngọ (28-03-2014) thọ 98 năm, 69 hạ lạp, nguyên quán Đồng Tháp, trú quán TP. Hồ Chí Minh - *xem thêm ở Danh tăng Việt Nam tập 3*

- **Thích Viên Tịnh** (1949 -1996), Thượng tọa, xuất gia với HT Từ Mãn-chùa Linh Sơn. Năm 1972, thọ cụ túc tại giới đàn chùa Phật Ân ở Cần Thơ. Thượng tọa được Giáo hội Lâm Đồng công cử chức Phó BTS tỉnh hội PG Lâm Đồng kiêm Chánh đại diện PG TP Đà Lạt, được HT bổn sư giao trụ trì chùa Trúc Lâm-Đà Lạt, có công trùng kiến ngôi chùa Trúc Lâm trải qua thời gian dài được tố hảo khang trang. Vì bệnh duyên, Thượng tọa viên tịch năm 1996, nguyên quán Thừa Thiên Huế, trú quán Đà Lạt Lâm Đồng - *theo Chư tôn Thiền đức&Cư sĩ hữu công Thuận Hóa*

To

- **Thích Thiện Tòng** (1891 -1964), Hòa thượng, thế danh Nguyễn Văn Thung, xuất gia với HT Phước Chí-Tâm Ba- chùa Khánh Quới- Cai Lậy, được pháp danh Thiện Tòng. Năm 1915, ngài cầu pháp với tổ Phi Lai, Như Hiển Chí Thiền- chùa Phi Lai- Châu Đốc, được pháp danh là Hồng Tòng, pháp hiệu Phổ Quảng, nối pháp dòng Lâm Tế Chánh Tông đời 40. Năm 1926, ngài được thỉnh làm pháp sư các trường hạ PG cổ truyền. Năm 1927, ngài nhận trụ trì chùa Trường Thạnh- Bến Nghé. Năm 1932, phong trào chấn hưng PG lan rộng, ngài nhận lời sư Thiện Chiếu tiếp tay cổ súy phong trào, vận động Phật tử tham gia *hội Nam kỳ Nghiên cứu Phật học* và cổ động mọi người mua báo *Từ Bi Âm*. Riêng tại chùa Trường Thạnh, ngài bắt đầu mở các lớp giáo lý. Năm 1945-1950, chùa Trường Thạnh là cơ sở cách mạng. Năm 1952, trong đại hội Phật giáo Cổ truyền tại chùa Trường Thạnh, ngài được cử làm Đại tăng trưởng *Giáo hội Lục Hòa Tăng và Lục Hòa Phật Tử*, nguyên quán Cai Lậy Tiền Giang, trú quán Sài Gòn - *xem thêm ở Danh Tăng Việt Nam tập 1*

- **Lưu Bá Tòng**, Cư sĩ, sinh năm 1956, Thạc sĩ Tôn giáo học, Phó tổng biên tập báo Người Lao Động, thành viên Ban Phật học chùa Xá Lợi, phụ trách trang nhà www,chuaxaloi.vn , nguyên quán trú quán TP Hồ Chí Minh

- **Thích Bảo Toàn** (1899 -1970), Hòa thượng, pháp danh Như Niệm, pháp tự Giải Khoan, pháp hiệu Bảo Toàn, đời 41 tông Lâm Tế, thế hệ thứ 8 pháp phái Chúc Thánh. Ngài thế danh Trang Văn Tại, sinh năm Kỷ Hợi (1899) tại làng Cẩm Phô, Hội An. Ngài cùng với bào huynh là HT.Quảng Hưng xuất gia với Hòa thượng Phước Trí tại chùa Tam Thai. Ngài trụ trì chùa Từ Vân, Đà Nẵng vào những thập niên 40 của thế kỷ XX. Năm 1957, ngài khai sơn chùa Hải Hội tại làng Mân Quang- Sơn Trà- Đà Nẵng. Kiểm Tăng GHTG Đà Nẵng (1958), tham gia tích cực trong phong trào tranh đấu Phật giáo năm 1963. Ngài viên tịch ngày 22 tháng 1 năm Canh Tuất (1970), thọ 72 tuổi. Ban đầu tháp lập tại chùa Từ Vân, về sau chùa Từ Vân suy tàn nên môn đồ thiên di về chùa Hải Hội. Đệ tử nối pháp có HT.Thích Mỹ Quang. Ngài nguyên quán Quảng Nam, trú quán Đà Nẵng - *theo Thích Như Tịnh sưu khảo*

- **Thích Diệu Toàn** (1874 -1970), Hòa thượng, thân thế chưa rõ, dòng Lâm Tế Chúc Thánh đời 40, pháp danh Chơn Vị, pháp tự Diệu Toàn, pháp hiệu Đạo Dưỡng, ngài trụ trì đời thứ 4 chùa Phước Long- Trà Cú- Trà Vinh. Năm 1962, ngài đứng ra trùng tu chùa, ngài thị tịch năm Canh Tuất (1970), thọ 97 năm, tháp lập trước vườn chùa Phước Long, nguyên quán chưa rõ, trú quán Trà

Vinh- *theo sưu khảo của Đại đức Thích Như Đạo- Trà Vinh*

- **Thích Giác Toại** (1915 -1993), Trưởng lão, hệ phái PG Khất sĩ Việt Nam, thế danh Trần Trong, Năm Định Hợi (1947), khi trưởng lão Giác An thuyết pháp tại Tịnh xá Qui Nhơn, ngài dã mời trưởng lão về hành đạo, thuyết pháp tại xã nhà. Sau đó dâng cúng đất vườn và xây dựng Tịnh xá Ngọc Hòa, năm 1965 xuất gia với trưởng lão Giác An, được pháp danh Thiện Nhơn, pháp hiệu Giác Toại, ngài được phong trưởng lão và phụ trách Phó trưởng đoàn Giáo đoàn III, ngài xả báo thân ngày mồng Một tháng 8 năm Quý Dậu, thọ 79 năm, 28 năm hành đạo, nguyên quán trú quán Bình Định - *theo trang nhà www. daophatkhatsi.vn*

- **Lê Toại** (1884 -1960), Cư sĩ, làm việc ở Sở Đốc lý Hà Nội, là một người hâm mộ đạo Phật, ông thường xuyên nghiên cứu sách Phật qua Pháp văn và Hán văn và viết các bài về việc chấn hưng Phật giáo đăng trên báo *Trung Bắc Tân Văn*. Nhóm các nhà sư Trí Hải, Thái Hòa, Vũ Đình Ứng sau khi vận động 2 sơn môn Linh Quang-Bà Đá, Hồng Phúc-Hòe Nhai tham gia chấn hưng PG không thành, đã quay ra tìm sự hợp tác của phía cư sĩ, mời 3 vị Lê Toại, Trần Văn Giác, Nguyễn Hữu Kha thành lập nhóm *Phật học Tùng thư*, Lê Toại do quen biết đã mời gọi các trí thức làm việc trong chính quyền về cùng tham gia *Phật học Tùng thư*, mở đầu cho việc tiến tới thành lập *hội Phật giáo Bắc kỳ* năm 1934. Sau khi hội thành lập, ông được cử làm Phó thủ quỹ, rồi Chánh thủ quỹ. Năm 1945 làm Trưởng ban tài chính của hội. Ông còn làm Trưởng ban bên Tại gia CHPG ở Thịnh Mai, Thanh Trì, Hà Đông. Tháng 3-1958, ông đại diện cho những người sáng lập hội PG Bắc kỳ tham gia thành lập *hội PG Thống nhất VN*, tác phẩm liên quan: *Phật học sơ giải* (1934), nguyên quán trú quán Hoàng Mai Hà Nội - *theo NNC Nguyễn Đại Đồng sưu khảo*

- **Thích Châu Toàn** (1933 -1974), Hòa thượng, đệ tử HT Mật Thể-chùa Trúc Lâm-Huế, pháp danh Nguyên Trí, pháp tự Châu Toàn, ngài vào Sài Gòn học đại học Văn Khoa và tôt nghiệp cử nhân văn chương, cùng với HT Đồng Bổn khai sơn chùa Trúc Lâm-Gò Vấp, đây là nơi lui tới của HT Nhất Hạnh khi dạy học ở PHĐ Nam Việt. Khi HT Nhất Hạnh thành lập Trừng Thanh Niên Phụng Sự Xã hội, đã mời ngài làm giám đốc. Ngài tham gia giảng dạy Việt văn ở các trường Bồ Đề Sài Gòn, Bến Tre, Chợ Lớn, Bình Dương... Khi đang thuyết giảng tại chùa Từ Nghiêm, ngài bị ngất xỉu và mất ở bệnh viện, nguyên quán Thừa Thiên Huế, trú quán Sài Gòn - *theo Chư tôn Thiền đức&Cư sĩ hữu công Thuận Hóa*

- **Thích Diệu Toàn** (1874 -1970), Hòa thượng, pháp danh Chơn Vị, pháp tự Đạo Dưỡng, pháp hiệu Diệu Toàn, đời 40 tông Lâm Tế, thế hệ thứ 7 pháp phái Chúc Thánh. Ngài họ Lê, làm đệ tử HT Hoằng Phúc, đệ Ngũ tổ sư tổ đình Thiên Ấn- Quảng Ngãi. Ngài được bổn sư phú pháp vào năm Canh Tuất (1910). Thời gian hành đạo ở Quảng Ngãi, ngài được cung thỉnh làm Dẫn thỉnh giới đàn chùa Phước Quang năm 1920 do Tăng cang Hoằng Tịnh làm Đàn đầu truyền giới và HT Khánh Anh đắc giới tại giới đàn này. Sau khi vào Nam hành đạo, ngài trụ trì đời thứ 4 chùa Phước Long- Trà Cú- Trà Vinh. Năm 1962, ngài đứng ra trùng tu chùa, ngài thị tịch năm Canh Tuất (1970), thọ 97 năm, tháp lập trước vườn chùa Phước Long, nguyên quán Quảng Ngãi, trú quán Trà Vinh. Đệ tử của ngài có: HT.Thích Giải Kinh- trụ trì chùa Viên Quang- Bình Thạnh; HT Thích Như Hòa- trụ trì chùa Phước Long- Trà Vinh- *theo sưu khảo của Đại đức Thích Như Đạo- Trà Vinh*

- **Thích Giác Toàn**, Hòa thượng, Tiến sĩ Danh dự, bút hiệu Trần Quê Hương, thế danh Lê Phước Tường, sinh năm 1949, ngài mồ côi từ bé, ấu niên xuất gia, Thường trực lãnh đạo Hệ phái Khất sĩ Việt Nam, trụ trì Tịnh xá Trung Tâm- quận Bình Thạnh, trụ trì Pháp viện Minh Đăng Quang, Phó Chủ tịch Hội đồng Trị sự Giáo hội Phật giáo Việt Nam, Ủy viên UBTƯ MTTQ Việt Nam, Phó viện trưởng Học viện Phật giáo Việt Nam. Tác phẩm: *Hương thiền Ngàn năm; Lời vàng Vi diệu –Kinh Pháp cú; Bút nở hoa thiêng; Suối về Hoa Nghiêm, Tặng phẩm Dâng đời; Thẩm mỹ Phật giáo thời Lý - Trần qua văn chương; Những sáng tác văn học của các Thiền sư thời Lý -Trần...* nguyên quán Tiền giang, trú quán TP Hồ Chí Minh.

- **Nguyễn Khoa Toàn** (1899 -1965), Cư sĩ, họa sĩ, điêu khắc gia, một Phật tử đầy nhiệt tâm với cuộc chấn hưng PG ở Huế. Ông đã để lại hơn 200 tác phẩm hội họa có phong cách Á Đông. Ông đoạt giải thưởng lớn ở cuộc thi tranh tại Paris và dự nhiều cuộc triển lãm tranh quốc tế Nhật Bản (1944); Hà Nội (1949); Thái Lan (1953); Sài Gòn (1957). Ngoài ra, ông có biệt tài về thư pháp chữ Hán, nét bút rất bay bướm. Về điêu khắc, tác phẩm ông còn để lại cho đời, chính là pho tượng Phật Thích Ca (1940) hiện thờ ở chùa Từ Đàm. Khi *hội An Nam Phật học* ở Huế hoạt động thì ông đã có mặt bên cạnh Bác sĩ Lê Đình Thám, Bác sĩ Trương Xướng và nhiều Cư sĩ ở Huế thời đó. Ông làm chức vụ Tá Lý ở Bộ Học dưới triều vua Bảo Đại, nguyên quán trú quán Thừa Thiên Huế - *theo Chư tôn Thiền đức&Cư sĩ hữu công Thuận Hóa*

- **Thích Huyền Tôn**, Hòa thượng, dòng Lâm Tế Chúc Thánh đời 41, thế danh Nguyễn Thái Long, sinh năm 1928, đệ tử tổ đệ lục Thiên Ấn tự Tăng cang Thích Chơn Trung, ngài pháp danh Như Kế, pháp tự Giải Tích, pháp hiệu Huyền Tôn, thế danh Nguyễn Thái Long Từ năm 1963 đến 1959, ngài làm Tổng thư ký hội An Nam Phật học-Huế. Ngài là Pháp chủ Giáo hội Tăng Già Trung Việt. Năm 1963 ngài cùng với HT Hội chủ Tổng hội PGVN,Ban tổ chức lễ Phật đản đến yến kiến tỉnh trưởng Thừa Thiên Huế Nguyễn Văn Đẳng phản đối lệnh cấm treo cờ PG trong ngày lễ Phật đản. Tỉnh trưởng nhận khuyết điểm của cảnh sát và cho xe phóng thanh loan báo quyết định không cấm PG treo cờ PG khắp thành phố Huế. Sau 1975, HT định cư ở Úc châu, được cung thỉnh làm Chứng minh đạo sư GHPGVNTN Úc châu&Tân Tây Lan. Tác phẩm đã in: *Chư Kinh Mật Giáo ; Kinh Vu Lan Bồn ; Kinh Đại Báo Phụ Mẫu Trọng Ân ; Kinh Hiền Kiếp Thiên Phật Danh ; Kinh Bát Đại Nhơn Giác ; 32 tướng tốt và 80 vẻ đẹp của Phật ; Du Già Diệm Khẩu Thí Thực Khoa Nghi ; Cực Tịnh Sanh Động*, nguyên nguyên quán Quảng Ngãi, trú quán Hoa Kỳ.

- **Liễu Cảnh Ấn Tông** (1804 -1890) Hòa thượng, trụ trì chùa Sắc tứ Trường Thọ, tịch ngày 24 tháng 3 năm Canh Dần 1890, chưa có thêm thông tin - *theo Biên niên sử PG Sài Gòn Gia Định*

- Toàn Đức Hoằng Tông (1779 -1843), Hòa thượng, Tổ sư. pháp danh Toàn Đức, pháp hiệu Hoằng Tông, đời thứ 37 tông Lâm Tế, thế hệ thứ 4 pháp phái Chúc Thánh. Ngài thế danh Đoàn Văn Thu, sinh ngày 20 tháng 12 năm Kỷ Hợi (1779) tại thôn Trung Tín, xã Nha Phiến, huyện Phù Ly, phủ Quy Nhơn. Ngài xuất gia đắc pháp với tổ Pháp Kiêm Minh Giác tại tổ đình Phước Lâm- Hội An. Ngài trụ trì tổ đình Vạn Đức và có công trùng tu chùa sau cuộc chiến Tây Sơn. Năm 1822, ngài quyên mộ đúc chuông dưới sự chứng minh của Hòa thượng bổn sư. Ngày 12 tháng 7 năm Canh Dần (1830), năm Minh Mạng thứ 11, ngài được triều đình ban cho Giới đao Độ điệp để tán dương công hạnh tu hành. Ngài viên tịch ngày 28 tháng 10 năm Quý Mão (1843), thọ 65 tuổi. Ngài nguyên quán tại Bình Định, trú quán tại Quảng Nam - *theo Thích Như Tịnh sưu khảo*

- Hộ Tông (1893 -1981), Hòa thượng, Trưởng lão khai sáng hệ phái Nam Tông Việt Nam, thế danh Lê Văn Giảng, ngài đậu Bác sĩ thú y và được bổ làm việc tại Campuchia. Năm 34 tuổi, ngài từ bỏ thế tục học hỏi giáo lý Nam Tông và khai sáng chùa Sùng Phước Phnômpênh. Năm 1940, ngài chính thức xuất gia và về Việt Nam xây dựng tổ đình Bửu Quang-Thủ Đức. Năm 1949, ngài cùng Cư sĩ Nguyễn Văn Hiểu lập chùa Kỳ Viên ở Bàn Cờ. Năm 1954, ngài cùng ngài Bửu Chơn tham dự hội nghị kết tập Kinh tạng Pali lần thứ 6 tại Ngưỡng Quan Yangon-Miến Điện. Năm 1957, ngài được suy cử làm Tăng thống *Giáo hội Tăng già Nguyên thủy Việt Nam*, tác phẩm: *Nhật hành của cư sĩ ; Cư sĩ thực hành ; Luật xuất gia I-II ; Vi Diệu Pháp vấn đáp ; Nền tảng Phật Giáo ; Sơ Thiền Tâm ; Thanh Tịnh Kinh ; Quỷ vương vấn đạo ; Tứ Diệu Đế ; Bát Chánh Đạo ; Pháp trích yếu ; Phật giáo chánh lời Phật thuyết ; Phép Chánh Định ; Phật Ngôn ; Thập Độ ; Triết lý về Nghiệp*, ngài viên tịch ngày 26 tháng 7 năm Tân Dậu (25-8-1981) tại chùa Bửu Long-Thủ Đức, thọ 89 tuổi, 41 tuổi đạo.nguyên quán Châu Đốc, trú quán

Phnômpênh-TP Hồ Chí Minh - *xem thêm ở Danh Tăng Việt Nam tập 1*

Tra

- **Phạm Văn Trà**, Đại tướng, Cư sĩ, sinh ngày 19-08-1935, Anh hùng Lực lượng vũ trang nhân dân Việt Nam, Tổng Tham mưu trưởng Quân đội Nhân dân Việt Nam (1995-1997), nguyên Bộ trưởng Bộ Quốc phòng Việt Nam từ năm 1997-2006, nguyên Ủy viên Bộ Chính trị Ban Chấp hành Trung ương Đảng Cộng sản Việt Nam khóa VIII, IX. Duyên Bồ đề quyến thuộc Phật pháp lâu đời, tuổi ấu thơ, ông đã từng sống trong chốn thiền môn tại quê nhà Quế Võ- Bắc Ninh. Năm 18 tuổi, ông tham gia Quân đội Nhân dân Việt Nam, từng vào sinh ra tử chiến đấu chống giặc ngoại xâm. Khi về hưu, với tâm nguyện Hộ pháp và mang lý tưởng Phật giáo Lý-Trần *"Quốc vương, Đại thần Duy trì Phật pháp",* Đại tướng Phạm Văn Trà đã đi khắp mọi miền đất nước, phát tâm xây tự viện PG với tâm nguyện mong muốn khôi phục lại thiền phái Trúc Lâm của Đức Điều Ngự Giác Hoàng Trần Nhân Tông, kế thừa và phát huy các giá trị văn hóa, tâm linh Phật giáo của thiền phái này. Hiện nay, trên cả nước có trên 50 cơ sở tự viện ớn nhỏ thuộc hệ thống Thiền viện Trúc Lâm. Trong đó, vị Đại tướng Hộ pháp huy động kiến tạo xây dựng 6 ngôi chùa ở miền Bắc và gần 10 ngôi thiền viện Trúc Lâm miền Nam. Một trong những yếu tố thúc đẩy Đại tướng đầu tư cơ sở Tự viện PG, đó là thực hiện tâm nguyện cuối đời của cố Thủ tướng Võ Văn Kiệt. Cụ Kiệt rất mong mỏi đưa văn hóa đình chùa (kiến trúc Đại Việt) vào phía Nam, vì đó là cơ sở tôn giáo nhưng lại có khả năng hòa giải, gắn kết lòng người lại với nhau, lấy chữ nhân duyên hòa hợp làm đầu. Ông được Nhà nước Việt Nam phong tặng Huân chương Hồ Chí Minh, Huân chương Quân công hạng Nhất; Huân chương Chiến công hạng Nhì và hạng Ba.Huân Chương Ítxala hạng Nhất - Huân chương cao quý của Đảng và Nhà nước CHDCND Lào (2005). Huy hiệu 50 năm tuổi

Đảng (2006), 55 năm tuổi Đảng (2012) - *theo Thích Vân Phong biên khảo*

- **Minh Tâm Thông Trạch** (1850 -1884)**,** ngài họ Nguyễn, pháp danh Thông Trạch, pháp hiệu Minh Tâm, xuất gia với tổ sư Phổ Tế ở chùa Đồng Đắc. Mấy năm sau ngài được tổ cho thụ Sa di giới. Năm 20 tuổi, ngài thụ giới Tỷ kheo tại giới đàn chùa Phúc Nhạc. Ngài được tổ Thanh Hanh chùa Vĩnh Nghiêm đang dạy dỗ Tăng ni Ninh Bình lúc đó dìu dắt, sau ngài tiếp bước bổn sư (Phổ Tế) lên pháp toà chùa Phượng Ban giảng pháp, nương mười khoa giáo, trung hưng việc Phật. Ngài thường bảo với đại chúng rằng: *"Học theo đồng tử Thiện Tài tìm thầy, hâm mộ cổ Phật Tuyết Sơn cầu pháp. Thấy người hiền thì lo sửa mình, đáng điều nhân thì không cần nhường"*.Ngài về trụ trì chùa Phúc Nhạc nỗ lực trùng tu, chùa cảnh quy mô mới mẻ, đều bởi phần rạng rỡ. Năm 1882, ngài Thông Trạch về trụ trì tổ đình Phượng Ban. Được hơn một năm, do việc đời ngày một nhiều mà người tu ngày một ít, sư phải làm việc quá sức và lâm bệnh, viên tịch ngày mồng 8 tháng Giêng năm Giáp Thân (1884), hưởng 34 tuổi, tăng lạp 14 hạ. Đệ tử là Thanh Khiết sai đại chúng dựng tháp. Tháp ghi*"Từ Hoá tháp, Tỷ khiêu tự Thông Trạch, pháp hiệu Minh Tâm Thiền sư Nhục thân Bồ tát, Thiền toạ hạ."*, nguyên quán thôn Hạ Trung Cường, xã Quần Anh, huyện Hải Hậu, tỉnh Nam Định, trú quán Ninh Bình - *theo NNC Nguyễn Đại Đồng sưu khảo*

- **Thích Giác Trang** (1933 -2008), Hòa thượng, trưởng lão hệ phái PG Khất sĩ Việt Nam, thế danh Huỳnh Hữu Thọ, xuất gia năm 1955 với trưởng lão Giác Tánh tại tịnh xá Ngọc Thành- Tân An, được pháp danh Giác Trang. Năm 1958 ngài được thọ Tỷ kheo giới tại tịnh xá Liên Trung- Thốt Nốt- Long Xuyên. Năm 1960, ngài làm trợ lý trưởng lão Giác Như trong việc thành lập Giáo đoàn II ở miền Trung. Năm 1965, ngài trụ trì và giáo hóa mỗi nơi ba tháng trong các tịnh xá từ miền Trung cho đến miền Nam. Năm 1980, ngài dừng chân du hóa và trụ trì tịnh xá Ngọc Chánh- Bình

Thạnh. Tại trụ xư này, ngài đảm nhận các chức vụ: -Thành viên Ban Kiểm Tăng THPG TP HCM. -Chứng minh và cố vấn Ban đại diện PG quận Bình Thạnh. -Thành viên Ban Từ thiện xã hội TW và TP HCM. -Cố vấn chứng minh Giáo đoàn I và hệ phái Khất sĩ Việt Nam. Năm 2002, ngài được suy cử Thành viên Hội đồng Chứng minh GHPGVN. Năm 2005, ngài sanh Hoa Kỳ chứng minh lễ khánh thành Như Lai Thiền Tự ở San Diego và sang Úc Châu chứng minh Thiền viện Minh Đăng Quang ở Sydney. Ngài xả báo thân ngày Rằm tháng Chạp năm Đinh Hợi (22-01-2008) thọ 75 năm, 50 hạ lạp, nguyên quán Tân Trụ- Long An, trú quán TP Hồ Chí Minh - *xem thêm ở Danh Tăng Việt Nam tập 3*

- **Thích Nữ Huyền Trang**, vị danh Ni *"Biệt động Sài Gòn"*, xuất gia với Trưởng lão Ni Như Hoa- Ni viện Phước Huệ- Sa Đéc, pháp danh Diệu Thông, thế danh Phạm Thị Bạch Liên, sinh năm 1931 tại làng Tân Dương, nay thuộc huyện Lai Vung, tỉnh Đồng Tháp. Song thân đều là nhà giáo, phụ thân là Hòa thượng Thích Giác Quang (Phạm Văn Vọng, khai sơn chùa Thất Bửu- Châu Thành, chùa Thất Bửu- núi Cấm, An Giang, chùa Kim Bửu- quê nhà Tân Dương- Sa Đéc) mẫu thân là Ni trưởng Diệu Tịnh (tất cả các ngôi Tự viện này đều là cơ sở nuôi dấu chiến sĩ cách mạng). Năm lên 9 tuổi xuất gia tại Ni trường Phước Huệ, cầu Trưởng lão Ni Thích nữ Như Hoa làm Hòa thượng bổn sư và được ban pháp danh Diệu Thông. Sau đó được Hòa thượng Giác Quang (thân sinh) gửi học tại Ni viện Diệu Đức- Huế. Hiện cư ngụ tại chùa Thất Bửu- thị trấn An Châu- huyện Châu Thành, An Giang (vào thời chống Mỹ cứu nước, Thích nữ Huyền Trang từng là cán bộ giao liên và trinh sát Biệt động Sài Gòn-Gia Định, trụ trì chùa Tam Bảo (số 82B đường Trần Quốc Toản, nay là đường 3-2, phường 12, quận 11, TP.HCM). Được Nhà nước tặng Huân chương Chiến công Giải phóng hạng 3; Huân chương Kháng chiến hạng nhất. Trong đội quân Biệt động Sài Gòn-Gia Định - đơn vị được tuyên dương Anh hùng lực lượng Vũ trang nhân dân, trong đó nhân vật đặc biệt chính là Ni cô Thích nữ Huyền Trang - *theo Thích Vân Phong biên khảo*

-**Thích Lệ Trang**, Thượng tọa, thế danh Lê Văn Giỏi, sinh năm 1958, ấu niên xuất gia, dòng Lâm Tế Chánh Tông đời 42, đệ tử HT

Thích Nhật Thiện- chùa Định Thành Năm 1976, thọ Tỷ kheo tại giới đàn Quảng Đức- chùa Ấn Quang. Tham học Luật với HT Bình Minh- chùa Hòa Bình, học Nho văn với HT Tuệ Đăng- chùa Kim Cương, học Nghi lễ với HT Hồng Nhơn- chùa Từ Thoàn. Ủy viên HĐTS TWGHPGVN, Phó ban Nghi lễ TW GHPGVN, Trưởng ban Nghi lễ BTS GHPGVN TP Hồ Chí Minh, trụ trì các chùa: Định Thành- quận 10- TP Hồ Chí Minh; chùa Hội Phước- Nha Mân- Đồng Tháp; chùa Huê Nghiêm 2- Quận 2- TP Hồ Chí Minh, nguyên quán trú quán TP Hồ Chí Minh.

- **Quách Thị Trang** (1948 -1963), nữ sinh, Phật tử, pháp danh Diệu Nghiêm, đoàn sinh GĐPT Minh Tâm, ngày 25-8-1963, sinh viên học sinh tổ chức biểu tình trước chợ Bến Thành phản đối chính sách bất bình đẳng tôn giáo của chế độ đệ nhất Cộng hòa. Cuộc biểu tình có hơn 5,000 người, bị cảnh sát nổ súng đàn áp, một người chết là nữ sinh Quách Thị Trang lúc ấy mới 15 tuổi, nhiều người bị thương, 250 người bị bắt, 1,380 người bị bắt đưa đến Trung tâm huấn luyện Quang Trung. Sau khi bị bắn chết, cảnh sát đem thi hài cô chôn trong nghĩa trang Tổng Tham Mưu vì muốn giấu kín cái chết này, nguyên quán Thái Bình, trú quán Sài Gòn - *theo Dương Kinh Thành biên khảo*

- **Thích Giác Tràng** (1940 -2014), Hòa thượng, hệ phái khất sĩ. Ngài thế danh Lê Hoàng, sinh năm Canh Thìn (1940) tại xã Cẩm Thanh, thành phố Hội An. Năm 1963 xuất gia với Trưởng lão Thích Giác Lý tại Tịnh xá Ngọc Cẩm, Hội An và thọ Tỷ kheo năm 1967 tại tịnh xá Ngọc Tân, Vĩnh Long. Ngài từng trụ trì các tịnh xá như: TX Ngọc Ninh, Bình Long(1969), TX Ngọc Lâm, Cam Ranh (1972), TX Ngọc Pháp, Phan Rang (1973), Phó trụ trì TX Trung Tâm, Quận 6, TP.HCM (1974). Từ năm 1975, Ngài trụ trì TX Ngọc Cẩm đến ngày viên tịch. Ngài từng đảm nhiệm: Phó Ban trị sự GHPGVN tỉnh QNĐN, Phó Ban trị sự GHPGVN tỉnh Quảng Nam, Trưởng Ban giáo dục Tăng Ni tỉnh Quảng Nam, Trưởng Ban kinh tế tài chánh GHPGVN tỉnh Quảng Nam, chứng minh hệ phái khất sĩ, Tri sự trưởng giáo đoàn 5, Thành viên HĐCM GHPGVN.

Ngài tổ chức đại trùng tu tịnh xá Ngọc Cẩm từ năm 2003 đến 2007 thì hoàn tất. Hòa thượng viên tịch ngày 23 tháng 9 năm Giáp Ngọ (2014), hưởng thọ 75 tuổi. Ngài sinh và trú quán tại Quảng Nam - *theo tư liệu Thích Như Tịnh sưu khảo*

- **Thích Hải Tràng** (1884 -1972), Hòa thượng trưởng lão, thế danh Võ Văn Nghiêm, xuất gia với HT Từ Huệ- chùa Long Hoa- Gò Vấp, pháp danh Giác Trang, pháp hiệu Hải Tràng. Năm 1913, ngài trụ trì chùa Thanh Trước- Gò Công. Năm 1922, ngài cho khắc bản in bộ kinh Pháp Hoa. Năm 1934, ngài khai sơn chùa Phổ Quang- Phú Nhuận. Năm 1951, ngài được cung thỉnh làm Chứng minh đạo sư *Giáo hội Tăng già Nam Việt*. Năm 1964, khai giảng Phật học viện Phổ Quang, đến năm 1966 đổi tên thành PHV Hải Tràng. Ngài được đề cử vào Hội đồng Trưởng lão viện Tăng thống GHPGVNTN(1964) và Phó Tăng thống (1966). Ngài thị tịch ngày 23 tháng 8 năm Nhâm Tý (30-9-1970), thọ 89 tuổi với 63 hạ lạp, nguyên quán Chợ Lớn, trú quán Phú Nhuận Gia Định - *xem thêm ở Danh Tăng Việt Nam tập 1*

- **Thích Pháp Tràng** (1898 -1984), Hòa thượng, sơn môn Thiên Thai Thiền Giáo Tông, thế danh Đồng Ngọc Tự, xuất gia với tổ Huệ Đăng tại chùa Thiên Thai- Bà Rịa, được pháp danh Trừng Tự, pháp hiệu Pháp Tràng, dòng Lâm Tế Tế Thượng đời 42. Năm 1928, ngài được bổn sư cho trụ trì chùa Khánh Long- Cai Lậy. Năm 1940, cuộc khởi nghĩa Nam kỳ bùng nổ, ngài lánh sang chùa Phước Long- Cần Thơ ẩn tu. Năm 1947, ngài cùng HT Minh Nguyệt lập Hội PG Cứu quốc huyện Cái Bè, ngài được cử làm Ủy viên Kiểm soát Ban chấp hành PG Cứu quốc Nam bộ. Năm 1949- 1950, ngài là đại biểu PG trong Mặt trận Liên Việt. Năm 1960, Mặt trận DTGPMN ra đời, ngài là Tỉnh ủy viên Mặt trận tỉnh Mỹ Tho. Năm 1978, ngài trụ trì chùa Phật Ấn-Mỹ Tho. Năm 1981, ngài là Thành viên HĐ Chứng minh TW GHPGVN, ngài viên tịch vào 17-3-1984, thọ 86 tuổi và 66 năm hành đạo, bảo tháp lập ở khuôn viên chùa Vĩnh Tràng- Mỹ Tho. Ngài nguyên quán Cai Lậy-

Tiền Giang, trú quán Mỹ Tho- Tiền Giang - *theo Danh Tăng Việt Nam tập 1*

- **Thích Vĩnh Tràng** (1881-1963), Hòa thượng, pháp danh Hồng Ty, thế danh rần Văn Ty, sinh quán tại Lai Vung, Phủ Tân Thành, An Giang (nay huyện Lai Vung, tỉnh Đồng Tháp). Trụ trì đời tứ tư tổ đình Phước Hưng (Chùa Hương)- Sa Đéc. Đệ nhất Trì tịnh giới, hạnh Đầu Đà, chuyên tu khổ hạnh, cùng thời với HT Luật sư Chánh Quả. Lập kỳ tích lưu danh hậu thế. Mùa Xuân năm Mậu Dần (1938) ngài phát nguyện bách bộ hành hương ra tận đất Bắc, chiêm bái Danh lam Thánh tích. Khi về ngài đến tổ đình Thiên Phúc Tự (chùa Thầy chân núi Sài Sơn- huyện Quốc Oai- tỉnh Hà Tây cũ, nay là xã Sài Sơn, huyện Quốc Oai, Hà Nội), chiêm bái Thánh tăng, chia sẻ Phật sự với vị trụ trì và thỉnh một chiếc mõ bằng gỗ quý, nặng khoảng 15 kg, đường kính bề ngang 1,4 m, bề dọc 70 cm. Ngài vừa đội chiếc mõ trên đầu, mỗi bước chân liền niệm Phật. Chiếc mõ được an vị và bảo lưu tại Chánh điện Phước Hưng Cổ Tự cho đến nay. Năm Kỷ Sửu (1949) giặc Pháp quyết định thiêu hủy ngôi Cổ Tự Phước Hưng với lý do nghi ngờ chùa này là cơ sở nuôi dấu chiến sĩ Cách mạng chống Pháp, nhưng nhờ đức hạnh của ngài cảm hóa giới quan chức trí thức địa phương cùng quần chúng Phật tử mà ngôi Cổ Tự thoát hỏa nạn, và danh thắng Phước Hưng được tồn tại. Năm Nhâm Dần (1962) do tuổi già sức yếu, tự biết không còn trụ thế bao lâu, ngài kiến nghị Giáo hội bổ xứ người về trụ trì ngôi Cổ Tự. Trọng Đông năm này, Hòa thượng Thích Thiện Hòa- Trị sự Trưởng Giáo hội Tăng Già Nam Việt ký quyết định bổ nhiệm đồng môn pháp lữ, Hòa thượng Thích Vĩnh Đạt làm trụ trì Phước Hưng Cổ Tự và lo hậu sự cho ngài. Duyên Ta bà quả mãn, ngài viên tịch vào ngày vía Bồ tát Quán Thế Âm, 19 tháng 2 năm Quý Mão (14-03-1963) nguyên quán Lai Vung, trú quán Sa Đéc- Đồng Tháp - *theo Thích Vân Phong biên khảo*

- **Thích Tịch Tràng** (1909 -1976), Hòa thượng, thế danh Hồ Thăng, xuất gia năm 1938 với HT Giác Tiên- chùa Trúc Lâm- Huế, pháp danh Tâm Thanh. Năm 1939, ngài đến cầu pháp với HT Minh Tịnh Nhẫn Tế- chùa Thiên Chơn- Thủ Dầu Một, được pháp hiệu Tịch Tràng. Năm 1941, ngài nhận lời mời của HT Quảng Đức về cùng trụ trì tổ đình Linh Sơn- Vạn Giã. Năm 1954, ngài xây dựng ngôi chánh điện rộng rãi và mỗi năm chư Tăng về an cư kiết hạ tại đây dưới sự dẫn dắt của hai ngài đông đảo. Năm 1964, ngài được cử làm Chánh đại diện GHPGVNTN quận Vạn Ninh- Khánh Hòa. Năm 1970, ngài được HT Trí Thủ mời giảng dạy lớp Chuyên khoa Phật học tại PHV Trung Phần Hải Đức- Nha Trang. Năm 1973, ngài được thỉnh làm Đệ tam Tôn chứng trong đại giới đàn PHV Hải Đức. Ngài xả báo thân ngày 24 tháng 5 năm Bính Thìn (1976) thọ 68 năm, 37 hạ lạp, nguyên quán Quảng Nam, trú quán Khánh Hòa - *xem thêm ở Danh Tăng Việt Nam tập 3*

- **Thích Hạnh Trân**, Hòa thượng, sinh năm 1949, dòng Lâm Tế Chúc Thánh đời 42, xuất gia với HT Huyền Tấn- tổ đình Sắc tứ Thiên Ấn- Quảng Ngãi. Ngài vào Nam trụ trì chùa Long Nguyên TP Mỹ Tho, là Phó BTS GHPGVN tỉnh Tiền Giang, Ủy viên Ban Nghi lễ TW GHPGVN, nguyên quán Quảng Ngãi, trú quán Tiền Giang.

Tri

- **Thích Hoằng Tri**, Thượng tọa, dòng Lâm Tế Gia Phổ đời 42, sinh năm 1953, đệ tử HT Trí Tịnh-chùa Vạn Đức, trụ trì tổ đình Vạn Linh-Núi Cấm Châu Đốc và chùa Vạn Đức-Thủ Đức, hành giả pháp môn Tịnh Độ, Quản trị đạo tràng Pháp Hoa và Tịnh Độ chùa Vạn Đức, tác phẩm: *Sơ cơ Tịnh nghiệp Chỉ nam*, nguyên quán Lấp Vò- Đồng Tháp, trú quán TP Hồ Chí Minh.

- **Pháp Tri** (1914 -1996), Hòa thượng, hệ phái PG Nam Tông Việt Nam, thế danh Nguyễn Thiên Tri, xuất gia năm 1955 với HT Hộ Tông- chùa Kỳ Viên, pháp danh Dhammannu Bhikkhu. Năm 1956, ngài thọ đại giới và đảm nhiệm Tổng thư ký Hội đồng Chưởng quản *Giáo hội Tăng già Nguyên thủy Việt Nam*. Năm 1963, ngài là Thành viên *Ủy ban Liên phái Bảo vệ PG*. Năm 1964, là được cung cử Phó viện trưởng Viện Hóa Đạo GHPGVNTN suốt 3 nhiệm kỳ. Năm 1969, ngài trụ trì chùa Pháp Quang- Bình Thạnh. Năm 1972, ngài khai sơn và trụ trì *Xá Lợi Phật Đài*- Thủ Đức. Năm 1982, ngài được mời làm Chứng minh Ban đại diện PG huyện Thủ Đức, ngài viên tịch vào Rằm tháng 10 năm Bính Tý (25-11-1996) thọ 82 năm, 40 tuổi đạo, nguyên quán Châu Đốc, trú quán Thủ Đức - *xem thêm ở Danh Tăng Việt Nam tập 2*

- **Thích Chánh Trí** (1918 -2016), Hòa thượng, thế danh Nguyễn Văn Phùng, xuất gia năm 1929 với HT Phước Huệ- chùa Hải Đức- Huế, pháp danh Chơn Huệ, pháp tự Chánh Trí. Năm 1935, ngài thọ đại giới tại giới đàn chùa Sắc tứ Tịnh Quang do HT bổn sư làm Đàn đầu truyền giới. Năm 1955, ngài được bổn sư phú pháp hiệu là Bích Viên. Năm 1975, ngài kế thế trụ trì chùa Hải Đức- Huế. hạnh nguyện một đời của ngài là "*Cần tảo Già Lam địa*", lúc nào ngài cũng tay tràng hạt, tay cầm chổi quét dọc đường vào chùa Hải Đức, hình ảnh ấy là biểu tượng một vị Tăng già thoát tục. Ngài xả báo thân ngày 22 tháng 3 năm Bính Thân (28-04-2016) thọ 99 năm, 72 hạ lạp, nguyên quán Quảng Trị, trú quán Thừa Thiên Huế - *theo Chư tôn Thiền đức&Cư sĩ hữu công Thuận Hóa tập 3*

- **Thích Nữ Diệu Trí** (1939 -1966), Sư cô, thánh tử đạo, thế danh Lê Thị Hiếu, pháp danh Tâm Lương. Năm 1961, ủy viên Oanh vũ Nữ Ban Hướng dẫn GĐPT tỉnh Quảng Trị. Năm 1963, xuất gia với Ni trưởng Đàm Hương tại chùa Diệu Ấn-Phan Rang và tu học tại Ni viện Diệu Quang-Nha Trang, phú trách giáo dục trại trường Mẫu giáo Kiều Đàm của GHPG tỉnh Khánh Hòa. Sư cô tự thiêu vào lúc 2 giờ sáng này 4-6-1966 trước đài Quán Thế Âm tại Ni viện Diệu Quang để phản đối chính sách kỳ thị tôn giáo của chính quyền, nguyên quán Quảng Trị, trú quán Khánh Hòa - *theo Chư tôn Thiền đức&Cư sĩ hữu công Thuận Hóa*

- **Thích Nữ Diệu Trí** (1927 -1992), Ni trưởng, xuất gia với Sư bà

Diệu Hương-chùa Diệu Đức, đắc pháp với HT Thị Bình-chùa Viên Thông, pháp danh Đồng An, pháp tự Diệu Trí. Ni trưởng vừ tu học, vừa là giáo thọ giảng dạy chư Ni tại chùa Diệu Đức. Năm 1974, Ni trưởng vào nhận chùa Sư nữ Diệu Quang ở Tam Kỳ để hướng dẫn ni chúng và tín đồ đến trọn cuộc đời tại đây, nguyên quán Thừa Thiên Huế, trú quán Tam Kỳ Quảng Nam - *theo Chư tôn Thiền đức&Cư sĩ hữu công Thuận Hóa*

- **Thích Nữ Diệu Trí** (1908 -2010), Ni trưởng xuất gia với HT Huệ Minh-chùa Từ Hiếu, pháp danh Trừng Hương, pháp tự Diệu Trí, thế danh Hồ Thị Trâm. Sau khi thô giới Ni trưởng được bổn sư ban cho một thảo am bên cạnh chùa để tu học. Năm 1944 Ni trưởng đã cải tạo thảo am thành chùa Diệu Nghiêm và trụ trì nơi đây. Năm 1970, Ni trưởng là Giám sự Ni bộ Bắc Tông Thừa Thiên. Năm 1985, Ni trưởng được cử làm Trưởng ban Ni bộ Bắc Tông Thừa Thiên. Khi trường Trung cấp Phật học tỉnh nhà được thành lập, Ni trưởng được cử là Hiệu phó. Đến khi Học viện PGVN tại Huế ra đời, Ni trưởng được mời làm Trưởng ban Bảo trợ cho Học viện, nguyên quán Quảng Trị, trú quán Thừa Thiên Huê - *theo Chư tôn Thiền đức&Cư sĩ hữu công Thuận Hóa*

- **Thích Nữ Diệu Trí** (1927 -1992), Ni trưởng, pháp danh Đồng An, hiệu Diệu Trí, đời 43 tông Lâm Tế, thế hệ thứ 10 pháp phái Chúc Thánh. Ni trưởng thế danh Võ Thị Lạc sinh năm Đinh Mão (1927) tại huyện Phú Vang, tỉnh Thừa Thiên, Huế. Ni trưởng quy y với HT Thích Diệu Khai tại chùa Viên Thông, Huế, sau đó xuất gia tại chùa Diệu Đức. Năm 1949 thọ Tỳ kheo ni tại giới đàn chùa Báo Quốc. Ni trưởng tham học và sau đó giảng dạy tại Ni trường Diệu Đức. Năm 1974, HT Thích Từ Ý mời Ni trưởng vào trụ trì chùa Diệu Quang, Tam Kỳ để tiếp độ chúng Ni và xây dựng Ni bộ tỉnh Quảng Tín. Từ đó, Ni trưởng đem hết tâm lực của mình phụng sự ngôi tam bảo Diệu Quang và nhiếp hóa chúng Ni tại Thị xã Tam Kỳ. Ni trưởng viên tịch ngày 22 tháng Chạp năm Tân Mùi (1991), hưởng thọ 65 tuổi. Nhục thân nhập tháp tại chùa Diệu Quang. Ni trưởng sinh quán Thừa Thiên, trú quán Quảng Nam - *theo tư liệu Thích Như Tịnh sưu khảo*

- **Thích Đại Trí** (1897 -1944), Hòa thượng, thế danh Huỳnh Huệ. Năm 1903, xuất gia với tổ Phước Tường Quảng Đạt- chùa Kim Long- Ninh Hòa, pháp danh Trừng Thông, pháp tự Công Thắng, pháp hiệu Đại Trí. Năm 1932, ngài vào miền Nam hành đạo trú xứ chùa Pháp Vân (chùa Bà Đầm) Phú Nhuận. Năm 1935, ngài lần lượt trụ trì các chùa Kim Long, Thiền Sơn, Linh Quang và khai sơn chùa Thiên Quang ở Diên Khánh, chùa Di Đà ở Vạn Giã. Năm 1940, ngài trùng tu tổ đình Kim Long. Năm 1941, Phật sự viên mãn, ngài phát nguyện nhập thất 3 năm tại chùa Thiên Quang và thiêu thân cúng dường Tam bảo ngay trong ngày xả thất 18 tháng 7 năm Giáp Thân (1944) trụ thế 47 tuổi, 30 năm hành đạo, nguyên quán trú quán Ninh Hòa-Khánh Hòa - *xem thêm ở Danh Tăng Việt Nam tập 2*

- **Thích Đức Trí** (1966 -2016), Thượng tọa, thế danh Võ Đình Phúc, dòng Lâm Tế Liễu Quán đời 47, xuất gia năm 1988 với HT Nhuận Thiền- chùa Đại Tùng Lâm, pháp danh Đức Trí, pháp tự Chánh Huệ, pháp hiệu Huệ Niệm. Năm 1992-1996, tốt nghiệp trường Trung cấp Phật học Bình Thuận. Năm 1993, thọ Tỳ kheo tại đại giới đàn Thiện Hòa do HT Trí Tịnh làm Đàn đầu truyền giới. Sau đó y chỉ với HT Huệ Tánh- chùa Phật Quang- Phan Thiết. Năm 1997-2001, tốt nghiệp cử nhân Học viện PGVN tại TP Hồ Chí Minh. Năm 2002-2005, tốt nghiệp Thạc sĩ Phật học tại Yuang Kuang Buddhist Instutite Center- Taiwan. Năm 2005, sang hành đạo tại Hoa Kỳ và trụ trì chùa Tam Bảo- Tulsa- Oklahoma. Tác phẩm: *Tự tánh Di Đà Duy tâm Tịnh độ (dịch)* ; *Duy Thức và Tịnh độ (dịch)* ; *Tuệ quán nẽo về Chân như (dịch)* ; *Duy Thức học đối với người Niệm Phật (dịch)* ; *Nghiên cứu Thiền tông và niệm Phật (dịch)* ; *Lược đàm Bách pháp Minh môn luận (dịch)* ; *Năm phương tiện Pháp môn niệm Phật (dịch)* ; *Vấn đề giải thoát trong Pháp môn Tịnh độ (dịch)* ; *Niệm Phật và hành Thiền theo Pháp* *môn niệm Phật; Cúng lễ Thí thực theo tinh thần kinh Nikaya ; Báo hiếu và Bồ Đề tâm.* Năm 2016, do bệnh duyên, Thượng tọa xả báo thân ngày 24 tháng 11 năm Bính Thân (22-12-2016), hưởng 51 năm, 23 hạ lạp, nguyên quán Quảng Trị, trú quán Hoa Kỳ - *theo trang nhà www.hoavouu.com*

- **Thích Giác Trí**, Hòa thượng, sinh năm 1928, xuất gia với HT Huyền Giác- chùa Tịnh Lâm- Bình Định, pháp danh Nguyên Quán, pháp hiệu Giác Trí. Sau khi bổn sư viên tịch, ngài đến cầu pháp với HT Huệ Chiếu- chùa Thiên Đức. HT Huệ Chiếu gởi ngài đến PHĐ Hưng Long tu học từ 1945 đến 1954. Năm 1957, ngài thọ Cụ túc giới tại giới đàn Nha Trang và về trụ trì chùa Long Hòa cùng trong năm này. Trước năm 1975, ngài làm Chánh đại diện GHPGVNTN huyện Phù Cát và sáng lập trường Bồ Đề Phù Cát. Ngài hóa độ nhiều đệ tử xuất gia thành tựu sự nghiệp cho PG Bình Định hiện nay. Năm 2007, ngài sang thăm Úc châu và chứng minh trường hạ Vạn Hạnh tại thủ đô Canberra, ngài nguyên quán trú quán Bình Định - *theo trang nhà www.quangduc.com*

- **Thích Nữ Huệ Trí** (1937 -1967), Sa di ni, thánh tử đạo, thế danh Nguyễn Thị Lộc Đài, 30 tuổi, tự thiêu sau chùa Tỉnh hội Phật giáo Nha Trang để phản đối chính quyền Nguyễn Văn Thiệu, chưa rõ thân thế - *theo Biên niên sử PG Sài Gòn Gia Định*

- **Thích Huệ Trí**, Hòa thượng, sinh năm 1953, Trưởng ban Pháp chế TW GHPGVN, trụ trì chùa Quang Minh-Phú Nhuận, nguyên quán Quảng Trị, trú quán TP Hồ Chí Minh.

- **Thích Kiếm Trí** (1939 -2013), Hòa thượng, hệ phái PG Hoa Tông Việt Nam, viện chủ Hoa Tạng tịnh xá, trụ trì chùa Liên Hoa, quận 11, TP Hồ Chí Minh. Trước 1975, ngài hoạt động trong Giáo hội PGVNTN khối Việt Nam Quốc Tự. Sau ngày thống nhất đất nước, ngài chuyên tu tịnh độ và hành mật tông, nguyên quán Quảng Đông Trung quốc, trú quán TP Hồ Chí Minh.

- Thích Long Trí (1928 -1998), Hòa thượng, pháp danh Chơn Ngọc, pháp tự Đạo Bảo, pháp hiệu Long Trí, đời 40 tông Lâm Tế, thế hệ thứ 7 pháp phái Chúc Thánh. Ngài thế danh Lý Trường Châu, sinh năm Mậu Thìn (1928) tại làng Minh Hương, Hội An. Xuất gia tại chùa Phước Lâm năm 1945 và là đệ tử Hòa thượng Phổ Thoại. Trụ trì chùa Viên Giác năm 1954, phó thư ký *Giáo hội Tăng già* QNĐN; Là một trong Tứ Trụ Quảng Nam trong phong trào tranh đấu Phật giáo năm 1963, Phó Đại diện Nội vụ GHPGVNTN Quảng Nam, Phó Ban trị sự GHPGVN Quảng Nam Đà Nẵng, Chánh Văn Phòng VHĐ GHPGVNTN. Ngài rất quan tâm đến sự phát triển của tổ chức GĐPT và làm Trưởng BHD GĐPT Quảng Nam qua nhiều nhiệm kỳ sau năm 1975. Ngài tánh tính khẳng khái, dám nói dám làm, luôn dấn thân vào các công tác Phật sự khó khăn. Ngài viên tịch ngày 13 tháng 9 năm Mậu Dần (1998), thọ 71 tuổi. Đệ tử xuất gia có các vị thành danh như: Cố HT Thích Tâm Thanh; HT.Thích Như Điển... Ngài nguyên quán trú quán tại Quảng Nam - *theo Thích Như Tịnh sưu khảo*

- Cư sĩ Minh Trí (1886 -1958), người sáng lập hệ phái *Tịnh độ Cư sĩ Phật hội Việt Nam*, được tôn vinh Đức Tông sư Minh Trí, tục danh là Nguyễn Văn Bồng, quê quán xã Tân Mỹ (Rạch Dông), tỉnh Sa Đéc (nay thuộc xã Tân Mỹ, huyện Lấp Vò, tỉnh Đồng Tháp). Năm 29 tuổi, ông thoát ly gia đình, dùng phương tiện Đông y Nam dược, xem mạch bóc thuốc điều trị thân bệnh, dùng giáo lý Tứ đế, 37 phẩm trợ đạo để trị liệu tâm bệnh, khuyến khích mọi người đối nhân xử thế luân thường theo kim chỉ nam *"Kinh Thiện Sinh"*, muốn giải thoát sinh tử thì Niệm Phật cầu vãng sanh, tông chỉ Tịnh Độ Cư sĩ *"Phúc Tuệ Song Tu"*. Tu Phúc, tích cực trong Từ thiện xã hội, gìn giữ, phát huy truyền thống Y học Dân tộc Cổ truyền; Tu Huệ, Niệm Phật cầu vãng sanh, chuyên trì tụng các Kinh A Di Đà, Vô Lượng Thọ, Quán Vô Lượng Thọ... Để hợp pháp hóa trong việc hành đạo, giấy phép thành lập Giáo hội đã ban hành, ngày chuẩn phê là 20-2-1934, ông phải lên Chợ Lớn nhiều lần để bàn tính công việc xây cất Hội quán mới, trả Hội quán cũ là chùa Hưng Long cho chủ cũ (chỉ bàn tính chớ chưa có đất). Ngày 30-7-1934, Giáo hội được sự phê chuẩn của chánh phủ Pháp, chấp thuận cho ông cùng phái đoàn Trung ương đi khắp lục tỉnh để phát phái quy y Tam Bảo. Cũng trong năm này đệ tử của ông là bà Quách Thị Mười, điền chủ tại Phú Định hiến đất cất Hội quán Trung ương. Năm 1936, ông bàn tính với Ban Trị sự Trung ương lo giấy phép xin xuất bản tờ *tạp chí Pháp Âm Phật học* làm cơ quan ngôn luận của Giáo hội trong sự truyền giáo. Năm 1937, tờ *Nguyệt san Pháp Âm Phật học* Số 1 ra đời. Từ đó, Tịnh độ Cư sĩ Phật hội Việt Nam, góp phần trong công cuộc chấn hưng PGVN. Tổ chức này từng bước hình thành và phát triển khắp cả Nam bộ, *Tịnh độ Cư sĩ Phật hội Việt Nam* có 206 hội quán, cũng là 206 phòng thuốc Nam phước thiện ở 21 tỉnh, thành phố; gần 1,5 triệu tín đồ, 4.800 chức sắc, chức việc, 350.000 hội viên; gần 900 Lương y, huấn viên y khoa, y sĩ, y sinh; trên 3.000 người làm công việc chế biến thuốc. Duyên Ta bà quả mãn, Cư sĩ vãng sanh ngày 23 tháng 8 năm Mậu Tuất (05-10-1958), thọ 73 xuân - *theo Thích Vân Phong biên khảo*

- **Thích Minh Trí** (1908 -1973), Pháp danh Như Lâm, pháp hiệu Minh Trí, đời 41 tông Lâm Tế, thế hệ thứ 8 pháp phái Chúc Thánh. Ngài thế danh Võ Đắc Tuyên, sinh năm Mậu Thân (1908) tại thôn Tứ Câu, Điện Ngọc, Điện Bàn, Quảng Nam. Ngài theo Tây học nên có một thời gian làm Thông phán tại Đà Nẵng. Ngài quy y với Hòa thượng Bích Liên, sau đó xuất gia với Hòa thượng Trí Hữu. Năm 1960 thọ Tỳ kheo tại Ấn Quang và được Hòa thượng Thiện Hòa cho pháp hiệu Minh Trí. Ngài tham gia tích cực phong trào tranh đấu Phật giáo năm 1963 tại Quảng Nam, trụ trì chùa Giáo hội Điện Bàn năm 1974 và khai sơn chùa Minh Giác- Điện Bàn năm 1973 (chùa nay không còn). Ngài tu tập theo tinh thần kinh Pháp Hoa và có chép một bản *kinh Pháp Hoa* bằng chữ Việt rất đẹp để lưu lại cho hậu thế. Ngài viên tịch ngày 13 tháng 12 năm Quý Sửu (1973), nhập tháp tại vườn tháp chùa Long Tuyền. Ngài nguyên quán trú quán tại Quảng Nam - *theo Thích Như Tịnh sưu khảo*

- **Tánh Thông Nhất Trí** (?) Thiền sư, họ Lê. Ngài có người em cũng xuất gia (Tánh Hoạt-Huệ Cảnh). Theo Hàm Long Sơn chí, Thiền sư Tánh Thông-Nhất Trí được ghi ở thứ 13, trong khi Thiền sư Tánh Khoát (thường gọi Tánh Hoạt, bởi kỵ húy Võ vương

Nguyễn Phúc Khoát) Đức Giai được ghi ở thứ 28. Gia phả họ Lê, đệ nhị phái ở La Chữ đã ghi ngài Tánh Thông-Nhất Trí thuộc thế đệ nhị trong phái, ngài đã từng làm quan *"Đại phu đại lý tự, Tri phủ, Trung Thanh Bá Lê Công Diễn, hồi nhập Phật đạo nguyên lưu tam thập cửu thế, Linh Mụ tự Tăng Cang, Trùng kiến Kim Tiên tự, Pháp húy Tánh Thông hiệu Nhất Trí A Xà Lê"*. Ngài đã đắc pháp với Thiền sư Đạo Minh-Phổ Tịnh tại Tổ Đình Báo Quốc, Huế. Bia tháp tại Kim Tiên tự khắc: *"Sắc tứ Thánh Duyên tự Trụ trì, sung Linh Mụ tự Tăng Cang, Trùng kiến Kim Tiên tự; húy Tánh Thông hiệu Nhất Trí Hòa thượng"* - *theo Thích Vân Phong biên khảo*

- Thích Phổ Trí (? -1945), Hòa thượng, pháp danh Chơn Huệ, pháp tự Đạo Nhật, pháp hiệu Phổ Trí, đời thứ 40 tông Lâm Tế, thế hệ thứ 7 pháp phái Chúc Thánh. Ngài thế danh Lê Văn Sự (Sạ), sinh quán tại xã An Bình, huyện Lễ Dương, phủ Thăng Bình, Quảng Nam. Ngài xuất gia với tổ Vĩnh Gia tại Phước Lâm. Sau khi đắc pháp, ngài vào hành đạo tại chùa Văn Thánh- Thị Nghè, được Sơn môn cung thỉnh làm Yết-ma tại Gia Định. Năm 1928, ngài làm Chánh chủ kỳ giới đàn chùa Từ Vân- Đà Nẵng. Năm 1934, ngài kế thừa trụ trì tổ đình Phước Lâm sau khi Hòa thượng Phổ Minh viên tịch. Ngài bị giặc Pháp sát hại tại chùa vào ngày 25 tháng 3 năm Đinh Hợi (1947). Ngài nguyên quán trú quán Quảng Nam - *theo Thích Như Tịnh sưu khảo*

- Thích Phước Trí (1867 -1932), Hòa thượng, Trưởng Lão, pháp danh Chơn Pháp, pháp tự Đạo Diệu, pháp hiệu Phước Trí, đời thứ 40 tông Lâm Tế, thế hệ thứ 7 pháp phái Chúc Thánh. Ngài thế danh Nguyễn Văn Diệu, sinh năm Đinh Mão (1867) tại xã Mỹ Khê, huyện Hòa Vang, tỉnh Quảng Nam (nay thuộc phường An Hải, quận Sơn Trà, Đà Nẵng). Năm Tự Đức 28, Ất Hợi (1875) ngài xuất gia với thiền sư Ấn Thanh Chí Thành tại chùa Linh Ứng. Năm Ất Mùi (1895), ngài được cử làm Tăng mục chùa Linh Ứng. Năm Giáp Thìn (1904), ngài được triều đình cử làm trụ trì chùa Linh Ứng. Trụ trì tại đây được 4 năm, ngài được bổn đạo mời ra Huế trùng tu lại chùa Sắc tứ An Hội và hành đạo tại đất Thần kinh một thời gian dài. Năm Mậu Thìn (1928), ngài được triều đình Sắc phong Tăng cang Tam Thai - Linh Ứng nhị tự. Cũng trong năm này, thiền sư Quảng Hưng kiến khai giới đàn tại chùa Từ Vân- Đà Nẵng và cung thỉnh ngài làm Đường đầu Hòa thượng. Ngài là người tinh thông kinh luật, thường thọ trì kinh Hoa Nghiêm tại động Tàng Chơn. Ngài viên tịch vào ngày mồng 2 tháng Chạp năm Nhâm Thân (1932), hưởng thọ 66 tuổi. Bảo tháp được lập tại khu vực Thủy sơn. Đệ tử của ngài có những vị nổi danh như: Như Thông Tôn Nguyên: trụ trì chùa Linh Ứng- Ngũ Hành Sơn; Như Tiến Quảng Hưng: khai sơn chùa Từ Vân- Đà Nẵng và chùa Pháp Bảo- Phan Thiết. Đệ tử cầu pháp có các vị: Chơn Tá Tôn Bảo: trụ trì chùa Vu Lan- Đà Nẵng; Trừng Kệ Tôn Thắng: khai sơn chùa Phổ Đà- Đà Nẵng là những vị danh tăng của Phật giáo Đà Nẵng thời cận đại. Ngài nguyên quán trú quán tại Đà Nẵng - *theo Thích Như Tịnh sưu khảo*

- **Thích Phước Trí** (1919 -2002), Hòa thượng, dòng Lâm Tế Chúc Thánh đời 42, thế danh Huỳnh Hữu Ân, xuất gia năm 1935 với tổ Thiền Phương- tổ đình Phước Sơn, pháp danh Thị Tín, pháp tự Hành Giải, pháp hiệu Phước Trí. Năm 1936, ngài tham học tại PHĐ Tây Thiên và Báo Quốc do Pháp sư Trí Độ làm Giám đốc. Năm 1947, ngài thọ đại giới tại giới đàn chùa Bảo Sơn do HT Vạn Ân làm Đàn đầu truyền giới. Năm 1951, ngài kế thế trụ trì tổ dình Phước Sơn. Năm 1954-1963, ngài là Thư ký Giáo hội Tăng già tỉnh Phú Yên. Năm 1962, ngài kiêm trụ trì chùa Triều Tôn. Năm 1964, ngài giữ chức Đặc ủy Tăng sự GHPGVNTN tỉnh Phú Yên. Năm 1967-1969, ngài làm Giáo thọ PHV Bảo Tịnh- Phú Yên. Năm 1985, ngài kiêm nhiệm trụ trì tổ đình Sắc tứ Từ Quang (Đá Trắng). Năm 1989-2002, ngài được cung thỉnh làm Chứng minh BTS PG tỉnh Phú Yên, ngài xả báo thân ngày 23 tháng 9 năm Nhâm Ngọ (18-10-2002) thọ 83 năm, 55 hạ lạp, tháp lập tại chùa Triều Tôn, nguyên quán trú quán Phú Yên - *xem thêm ở Danh Tăng Việt Nam tập 3*

- **Thích Thanh Trí** (1919 -1984), Hòa thượng, thế danh Hồ Văn Liêu, đệ tử HT Trừng Diên-chùa Từ Hóa-Huế, pháp danh Tâm Tuệ, pháp hiệu Thanh Trí. Năm 1942, ngài làm Tri sự tổ đình Báo Quốc. Năm 1953, ngài cùng chư tôn đức sáng lập trường Bồ Đề Hàm Long, đến năm 1957, trường được phát triển thành bậc Trung học. Năm 1964, GHPGVNTN ra đời, ngài là Đặc ủy Tài chánh kiến thiết PG Thừa Thiên Huế. Năm 1972, ngài làm Chánh đại diện GHPGVNTN tỉnh Thừa Thiên Huế kiêm Giám tự *Phật học viện Báo Quốc*. Năm 1982, GHPGVN thành lập, ngài làm Trưởng BTS GHPGVN tỉnh Thừa Thiên kiêm Chánh đại diện Thành hội PG TP Huế, Đám tang HT Trí Thủ vừa xong, thì ngài cũng viên tịch sau đó 10 ngày tại tu viện Quảng Hương Già Lam, thọ 66 tuổi với 40 hạ lạp, kim quan ngài đưa về Huế nhập tháp tại chùa Báo Quốc, nguyên quán trú quán Thừa Thiên Huế - *xem thêm ở Danh Tăng Việt Nam tập 1*

- **Thích Thật Trí** (1919 -2007), Hòa thượng, thế danh Nguyễn Thí, xuất gia năm 1955 với HT Bích Nguyên- chùa Linh Sơn Đà Lạt, pháp danh Không Tâm, pháp tự Thật Trí. Năm 1958, ngài thọ đại giới với HT bổn sư và làm Tri sự chùa Linh Sơn. Khoảng năm 1960, ngài làm Phật sự ở chùa Linh Quang và hội ngộ Thiền sư Nhất Hạnh, mời ngài về thăm viếng Phương Bối Am ở Bảo Lộc. Năm 1965, ngài về chùa Pháp Vân- Phú Thọ- Gài Gòn, chung lo Phật sự xây dựng trường Thanh niên Phụng sự Xã hội tại đây do HT Nhất Hạnh sáng lập. Năm 1967, ngài chính thức trụ trì chùa Pháp Vân. Sau năm 1975, trường *Thanh niên Phụng sự Xã hội* không còn hoạt động, ngài một mình giữ gìn ngôi Tam bảo đến năm 1987, chuyển giao HT Phước Trí- chùa Vạn Phước về kế vị trụ trì tại đây. Ngài xả báo thân ngày 13 tháng Giêng năm Đinh Hợi (01-03-2007) thọ 89 năm, 50 hạ lạp, nguyên quán Quảng Trị, trú quán TP Hồ Chí Minh - *theo Chư tôn Thiền đức&Cư sĩ hữu công Thuận Hóa tập 3*

- **Thích Thiện Trí** (1837 -1931), Hòa thượng, ngài họ Nguyễn, dòng Lâm Tế Chánh Tông đời 40, pháp danh Hồng Huyện, pháp hiệu Thiện Trí. Ngài có biệt tài chữa bệnh bằng Đông y, thường chèo ghe đi khắp nơi chữa bệnh cho dân chúng, hễ ai mà ngài không nhận tiền còn cho lại, thì người ấy không qua khỏi. Vì thế bổn đạo theo ủng hộ ngài rất đông. Năm 1898, ngài khai sơn chùa Long Thành (Long Thiền) ở Trà Cú- Trà Vinh và độ nhiều đệ tử thành danh như HT Thiện Hải Huệ Quang; Thiện Ngọc Huệ Phúc...Ngài được xem là người đầu tiên khai mở PG Bắc truyền tại Trà Vinh, ngài xả báo thân ngày mồng 10 tháng 8 năm Nhâm Thân (1931), hưởng 58 năm, tháp lập tại chùa Long Thành năm 1937, nguyên quán Ô Môn- Cần Thơ, trú quán Trà Cú- Trà Vinh - *theo sưu khảo của Thích Như Đạo- Trà Vinh*

- **Thích Thiện Trí** (1907 -2000), Hòa thượng, thi sĩ, tác gia, dòng Lâm Tế Liễu Quán đời 43, xuất gia với HT Phước Hậu- chùa Linh Quang, pháp danh Tâm Thái, pháp hiệu Thiện Trí, thế danh Nguyễn Diêu. Năm 1933, ngài vào Sài Gòn có duyên gặp gỡ cụ Phan Khôi, một học giả nổi tiếng đương thời chỉ dẫn thi phú cho ngài trên đường sáng tác. Tác phẩm đầu tay của ngài là *"Phật học thiền đàm"* bút hiệu là Tế Nam được cụ Phan Bội Châu đề tựa. Năm 1938, ngài kế thế trụ trì chùa Linh Quang-Huế. Năm 1945, ngài giao chùa Linh Quang cho Giáo hội Thừa Thiên, về trụ trì chùa Hiếu Quang của Cư sĩ Ưng Bàng xây dựng và lập hội *Mai Lâm Thi đàn*, nguyên quán Quảng Trị, trú quán Thừa Thiên Huế - *theo Chư tôn Thiền đức&Cư sĩ hữu công Thuận Hóa*

- **Ấn Lan Từ Trí** (1852 -1921), Hòa thượng, Tổ sư, pháp danh Ấn Lan, pháp tự Tổ Huệ, pháp hiệu Từ Trí, đời thứ 39 tông Lâm Tế, thế hệ thứ 6 pháp phái Chúc Thánh. Ngài thế danh Nguyễn Viết Lư, hiệu Thức Trai sinh năm Nhâm Tý (1852) tại xã An Bình, huyện Lễ Dương, phủ Thăng Bình, tỉnh Quảng Nam. 15 tuổi xuất gia với tổ Chương Quảng Mật Hạnh tại chùa Linh Ứng, được trao truyền y bát vào năm 32 tuổi. Năm Bính Tuất (1886), ngài được cử làm trụ trì chùa Linh Ứng. Năm Ất Mùi (1895) được triều đình sắc phong Tăng cang Tam Thai Linh Ứng nhị tự. Ngài là vị Tăng cang đầu tiên của Tăng già Quảng Nam thời bấy giờ. Năm 1916, ngài làm Đàn đầu Hòa thượng tại giới đàn chùa Tam Thai. Ngài chủ trương biên soạn cuốn " *Ngũ Hành Sơn Lục* ", một tác phẩm rất có giá trị văn hóa lịch sử đối với Phật giáo Quảng Nam-Đà Nẵng. Ngài viên tịch vào ngày mồng 2 tháng 7 năm Tân Dậu (1921), tháp lập tại phía Nam ngọn Thủy Sơn. Đệ tử nối pháp có các vị tiêu biểu như: Chơn Quyên Hưng Long; Chơn Cảnh Huệ Duyệt; Chơn Quả Đương Như; Chơn Tá Tôn Bảo... nguyên quán trú quán Quảng Nam - *theo Thích Như Tịnh sưu khảo*

- **Thích Đức Trì** (1928 -2001), Hòa thượng, dòng Lâm Tế Liễu Quán đời 44, đệ tử HT Trí Thủ-chùa Báo Quốc, pháp danh Nguyên Định, pháp tự Đức Trì, thế danh Châu Văn Trì. Năm 1953, trụ trì chùa Ba La Mật-Huế. Năm 1965, là Chánh đại diện PG huyện Phú Vang. Năm 1982, Giáo hội PGVN tỉnh Bình Trị Thiên được thành lập, ngài là Ủy viên BTS tỉnh kiêm Chánh đại diện PG huyện Phú Vang. Năm 1995, Ủy viên HĐTS TW GHPGVN kiêm Phó BTS PG tỉnh, nguyên quán trú quán Thừa thiên Huế - *theo Chư tôn Thiền đức&Cư sĩ hữu công Thuận Hóa*

- **Thích Thiện Trì** (1934 -2003), Hòa thượng, dịch giả, dòng Lâm Tế đời 42, đệ tử ngài Huệ Chiếu chùa Thập Tháp, pháp danh Như Phụng, pháp tự Thiện Trì, pháp hiệu Ấn Đạo, thế danh Nguyễn Duy Hiển. Năm 1971, Giám học PHV Nguyên Hương Phan Thiết. Sau năm 1975, ngài định cư ở Hoa kỳ, khai sơn và trụ trì chùa Kim Quang-Sacramento, Chủ tịch HĐ giám luật GHPGVNTN tại Hoa Kỳ, tác phẩm: *Kinh Kim Quang Minh* ; *Kinh Dược Sư* ; *Kinh A-Di-Đà* ; *Kinh Di-Lặc* ; *Kinh Bát Đại Nhân Giác* ; *Phật Thuyết Phân Biệt Kinh* ; *Bát Nhã Tâm Kinh* , nguyên quán An Nhơn-Bình Định, trú quán Hoa Kỳ.

- **Trần Thị Phước Trị** (1946 -1963), nữ Phật tử, thánh tử đạo, pháp danh Tâm Thuận. Hy sinh đêm 8-5-1963 trước đài phát thánh Huế khi đang đứng nghe lại buổi phát thanh lễ Phật đản khi sáng, đã bị xe tăng của chế độ Ngô Đình Diệm xả súng bắn và cán chết.

Giáo hội PG Trung phần đã tấn phong Thánh tử đạo vào năm 1965, nguyên quán trú quán Thừa Thiên Huế - *theo Chư tôn Thiền đức&Cư sĩ hữu công Thuận Hóa*

- **Kim Triệu**, thiền sư, hệ phái PG Nam Tông Việt Nam, sinh năm 1930 tại làng Phương Thạnh, huyện Càng Long, tỉnh Trà Vinh, Việt Nam. Xuất gia, thọ giới Sa di vào năm 17 tuổi, sau đó học tiếng Pāli. Năm 1949 thọ Cụ túc giới tại Cao Quý Tự, làng Phương Thạnh, tỉnh Trà Vinh với pháp danh là Khippapañño (Thiện Trí) nhưng Phật tử thường gọi là *Sư Pañño*, hoặc *Sư Kim Triệu*. Năm 1964, ngài lên đường sang Ấn Độ tu học với phần học bổng của Viện đại học Nalanda. Năm 1970 đỗ bằng Pāli Acharya (giáo sư dạy môn Pāli), bằng B.A. Phật Học, và bằng M.A. Pāli. Sau đó, theo học tiếp lớp Cổ sử Ấn Độ tại đại học Maghadha. Năm 1975-1979 ngài sang Nepal, gần thành phố Kathmandu, làm phụ tá cho Tổng thư ký Trung tâm Thiền định Quốc tế tại Bồ Đề Đạo Tràng. Ở đây ngài được theo học với nhiều vị Thiền sư nổi tiếng tại Ấn Độ. Năm 1981, được mời sang hoằng pháp tại Hoa Kỳ và từ năm 1982 đến nay, theo sự thỉnh mời của các tự viện tại Hoa Kỳ, ngài thường xuyên tổ chức các khóa thiền 10 ngày. Tác phẩm: *Thực tập Thiền Minh Sát ; Đoạn trừ phiền não* , Hiện ngài lưu ngụ tại chùa Kỳ Viên- Hoa Thịnh Đốn - *theo Thích Vân Phong biên khảo*

- **Đỗ Kiết Triệu** (? -?), Cư sĩ, trí thức PG phong trào chấn hưng, sau khi thành lập *hội Phật giáo Kiêm tế* tại chùa sắc tứ Tam Bảo-Rạch Giá, xuất bản tạp chí *Tiến Hóa*, ông làm chủ nhiệm tờ báo này, hỗ trợ cho hội và tờ báo, còn có những cây bút Phan Thanh Hòa, Lê Văn Các, Nguyễn Văn Phò, Lê Văn Điệu, Nguyễn Minh Được, Giang Minh Sinh...chưa rõ thân thế và nguyên quán trú quán - *theo Biên niên sử PG Sài Gòn Gia Định*

- **Phan Duy Trinh** (1925 -1965), Cư sĩ, thánh tử đạo, huynh trưởng GĐPT, pháp danh Tâm Khiết. Năm 1954, ông dự trại huấn luyện GĐPT ở chùa Từ Đàm, sau đó khai sinh GĐPT Phú Thạnh và cùng hỗ trợ GĐPT An Hòa, hoạt động cả hai GĐPT mỗi tuần. Năm 1955, một cuộc rước Xá Lợi long trọng từ Sài Gòn ra Huế, ông là người hoạt động tích cực cho phật sự này. Chính vì sự nhiệt tình công tác phật sự cho Giáo hội, ông bị những người lạ theo dõi và hăm dọa, ông cũng đã thông báo cho Khuôn hội biết mình sẽ bị nguy hại. Đêm 18-4-1965, vào khoảng 9 giờ tối, ông đã bị một số người có vũ khí bắt cóc đem đi và ám hại cách nhà ông 300 mét. Đám tang của ông được các GĐPT ở Huế đưa tiễn hơn 2 cây số, nói lên lòng thương tiếc sâu sắc với một người vì đạo bỏ mình. Năm 1965, Viện Hóa Đạo đã phong Cư sĩ lên hàng thánh tử đạo, nguyên quán trú quán Thừa Thiên Huế - *theo Chư tôn Thiền đức&Cư sĩ hữu công Thuận Hóa*

- Thích Giải Trọng (1946 -2016), Hòa thượng, pháp danh Như Thể, pháp tự Giải Trọng, pháp hiệu Chủng Từ, đời 41 tông Lâm Tế, thế hệ thứ 8 pháp phái Chúc Thánh. Ngài thế danh Đinh Quý, sinh năm Bính Tuất (1946) tại làng Ngọc Tứ, xã Thanh Phong, Điện Bàn, Quảng Nam. Thuở ấu thơ xuất gia với HT.Thích Trí Nhãn tại tổ đình Chúc Thánh. Năm 1964, sau khi thọ giới Sa di, ngài về nhập chúng tu học tại tổ đình Long Tuyền và cầu làm đệ tử HT Chơn Phát. Thọ Tỷ kheo năm 1970 tại giới đàn Vĩnh Gia, tăng sinh PHV Long Tuyền. Sau khi tốt nghiệp được cử làm Giám sự PHV Long Tuyền. Ngài đảm nhận trưởng Ban nghi lễ GHPGVN tỉnh Quảng Nam. Ủy viên thường trực Ban Nghi lễ TW, Chứng minh BTS Phật giáo TP.Hội An. Ngài viên tịch ngày mồng 4 tháng Giêng năm Bính Thân (2016), thọ 71 tuổi. Ngài là người tánh tình hiền hòa, từ bi ít thấy, đúng như pháp hiệu Chủng Từ mà HT.Chơn Phát đã phú pháp thọ ký. Ngài nguyên quán trú quán Quảng Nam - *theo Thích Như Tịnh sưu khảo*

Tru

- Thích Hành Trụ (1904 -1984), Hòa thượng, Pháp sư, Luật sư, thế danh Lê An, dòng Lâm Tế Chúc Thánh đời 42, pháp danh Thị An, pháp tự Hành Trụ, pháp hiệu Phước Bình, Trưởng lão Viện Tăng Thống GHPGVNTN. Năm 1936, ngài làm Giáo thọ trường Hương do hội Lưỡng Xuyên Phật học tổ chức, sau đó được cử ra Huế học tại PHĐ Tường Vân rồi đến Tây Thiên. Năm 1942, được tổ Khánh Hòa bổ về Sóc Trăng làm Giáo thọ ở chùa Hiệp Châu, chi hội Kế Sách của hội Lưỡng Xuyên Phật học, chùa Liên Trì, Cái Bè, Tiền Giang và chùa Viên Giác-Vĩnh Long. Năm 1945, HT Vạn An mời ngài về làm Giáo thọ chùa Hội Phước-Nha Mân Sa Đéc, tại đây, ngài kết nghĩa với 3 sư đệ là Thiện Tường, Thới An và Khánh Phước. Năm 1947, ngài cùng 3 sư đệ lên Sài Gòn khai sơn chùa Giác Nguyên để làm PHV chư tăng tu học và khai sơn chùa Tăng Già làm PHV để chư Ni tu học, sau chùa đổi tên thành Kim Liên- quận 4, đây là 2 ngôi trường Phật học đầu tiên ở đất Sài Gòn. Năm 1963, ngài khai giảng PHĐ Chánh Giác-Bà Chiểu. Cuối đời, ngài về nhận chùa Đông Hưng do Sư thúc của ngài giao lại và làm viện chủ cho đến khi viên tịch. Về chức vụ, ngài là Tổng vụ trưởng Tổng vụ Tăng sự GHPGVNTN. Năm 1981, GHPGVN thành lập. ngài được cung thỉnh vào Hội đồng Chứng minh Trung ương, tác phẩm: *Sa Di Luật Giải ; Qui Sơn Cảnh Sách ; Tứ Phần Giới Bổn Như Thích ; Phạm Võng Bồ Tát Giới ; Kinh A Di Đà Sớ Sao ; Kinh Vị Tằng Hữu Thuyết Nhân Duyên ; Kinh Hiền Nhân ; Kinh Trừ Khủng Tai Hoạn ; Tỳ Kheo Giới Kinh ; Bồ Tát Giới Kinh ; Khuyến Phát Bồ Đề Tâm Văn ; Long Thơ Tịnh Độ ; Sơ Đẳng Phật Học Giáo Khoa Thơ ; Nghi Thức Lễ Sám ; Kinh Thi Ca La Việt ; Sự Tích Phật Giáng Thế ;* nguyên quán Phú Yên, trú quán TP Hồ Chí Minh - *xem thêm ở Danh Tăng Việt Nam tập 1*

- **Thích Không Trú** (1953 -2016), Hòa thượng, thế danh Võ Hồng, xuất gia năm 1968 với HT Bích Nguyên- chùa Viên Giác- Cầu Đất- Lâm Đồng, pháp danh Không Trú, pháp tự Thật Tâm. Năm 1972, ngài học trường Bồ Đề Đà Lạt và thọ Sa di tại giới đàn chùa Linh Sơn- Đà Lạt. Năm 1980, ngài thọ đại giới tại giới đàn Thiện Hòa- chùa Ấn Quang do HT Hành Trụ làm Đàn đầu truyền giới. Năm 1984, trường Cao cấp Phật học cơ sở II tại TP Hồ Chí Minh được thành lập, ngài là học tăng khóa đầu tiên và tốt nghiệp năm 1989. Sau khi tốt nghiệp, ngài về chùa Linh Sơn Đà Lạt giữ chức Phó thư ký BTS PG tỉnh Lâm Đồng và làm Giáo thọ trường Cơ bản Phật học Lâm Đồng. Năm 1994, ngài làm Chánh thư ký PG tỉnh Lâm Đồng. Năm 1997, ngài làm Phó thư ký kiêm Ủy viên Văn hóa PG tỉnh Lâm Đồng và kế thế trụ trì chùa Viên Giác- Cầu Đất. Năm 2008, ngài làm Phó hiệu trưởng trường Trung cấp Phật học Lâm Đồng. Năm 2010, ngài đặt đá khai sơn chùa Quảng Đức- Đạ Rsal- Đam Rông. Năm 2013, ngài đại trùng tu chùa Viên Giác, nhưng mới hoàn thành ngôi chánh điện thì ngài xả báo thân ngày mồng 8 tháng 2 năm Bính Thân (16-03-2016) thọ 64 năm, 36 hạ lạp, nguyên quán Triệu Phong- Quảng Trị, trú quán Cầu Đất- Lâm Đồng - *theo Chư tôn Thiền đức&Cư sĩ hữu công Thuận Hóa tập 3*

- Thích Thiện Trung (1883 -1945), Hòa thượng, Tăng cang, pháp danh Chơn Phương, pháp tự Đạo Cân, pháp hiệu Thiện Trung, đời 40 tông Lâm Tế, thế hệ thứ 7 pháp phái Chúc Thánh. Ngài thế danh Phan Viết Trúc, sinh năm Quý Mùi (1883) tại làng Thi Lai, Điện Phong, Điện Bàn. Ngài xuất gia làm đệ tử ngài Ấn Diệu Từ Nhẫn. Ngài từng đảm nhiệm trụ trì chùa Linh Ứng, sau đó được Sắc phong Tăng cang và trụ trì chùa Tam Thai vào những năm 1935. Ngài tịch ngày Rằm tháng 4 năm Ất Dậu (1945), thọ 63 tuổi. Ngài nguyên quán Quảng Nam, trú quán Đà Nẵng - *theo Thích Như Tịnh sưu khảo*

- Minh Phước-Tư Trung (? -1884), Hòa thượng, dòng Thiền Lâm Tế Chánh Tông đời thứ 38, Tăng cang Linh Mụ- Huế, danh Tăng giai đoạn PG tiền chấn hưng. Ngài pháp danh Minh Phước pháp hiệu Tư Trung, trụ trì Sắc tứ Linh Thứu Tự, khai sơn Sắc tứ Bửu Lâm Tự- Mỹ Tho, trụ trì Sắc tứ Bửu Hưng Tự- Lai Vung, khai sơn Phước Hưng Tự (Chùa Hương)- Sa Đéc, có công lớn trong việc giáo dục đào tạo Tăng tài và phát triển cơ sở Tự viện, được triều đình quý trọng, được thỉnh vào cung thuyết phát, được triều đình Sắc tứ Cấp đao Độ điệp, ban Cà sa, áo Bá nạp, mão Hiệp chưởng (báu vật hiện lưu giữ tại Sắc tứ Bửu Lâm- Mỹ Tho), các vị Tăng tài kế thừa mạng mạch Phật pháp, như các vị: Như Diệu Quảng Đức, đệ nhị trụ trì Phước Hưng Tự (1882-1890), Như Lý Thiên Trường, trụ trì Bửu Lâm Tự- Mỹ Tho, Quảng Ân Chánh Hậu, trùng tu Sắc tứ Linh Thứu Tự, trùng tu trụ trì Vĩnh Tràng Tự- Mỹ Tho... Tổ sư xả báo thân ngày 19 tháng 7 năm Giáp Thân (08-09-1884), trụ thế hơn 100 tuổi , nguyên quán trú quán Sa Đéc - *theo Thích Vân Phong biên khảo*

- **Thích Tâm Truyền** (1832 -1911), Hòa thượng, xuất gia năm 1852 với tổ Diệu Giác- chùa Diệu Đế- Huế, pháp danh Thanh Minh, pháp tự Huệ Văn, pháp hiệu Tâm Truyền. Năm 1895, ngài kế thừa trụ trì chùa Diệu Đế- Huế. Năm 1896, ngài được Bộ Lễ cử trụ trì chùa Báo Quốc. Năm 1899, ngài được phong Tăng cang chùa Diệu Đế. Ngài có công trùng tu nhiều ngôi chùa ở kinh thành Huế, ngài vãng sinh vào mùa Hạ tháng 6 nhuần năm Tân Hợi (1911) thọ 79 tuổi, 49 năm hành đạo, bảo tháp xây bên hữu chùa Diệu Đế. Ngài nguyên quán Quảng Trị, trú quán Thừa Thiên Huế - *xem thêm ở Danh Tăng Việt Nam tập 2*

- **Chánh Trí-Mai Thọ Truyền** (1905 -1973), Cư sĩ, tác gia, dịch giả, chính trị gia. Năm 1945, làm chủ tịch quận Châu Thành Long Xuyên. Ông quy y với HT Hành Trụ, được pháp danh Chánh Trí. Năm 1948, Chánh văn phòng của nội các Nguyễn Văn Xuân. Năm 1950, ông là Tổng thư ký *hội Phật học Nam Việt* Năm 1955-1958, ông là Tổng thư ký Tổng hội PGVN. Năm 1959-1962, ông làm Phó hội chủ Tổng hội PGVN. Năm 1964, khi GHPGVNTN thành lập, ông là Phó viện trưởng Viện Hóa Đạo, sau đó từ chức về làm việc chủ bút tạp chí Từ Quang của hội Phật học Nam Việt. Năm 1968 ông làm *Quốc vụ khanh đặc trách Văn hóa* và điều hành Ban quản trị chùa Phật học Xá Lợi, quận 3, Sài gòn, tác phẩm: *Tâm và Tánh* (1950) ; *Ý nghĩa Niết Bàn* (1962) ; *Một đời sống vị tha* (1962) ; *Tâm kinh Việt Giải* (1962) ; *Le Bouddhisme au Vietnam* (1962) ; *Pháp Hoa Huyền Nghĩa* (1964) ; *Địa Tạng Mật Nghĩa* (1965) ; *Chánh Trí toàn tập* (16 quyển -2012). Ông vãng sinh ngày

Rằm tháng 3 năm Quý Sửu (17-04-1973) thọ 69 tuổi trên 35 năm phụng sự Tam Bảo, nguyên quán Long Mỹ- Bến Tre, trú quán Sài gòn - *xem thêm ở Danh Tăng Việt Nam tập 1*

Trư

- **Đặng Huy Trứ** (1825 -1874), Cư sĩ, ông quy y với thiền sư Tánh Thiên-Nhất Định- chùa Từ Hiếu, pháp danh Hải Đức. Thuở nhỏ nghe tiếng chuông sớm chùa làng Thanh Lương, ông đã cảm tác bài thơ về PG, khi làm quan ở Quảng Nam, đi ngang chùa Di Đà thấy hoang tàn đổ nát, ông cũng ngậm ngùi cảm tác. Năm 1865, ông đến chùa Phước Lâm-Hội An lạy Phật xin thế phát theo nghi thức PG và cảm tác một bài. Những tác phẩm của ông đã nói lên tư tưởng *"Cư Nho Mộ Thích"* là nỗi lòng của ông khi làm quan lại triều Nguyễn. Trong giai đoạn biến cố lịch sử 1873 Pháp đánh chiếm Hà Nội, tướng Nguyễn Tri Phương tuẫn tiết, ông theo kháng chiến rút về đồn Vàng-Phú Thọ và mất ở đây. Năm 1984 nhóm Trà Lĩnh thành lập, sưu tầm thơ văn của Đặng Huy Trứ, nói lên phẩm chất cao đẹp, xứng đáng là trong hàng danh nhân PGVN, nguyên quán Phú Xuân, trú quán Bắc phần - *theo Chư tôn Thiền đức&Cư sĩ hữu công Thuận Hóa*

- **Thích Chánh Trực** (1931 - 1995), Hòa thượng, dòng Lâm Tế Liễu Quán đời 43, pháp danh Tâm Trung, pháp tự Chánh Trực, thế danh Hoàng Văn Trung, xuất gia với HT Thích Hưng Dụng-chùa Phật học Quảng Trị, học tăng PHV Báo Quốc-Huế, và PHV Trung phần-Nha Trang, giảng sư tỉnh hội PG Lâm Đồng, trụ trì chùa Di Linh-Lâm Đồng. Năm 1963, ngài là Phó hội trưởng tỉnh hội PG Thừa Thiên Huế, năm 1968, ngài được cử làm Chánh đại diện GHPGVNTN tỉnh Quảng Trị. Năm 1975, chiến tranh kết thúc, ngài trở về xây dựng lại tổ đình Tịnh Quang-Quảng Trị, năm 1981, ngài là Ủy viên HĐTS TW GHPGVN và Trưởng BTS GHPGVN tỉnh Quảng Trị, ngài xả báo thân ngày mồng 5 tháng 3 năm Ất Hợi, thọ 65 năm, 43 hạ lạp, nguyên quán trú quán Quảng Trị - *theo trang nhà www.giacngo.vn*

- **Thích Minh Trực** (1895 -1976), Hòa thượng, tác gia, dịch giả, thế danh Võ Văn Thạnh tự Trương Văn Học, xuất gia năm 1924 tại chùa Tam Tông- Sài Gòn, kết hợp một số tín đồ Minh sư Phật đường sáng lập *Minh Lý Thánh hội.* giai đoạn đầu thành lập, tông phái được Giáo thọ Thiện Chiếu cho mượn phía sau chùa Linh Sơn trong 18 tháng để làm điện thờ tạm thời. Ngày 2-2-1927, *tông phái Minh Lý* khánh thành chùa Tam Tông Miếu ở Bàn Cờ và chính thức dời trụ sở về đây. Về sau, ngài lại khai sáng tổ đình Phật Bửu Tự-quận Ba và thành lập *Giáo hội Thiền Tịnh đạo tràng*. Năm 1963, ngài là Cố vấn *Ủy ban Liên phái Bảo vệ PG* trong phong trào đấu tranh. Năm 1964, ngài là Pháp chủ *Tổng Giáo hội PGVN*, khai sơn rất nhiều ngôi chùa mang tên Phật Bửu tự ở miền Nam, ngài xả báo thân ngày mồng 5 tháng 5 năm Bính Thìn (02-06-1976), tháp lập ở chùa Phật Bửu- Hóc Môn, nguyên quán Long An, trú quán TP Hồ Chí Minh - *xem thêm ở Danh Tăng Việt Nam tập 2*

- **Thích Nhơn Trực** (1886 -1987), Hòa thượng, dòng Lâm Tế Liễu Quán đời 42, thế danh Võ Phương, xuất gia năm 1934 với tổ Thanh Chánh Phước Tường, được pháp danh Như Chất, pháp tự Tâm Phát, pháp hiệu là Nhơn Trực. Khoảng cuối thập niên 40 thế kỷ trước, ngài về trụ trì ngôi Linh Phong Cổ Tự- Nha Trang và sáng tác *Thập Linh Phong Cổ Tự Diễn Ca* với trên 2500 câu lục bát. Mấy năm sau, ngài trụ trì chùa Long Quang- Nha Trang. Năm 1952, ngài khai sơn chùa Từ Vân tọa lạc số 9 đường Trần Nhật Duật, phường Phước Tiến, thành phố Nha Trang, tỉnh Khánh Hòa. Sau năm 1982, ngài được GHPGVN tỉnh Phú Khánh suy tôn *Đàn đầu Đệ tam Hòa thượng* và được suy cử Thành viên Hội đồng

Chứng minh *Giáo hội Phật giáo Việt Nam*. Ngài là bậc chuyên gia trì hiển mật danh đức của nghi lễ PG Khánh Hòa. Lúc chưa xuất gia, ngài làm thầy nghi lễ, là người sáng tác điệu múa Lục cúng vùng Ninh Hòa, nên được gọi là "*Thầy xã Vạn Hữu*". Ngài viên tịch vào ngày 28 tháng 7 năm Đinh Mão (1987), trụ thế 102 năm. Ngài là bậc Trưởng lão tôn túc có tuổi thọ cao nhất của Phật giáo Khánh Hòa từ trước đến nay. Tháp ngài hiện tôn trí tại chùa Từ Vân (Nha Trang), nguyên quán trú quán Khánh Hòa - *theo tư liệu của Trí Bửu sưu khảo*

- Tiên Thường Viên Trừng (1777 -1853), Hòa thượng, tổ sư, pháp danh Tiên Thường, pháp hiệu Viên Trừng, đời 37 tông Lâm Tế, thế hệ thứ 7 pháp phái Thiên Đồng. Ngài thế danh Trần Văn Trừng, sinh năm Đinh Dậu (1777) tại thôn Long Bình, tổng Xuân Đài, huyện Đồng Xuân, tỉnh Phú Yên. Ngài xuất gia đắc pháp với thiền sư Tổ Ấn Mật Hoằng tại chùa Thiên Mụ, Huế. Năm Minh Mạng thứ 7, Bính Tuất (1826), ngài được triều đình cử từ chùa Thiên Mụ, Huế vào trụ trì chùa Tam Thai. Tại nơi đây, ngài tinh tấn tu trì, xiển dương chánh pháp. Trong *Ngũ Hành Sơn Lục*, ghi lại công hạnh tu hành của ngài như sau:" *Ngài tinh tấn tham nhiền nhập định, ngày ăn một bữa vào giờ ngọ, mỗi bữa thường kinh hành tay lần chuỗi Bồ Đề, lần một hạt thì niệm Nam Mô A Di Đà Phật. Rạng sáng khi thức dậy, Tăng đồ còn thấy một vị thần giống như Hộ pháp thường đứng ở đầu giường bảo vệ cho Ngài...*". Vào ngày mồng 1 tháng 12 năm Quý Sửu (1853), niên hiệu Tự Đức thứ 6, ngài nhóm họp môn đồ lại dặn *" Nếu như ta chứng quả thì về sau các con thấy tháp luôn luôn màu trắng"*. Sau đó, ngài sai Tăng chúng đốt đèn, đánh chuông trống tụng kinh cầu nguyện vãng sanh Lạc Bang rồi viên tịch, thọ 77 tuổi. Ngài trụ trì chùa Tam Thai được 27 năm, độ Tăng chúng rất nhiều. Bảo tháp được kiến lập tại phía Đông của ngọn Thổ Sơn. Các ngài Chương Tín Hoằng Ân, Hải Nghiêm Phước Nghi đều là bào đệ của Ngài. Ngài nguyên quán Phú Yên, trú quán Đà Nẵng - *theo Thích Như Tịnh sưu khảo*

- **Thích Nữ Diên Trường** (1863 -1925), Ni trưởng, thế danh Hồ Thị Nhàn, năm 1898 bà lên chùa Từ Hiếu xin xuất gia với HT Hải Thiệu-Cương Kỷ, được pháp danh Thanh Linh, pháp tự Diên Trường. Năm 1910 bà được thọ Tỳ kheo ni giới tại Quảng Nam do HT Vĩnh Gia làm đàn đầu. Ni trưởng được bổn sư giao đi trùng tu chùa Phổ Quang, sau đó dời chùa vào làng Dương Xuân Thượng đổi tên thành Trúc Lâm. Ni trưởng sau đó y chỉ với HT Giác Tiên và ở lại chùa này lập ni xá tu học, nguyên quán trú quán Thừa Thiên Huế - *theo Chư tôn Thiền đức&Cư sĩ hữu công Thuận Hóa*

- **Thích Huệ Trường**, Hòa thượng, sinh năm 1945, Ủy viên HĐTS GHPGVN, Phó trưởng ban Thường trực BTS GHPGVN TP Cần Thơ, trụ trì chùa Phổ Quang- Thốt Nốt, nguyên quán trú quán Cần Thơ.

- **Như Lý-Thiên Trường** (1876 -1970), Hòa thượng, dòng Lâm Tế Chánh Tông đời 39, thế danh Nguyễn Văn Hanh, xuất gia năm 1898 với HT Minh Phước Tư Trung- chùa Bửu Lâm, pháp danh Như Lý, pháp hiệu Thiên Trường. Năm 1904, ngài trụ trì chùa Bửu Lâm- Mỹ Tho và trùng tu đến năm 1907 mới hoàn thành. Năm 1920, ngài trụ trì thêm chùa Bửu Hưng- Sa Đéc và trùng tu lại. Từ năm 1926 về sau, ngài cùng HT Khánh Hòa thành lập *hội Nam Kỳ Nghiên cứu Phật học* (1932) và *hội Lưỡng Xuyên Phật học* (1934), ngài là bạn tâm giao với nhà cách mạng Phan Châu Trinh. Năm 1954, *Giáo hội Lục Hòa Tăng* thành lập, ngài được cung thỉnh là Đại Tăng trưởng. Năm 1962, ngài làm Đàn đầu truyền giới đại giới đàn chùa Giác Lâm- Gia Định. Ngài viên tịch tại chùa Bửu Lâm vào ngày 24 tháng 4 năm Canh Tuất (1970) thọ 94 năm, 50 hạ lạp, nguyên quán Bình Đại-Bến Tre, trú quán Sa Đéc - *xem thêm ở Danh Tăng Việt Nam tập 2*

- **Cư sĩ Xuân Trường**, doanh nghiệp, Phật tử, ông tên thật là Nguyễn Văn Trường, sinh năm 1963, tại xã Trường Yên- Hoa Lư- Ninh Bình, là một doanh nhân nổi tiếng nằm trong nhóm doanh nhân đạt danh hiệu "Doanh nhân Việt Nam tiêu biểu" và Cúp Vàng

hội nhập kinh tế quốc tế. Ông hiện là ủy viên Ban Chấp hành VCCI khóa V - Phòng Thương mại và Công nghiệp Việt Nam, tổng giám đốc Doanh nghiệp Xuân Trường, chủ tịch Hội đồng Quản trị Công ty Cổ phần Du lịch Hoa Lư, Giám đốc Khách sạn Hoa Lư. Doanh nhân Nguyễn Văn Trường được biết đến khi đầu tư vào Khu du lịch Tràng An- chùa Bái Đính ở cố đô Hoa Lư (Ninh Bình). Ông cũng được biết đến là người đích thân sang Ấn Độ đón Ngọc xá lợi về Việt Nam. Ở Nội Bài, ông đã sắp xếp thuê 3 chiếc xe Limousine, Hummer, Lincoln để chở xá lợi và cao Tăng về Ninh Bình. Bất cứ việc nào có lợi cho di sản và du lịch ở Ninh Bình, ông Trường đều sẵn sàng làm. Hội thảo về cố đô Hoa Lư, lễ hội, hội nghị xúc tiến, ông âm thầm đứng sau tài trợ. Ông là người ít nói, ăn chay và không bao giờ để báo chí chụp ảnh. Chùa Bái Đính mới có diện tích rộng 80 ha, nằm phía bên kia núi so với chùa cổ và ở phía Tây cố đô Hoa Lư. Chùa Bái Đính khi xây dựng được gọi là đại công trường với 500 nghệ nhân gồm rất nhiều tổ thợ đến từ những các làng nghề nổi tiếng khác nhau. Các nghệ nhân này đều sử dụng các vật liệu địa phương như gỗ lim, đá xanh Ninh Bình, ngói men Bát Tràng... để tạo ra nét thuần Việt trong kiến trúc chùa Bái Đính. Chùa Bái Đính được ca ngợi là một ngôi chùa nổi tiếng với những kỷ lục châu Á và khu vực như tượng Phật bằng đồng dát vàng lớn nhất châu Á, tượng Phật Di Lặc bằng đồng lớn nhất Đông Nam Á. Ông nguyên quán trú quán Hoa Lư, Ninh Bình
- *theo trang nhà www.vi.wikiperdia.org*

Tu

- **Thích Hiển Tu**, Hòa thượng, dòng Lâm Tế Gia Phổ đời thứ 40, thế danh Nguyễn Tấn Hưng, tự Hữu Lý, sinh năm 1922. Năm 1931, xuất gia lúc 7 tuổi với Trưởng lão Hòa thượng Vĩnh Tấn- chùa Kiểng Phước- Ba Tri- Bến Tre, pháp danh Ưu Bà Tắc là Thiện Duyên. Năm 1937, thọ Sa di giới tại chùa Long Nhiễu- Ba Tri và học đạo với HT Vĩnh Tồn. Năm 1939, ngài tham học với HT Vĩnh Đạt tại chùa Bửu Thành- Cái Mít- Bến Tre. Năm 1944, ngài thọ đại giới tại trường Kỳ giới đàn chùa Bửu Sơn- Tân Thủy- Ba Tri do tổ Khánh Thông làm Đàn đầu truyền giới, pháp húy là Nhật Quang. Năm 1945, ngài cầu pháp với HT Vĩnh Huệ, được phú pháp là Hiển Tu. Năm 1949, ngài tham gia Mặt trận Việt Minh, công tác vùng Thạnh Phú- Bến Tre và vùng chiến khu Bình Dương. Năm 1951, ngài trở về làm Phó trụ trì chùa Khánh Vân- Ba Tri. Năm 1953, ngài về trụ trì chùa Toàn Phước- Ba Tri. Năm 1958, ngài tham dự khóa huấn luyện trụ trì "*Như Lai Sứ Giả*" do PHĐ Nam Việt tổ chức tại chùa Pháp Hội- Chợ Lớn. Sau khi mãn khóa trụ trì, được giáo hội cử làm trụ trì chùa Vạn Đức- Sóc Trăng trong 3 tháng. Sau đó, ngài trở lại Sài Gòn, được Giáo hội Tăng già Nam Việt cử làm đặc trách Tăng sự vùng Sài Gòn Gia Định. Năm 1961, chùa Ấn Quang khai giới đàn do HT Trí Tịnh làm Đàn đầu truyền giới, ngài xin cầu giới cho viên mãn giới pháp. Năm 1962, ngài được *hội Phật học Nam Việt* mời về làm Phó trụ trì chùa Phật học Xá Lợi. Năm 1966, ngài trở về quê công tác Đặc ủy Tăng sự tỉnh Kiến Phong (Bến Tre) của Giáo hội Lục Hòa Tăng cho đến ngài thống nhất đất nước. Năm 1979, ngài được Ban Quản Trị *hội Phật học Nam Việt* cung thỉnh trở lại trụ trì chùa Xá Lợi. Năm 1988, ngài được Thành hội PG TP Hồ Chí Minh bổ nhiệm chính thức trụ trì. Năm 1997, ngài kế vị viện chủ kiêm trụ trì chùa. Cùng năm, ngài được cung thỉnh Thành viên Hội đồng Chứng minh GHPGVN. Năm 2012, ngài được suy cử Phó thư ký Hội đồng Chứng minh GHPGVN, ngài còn là Chứng minh Ban Trị sự GHPG quận 3, nguyên quán Ba Tri- Bến Tre, trú quán TP Hồ Chí Minh.

- **Thích Hoằng Tu** (1913 -1999), Hòa thượng, Trưởng lão môn phái PG Hoa Tông Việt Nam, xuất gia năm 1929 với HT Tập Cảnh- phái Lâm Tế- chùa Thái Bình- Triều Châu, pháp tự Tông Tế. Năm 1935, ngài thọ Tam đàn đại giới tại Trấn Quốc Thiền tự do HT Phúc Lai Luật sư làm Đàn đầu truyền giới. Sau đó, ngài đến cầu pháp với HT Cao Tham-Đắng Tánh, được ban pháp hiệu Kim Tế, nối pháp dòng Tào Động Trung quốc đời 50. Sau đó, ngài bái kiến học thiền với các vị Thánh tăng đương thời thiền sư Hư Vân, thiền sư Lai Quả, thiền sư Nguyệt Khê, tham dự thiền thất tại các tổ đình Kim Sơn, tổ đình Cao Mân. Năm 1947, ngài di cư sang

Việt Nam. Năm 1957, ngài khai sơn Từ Ân Thiền Tự- Chợ Lớn đến năm 1992, chùa mới hoàn thành vào sinh nhật lần 79 của ngài. Trong sự nghiệp truyền pháp độ sanh, ngài là bổn sư của Thiền sư Thích Duy Lực, khôi phục Tổ sư Thiền Việt Nam (tham Công án, Thoại đầu). Năm 1997, ngài được suy cử Thành viên HĐCM GHPGVN, ngài xả báo thân ngày 30 tháng 7 năm Kỷ Mão (09-09-1999) thọ 87 năm, 64 hạ lạp, nguyên quán Triều Châu- Trung quốc, trú quán TP Hồ Chí Minh - *xem thêm ở Danh Tăng Việt Nam tập 2*

-**Thích Thiện Tu** (1954 -1995) Thượng tọa, dòng Lâm Tế Liễu Quán đời 44, thế danh Châu Tân, xuất gia với HT Khế Hội Trí Thành- chùa Bửu Tịnh- Phú Yên, pháp danh Quảng Niệm, pháp tự Tánh Như, pháp hiệu Thiện Tu. Năm 1968, Thượng tọa được bổn sư cho theo học tại PHV Hải Đức Nha Trang. Năm 1970, Thầy thọ đại giới tại đại giới đàn Vĩnh Gia- Đà Nẵng do HT Tôn Thắng làm Chánh chủ đàn. Thượng tọa tốt nghiệp PHV Hải Đức ngày 25-05-1974, sau đó vào Sài Gòn học đại học Vạn Hạnh và trú tại thiền viện Vạn Hạnh- Phú Nhuận. Sau năm 1975, đại học Vạn Hạnh đóng cửa, Thầy ở lại thiền viện Vạn Hạnh và theo học tại lớp chuyên khoa Phật học tại tu viện Quảng Hương Già Lam. Năm 1977, Thầy được đánh giá là học Tăng xuất sắc về học và hạnh, nên được HT Đỗng Minh gọi về lại chùa Hải Đức Nha Trang để làm công tác biên tập và phiên dịch dưới sự chỉ đạo của Hòa thượng. Năm 1980, thầy được bổn sư cử về trụ trì tổ đình Sắc tứ Từ Quang (Đá Trắng)- Tuy An, và là vị trụ trì đời thứ 10 tổ đình này. Khi về đây, thầy ra sức gầy dựng lại chốn tổ hoang phế sau chiến tranh. Nhưng rồi Sơn lam chướng khí núi rừng đã quật ngã Thượng tọa khi một mình gánh vác ngôi tổ đình. Thầy xả báo thân ngày 17 tháng Chạp năm Ất Hợi (1995) hưởng 42 năm, 25 hạ lạp, nguyên quán Tuy Hòa- Phú Yên, trú quán Tuy An- Phú Yên- *theo Thích Đồng Bổn sưu khảo*

- **Chỉnh Túc** (1914 -1939), Giảng sư, xuất gia chùa Vạn Phước, năm 20 tuổi vào Bình Định tham học với HT Thập Tháp, rồi theo HT trở ra Huế học tại chùa Trúc Lâm. Năm 24 tuổi, thầy làm trợ bút cho tờ Viên Âm và nhiều lần lên giảng đường thuyết pháp. Sau đó thầy vào Đà Nẵng học Mật tông, nhưng được ba tháng thị thọ bệnh, trở về chùa Vạn Phước tịch ngày 19-5-1939, nguyên quán Quảng Trị, trú quán Thừa Thiên Huế - *theo Chư tôn Thiền đức&Cư sĩ hữu công Thuận Hóa*

- **Thích Nữ Trí Túc** (1938 -1967), Ni cô, thánh tử đạo, tự thiêu ngày 3-10-1967 tại Cần Thơ lúc 29 tuổi, để bảo vệ hiến chương PG ngày 4-1-1964, chưa rõ thân thế - *theo Biên niên sử PG Sài Gòn Gia Định*

- **Thích Quảng Tùng**, Hòa thượng, Tiến sĩ, sinh năm 1953, Phó chủ tịch HĐTS TW GHPGVN, Trưởng ban Từ thiện Xã hội TW GHPGVN, Trưởng BTS GHPGVN tỉnh Hải Dương và TP Hải Phòng, trụ trì chùa Dư Hàng-Hải Phòng, nguyên quán Nho Quan-Ninh Bình, trú quán quận Lê Chân-Hải Phòng.

- **Tôn Thất Tùng** (1901 -1974), Cư sĩ, pháp danh Thanh Tịnh, pháp tự Mậu Lâm. Trong thời kỳ chấn hưng PG, Cư sĩ là người góp công lớn. Năm 1930-1950, Cư sĩ góp nhiều công sức trong việc thành lập *hội Phật giáo Trung phần Việt Nam*. Ông là người quản lý tài chính và lo cho có tài chính để in ấn *tạp chí Viên Âm* và *nguyệt san Liên Hoa*. Điểm nổi bật của Cư sĩ là vấn đề xây dựng, nhờ có nghiệp vụ vững vàng nên ông đóng vai chính trong việc xây dựng chùa Từ Đàm, trùng tu tổ đình Thuyền Tôn, xây dựng Đại tùng lâm Kim Sơn... Ông đã cùng Cư sĩ Tâm Minh Lê Đình Thám thành lập và bảo trợ "*Đoàn Thanh niên Phật học Đức dục*". Năm 1949, ông thọ Bồ tát giới tại gia, nguyên quán trú quán Thừa Thiên Huế - *theo Chư tôn Thiền đức&Cư sĩ hữu công Thuận Hóa*

Tuân

- **Nguyễn Hữu Tuân** (1897 -1967), Cư sĩ, pháp danh Tâm Thắng, nghệ nhân. Năm 1932 ông là hội viên *hội An Nam Phật học* hoạt động bên cạnh Bác sĩ Lê Đình Thám. Ông góp phần xây dựng *Gia đình Phật Hóa Phổ Sum Đoàn* ở Dương Biều do ông làm Phổ trưởng. Ông xuấn bản tờ báo *Sum Đoàn* viết bằng tay cùng với cư sĩ Văn Đình Hy phổ biến giáo lý và điều lệ hội viên lúc mới thành lập. Năm 1937-1938, ông vận động các Cư sĩ khác xây dựng Khuôn hội Dương Biều nằm trong hệ thống tỉnh hội PG Thừa Thiên và ông làm Khuôn trưởng cho đến cuối đời. Cư sĩ còn là nghệ nhân thành đạt trong nghề đúc chuông, các pháp khí cho tôn giáo, đồ thờ gia tiên, đình miếu...Chính ông là người lập ra *Nam Công Thương* là tổ chức công ty tư nhân chuyên ngành đúc đồng theo truyền thống Huế. Năm 1959-1960, ông kêu gọi các Cư sĩ cùng đứng ra xây dựng bệnh xá hoạt động cho đồng bào nghèo địa phương, nguyên quán trú quán Thừa Thiên Huế - *theo Chư tôn Thiền đức&Cư sĩ hữu công Thuận Hóa*

- **Nguyễn Quảng Tuân**, Cư sĩ, nhà văn, nhà thơ, NNC Hán Nôm, ông sinh năm 1925, thuở trẻ học sinh trường Bưởi- Hà Nội. Năm 1949, ông đã có những tác phẩm lịch sử văn chương ra mắt. Năm 1955, ông làm hiệu trưởng *trường Trung học Duy Tân*- Phan Rang và cho ra mắt bộ sách *Giảng văn* bậc Trung học. Những năm về sau, ông chuyên nghiên cứu Hán Nôm và sưu khảo các văn bản cổ trong Văn học Việt Nam. Năm 2010, ông được *hội Bảo tồn di sản chữ Nôm* trao giải thưởng *Balaban* tôn vinh những đóng góp của ông cho bảo tồn di sản chữ Nôm. Ông viết nhiều bài trên báo *Giác Ngộ* và *Tập Văn Phật Giáo* về nghiên cứu đối liễn thơ văn chữ Nôm trong các ngôi cổ tự. Tác phẩm liên quan: *Truyện Kiều - Chiêu Hồn* (tập 12- Tổng tập Văn học Việt Nam) ; *Những ngôi* *chùa danh tiếng* (1990) ; *Những ngôi chùa ở TP Hồ Chí Minh* (1993) ; *Những ngôi chùa ở Nam bộ* (1994), ông nguyên quán Bắc Ninh, trú quán TP Hồ Chí Minh - *theo trang nhà www.vi.wikipedia.org*

- **Thích Hạnh Tuấn** (1956 -2015), Hòa thượng, pháp danh Thị Trạm, pháp tự Hạnh Tuấn, pháp hiệu Hải Như, đời 42 tông Lâm Tế, thế hệ thứ 9 pháp phái Chúc Thánh. Ngài thế danh Bùi Cống, tại thôn Giáo Đông, xã Lộc Xuân, huyện Đại Lộc, Quảng Nam. Xuất gia từ nhỏ với HT.Thích Như Vạn tại tổ đình Phước Lâm. Thọ Tỳ kheo năm 1976 tại chùa Ấn Quang. Theo học lớp giáo lý đặc biệt tại chùa Già Lam từ năm 1980-1984. Năm 1984 sang định cư tại Mỹ và theo học chương trình tiến sĩ tại University of California at Berkeley. Ngài là thành viên vận động thành lập GHPGVNTN Hoa Kỳ. Đến năm 2006, ngài chính thức trụ trì chùa Trúc Lâm tại Chicago. Đồng thời đảm nhận Tổng vụ trưởng Tổng vụ thanh niên GHPGVNTN Hoa Kỳ, Cố vấn Giáo hạnh GĐPT miền Khánh Hòa, Hoa Kỳ. Hòa thượng biên soạn nhiều bài viết nghiên cứu rất có giá trị. Ngài thọ nạn và qua đời vào ngày 19 tháng 9 năm Ất Mùi (2015), thọ 60 tuổi. Ngài nguyên quán Quảng Nam, trú quán Mỹ quốc - *theo Thích Như Tịnh sưu khảo*

- **Thích Minh Tuấn** (1935 -2015), Hòa thượng, pháp danh Nguyên Bình, tự Minh Hòa, hiệu Minh Tuấn, đời 44 tông Lâm Tế, thế hệ thứ 10 pháp phái Liễu Quán. Hòa thượng thế danh Nguyễn Quang Tín, sinh năm Ất Hợi (1935) tại làng Trung Kiên, tổng Bích La, phủ Triệu Phong, Quảng Trị sau chuyển về làng Đông Dương, xã Hải Dương, huyện Hải Lăng, Quảng Trị. Ngài là bào đệ của Cố trưởng lão Hòa thượng Thích Viên Minh, khai sơn chùa Nam Hải. Ngài xuất gia với Hòa thượng Thích Quảng Nhuận tại chùa Từ Quang, Huế, học tăng PHĐ Báo Quốc. Sau năm 1964, Ngài thành lập và làm hiệu trưởng trường Bồ Đề Đà Nẵng. Gần như suốt cuộc đời, Hòa thượng chuyên tâm đến sự nghiệp giáo dục Phật giáo. Sau năm 1997, Hòa thượng đảm nhận Phó Ban trị sự GHPGVN TP.Đà

Nẵng và là thành viên HĐCMGHPGVN. Hòa thượng viên tịch vào ngày 13 tháng 12 năm Ất Mùi (2015), hưởng thọ 81 tuổi. Ngài sinh quán Quảng Trị, trú quán Đà Nẵng - *theo tư liệu Thích Như Tịnh sưu khảo*

- **Nguyễn Quốc Tuấn**, sinh năm 1957, Tiến sĩ, NNC PG, nguyên viện trưởng viện Nghiên cứu Tôn giáo, thuộc viện Hàn Lâm Khoa học Xã hội VN, tác phẩm: *Chùa Bối Khê nhìn từ Khảo cổ học Phật giáo,* Nxb Từ điển Bách khoa, 2012. *Văn bia chùa Phật thời Lý* (đồng tác giả), Nxb Khoa học xã hội, 2011. *Phật giáo thời Lý với 1000 năm Thăng Long-Hà Nội* (đồng chủ biên), Nxb Chính trị quốc gia, 2011; *Đặc điểm và vai trò của Phật giáo Việt Nam thế kỷ XX,* (Chủ biên) Đề tài Khoa học cấp Bộ, Hà Nội, 2006; nguyên quán Quảng Bình, trú quán Hà Nội.

Tuê

- **Thích Đức Tuệ** (1901 -1967), thế danh Bùi Đình Quý, dòng Lâm Tế Cổ Loan đời thứ 3, xuất gia năm lên 18 tuổi, đệ tử HT Thích Thanh Nhu, thế danh Hoàng Văn Thướng, pháp danh Đức Tuệ, pháp hiệu Quảng Tuyên. Năm 1926, ngài được bổn sư cho thọ Tỳ kheo giới, sau đó vâng lời bổn sư về vùng Ý Yên- Nam Định khai sơn chùa Mễ Hạ và tham gia Giáo hội Tăng già Bắc Việt tỉnh Ninh Bình. Năm 1940, ngài tham gia hội PG Cứu quốc huyện Hoa Lư. Ngài hoằng pháp vào vùng Thọ Xuân- tỉnh Thanh Hóa, khai sơn nhiều ngôi chùa để hoạt động cho cách mạng nhằm che mắt chính quyền Pháp. Năm 1946 cơ sở bị lộ, ngài bị giặc bắt đi tù tại *nhà máy Chai* tỉnh Nam Định. Gần 6 năm giam cầm không khai thác được gì, ngài được thả tự do và tiếp tục ra Quảng Ninh hoạt động. Năm 1954, ngài cùng đệ tử là Thích Tuệ Hải quyết định vào Nam và xây dựng chùa Sùng Đức- Thủ Đức. Năm 1963, ngài tham gia phong trào chống chế độ độc tài đàn áp Phật giáo. Do có nhiều công lao đối với Phật giáo miền Nam, ngài được suy tôn làm Phó Tăng thống GHPGVNTN (sau Hoà thượng Thích Tịnh Khiết). Ngài xả báo thân năm 1967, thọ 66 tuổi, tháp hiệu: *Nam mô Phúc Minh Bảo Tháp Lâm tế môn nhân ma ha Tỷ Khiêu Bồ tát giới, Phó Tăng Thống pháp huý Thích Đức Tuệ đạo hiệu Quảng Tuyên giác linh.* Ngài nguyên quán thôn Cổ Loan Thượng, xã Ninh Tiến, huyện Hoa Lư, tỉnh Ninh Bình, trú quán Thủ Đức- Gia Định - *theo NNC Nguyễn Đại Đồng sưu khảo*

- Thích Hành Tuệ (1935 -1973), Đại đức, Liệt sĩ, nhà sư yêu nước, pháp danh Thị Nhân, pháp tự Hành Tuệ, đời 42 tông Lâm Tế, thế hệ thứ 9 pháp phái Chúc Thánh. Ngài thế danh Nguyễn Thới, sinh năm Ất Hợi (1935) tại xã Đại Phong, huyện Đại Lộc tỉnh Quảng Nam. Ngài xuất gia với Hòa thượng Thích Trí Minh tại chùa Pháp Bảo, Hội An, sau đó vào Sài Gòn tu học từ năm 1958 tại chùa Phật Bửu Tự- quận 3 Sài Gòn. ông tham gia tích cực phong trào pháp nạn 1963 và phong trào *Nhà sư yêu nước* chống lực lượng phản động đội lốt tôn giáo. Năm 1966, ông bị bắt và lưu đày ra Côn Đảo, bị nhốt trong chuồng cọp vì cương quyết không chịu chào cờ chính quyền Sài Gòn. Tháng 7 năm 1970, khi phái đoàn Quốc hội Mỹ vào thăm chuồng cọp, nhà sư đã lên tiếng tố cáo: *"Tôi là một tăng sĩ Phật giáo, tôi bị nhốt vào đây vô cớ chỉ vì tôi yêu nước, tôi đấu tranh đòi lập lại hòa bình cho dân tộc Việt Nam"*. Không khuất phục được ông, cai ngục chuyển ông qua khu chuồng bò rồi chuồng cọp mới do Mỹ xây dựng, tiếp tục hành hạ ông mỗi ngày, đến 7 giờ sáng 7.1.1973, nhà sư bị cai ngục đánh đến chết tại nhà giam - *theo lời kể của ông Lê Quang Vịnh, chứng nhân sống của nhà tù Côn Đảo trong "địa ngục trần gian".*

-**Thích Minh Tuệ** (1931 -2008), Hòa thượng, giáo thọ sư, xuất gia với HT Thiền Hòa-chùa Vĩnh Phước, Quảng Bình, pháp danh Lệ Hoằng, pháp tự Trí Hải, pháp hiệu Minh Tuệ. Năm 1949, học tăng

PHV Báp Quốc. Năm 1960, vào tu học tại PHV Hải Đức Nha Trang. Năm 1962, là Giảng sự Tỉnh hội PG Tuyên Đức (tỉnh ly Đà Lạt). Từ năm 1964-1974, ngài được Giáo hội bổ nhiệm Chánh đại diện PG tỉnh Tuyên Đức kiêm hiệu trưởng trường Trung học Bồ Đề Đà Lạt. Năm 1974, ngài vào Sài Gòn trú xứ tu viện Quảng Hương Già Lam và giữ chức Phó tổng thư ký Viện Hóa Đạo GHPGVNTN. Năm 1976, ngài là giáo thọ trường Cao Trung Phật học TP Hồ Chí Minh. Năm 1981, làm Giám học tu viện Quảng Hương Già Lam và giảng dạy môn Lịch sử PGVN, đồng thời ngài giữ chức Phó trưởng ban chuyên môn-Viện Nghiên cứu Phật học Việt Nam. Tác phẩm: *Lược sử các tổ Thiền tông Ấn Hoa* ; *Phật và mười vị đệ tử* ; *Chư tổ Thiền Ấn Hoa* ; *Lược sử Phật Giáo Việt Nam* và một số bản thảo chưa xuất bản, nguyên quán Quảng Bình, trú quán TP Hồ Chí Minh - *theo Chư tôn Thiền đức&Cư sĩ hữu công Thuận Hóa*

-Thích Phổ Tuệ, Hòa thượng, Hòa thượng, đệ tam Pháp chủ GHPGVN, sinh năm 1917, Xuất gia năm 1926 lúc 5 tuổi; thụ giới Tỷ kheo năm 1937. Từ 1993-2008 là Trưởng ban Trị sự Tỉnh hội Phật giáo Hà Tây kiêm Hiệu trưởng Trương TCPH tỉnh; từ 11/1997 - 12/2007 là Phó Chủ tịch HĐTS, Phó Ban Tăng sự TW GHPG Việt Nam; tháng 12-2002 là Phó Pháp chủ kiêm Chánh Thư ký HĐCM GHPG Việt Nam; Từ năm 2003-2007 là Viện trưởng Phân viện NCPHVN tại Hà Nội, Tổng Biên tập tạp chí NCPH. Từ tháng 12 năm 2007 đến nay, trải hai kỳ Đại hội (2007-2012) và (2012-2017) Hoà thượng được suy tôn ngôi vị Pháp chủ HĐCM Giáo hội Phật giáo Việt Nam. Ngài nổi tiếng tinh thông kim cổ và đóng góp không nhỏ trong việc biên soạn và dịch thuật nhiều tác phẩm về Phật học: *Kinh Bách Dụ* ; *Phật Tổ Tam Kinh* ; *Bát Nhã dư âm* ; *Đề cương Kinh Pháp Hoa* ; *Phật học là Tuệ học* ; *Biên tập Đại tạng kinh Việt Nam* ; *Phiên dịch và hiệu đính Luật Tứ Phần* ; *Từ điển Phật học Việt Nam* ; *Đại cương Học thuyết nhà Phật* ; *Trí tuệ là sự nghiệp* ; *Ý nghĩa Chính chư Phật An lập Tịnh Độ* ; *Nguyên lý Phật pháp với Con người*... ngài nguyên quán xã Khánh

Tiên, huyện Yên Khánh, tỉnh Ninh Bình, trú quán Hà Nội.

- **Thích Thanh Tuệ** (1946 -1963), Đại đức, Thánh tử đạo pháp nạn 1963, thế danh Bùi Huy Chương, xuất gia năm 1960 tại chùa Phước Duyên- Thừa Thiên, pháp danh Thanh Tuệ. Trong pháp nạn PG 1963, ngài viết 04 bức thư để lại và tự thiêu lúc 01 giờ khuya ngày 13-08-1963 tại chùa Phước Duyên- Huế, nguyên quán Quảng Trị, trú quán Thừa Thiên Huế - *xem thêm ở Danh Tăng Việt Nam tập 2*

- **Thích Hồng Tuyên** (1887 -1968), Hòa thượng, thế danh Đặng Giới, là đệ tử của HT Đắc Quang-chùa Quốc Ân-Huế, pháp danh Hồng Tuyên, pháp tự Chánh Giáo, hiệu Từ Thông. Năm 1920, ngài trở về quê Quảng Bình khởi dựng chùa Phổ Minh-Đồng Hới. Năm 1938, chùa được triều đình nhà Nguyễn ban sắc tứ biển hiệu "*Sắc tứ Phổ Minh tự*". Năm 1951, Hòa thượng cùng với Chi hội PG và hội Phật học địa phương biến chùa Phổ Minh thành trung tâm Phật học tỉnh Quảng Bình. HT nguyên là Ủy viên Trung ương hội PG Thông nhất Việt Nam, Chi hội trưởng hội PG Quảng Bình, Đại biểu HĐND tỉnh Quảng Bình. Năm 1968, chùa bị máy bay Mỹ ném bom phá hủy hoàn toàn, đến năm 2006 chùa được khởi công xây dựng lại, nguyên quán trú quán Quảng Bình - *theo Chư tôn Thiền đức&Cư sĩ hữu công Thuận Hóa*

- **Nguyễn Phúc Tuyền** (1807 -1847), Cư sĩ, tức vua Thiệu Trị, tên thụy là Miên Tông, Hiển Tổ Chương hoàng đế. Ông lên ngôi năm 1841, hiệu là Thiệu Trị, là người mến mộ đạo Phật nhất trong bốn vị vua đầu nhà Nguyễn. Ông đứng ra xây ngọn tháp bảy tầng ở chùa Thiên Mụ gọi là Từ Nhãn Tháp và sắc dựng xây ngôi chùa Diệu Đế (theo Nguyễn Lang trong "PGVN sử luận), tác phẩm: Ngự chế danh thắng Đồ hội thi tập ; Ngự chế Bắc tuần thi tập ; Ngự chế Vũ công thi tập ; nguyên quán trú quán Phú Xuân - *theo PGVN sử luận, Nguyễn Lang, nxb Văn học Hà Nội 1992*

- **Bạch Tuyết**, Nữ cư sĩ, tiến sĩ nghệ thuật cải lương, nghệ sĩ nhân dân, tác giả, sinh năm 1945, được mệnh danh là "*Cải lương chi bảo*", bà tên thật là Nguyễn Thị Bạch Tuyết, bút danh *Nguyễn thị Khánh An*, bà đi hát năm 1961 cho đoàn Kiên Giang. Năm 1963, bà nhận giải *Thanh Tâm* cho diễn viên triển vọng. Năm 1971, bà mở gánh hát *Hùng Cường-Bạch Tuyết*, sau này đổi thành *Đoàn ca kịch Bạch Tuyết*. Năm 1985, lúc 40 tuổi, bà vào giảng đường đại học và đậu bằng *cử nhân Ngữ văn*. Năm 1988, được phong tặng *Nghệ sĩ ưu tú* và tốt nghiệp khoa *đạo diễn sân khấu* tại Bulgaria. Năm 1995, bà bảo vệ thành công luận án *tiến sĩ*. Năm 2013, bà được xét tặng danh hiệu *Nghệ sĩ nhân dân*. Là một Phật tử, pháp danh *Diệu Lộc*, bà có thời gian tu tập thiền định tại *thiền viện Trúc Lâm Đà Lạt*, nhờ nhân duyên diễn những vỡ tuồng PG, bà thấm nhuần giáo lý và để tâm sáng tác những bài cổ nhạc PG và trình diễn cúng dường trong các buổi lễ PG. Tác phẩm: *Đức Phật Thích Ca* ; *Kinh Pháp Cú* ; *Bông hồng cài áo* ; *Trường ca cải lương kinh Pháp cú (NXB Tôn giáo, 2006)* và DVD cải lương *Lời Phật dạy (NXB Tôn giáo);Trường ca cải lương Phật hoàng Trần Nhân Tông; Kiến tánh thành Phật; Trường ca Kinh Kim Cương; Theo dấu Kinh xưa; Đuốc sen thiêng; Lối mộng Thiền xưa; Thêu áo Như Lai* ; *Thương màu áo Lam* ; *Miền nhớ* , *tình ca Đất phương Nam* ; *Lan và Điệp* (đóng phim), nguyên quán Châu Đốc, trú quán TP Hồ Chí Minh - *theo trang nhà www.wikipedia.org*

- **Đào Thị Tuyết** (1950 -1966), Nữ Phật tử, thánh tử đạo, pháp danh Tâm Bạch, sinh năm 1950 tại Sài Gòn trong một gia đình truyền thống kính tin Phật Đà. Năm 1963, cô đã tận mắt thấy sự đàn áp PG của chính quyền Ngô Đình Diệm, đã muốn trực tiếp có mặt trong các cuộc biểu tình, song cô còn quá nhỏ nên gia đình không bằng lòng, cô chỉ biết tận đáy lòng khóc cho cho đạo pháp đang hồi bĩ cực. Năm 1965, khi Tổng vụ Thanh niên lập thêm hai vụ: *Thanh niên Thiện chí vụ* và *Hướng đạo Phật giáo vụ*, cô mạnh dạn tham gia đoàn *Thanh niên Thiện chí*. Từ ngày bước vào sinh hoạt đoàn thể, có lý tưởng phục vụ chánh pháp, đặc biệt nhận thức giá trị tinh thần PG, cô đã thấy mình không cô đơn trong lý tưởng đã chọn. Năm 1966, cuộc đấu tranh PG đi vào giai đoạn quyết liệt, PG phải đương đầu với tình trạng chia rẽ sâu sắc. Ngày 17-5-1966, là một trong những đoàn viên đoàn thanh niên Phật tử bảo vệ trụ sở Viện Hóa Đạo tại Việt Nam Quốc Tự, cô đã chứng kiến nhiều cảnh tượng đau lòng, và cô đã tự nguyện thiêu thân ngay tại nơi đang đứng bảo vệ. Lúc ấy nhằm 21 giờ ngày 30 tháng 4 Âm lịch, hưởng dương 17 tuổi. Năm 1967, GHPGVNTN đã tuyên dương và tấn phong Thành tử đạo - *theo Dương Kinh Thành biên khảo*

Tư

- **Nguyễn Đình Tư**, Cư sĩ, NNC sử học, thành viên Trung tâm Nghiên cứu PGVN, thành viên hội Sử học TP Hồ Chí Minh, thành viên Hội đồng đặt tên đường TP Hồ Chí Minh, ngoài các tác phẩm về địa chí nổi tiếng, ông còn có các tác phẩm về PG như *Danh Tăng Việt Nam tập 1, 2, 3* (đồng biên soạn, Thích Đồng Bổn chủ biên, nxb Tôn Giáo, Hà Nội 2016) và nhiều bài viết, tham luận liên quan, nguyên quán Nghệ An, trú quán TP Hồ Chí Minh.

- **Thích Đạt Từ** (1892-1976), Thượng tọa, sơn môn Thiên Thai Giáo Quán Tông đời 22. Năm 1945, ngài trụ trì chùa Thiền Tôn- Giồng Ông Tố- Thủ Đức. Năm 1951, đại hội thành lập Giáo hội Tăng già Nam Việt tại chùa Hưng Long-Chợ Lớn, ngài được bầu làm Thư ký Ban Trị sự Giáo hội Tăng già Nam Việt, Năm 1957, tham gia khóa Huấn luyện Trụ trì, còn gọi là khóa *Như Lai Sứ Giả* do *Giáo hội Tăng Già Nam Việt* tổ chức tại chùa Pháp Hội này 21 tháng 4 năm Đinh Dậu (20-05-1957), ngài đảm nhiệm Trưởng ban Cố vấn kiêm Kiểm soát. Sau đó, thoát ly theo cách mạng. Khi đất nước thống nhất năm 1975, ông trở về xuất gia lại, hoạt động trong Ban liên lạc PG yêu nước TP Hồ Chí Minh, nguyên quán Giồng Ông Tố- Thủ Đức, trú quán Thủ Đức.

- **Thích Hưng Từ** (1911 -1991), Hòa thượng, dòng Lâm Tế Chúc

Thánh đời 42, thế danh Bùi Vạn Anh, xuất gia với HT Hòa Phước- chùa Thiên Long- Phú Yên, pháp danh Thị Lạc, pháp tự Hành Thiện, pháp hiệu Hưng Từ. Năm 1931, ngài thọ đại giới tại giới đàn chùa Linh Sơn do HT Hoằng Hóa làm Đàn đầu truyền giới. Năm 1934-1936, ngài là học Tăng PHĐ Tây Thiên- Huế. Năm 1936-1940, ngài được Bồ tát Quảng Đức mời về tham gia hoạt động hoằng pháp vùng Ninh Hòa. Năm 1945, ngài là Chủ tịch *hội PG Cứu quốc* tỉnh Phú Yên. Năm 1955, Trị sự trưởng *Giáo hội Tăng già* tỉnh Khánh Hòa. Năm 1963, lãnh đạo phong trào đấu tranh PG tỉnh Bình Tuy và khai sơn chùa Pháp Hội- Bình Tuy. Năm 1964-1978 là thành viên Hội đồng Trưởng lão Viện Tăng thống GHPGVNTN. Năm 1982, là Chứng minh kiêm Ủy viên Tăng sự BTS PG tỉnh Thuận Hải. Trong sự nghiệp hoằng đạo, ngài có công khai sơn rất nhiều ngôi chùa từ Ninh Hòa đến Bình Tuy. Tác phẩm: *Thập Lục Quán* (dịch) ; *Lịch sử Tổ Hữu Đức* (biên soạn), ngài xả báo thân ngày mồng 2 tháng 8 năm Tân Mùi (1991) thọ 81 năm, 61 hạ lạp, bảo tháp lập ở khuôn viên chùa Pháp Hội- Hàm Tân- Bình Thuận, nguyên quán Phú Yên, trú quán Bình Thuận - *xem thêm ở Danh Tăng Việt Nam tập 1*

- **Nguyễn Khắc Từ** (1928 -1993), Cư sĩ, huynh trưởng GĐPT, năm 1945, ông bị Pháp bắt giam trong trận càn đầu tiên ra đất Quảng Trị. Một năm sau khi ra tù, ông vào Đà Nẵng sinh sống. Từ năm 1947-1950, ông quy y Tam bảo, pháp danh Như Tâm và gia nhập chi hội PG Đà Nẵng, cùng với anh Lương Hoàng Chuẩn thành lập và phát triển nhiều GĐPT đầu tiên tại đây. Năm 1960, ông được giao chức Chánh thư ký hội PG Trung phần, về làm việc tại chùa Từ Đàm- Huế. Năm 1963, Cư sĩ là Trưởng BHD GĐPT Thừa Thiên. Pháp nạn 1963-1966, ông lèo lái GĐPT Huế vững ý chí bất khuất, làm con chim đầu đàn cho GĐPT Việt Nam cùng các đoàn thể đứng lên đấu tranh chống lại cường quyền. Ông bị chính quyền bắt giam và nằm trong danh sách 12 người sém bị thủ tiêu, nếu không có cuộc đảo chánh thành công ngày 11-11-1963 cứu vãn. Năm 1966, lại một lần nữa ông bị chế độ Thiệu Kỳ tầm nã, không từ nguy hiểm ông tiếp tục đấu tranh bí mật, chủ trương tờ tuần báo *Thanh Quang* đấu tranh cho tự do tín ngưỡng. Năm 1973, ông vào Nam đảm nhiệm chức Trưởng BHD GĐPT miền Quảng Đức. Năm 1981, ông làm Gia trưởng GĐPT Chánh Thọ và là Ủy viên Nghiên huấn BHD Trung ương GĐPT Việt Nam, nguyên quán Quảng Trị, trú quán TP Hồ Chí Minh - *theo Chư tôn Thiền đức&Cư sĩ hữu công Thuận Hóa*

- **Thích Nguyên Từ**, Hòa thượng, dòng Lâm Tế Liễu Quán đời 43, thế danh Nguyễn Nhơn, sinh năm 1941, xuất gia năm 1952 tại chùa Bửu Lâm với HT Kim An, được HT cho ra đầu sư học đạo với HT Từ Thạnh- chùa Thiền Sơn- Tuy An- Phú Yên, pháp danh Nguyên Từ, pháp hiệu Thiện Quang. Năm 1964, ngài vào học tại PHĐ Chánh Giác và cầu HT Hành Trụ làm Y chỉ sư. Năm 1966, ngài thọ đại giới tại giới đàn PHV Huệ Nghiêm. Sau khi học xong, ngài trở về Phú Yên kế thừa trụ trì chùa Bửu Lâm. Ngài đã trải qua các chức vụ trong Giáo hội: -Giám viện kiêm Trưởng ban Bảo trợ trường Trung cấp Phật học Liễu Quán, -Ủy viên BTS PG tỉnh Phú Yên, -Chứng minh BTS GHPGVN tỉnh Phú Yên, nguyên quán trú quán Phú Yên - *theo Võ Văn Bình sưu khảo*

- **Kim Cương Tử** (1914 -2001) Hòa thượng, thế danh Trần Hữu Cung, xuất gia năm 1933 với thiền sư Tổ Pháp Chính Đản- chùa Cả- Nam Định, pháp danh Kim Cương Tử, pháp hiệu Thúy Đồ Ba Thành. Năm 1937 ngài được bổn sư cho thọ đại giới tại chùa Cả và được theo học với Sư tổ chùa Văn Điển, Sư tổ chùa Tân Cốc- Nam Định. Năm 1939, ngài tham học ở *trường Trung học PG Bắc kỳ* và nghiên cứu tại trường *Viễn Đông Bác Cổ*, tham gia thuyết pháp tại chùa Quán Sứ- Hà Nội. Ngài cũng viết bài đăng báo *Đuốc Tuệ* cho phong trào chấn hưng PG Bắc kỳ. Năm 1953, ngài giảng dại tại trường Trung học PG Bắc Việt và các trường gia giáo. Năm 1956, ngài giữ chức Trưởng ban Nghi lễ PG thủ đô và được bổ nhiệm về Hải Phòng xây dựng phong trào PG yêu nước từ 1957-1983. Năm 1981, ngài à Ủy viên Thường trực kiêm Trưởng ban Nghi lễ TW

GHPGVN. Năm 1982, ngài về Hà Nội trụ trì chùa Trấn Quốc và giữ chức Phó trưởng BTS PG Hà Nội kiêm ủy viên Giáo dục Tăng ni PG thủ đô. Năm 1985, ngài giữ chức Phó chủ tịch Trường trực HĐTS kiêm Trưởng ban Nghi lễ TW GHPGVN. Năm 1990, ngài giữ chức Viện trưởng Học viện PGVN tại Hà Nội, Phó viện trưởng Viện Nghiên cứu Phật học Việt Nam, Viện trưởng phân viện NCPHVN tại Hà Nội, kiêm Tổng biên tập tạp chí *Nghiên cứu Phật học*. Ngài đã phiên dịch nhiều tài liệu Luật tạng từ chữ Hán sang chữ Việt, là chủ biên hội đồng phiên dịch bộ Đại luật, chủ biên bộ *Từ điển Phật học Hán Việt* và tham gia hội đồng phiên dịch *Đại tạng kinh Việt Nam*. Ngài thị tịch ngày mồng Một tháng 4 năm Tân Tỵ (23-04-2001) thọ 88 năm, 65 hạ lạp, nguyên quán Nam Định, trú quán Hà Nội - *xem thêm ở Danh Tăng Việt Nam tập 3*

- **Ngộ Chân Tử** (1901 -1998), Hòa thượng, thế danh Trần Rinh, xuất gia theo Tam Giáo với đạo sư Hư Không Tử, được pháp danh Ngộ Chân Tử. Sau đó, ngài chuyển hướng theo đạo Phật, cầu pháp với tổ chùa Bà Đá- Hà Nội. Năm 1935, ngài mua một khoản đất tại Kiến An- Hải Phòng, sáng lập chùa Hoằng Pháp, chuyên tu Tịnh độ giáo hóa chúng sanh. Năm 1945, nạn đói xảy ra, ngài vận động các giới góp sức làm từ thiện cứu đói và nhặt tử thi về mai táng. Năm 1953, ngài mua hai mẫu đất ở Hải Phòng mở Tùng Lâm tu viện, sau này là chùa Phổ Chiếu. Năm 1954, ngài di cư vào Nam và hành đạo khắp các tỉnh miền Tây. Năm 1957, ngài mua 6 mẫu đất ở Hóc Môn sáng lập chùa Hoằng Pháp, mở đạo tràng thiền học, tổ chức in kinh sách phổ biến. Năm 1968, ngài tiếp nhận Niệm Phật đường Thiện Phước- quận 5 Sài Gòn làm nơi giảng kinh thuyết pháp. Năm 1968, ngài lập viện Dục Anh nuôi dạy miễn phí 355 em. Năm 1974, ngài mua 45 mẫu đất ở Tân Tạo- Bình Chánh dự định xây làng Cô nhi Việt Nam và đền Quốc tổ Hùng Vương, nhưng chiến tranh kết thúc, ngài hiến khu đất ấy cho Ban Quản lý khu Kinh tế mới Lê Minh Xuân sử dụng. Ngài đã biên soạn và xuất bản: *Kinh Nhật tụng chùa Hoằng Pháp* ; *Nghi luật tu trì thiết yếu* ; *Qui giới hành trì* ; *Sự tích nhân quả báo ứng* ; *Tuyên dương diệu* *pháp ; Đạo giải thoát ; Tuyên dương chính pháp ; Trên đường hành đạo ; Khóa niệm tùy thân ; Lược sử Phật tổ.* Ngài viên tịch vào ngày 16 tháng 10 năm Mậu Thìn (26-11-1988) thọ 88 năm, 65 tuổi đạo. Ngài nguyên quán Thái Bình, trú quán TP Hồ Chí Minh - *xem thêm ở Danh Tăng Việt Nam tập 1*

- **Thích Hoằng Từ** (1941 -2008), Hòa thượng, pháp danh Lệ Minh, pháp hiệu Hân Nhân, thiền phái Lâm Tế Gia Phổ đời 42, đệ tử của HT Thích Trí Tịnh-chùa Vạn Đức, Ủy viên HĐTS GHPGVN, Phó trưởng ban Thường trực BTS GHPGVN tỉnh Tiền Giang, Hiệu trưởng trường Trung cấp Phật học Tiền Giang, trụ trì chùa Kim Liên-Mỹ Tho, nguyên quáng Gia Định, trú quán Tiền Giang - *theo kỷ yếu BTC tang lễ cung cấp.*

- **Thích Minh Từ**, Thượng tọa, Thạc sĩ, thế danh Võ Anh Tiến, sinh năm 1965. Trưởng ban in ấn Viện Nghiên cứu Phật học Việt Nam, thường trú chùa Sùng Đức, quận 11, sinh quán trú quán TP Hồ Chí Minh.

- **Thích Nhật Từ**, Thượng tọa, Tiến sĩ, thế danh Trần Ngọc Thảo, sinh năm 1969, Phó viện trưởng Viện Nghiên cứu Phật học Việt Nam, Trưởng khoa Triết học Học viện Phật giáo Việt Nam tại TP Hồ Chí Minh, Sáng lập "Hội Ấn Tống Đạo Phật Ngày Nay", "Hội Từ Thiện Đạo Phật Ngày Nay" và Chủ nhiệm Đại tạng Kinh Việt Nam, trụ trì tại chùa Giác Ngộ (TP.HCM và Vĩnh Long), chùa Vô Ưu (Quận Thủ Đức), chùa Tượng Sơn (Hà Tĩnh), chùa Linh Xứng (Huyện Hà Trung- tỉnh Thanh Hóa), nguyên quán Bình Dương, trú quán TP Hồ Chí Minh.

- **Thích Thanh Từ,** Hòa thượng, Thiền sư, Dịch giả, Pháp sư, sinh năm 1924, thế danh Trần Hữu Phước, xuất gia với HT Thiện Hoa- chùa Phật Quang- Trà Ôn, năm 1949-1952 học tăng Phật học đường *Phật Quang*- Trà Ôn. Năm 1953-1958, học Tăng Phật học đường *Nam Việt*- chùa Ấn Quang. Năm 1960-1966, là Vụ trưởng Học vụ Ban Hoằng pháp, Quản viện kiêm giáo sư PHV Huệ Nghiêm, giảng sư viện Đại học Vạn hạnh và các Phật học viện Dược Sư, Từ Nghiêm... Năm 1968, xin phép nghỉ việc, ẩn tu tại

Vũng Tàu, dựng *Pháp Lạc Thất* tu tập cho đến sáng đạo. Năm 1970, thành lập tu viện *Chơn Không* trên núi Tương Kỳ- Vũng tàu. Năm 1974, thành lập tu viện *Bát Nhã* và *Linh Quang* cũng tại Vũng tàu. Năm 1975 trở đi, phát triển các thiền viện mang chữ Chiếu: *Thường Chiếu, Viên Chiếu, Linh Chiếu, Huệ Chiếu, Phổ Chiếu, Tịch Chiếu...* Năm 1993, thành lập thiền viện *Trúc Lâm Phụng Hoàng* ở Đà Lạt. Từ đây, ngài khôi phục thiền phái Trúc Lâm, với hàng loạt thiền viện mang tên Trúc Lâm trên khắp cả nước và hải ngoại. Ngài có công phục hưng thiền phái Trúc Lâm Việt Nam hiện đại. Tác phẩm: *Bát nhã Tâm kinh giảng giải* (1998) ; *Kinh Bát Đại Nhân Giác giảng giải* (1997) ; *Kinh Bát-nhã giảng giải* (2000) ; *Kinh Diệu Pháp Liên Hoa giảng giải* (1993/2000) ; *Kinh Kim Cang giảng giải* (1997) ; *Kinh Lăng-già Tâm Ấn* (dịch 1993/1997) ; *Kinh Thập Thiện giảng giải* (1993/1998) ; *Kinh Viên Giác giảng giải* (2000) ; *Bích Nham Lục* (dịch 1995/2002) ; *Kinh Pháp Bảo Đàn giảng giải* (1993/1999) ; *Thiền Căn Bản* (dịch 1993/1999) ; *Pháp Yếu Tu Tập Tọa Thiền Chỉ Quán* (dịch 1963) ; *Tọa Thiền Tam-muội* (dịch 1961) ; *Lục Diệu Pháp Môn* (dịch 1962) ; *Thiền Đốn Ngộ* (dịch 1973/1999) ; *Thiền Tông Vĩnh Gia Tập* (dịch 1974) ; *Đốn Ngộ Nhập Đạo Yếu Môn* (dịch 1971) ; *Truyền Gia Bảo Thiền Tông Trực Chỉ* ; *Tọa Thiền Dụng Tâm Ký* ; *Tham Thiền Yếu Chỉ* (dịch 1962) ; *Thiền Sư Thần Hội giảng giải* (2001/2002) ; *Hiển Tông Ký* (dịch và giảng 1993) ; *Thiền Tông Việt Nam Cuối Thế Kỷ 20* (1992/1998) ; *Thiền sư Việt Nam* (1991/1995/1999), nguyên quán Trà Ôn Vĩnh Long, trú quán Long Thành Đồng Nai - *theo trang nhà www.wikiperdia.org*

- **Thích Thiện Từ** (1910 -2006), Hòa thượng, dòng Lâm Tế Gia Phổ đời 41, thế danh Dương Văn Trượng, xuất gia năm 1928 với HT Hồng Tôi- chùa An Sơn- núi Voi- Châu Đốc, pháp danh Nhật Tín, pháp hiệu Thiện Từ. Sau đó, ngài đến học đạo với tổ Phi Lai và được thọ Sa di tại đây. Năm 1932, ngài thọ đại giới tại giới đàn chùa Tam Bảo- Hà Tiên do tổ Phi Lai-Chí Thiền làm Đàn đầu truyền giới. Năm 1951, ngài đến chùa Khánh Hưng- Sài Gòn học lớp Sơ đẳng Phật học Lục Hòa. Năm 1949, ngài nhập học PHĐ Giác Nguyên- Khánh Hội do HT Hành Trụ chủ giảng. Năm 1954, ngài về chùa Phước Hậu- Trà Ôn học kinh luật với HT Khánh Anh. Năm 1956, ngài trụ trì chùa Phước Tường- Cầu Kè- Trà Vinh.

Năm 1960, ngài trụ trì chùa Long Phước- Chợ Mới- Long Xuyên. Năm 1968, ngài trụ trì chùa Kiên Tân- Rạch Giá. Năm 1970, trụ trì chùa Vạn Hòa- Cầu Kè- Trà Vinh. Năm 1972, trụ trì chùa Pháp Hải- Vĩnh Long. Năm 1975, trụ trì chùa Giác Thiên- Vĩnh Long. Từ năm 1970-1974, ngài làm Phó đại diện GHPGVNTN tỉnh Vĩnh Long. Trong thời gian trụ trì chùa Pháp Hải, ngài còn làm Phó giám viện PHV Pháp Hải và kiêm trụ trì Bảo tháp Xá Lợi miền Tây. Năm 1985, ngài là Ủy viên Tăng sự BTS PG tỉnh Cửu Long. Năm 2002, ngài được cung thỉnh làm Thành viên HĐCM GHPGVN. Ngài là bậc giới đức kiêm toàn, luôn được cung thỉnh làm giới sư trong các giới đàn và làm Đàn đầu Hòa thượng từ 1985-1992 trong các giới đàn của BTS PG tỉnh Cửu Long và Vĩnh Long tổ chức. Năm 1995, ngài được đệ tử thỉnh lên chùa Hải Tuệ- Quận 3- TP Hồ Chí Minh, làm Chứng minh đạo sư chùa và được cung thỉnh làm Thiền chủ các trường Hạ trong TP Hồ Chí Minh từ năm 1995-2001. Ngài xả báo thân ngày Rằm tháng Chạp năm Ất Dậu (14-01-2006) thọ 97 năm, 74 hạ lạp, nguyên quán Tri Tôn- Châu Đốc, trú quán Vĩnh Long, TP Hồ Chí Minh - *theo BTC lễ tang và BTS PG tỉnh Vĩnh Long soạn*

- Hải Tùng Phước Tứ (1832 -1907), Hòa thượng, dòng Lâm Tế Gia phổ đời thứ 39, pháp danh Hải Tùng, pháp hiệu Phước Tứ, ngài đã từng gắn bó chia sẻ phật sự với HT tổ Mẹ Nội (Hải Huệ- Chân Giác) tại vùng đất Sa giang, giữa sông Tiền, sông Hậu, và đồng bằng sông Cửu Long, trụ trì ngôi Long An Tự, nguyên trước đó là ngôi Am của đại thí chủ Tham trưởng Trần Văn Tùng hỷ cúng, trụ trì ngôi Gia Long Sắc tứ Phước Thạnh Tự- Sa Đéc, và đúc một quả đại Hồng chung, khai sơn Phật Quang Tự- Châu Thành- Đồng Tháp. Ta bà quả mãn, ngài an nhiên thị tịch vào dịp tiết Trung nguyên 14 tháng 7 năm Tân Mùi (22-08-1907) thọ 76 tuổi. Môn đồ pháp quyến xây tháp thờ tại đây. *theo Thích Vân Phong biên khảo*

- Thích Thanh Tứ (1927 -2011), Hòa thượng, thế danh Trần Văn Long, xuất gia năm 1939 với HT Thích Thanh Hồ- chùa Đống Long- Kim Động- Hưng Yên, được pháp danh Thanh Tứ. Năm 1947, ngài thọ đại giới tại chùa Đống Long. Năm 1947-1949, ngài là Ủy viên Ban chấp hành *Hội PG Cứu quốc* tỉnh Hưng Yên. Năm

1950-1951, ngài trực tiếp tham gia lực lượng vũ trang bí mật tỉnh Hưng Yên. Năm 1951-1053, ngài bị thực dân Pháp bắt và tra tấn, bị tù đày trải qua nhiều trại giam. Năm 1955-1957, ngài được tự do, trở về tu hành tại chùa Đống Long. Năm 1958-1967, ngài làm Chánh thư ký *Hội PG Thống nhất Việt Nam* tỉnh Hưng Yên.. Năm 1968, ngài làm Chánh thư ký tỉnh Hải Hưng khi 2 tỉnh Hải Dương và Hưng Yên hợp nhất. Năm 1974-1980, ngài là Ủy viên BTS kiêm Chánh văn phòng Trung ương *Hội PG Thống nhất Việt Nam.* Năm 1979-1980, ngài làm Phó thư ký *Ban Vận động Thống nhất PGVN.* Năm 1981, ngài làm Phó Tổng thư ký kiêm Chánh văn phòng I Trung ương GHPGVN. Năm 1997-2002, ngài là Phó chủ tịch Thường trực HĐTS GHPGVN. Năm 2002-2007, là Viện trưởng Học viện PGVN tại Hà Nội. Năm 2007-2012, là Thành viên Hội đồng Chứng minh GHPGVN. Ngài trụ trì chùa Quán Sứ- Hà Nội và chùa Bái Đính- Ninh Bình. Ngài thị tịch ngày mồng 2 tháng 11 năm Tân Mão (26-11-2011) thọ 85 năm, 54 giới lạp, nguyên quán Hưng Yên, trú quán Hà Nội - *xem thêm ở Danh Tăng Việt Nam tập 3*

Tương

- **Trương Ngọc Tường**, Cư sĩ, sinh năm 1949, Nhà nghiên cứu cổ vật, sử học PG Nam bộ, thành viên Trung tâm Nghiên cứu PGVN, sinh quán trú quán Cai Lậy, Tiền Giang.

- **Thanh Chánh Phước Tường** (1867 -1932), Hòa thượng tổ sư, dòng Lâm Tế Liễu Quán đời 41, pháp danh Thanh Chánh, pháp tự Quảng Đạt, pháp hiệu Phước Tường. Năm 1920, ngài trụ trì tổ đình Thiên Bửu- xã Điềm Tịnh- Ninh Hòa. Hàng môn đồ của ngài có gần 50 vị, pháp hiệu bắt đầu bằng chữ Nhơn, đóng góp công sức rất lớn trong giai đoạn chấn hưng PG Khánh Hòa, như: HT Nhơn

Tri (Bồ tát Quảng Đức) ; Nhơn Sanh (Trưởng tử- khai sơn chùa Phụng Sơn) ; Nhơn Sơn (khai sơn chùa Thiền Sơn, Trường Lộc) ; Nhơn Nguyện (khai sơn chùa Linh Quang) ; Nhơn Duệ (khai sơn chùa Thiên Quang) ; Nhơn Thứ (khai sơn Sắc tứ Linh Quang-Đà Lạt) ; Nhơn Hưng (khai sơn chùa chùa Thanh Sơn, Hòa Vân, Hòa Thành, Khánh Phước, Thanh Hải- Cam Ranh) ; Nhơn Trực (khai sơn chùa Từ Vân- Nha Trang) ; Nhơn Bảo (khai sơn chùa Pháp Bửu Đường-Bình Tuy) ; Nhơn Hoằng (khai sơn chùa Hang-Hòn Hèo)... Tổ có quan niệm tiến bộ giữa đạo và đời, xem lao động sản xuất và sự tu hành của người tu sĩ là một, thể hiện tinh thần nhập thế của Phật giáo Việt Nam, Sau hơn nửa thế kỷ hoằng dương chánh pháp, tổ Phước Tường đã an tường viên tịch vào ngày 28 tháng 7 năm Nhâm Thân(19-8-1932) , trụ thế 66 năm. Bảo tháp tổ Phước Tường cao 5 tầng tôn trí bên cạnh cổ tháp tổ Bửu Dương, là ngôi tháp to và cao nhất trong khu vườn tháp tại tổ đình Thiên Bửu- thị xã Ninh Hòa- tỉnh Khánh Hòa. Ngài nguyên quán Phú Yên, trú quán Ninh Hòa- Khánh Hòa - *theo tư liệu TK Thích Trí Bửu sưu khảo*

- **Thiệt Thoại-Tánh Tường** (? -1813), Thiền sư, danh tăng miền Nam thế kỷ 19, khai sơn chùa Huê Nghiêm-Thủ Đức và hoằng hóa nơi đây thành đạo tràng danh tiếng, viên tịch tại chùa năm 1813, đồ chúng xây tháp thờ trong vườn chùa - *theo Biên niên sử PG Sài Gòn Gia Định.*

- **Thích Thanh Tường** (?), Hòa thượng, sư tổ đứng đầu Bắc kỳ Cổ sơn môn, gồm sơn môn Linh Quang- Bà Đá và sơn môn Hồng Phúc- Hòe Nhai, chủ trương xuất bản tạp chí *Tiếng chuông sớm*, đối lại với hội Bắc kỳ PG có tờ báo *Đuốc Tuệ*. Ngày 12.1.1936, Thiền gia pháp chủ Thích Thanh Hanh viên tịch, hội Bắc kỳ Phật giáo tôn sư tổ Thích Thanh Tường lên thay thế. Từ đó phái sơn môn và hội PG hợp nhất, *Tiếng chuông sớm* cũng đình bản sau 24 số để hợp nhất trong tờ *Đuốc Tuệ* - *theo NNC Nguyễn Đại Đồng sưu khảo*

- **Thích Thiện Tường** (1917 -1984), Hòa thượng, ngài xuất gia ở chùa Long Quang- Gò Công và cầu pháp với HT Lê Phước Chí -

chùa Linh Sơn- Sài Gòn, được pháp danh Thanh Giới, pháp tự Chơn Như, pháp hiệu Thiện Tường, thế danh Ngô Văn Phải. Năm 1944, ngài về trụ trì chùa Long An- Sa Đéc và hội ngộ cùng các ngài Khánh Phước, Thới An và Hành Trụ, các vị cùng nhau kết nghĩa huynh đệ. Năm 1946, tiếp nối phong trào chấn hưng PG, cả 4 vị rời miền Tây lên Sài Gòn thành lập ngôi chùa tên là *Tăng Già* để mở trường đào tạo. Năm 1947, nhận thấy Tăng ni tu học rất đông, các vị lại lập nên ngôi chùa thứ hai lấy tên là *Giác Nguyên* để chư Tăng tu học, còn chùa *Tăng Già* để chư Ni tu học. Năm 1950, ngài nhận trụ trì chùa *Vạn Thọ* ở Tân Định. Năm 1960, ngài trở về làm Hóa chủ chùa Giác Nguyên. Năm 1964, ngài làm Tổng vụ trưởng Tổng vụ Tài chánh-kiến thiết GHPGVNTN. Năm 1966, ngài làm Viện trưởng Viện Hóa Đạo GHPGVNTN khối Việt Nam Quốc Tự. Năm 1969, ngài làm Giám đốc *Phật học viện Giác Nguyên* kiêm trụ trì tổ đình Giác Nguyên. Năm 1981, ngài là Thành viên HĐCM TW GHPVN, ngài xả báo thân vào ngày 23 tháng 8 năm Giáp Tý (18-9-1984) thọ 68 tuổi, hạ lạp 46 năm. Ngài nguyên quán Gò Công, trú quán TP Hồ Chí Minh - *xem thêm ở Danh Tăng Việt Nam tập 1*

- **Võ Văn Tường**, Cư sĩ, nhiếp ảnh gia, NNC Phật học, sinh năm 1953, quy y Tam Bảo tổ đình Thiền Tôn- Huế, pháp danh Tâm Thụy. Năm 1971-1975, học phân khoa Khoa học xã học- viện đại học Vạn Hạnh- Sài Gòn. Năm 1982-1995, Cử nhân và Thạc sĩ Ngữ Văn- đại học Tổng hợp TP Hồ Chí Minh. Năm 1996, được đại học Kỷ lục Thế giới-Anh quốc cấp bằng tiến sĩ danh dự. Ông là ủy viên Ban Văn hóa TW, thành viên Trung tâm Nghiên cứu PGVN- Viện NCPHVN, chuyên môn lĩnh vực nhiếp ảnh danh lam cổ tự Việt Nam, được mời giảng dạy môn nhiếp ảnh tại học viện PGVN tại TP Hồ Chí Minh. tác phẩm: *Việt Nam Danh Lam Cổ Tự ; Những ngôi chùa danh tiếng Việt Nam ; Danh lam nước Việt ; Những ngôi chùa nổi tiếng Việt Nam ; Hà Nội danh lam cổ tự ; Những ngôi chùa nổi tiếng ở TP Hồ Chí Minh ; chùa Phù Châu Tiền Giang ; 108 danh lam cổ tự Việt Nam ; 500 danh lam Việt Nam ; Phật tích*

Ấn Độ - Nepal ; Sắc tứ Long An cổ tự - Tiền Giang ; chùa Từ Đàm - Huế ; chùa Việt Nam ở hải ngoại tập 1 , nguyên quán Thừa Thiên Huế, trú quán Hoa Kỳ.

U

- **Doãn Uẩn** (1795 -1850), Cư sĩ, huy hiệu An Tây mưu lược tướng Tuy Tỉnh Tử, Tổng đốc An - Hà (An Giang, Hà Tiên), được triều đình Truy tặng Hiệp biện Đại học sĩ, tự là Nhuận Phủ, Ôn Phủ, hiệu là Nguyệt Giang, Tĩnh Trai, là một danh thần thời Nguyễn, phụng sự ba đời vua liên tiếp: Minh Mạng, Thiệu Trị, Tự Đức. Sinh thời, ông là một trong những trụ cột của triều đình, trấn giữ vùng biên cương tây nam, suốt những năm trị vì của vua Thiệu Trị. Năm 1847, Tổng đốc Doãn Uẩn kiến tạo chùa Tây An- Châu Đốc, nhằm cầu an ổn phía Tây Nam tổ quốc, nơi ông có trách nhiệm trấn giữ (sách *Đại Nam Nhất Thống chí*), nguyên quán phủ Kiến Xương, trấn Sơn Nam Hạ (nay huyện Vũ Thư, tỉnh Thái Bình) - *theo Thích Vân Phong biên khảo*

- **Tâm Phổ Trí Uyên** (1887 -1940), Hòa thượng, dòng Lâm Tế-Liễu Quán đời 43, pháp mạch Minh Hoằng Tử Dung, pháp danh Tâm Phổ, pháp tự Đạo Nguyên, pháp hiệu Trí Uyên, xuất gia tại chùa Ba La Mật năm 1901, là đệ tử Viên Thành Thượng nhân. Năm 1923 cùng với bổn sư lên gần Ngũ phong sơn khai lập chùa Tra Am. Năm 1925 khai lập chùa Diệu Minh ở Cồn Hến và tu tập ở đó, nguyên quán trú quán Thừa Thiên Huế - *theo Chư tôn Thiền đức&Cư sĩ hữu công Thuận Hóa*

- **Hải Trân-Thụy Uyển** (1829 - ?), Hòa thượng, dòng Lâm Tế Liễu Quán đời 40, thế danh Phan Thụy Uyển, để tử ngài Tăng cang Tánh Thiên Nhất Định, sau cầu pháp ngài Linh Cơ, tăng chúng chùa Giác Hoàng, trụ trì chùa quốc tự Thánh Duyên, chưa rõ năm mất và tháp cốt ở đâu, nguyên quán Quảng Trị, trú quán Thừa

Thiên Huế - *theo Chư tôn Thiền đức&Cư sĩ tiền bối hữu công PG Thuận Hóa*

- **Hoàng Thị Uyển** (1871-1947), Phật tử, thường gọi là cụ Cả Mọc, Năm 1934 thành lập *Hội Tế sinh* và được bầu làm Hội trưởng, em ruột Hoàng đạo Thuý làm Phó Hội trưởng. Cuối năm 1944 cụ bàn giao cơ sở nhà Tế sinh rộng 1000m^2 ở phố Ngô Sỹ Liên cho Hội Phật giáo Bắc Kỳ làm cô nhi viện. Năm 1939-1940 cụ tậu ấp Phú Ninh huyện Kim Anh, tỉnh Vĩnh Phúc (nay là sân bay Nội Bài) dựng chùa Cao Phong và 5 gian nhà dưỡng lão nuôi ăn 30 lão ông lão bà, mời các bác sĩ Trần Duy Hưng, Trần Văn Lai, Nguyễn Hữu Thuyết từ Hà Nội lên khám và chữa bệnh cho họ. Sau đó, theo lời khuyên của cư sĩ Thiều Chửu -Tổng thư ký Hội Tế sinh cụ hiến mảnh đất này (rộng chừng 100 mẫu Bắc bộ) cho Hội phật giáo Bắc Kỳ di dời trường Tiểu học từ chùa Quán Sứ lên khai giảng tại chùa Cao Phong ngày 21-12-1940. Tại phiên Đại hội đồng hội Phật giáo Việt Nam (Hội Phật giáo Bắc Kỳ đổi tên) cụ được bầu làm Trưởng ban Phụ nữ Ban Trị sự Hội. sau ngày nước Việt Nam dân chủ cộng hoà ra đời ít lâu, biết tiếng cụ với nhiều việc làm từ thiện, tháng 3 năm 1946 Hồ Chủ tịch cho mời cụ lên Bắc bộ phủ và dùng trà. Cụ rất cảm kích trước những lời khen ngợi của Bác nhưng cụ bảo những việc của cụ làm không có gì to tát so với nhiều người Hà Nội lúc đó. Cụ mất năm 1947 tại chùa Cao Phong, sinh năm 1871, nguyên quán làng Kim Lũ, phường Kim Giang, quân Thanh Xuân, TP Hà Nội.

- **Thích Tương Ưng** (1912 -1994), Hòa thượng, xuất gia với HT Giác Tiên-chùa Trúc Lâm, pháp danh Tâm Giải, pháp tự Tương Ưng, thế danh Nguyễn Duy Phú. Năm 1944, ngài vào Nha Trang cùng chư tăng tu bổ chùa Hải Đức 2 năm. Năm 1947, ngài trùng tu chùa Hoa Sơn Giác Hải. Năm 1952, ngài nhận lãnh chùa Linh Phong cổ tự trùng tu lại, sau đó giao chùa lại và về Huế trụ trì tổ đình Từ Quang. Năm 1964, ngài lại vào Nha Trang xây dựng Khuôn hội Phước Hải và cúng dường đất cho Giáo hội xây dựng

Phật học Ni viện Diệu Quang để đào tạo chư Ni, nguyên quán trú quán Thừa Thiên Huế - *theo Chư tôn Thiền đức &Cư sĩ hữu công Thuận Hóa*

- **Thanh Tâm Diệu Ứng** (1867 -1945), Hòa thượng, xuất gia năm 1878 với HT Hải Toàn Linh Cơ- chùa Tường Vân, pháp danh Thanh Tâm, pháp tự Diệu Ứng. Năm 1893, thọ cụ túc giới tại giới đàn chùa Chúc Thánh- Quảng Nam do HT Chí Thành làm Đàn đầu truyền giới. Năm 1894, thọ Bồ tát giới tại giới đàn chùa Báo Quốc. Năm 1896, ngài làm Giám tự chùa Tường Vân. Năm 1903, ngài lập am ở Dương Xuân Sơn tu tập. Năm 1904 chính thức khai sơn chùa được Sắc tứ thành "*Bảo Quang Tự*". Sau đó, ngài vào Quảng Nam hoằng hóa đến năm 1920 mới trở về bổn tự. Năm 1945, ngài viên tịch ngày 26 tháng 3 năm Ất Dậu, thọ 79 năm, 52 hạ lạp, tháp lập tại khuôn viên chùa Bảo Quang, nguyên quán trú quán Thừa Thiên Huế - *theo Chư tôn Thiền đức&Cư sĩ hữu công Thuận Hóa tập 3*

- **Vũ Đình Ứng** (? -?), Tu sĩ, thuở nhỏ xuất gia, pháp danh Tâm Ứng, từng tu tại chùa Dư Hàng- Hải Phòng. Năm 1927 do viết 3 bài báo ủng hội lời kêu gọi chấn hưng Phật giáo của sư Tâm Lai trụ trì chùa Hang (Tiên Lữ động tự), Tâm Ứng bị sư trụ trì trục xuất. Ông về Hà Nam, Hà Đông hành đạo. Cùng Thượng toạ Thái Hoà (Tâm Bảo - Đỗ Trân Bảo), sư Trí Hải và các cư sĩ Lê Toại, Trần Văn Giác, Thiều Chửu thành lập nhóm *Phật học Tùng thư*, tiến tới thành lập *hội Phật giáo Bắc Kỳ*. Sau ông làm việc tại trụ sở Hội tại chùa Quán Sứ, trụ trì chùa làng Lai Khê, huyện Kim Thành, tỉnh Hải Dương. Năm 1936, sư hoạt động Việt Minh, tham gia *Phật giáo Cứu quốc*. Là Uỷ viên Giám sát Ban Chấp hành *Tăng già Cứu quốc* tỉnh do Thượng toạ Thái Hoà là Chánh Chủ tịch. Tác phẩm liên quan: *Tinh thần đạo Phật* , nguyên quán Hải Dương, không rõ năm sinh năm mất - *theo NNC Nguyễn Đại Đồng sưu khảo*

- **Thích Mật Ứng** (1889 -1957), Hòa thượng, giỏi Nho học, thế danh Trần Văn Ứng. Năm 1900, theo hầu HT Tâm Nhân- chùa Quảng Bá tu học, được pháp danh là Thích Mật Ứng. Ngài tham học khắp các chốn tổ đình danh tiếng. Ngài được cử trụ trì động Kính Chủ, danh thắng nơi Hạt Kinh Môn tỉnh Hải Dương, và sau đó kế thế trụ trì chùa Quảng Bá- Hà Nội. Từ năm 1935 đến 1945, ngài đóng góp rất lớn trong phong trào chấn hưng PG Bắc kỳ. Ngày 17-3 năm 1949, đại hội Tăng ni họp tại chùa Quán Sứ suy tôn ngài lên ngôi "*Thiền gia Pháp chủ*" của *hội Phật giáo Tăng già Bắc Việt*, nguyên quán Nam Định, trú quán Hà Nội - *xem thêm ở Danh Tăng Việt Nam tập 1*

- **Thích Phổ Ứng** (1910 -1983), Hòa thượng, khai sơn Linh Quang tịnh xá, tại bến Vân Đồn-quận Tư. Ngài là người Hải Phòng vào Nam lập nghiệp, xuất gia năm 1948, pháp danh Nhuận Tắc, pháp hiệu Phổ Ứng, pháp tự Thanh Sơn. là đệ tử của thiền sư Huệ Nhựt, theo tăng đoàn Khất sĩ hệ phái Huệ Nhựt, tu hành phương pháp Mật truyền, chuyên chữa bệnh cứu đời chỉ bằng nước lã, nên dân gian gọi là "*chùa nước lạnh*". Ngày nay Linh Quang tịnh xá được trùng kiến thành một đại già lam, có trường nuôi dạy trẻ khuyết tật. - *xem thêm ở "những ngôi chùa nổi tiếng ở TP HCM"*

V

- **Hằng Vang** , Cư sĩ, nhạc sĩ, tên thật là Nguyễn Đình Vang, pháp danh Như Niên, sinh năm 1933. Ông sáng tác nhạc-kịch từ năm 1955. Năm 1958-1960, là Huynh trưởng- Liên đoàn trưởng GĐPT Cát Tường- Huế. Năm 1961-1967, là Phó trưởng BHD- Ủy viên Nghiêm Huấn GĐPT tỉnh Đăk Lăk. Đồng thời, ông là Tổng thư ký- biên tập và điều hành Văn nghệ PG trên đài phát thanh Ban Mê Thuột. Năm 1968-1975, ông là Tổng thư ký hội Văn nghệ sĩ tỉnh

Phú Bổn. Nhạc sĩ Hằng Vang từng đoạt giải Nhất cuộc thi âm nhạc với bài *Ánh Đạo Vàng*, do ca sĩ Thanh Thúy thể hiện trên đài phát thanh Sài Gòn do GHPGVNTN tổ chức, trao giải thưởng ngày 25-2-1965 tại Nhà hát lớn Sài Gòn. Ông đã xuất bản trên 20 album nhạc, trong đó phần lớn là nhạc PG và 8 tuyển tập ca khúc chung với các tác giả khác. Ông nguyên quán Thừa Thiên Huế, trú quán Đăk Lăk.

- **Thích Như Vạn** (1930 -1980), Hòa thượng, pháp danh Như Vạn, pháp tự Giải Thọ, pháp hiệu Trí Phước, đời 41 tông Lâm Tế, thế hệ thứ 8 pháp phái Chúc Thánh. Ngài thế danh Trần Văn Chín, sinh năm Canh Ngọ (1930) tại làng Ái Nghĩa, Đại Lộc, Quảng Nam. Ngài xuất gia với Hòa thượng Thiện Quả tại tổ đình Chúc Thánh. Học Tăng PHĐ Ấn Quang từ 1951 đến 1959. Trụ trì tổ đình Phước Lâm năm 1960 và là Giảng sư của tỉnh Giáo hội Quảng Nam. Năm 1963 , ngài là một trong Tứ trụ Quảng Nam tranh đấu chống chính sách kỳ thị tôn giáo của chính phủ Ngô Đình Diệm. Ngài từng giữ các chức vụ: Đặc ủy Cư sĩ kiêm Chánh đại diện quận Hiếu Nhơn (1964); Đặc ủy Cư sĩ kiêm Hoằng pháp tỉnh Quảng Nam, sau năm 1975 là Chánh đại diện GHPGVNTN Thị xã Hội An. Ngài có công trùng tu chùa Phước Lâm vào năm 1964. Ngài viên tịch ngày 24 tháng 3 năm Canh Thân (1980), trụ thế 51 tuổi. Đệ tử có các vị như: Cố HT.Thích Hạnh Thiền; Cố HT.Thích Hạnh Tuấn; Hòa thượng Thích Hạnh Trí... Ngài nguyên quán trú quán Quảng Nam - *theo Thích Như Tịnh sưu khảo*

- **Thích Thanh Văn** (1937 -1972), Thượng tọa, xuất gia với HT Minh Cảnh- chùa Linh Quang- Trại Hầm- Đà Lạt, pháp danh Nguyên Hưng, pháp tự Thanh Văn. Thầy thọ giáo với HT Nhất Hạnh, sau đó về Huế tu học tại chùa Ba La Mật. Năm 1964, Thầy vào học tại *Viện Cao đẳng Phật học Vạn Hạnh* Sài Gòn và phụ trách văn phòng trường. Năm 1966, Thầy được HT Nhất Hạnh cử làm Giám đốc *trường Thanh niên Phụng sự Xã hội*. Ngày 23-04-1972, trên đường công tác ở Phước Thái- Biên Hòa, Thượng tọa bị tai nạn giao thông và mất, hưởng dương 35 tuổi, nguyên quán Thừa Thiên Huế, trú quán Sài Gòn - *theo Chư tôn Thiền đức Cư sĩ hữu công Thuận Hóa tập 3*

- **Thích Từ Văn** (1877 -1931), Hòa thượng, thế danh Nguyễn Văn Tầm, năm 1887 xuất gia với HT Ấn Long Thiện Quới- chùa Hội Khánh, pháp danh Chơn Thanh, pháp hiệu Từ Văn, dòng Lâm Tế Chúc Thánh đời 39. Ngài học đạo với tổ Huệ Lưu- chùa Huê Nghiêm- Thủ Đức. Năm 1906, ngài kế thế trụ trì tổ đình Hội Khánh-Thủ Dầu Một. Năm 1909, ngài Chứng minh lễ trùng tu tháp tổ Nguyên Thiều- chùa Kim Cang- Biên Hòa. Năm 1913, ngài làm Pháp sư và Giới sư các trường hạ ở khắp miền Nam. Năm 1920, ngài được mời sang Pháp lập trai đàn cầu siêu cho các tử sĩ, nhân dịp này ngài làm mô hình chùa Hội Khánh và các tượng Phật sang triển lãm ở thành phố Marseille. Năm 1923, cụ Phó bảng Nguyễn Sinh Sắc và cụ Tú Cúc-Phan Đình Viện đã đến chùa Hội Khánh cùng với ngài thành lập *Hội Danh dự Yêu nước*, truyền bá tư tưởng yêu nước trong quần chúng. Hội hoạt động đến năm 1926 bị Pháp giải tán. Năm này ngài lại mở các lớp học đầu tiên trong phong trào chấn hưng giảng dạy tại chùa Hội Khánh. Năm 1930, ngài tổ chức khắc bản in kinh ấn tống cho khắp miền Đông và Tây Nam bộ. Ngài xả báo thân ngày 26 tháng 11 năm Tân Mùi (1931), tháp lập ở khuôn viên chùa Hội Khánh, nguyên quán trú quán Bình Dương - *xem thêm ở Danh Tăng Việt Nam tập 2*

- **Thích Đồng Văn**, Thượng tọa, dòng Lâm Tế Chúc Thánh đời 43, Tiến sĩ đại học Sư Phạm TP. Hồ Chí Minh, thế danh Nguyễn Thành Danh, sinh năm 1966, giảng viên Học viện Phật giáo Việt Nam, Trưởng khoa Trung văn HVPGVN tại TP HCM, Phó trưởng phòng đào tạo Sau đại học, trụ trì chùa Viên Giác-Tân Bình, tác phẩm: *Những truyện Nôm đầu thế kỷ XX* (đồng tác giả), *Đôn Hoàng thạch động không ngủ yên,* nguyên quán trú quán TP Hồ Chí Minh.

- **Thích Huyền Vân** (1915 -1984), pháp danh Hồng Viên, thế danh Nguyễn Văn Chót; sinh năm 1915 tại xã An Nghiệp, huyện Kế Sách, tỉnh Sóc Trăng. Tái thiết và trụ trì chùa Thiên Phước- Xuân Hòa- Kế Sách, khai sơn Hải Phước Tự- thị trấn Kế Sách- huyện Kế Sách- tỉnh Sóc Trăng. Năm 1937, theo học PHĐ *Lưỡng Xuyên Phật Học* ở Trà Vinh. Năm 1940 ,cùng với các Hòa thượng Thiện Hòa, Thiện Hoa, Bửu Đạt, Huệ Phương, Thanh Tòng... tham học PHĐ An Nam Phật Học tại chùa Báo Quốc- Huế. Năm 1945 trở về Sóc Trăng làm giáo thọ dạy Tăng ni tại các tự viện trong tỉnh, nguyên quán, trú quán Sóc Trăng - *theo Thích Vân Phong biên khảo*

- **Nguyễn Thị Vân** (1949 -1966), Phật tử, đoàn sinh GĐPT, thánh tử đạo, pháp danh Không Gian. Năm 1956 cô vào GĐPT Thành Nội, sinh hoạt với đoàn Oanh Vũ Nữ. Năm 1962, cô lên sinh hoạt đoàn Thiếu Nữ. Ngày 31-5-1966 cô tự thiêu trước chùa Từ Đàm- Tỉnh hội PG Huế, để lại 3 bức thư: 1 gởi gia đình; 1 gởi chính quyền Thiệu Kỳ; 1 gởi Tổng thống Hoa kỳ, nguyên quán trú quán Thừa Thiên Huế - *theo Biên niên sử PG Sài Gòn Gia Định*

- **Thích Từ Vân** (1866 -1934), Hòa thượng, dòng Lâm Tế Gia Phổ đời 39, xuất gia năm 1886 với HT Đạt Hóa- chùa An Phước- Lấp Vò, pháp danh Ngộ Đạo, pháp hiệu Từ Vân. Năm 1891, ngài thọ đại giới tại giới đàn Tiên Thiện Từ Lâm- chùa Phước Hưng do tổ Minh Thông Hải Huệ làm Đường đầu truyền giới. Sau khi thọ giới, ngài về chùa Tân Long- Cao Lãnh hành đạo. Năm 1915, ngài mở trường gia giáo dạy Phật học và tổ chức khắc ván in các bộ kinh luật để lưu thông: *Sa di Luật giải ; Trường hàng luật ; Quy Sơn cảnh sách ; Kim Cang kinh ; Quy Nguyên trực chỉ ; Hứa Sử truyện*. Ngài được cung thỉnh làm Đường đầu Hòa thượng trong các giới đàn: Minh Phước- chùa Phước Hưng- Sa Đéc (1919); tại bổn tự Tân Long (1926); giới đàn chùa Phước Hưng (1927); giới đàn Nguyên Hòa- tổ chức tại bổn tự Tân Long (1930). Năm 1927, ngài sang Lào dự Đại hội Phật giáo Khu vực Đông Nam Á. Trong sự nghiệp đào tạo, ngài có một đệ tử xuất sắc là HT Huệ Quang, sau này là Thượng thủ *Giáo hội Tăng Già Nam Việt*. Ngài xả báo thân ngày 25 tháng 5 năm Giáp Tuất (06-06-1934) thọ 68 năm, 40 hạ lạp, nguyên quán trú quán Long Xuyên - *xem thêm ở Danh Tăng Việt Nam tập 3*

- **Thích Tường Vân** (1899 -1983), Hòa thượng, dòng Lâm Tế Trí Thắng Bích Dung đời 42, thế danh Lê Quát, xuất gia năm 1939 với HT Vĩnh Sung- chùa Bửu Long, pháp danh Nguyên Hương, pháp hiệu Tường Vân. Năm 1944, ngài khai sơn chùa Liên Hoa-huyện đảo Phú Quý. Năm 1958, ngài trụ trì chùa Liên Thành- Phú Long- Bình Thuận. Năm 1960, đồng sáng lập *Tòng lâm Vạn Thiện*- Phan Thiết. Năm 1970, ngài vận động thành lập *PHV Nguyên Hương* và làm Giám viện. Năm 1981, ngài được cung thỉnh Chứng minh đạo sư Giáo hội PGVN tỉnh Bình Thuận. Ngài xả báo thân ngày mồng 3 tháng 2 năm Quý Hợi (1983) thọ 84 năm, 44 mùa Hạ, bảo tháp lập tại *Tòng lâm Vạn Thiện*, nguyên quán đảo Phú Quý, trú quán Phan Thiết - *xem thêm ở Danh Tăng Việt Nam tập 2*

- **Thích Huyền Vi** (1926 -2005), Hòa thượng, Giảng sư, dòng Lâm Tế Chúc Thánh đời 41, thế danh Lê Văn Huyền, xuất gia năm 1938 với HT Trí Thắng- chùa Sắc tứ Thiên Hưng- Ninh Thuận, pháp danh Như Kế, pháp tự Giải Đạo, pháp hiệu Huyền Vi. Năm 20 tuổi, ngài thọ đại giới tại giới đàn chùa Sắc tứ Tây Thiên- Tháp Chàm- Ninh Thuận. Năm 1950, ngài theo học tại PHĐ Nam Việt-chùa Ấn Quang. Năm 1955, ngài được cử làm Giám đốc PHĐ Ấn Quang kiêm Giám viện và thành viên giảng sư đoàn phục vụ thuyết giảng các tỉnh. Năm 1961, ngài du học tại Viện đại học Nalanda- Ấn Độ. Năm 1972, ngài về nước nhận nhiệm vụ Tổng vụ trưởng Tổng vụ Hoằng Pháp GHPGVNTN. Năm 1974, ngài là Thành viên Hội đồng Viện Tăng thống GHPGVNTN. Sau năm 1975, ngài sang Pháp định cư và sáng lập Giáo hội PG Linh Sơn Thế giới và trụ trì chùa Linh Sơn- Pharis. Ngài thành lập trên 50 cơ sở của Giáo hội Linh Sơn trên Thế giới mà ngài là Tăng thống. Tác phẩm của ngài đã xuất bản: *Đường về xứ Phật* (viết chung) ;

Buddhist Doctrine ; *Thiền tứ oai nghi* (PL2538) ; *Phật nói kinh Chánh Pháp Đại Bảo Tích Hội Ngài Ca Diếp* (PL2539) ; *Đức Phật nói kinh Hồng Danh Lễ Sám* (PL2539) ; *Kinh Đại Định Thủ Lăng Nghiêm và các kinh khác* (1995) ; *Les Bases Fondamentales Du Boudhisme Mahayana* (1997) ; *Kinh Viên Giác* (1997) ; *Bốn kinh của Phật Tổ* (PL 2542) ; *L' Essentiel Du Boudhisme* ; *Những dòng sữa Mẹ* (2002). Năm 2000, ngài mua một khu đất trên 3000 mét vuông, mục đích kiến tạo một Đại học PG thế giới để đào tạo Phật học cho người Việt và người phương Tây. Ước nguyện còn dang dỡ, ngài xả báo thân ngày mồng 7 tháng Giêng năm Ất Dậu (15-02-2005) thọ 80 năm, 59 hạ lạp, nguyên quán Ninh Thuận, trú quán Pháp quốc. - *xem thêm ở Danh Tăng Việt Nam tập 3*

- **Pháp Vĩnh** (1891 -1977), Hòa thượng, hệ phái PG Nam Tông Việt Nam, thế danh Nguyễn Thức. Năm 1945, xuất gia theo hệ phái Khất sĩ, pháp danh Thiện Ngộ, sau chuyển qua tu theo hệ phái Nguyên thủy, pháp danh là Dhammasàro. Năm 1950, ngài thọ Tỳ kheo giới tại Capuchia. Năm 1955 ngài về Việt Nam hoằng pháp, là Thành viên ban Chưởng quản *Giáo hội Tăng già Ngyên thủy Việt Nam* (1957). Năm 1958, ngài khai sơn chùa Phước Quang-Tuy Phước và là người đầu tiên truyền bá PG nguyên thủy tại Bình Định, ngài xả báo thân ngày 25 tháng 4 năm Đinh Tỵ (1977), thọ 86 năm, 32 tuổi đạo, nguyên quán trú quán Bình Định - *xem thêm ở Danh Tăng Việt Nam tập 2*

- **Thích Bổn Viên** (1873 -1942), Hòa thượng, thế danh Nguyễn Văn Hượt. Năm 1894-1907, ngài đến vùng Thất Sơn Châu Đốc học đạo và học thuốc, ngài có biệt tài chữa bệnh bằng Nam dược. Năm 1908, từ núi Tà Lơn trở về sau 15 năm tu tập, ngài nhận ngôi chùa Bửu Long- Vĩnh Kim- Mỹ Tho để hành đạo. Năm 1910, ngài đến chùa Phước Linh- Thạnh Phú cầu pháp với HT Thục Thiện, dòng Lâm Tế Trí Thắng, được pháp danh Bổn Viên, pháp tự Chơn Thành. Năm 1932, ngài được thỉnh làm Đàn đầu truyền giới tại giới đàn chùa Minh Đức- Phú Túc- Bến Tre. Từ đây, ngài cùng HT

Khánh Hòa đồng sáng lập viên *hội Nam kỳ Nghiên cứu Phật học* và *hội Lưỡng Xuyên Phật học*. Năm 1940, ngày 23 tháng 11, cuộc khởi nghĩa Nam kỳ bùng nổ, chùa Bửu Long trở thành điểm nuôi giấu cán bộ kháng chiến, ngài bị thực dân Pháp vây chùa bắt tù đày. Năm 1942, Thực dân Pháp thả ngài, và viên tịch cùng năm tại chùa Bửu Long vào 24 tháng Giêng năm Nhâm Ngọ, thọ 69 năm, 32 năm hành đạo. Ngài nguyên quán trú quán Vĩnh Kim- Mỹ Tho - *xem thêm ở Danh Tăng Việt Nam tập 2*

- **Thích Chánh Viên** (?-1946), Hòa thượng, trụ trì Bửu Hưng Cổ Tự- Đồng Tháp. Ngài cùng các vị Hòa thượng: Thích Thiện Hoa, Thích Thiện Hòa, Thích Bửu Đạt, Thích Huệ Phương ra Huế học ở trường Báo Quốc. Chiến tranh loạn lạc, ngài về Bửu Hưng chuẩn bị mở trường, tiếp Tăng độ chúng tu học, nhưng chẳng may ngài đã hy sinh trong công cuộc kháng pháp. Ngài đã hiến một đại hồng chung cho cách mạng để hóa thân vũ khí chống Pháp. Tháng 09-1946, Bửu Hưng Cổ Tự (nơi nuôi chứa nhiều cán bộ cách mạng hoạt động địa bàn Sa Đéc, Cao Lãnh, Vĩnh Long) bị máy bay ném bom, ngài cùng 10 vị tiểu tăng hy sinh, nguyên quán, trú quán Sa Đéc - *theo Thích Vân Phong biên khảo*

- **Thích Giác Viên** (? -1942), Hòa thượng, pháp danh Trừng Huệ, pháp tự Chí Lâm, đệ tử tổ Tâm Tịnh. Năm 1911, ngài lên làng Dương Xuân Thượng lập am Thệ Đa Lâm, đếm năm 1934 thảo am đổi tên thành chùa Hồng Khê do chính ngài khai sơn. Ngài được triều đình phong Tăng cang chùa Diệu Đế, nguyên quán Quảng Trị, trú quán Thừa Thiên Huế - *theo Chư tôn Thiền đức&Cư sĩ hữu công Thuận Hóa*

- **Thích Giác Viên** (1930 -2012), Hòa thượng, pháp danh Nguyên Nhuận, tự Giác Viên, hiệu Long Hoa, đời 44 tông Lâm Tế, thế hệ thứ 10 pháp phái Liễu Quán. Hòa thượng thế danh Nguyễn Đạt, sinh năm Canh Ngọ (1930) (tuổi thật là năm Đinh Sửu 1937) tại làng Trùi, tỉnh Thừa Thiên-Huế. Ngài xuất gia với một Đại sư tại quê nhà và thọ Tỳ kheo năm 1968 tại Hải Đức, Nha Trang. Năm 1971 trụ trì chùa Tân Ninh, năm 1973 trụ trì chùa Thanh Bình. Sau năm 1975 ngài trụ trì chùa Tỉnh hội Đà Nẵng cho đến khi viên tịch. Ngài nhiều lần trùng tu chùa Pháp Lâm khang trang như hiện nay. Năm 1992, đảm nhận Trưởng ban hướng dẫn nam nữ cư sĩ Phật tử tỉnh hội QNĐN. Năm 1997, Phó ban trị sự thành phố Đà Nẵng. Năm 2007-2012, trưởng Ban trị sự GHPGVNTN Đà Nẵng, thành viên HĐCMTWGHPGVN. Năm 2009, Ngài khai sơn Giác Hoàng Viên tại Ngũ Hành Sơn. Hòa thượng viên tịch ngày 10 tháng 10 năm Nhâm Thìn (2012). Ngài sinh quán Thừa Thiên Huế, trú quán Đà Nẵng - *theo tư liệu Thích Như Tịnh sưu khảo*

- **Thích Huệ Viên** (1884 -1961) Hòa thượng, thế danh Đào Văn Chỉ, xuất gia năm 1908, với HT Chánh Cần- chùa Phước Long- Lấp Vò, pháp danh Huệ Viên. Năm 1920 ngài thọ đại giới tại giới đàn chùa Giác Hải- Chợ Lớn. Năm 1925, ngài cầu pháp với HT Đạt Hòa- chùa Phật Quang- Trà Ôn, được pháp tự là Ngộ Chỉ. Năm 1927, ngài cầu pháp với tổ Chí Thiền- chùa Phi Lai, được pháp hiệu Tâm Viên. Năm 1928, ngài trụ trì chùa Châu Viên- Bạc Liêu và làm Chứng minh Ni trường gia giáo chùa Giác Hoa- Bạc Liêu. Năm 1934, ngài trụ trì chùa Vĩnh Hòa- Bạc Liêu. Năm 1939, ngài tham gia phong trào chấn hưng theo lời mời của HT Khánh Anh và tham gia tổ chức PG Cứu quốc các tỉnh Tây Nam bộ. Năm 1950, ngài làm Trị sự trưởng Giáo hội Tăng già tỉnh Sóc Trăng-Ba Xuyên-Bạc Liêu. Ngài khai sơn chùa Phật học Huệ Quang, trụ sở của PG Bạc Liêu. Ngài xả báo thân ngày 16 tháng 6 năm Tân Sửu (1961) thọ 66 năm, tháp lập tại khuôn viên chùa Vĩnh Hòa- Bạc Liêu, nguyên quán Nha Mân- Sa Đéc, trú quán Bạc Liêu - *xem thêm ở Danh Tăng Việt Nam tập 3*

- **Chương Đạo Quảng Viên** (1851 -1893), Hòa thượng, tổ sư, pháp danh Chương Đạo, pháp tự Tuyên Tùng, pháp hiệu Quảng Viên đời thứ 38 tông Lâm Tế, thế hệ thứ 5 pháp phái Chúc Thánh. Ngài thế danh Huỳnh Tấn Tùng, sinh năm Tân Hợi (1851) tại làng Trung Phường, xã Duy Hải, huyện Duy Xuyên, tỉnh Quảng Nam. Ngài xuất gia và đắc pháp với tổ Quán Thông tại chùa Chúc

Thánh. Ngài kế nghiệp bổn sư trụ trì chùa Chúc Thánh vào năm 1883. Ngài đã có công trùng tu chùa Chúc Thánh vào năm Nhâm Thìn (1892) cũng như cùng với Sơn môn chú tạo quả đại hồng chung trong năm này. Tháng 4 năm Quý Tỵ (1893) ngài cùng với các ngài Chí Thanh, Vĩnh Gia khai mở giới đàn tại chùa Chúc Thánh. Ngài viên tịch vào ngày 14 tháng 12 năm Quý Tỵ (1893), trụ thế 43 tuổi. Đệ tử nối pháp có ngài Ấn Nghiêm Phổ Thoại. Ngài nguyên quán trú quán tại Quảng Nam - *theo Thích Như Tịnh sưu khảo*

- **Thích Thanh Viên** (1921 -1993), Hòa thượng, thế danh Nguyễn Ngọc Viên, xuất gia năm 1937 với sư tổ chùa Đông Tân- Hà Nội, được pháp danh Tiến Ngự, pháp hiệu Thanh Viên. Năm 1940, ngài thọ đại giới tại giới đàn chùa Bà Đá. Năm 1944, ngài xây dựng chùa Đạo Ngạn- Hà Tây. Năm 1946, ngài tham gia PG Cứu quốc Hà Nội. Năm 1955, ngài trụ trì chùa Võ Lăng (chùa Mía) và xây dựng thêm nhiều công trình ở đây. Năm 1959, ngài là Phó ban Thường trực Chi hội PG Thống nhất Hà Đông. Năm 1987, ngài là Ủy viên Thường trực HĐTS GHPGVN và Trưởng ban Hướng dẫn Nam nữ Phật tử TW. Năm 1989, ngài là Trưởng BTS PG tỉnh Hà Sơn Bình. Năm 1991, ngài làm hiệu trưởng trường Cơ bản Phật học tỉnh Hà Tây. Năm 1992, ngài là Ủy viên Thường trực HĐTS kiêm Trưởng ban Từ thiện Xã hội TW GHPGVN. Ngài xả báo thân ngày 16 tháng 4 năm Quý Dậu (1993) thọ 73 năm, 53 hạ lạp, nguyên quán Hà Đông, trú quán Hà Tây - *xem thêm ở Danh Tăng Việt Nam tập 3*

- **Siêu Việt** (1934 -1997), Hòa thượng, Trưởng lão hệ phái PG Nam Tông Việt Nam, thế danh Trần Siêu Việt, xuất gia năm 1947 tại chùa Preypasarì- Campuchia, pháp danh Ulàro Mahathera. Năm 1954, ngài thọ cụ túc giới và học tại thủ đô Phnom-Pênh. Năm 1970, ngài về Việt Nam hành đạo, trú xứ chùa Giới Minh- Thủ Đức. Năm 1973, ngài về phụ trách *Trung tâm Văn hóa PG Nguyên thủy Việt Nam*- Bình Chánh. Năm 1979, ngài giữ chức Phó Tăng thống *Giáo hội Tăng già Nguyên thủy Việt Nam*, cùng năm này, ngài tham dự phái đoàn PG Việt Nam sang Campuchia truyền giới và ngài đã cúng bộ Tam tạng Palì-Khmer cho giáo hội PG Nam tông Campuchia sau khi hồi sinh bởi nạn diệt chủng. Năm 1981, ngài được bầu làm Phó chủ tịch HĐTS GHPGVN kiêm Phó BTS THPG TP Hồ Chí Minh kiêm Tăng trưởng *PG Nam Tông Việt Nam*. Năm 1987, ngài được bổ nhiệm trụ trì thêm chùa Kỳ Viên-quận 3. Năm 1990, ngài nhận lại và trụ trì thánh tích *Thích Ca Phật Đài* ở Vũng Tàu, ngài xả báo thân ngày mồng 2 tháng 9 năm Đinh Sửu (02-11-1997) thọ 64 năm, 44 hạ lạp, nguyên quán Campuchia, trú quán Bình Chánh-TP Hồ Chí Minh - *xem thêm ở Danh Tăng Việt Nam tập 2*

- **Thích Trí Việt** (1934 -2013), Hòa thượng, Pháp danh Tâm Hậu, tự Trí Việt, hiệu Long Vân, đời 43 tông Lâm Tế, thế hệ thứ 9 pháp phái Liễu Quán. Ngài thế danh Văn Tấn Sỹ, sinh năm Giáp Tuất (1934) tại làng Vinh Hưng, Thừa Thiên Huế. Ngài xuất gia với Hòa thượng Trừng Tín chùa Phước Duyên và thọ Tỳ kheo năm 1956. Ngài tốt nghiệp Cử nhân Tâm lý tại Đại học Đà Lạt. Thời gian vào Nam hành đạo, Ngài tham gia xây dựng Phật học viện Giác Sanh cũng như xây dựng chùa Ấn Quang, Vĩnh Nghiêm, Phổ Quang, Xá Lợi v.v...Sau đó Ngài về hành đạo tại Thị xã Đà Nẵng đóng góp công sức khai sơn trùng tu xây dựng các chùa như: Chùa Hải Vân Sơn, chùa Quang Minh, chùa Báo Ân, chùa Viên Quang, chùa Thanh Bình, chùa Hòa Thọ, chùa Pháp Hội, chùa Sơn Trà, chùa Phước Lộc, tượng Bổn sư lộ thiên tại chùa Quang Minh v.v... Hòa thượng từng tham gia nghành tuyên úy Phật giáo trước năm 1975. Hòa thượng viên tịch ngày 26 tháng 6 năm Quý Tỵ (2013), hưởng thọ 80 tuổi. Ngài sinh quán Thừa Thiên-Huế, trú quán Đà Nẵng - *theo tư liệu Thích Như Tịnh sưu khảo*

- **Sơn Vọng** (1886 -1963), Hòa thượng, Sư Cả, pháp danh là Visuddhi Panno (Thanh Tịnh Tuệ). Năm 1910, ngài theo học thiền định ở Campuchia, được nhà vua phong tặng huy hiệu và bằng khen. Năm 1911, ngài trở về Trà Vinh trụ trì chùa Dòng Chuối (Jaya- Satthàra tana). Năm 1950, ngài được phong là Tăng hoàng của PG Khmer tỉnh Trà Vinh. Năm 1968, ngài giữ chức Phó chủ tịnh Ủy ban TW MTGPMN Việt Nam, ngài còn là Phó chủ tịch Ủy ban Bảo vệ hòa bình thế giới của miền Nam Việt Nam và Cố vấn Ủy ban Mặt trận Dân tộc Giải phóng miền Tây Nam bộ, nguyên quán trú quán Trà Vinh - *xem thêm ở Danh Tăng Việt Nam tập 1*

- **Phạm Nhật Vũ**, Cư sĩ, pháp danh Từ Vân, doanh nhân, sinh năm 1972, ông kinh doanh chuyên về khoáng sản và truyền thông, ông thành lập và điều hành An Viên group, kênh truyền hình trả tiền tên là An Viên, pháp sóng lĩnh vực Văn hóa phương Đông, phổ biến chuyên về Phật giáo. Nhiều năm nay, ông là người âm thầm đầu tư xây và sửa nhiều ngôi chùa trên nhiều địa phương trong cả nước. Ủy viên Thường trực TW GHPGVN, Phó trưởng ban Thường trực Ban Thông tin truyền thông TW GHPGVN, Phó Tổng biên tập tạp chí Nghiên cứu Phật học, nguyên quán Lộc Hà- Hà Tĩnh, sinh quán Hải Phòng, trú quán Hà Nội - *theo trang nhà www.vi.wikiperdia.org*

- **Lê Phước Vũ**, Cư sĩ, doanh nhân, ông sinh ngày 28 tháng 5 năm 1963 tại Quy Nhơn- Bình Định, là một một người có niềm tin Phật giáo, dựa vào tinh thần đạo Phật để làm kinh doanh.Ông tham gia nhiều công tác từ thiện. Ông còn tài trợ các công trình lớn của PG từ Nam chí Bắc. Năm 2001, ông thành lập Công ty cổ phần Hoa Sen tại Bình Dương với 30 tỷ đồng cùng số nhân viên là 22 người. Ngày 5 tháng 12 năm 2008, công ty cổ phần *Tập đoàn Hoa Sen* chính thức lên sàn chứng khoán với mã HSG. Một doanh nhân thành đạt, tài ba không chỉ ở số tiền họ kiếm được mà còn ở chữ tín, cách đối nhân xử thế và các hoạt động cộng đồng của họ. Lê Phước Vũ hiểu rõ trách nhiệm cộng đồng của mình, ông luôn cố gắng tạo điều kiện tốt cho các công nhân trong đơn vị của mình. Sau đó là trách nhiệm với nhà nước như đóng thuế, tham gia đầy đủ các quy định của nhà nước. Mỗi năm, Tập đoàn Hoa Sen đều trích 3% lợi nhuận để thực hiện các hoạt động từ thiện cho cộng đồng như xây trường, xây cầu, hỗ trợ cho nhân dân vùng bị thiên tai… Chính những điều này đã tạo nên một doanh nhân Lê Phước Vũ vừa có đức vừa có tài, ông nguyên quán Điện Bàn- Quảng Nam, trú quán TP Hồ Chí Minh - *theo trang nhà www.vi.wikiperdia. org*

- **Trụ Vũ**, nhà thơ, cư sĩ, nhà Phật học nổi tiếng, sinh năm 1931, Trong pháp nạn 1963, ông có bài thơ ca ngợi Bồ tát Thích Quảng Đức *Trái tim bất diệt*, bài thơ này là động lực tinh thần đưa cuộc đấu tranh của PG đi đến thành công. Bài thơ đã trở thành áng văn bất hủ tiêu biểu cho thơ ca PGVN qua mọi thời. Ngoài ra, ông sáng tác rất nhiều tập thơ, rất nhiều bức thư họa và thư pháp, trở thành nhà tiên phong trong thư pháp, có một trường phái viết thư pháp riêng của Trụ Vũ, ông có trên 30 tác phẩm, tiêu biểu như tác phẩm: *Hương Cà phê* nxb Thanh Niên ; *Lục bát tình yêu* ; *Những bước trầm hương* ; *Thơ niệm Phật* ; *Pháp cú thi kệ*... ông nguyên quán Thừa Thiên Huế, trú quán TP Hồ Chí Minh.

- **Phạm Nhật Vượng**, Cư sĩ, sinh năm 1968, quy y Tam bảo pháp danh Phúc Vương, đệ tử của đức đệ tam Pháp chủ GHPGVN Thích Phổ Tuệ, Chủ tịch Hội đồng quản trị Vingroup, tỷ phú Việt Nam đầu tiên lọt vào danh sách tỷ phú thế giới của Forbes năm 2013. Năm 2007, Cư sĩ đã tài trợ 18,5 tỷ đồng để xây dựng trường trung cấp dạy nghề *Phạm Dương* và trường mầm non *Phù Lưu* cho quê hương Hà Tĩnh. Vị hộ pháp Cư sĩ Phạm Nhật Vượng đã âm thầm góp phần công đức toàn bộ kinh phí hoặc một phần công đức rất nhiều công trình lớn của GHPGVN như: kiến tạo chùa Trúc Lâm Kharcov- Cộng hòa Ucraina, phục dựng, nâng cấp chùa Trúc Lâm Thanh Lương- huyện Lộc Hà- tỉnh Hà Tĩnh, xây dựng cơ sở mới Học viện Phật giáo Việt Nam tại Tp Hồ Chí Minh, xây dựng cơ sở mới Học viện Phật giáo Việt Nam tại Huế, trùng kiến tổ đình Tường Vân- Huế, Trúc Lâm tịnh viện Hòn Tre- thành phố Nha Trang, phục dựng Di tích Hương Tích thượng (Nền Trang Vương)- Hà Tĩnh, tạo quỹ học bổng mang tên *Phạm Dương* có giá trị hàng tỷ đồng giúp con em huyện Can Lộc vượt khó học giỏi..., nguyên quán Hà Tĩnh, sinh quán Hải Phòng, trú quán Hà Nội - *theo Thích Vân Phong biên khảo*

X

- **Thạch Sok Xane**, Hòa thượng, hệ phái Nam Tông Khmer, Phó chủ tịch HĐTS TW GHPGVN, trụ trì chùa   , nguyên quán trú quán Sóc Trăng.

- **Cư sĩ Nguyễn Đắc Xuân,** pháp danh Tâm Hành, sinh năm 1937 tại Huế. Tốt nghiệp Đại học Sư phạm 1966. Nhà nghiên cứu lịch sử. Công tác: Tổng thư ký Hội Văn Nghệ Thành phố Huế (1988), Phó Tổng biên tập kiêm thư ký Toà soạn tạp chí Sông Hương (1990), trưởng Văn phòng Đại diện miền Trung báo Lao Động (1993). Tháng 7.1998, xin thôi làm báo, về hưu trí để nghiên cứu lịch sử văn hoá Huế và sáng tác. Nguyễn Đắc Xuân còn có đam mê nghiên cứu văn hoá lịch sử triều Nguyễn và Huế Xưa. nhiều lần đi nghiên cứu sưu tập tư liệu lịch sử văn hoá Huế ở Pháp và ở Mỹ. Đã xuất bản trên 50 đầu sách, tham dự hàng chục Hội thảo khoa học về văn hoá lịch sử Triều Nguyễn và Huế. Cư sĩ Nguyễn Đắc Xuân đóng góp rất lớn trong biên khảo về lịch sử Phật giáo, nguyên Đoàn phó Sinh viên Phật tử, Đoàn trưởng Sinh viên Quyết tử, nguyên quán Quảng Nam, trú quán Thừa Thiên Huế

- **Thích Thiện Xuân**, sinh năm 1944, pháp danh Tâm Sinh, Hòa thượng, Chánh thư ký Viện Hoằng Đạo GHPG Cổ truyền Việt Nam, trụ trì chùa Hạnh Nguyện-Tân Bình, Phó ban thừa kế tổ đình Thiên Thai Bà Rịa, Chánh đại diện GHPGVN quận Tân Bình, quận Tân Phú, nguyên Đại biểu HĐND TP. HCM, nguyên Chánh Văn phòng Thành hội PG TP. HCM, nguyên quán Bình Chánh, trú quán Tân Bình- TP Hồ Chí Minh.

- **Thích Huệ Xướng**, Hòa thượng, NNC sử học PG, sinh năm 1945, đệ tử HT Bửu Ý- chùa Long Thạnh, Trưởng sơn môn tổ đình Long Thiền- Biên Hòa, Trưởng sơn môn tổ đình Linh Nguyên-Đức Hòa- Long An, viện chủ chùa Vạn Hạnh- Tân Phú, nguyên quán

Đức Hòa Long An, trú quán Tân Phú TP Hồ Chí Minh.

- **Trương Xướng** (1886 -1962), Cư sĩ, Bác sĩ y khoa, ông quy y với HT Giác Tiên, có pháp danh Tâm Hòa, tự Chánh Nhân. Ông làm việc tại Bệnh viện Trung ương Huế, rồi Giám đốc Bệnh viện tỉnh Quảng Nam, kế đến Bệnh viện tỉnh Quảng Trị, cuối cùng trở lại Bệnh viện Trung ương Huế cho đến ngày về hưu. Năm 1932, ông và các cư sĩ trí thức cùng hợp tác lập "*An Nam Phật học hội*" tại Thừa Thiên và Bác sĩ Tâm Minh-Lê Đình Thám làm Hội trưởng. Ông góp phần cùng các pháp hữu chấn chỉnh PG Huế để phát triển vững chắc cho đến ngày nay, nguyên quán trú quán Thừa Thiên Huế - *theo Chư tôn Thiền đức&Cư sĩ hữu công Thuận Hóa*

Y

- **Lê Bá Ý** (1898 -1982), Cư sĩ, pháp danh Nguyên Hoàng, pháp tự Hoàng Nguyên, thọ Bồ tát giới tại gia. Ông là một trong những vị tiền bối sáng lập *hội An Nam Phật học* (trung phần), đồng khai sinh tổ chức *Gia đình Phật Tử Việt Nam*. Năm 1945, ông theo tổ chức GĐPT ra Bắc, ở Liên khu 4 (Thanh Nghệ Tĩnh) làm việc sở Ngân khố Trung bộ. Năm 1946-1947, vào những ngày nghĩ việc công, ông sinh hoạt việc đạo cùng HT Mật Thể tại chùa Đá, đồi Linh Cảm, huyện Đức Thọ, Hà Tĩnh. Khi ở Thanh Hóa, ông sinh hoạt việc đạo với các Sư thầy chùa Mật Sơn. Cuối năm 1947 đến 1954, ông được bổ nhiệm về làm Chủ sự Ty Ngân khố tỉnh Thừa Thiên và hưu trí, nguyên quán trú quán Thừa Thiên Huế - *theo Chư tôn Thiền đức &Cư sĩ hữu công Thuận Hóa*

- **Thích Bửu Ý** (1917 -1996), Hòa thượng, dòng Lâm Tế Chánh Tông đời 40, xuất gia năm 1934 với HT Quảng Chơn- chùa Long Thạnh, pháp danh Hồng Đạo, pháp tự Thiện Đắc. Sai khi xuất gia, ngài được bổn sư gởi xuống chùa Phước Long- Nha Mân học với tổ Bửu Sơn và cầu pháp với tổ được pháp hiệu Bửu Ý. Năm 1939, ngài thọ đại giới tại chùa Phước Long- Trảng Bàng. Năm 1943, ngài kế thế trụ trì chùa Long Thạnh. Năm 1944, ngài mở trường Phật học tại tổ đình Long Thạnh để truyền dạy Phật pháp cho Tăng ni. Năm 1945, ngài là Ủy viên Mặt trận Việt Minh xã Tân Tạo và chùa Long Thạnh trở thành cơ sở cách mạng nên bị giặc đốt phá tan tành. Năm 1947, Hội PG Cứu Quốc Nam bộ được thành lập, ngài là Ủy viên Ban chấp hành phụ trách vùng Sài Gòn Chợ Lớn. Năm 1954, hòa bình lập lại, ngài cùng bổn đạo xây dựng lại tổ đình Long Thạnh. Năm 1957, ngài làm Phó Tổng thư ký Giáo hội Lục Hòa Tăng Việt Nam. Năm 1973, ngài được cử làm Viện trưởng Viện Hoằng đạo *Giáo hội PG Cổ truyền Việt Nam*. Năm 1975, ngài làm Phó chủ tịch *Ủy ban Liên lạc PG Yêu nước* TP Hồ Chí Minh. Năm 1981, ngài được suy cử Phó chủ tịch HĐTS GHPGVN, ngài xả báo thân ngày 29 tháng 11 năm Ất Hợi (19-01-1996) thọ 80 năm, 56 tuổi đạo, nguyên quán Long An, trú quán TP. Hồ Chí Minh - *xem thêm ở Danh Tăng Việt Nam tập 2*

- **Trương Đình Ý** (? -1995), Giáo sư điêu khắc, giảng dạy trường Mỹ thuật Gia Định, ông là một trong 10 sinh viên Việt Nam tốt nghiệp khoa điêu khắc trường mỹ thuật Đông Dương năm 1935, người điêu khắc nhiều tượng Phật nổi tiếng, như tượng Phật núi Trà Cú (1962), tượng Phật Cô đơn... Năm 1957, ông điêu khắc tượng Phật Thích Ca cho *hội PHNV* để thờ tại chùa Xá Lợi, song khi đưa đưa vào chùa mới không vừa vì tượng cao hơn, vì thế tượng này được đưa về khu Cầu Xáng (Lê Minh Xuân - sau này gọi là *chùa Phật Cô đơn* hay *Bát Bửu Phật đài*), nguyên quán chưa rõ, trú quán Sài Gòn - *theo Kỷ yếu hội PHNV*

-**Thích Huyền Ý** (1891 -1951), Hòa thượng, thiền phái Lâm Tế Chúc Thánh đời 41, Năm 1929, ngài xuất gia với tổ Từ Mẫn- chùa Tịnh Lâm- Bình Định, pháp danh Như Phước, pháp tự Giải Tiềm, ngài còn có hiệu là Liên Tôn, là tên ngôi chùa của ngài. Năm 1931, ngài vào Nam cùng với Hòa thượng Bích Liên điều hành tạp chí *Từ Bi Âm* với vai trò Phó chủ bút. Năm 1932, ngài về quê nhà khai sơn chùa Liên Tôn. Năm 1949, ngài là Hội *trưởng hội Phật giáo Cứu quốc* Liên khu 5. Tác phẩm của ngài rất nhiều, ngoài bài thơ *Đáo Liên Thành Lộ*, còn các trước tác và phiên dịch: *Sa di luật diễn nghĩa* ; *A Di Đà diễn nghĩa* ; *Kim Cang Bát Nhã diễn nghĩa* ; *Chứng Đạo Ca diễn nghĩa* ; *Kinh Pháp Bảo Đàn* ; *Luận về nhân quả* ; *Luận về Niết Bàn* ; *Nghiên cứu duy thức A Lại Da* ; *Luận về sáu pháp Ba La Mật* ; *Luận về Chánh tín - Mê tín* , tác phẩm tiểu thuyết: *Hiếu nghĩa cảm phẩm* ; *Tu là cội phúc* , nguyên quán trú quán Bình Định - *xem thêm ở Danh Tăng Việt Nam tập 1*

- **Thích Như Ý** (1908 -1985), Hòa thượng, xuất gia vớ HT Trí Hiển-chùa Ba La Mật-Huế, pháp danh Nguyên Tuyết, pháp hiệu Như Ý, thế danh Phan Thanh Nhãn. Năm 1940, ngài trụ trì chùa Tra Am. Năm 1968, chiến tranh khốc liệt, ngài phải rời chùa Tra Am vào chùa Sơn Chà-Đà Nẵng hành đạo. Đến năm 1975, đất nước hoàn toàn thống nhất, ngài trở về xây dựng lại chùa Tra Am và duy trì chốn tổ, nguyên quán trú quán Thừa Thiên Huế - *theo Chư tôn Thiền đức&Cư sĩ hữu công Thuận Hóa*

- **Thích Như Ý**, Hoà Thượng, họ Nguyễn, pháp danh Tâm Đăng, pháp tự Như Ý, pháp hiệu Ấn Bảo, sinh năm Giáp Tuất (1933). Ngài thọ Tam quy ngũ Giới với HT Chánh Tín- Diên Khánh-Khánh Hòa, pháp danh Trừng Huệ. Sau 5 năm theo thầy học đạo, ngài đã thuộc năm lòng những bộ kinh căn bản của lớp Sơ đẳng Phật học. Năm 1955, HT Chánh Tín thỉnh Thập Sư truyền Thập giới Sa di cho ngài vào ngày vía đức Bồ Tát Địa Tạng (30 tháng 07 âm lịch), khi ấy ngài vừa tròn 22 tuổi. Với chí hướng luôn cầu học, nên cùng mùa Thu năm ấy (1955), ngài lạy HT bổn sư xin được cho phép tha phương cầu học. Năm 1959, ngài rời núi Non Nước-Ngũ Hành Sơn- Quảng Nam cùng HT Ân sư chùa Linh Ứng, trở về Phú Yên thọ Tỳ kheo giới với HT Hưng Từ, được HT truyền pháp tự Như Ý, pháp hiệu là Ấn Bảo. Cùng năm (1959), ngài phát tâm trùng tu chùa Sắc Tứ Kim Sơn- Nha Trang, sau đó là chùa An Dưỡng... Trong giai đoạn năm 1963, Phật giáo gặp pháp nạn, ngài cũng như bao nhiêu Tăng Ni và Phật tử lại phải vì sự tồn vong của Phật pháp mà tham gia tranh đấu cho 5 nguyện vọng của Phật giáo đồ. Năm 1964, ngài mua đất và kiến tạo ngôi *Tòng Lâm Linh Sơn Pháp Bảo Tự*, (nay thuộc huyện Cam Lâm- tỉnh Khánh Hoà), một thánh địa Tòng lâm vun bồi Tăng tài. Năm Kỷ Dậu (1969), Chùa Linh Sơn đã là nơi quy tụ rất đông Tăng chúng. Ngày 06-09-1970, trường Sơ đẳng Phật học được thành lập tại đây .Và được cấp giấy phép thành lập lớp Trung đẳng số 555/TVT/VGD/VP ngày 23-04-1974 do Tổng vụ trưởng Thích Minh Châu ký. Sự thành đạt của chúng Tăng từng thế hệ nơi đây đã được ví von: *"Đó là khí tài của lò luyện thép Linh Sơn"*. Năm 1990, chùa là cơ sở nội trú cho học Tăng *trường Cơ bản Phật học* tỉnh Khánh Hòa. Ngài tham gia giảng dạy cho trường suốt ba khoá học đầu tiên. Từ năm 1993, ngài luôn được thỉnh làm tôn chứng trong Hội đồng Thập sư của các Giới đàn do Tỉnh Giáo hội tổ chức. Năm 1996, ngài tiến hành Đại trùng tu tổ đình Linh Sơn Pháp Bảo. Qua ba năm xây dựng, toàn bộ công trình hoàn mãn và khánh thành vào ngày 26 tháng 7 năm Kỷ Mão (1999). Năm 2008, ngài đã xây dựng tổ đường và khánh tạ lạc thành vào ngày 26 tháng 7 năm Kỷ Sửu (2009). Ngài cũng vì trách nhiệm cho tiền đồ phật pháp mà đã dấn thân cho rất nhiều công tác phật sự của Giáo hội: là Thành viên BTS tỉnh Giáo Hội Phật Giáo Khánh Hoà từ năm 1989 đến nay. Cuộc đời của ngài được mọi người biết đến rất nhiều về sự nghiêm khắc trong việc độ chúng, được thể hiện bằng sự nghiêm mật trong chính bản thân ngài, nguyên quán Diên Khánh- Khánh Hòa, trú quán Tp Nha Trang - *theo Thích Vân Phong biên khảo*

- Thích Từ Ý (1919 -1990), Hòa thượng, pháp danh Tâm Niệm, tự Từ Ý, hiệu Chơn Thiện, đời 43 tông Lâm Tế, thế hệ thứ 9 pháp phái Liễu Quán. Ngài thế danh Trần Văn Chí, sinh năm 1919 tại thôn Trà Tây, xã Tam Mỹ Đông, huyện Núi Thành, tỉnh Quảng Nam. Năm 1936 theo học Phật pháp với Thượng tọa Thích Như Đào tại chùa Tế Nam, huyện Tiên Phước. Năm 1950 ngài xuất gia với HT Thích Tôn Thắng tại chùa Phổ Đà, sau đó về tu học tại chùa Tịnh Độ (1954) và chùa Minh Hương. Năm 1956, ngài đứng xây dựng chùa Phật học chi hội Tam Kỳ tức chùa Hòa An. Năm 1960, thọ Tỳ kheo tại chùa Ấn Quang, sau đó được Viện Hóa Đạo cử làm trụ trì chùa Hòa An. Ngoài chùa Hòa An, ngài còn khai sơn các chùa như: chùa Từ Quang (1962) tại phường Trường Xuân, Tam Kỳ; chùa Hưng Quang (1972) xã Tam Xuân, Núi Thành; chùa Diệu Quang (1974) phường Hòa Hương, Tam Kỳ; chùa Phước Quang (1986) Long Thành, Đồng Nai... Ngài là một vị thầy mẫu mực giáo hóa đồ chúng rất đông, có tầm ảnh hưởng rất lớn đối với Tăng tín đồ Quảng Nam. Một đời huân tu Tịnh Độ nên ngài dự tri thời chí và viên tịch vào này 21 tháng 7 năm Canh Ngọ (1990), thọ 72 tuổi. Ngài sinh và trú quán Quảng Nam - *theo tư liệu Thích Như Tịnh sưu khảo*

- **Nguyễn Thị Yến** (1943 -1963), nữ Phật tử, thánh tử đạo, pháp danh Tâm Thanh, hy sinh đêm 8-5-1963 trước đài phát thanh Huế khi đang đứng nghe lại buổi mít tinh tường thuật lễ Phật đản khi sáng do Giáo hội tổ chức. Giáo hội PG Trung phần đã tấn phong Thánh tử đạo năm 1965, nguyên quán trú quán Thừa Thiên Huế - *theo Chư tôn Thiền đức&Cư sĩ hữu công Thuận Hóa*

- **Thích Nữ Thể Yến** (1908 -1989), Ni trưởng, xuất gia với Sư bà Diệu Hương-chùa Diệu Viên, pháp danh Tâm Nguyệt, pháp tự Thể Yến, thế danh Lê Thị Tuyết Sơn. Năm 1942, Ni trưởng thừa lệnh bổn sư cùng Thích nữ Viên Minh ra Bắc dạy giáo lý tại trường Bồ Đề trong 2 năm. Năm 1961, làm giám đốc Ký nhi viện Diệu Đức. Năm 1971, kế thế Giám viện Ni viện Diệu Đức. Năm 1972, làm giám đốc Cô nhi viện Tây Lộc-Huế, nguyên quán Nghệ An, trú quán Thừa Thiên Huế - *theo Chư tôn Thiền đức&Cư sĩ hữu công Thuận Hóa*

TƯ LIỆU TRÍCH DẪN

SÁCH

- *Danh Tăng Việt Nam*, tập 1,2,3, Thích Đồng Bổn chủ biên, Viện Nghiên cứu Phật học Việt Nam ấn hành, nxb Tôn Giáo, Hà Nội 2016

- *Những ngôi chùa nổi tiếng ở TP Hồ Chí Minh*, Trương Ngọc Tường - Võ Văn Tường, nxb Trẻ, TP HCM 2006

- *Việt Nam PG Sử Luận*, Thích Mật Thể, Minh Đức xb, Sài Gòn 1960

- *Biên niên sử Phật giáo Gia Định-Sài Gòn TP Hồ Chí Minh*, Ban Văn Hóa Thành hội PG TP Hồ Chí Minh ấn hành, nxb TP Hồ Chí Minh 2001

- *Chư tôn Thiền đức&Cư sĩ hữu công Phật giáo Thuận Hóa*, tập 1, tập 2, Thích Trung Hậu-Thích Hải Ấn, nxb Tổng hợp TP HCM 2011

- *Chư tôn Thiền đức&Cư sĩ hữu công Phật giáo Thuận Hóa*, tập 3, Thích Trung Hậu-Thích Hải Ấn, nxb Tổng hợp TP HCM 2016

- *Kể chuyện vua quan nhà Nguyễn*, Phạm Khắc Hòe, Thuận Hóa xb, 1989

- *Phật Giáo Việt Nam Sử Luận I, II, III*, Nguyễn Lang, nxb Văn học, Hà Nội 1992

- *Lịch sử Phật Giáo xứ Huế*, Thích Hải Ấn-Hà Xuân Liêm, nxb TP HM, 2005

- *Lịch sử Phật giáo Đàng Trong*, Nguyễn Hiền Đức, nxb TP HCM, 1995

- *Hành trạng chư Thiền đức xứ Quảng*, Thích Như Tịnh, nxb Tôn

Giáo, 2008

- *Lịch sử Truyền thừa Thiền phái Lâm Tế Chúc Thánh*, Thích Như Tịnh, nxb Phương Đông 2009

- *Tản mạn Phú Xuân*, Trần Đình Sơn-Hoàng Anh, nxb Trẻ, TP HCM, 2001

- *Chuyện cũ Vân Đường*, Trần Đình Sơn, nxb Hồng Đức, TP HCM, 2017

- *Kỷ yếu Hội Phật Học Nam Việt*, lưu hành nội bộ, thư viện Phật học Xá Lợi lưu trữ

-*Việt Nam niên biểu nhân vật chí*, tập III, Chính Đạo, nxb Văn Hóa, Houston, Texas 1997

TRANG NHÀ

- Giáo hội Phật giáo Việt Nam www.giaohoiphatgiaovietnam.vn
- Phật tử Việt Nam   www.phattuvietnam.net
- Hoa Vô Ưu   www.hoavouu.com
- Thư viện Hoa Sen   www.thuvienhoasen.org
- Quảng Đức   www.quangduc.com
- Từ điển bách khoa   www.vi.wikipedia.org
- Chùa Phật học Xá Lợi   www.chuaxaloi.vn
- Thư viện điện tử Kinh điển   www.vnbet.vn
- Chùa Đông Hưng   www.buddhistedu.org
- Giáo hội PGVNTN   www.ghpgvntn.net
- Giác Hạnh Lê Bích Son   www.lebichson.org
- Đạo Phật Ngày Nay   www.daophatngaynay.com
- Báo Tiền Phong   www.tienphong.vn
- Phật Giáo Phú Yên   www.phatgiaophuyen.com
- Chùa A Di Đà   www.chuaadida.com
- Phật giáo A Lưới   www.phatgiaoaluoi.org

VỀ TÁC GIẢ

Thích Đồng Bổn, Hòa Thượng, Tiến sĩ, tác gia, Nhà nghiên cứu sử học Phật Giáo, sinh năm 1957, xuất gia năm 1976, đệ tử của Hòa thượng Thích Hành Trụ- chùa Đông Hưng, pháp tự Thông Trí, bút hiệu Chiêu Đề. Năm 1980, thọ đại giới tại giới đàn chùa Ấn Quang. Học tăng Phật Học Viện Thiện Hòa- chùa Ấn Quang, nguyên Trưởng khoa Phật Giáo Việt Nam - Học viện Phật Giáo Việt Nam tại TP. HCM, Phó viện trưởng Viện Nghiên cứu Phật học Việt Nam, Giám đốc Trung tâm Nghiên cứu Phật Giáo Việt Nam, Trụ trì chùa Phật học Xá Lợi- Quận 3- TP HCM, tác phẩm: Tiểu sử Danh Tăng Việt Nam, tập I, II, III; Tuyển tập các bài Sám văn (6 quyển); Phật giáo & những tản văn ; Giới đàn Tăng thế kỷ XX ; Vai trò chính trị của Tăng sĩ Phật giáo Lý Trần ; Tập tục dân gian Nam bộ chịu ảnh hưởng Phật giáo Đại thừa, Chùa Xá Lợi- văn hóa truyền thống ; Nghi thức lễ Phật của Đại sư Hoằng Tán (dịch) ; Lang thang (tập thơ) ; Chút tình gửi gió (tập thơ), nguyên quán trú quán TP Hồ Chí Minh.

9 798605 755913